કરોડોં પાઠકોંની પસંદ

"રૅપિડેક્સ®" ઇંગ્લિશ સ્પીકિંગ કોર્સ

સડસડાટ અંગ્રેજી બોલવાનો
પ્રભાવશાળી કોર્સ

•

અસરકારક પત્રલેખન માટે
આવશ્યક માર્ગદર્શન

Rapidex®
PUBLICATIONS

F-2/16, Ansari Road, Daryaganj, New Delhi-110002
☎ 23262683, 45644782, 23250704
E-mail: info@unicornbooks.in • *Website:* www.unicornbooks.in

Branch : Mumbai
23-25, Zaoba Wadi, Thakurdwar, Mumbai-400002
☎ 022-22010941, 022-22053387
E-mail: unicornbooksmumbai@gmail.com

This book has been published in arrangement with Pustak Mahal

'RAPIDEX' Trade Mark Registration No. 318345//Dt. 6.9.76
Copyright Registration No. L-8497/78

ISBN 978-81-7806-243-3 (Gujarati)

7th Revised Edition: July 2019

Edition 2026

Printed at : Param Offsetters, Okhla, New Delhi-110020

RAPIDEX ENGLISH SPEAKING COURSE
A book published in 13 Indian Regional Languages and 4 International Language.

પ્રસ્તાવના

આમ તો અંગ્રેજી વાતચાત ઉપર અનેક પુસ્તકો પ્રકાશિત થઇ ચૂક્યા છે. તેની ખૂબ જાહેરાત પણ કરવામાં આવી છે. પરતું ઘાણા દ્વિવસોથી એવા પુસ્તક કે ફોર્મનો અભાવ હતો કે જેને વાંચતા વાંચતા સારૂ અંગ્રેજી બોલતાં સહેલાઇથી આવડી સકે. અંગ્રેજીનો રૅપીડેક્સ ઇંગ્લીશ સ્પીકીંગ કોર્સ આ માટે ખૂબ મહત્ત્વપૂર્ણ પ્રકાશન છે. એમાં અંગ્રેજી બોલવાની સરળ પદ્ધતી એટલી સરળ અને સહેલાઇભરી રીતે આપી છે કે એ વાંચતા વાંચતા જ કોઇપણ ભાણેલી ગણેલી વ્યક્તિ કોઇપણ શિક્ષકની સહાય વિના અંગ્રેજી બોલતાં શીખી શકે છે.

વાચવું–લખવું કે મેટ્રીક, હાયરસેકંડરી, બી.એ. એમ. એ. – પાસ કરી લેવું એ જાુદી વાત છે પરતું પ્રવાહીતાથી શુદ્ધ અંગ્રેજી બોલવું–તે પણ બેધડક, અટક્યા વગર પરીક્ષા પાસ કરવાથી કદીયે નથી આવડતું. એ માટે પંદર વર્ષોના પ્રયાસ વાદ ૬૦ દિ સનો વિશેષ રૅપિડેક્સ ઇંગ્લીશ સ્પીકીંગ કોર્સ તૈયાર કરવામાં આવ્યો છે. આખરે કોઇ વાંચી જાણીને પણ પાછળ કેમ રહે ? નોકરી, કામધંધો, જીવનની દોડમાં બીજાઓથી પાછળ શું કામ રહે ? સભ્યતા–શિષ્ટાચારની વાતો, ઘર બહારનો સામાન્ય વાર્તાલાપ, લેણદેણ, કાર્યાલયે તથા વ્યાપાર સંબંધી પક્ષોમાં અંગ્રેજીમાં વ્ક્ત કરવાની શબ્દાવલી, કહેવતો અને લોકોકિતઓથી પૂર્ણ અંગ્રેજીનું જ્ઞાન સામાન્ય વ્યવહારમાં સાચું અને સારૂ અંગ્રેજી બોલવા માટે જરૂરી છે.

આ કોર્સની પ્રમુખ વિશેષતા એ છે કે સંપૂર્ણ કોર્સમાં અંગ્રેજી શબ્દ અને વાકય ગુજરાતી લિપિમાં પણ આપ્યા છે. જે અંગ્રેજીના સાચા ઉચ્ચાર કરવામાં ખૂવ સહાય કરશે. બીજું આમ બોલવામા કુશળતા મેળવવા માટે લગભગ ૧૦૦૦ ચૂંટેલા શબ્દો અને વાક્યો પાણ આપ્યાં છે. જે તમાશ અંગ્રેજીમાં સડસડાટ વાત કરવાનાં ગભરાટને દૂર કરશે.

એ પણ ખૂબ જરૂરી છે કે અંગ્રેજી બોલતાં ખાસ કરીને અંગ્રેજી ભાષા ઉપર પણ વિશેષ પ્રભાવ હોય. એ માટે આ કોર્સમાં વૈજ્ઞાનીક પદ્ધતિ દ્વારા અંગ્રેજી બોલતાં શીખવ્યું છે. ગોખવાની કોઇ જરૂરિયાત નથી, કેવળ ધ્યાન પુર્વક સમજીને વાંચવાની જરૂરિયાત છે. તમે અંગ્રેજી ઝટપથી એવા બોલવા લાગશો કે જાણે તમારી માતૃભાષાજ હોય. શરત એક કેવળ નિયમિત અભ્યાસ કરવાની છે, અંગ્રેજી ભાષા ઉપર તમારો પૂર્ણ અધિકાર થઇ જશે એનો અમને સંપૂર્ણ વિશ્વાસ છે.

— પ્રકાશક

રૅપિડેક્સ ઇંગ્લીશ સ્પીકીંગ કોર્સની વિશેષતાઓ

★ રૅપિડેક્સ પદ્ધતિ એટલે કે બહુજ જલ્દી પોતાની મેળેજ–દૈનિક વ્યવહારમાં વપરાતી વાતચીત યોગ્ય રીતે વાંચતા વાંચતા જ શીખવાની અને સમજવાની પ્રભાવશાળી અને સહેલી પદ્ધતિ.

★ કોર્સમાં સામાન્ય વાતચીતમાં વપરાતા લગભગ ૧૦૦૦ શબ્દો વાક્યોમાં વાપરીને સમજાવ્યા છે. જે એકસરખી રીતે અટક્યા વગર અંગ્રેજી બોલવાનાં ખચકાટને દૂર કરે છે.

★ કેવલ ૬૦ દિવસમાં અંગ્રેજીનું વ્યવહારીક જ્ઞાન આપનાર સરળ પાઠ (Lessons) આમાં એ રીતે સમજાવીને મૂક્યા છે કે અંગ્રેજી બોલવાની શરૂઆત કોઇપણ આધ્યાપકની મદદ વિનાજ સરળતાથી થઇ સકે.

★ આ કોર્સમાં પ્રકરણોને વાંચત વાંચતાજ જરૂરી વ્યાકરણ આપો આપજ સમજાઇ જાય છે. પછી અંગ્રેજી લખવા, વાંચવા કે બોલબામાં કોઇ મુસકેલી નથી રહેની.

★ અંગ્રેજી વાતચીત (conversation) ના સામાન્ય વ્યવહારમાં લગભગ ૫૬ ખાસ કાઢેલા પ્રસગોં જેમકે, મહેમાન ઘેર આવે ત્યારે, બસ સ્ટૉપ પર, રેલ્વે પ્લેટફોર્મ પર, છોકરા–છોકરી વચ્ચે વાતચીત, લેણદેણ, વ્યાપાર સંબંધી વાતચીત, સ્વીકાર–અસ્વીકાર, નિર્દેશ–આદેશ, ક્ષમા, પ્રાર્થના, ઘરમાં કે ઘરની બહાર વપરાતાં વાક્યો, નોકર, માલિક વચ્ચેની વાતો બગેરે બગેરે.

★ મુહાવરા, લોકોકિતઓ, કોયડાઓ, નીતિવાક્યો વગેરેનો શેર્જિંદા વાક્યોમાં પ્રયોગ.

★ પરિશિષ્ટમાં અંગ્રેજી શબ્દો લગાવવા, વિરામચિન્હો મૂકવા, શબ્દોના સંક્ષિપ્ત રૂપ જાણવા, સંખ્યા તથા આંક, ગ્રીક–લેટિન, ફ્રેંચ–જર્મન વગેંર વિદેશી ભાષાઓની સામાન્ય વાતચીતમાં આવનારા શબ્દોનું જ્ઞાન બહુજ સરળ રીતે પ્રસ્તુત કર્યુ છે.

★ અંગ્રેજી ભાષા શીખવામાં મદદરૂપ રાષ્ટ્રીય તેમજ આંતરરાષ્ટ્રીય સ્તરે ભાષા વૈજ્ઞાનીક તેમજ મનો વૈજ્ઞાનિક સંશોધનના આધાર ઉપર લખાએલો એ પ્રકારનો સૌથી પહેલો અજોડ કોર્સ. વિદેશી ભાષા–શિક્ષણ સંબંધી આંતરરાષ્ટ્રીય અનુસંધાનો ઉપર આધારીત નવીનતમ પદ્ધતિનો પ્રથમ કોર્સ.

★ આ કોર્સની સૌથી મોટી વિશેષતા એ છે કે એમાં લગભગ બધા શબ્દો અને બધા વાક્યો સામાન્ય વાતચીત અને સામાન્ય વ્યવહારમાં પ્રચલિત છે. એ વાંચીને તમને એમ લાગશો કે જાણે તમે પોતાની મેળેજ અંગ્રેજીમાં વાતચીત કરો છો.

★ પુરો કોર્સ વાર્તાલાપ શૈલીમાં છે. જે વાંચતા તમને લાગશો કે તમે વિવિધ સ્તરના લોકો સાથે વાતચીત કરી રહ્યા છો.

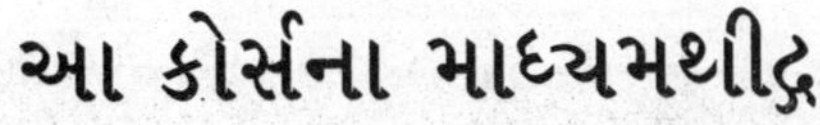

- ★ સાધારણ ભણેલી ગૃહિણીઓ પોતેજ પોતાની મેળે અંગ્રેજી લખતાં–વાંચતા અને બોલના શીખનેપોતાના બાળકોને અંગ્રેજીમાં નિપુણ બનાવી શકે છે. તથા ઘરમાં કે વહાર બહેનપણીઓ કે સભા સોસાઇટીમાં સન્માનથી જીવન ગાંળી શકે છે.
- ★ બેરોજગાર ઝડપથી અંગ્રેજી બોલીને નોકરી મેળવી શકે છે.
- ★ વેપારી આવશ્યક પત્રવ્યવહાર, સરકારી અફસરો સાથે વાતચીત, ગ્રાહકો સાથે અંગ્રેજીમાં વાતચીત કરીને વેપારમાં ચાર ચાંદ લગાવી શકે છે.
- ★ કર્મચારી સારી રીતે અંગ્રેજી બોલતા શીખીને પોતાના ઉપરીને પ્રભાવિત કરી શકે છે.
- ★ પ્રત્યેક યુવક-યુવતી, પ્રેમિકા, અંગ્રેજીમાં વાતચીત કરીન એક બીજાને પ્રભાવિત કરી શકે છે.
- ★ દરેક વ્યકિત સારૂ અંગ્રેજી બોલીને પોતાના કાર્યમાં સફળ થઇ શકે છે.
- ★ જે વ્યકિત પોતાની જીંદગીની દોડમાં પાછળ પડે છે તેને માટે આ કોર્સ વરદાનરૂપ છે – ઉજવલ ભવિષ્ય ઘડવા માટે એક સોપાન છે.

અનુક્રમણિકા (Contents)

પાઠ પાના નં.

પાંચમું પ્રકરણ (5th Expedition)

છઠ્ઠું પ્રકરણ (6th Expedition)

પાઠ પાના નં.

ગુજરાતી – અંગ્રેજી વાતચીત (Conversation)

પરિશિષ્ટ (APPENDIX)

પત્ર-લેખન (Letter-Writing)

1 પહેલો દિવસ
1st Day

પહેલું પ્રકરણ (1st Expedition)

આજે પહેલો દિવસ છે. સૌથી પહેલાં આવકારથી શરૂ કરીએ. જ્યારે આપણે એક બીજાને મળીએ છીએ ત્યારે **'નમસ્તે'** અથવા **'નમસ્કાર'** કરીએ છીએ. આપણા મુસલમાન ભાઈ **'અસલામાલેકૂમ'** તથા શીખ ભાઈઓ પરસ્પર **'સત શ્રી અકાલ'** કહે છે. પણ અંગ્રેજીમાં એવું નથી. અંગ્રેજીમાં દિવસના જુદા જુદા સમયે જુદા જુદા શબ્દો દ્વારા નમસ્તે કરવાનો રિવાજ છે. એનો અભ્યાસ કરવો જોઈએ.

બોલવા ચાલવામાં આવકારનાં વાક્યો

પોતાનાથી મોટાં, સગાંસંબંધીઓ તથા પદમાં ઊંચા અધિકારીઓ સાથે

સવારથી લઈને બપોરના એક વાગ્યા સુધી

1. નમસ્તે, દાદાજી! — **Good morning,** grandpa! ગુડ મૉર્નિંગ, ગ્રૅંડપા!
2. નમસ્તે, પિતાજી! — Good morning, father! ગુડ મૉર્નિંગ, ફાધર!
3. નમસ્તે, સર! — Good morning, sir! ગુડ મૉર્નિંગ, સર!

બપોરના એક વાગ્યાથી સાંજના પાંચ વાગ્યા સુધી

4. નમસ્તે, દાદીજી! — **Good afternoon,** grandma! ગુડ આફ્ટરનૂન, ગ્રૅંડમા!
5. નમસ્તે, માતાજી! — Good afternoon, mother! ગુડ આફ્ટરનૂન, મધર!
6. નમસ્તે, દીકરી! — Good afternoon, my daughter! ગુડ આફ્ટરનૂન, માઇ ડોટર!

સાંજે પાંચ વાગ્યા પછી રાતના અગિયાર સુધી

7. નમસ્તે, કાકા! — **Good evening,** uncle! ગુડ ઈવનિંગ, અંકલ!
8. નમસ્તે, કાકી! — Good evening, auntie! ગુડ ઈવનિંગ, આન્ટી!
9. નમસ્તે, દીકરા! — Good evening, my child! ગુડ ઈવનિંગ, માઇ ચાઇલ્ડ!

રાતના સૂતી વખતે

10. શુભ રાત્રિ, શ્રીમતી! — **Good night,** mam! ગુડ નાઇટ, મેમ!
11. પ્રિયે! મીઠી સ્વપ્નભરી રાત્રિ! — Sweet dreams, darling! સ્વીટ ડ્રીમ્સ, ડાર્લિંગ!

દિવસના કોઈ સમયે

12. તમને શુભ દિવસ, શ્રીમાન! — **Good day** to you, sir! ગુડ ડે ટુ યૂ, સર!
13. તમને શુભ દિવસ, શ્રીમતી! — Good day to you, Madam! ગુડ ડે ટુ યૂ, મેડમ!

મળવા પર

14. તમને મળીને બહુ આનંદ થયો! — Pleased to meet you! પ્લીઝ્ડ ટુ મીટ યૂ!
Pleased to see you! પ્લીઝ્ડ ટુ સી યૂ!
Nice to see you! નાઇસ ટુ સી યૂ!
Glad to see you! ગ્લેડ ટુ સી યૂ!

વિદાયના સમયે

15. આવજો, બેટા! — Good bye, son! ગુડ બાઇ, સન!
16. આવજો! — **Bye, Bye!** બાઇ બાઇ!
17. પ્રિયે! આવજે! — Bye, Bye, my love! બાઇ બાઇ, માઇ લવ!
18. સારું ત્યારે, ફરી મળીશું! — Bye, see you again! બાઇ, સી યૂ અગેન!

ક્યારેય પણ (Informal greetings) પોતાના મિત્રો કે બરોબરીના લોકો સાથે

1. હાય સિમી! — **Hi** Simi! હાઇ સિમી!
2. હાય અંકુર! — Hi Ankur! હાઇ અંકુર!
3. હલો અંકલ! — **Hello** uncle! હલો અંકલ!
4. હલો નિશિ! — Hello Nishi! હલો નિશિ!
5. હલો કુશ! — Hello Kush! હલો કુશ!
6. હલો મિસિસ દવે! — Hello Mrs. Dave! હલો મિસિસ દવે!

આટલું યાદ રાખો. (Remember)

ગુજરાતી અને અંગ્રેજીમાં અભિવ્યક્તિનું અંતર

A

1. દરેક દેશમાં સભ્યતા તથા શિષ્ટાચાર દર્શાવવાની જુદી જુદી પદ્ધતિ હોય છે. હિંદીમાં નામ પછી 'જી' લગાવીને માન બતાવવાનો રિવાજ છે, સાથે જ માનવાચક અભિવ્યક્તિ માટે બહુવચનનો પ્રયોગ કરવામાં આવે છે. જ્યારે અંગ્રેજીમાં માનવાચક માટે પણ એકવચન જ (singular સિંગ્યુલર) રહે છે. દા.ત.
   શ્રી કેદારનાથ આવ્યા. Mr. Kedar Nath has come. (મિ. કેદારનાથ હૅઝ કમ.)
2. હિંદીમાં અને ગુજરાતીમાં મધ્યમ પુરુષમાં આદર-માન બતાવવા માટે **તમે**ની જગ્યાએ **'આપ'**નો ઉપયોગ થાય છે, પરંતુ અંગ્રેજીમાં **'આપ'** ને માટે 'તમે' (You યૂ)નો ઉપયોગ થાય છે. જેમ કે –
   આપ શું ઇચ્છો છો ? What do you want ? (વૉટ ડૂ યૂ વૉન્ટ ?)
   એ જ રીતે અન્ય પુરુષોમાં ગુજરાતીમાં **તે**ની જગ્યાએ **તેઓ**નો ઉપયોગ થાય છે. જ્યારે અંગ્રેજીમાં એક વચન (singular સિંગ્યુલર)નો ઉપયોગ થાય છે. જેમ કે –
   તેઓ રાત્રે આવી શકે છે. He may come at night. (હી મે કમ ઍટ નાઇટ.)

B

1. અંગ્રેજીમાં કાકા, મામા, માસા, ફુઆ – બધાને uncle કહેવામાં આવે છે.
2. કાકી, મામી, માસી, ફોઈ – સર્વને aunt (આંટ અથવા આન્ટી) કહેવાય છે.
3. કોઈ પણ પુરુષ માટે માનવાચક શબ્દ sir (સર) વપરાય છે.
4. કોઈ પણ મહિલા માટે માનવાચક શબ્દ madam (મેડમ) વપરાય છે.
5. કાકાના, મામાના, માસીના અને ફુઆના દીકરા, દીકરી – ભાઈ કે બહેન કોઈ પણ ને માટે ફક્ત cousin (કઝિન) ઉપયોગમાં આવે છે. cousin brother અથવા cousin sister નહીં.
6. વિવાહિત મહિલાનાં નામ કે ઉપનામ પહેલાં મિસિસ (Mrs) તથા અવિવાહિત મહિલા માટે મિસ (Miss) નો પ્રયોગ થાય છે. મિસ (Ms) નો પ્રયોગ અવિવાહિત કે વિવાહિત કોઈ પણ સ્ત્રીનાં નામ કે ઉપનામ પહેલાં કરવામાં આવે છે.

2 બીજો દિવસ
2nd Day

અંગ્રેજીમાં શિષ્ટાચાર (Good Manners in English)

દરેક દેશમાં સંસ્કારિતા પ્રગટ કરવાની શૈલી જુદા જુદા પ્રકારની હોય છે. જે ભાષાને તમે અથવા અમે શીખવા માગીએ છીએ (અગર આપણે ભાષાને સારી રીતે શીખવા ઈચ્છીએ) તો આપણે પહેલાં ત્યાંના રીતરિવાજો, ત્યાંની વાતચીત કરવાની ઢબ, ઊઠવા-બેસવાની પદ્ધતિનો અભ્યાસ કરવો જોઈએ. તમે આદર્શ અંગ્રેજી બોલતાં અને લખતાં શીખવા માગો છો તો અંગ્રેજીની બોલચાલ અને રહેણીકરણીનું અનુકરણ કરવું પડશે – એટલે કે અંગ્રેજી અંગ્રેજોની જેમ બોલો, ગુજરાતી ગુજરાતીઓની જેમ બોલો. ત્યારે જ એ આદર્શ અંગ્રેજી કે ગુજરાતી કહેવાશે. આ એક કસોટી છે એને હર પળ યાદ રાખો અને અંગ્રેજી શીખતી વખતે અંગ્રેજોની આબેહૂબ નકલ કરવાનો પ્રયત્ન કરો.

A

તમે પાછળ જોઈ ગયા કે અંગ્રેજીમાં દરેક વાતમાં નામની સાથે 'જી' કહેવાનો રિવાજ નથી અને 'આપ' 'તમે' કે 'તેઓ' માનવાચક શબ્દો નથી. એ જ રીતે વાતમાં 'હું'ને બદલે 'અમે' કહેવાનો પણ રિવાજ નથી. એટલે એમાં પિતાની સાથે વાત કરતાં પણ 'તમે' (you યૂ) કહેવામાં આવે છે.

પરંતુ તેથી એમ નહીં સમજવું જોઈએ કે અંગ્રેજી લુખી ભાષા છે. પરંતુ એટલું જ સમજો કે ત્યાં 'આપ' અને 'તેઓ' શબ્દો નથી. આમ તો અંગ્રેજી વાતચીતમાં આદર બતાવવાની રીત છે. સાચું અંગ્રેજી શીખવા માટે તથા એમાં સ્વાભાવિક્તા લાવવા માટે આ અભિવ્યક્તિ મનમાં યાદ રાખો.

અંગ્રેજીના આ શબ્દોને મનમાં ગોખો. એ શબ્દોમાં પૂરી અંગ્રેજ જાતિની સંસ્કારિતા-આદર સમાયેલાં છે. એ અંગ્રેજી ભાષાના મહત્ત્વપૂર્ણ શબ્દો છે.

1. Please પ્લીઝ
2. Thanks થૅંક્સ
3. Welcome વેલ્કમ
4. With great pleasure વિથ ગ્રેટ પ્લેઝર
5. Allow me એલાઉ મી
6. After you આફ્ટર યૂ
7. Sorry સૉરી
8. Excuse me એક્સક્યૂઝ મી
9. Pardon પાર્ડન
10. That is alright ધેટ ઇઝ ઑલરાઇટ
11. My pleasure માઈ પ્લેઝર
12. No mention નો મેન્શન

1. જો તમારે કોઈ પાસેથી પેન જોઈતી હોય અથવા એક ગ્લાસ પાણી માગવું હોય કે કોઈને સમય પૂછવો હોય અથવા કોઈને જવાબમાં 'હા' કહેવું હોય તો વાક્યમાં **Please** શબ્દનો ઉપયોગ કરવો પડશે. જો તમે કેવળ Please પણ કહેશો તો ચાલશે પરંતુ Please જેવા અર્થવાળા કોઈ શબ્દ પ્રયોગ વિના તમે **અસભ્ય** કહેવાશો. ગુજરાતીમાં તમે કહો છો –

(a) જરા તમારી પેન આપો. (b) જરા એક ગ્લાસ પાણી આપો. (c) કેટલા વાગ્યા? (d) હા પી લઈશ.

ગુજરાતીની જેમ તમે અંગ્રેજીમાં જો આ વાક્યો વાપરશો તો કહેશો (a) Give me your pen. (ગિવ મી યોર પેન) (b) Give me a glass of water. (ગિવ મી એ ગ્લાસ ઑફ વૉટર) (c) What is the time? (વૉટ ઇઝ ધ ટાઇમ) (d) Yes, I will drink it. (યસ, આઈ વિલ ડ્રિંક ઇટ) તો કોઈ અંગ્રેજ જાણશે કે આ કોઈ અસભ્ય વ્યક્તિ બોલે છે. અથવા કોઈ વિદેશી બોલે છે જે તેમના શિષ્ટાચારથી અપરિચિત છે. અને જો તમે કહેશોઃ–

(a) Your pen, please. (યોર પેન, પ્લીઝ) (b) A glass of water, please. (એ ગ્લાસ ઑફ વૉટર, પ્લીઝ) (c) Time, please (ટાઇમ, પ્લીઝ) (d) Yes, please (યસ, પ્લીઝ)

આ વાક્યો તમે આમ પણ કહી શકો છોઃ- May I have your pen, please? (મે આઈ હેવ યોર પેન, પ્લીઝ?), Give me a glass of water, please. (ગિવ મી એ ગ્લાસ ઑફ વૉટર, પ્લીઝ), What is the time, please? (વૉટ ઇઝ ધ ટાઇમ, પ્લીઝ?) વગેરે.

2. (a) કોઈએ તમારું નાનકડું પણ કોઈ કામ કર્યું હોય દા.ત. તમે સમય પૂછ્યો અથવા તમે મકાનનું ઠેકાણું પૂછ્યું અને તેણે તમને બતાવ્યું. તમે નાની સરખી વાત પૂછી તેણે બતાવી – ત્યારે તેને **Thank you** (થૅન્ક યૂ) કરવાનું ન ભૂલશો. હા, તમે 'Thanks' (થૅક્સ) પણ કહી શકો છો. જો તમે વધુ ઉપકાર બતાવવા ઇચ્છો તો કહો Many many thanks to you! (મેની મેની થૅંક્સ ટુ યૂ) અથવા Thank you very much! (થૅંક યૂ વેરી મચ).

(b) કોઈ તમને કંઈક આપવા માગે અને તમે ન લેવા ઇચ્છતા હો તો ગુજરાતીની જેમ ન કહો કે મારે વધારે નથી જોઈતું. I don't want more. (આઈ ડોંટ વૉંટ મોર) એને બદલે ટૂંકમાં કહો કે **No, thanks.** (નો, થૅંક્સ).

3. જો તમે કોઈનું કોઈ નાનકડું કામ કર્યું હોય અને બદલામાં તેણે તમને કહ્યું "Thank you". અંગ્રેજીમાં વાત અહીં જ પૂરી નથી થતી. જો તમે 'Thanks' સાંભળી ચૂપ રહેશો તો અસભ્ય અને ઘમંડી કહેવાશો એને માટે તમારે કહેવું પડશે.

(i) It's* all right (ઇટ્સ ઑલરાઇટ) તે બરાબર છે અથવા
(ii) No mention (નો મેન્શન) એમાં શું અથવા
(iii) Welcome (વેલ્કમ) અથવા
(iv) You're* welcome (યૂ આર વેલ્કમ) આપનું સ્વાગત.

ઉપરનાં ત્રણે વાક્યોમાંથી તમે પોતે જ સમજી શકશો કે અંતિમ વાક્ય સૌથી વધુ નમ્રતાસૂચક છે. આમ તો ઉપરનાં બે પણ ખૂબ ચાલે છે.

4. કોઈ તમારી પાસે કોઈ વસ્તુ માંગે તો તમે કહેશો. 'લઈ લો' અંગ્રેજીમાં તમે કહેશો 'Take it' (ટેક ઇટ) તો તમને શિષ્ટાચાર નથી આવડતો એમ મનાશે. તેથી તમે કહેશો **With great pleasure** (વિથ ગ્રેટ પ્લેઝર).

5. તમે કોઈને નાનકડી મદદ કે સેવા આપવા માગો તો તે કહેવાની અંગ્રેજીમાં એક આગવી રીત છે. દા.ત. **Allow me**..... (ઍલાઉ મી)..... એટલે કે મને (સેવાનો) મોકો (અવસર) આપો.

6. તમે કોઈ સ્ત્રીને કે વૃદ્ધને માર્ગ આપતા હો તો ગુજરાતીમાં તમે કહેશો કે "પહેલાં તમે" હિંદીમાં "પહલે આપ" એને અંગ્રેજી વાતચીતમાં First you, નહીં કહો પણ અંગ્રેજીમાં **After you** (આફ્ટર યૂ) કહેશો.

7. અંગ્રેજીમાં વાતચીતમાં ખેદ પ્રગટ કરવાનો રિવાજ છે. આપણે પણ ખેદ પ્રગટ કરીએ છીએ કે ક્ષમા માગીએ છીએ. પણ ક્યારે ? જ્યારે આપણાથી કોઈ મોટી ભૂલ થઈ ગઈ હોય. જેમ કે આપણે કોઈની પાસે સમય માગીને સમયસર ન પહોંચીએ તો ખેદ પ્રગટ કરીએ છીએ અને સમય લઈને એ દિવસે બિલકુલ ન જઈએ તો પોતાના આ અપરાધની ક્ષમા માગીએ છીએ. પણ અંગ્રેજીમાં નાની નાની વાતો પર **Sorry** (સૉરી), **Excuse me** (એક્સક્યૂઝ મી), **Pardon** (પાર્ડન) વગેરેનો પ્રયોગ થાય છે.

(i) આપણો હાથ કોઈને વાગી જાય, ક્યાંક અજાણે ભટકાઈ પડો તો તમારે જલદીથી કહેવું જોઈએ, **'Sorry'** (સૉરી).

(ii) બે માણસો રસ્તામાં ઊભા ઊભા વાત કરે છે અને તમારે રસ્તામાં વચ્ચેથી પસાર થવું હોય તો તમે શું કહેશો ? **'Excuse me.'** (એક્સક્યૂઝ મી).

(iii) તમે ટેલીફોન સાંભળો છો અથવા સામસામે વાતો કરો છો અને તમને વાત સંભળાતી નથી અને તમે ફરીથી સાંભળવા ઇચ્છો છો, તો તમે એમ નહીં કહો કે 'જોરથી બોલોને મને કંઈ સંભળાતું નથી' એને બદલે ફક્ત એટલું જ કહો **'Pardon** (પાર્ડન)**'** અથવા **'I beg your pardon** (આઈ બેગ યોર પાર્ડન)**'** અને સામેવાળી વ્યક્તિ એનાથી સમજી જશે કે તમને વાત સંભળાતી નથી.

(iv) કોઈ ઓરડામાં બેઠું છે તમે એના ઘેર એને મળવા ગયા તો આજ્ઞા લીધા વિના અંદર દાખલ નહીં થવું જોઈએ. પરંતુ અંગ્રેજીમાં તમે એ બાબતમાં આવું વાક્ય કહેશો 'શું હું અંદર આવી શકું ? **May I come in, sir?'** અને એ સામે કહેશે 'Yes, please come in. (યસ, પ્લીઝ કમ ઇન.)' અથવા 'With great pleasure (વિથ ગ્રેટ પ્લેઝર)' અથવા 'Of course! (ઑફ કોર્સ!)'

આવી છે શિષ્ટાચારપૂર્ણ વિવેકી અંગ્રેજી ભાષા. પોતાનું વાક્ય બનાવતી વેળાએ સદાયે આ રીતનું મનમાં સ્મરણ રાખવું જોઈએ.

---

* It's = it is, You're = you are, I'm = I am, I've = I have વગેરે શબ્દોના સંક્ષિપ્ત રૂપ (શોર્ટ ફૉર્મ) છે. જે બોલચાલમાં બહુ જાણીતા છે. એના મૂળ શબ્દોને પણ સમજવા જોઈએ.

B

કેટલાંક વિવેકપૂર્ણ વાક્યો (Polite Phrases – પોલાઇટ ફ્રેઝીસ)

1. મેં મળવાનો સમય લીધો હતો પણ હું પાળી ન શક્યો માટે માફ કરજો. — Please accept my apologies for not keeping the appointment. પ્લીઝ એક્સેપ્ટ માઇ એપૉલૉજીઝ ફૉર નૉટ કીપિંગ ધ એપોઇન્ટમેંટ.
2. હું નક્કી કરેલા સમયે ન આવી શક્યો, એથી શું તમે મને માફ કરશો? — Could you please pardon me for not keeping the appointment. કુડ યૂ પ્લીઝ પાર્ડન મી ફૉર નૉટ કીપિંગ ધ એપાઇન્ટમેન્ટ.
3. માફ કરો, મારે મોડું થઈ ગયું. — **Excuse me for being late.** એક્સક્યૂઝ મી ફૉર બિઇંગ લેટ.
4. મારી તરફથી માફી માગી લેજો. — Please convey my apologies. પ્લીઝ કન્વે માઇ એપૉલૉજીઝ.
5. આમ ભૂલથી થઈ ગયું છે. માફ કરો. — It was all by mistake. Please excuse me. ઇટ વૉઝ ઑલ બાઇ મિસ્ટેક. પ્લીઝ એક્સક્યૂઝ મી.
6. મને બહુ જ અફસોસ છે. — I am very sorry. આઈ એમ વેરી સૉરી.
7. માફ કરજો, મેં તમારા કામમાં વિઘ્ન નાંખ્યું. — Sorry to have disturbed you. સૉરી ટુ હેવ ડિસ્ટર્બ્ડ યૂ.
8. ક્ષમા કરો. — **I beg your pardon.** આઈ બેગ યોર પાર્ડન.
9. તમારી રજા લઈ કહેવા ઇચ્છું છું. — Allow me to say. એલાઉ મી ટુ સે.
10. કૃપા કરીને ધ્યાન આપો. — **May I have your attention, please?** મે આઈ હેવ યોર એટેન્શન, પ્લીઝ?
11. આને તમારી વસ્તુ જ સમજો. — It's all yours. ઇટ્સ ઑલ યોર્સ.
12. તમે મને બોલવાની રજા આપશો? — Will you please permit me to speak? વિલ યૂ પ્લીઝ પર્મિટ મી ટુ સ્પીક?
13. તમારા કામમાં મને મદદ કરવા દો. — Let me also help you in your work. લેટ મી ઑલ્સો હેલ્પ યૂ ઇન યોર વર્ક.
14. શું તમે થોડા ખસી શકશો? — Will you please move a bit? વિલ યૂ પ્લીઝ મૂવ એ બિટ?
15. તમે મહેરબાની કરીને જરા ધીમે બોલશો — Will you please speak slowly? વિલ યૂ પ્લીઝ સ્પીક સ્લોલી?
16. જેવી તમારી મરજી. — As you please. ઍઝ યૂ પ્લીઝ.
17. આરામથી બેસો. — Please make yourself comfortable. પ્લીઝ મેક યોરસેલ્ફ કમ્ફર્ટેબલ.
18. હું પૂરી કોશિશ કરીશ. — I will try my level best. આઈ વિલ ટ્રાઈ માઇ લેવલ બેસ્ટ.
19. શું તમે મને બેસવા દેશો? — Will you please let me sit? વિલ યૂ પ્લીઝ લેટ મી સિટ?
20. શું હું તમારો થોડો સમય લઈ શકું છું? — Could you spare a few moments for me? કુડ યૂ સ્પેર એ ફ્યૂ મોમેન્ટ્સ ફૉર મી?
21. તકલીફ માટે માફ કરજો. — Sorry for the inconvenience. સૉરી ફૉર ધ ઇન્કન્વીન્યન્સ.

22. તમારી સારી સલાહ માટે આભાર.

Thanks for your kind/valuable advice. થૅંક્સ ફૉર યોર કાઇન્ડ/વૅલ્યૂએબલ એડ્વાઇસ.

23. તમને મળીને આનંદ થયો.

Glad to meet you. ગ્લેડ ટુ મીટ યૂ.

આટલું યાદ રાખો. (Remember)

માફી માગવાના અર્થમાં અંગ્રેજીમાં એવા કેટલાક શબ્દો છે જે વ્યવહારમાં બોલવા ચાલવામાં વપરાય છે. એ શબ્દોના જે વાસ્તવિક અર્થ છે તે અહીં આપવામાં આવ્યા છે.

1. excuse (v.) **ક્ષમા કરજો. આ સાધારણ અર્થમાં વપરાય છે.**
2. forgive (v.) **દંડ કરવાની ભાવનાને સદાને માટે મનમાંથી કાઢી દિલપૂર્વક માફી કરી દેવી.**
3. pardon (v.) **અપરાધીને આપેલા દંડથી મુક્ત કરવો.**
4. mistake (v.) **ભૂલથી જેવું નથી તેવું સમજવું.**
5. apologize (v.) **ભૂલ કબૂલવી.**
6. sorry (adj.) **દુખી** (I am sorry) **હું દિલગીર છું.**

'I beg your pardon' **એટલે કે મને ખેદ છે. એક અપરાધી પોતાના અપરાધનો દંડ ઓછો કરાવવા માટે ન્યાયાધીશને કહે છે.** Apologize **નો મૂળ આશય આ છે.**

પરંતુ આજકાલ સામાન્ય બોલવા ચાલવામાં આ વાક્યનો શિષ્ટાચાર વાક્યના રૂપમાં પ્રયોગ થવા લાગ્યો છે. ફોન પર અવાજ ન સંભળાય તો તમે કહેશો 'I beg your pardon' અથવા 'pardon' તેથી એમ સમજાય કે તમે ઠીક બોલો છો પણ મને સંભળાતું નથી. કૃપા કરીને ફરીથી બોલો. 'please repeat it' તે પણ ચાલે, પણ તમને મૂળ વાત સમજાવી જોઈએ.

3 ત્રીજો દિવસ
3rd Day

ભાવવાચક (Exclamation)

અંગ્રેજી બહુ ભાવપૂર્ણ ભાષા છે. એમાં નાની વાતોને બહુ ભાવપૂર્ણ બનાવીને મૂકવામાં આવે છે. એમાં આશ્ચર્યજનક (!) ની સાથે વાતો કરવાની લોકોને બહુ ટેવ છે. એવાં વાક્યો બોલવામાં જેટલાં સરળ છે, એટલાં જ સરસ લાગે છે. રમત રમતમાં એને બોલવાનો અભ્યાસ કરો અને સમયસર એને બોલવાનો પ્રયોગ પણ કરો. એથી બોલવા ચાલવામાં તમારી અંગ્રેજી ભાષામાં સ્વાભાવિક્તા આવી જશે.

1. વાહ વાહ!	Marvellous! માર્વેલસ!
2. **શાબાશ!**	**Well done!** Bravo! વેલ ડન! બ્રેવો!
3. અતિ સુંદર!	Beautiful! બ્યૂટિફુલ!
4. અરે!	Hey! હે!
5. **વાહ!**	**Wow!** વાઉ!
6. હે રામ!	Oh God! ઓ ગૉડ!
7. તમે તો કમાલ કરી દીધી!	Wonderful! વંડરફુલ!
8. **બેશક!**	**Certainly!** સર્ટેનલી! **Of course!** ઑફ કોર્સ!
9. **ઈશ્વરનો આભાર!**	**Thank God!** થેંક ગૉડ!
10. ઈશ્વરની કૃપાથી!	By God's grace! બાઈ ગૉડસ ગ્રેસ!
11. ઈશ્વર તમારું ભલું કરે!	May God bless you! મે ગૉડ બ્લેસ યૂ!
12. **તમને પણ!**	**Same to you!** સેમ ટુ યૂ!
13. **બહુ જ સરસ!**	**Excellent!** એક્સીલેંટ!
14. **બહુ જ દુ:ખદ સમાચાર!**	**How sad!** હાઉ સેડ!
15. બહુ જ ખુશીના સમાચાર!	That is a good news! ધેટ ઇઝ એ ગુડ ન્યૂઝ!
16. કેટલો મોટો વિજય!	What a great victory! વૉટ એ ગ્રેટ વિક્ટરી!
17. ઓ મારા પ્રભુ! (આશ્ચર્યમાં)	Good heavens! ગુડ હેવન્સ!
18. સાંભળો!	Hello! હેલો! Listen! લિસન!
19. **જલદી કરો!**	**Hurry up, please!** હરી અપ, પ્લીઝ!
20. કેટલું ભયાનક!	How terrible! હાઉ ટેરિબલ!
21. કેટલું અપમાનજનક!	How disgraceful! હાઉ ડિસગ્રેસફુલ!
22. તદ્દન નકામી વાત છે!	How absurd! હાઉ એબ્સર્ડ!
23. **એની એટલી હિંમત!**	**How dare he!** હાઉ ડેર હી!
24. કેટલું મીઠું!	How sweet! હાઉ સ્વીટ!
25. કેટલુ સુંદર!	How lovely! હાઉ લવલી!
26. એવું કહેવાની તને હિંમત કેમ થઈ!	How dare you say that! હાઉ ડેર યૂ સે ધેટ!
27. પ્યારે!	Oh dear! ઓ ડિઅર!
28. જલદી ચાલો!	Hurry up! Walk fast! હરી અપ! વૉક ફાસ્ટ!
29. **ચૂપ રહો!**	**Quiet please/Please keep quiet!** ક્વાએટ પ્લીઝ! પ્લીઝ કીપ ક્વાએટ!

30. હા, એમ જ!	Quite so! ક્વાઇટ સો!
31. **સાચે જ!**	**Really!** રિઅલી!
32. સાચું!	Is it! ઇઝ ઇટ!
33. આભાર!	Thanks! થૅંક્સ!
34. **તમારો ધન્યવાદ!**	**Thank you!** થૅંક યૂ!
35. ભગવાનનો આભાર!	Thank God! થૅંક ગૉડ!
36. **આ દિવસ વારંવાર આવે!**	**Many happy returns of the day!** મેની હેપી રિટર્ન્સ ઑફ ધ ડે!
37. **ઓહો! મેં મેચ જીતી લીધી!**	**Hurrah! I have won!** હુર્રા, આઈ હેવ વન!
38. તમારા સ્વાસ્થ્ય માટે!	For your good health! ફૉર યોર ગુડ હેલ્થ!
39. **તમારી સફળતા માટે અભિનંદન!**	**Congratulations on your success!** કોન્ગ્રેચ્યૂલેશન્સ ઑન યોર સક્સેસ!
40. **કેટલી બેવકૂફી છે!**	**What nonsense!** વૉટ નૉનસેન્સ!
41. કેટલી શરમની વાત છે!	What a shame! વૉટ એ શેમ!
42. કેટલી દુઃખદ વાત છે!	How tragic! હાઉ ટ્રેજિક!
43. **કેટલું આશ્ચર્યજનક!**	**What a pleasant surprise!** વૉટ એ પ્લેઝંટ સરપ્રાઇઝ!
44. આશ્ચર્યજનક!	Wonderful! વંડરફુલ!
45. છી...છી...!	How disgusting! હાઉ ડિસ્ગસ્ટિંગ!
46. ખબરદાર!	Beware! બીવેર!
47. કેટલી દુઃખની વાત છે!	What a pity! વૉટ એ પિટી!
48. **શું આદર્શ વિચાર છે!**	**What an idea!** વૉટ એન આઇડિયા!
49. **તમારું સ્વાગત છે!**	**Welcome sir!** વેલ્કમ, સર!
50. તમારાં સ્વાગત માટે!	Cheers! ચિઅર્સ!
51. અભિનંદન!	Congratulations! કોંગ્રેચ્યૂલેશન્સ!
52. સંભાળીને!	Watch out! વૉચ આઉટ!
53. ક્યાંય નજર ન લાગે!	Touch wood! ટચ વુડ!
54. જે થવું હોય તે થાય!	Come what may! કમ વૉટ મે!

આટલું યાદ રાખો. (Remember)

1. સામાન્ય વાક્યમાં જ્યાં અલ્પવિરામ કે પૂર્ણવિરામ લાગે છે, ત્યાં ભાવવાચક વાક્યમાં વિસ્મયચિન્હ Exclamation sign! લાગે છે. જેમ કે 'Thanks!' વગેરે.
2. શરમ, દુઃખ, આશ્ચર્ય, આનંદ, ક્રોધ વગેરે અનેક ભાવો બતાવવા માટે what, how વગેરે શબ્દોનો ઉપયોગ થાય છે. જેમ કે 'What a shame!', 'How excellent!' વગેરે.
3. વિસ્મયવાચક વાક્ય (Exclamatory sentence) બોલતી વેળાએ અવાજમાં આશ્ચર્ય જેવા ભાવોને લાવવા જોઈએ.

4 ચોથો દિવસ
4th Day

નાનાં નાનાં વાક્યો (Phrases)

અંગ્રેજી વાક્યની જગાએ કોઈ વાર કેવળ વાક્યનો એક ભાગ અથવા કેવળ એક-બે શબ્દોથી કામ લેવાય છે. દા.ત. Yes sir! (યસ સર!) No sir! (નો સર!) Very good, sir! (વેરી ગુડ, સર!) વગેરે. આ વાક્યો એટલાં પ્રચલિત છે કે અંગ્રેજી બોલવા અને સમજવા ઈચ્છતી દરેક વ્યક્તિએ એના જાણકાર થવું જ જોઈએ. પરંતુ આ વાક્ય બહુ જ સરળ છે, કેમ કે એ કોઈ વ્યાકરણના અટપટા નિયમોવાળાં નથી.

A

1. **હું હમણાં આવું છું.**	**Just coming.** જસ્ટ કમિંગ.
2. બહુ સારું.	Very well. વેરી વેલ.
3. **સારી વાત છે.**	**Fine**/Very good. ફાઇન/વેરી ગુડ.
4. જેવી તમારી મરજી.	As you like/**As you please.** એઝ યૂ લાઇક/ એઝ યૂ પ્લીઝ.
5. **બીજું કાંઈ ?**	**Anything else?** એનિથિંગ એલ્સ?
6. **બસ હવે.**	**That's enough.** ધેટ્સ ઇનફ.
7. આ સન્માન માટે ધન્યવાદ!	Thanks for this honour! થૅંક્સ ફૉર ધિસ ઑનર!
8. **સારું ત્યારે.**	**O.K.** ઓ.કે.
9. કેમ નહીં!	Why not! વાઇ નૉટ!
10. જરાયે નહીં.	Not a bit. નૉટ એ બિટ.
11. સારું આવજો.	Ta-Ta! ટાટા!
12. **કાલે મળશું.**	**See you tomorrow.** સી યૂ ટુમૉરો.
13. હા, જરૂર.	Yes, by all means. યસ, બાઇ ઑલ મીન્સ.
14. બહુ જ છે.	That is too much. ધેટ ઇઝ ટૂ મચ.
15. **હા, જી.**	**Yes, sir!** યસ, સર!
16. નહીં, કદીયે નહીં.	No, never/No, not at all. નો, નેવર/નો, નૉટ ઍટ ઑલ.
17. **કોઈ વાંધો નહીં.**	**Never mind/Does not matter.** નેવર માઇન્ડ/ડઝ નૉટ મૅટર.
18. **બીજું કંઈ નથી.**	**Nothing else.** નથિંગ એલ્સ.
19. કોઈ ખાસ વાત નથી.	Nothing special. નથિંગ સ્પેશિયલ.
20. **ભલે પધાર્યા!**	**Welcome!** વેલ્કમ!
21. **વિશ્વાસ રાખો.**	**Rest assured.** રેસ્ટ એસ્યોર્ડ.
22. નમસ્તે (જયશ્રીકૃષ્ણ, રામ રામ)	Good morning/Good afternoon/Good evening/Good night. ગુડ મૉર્નિંગ/ગુડ આફ્ટરનૂન/ગુડ ઈવનિંગ/ગુડ નાઇટ!
23. સારું આવજો.	Good bye! ગુડ બાઇ.
24. તમે પણ આવજો.	Bye bye! બાઇ બાઇ.
25. જરા પણ નહીં.	Not the least! નૉટ ધ લીસ્ટ!

આ બધાં જ વાક્યોના ભાગ છે. પૂરાં વાક્યો નથી. પરંતુ એના વડે પૂર્ણ વાક્યોની જેમ કામ લેવાય છે.

B

આજ્ઞાર્થ વાક્યો (Sentences of Order)

1. ઊભા રહો.	**I say stop.** આઈ સે સ્ટૉપ.
2. બોલો.	**Speak.** સ્પીક.
3. સાંભળો.	**Listen.** લિસન.
4. અહીં રાહ જુઓ.	**Wait here.** વેટ હિયર.
5. અહીં આવો.	**Come here.** કમ હિયર.
6. અહીં જુઓ.	**Look here.** લુક હિયર.
7. આ લો.	**Take this.** ટેક ધિસ.
8. પાસે આવો.	**Come near.** કમ નિયર.
9. બહાર રાહ જુઓ.	**Wait outside.** વેટ આઉટસાઇડ.
10. ઉપર જાવ.	**Go up.** ગો અપ.
11. નીચે જાવ.	**Go down.** ગો ડાઉન.
12. ઊતરી જાવ.	**Get off.** ગેટ ઑફ.
13. તૈયાર થઈ જાવ.	**Be ready./Get ready.** બી રેડી. ગેટ રેડી.
14. ચૂપ રહો.	**Keep quiet.** કીપ ક્વાએટ.
15. સાવધાન રહો.	**Be careful./Be cautious.** બી કેરફુલ./બી કોશિયસ.
16. ધીરે ચાલો.	**Go slowly./Walk slowly.** ગો સ્લોલી./વૉક સ્લોલી.
17. તુરત જાઓ.	**Go at once.** ગો ઍટ વન્સ.
18. સીધા જાવ.	**Go straight.** ગો સ્ટ્રેટ.
19. ચાલી જાવ.	**Go away.** ગો અવે.
20. ભૂલશો નહીં.	**Do not forget.** ડૂ નૉટ ફરગેટ.

આ પણ નાનાં નાનાં વાક્યો છે પણ પૂર્ણ વાક્ય છે. – એટલે કે એમાં ક્રિયાપદ (verb) એના સ્થાને છે. આ order (આજ્ઞા) કરતું વાક્ય છે. એમાં you (તું) કર્તાના અર્થમાં પોતાની તરફથી ઉમેરવું પડે છે. એટલે કે 'you' understood 'યૂ' સમજી લેવાનું છે.

આટલું યાદ રાખો. (Remember)

1. ઉપર B વિભાગમાં બધાં આજ્ઞા અથવા આદેશનાં વાક્યો છે. તમે એમાં થોડો ફેરફાર કરી એને વિનંતિનાં વાક્યોમાં પણ બદલી શકો છો – કઈ રીતે ?

   ઉપરનાં બધાં વાક્યોમાં પહેલાં 'Please' જોડો. પહેલું વાક્ય આમ બનશે. Please stop. (કૃપા કરીને રોકાઈ જાવ.) એ રીતે બધાં વાક્યો બનશે. એ વાક્યોની ક્રિયાનો અર્થ આદરસૂચક બનશે.

2. જ્યારે તમે તમારા ઉપરી પાસે રજા માગો અથવા એવી જ કોઈ વિનંતિ કરો તો 'Please' – ની જગ્યાએ 'Kindly' નો ઉપયોગ થાય છે. જેમ કે – (i) કૃપા કરીને મને એક દિવસની રજા આપોને. (**Kindly** grant me leave for one day.) (ii) કૃપા કરીને આ બાબતની તપાસ કરો. (**Kindly** look into the matter.) બંને સ્થાને Please શબ્દ યોગ્ય નથી લેખાતો – Kindly કહેવો જોઈએ.

3. રજા અથવા પ્રાર્થના માટે બીજાં વાક્યો નવમા દિવસમાં જુઓ.

5 પાંચમો દિવસ
5th Day

વર્તમાનકાળ (Present Tense)

અંગ્રેજીમાં વર્તમાનકાળનાં ક્રિયાપદને મુખ્ય ત્રણ ભેદમાં વહેંચવામાં આવ્યાં છે. 1. Ram goes. (રામ ગોઝ.) રામ જાય છે. 2. Ram is going. (રામ ઈઝ ગોઈંગ.) રામ જઈ રહ્યો છે. 3. Ram has gone. (રામ હેઝ ગોન) રામ ગયો છે. પહેલા ભેદમાં ક્રિયાપદ વર્તમાન તો છે. પણ કાળ નક્કી નથી. 'Ram goes.' રામ જાય છે. "જાય છે" – એ ખબર નથી કે ક્યારે જાય છે ? બીજાં ભેદમાં વર્તમાનકાળની ક્રિયા "ચાલી રહી છે" Ram is going. ત્રીજા ભેદમાં 'Ram has gone.' "રામ ગયો છે," એટલે કે ક્રિયા થઈ ચૂકી છે. પરંતુ એને વધુ સમય નથી થયો. એને ક્રમવાર Present indefinite, Present continuous અને Present perfect કહેવાય છે. Present perfectને ગુજરાતીમાં વર્તમાન ભૂતકાળ કહેવાય છે.

A

— Does/Do —

મનીષ : તમે અંગ્રેજી ભણો છો?
Manish : *Do* you study English? ડૂ યૂ સ્ટડી ઇંગ્લિશ?

શ્યામલ : હા, હું અંગ્રેજી ભણું છું.
Shyamal : Yes, I *do*. યસ, આઈ ડૂ.

મનીષ : લતા તમારે ઘેર આવે છે?
Manish : *Does* Lata come to your house?
ડઝ લતા કમ ટુ યોર હાઉસ?

શ્યામલ : હા, કદીક આવે છે.
Shyamal : Yes, she comes sometimes.
યસ, શી કમ્સ સમટાઈમ્સ.

મનીષ : તમારી પાસે બીજા મિત્રો આવે છે કે શું?
Manish : *Do* other friends come to you?
ડૂ અધર ફ્રેન્ડઝ કમ ટુ યૂ?

શ્યામલ : હા, બીજા મિત્રો મારી પાસે આવે છે.
Shyamal : Yes, they *do*. યસ, ધે ડૂ.

મનીષ : શું તમે મુંબઈ રહો છો?
Manish : *Do* you stay in Mumbai? ડૂ યૂ સ્ટે ઇન મુંબઈ?

શ્યામલ : ના, હું અમદાવાદ રહું છું.
Shyamal : No, I stay in Ahmedabad.
નો, આઈ સ્ટે ઇન અમદાવાદ.

B

— Is/Are/Am —

પીન્કી : શું આ પુસ્તક તમારે જોઈએ છે?
Pinki : *Is* this the book you are looking for?
ઈઝ ધિસ ધ બુક યૂ આર લુકિંગ ફૉર?

માલા : હા, આ પુસ્તક મારે જોઈએ.
Mala : Yes, this *is* it. યસ, ધિસ ઈઝ ઈટ.

પીન્કી : શું રીટા એ જ પુસ્તક વાંચે છે?
Pinki : *Is* Rita reading the same book?
ઈઝ રીટા રીડિંગ ધ સેમ બુક?

માલા : ના, એ બીજું પુસ્તક છે.
Mala : No, that *is* a different book.
નો, ધેટ ઈઝ એ ડિફરંટ બુક.

પીન્કી : શું હમણાં તું બજાર નથી જવાની?

Pinki : *Are* you not going to the Bazar now? આર યૂ નૉટ ગોઈંગ ટુ ધ બઝાર નાઉ?

માલા : ના, હું બજાર નથી જવાની.

Mala : No, I *am* not. નો, આઈ એમ નૉટ.

પીન્કી : તમારા પિતા સરકારી નોકરી કરે છે શું?

Pinki : *Is* your father in Government service? ઇઝ યોર ફાધર ઇન ગવર્નમેન્ટ સર્વિસ?

માલા : ના, તેઓ વેપારી છે.

Mala : No, he *is* a businessman. નો, હી ઇઝ એ બિઝનેસમેન.

પીન્કી : તમારા ભાઈ કોઈ પરીક્ષાની તૈયારી કરે છે શું?

Pinki : *Is* your brother preparing for some examination? ઇઝ યોર બ્રધર પ્રિપેરિંગ ફૉર સમ એક્ઝામિનેશન?

માલા : હા, તે આઈ.એ.એસ.ની તૈયારી કરી રહ્યા છે.

Mala : Yes, he *is* preparing for I.A.S. યસ, હી ઇઝ પ્રિપેરિંગ ફૉરઆઈ.એ.એસ.

C

— Has/Have —

મોહન : તમે રાધાને કોઈ પત્ર લખ્યો છે શું?

Mohan : *Have* you written any letter to Radha? હેવ યૂ રિટન એની લેટર ટુ રાધા?

સોહન : હા, મેં એને લખ્યો છે.

Sohan : Yes, I *have*. યસ, આઈ હેવ.

મોહન : એણે તારા પત્રનો ઉત્તર આપ્યો શું?

Mohan : *Has* she replied to your letter? હેઝ શી રિપ્લાઇડ ટુ યોર લેટર?

સોહન : ના, તેણે ઉત્તર નથી આપ્યો.

Sohan : No, she *has* not. નો, શી હેઝ નૉટ.

મોહન : તમે જમી લીધું શું?

Mohan : *Have* you had your meals? હેવ યૂ હેડ યોર મીલ્સ?

સોહન : ના, મેં સવારે નાસ્તો વધારે કર્યો છે.

Sohan : No, I had a heavy breakfast in the morning. નો, આઈ હેડ એ હેવી બ્રેકફાસ્ટ ઇન ધ મૉર્નિંગ.

મોહન : તમે એને ઘેર ગયા હતા શું?

Mohan : *Have* you been to his house? હેવ યૂ બીન ટુ હિઝ હાઉસ?

સોહન : ના, હમણાં મારે જવું છે.

Sohan : No, I *have* yet to go. નો, આઈ હેવ યટ ટુ ગો.

D

— Has been/Have been —

અભિષેક : તમે સવારથી શું કરો છો?

Abhishek : What *have* you *been* doing since morning? વૉટ હેવ યૂ બીન ડૂઈંગ સિંસ મૉર્નિંગ?

અમિત : ચોપડી વાંચી રહ્યો છું.

Amit : I *have been* reading the book. આઈ હેવ બીન રીડિંગ ધ બુક.

અભિષેક : શું કાલથી ત્યાં પણ વરસાદ પડી રહ્યો છે?

Abhishek : *Has* it *been* raining there also since yesterday? હેઝ ઇટ બીન રેનિંગ ધેર સિંસ યસ્ટર્ડે?

અમિત : હા, આવે છે પણ થોડો થોડો.

Amit : Yes, it *has been*, but not continuously. યસ, ઇટ હેઝ બીન, બટ નૉટ કન્ટિન્યૂઅસલી?

અમિત : શું પાણી ક્યારનું ઊકળી રહ્યું છે?

Amit : *Has* the water *been* boiling for long? હેઝ ધ વૉટર બીન બૉઇલિંગ ફૉર એ લૉંગ?

અભિષેક : ના, થોડી વારથી જ ઊકળે છે.	**Abhishek :** No, it *has been* boiling only for a little time. નો, ઈટ હૅઝ બીન બૉઇલિંગ ઓન્લી ફૉર એ લિટલ ટાઈમ.
એ ગઈ જાન્યુઆરીથી નવા પ્રોજેક્ટ પર કામ કરી રહ્યો છે.	He *has been* working on a new project since January. હી હૅઝ બીન વર્કિંગ ઑન એ ન્યૂ પ્રોજેક્ટ સિંસ જાન્યુઆરી.
અમે આ ઘરમાં દસ વરસથી રહીએ છીએ.	We *have been* living in this house for ten years. વી હૅવ બીન લિવિંગ ઈન ધિસ હાઉસ ફૉર ટેન યર્સ.

આટલું યાદ રાખો. (Remember)

1. You are writing a letter (યૂ આર રાઇટિંગ એ લેટર) તમે પત્ર લખી રહ્યા છો. 2. You have written a letter (યૂ હેવ રિટન એ લેટર) તમે પત્ર લખી દીધો છે. એ બંને સકારાત્મક (Affirmative) વાક્ય છે. તેમને નકારાત્મક (Negative) તથા પ્રશ્નાર્થ (Interrogative) વાક્યોમાં આ રીતે બદલી શકાય છે –

નકારાત્મક (Negative)	**પ્રશ્નાર્થ (Interrogative)**
1. You are **not** writing a letter.	1. **Are** you writing a letter?
2. You have **not** written a letter.	2. **Have** you written a letter?

તમે જોયું કે સકારાત્મકથી નકારાત્મક બનાવવા માટે કેવળ સહાયક ક્રિયાપક are, haveની પાછળ not લગાડવું પડે છે. એ રીતે પ્રશ્નાર્થ વાક્યોમાં સહાયક ક્રિયાપદો are, have વાક્યની શરૂઆતમાં આવી ગયા છે. આપણે શીખ્યા કે, Present continuous તથા Present perfect tenseમાં સકારાત્મકમાંથી નકારાત્મક તથા પ્રશ્નાર્થ વાક્ય સ્વાભાવિક રીતે બનાવી શકાય છે.

હવે Present indefiniteનું ઉદાહરણ લો. 1. You write a letter (યૂ રાઇટ એ લેટર) તમે પત્ર લખો છો. 2. I read English. (આઈ રીડ ઇંગ્લિશ.) હું અંગ્રેજી વાંચું છું. હવે એનાં નકારાત્મક તથા પ્રશ્નાર્થ વાક્ય જુઓ.

નકારાત્મક (Negative)	**પ્રશ્નાર્થ (Interrogative)**
1. You **do not** write a letter.	1. **Do** you write a letter?
2. I **do not** read English.	2. **Do** I read English?

આ વાક્યોમાં do જોડાયું છે. આ કાળમાં Do અથવા does જોડવામાં આવે છે ત્યારે નકારાત્મક અથવા પ્રશ્નાર્થ વાક્ય બને છે.

6 છઠ્ઠો દિવસ
6th Day

ભૂતકાળ (Past Tense)

અંગ્રેજી ભાષામાં ભૂતકાળની ક્રિયાને પણ (વર્તમાનકાળની માફક) મુખ્ય ત્રણ ભેદોમાં વહેંચી દેવામાં આવી છે. **Ram went,** (રામ વેંટ) **2. Ram was going,** (રામ વૉઝ ગોઈંગ) **3. Ram had gone,** (રામ હૅડ ગોન), એટલે કે અનુક્રમે રામ ગયો, રામ જઈ રહ્યો હતો, રામ ગયો હતો, **Ram went,** રામ ગયો. એથી એમ જણાય છે કે આ ક્રિયા ચાલી ગયેલા સમયમાં પૂરી થઈ ગઈ છે. પણ એ નક્કી થતું નથી કે, ક્યારે થઈ **(Past indefinite); Ram was going,** રામ જઈ રહ્યો હતો. એથી સમજાય છે કે ક્રિયા ચાલુ હતી. પૂરી નથી થઈ. **(Past continuous); Ram had gone,** રામ ગયો હતો. એટલે કે ક્રિયા બહુ પહેલાં પૂરી થઈ ગઈ હતી. **(Past perfect).**

E

— Did —

શિક્ષિકા : શું તું કાલે જલદી ઊઠી હતી?

Lady teacher : *Did* you get up early yesterday?
ડિડ યૂ ગેટ અપ અર્લી યસ્ટર્ડે?

ઉષ્મા : હા મેડમ, હું જલદી ઊઠી હતી.

Ushma : Yes madam, I *did.* યસ મેડમ, આઈ ડિડ.

શિક્ષિકા : તમે ડબલ રોટી અને માખણ ખાધું?

Lady teacher : *Did* you have bread and butter?
ડિડ યૂ હૅવ બ્રેડ ઍન્ડ બટર?

ઉષ્મા : હા મેડમ, મેં ખાધું.

Ushma : Yes, madam, I have. યસ મેડમ, આઈ હૅવ.

શિક્ષિકા : શું રજની તમારી પાસે બપોરે આવી હતી?

Lady teacher : *Did* Rajni come to you at noon?
ડિડ રજની કમ ટુ યૂ ઍટ નૂન?

ઉષ્મા : ના, તે નથી આવી.

Ushma : No, she *didn't.* નો, શી ડિડ્ન્ટ.

શિક્ષિકા : શું તમે રાત્રે આ નિબંધ લખ્યો?

Lady teacher : *Did* you write this essay at night?
ડિડ યૂ રાઈટ ધિસ એસે ઍટ નાઈટ?

ઉષ્મા : ના, મેં એ નથી લખ્યો પણ મારા ભાઈએ લખ્યો છે.

Ushma : No, I *didn't*; but my brother wrote it.
નો, આઈ ડિડ્ન્ટ, બટ માઈ બ્રધર રોટ ઈટ.

શિક્ષિકા : શું કાલે તું બજાર ગઈ હતી?

Lady teacher : *Did* you go to the bazar yesterday?
ડિડ યૂ ગો ટુ ધ બઝાર યસ્ટર્ડે?

ઉષ્મા : હા મેડમ, હું બજાર ગઈ હતી.

Ushma : Yes madam, I *did.* યસ મેડમ, આઈ ડિડ.

શિક્ષિકા : શું તે કાલે તારો પાઠ યાદ કર્યો હતો?

Lady teacher : *Did* you learn your lesson yesterday?
ડિડ યૂ લર્ન યોર લેસન યસ્ટર્ડે?

ઉષ્મા : ના, મેં નથી કર્યો?

Ushma : No, I *didn't.* નો, આઈ ડિડ્ન્ટ.

F

— Was/Were —

શિક્ષક : શું તમે ચાલતાં ચાલતાં પુસ્તક વાંચી રહ્યા નહોતા?

Teacher : *Were* you not reading a book while walking? વેર યૂ નૉટ રીડિંગ એ બુક વાઇલ વૉકિંગ?

રોમી : હાજી, હું વાંચી રહ્યો હતો.

Romi : Yes sir, I *was*. યસ સર, આઈ વૉઝ.

શિક્ષક : શું રમા પણ ચાલતાં ચાલતાં વાંચતી હતી?

Teacher : *Was* Rama also reading it while walking? વૉઝ રમા ઑલ્સો રીડિંગ ઇટ વાઇલ વૉકિંગ?

રોમી : ના, એ તો ફક્ત સાંભળી રહી હતી.

Romi : No, she *was* just listening. નો, શી વૉઝ જસ્ટ લિસનિંગ.

શિક્ષક : શું તમારા ઘરમાં તમારી ફોઈ ગાતી હતી?

Teacher : *Was* your aunt singing at your house? વૉઝ યોર આંટ સિંગિંગ ઍટ યોર હાઉસ?

રોમી : ના, મારી બહેન ગાતી હતી.

Romi : No, she *was* my sister. નો, શી વૉઝ માઇ સિસ્ટર.

રાધા : શું તમે લોકો અંગ્રેજી ભણો છો?

Radha : *Are* you learning English? આર યૂ લર્નિંગ ઇંગ્લિશ?

સુધા : હા, અમે લોકો અંગ્રેજી શીખી રહ્યાં હતાં.

Sudha : Yes, we *are*. યસ, વી આર.

G

— Had —

મોનુ : શું તમે સિનેમા જોવા ગયા ન હતા?

Monu : *Had* you not gone to cinema? હૅડ યૂ નૉટ ગૉન ટુ સિનેમા?

સોનુ : ના, હું નહોતો ગયો.

Sonu : No, I *had* not. નો, આઈ હૅડ નૉટ.

ટીના : શું એણે દુકાન બંધ કરી દીધી હતી?

Tina : *Had* he closed the shop? હૅડ હી ક્લોઝડ ધ શૉપ?

મોના : હા, એણે બંધ કરી હતી.

Mona : Yes, he *had*. યસ, હી હૅડ.

ઋષિ : શું એ તમને કાલ સુધી નહોતો મળ્યો?

Rishi : *Had* he not met you till yesterday? હૅડ હી નૉટ મેટ યૂ ટિલ યસ્ટર્ડે?

શ્યામલ : ના, એ મને નહોતો મળ્યો.

Shyamal : No, he *had* not. નો, હી હૅડ નૉટ.

નિશાંત : શું તું કાલે રમવા નહોતો ગયો?

Nishant : *Had* you not gone to play yesterday? હૅડ યૂ નૉટ ગૉન ટુ પ્લે યસ્ટર્ડે?

વિકી : ના, હું નહોતો ગયો.

Viki : No, I *had* not. નો, આઈ હૅડ નૉટ.

સચિન : શું તું રોહિતને પહેલાં ક્યાંય મળ્યો હતો?

Sachin : *Had* you met Rohit anywhere before? હૅડ યૂ મેટ રોહિત એનીવેર બિફોર?

સુધીર : હા, હું તેને બે વરસ પહેલાં સિમલામાં મળ્યો હતો.

Sudhir : Yes, I *had* met him in Shimla two years ago. યેસ, આઈ હૅડ મેટ હિમ ઇન શિમલા ટૂ યર્સ અગો.

H

— Had been —

નીરજ : શું તું કાલે છેલ્લા બે કલાકથી ભણી રહ્યો હતો?

Niraj : *Had* you *been* studying for the last two hours yesterday? હૅડ યૂ બીન સ્ટડીઇંગ ફૉર ધ લાસ્ટ ટૂ આવર્સ યસ્ટર્ડે?

અનુજ : હા, કારણ કે મારું કામ પૂરું કરીને પિક્ચર જોવાની યોજના કરી રહ્યો હતો.

Anuj : Yes, because I *had been* planning to see a film after finishing my work. યસ, બિકૉઝ આઈ હૅડ બીન પ્લાનિંગ ટુ સી એ ફિલ્મ આફ્ટર ફિનિશિંગ માઇ વર્ક.

નીરજ : પણ તારી સાથે ઋષિ પણ કેમ વાંચતો હતો?

Niraj : But, why *had* Rishi also *been* studying with you? બટ, વાય હૅડ ઋષિ ઓલ્સો બીન સ્ટડીઈંગ વિથ યૂ?

અનુજ : કારણ કે તે પણ મારી સાથે પિક્ચર જોવા આવવાની જીદ કરતો હતો.

Anuj : Because, he *had* also *been* insisting on going with me for the film. બિકૉઝ, હી હૅડ ઑલ્સો બીન ઇન્સિન્સટિંગ ઑન ગોઇંગ વિથ મી ફૉર ધ ફિલ્મ.

નીરજ : પણ તારી મા તો કહેતી હતી કે તું દોસ્તો સાથે ફરવા જવાનો પ્રોગામ બનાવી રહ્યો હતો.

Niraj : But, your mother was saying that you *had been* planning to go out with some friends. બટ, યોર મધર વૉઝ સેઇંગ ધૅટ યૂ હૅડ બીન પ્લાનિંગ ટુ ગો આઉટ વિથ સમ ફ્રેન્ડસ.

અનુજ : હા, પહેલાં અમે એવું જ વિચારતા હતા, પણ પછી પ્રોગ્રામ બદલી નાખ્યો.

Anuj : Yes, previously we *had been* planning something of the sort, but later we changed our programme. યસ, પ્રિવિયસલી વી હૅડ બીન પ્લાનિંગ સમથિંગ ઑફ ધ સોર્ટ, બટ લેટર વી ચેન્જડ અવર પ્રોગ્રામ.

આટલું યાદ રાખો. (Remember)

હવે past tenseનાં હકારાત્મક (affirmative) વાક્યોથી નકારાત્મક (negative) તથા પ્રશ્નાર્થ (interrogative)નાં વાક્યો બનાવાય છે. નિયમ એ છે કે past indefiniteમાં did સહાયક ક્રિયા ઉમેરાય છે. Past continuousમાં was, were તથા past perfectમાં had પછી નકારાત્મક (negative) વાક્યોમાં not ઉમેરાય છે. એ રીતે પ્રશ્નાર્થ (interrogative) વાક્યોમાં આ સહાયક ક્રિયાઓ did, was, were તથા had વાક્યોમાં સૌથી પહેલાં પ્રયોગમાં આવે છે.

Affir. : I ate bread and butter. (આઈ એટ બ્રેડ ઍન્ડ બટર) મેં બ્રેડ અને માખણ ખાધાં.
Neg : I did not eat bread and butter. **Int.** : Did I eat bread and butter?

Affir. : You were reading the book. (યૂ વેર રીડિંગ ધ બુક) તમે પુસ્તક વાંચતાં હતાં.
Neg. : You were not reading the book. **Int.** : Were you reading the book?

Affir. : You had read the book. (યૂ રેડ ધ બુક) તમે પુસ્તક વાંચ્યું.
Neg. : You had not read the book. **Int.** : Had you read the book?

7 સાતમો દિવસ
th Day

ભવિષ્યકાળ (Future Tense)

ભવિષ્યકાળની ક્રિયાને પણ અંગ્રેજી ભાષામાં મુખ્ય ત્રણ ભેદોમાં વહેંચવામાં આવી છે. 1. Ram will go, રામ વિલ ગો; 2. Ram will be going, રામ વિલ બી ગોઈંગ; 3. Ram will have gone, રામ વિલ હેવ ગૉન. એટલે કે — રામ જશે, રામ જતો હશે, રામ ગયો હશે. વર્તમાન અને ભૂતકાળની જેમ એને ક્રમવાર future indefinite, future continuous અને future perfect કહેવાય છે.

I

— Will/Shall —

ગોવિંદ : શું તું રમશે?
Govind : *Will* you play ? વિલ યૂ પ્લે?

ઋષિ : ના, હું રમીશ નહીં.
Rishi : No, I *won't*. નો, આઈ વૉન્ટ.

ગોવિંદ : શું તું કાલે આવીશ?
Govind : *Will* you come tomorrow? વિલ યૂ કમ ટુમૉરો?

ઋષિ : હા, હું કાલે આવીશ.
Rishi : Yes, I *will*. યસ, આઈ વિલ.

ગોવિંદ : શું તું રાત્રે અહીં રોકાઈશ?
Govind : *Will* you stay here at night? વિલ યૂ સ્ટે હિયર ઍટ નાઈટ?

ઋષિ : ના, હું પાછો જઈશ.
Rishi : No, I *will* go back. નો, આઈ વિલ ગો બૅક.

ગોવિંદ : તું શુક્રવારે રાજાને મળશે?
Govind : *Will* you see Raja on Friday? વિલ યૂ સી રાજા ઑન ફ્રાયડે?

ઋષિ : ના, હું ઘેર તમારી રાહ જોઈશ.
Rishi : No, I *will* wait for you at home. નો, આઈ વિલ વેટ ફૉર યૂ ઍટ હોમ.

J

— Will be/Shall be —

અમિતાભ : શું કાલે આ વખતે તમે ગાડીમાં મુસાફરી કરતા હશો?
Amitabh : *Will* you *be* in the train at this time tomorrow? વિલ યૂ બી ઈન ધ ટ્રેન ઍટ ધિસ ટાઇમ ટુમૉરો?

રાકેશ : હા, આ સમયે હું કાલે અમદાવાદ પહોંચવાનો હોઈશ.
Rakesh : Yes, I *will be* about to reach Ahmedabad at this time. યસ, આઈ વિલ બી અબાઉટ ટુ રીચ અમદાવાદ ઍટ ધિસ ટાઇમ.

અમિતાભ : શું કાલે આ સમયે આપણે મૅચ નહીં રમતા હોઈએ?
Amitabh : *Shall* we not *be* playing a match at this time tomorrow? શેલ વી નૉટ બી પ્લેઈંગ મેચ ઍટ ધિસ ટાઇમ ટુમૉરો?

રાકેશ : હા, આપણે રમતા હોઈશું.
Rakesh : Yes, we *will be*. યસ, વી વિલ બી.

અમિતાભ : શું આપણે વારંવાર સિમલા આવતા રહીશું?
Amitabh : *Shall* we *be* coming to Shimla again and again? શેલ વી બી કમિંગ ટુ સિમલા અગેન ઍન્ડ અગેન?

રાકેશ : ના, નહીં આવીએ.
Rakesh : No, we *won't be*. નો, વી વૉન્ટ બી.

K

— Will have/Shall have —

મીનાક્ષી : શું તે ગઈ હશે?
Minakshi : *Will* she *have* gone? વિલ શી હેવ ગૉન?

રજની : ના, એ નહીં ગઈ હોય.
Rajni : No, she *won't have*. નો, શી વોન્ટ હેવ.

મીનાક્ષી : આવતા મહિને શું હું વડોદરાથી આવી ગઈ હોઈશ?
Minakshi : *Will* I *have* come back from Vadodara by next month? વિલ આઈ હેવ કમ બૅક ફ્રૉમ વડોદરા બાઇ નેક્સ્ટ મંથ?

રજની : હા, ત્યાં સુધીમાં તું ત્યાંથી આવી ગઈ હશે.
Rajni : Yes, you *will have* come back by then. યસ, યૂ વિલ હેવ કમ બૅક બાઇ ધેન.

મીનાક્ષી : કાલે આ સમય સુધીમાં તો તેં પરીક્ષા પૂરી કરી હશે.
Minakshi : You *will have* finished your examination by this time tomorrow. યૂ વિલ હેવ ફિનિશ્ડ યોર એક્ઝામિનેશન બાઇ ધિસ ટાઇમ ટુમૉરો.

રજની : હા, હું મારા જીવનનો એક અધ્યાય પૂરો કરી ચૂકી હોઈશ.
Rajni : Yes, I *shall have* completed one of the chaptrs of my life. યસ, આઈ શેલ હેવ કમ્પ્લીટેડ વન ઑફ ધ ચેપ્ટર્સ ઑફ માઇ લાઇફ.

મીનાક્ષી : શું તું આગલે વર્ષે દસમી પાસ કરી ચૂકી હોઈશ?
Minakshi : *Will* you *have* passed X class by the next year? વિલ યૂ હેવ પાસ્ડ ટેન્થ ક્લાસ બાઇ ધ નેક્સ્ટ યર?

રજની : હા, હું ત્યાં સુધીમાં દસમી પાસ કરી ચૂકી હોઈશ.
Rajni : Yes, I *shall have* passed X class by that time. યસ, આઈ શેલ હેવ પાસ્ડ ટેન્થ ક્લાસ બાઇ ધેટ ટાઇમ.

મીનાક્ષી : શું ચૂંટણી માર્ચ સુધીમાં થઈ ગઈ હશે?
Minakshi : *Will* the elections *have* completed by March? વિલ ધ ઈલેક્શન્સ હેવ કમ્પ્લીટેડ બાઇ માર્ચ?

રજની : હા, ચૂંટણી માર્ચ સુધીમાં થઈ ગઈ હશે.
Rajni : Yes, the elections *will have* completed by March. યસ, ધ ઈલેક્શન્સ વિલ હેવ કમ્પ્લીટેડ બાઇ માર્ચ.

મીનાક્ષી : શું તારો ભાઈ કેનેડાથી આવી ગયો હશે?
Minakshi : *Will* your brother *have* returned from Canada? વિલ યોર બ્રધર હેવ રીટર્ન્ડ ફ્રૉમ કેનેડા?

રજની : ના, તે નહીં આવી ગયો હોય.
Rajni : No, he *won't have*. નો, હી વૉન્ટ હેવ.

L

— Will have been/Shall have been —

પ્રથમેશ : શું તું કાલે આ સમયે સૂતો હોઈશ?
Prathmesh : *Will* you *have been* sleeping at this time tomorrow? વિલ યૂ હેવ બીન સ્લીપિંગ ઍટ ધિસ ટાઇમ ટુમૉરો?

સુજલ : ના, કદાચ વાંચતો હોઈશ.
Sujal : No, probably I *shall have been* studying. નો, પ્રોબેબ્લી આઈ શેલ હેવ બીન સ્ટડીઈંગ.

પ્રથમેશ : અને, તારો ભાઈ રાજીવ શું કરતો હશે?
Prathmesh : And, what *will* your brother Rajiv *have been* doing? ઍન્ડ, વૉટ વિલ યોર બ્રધર રાજીવ હેવ બીન ડૂઇંગ?

સુજલ : એ મુંબઈ જવાની તૈયારી કરતો હશે.
Sujal : He *will have been* preparing to leave for Mumbai. હી વિલ હેવ બીન પ્રિપેરીંગ ટુ લીવ ફૉર મુંબઈ.

આટલું યાદ રાખો. (Remember)

આ વાક્યો ઉપર ધ્યાન આપી અભ્યાસ કરો. (A) I shall not play. આઈ શેલ નૉટ પ્લે. (B) He will not play, હી વિલ નૉટ પ્લે. પહેલા વાક્યમાં Iની સાથે shall આવ્યું છે. અને બીજા વાક્યમાં Heની સાથે will છે. આ સામાન્ય ભવિષ્યકાળ બતાવે છે. એટલે કે નિયમ એ છે કે સાધારણ રીતે પ્રથમ અને મધ્યમ પુરુષ he, she, it, they, you, Ram, વગેરેની સાથે willનો ઉપયોગ કરાય છે અને પ્રથમ પુરુષમાં I, we, વગેરેની સાથે shallનો પ્રયોગ થાય છે. પરંતુ જો I/weની સાથે willનો તથા he-she-it/they-youની સાથે shallનો પ્રયોગ થાય તો ત્યાં દૃઢ નિશ્ચયનો અર્થ નીકળે છે. (જેમ કે) 1. I will not play. 2. You shall not return. આ વાક્યોનો અર્થ છે : (1) મેં કાલે ન રમવાનો નિર્ણય કર્યો છે. અથવા હું કાલે બિલકુલ રમીશ નહીં. (2) તમે પાછા ફરશો કે નહીં.

8 આઠમો દિવસ
8th Day

કેટલીક અગત્યની સહાયક ક્રિયાઓ (Some Important Helping Verbs)
Can, Could, May, Might, Must/Ought (to), Should/Would

અત્યાર સુધીમાં તમે ત્રણ કાળો (tenses)ની ક્રિયાઓનો અભ્યાસ કર્યો છે. ત્યાં પણ તમે સહાયક ક્રિયાઓનો (Special Verbs એટલે કે Helping Verbs) સહારો લીધો હતો. ચાલો, હવે બીજી સહાયક ક્રિયાઓનો અભ્યાસ કરીએ. Can (કેન) અને May (મે) બંને સહાયક ક્રિયાઓ છે. બંનેનો અર્થ છે – "શકવું". પરંતુ આ "શકવું"ના અર્થમાં ફેર છે જેને તમે નીચે આપેલાં વાક્યોમાં સમજી શકશો. Could અને Might ક્રમવાર Can અને May તથા Should, Would ક્રમવાર Shall, Willનું ભૂતકાળનું રૂપ છે. એનો ઉપયોગ જુઓ અને પરસ્પરના અંતરને ઓળખવા કોશિશ કરો.

— Can —

રાજશ્રી : શું તું સિતાર વગાડી શકે છે?
Rajashri : *Can* you play sitar? કેન યૂ પ્લે સિતાર?

શર્વરી : હા, હું વાંસળી પણ વગાડી શકું છું.
Sharvari : Yes, I *can* play the flute as well. યસ, આઈ કેન પ્લે ધ ફ્લૂટ એઝ વેલ.

રાજશ્રી : શું તમે મારાં પુસ્તકો પાછાં આપી શકશો?
Rajashri : *Can* you return my books? કેન યૂ રિટર્ન માઈ બુક્સ?

શર્વરી : ના, હું હમણાં તે નહીં આપી શકું.
Sharvari : No, I *can't* return them just now. નો, આઈ કાન્ટ રિટર્ન ધેમ જસ્ટ નાઉ.

રાજશ્રી : શું તમે સંસ્કૃત વાંચી શકો છો?
Rajashri : *Can* you read Sanskrit? કેન યૂ રીડ સંસ્કૃત?

શર્વરી : હા, વાંચી શકું છું.
Sharvari : Yes, I *can*. યસ, આઈ કેન.

રાજશ્રી : શું હું સિદ્ધાર્થ સાથે વાત કરી શકું છું?
Rajashri : *Can* I talk to Siddharth please? કેન આઈ ટૉક ટુ સિદ્ધાર્થ પ્લીઝ?

શર્વરી : હા, વાત કરી શકે છે.
Sharvari : Yes, you *can*. યસ, યૂ કેન.

— May —

વિદ્યાર્થી : શું હું અંદર આવી શકું છું?
Student : *May* I come in, sir? મે આઈ કમ ઈન સર?

શિક્ષક : હા, આવો.
Teacher : Yes, you *may*. યસ, યૂ મે.

વિદ્યાર્થી : શું હું બાળસભામાં જોડાઈ શકું છું?
Student : *May* I attend Bal Sabha, sir? મે આઈ અટેન્ડ બાળસભા સર?

શિક્ષક : હા, બહુ જ ખુશીથી.
Teacher : Yes, with great pleasure. યસ, વિથ ગ્રેટ પ્લેઝર.

વિદ્યાર્થી : શું હું સુરેશની સાથે જઈ શકું છું?
Student : *May* I accompany Suresh, sir? મે આઈ એકંપની સુરેશ, સર?

શિક્ષક : ના, તમે તમારું કામ પૂરું કરો.
Teacher : No, you better finish your work first. નો, યૂ બેટર ફિનિશ યોર વર્ક ફર્સ્ટ.

વિદ્યાર્થી : શું હું પાર્થિવ સાથે વાત કરી શકું છું ?
Student : *May* I speak to Parthiv please? મે આઈ સ્પીક ટુ પાર્થિવ પ્લીઝ?

શિક્ષક : હા, વાત કરી શકે છે.
Teacher : Yes, you have my permission. યસ, યૂ હૅવ માઈ પર્મિશન.

— Could —

રોમી : આ કામ તમે એકલા કરી શકશો?
Romi : *Could* you do this work alone?
કુડ યૂ ડૂ ધિસ વર્ક એલોન?

શશાંક : ના, હું એકલો નહીં કરી શકું.
Shashank : No, I *couldn't.* નો, આઈ કુડન્ટ.

રોમી : શું તે સમયસર તમારી મદદ કરી શકી?
Romi : *Could* she help you in time?
કુડ શી હેલ્પ યૂ ઇન ટાઇમ?

શશાંક : હા, કરી શકી.
Shashank : Yes, she *could.* યસ, શી કુડ.

રોમી : શું રમા એ દાખલો કરી શકી?
Romi : *Could* Rama solve this sum? કુડ રમા સોલ્વ ધિસ સમ?

શશાંક : ના, એ તે ગણી શકી નથી.
Shashank : No, she *couldn't.* નો, શી કુડન્ટ.

રોમી : શું તું ગુલાંટ ખાઈ શકે છે?
Romi : *Could* you go for somersault?
કેન યૂ ગો ફૉર સમર સૉલ્ટ?

શશાંક : હું નાનો હતો ત્યારે ડબલ ગુલાંટ ખાતો હતો.
Shashank : I *could* do a double somersault when I was a kid. આઈ કુડ ડૂ એ ડબલ સમરસૉલ્ટ વેન આઈ વૉઝ એ કિડ.

— Might/Must/Ought (to)/Would/Should —

સોહને કદાચ એને મદદ કરી હોય.
Sohan *might* have helped him. સોહન માઇટ હેવ હેલ્પ્ડ હિમ.

કદાચ એ અહીં આવ્યો હશે.
He *might* have come here. હી માઇટ હેવ કમ હિયર.

મારે એના લગ્નમાં જરૂર જવું જોઈએ.
I *must* attend his marriage. આઈ મસ્ટ એટેન્ડ હિઝ મૅરેજ.

મારે દસ વાગ્યા સુધીમાં ઘેર જરૂર પહોંચી જવું જોઈએ.
I *must* reach home by 10 o'clock.
આઈ મસ્ટ રીચ હોમ બાઇ ટેન ઓક્લૉક.

આપણે આપણાંથી નાનાને ચાહવાં જોઈએ.
We *ought to* love our youngsters.
વી ઑટ ટુ લવ અવર યંગસ્ટર્સ.

તમારે તમારાં વૃદ્ધ માતાપિતા તરફ બેદરકારી બતાવવી જોઈએ નહીં.
You *ought* not *to* ignore your aged parents.
યૂ ઑટ નૉટ ટુ ઇગ્નોર યોર એજેડ પેરન્ટસ.

દરરોજ સવારે હું બે માઇલ ચાલીશ.
Every morning, I *would* walk two miles.
એવરી મોર્નિંગ, આઈ વુડ વૉક ટૂ માઇલ્સ.

તમારે વર્ગમાં વધુ નિયમિત રીતે જવું જોઈએ.
You *should* attend the class more regularly.
યૂ શુડ ઍટેન્ડ ધ ક્લાસ મોર રેગ્યુલરલી.

આટલું યાદ રાખો. (Remember)

1. (a) Can I walk? — (a) May I walk?
   (b) Can you do this job? — (b) May I do this job?
   (c) Can you sing a song? — (c) May I sing a song?

   ઉપર આપેલાં canવાળાં વાક્યોમાં શક્તિ, સમર્થતા, વગેરે ભાવો સમજાય છે. અને mayવાળાં વાક્યોમાં અનુમતિ, આજ્ઞા અથવા ઇચ્છા વગેરે ભાવ દેખાય છે. 'Can I walk?'નો અર્થ છે કે "શું મારામાં હરવા ફરવાની શક્તિ છે?" એ જ રીતે 'May I walk ?'થી અભિપ્રાય અનુમતિ મેળવવાનો અર્થ છે – "શું હું ફરી લઉં?"

   આવા જ ક્યાંક ક્યાંક mayના અર્થમાં canનો ઉપયોગ લોકો કરે છે. એ બોલવામાં ચાલે છે. પરંતુ યોગ્ય નથી.

2. જેમ કે પહેલાં બતાવ્યું છે, could અને might શબ્દ, can અને mayનાં ભૂતકાળનાં રૂપ છે. એ રીતે would અને should શબ્દ will અને shallનાં ભૂતકાળનાં રૂપ છે. Must "અવશ્ય"ના અર્થમાં આવે છે. Ought toની જેમ should પણ કર્તવ્યભાવ (કરવું જોઈએ)ને પ્રકટ કરવા માટે ઉપયોગ કરવામાં આવે છે. એ શબ્દોના અર્થને વાક્યોમાં એનો પ્રયોગ કરીને સારી રીતે સમજી લેવા જોઈએ.

9 નવમો દિવસ
th Day

આજ્ઞા અને વિનંતિનાં વાક્યો (Sentences of Order and Request)

નીચે આજ્ઞા તથા પ્રાર્થનાનાં કેટલાંક વાક્યો આપવામાં આવ્યાં છે. તેને આજ્ઞાર્થ વાક્ય એટલે કે Imperative moodનાં વાક્ય કહેવાય છે. તેના "મૂડ" (mood)માં કોઈ tense (કાળ) નથી લગાવવો પડતો. ખાસ કરીને ક્રિયાના (verb) મૂળ રૂપની સાથે જ વાક્યરચના થઈ જાય છે. એનો અભ્યાસ સરળતાપૂર્વક થઈ શકે છે.

વિધ્યર્થક ક્રિયાઓ (Imperative Mood)

A

1. સામે જુઓ.	Look ahead. લુક એહેડ.
2. આગળ વધો.	Go ahead. ગો એહેડ.
3. ગાડી ધીરે ચલાવો.	Drive slowly. ડ્રાઈવ સ્લોલી.
4. તેમનું નામ પૂછો.	Ask his name. આસ્ક હિઝ નેમ.
5. પોતાનું કામ કરો.	Mind your own business. માઈન્ડ યોર ઑન બિઝનેસ.
6. પાછા જાવ.	Go back. ગો બૅક.
7. પાછા આવો.	Come back. કમ બૅક.
8. સાંભળો તો.	Just listen. જસ્ટ લિસન.
9. જલદી આવો.	Come soon. કમ સૂન.
10. મને જોવા દો.	Let me see. લેટ મી સી.
11. મને કામ કરવા દો.	Let me work. લેટ મી વર્ક.
12. એને જવા દો.	Let him go. લેટ હિમ ગો.
13. મને જવા દો.	Let me go. લેટ મી ગો.
14. તૈયાર રહેજો.	Be ready. બી રેડી.
15. એની ખબર રાખજો.	Take care of her/him. ટેક કેર ઑફ હર/હિમ.
16. એક તરફ થઈ જાઓ.	Move aside. મૂવ એસાઈડ.
17. સમજી વિચારીને બોલો.	Think before you speak. થિંક બિફોર યૂ સ્પીક.
18. અવશ્ય આવજો.	Do come. ડૂ કમ.

B

19. મશ્કરી ના કરો.	Don't cut jokes. ડોન્ટ કટ જોક્સ.
20. અર્થ વિનાની વાત ન કરો.	Don't talk nonsense. ડોન્ટ ટૉક નૉનસેન્સ.
21. **ચિંતા ન કરો.**	**Never mind.** નેવર માઈન્ડ.

22. મોડું ન કરો. — Don't delay. ડોન્ટ ડિલે.

23. કદીયે ન ભૂલશો. — Never forget. નેવર ફર્ગેટ.

24. **ફિકર ના કરશો.** — **Don't worry.** ડોન્ટ વરી.

25. એને ના ચીડવશો. — Don't tease him. ડોન્ટ ટીઝ હિમ.

C

26. ફરી કોશિશ કરો. — Please try again. પ્લીઝ ટ્રાઈ અગેન.

27. બસ રહેવા દો. — Let it be. લેટ ઈટ બી.

28. જરા રાહ જુઓ. — Please wait a bit. પ્લીઝ વેટ એ બિટ.

29. **અહીં આવો.** — **Please come here.** પ્લીઝ કમ હિયર.

30. **આવો પધારો.** — **Please come in.** પ્લીઝ કમ ઈન.

31. જરા એને જગાડો. — Please wake him up. પ્લીઝ વેક હિમ અપ.

32. **બેસો.** — **Please be seated.** પ્લીઝ બી સીટેડ.

33. જવાબ આપો. — Please reply. પ્લીઝ રિપ્લાઈ.

34. મને જવાની રજા આપો. — Please allow me to go. પ્લીઝ એલાઉ મી ટુ ગો.

35. અહીં સહી કરો. — Please sign here. પ્લીઝ સાઈન હિયર.

36. જરા વધુ બેસો ને. — Please stay a little longer. પ્લીઝ સ્ટે એ લિટલ લોંગર.

37. ચૂપ રહો. — Be quiet please. બી ક્વાયટ પ્લીઝ.

38. જેવી તમારી મરજી. — As you like./As you please. એઝ યૂ લાઈક./એઝ યૂ પ્લીઝ.

39. **ફરી આવજો.** — **Please do come again.** પ્લીઝ ડૂ કમ અગેન.

D

40. પોતાનું ઘર સાફ રાખો. — Keep your house clean. કીપ યોર હાઉસ ક્લીન.

41. મુદ્દાની વાત પર આવો. ગોળ ગોળ વાત છોડી દો. — Come to the point. Don't beat about the bush. કમ ટુ ધ પૉઈંટ. ડોન્ટ બીટ એબાઉટ ધ બુશ.

42. **મોડું ના કરશો.** — **Don't be late.** ડોન્ટ બી લેટ.

43. આ દવા પીઓ. — Take this dose. ટેક ધિસ ડોઝ.

44. મારી પાછળ આવો. — Follow me. ફૉલો મી.

45. બૂટની દોરી બાંધી દો. — Do up your shoes. ડૂ અપ યોર શૂઝ.

46. કામ વેળા કામ અને રમતી વેળા રમત. — Work while you work and play while you play. વર્ક વાઈલ યૂ વર્ક ઍન્ડ પ્લે વાઈલ યૂ પ્લે.

47. યોગ્ય સમયે પ્રયાસ કરો. — Strike the iron while it is hot. સ્ટ્રાઈક ધ આયર્ન વાઈલ ઈટ ઈઝ હૉટ.

48. જગા ખાલી કરો. — Vacate the place. વેકેટ ધ પ્લેસ.

49. કંઈ કહેશો નહીં. — Don't say anything. ડોન્ટ સે એનીથિંગ.

50. એ શેતાનને જુઓ. — See the devil. સી ધ ડેવિલ.

E

51. સંપર્કમાં રહેશો. — Please keep in touch. પ્લીઝ કીપ ઈન ટચ.

52. પોતાનાં કામ પર ભરોસો રાખો. — Have faith in yourself. હેવ ફેથ ઈન યોરસેલ્ફ.

53. ઔપચારિક્તાની જરૂર નથી. — Please don't be formal. પ્લીઝ ડોન્ટ બી ફૉર્મલ.

54. જરા મને મદદ કરો ને. — Please help me. પ્લીઝ હેલ્પ મી.

55. સમજવાની કોશિશ કરો. — Try to understand. ટ્રાઇ ટુ અન્ડરસ્ટેન્ડ.

આટલું યાદ રાખો. (Remember)

1. તમે જોયું કે is, are, am, was, were, has, have, had, will, would, shall, should, can, could, may, might વગેરે વાક્યની શરૂઆતમાં આવે તો પ્રશ્નાર્થ વાક્ય બને છે. અને વચ્ચે (subjectની પછી) આવે તો સાધારણ વાક્ય બને છે. દા.ત.:-

A	B
(1) Am I a fool?	I am not a fool.
(2) Were those your books?	Those were your books.
(3) Had you gone there?	You had gone there.
(4) Can I walk for a while?	You can walk.
(5) May I come in?	You may come in.
(6) Might you go now?	I might go now.

2. Do, did અસલમાં સહાયક ક્રિયાપદ નથી. નીચે આપેલાં વાક્યોને ધ્યાનથી જુઓ.

(1) હું સવારે જલદી ઊઠું છું. — I get up early in the morning.

(2) હું સવારે જલદી ઊઠ્યો. — I got up early in the morning.

હવે એનાં નકારાત્મક (Negative) વાક્ય બનાવો.

(3) હું સવારે જલદી નથી ઊઠતો. — I do not get up early in the morning.

(4) હું સવારે જલદી ના ઊઠ્યો. — I did not get up early......

તમે જોયું કે નકારાત્મક વાક્ય બનાવવા માટે ક્રમવાર do અને did જોડવાં પડે છે. પ્રશ્નાર્થ વાક્ય બનાવવા માટે એ જ do અને did સૌથી પહેલાં લાગે છે.

(5) શું હું જલદી ઊઠું છું? — Do I get up early in the morning?

(6) શું હું જલદી ઊઠ્યો? — Did I get up early......?

10 દસમો દિવસ
10 th Day

તમે અંગ્રેજી રીતથી વાતચીત કરવા ઇચ્છો છો. તમે ઇચ્છો છો કે પ્રભાવશાળી પદ્ધતિથી બીજાઓ સાથે અંગ્રેજીમાં વાતચીત કરી શકો. એ એક આંતરરાષ્ટ્રીય ભાષા છે. સાહિત્ય અને વિવિધ ક્રિયાઓ સિવાય જ્ઞાનવિજ્ઞાન અને ટેકનીક સંબંધી દરેક પ્રકારનું સાહિત્ય એમાં છે.

1. અંગ્રેજીમાં વાતચીત કરવા માટે એક સાથી બનાવો. તે પ્રશ્ન પૂછે તો તમે ઉત્તર આપો. તમે પ્રશ્ન પૂછો તો એ ઉત્તર આપે. તે ગુજરાતીમાં વાક્ય બોલે તમે એનું અંગ્રેજી કરો અને તમે એકબીજાની ભૂલો સુધારો. એમાં વિનોદ પણ રહેશે અને બોલવાનો અભ્યાસ પણ રહેશે.
2. પોતાના જેટલા એક અરીસા સામે એકાંતમાં બેસો. પોતે બોલો અને પોતાની મુખમુદ્રા, હાવભાવ અને ઉચ્ચાર પોતે જ જુઓ. પછી એમાં સુધારો કરો. તમને લાગશે કે તમને પ્રારંભિક સફળતા મળવા લાગી છે. અને હવે તમે પ્રભાવશાળી રીતે અંગ્રેજી બોલી શકો છો.

કેટલાક લોકોને અંગ્રેજી શબ્દો સારી રીતે આવડે છે. તેઓ વ્યાકરણના નિયમ પણ જાણે છે. Tensesનું પણ તેમને જ્ઞાન છે તોપણ તેઓ સડસડાટ અંગ્રેજી નથી બોલતા. આનું કારણ શું છે તે તમે વિચાર્યું છે ? અમે તમને બતાવીએ. તેમને બહુ જ્ઞાન છે. પણ **તેમને બોલવાનો અભ્યાસ નથી હોતો.** ભાષા જ્યાં સુધી બોલીએ નહીં ત્યાં સુધી સારી રીતે આવડતી નથી તો તમે નવા નવા શબ્દો જલદી બોલવાનો અભ્યાસ કરો. એ કામ માટે નીચે આપેલી કસોટીઓ (TABLES) તમને મદદરૂપ બનશે.

અભ્યાસ કસોટીઓ (Drill Tables)

કસોટી (Table)–1 **20 વાક્ય**

1	2	3
He She	is	ready.
I	am	hungry. thirsty.
They You We	are	tired.

કસોટી (Table)–2 **20 વાક્ય**

1	2	3
He She I	was	rich. poor.
They You We	were	pleased. sorry.

(i) **કસોટી ૧** અને ૨નાં ૨૦-૨૦ વાક્યો બોલો. ફરી બોલીને કોઈ બીજાને એનો અર્થ બતાવો.

(ii) ઉપરની બંને કસોટીનાં ૪૦ વાક્ય સકારાત્મક (Affirmative) છે. એનાં નકારાત્મક (Negative) વાક્ય બનાવવા માટે તમે શું કરશો ? – ઠીક છે, is, are, am, was, were ક્રિયાઓ પછી not જોડીશું. દા.ત. She is not ready. એ રીતે તમે બંને કસોટીનાં આઠ વાક્ય બનાવો.

(iii) **કસોટી ૨**નાં સકારાત્મક (Affirmative) વાક્યોનાં પ્રશ્નાર્થ (Interrogative) આઠ વાક્યો બનાવો.

કસોટી (Table)–3 **64 વાક્ય**

1	2	3
The boy His friends	did not can may must not ought to should will cannot	use this train. do as I say. go for hunting. enter the cave.

ઉપર આપેલી **કસોટી** ૩માં ૬૪ વાક્યો આપ્યાં છે. તમારા મિત્રને વાંચીને સંભળાવો. પછી દસ વાક્ય લખીને ગુજરાતીમાં એનો અર્થ પણ આપો.

કસોટી (Table)–4

1	2
(i) Be	day after tomorrow?
(ii) Go	Sanskrit?
(iii) Have you written	Ramesh, sir?
(iv) Did you get up	this problem?
(v) Will you come	at once.
(vi) Can you read	to Radha?
(vii) May I accompany	early yesterday?
(viii) Could Rama solve	your own business.
(ix) Mind	ready.
(x) Do not	befool me.

કસોટી-૪માં ૧ અને ૨ કોલમોમાં તોડીને દસ વાક્યો આપ્યાં છે. એ વાક્યો તમારા પાછળના પાઠોમાંથી લીધાં છે. એને એ રીતે જોડો કે જેથી પૂર્ણ વાક્ય બને. પછી એનો અનુવાદ કરો.

અભ્યાસ (Practice)

પહેલો દિવસ

1. આ વાક્યોને શુદ્ધ કરો અને મનમાં બેસાડો કે એમાં આ ભૂલો કેમ છે–

1. Good night uncle, how do you do? (સાંજે ૬ વાગે)
2. Is he your cousin brother?
3. She is not my cousin sister.
4. Good afternoon, my son. (સવારે નવ વાગે)
5. Good morning, mother. (બપોરે બે વાગે)

2. નીચેનાં વાક્યોનાં અંગ્રેજી અને ગુજરાતી રૂપો ઉપર ધ્યાન આપો અને જુઓ કે ગુજરાતી અને અંગ્રેજીનાં વાક્યોમાં વચન (numbers)માં શું ફેર છે.

1. પિતાજી **આવ્યા છે.** Father **has** come.
2. શર્માજી હમણાં જ **ગયા છે.** Mr. Sharma **has** just left.
3. **તેઓએ આપને** ફરીથી બોલાવ્યા છે. **He** has called **you** again.

અંતર તમે જોયું જ છે. ગુજરાતી વાક્ય 'પિતાજી આવ્યા છે'નું અંગ્રેજીમાં 'Father has come' (પિતા આવ્યા છે) અનુવાદ થાય છે. એ રીતે બીજા અને ત્રીજા વાક્યમાં **'જી' 'ગયા છે' 'તેઓએ' 'આપને'**–એ બધા શબ્દ એક વ્યક્તિ (એક વચન 'પિતા' અને 'તમે')ની સાથે સંકળાયેલા છે. 'બહુવચન' સાથે નહીં. એટલે જ્યારે પણ તમે ગુજરાતીમાંથી અંગ્રેજી વાક્ય બનાવવા લાગો પહેલાં મનમાં આદરસૂચક વાક્યોને બરાબર કરી લો – '(શ્રી) શર્મા હમણાં **ગયા છે. તેણે તમને** બોલાવ્યા છે.' પછી ઉપરનાં વાક્યનો અંગ્રેજી અનુવાદ કરવામાં કઠિનાઈ નહીં થાય. (અને જુઓ પહેલો દિવસ Tail Box).

બીજો દિવસ

3. શિષ્ટાચારની કેટલીક વાતોને યાદ કરો.

(a) તમે કોઈને ત્યાં જાવ અને એ તમારું બહુ સ્વાગત કરે તો તમે કહેશો – Thanks for your hospitality. (તમારી મહેમાનગતિ માટે આભાર).

(b) I **am** very grateful to you. I **shall be** very grateful to you. એમાં એ બંને વાક્યોને વાંચીને જુઓ કે શું ફેર છે ? ક્યાં કોને કહેવું જોઈએ ?

કોઈ વ્યક્તિ તમારા માટે, તમારા કહેવા ઉપર તમારું કંઈ કામ કરે તો તમે કહેશો. I am very grateful to you. (હું તમારો બહુ આભારી છું).

અને જ્યારે તમે કોઈને કોઈ કામ કરવાનું કહો તો અગાઉથી ધન્યવાદ આપતાં કહેશો કે I shall be very grateful to you. (હું તમારો બહુ જ આભારી થઈશ).

(c) કોઈ તમારા જ મોંએ તમારી પ્રશંસા કરવા લાગે તો તમે એના ઉત્તરમાં કહી શકો કે It is your generosity, otherwise what I am! (એ તમારી ઉદારતા છે, મારી શી લાયકાત!)

ત્રીજો દિવસ

4. આ શબ્દો ઉપર ધ્યાન આપો : (a) God, gods; (b) good, goods, એ બંને જોડેલા છે. God (ગૉડ) એટલે પરમાત્મા, ખુદા અથવા ઈશ્વર; gods (ગૉડ્ઝ) એટલે દેવતા, ઈશ્વર એક જ પરમ આત્મા. 'દેવતા' અનેક છે – પ્રત્યેક ધર્મના. Good (વિશેષણ) એટલે સારું; goods (સંજ્ઞા) એટલે સામાન.

5. આ શબ્દોને શબ્દકોષમાં જુઓ અને એનો અર્થ યાદ કરો : Marvellous, Splendid, Disgraceful, Absurd, Excellent, Nonsense.

6. આ શબ્દોનો આશય સમજો, કે એ કયા કયા ભાવો પ્રગટ કરે છે : Nasty, Woe, Hallo, Hurrah.

ચોથો દિવસ

7. આ વાક્યો ઉપર ધ્યાન આપો : (a) Well begun, half done. (b) To err is human, to forgive divine. (c) Thank you. (d) Just coming. આ વાક્યો કોઈ રીતે અધૂરાં છે. a, b વાક્યોમાં is ક્રિયા ગાયબ છે. c, d વાક્યોમાં I કર્તા ગાયબ છે. બોલવા-ચાલવામાં આ વાક્યો એમ જ ચાલે છે. પરંતુ એ અધૂરાં વાક્યો જ પૂર્ણ વાક્યનું કામ આપે છે. અંગ્રેજીમાં આવાં વાક્યોને *elliptical sentences* કહેવાય છે. એવાં વાક્યોનો અંગ્રેજીમાં બહુ વપરાશ છે. આવો, હવે આ વાક્યોને વ્યાકરણની દૃષ્ટિએ પૂર્ણ શુદ્ધ કરીએ – (a) Well begun is half done. (જુઓ 1st day); (b) To err is human, to forgive divine. (c) I thank you. (d) I am just coming. એવાં જ બોલવા-ચાલવામાં વપરાતાં બીજાં વાક્યો ઉપર પણ ધ્યાન આપવાની આદત રાખો. એનાથી તમે જલદી અંગ્રેજી ભાષાનો મર્મ જાણી જશો.

8. 'Just coming' ચોથા દિવસનાં પહેલાં વાક્યમાં અર્થ આપ્યો છે – "હું હમણાં આવું છું." અમે હવે આપને પૂછીએ છીએ કે શું એનો અર્થ "તે હમણાં આવે છે" ન થઈ શકે ? – તમારો ઉત્તર હશે 'થઈ શકે છે' બરોબર છે. જુઓ કોઈ તમારા ઘરમાં આવે અને તે તમારા ભાઈ વિશે પૂછે – તમે અંદર જશો અને તેને તેના મિત્રના આગમનની સૂચના આપીને જલદી પાછા ફરશો અને કહેશો "Just coming" "જસ્ટ કમિંગ" અહીં પૂર્ણવાક્ય થશે – He is just coming.

પાંચમો દિવસ

9. આ વાક્યોને ધ્યાનથી જુઓ : (i) You speak English. (ii) Do you speak English? પહેલું સકારાત્મક (Positive) વાક્ય છે. બીજું પ્રશ્નાર્થ (Interrogative).

પહેલાં વાક્યમાં 'do' special (સહાયક) ક્રિયા આરંભમાં જોડવાથી પ્રશ્નાર્થ વાક્ય બની ગયું છે. એમ જ do–does–special ક્રિયા જોડીને એનાં પ્રશ્નાર્થ વાક્ય બનાવો. અને એ પ્રશ્નાર્થ વાક્યોનો અર્થ ગુજરાતીમાં પણ લખો.

(i) You go to the bed. (ii) You play hockey. (iii) She returns from office at 6 p.m. (iv) Mother looks after her children. (v) They go for a walk in the morning. (vi) I always work hard.

10. પ્રશ્ન 11ના છાપેલાં સકારાત્મક વાક્યોનો ગુજરાતીમાં અનુવાદ કરો.

11. વર્તમાનકાળનાં કેટલાંક બીજાં special (સહાયક) verbનાં રૂપ આ છે. Is, am, are, has, have. નીચેનાં વાક્યોમાં એનો પ્રયોગ થયો છે.

(i) The moon *is* shining. *Is* the moon shining?
(ii) We *are* listening to you. *Are* we listening to you?
(iii) My father *has* gone out. *Has* my father gone out?
(iv) I *have* seen. *Have* I seen?

સામસામેનાં બંને વાક્યો જુઓ અને ધ્યાન આપો કે વાક્ય Positiveથી Interrogative કેવી રીતે બન્યાં છે, કેમ કે is, are, am, has, have—આ બધાં special verbs વાક્યોમાં સૌથી પહેલાં કાઢી નાખવામાં આવે છે. અને લખવામાં અંતમાં પ્રશ્નાર્થ જોડાય છે. બોલવામાં tone પ્રશ્નાર્થ રાખવામાં આવે છે.
હવે ઉપરનાં સરળ આઠ વાક્યોનો ગુજરાતીમાં અનુવાદ કરીને વાંચો.

12. આના પ્રશ્નાર્થ બનાવો અને સાથોસાથ એનું ગુજરાતીમાં ભાષાંતર કરો.
(i) Someone *is* knocking at the door. (ii) Your friends *are* enjoying themselves. (iii) I *am* reading a comic. (iv) It *is* Friday today. (v) Your hands *are* clean. (vi) The train *has* just arrived. (vii) We *have* studied English. (viii) It *has* rained for two hours. (ix) They *have* gone to bed. (x) You *have* already finished your dinner.

છઠ્ઠાથી નવમો દિવસ

13. અંગ્રેજીમાં ૨૪ સહાયક ક્રિયાપદો (Special Verbs) છે.
(i) do, does, did, is, are, am, was, were, has, have, had, will, shall; (ii) would, should, can, could, may, might, must, ought (to); (iii) need, dare, used (to)
(i) પહેલી ૧૩ ક્રિયાઓ ખાસ કરીને Tensesમાં કામ આવે છે. એનો પ્રયોગ તમે પાંચમા, છઠ્ઠા અને સાતમા દિવસમાં જુઓ છો. (ii) would, should, could અને might ક્રમવાર will, shall, can અને mayનાં રૂપમાં ઉપયોગમાં આવે છે. એ બધાંનો પરિચય તમે આઠમા દિવસમાં મેળવ્યો છે.
તમે જોયું છે કે, લગભગ આ બધી ક્રિયાઓ પ્રધાન ક્રિયાપદને સહાય કરે છે. જેમ કે – I may go. પ્રશ્નસૂચક વાક્ય બનાવવું હોય તો એ બધી ક્રિયાઓ વાક્યની પહેલાં આવી જાય છે. જેમ કે – May I go ? નકારાત્મક (Negative) વાક્ય બનાવવું હોય તો આ સહાયક ક્રિયાઓ પછી અને મુખ્ય ક્રિયાઓ પહેલાં not લાગે છે. જેમ કે–I may not go.

14. નીચેનાં પ્રશ્નાર્થ વાક્યોનો ગુજરાતીમાં અનુવાદ કરો.
(1) Must I tell you again? (2) Must she write first? (3) Can't you find yourbook? (4) Could they mend it for me? (5) Could you show me the way? (6) Won't she be able to get the cinema tickets? (7) Won't you be able to come and see us? (8) Ought he to go to bed early? (9) Ought not the rich to help the poor? (10) Dare I do it? (11) Need I tell you to be careful? (12) May I leave the room? (13) May I accompany you? (14) Should I ask him first? (15) Would you wait for a few minutes? (16) Did he give you money?

15. હવે તમે જાણો છો કે must, ought, need, dare, used (to) એ સહાયક ક્રિયાપદો (special verbs) બીજાં ક્રિયાપદોની જેમ જ ઉપયોગમાં આવે છે.
નીચેનાં સકારાત્મક (Positive) અને નકારાત્મક (Negative) વાક્યોનો અનુવાદ કરો અને સાથે જ એ વાતોને સમજવાનો પ્રયાસ કરો કે એ ક્રિયાપદ કેવી રીતે ઉપયોગમાં આવે છે.
(1) I need a towel. (2) She needn't go to the bank. (3) You needed rest, didn't you? (4) I used to go to Qutub Minar. (5) You need not worry. (6) I ought to sleep now. (7) You need not go there. (8) I must save money. (9) We need not have a discussion on this matter. (10) He won't attend the meeting, will he?

16. નીચે પ્રશ્ન તથા એના ટૂંકા જવાબ આપ્યા છે. એનો અભ્યાસ કરો તેનાથી તમને નવા અપરિચિત પ્રશ્નોના ઉત્તર બનાવવાની શક્તિ મળશે.

પ્રશ્ન (Question)	સંક્ષિપ્ત ઉત્તર (Short Answer)
(1) Can you speak correct English?	No, I can't.
(2) Will you speak to her?	No, I won't.
(3) Could they have gone there alone?	Yes, they could have.
(4) Should I wait for you at the station?	No, you shouldn't.

(5)	Does she tell a lie?	No, she doesn't.
(6)	Do you speak the truth?	Yes, I do.
(7)	May we go now?	Yes, you may.
(8)	Weren't you going to the market?	Yes, I was.
(9)	Hadn't she finished her work?	Yes, she had.
(10)	Must they work hard?	No, they mustn't.

17. પ્રશ્નના ઉત્તર બે રીતે આપી શકાય છે – (i) પૂર્ણ (Complete) રૂપમાં; (ii) સંક્ષિપ્ત (Short) રૂપમાં. જેમ કે–

Q. Do you read English ? (Question)

A. Yes, I read English. (Complete answer)

A. Yes, I do. (Short answer)

જ્યારે આપણે સામાન્ય સ્થિતિમાં (એટલે કે જલદીમાં નહીં) હોઈએ ત્યારે (Complete answers)ની મદદ લઈએ છીએ. જ્યારે જલદીમાં હોઈએ, ફોન પર વાત કરતાં હોઈએ અથવા દુકાન ઉપર ગ્રાહકોના પ્રશ્નોના જવાબ આપીએ છીએ ત્યારે short answersનો ઉપયોગ કરીએ છીએ. વાતચીત દરમિયાન આ ટૂંકા જવાબો (Short answers) વધુ પ્રભાવશાળી લાગે છે અને પ્રસંગે સારા પણ લાગે છે એટલે આપણને બંને પ્રકારના જવાબો આપતાં વાક્યોનું જ્ઞાન રહેવું જોઈએ.

હવે નીચે આપેલા ઉત્તરનાં વાક્યોથી "ટૂંકા જવાબવાળાં વાક્યો" બનાવીએ.

(i) No, I am not going there.
(ii) Yes, I have written to her.
(iii) No, she has not replied to my letter.
(iv) Yes madam, I wake up early.
(v) Yes, I ate them.
(vi) Yes sir, I was reading a book while walking.
(vii) No, I had not gone to cinema.
(viii) No, I shall not play.
(ix) No, we shall not be coming again and again.
(x) No, she will not have gone.

18. નીચે આપેલાં ગુજરાતી વાક્યોનો અંગ્રેજીમાં અનુવાદ કરો. પછી નીચે ઊલટા છાપેલા અંગ્રેજી અનુવાદ સાથે મેળવી જુઓ–

(૧) શું તમે જાણો છો? (૨) આપ જાણો છો શું? (૩) શું તમને એમનું સરનામું ખબર છે? (૪) વાગ્યું તો નથીને? (૫) તમારે કંઈ બીજું કહેવું છે? (૬) શું તમે નારાજ છો? (૭) તમે બજાર જાઓ છો? (૮) શું ટાંમેટાં તાજાં છે? (૯) શું તેણે તમારું મકાન જોયું છે? (૧૦) શું એમનો કોઈ કાગળ આવ્યો છે? (૧૧) શું તે તમને જાણતા હતા? (૧૨) શું તમે દવા લીધી? (૧૩) શું તમને કંઈ મળ્યું? (૧૪) હું કંઈક નિવેદન કરું? (૧૫) બધું બરોબર છે? (૧૬) શું એ સાચું છે? (૧૭) શું તે આપને જાણે છે? (૧૮) હવે હું ઘેર જાઉં? (૧૯) અમે આ પત્રિકા તમારા માટે મંગાવી આપીએ? (૨૦) તમે એક કૃપા કરશો? (૨૧) તમે ફરવા આવશો? (૨૨) આ બસ મદ્રાસ હોટલ રોકાશે? (૨૩) તેને બોલાવું? (૨૪) એને મળવા જાઉં? (૨૫) તમે એક દિવસ નહીં રોકાઈ શકો? (૨૬) તમે તમારું પુસ્તક એક અઠવાડિયા માટે ન આપી શકો? (૨૭) શું હું પ્રકાશવીરને મળી શકું છું?

(1) Do you know? (2) Do you know him? (3) Do you know his address? (4) You haven't got hurt, have you? (5) Have you anything else to say? (6) Are you angry? (7) Are you going to the market? (8) Are the tomatoes fresh? (9) Has he seen your house? (10) Has there been any letter from him? (11) Did he know you? (12) Have you taken the medicine? (13) Did you get something? (14) May I make a request? (15) Is everything all right? (16) Is it a fact? (17) Does she know you? (18) May I go home now? (19) Shall we get this magazine for you? (20) Will you do me a favour? (21) Will you come for a walk? (22) Will this bus stop at Madras Hotel? (23) Should I call her? (24) Should I visit her? (25) Can you not stay for a day? (26) Can you not give me your book for a week? (27) Can I see Mr. Prakash Vir?

નિર્દેશ–આ રીતે તમે અંગ્રેજીનાં કેટલાંયે વાક્યો પોતે બનાવો. તમે મિત્રો અને પરિચિતો સાથે એને બોલવા પ્રયાસ કરો.

11 અગિયારમો દિવસ
11th Day

બીજું પ્રકરણ (2nd Expedition)

પાછલા દસ દિવસોમાં તમે એક પડાવ ઉપર પહોંચ્યા હતા. હવે એનાથી આગળ જઈએ. અત્યાર સુધી અમે તમને અંગ્રેજી બોલવાની શરૂઆતની જાણ આપી રહ્યા હતા. સંસારની આ મુખ્ય ભાષા તમારે વિધિપૂર્વક શીખવાની છે. એટલે અમે તમને એ બધી બાબતોથી પરિચિત કરાવવાનું ઇચ્છીએ છીએ. જેને જાણ્યા વિના તમે અંગ્રેજી ભાષાની ખાસિયતો સમજી શકશો નહીં. આવો, આવનાર પાંચ દિવસમાં અંગ્રેજી ભાષાની લિપિ, વર્તન વગેરે સંબંધી જ્ઞાન પ્રાપ્ત કરીએ – તો ૧૧માથી ૧૫મા દિવસના પ્રવાસમાં તમને રોમન લિપિ, અક્ષરોની બનાવટ, અક્ષર લેખન, રોમન લિપિમાં ગુજરાતી લેખન, અંગ્રેજી સ્વર-વ્યંજનોના વિશિષ્ટ ઉચ્ચારણ તથા 'મૂક વર્ણો' (silent letters) વગેરે વિષયોનું આવશ્યક જ્ઞાન આપવામાં આવે છે. સાથી બંધુ, ચાલો બીજો પ્રવાસ શરૂ કરીએ.

રોમન લિપિની વર્ણમાળા

અંગ્રેજીની લિપિ રોમન છે.

અંગ્રેજીમાં Aથી Z સુધી કુલ ૨૬ વર્ણ હોય છે. જ્યારે ગુજરાતીમાં કુલ ૪૬ વર્ણ છે.

અંગ્રેજી વર્ણમાળામાં વર્ણ બે પ્રકારના હોય છે – મોટા (capital) જેમ કે – A, અને નાના (small) જેમ કે – a વગેરે. પછી એ બધા અક્ષરો છાપવામાં જુદા જુદા પ્રકારના હોય છે. અને લખવામાં જુદા જુદા આકારના હોય છે. એ રીતે અક્ષરો ચાર પ્રકારના થયા –

(1) છાપેલા મોટા (Capital) અક્ષર.
(2) છાપેલા નાના (small) અક્ષર.
(3) લખવાના મોટા (Capital) અક્ષર.
(4) લખવાના નાના (small) અક્ષર.

કક્કો બારાખડી (Alphabet)

રોમન ક્રમમાં

છાપેલા મોટા અક્ષર (Capital Letters)

A	B	C	D	E	F	G	H
એ	બી	સી	ડી	ઈ	એફ	જી	એચ
I	J	K	L	M	N	O	P
આઈ	જે	કે	એલ	એમ	એન	ઓ	પી
Q	R	S	T	U	V	W	X
ક્યૂ	આર	એસ	ટી	યૂ	વી	ડબ્લ્યૂ	એક્સ
			Y	Z			
			વાઈ	ઝેડ			

છાપેલા નાના અક્ષરો (Small Letters)

a	b	c	d	e	f	g	h
એ	બી	સી	ડી	ઈ	એફ	જી	એચ
i	j	k	l	m	n	o	p
આઈ	જે	કે	એલ	એમ	એન	ઓ	પી
q	r	s	t	u	v	w	x
ક્યૂ	આર	એસ	ટી	યૂ	વી	ડબ્લ્યૂ	એક્સ
			y	z			
			વાઈ	ઝેડ			

લખવાના મોટા અક્ષર

A	B	C	D	E	F	G
એ	બી	સી	ડી	ઈ	એફ	જી
H	I	J	K	L	M	N
એચ	આઈ	જે	કે	એલ	એમ	એન
O	P	Q	R	S	T	U
ઓ	પી	ક્યૂ	આર	એસ	ટી	યૂ
V	W	X	Y	Z		
વી	ડબ્લ્યૂ	એક્સ	વાઇ	ઝેડ		

લખવાના નાના અક્ષર

a	b	c	d	e	f	g	h	i
એ	બી	સી	ડી	ઈ	એફ	જી	એચ	આઈ
j	k	l	m	n	o	p	q	r
જે	કે	એલ	એમ	એન	ઓ	પી	ક્યૂ	આર
s	t	u	v	w	x	y	z	
એસ	ટી	યૂ	વી	ડબ્લ્યૂ	એક્સ	વાઇ	ઝેડ	

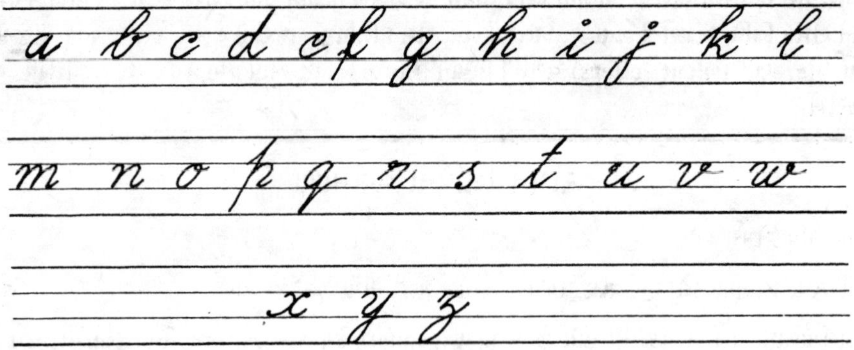

a b c d e f g h i j k l

m n o p q r s t u v w

x y z

1. વચ્ચેની બે પંક્તિઓમાં લખાનારા અક્ષરો – a, c, e, i, m, n, o, r, s, u, v, w, x, z = ૧૪ અક્ષરો.
2. ઉપરની ત્રણ પંક્તિઓમાં લખાનારા અક્ષરો – b, d, h, k, l, t = ૬ અક્ષરો.
3. ચાર પક્તિઓમાં લખાનારા અક્ષર – f = ૧ અક્ષર.
4. નીચેની ત્રણ પંક્તિઓમાં લખાનારા અક્ષરો – g, j, p, q, y = ૫ અક્ષર.

ઘણા લોકો અંગ્રેજીમાં પોતાના ખરાબ અક્ષર જોઈને માથું ફેરવી લે છે અને સમજે છે કે પોતાના અક્ષર સુધારવાનો કોઈ માર્ગ નથી એટલા એ ખરાબ છે. કેટલાક લોકો આશાવાદી હોય છે અને તે પોતાના અક્ષર સુધારવા યત્ન કરે છે અને તેમને પૂરી સફળતા મળે છે. એવા હજારો દાખલા તમને જોવા મળશે. પરંતુ સારા અક્ષરનું રહસ્ય તમે જાણો છો ?

અંગ્રેજીમાં લિપિ રોમન છે. રોમન ખૂબ જ stylish (સ્ટાઇલિશ) ભાષા છે. તેને લખવાના નિયમ છે. એના અક્ષરોની પહોળાઈ નાની મોટી હોય છે. તમે એ અભ્યાસ સારી રીતે કરી લો કે કયો અક્ષર ૨, ૩ અને ૪ પંક્તિઓમાં લખી શકાય છે. પોતાની મેળે જ સરસ રીતે ચાર લીટીની નોટમાં અભ્યાસ કરો. જ્યારે હાથ બેસી જાય તો તમે એક લીટીની નોટમાં પણ લખશો તો હાથ સારી રીતે ચાલશે.

અભ્યાસ કરો અને જુઓ કે તમારા અક્ષર પહેલાં કરતાં ખૂબ સુધરી રહ્યા છે. અગિયારમા દિવસની આ શિખામણ અપનાવો અને ચાર લીટીવાળી કોપીમાં એક પાનું દરરોજ લખો. તમે ભલે હાઈસ્કૂલ કે કૉલેજ પાસ કરી હોય, સારી વાત શીખવા માટે દરેક ઉંમર બરોબર છે. ફક્ત પાકો ઈરાદો રાખવાની જરૂર છે. અક્ષર સુધારવાનું કામ શરૂ કરો. અમારી શુભેચ્છા તમારી સાથે જ છે.

આટલું યાદ રાખો. (Remember)

1. અંગ્રેજીમાં મોટા (Capital) અને નાના (Small) બે જાતના અક્ષરો છે. મોટા અક્ષરોનો ઉપયોગ વાક્યની શરૂઆતમાં, વ્યક્તિવાચક નામમાં (જેમ કે, Delhi), શબ્દોના સંક્ષિપ્તરૂપોમાં (જેમ કે, Doctor ને માટે Dr.) તથા મહિના અને દિવસોના નામ માટે હોય છે. (જેમ કે, March, Saturday). મોટા (Capital) અક્ષરો હોવાથી ભાષા સારી દેખાય છે. (બારમા દિવસમાં આગળ જુઓ)

વિચારો કે જો અંગ્રેજીમાં Capital અક્ષર ન હોત તો "હું" ને માટે i લખાત, I નહીં.

2. ગુજરાતી લિપિ લાઇનની નીચે લખાય છે, જ્યારે અંગ્રેજી લાઇનની ઉપર લખાય છે.

12 બારમો દિવસ
12th Day

અંગ્રેજીમાં સ્વર અને વ્યંજન

અંગ્રેજીમાં સ્વર (Vowels) અને વ્યંજન (Consonants) બે પ્રકારના વર્ણ હોય છે. મોટા (capital) અને નાના (small) તેનો અગિયારમા દિવસમાં ઉલ્લેખ થઈ ચૂક્યો છે. હવે અહીં સ્વર અને વ્યંજનોના જુદા જુદા પ્રકારના ઉચ્ચારો માટે બતાવવામાં આવ્યું છે. સાથોસાથ ગુજરાતી લિપિના ક્રમમાં રોમન વર્ણમાળા પણ શીખશો.

અંગ્રેજીમાં પાંચ સ્વર (Vowels વોવલ્સ) વર્ણ અને એકવીસ વ્યંજન (Consonants કોન્સોનેન્ટ્સ) છે. એ વર્ણો આ પ્રકારે છે :

Vowels : A E I O U

Consonants : B C D F G H J K L M N P Q R S T V W X Y Z

અંગ્રેજીમાં કેટલાક Vowels તથા Consonantsના એકલા અક્ષરના રૂપમાં ભિન્ન ઉચ્ચાર થાય છે. પરંતુ શબ્દોની વચ્ચે વપરાતાં એનું ઉચ્ચારણ જુદું જ થાય છે. જેમ કે – G, H, L, M, N, P વગેરે વર્ણો એકલા હોય ત્યારે જી, એચ, એલ, એમ, એન, પી બોલાય છે. જ્યારે શબ્દોમાં ખાસ કરીને એનો ઉચ્ચાર ક્રમવાર ગ, હ, લ, મ, ન, પ, વગેરે થાય છે.

અંગ્રેજી વર્ણોના ઉચ્ચાર

અંગ્રેજી વર્ણમાળાના વર્ણોને બોલતી વેળા જે ઉચ્ચાર થાય છે તે આ રૂપે છે :-

અંગ્રેજી વર્ણ	અવાજ અને શબ્દ
A (એ)	આ (Car કાર), એ (Way વે)
	એ (Man મૅન)
B (બી)	બ (Book બુક)
C (સી)	ક (Cat કેટ), સ (Cent સેન્ટ)
D (ડી)	ડ (Did ડિડ)
E (ઈ)	ઈ (She શી), એ (Then ધેન)
F (એફ)	ફ (Foot ફુટ)
G (જી)	ગ (Good ગુડ), જ (George જ્યૉર્જ)
H (એચ)	હ (Hen હેન)
I (આઈ)	ઈ (India ઈંડિયા), આઈ (Kind કાઇન્ડ)
J (જે)	જ (Joke જોક)
K (કે)	ક (Kick કિક)
L (એલ)	લ (Letter લેટર)
M (એમ)	મ (Man મૅન)

અંગ્રેજી વર્ણ	અવાજ અને શબ્દ
N (એન)	ન (Nose નોઝ)
O (ઓ)	ઓ (Open ઓપન)
P (પી)	પ (Post પોસ્ટ)
*Q (ક્યૂ)	ક (Quick ક્વિક)
R (આર)	ર (Remind રિમાઇન્ડ)
S (એસ)	સ (Small સ્મોલ)
T (ટી)	ટ (Teacher ટીચર)
U (યૂ)	અ (Up અપ, Cup કપ)
	ઉ (Put પુટ, Push પુશ), યૂ (Salute સેલ્યૂટ)
V (વી)	વે (Value વેલ્યૂ)
W (ડબ્લ્યૂ)	વ (Walk વૉક)
X (એક્સ)	(X-ray એક્સ-રે)
Y (વાઇ)	ય (Young યંગ), આઈ (My માઇ)
Z (ઝેડ)	ઝ (Zebra ઝીબ્રા)

અંગ્રેજીના સંયુક્ત અક્ષર – ch ચ, th થ, ph ફ, sh શ, gh ઘ. (ghની પહેલાં દીર્ઘ સ્વર હોય તો ghનો ઉચ્ચાર મૂક (silent) હોય છે, જેમ કે right (રાઇટ)–નહીં તો ઘ થાય છે.)

---

*qની સાથે હંમેશાં u લાગે છે. જેમ કે, quick, cheque, વગેરે.

મોટા અને નાના અક્ષરોનો પ્રયોગ

અંગ્રેજીની વાક્યરચનામાં નાના (Small) અને મોટા (Capital) બંને અક્ષરોનો ઉપયોગ થાય છે. મોટા (Capital) અક્ષરોનો ઉપયોગ નીચેના સ્થાનો પર થાય છે.

1. પ્રત્યેક વાક્યનો પ્રથમ અક્ષર.	This is a box. When did you come? etc.
2. કોઈ સંજ્ઞાવાચક નામ (Proper-noun) શબ્દનો પહેલો અક્ષર.	The Ganges, The Taj, Mathura, Ram Nath etc.
3. અંગ્રેજી કવિતાની હરેક પંક્તિનો પ્રથમ અક્ષર	His coat is ragged, And blown away. He drops his head, And he knows not why.
4. જે અક્ષરો ટૂંકા રૂપ માટે વપરાય છે.	P.T.O., N.B.
5. મહિના, અઠવાડિયાના વારના નામના પહેલા અક્ષર.	January, March, Sunday, Monday etc.
6. માણસની ડિગ્રીનો પહેલો અક્ષર.	B.A., LL.B., M.Com. etc.
7. ઈશ્વરના નામ તથા એને માટે ઉપયોગમાં આવનારો સર્વનામનો શબ્દ.	God, Lord, He, His.
8. અંગ્રેજીમાં "હું" માટે.	How can I forget what you have done for me.
9. કાગળ લખતાં શરૂઆતનું સંબોધન તથા છેલ્લે સમાપન વખતે અંતે	Dear Daksha/Aunt/sir Yours sincerely/Affectionately yours,
10. Quatation mark વાળાં વાક્ય શરૂ કરતાં પહેલાં વાક્યનો પહેલો અક્ષર	He said, "Don't forget to inform me the date of your interview."

આટલું યાદ રાખો. (Remember)

1. (i) 'ક'ના માટે અંગ્રેજી (રોમન) વર્ણમાળામાં c, k, q અક્ષરો આવે છે. ક્યાંક ક્યાંક 'ક'ને માટે ck (block) આવે છે. 'c'નો 'સ' પણ ઉચ્ચાર થાય છે. (Cease સીશ); (ii) 'ગ'ને માટે ઘણુંખરું 'g' આવે છે. (good) અને 'જ'ને માટે (jam). પરંતુ, કેટલીક વાર 'જ'ને માટે g પણ આવે છે. (germ જર્મ, generation જનરેશન); (iii) 'વ'ને માટે અંગ્રેજીમાં 'v' અને 'w'નો ઉપયોગ થાય છે. (very વેરી, wall વૉલ); (iv) 'ફ'ને માટે 'f'નો ઉપયોગ થાય છે. 'ph' પણ અંગ્રેજીમાં 'ફ'ને માટે જ વપરાય છે. 'ફ'ને માટે (philosophy ફિલોસોફી) એને યાદ રાખવું જોઈએ.

2. ગુજરાતી ભાષા લખવા માટે કેટલાક રોમન અક્ષરોમાં ચિહ્નોવાળા અક્ષર (accented letters) લગાવાય છે. આ ā, ઈ ī, ઉ ū, : ḥ, ઙ ň, ગ ń, ણ ṇ, ટ ṭ, ડ ḍ, ઋ ṛ.

3.

ખ	ઘ	છ	ઝ	ઠ	ઢ	થ	ધ	ફ	ભ
kh	gh	chh	jh	th	dh	th	dh	ph	bh

] આ બધા પહેલા શબ્દમાં h ઉમેરીને બને છે.

13 તેરમો દિવસ
13th Day

અંગ્રેજી ઉચ્ચારણ (English Pronunciation)

અંગ્રેજી સ્વરો (vowels)ના ઉચ્ચાર સમજવા બહુ જ મહત્ત્વના છે. અંગ્રેજી સ્વરોના ઉચ્ચારોમાં બહુ વિવિધતા છે. જેમ કે – Aનો ઉચ્ચાર ઐ, આ, એ અને 'એય' હોય છે. Eનો એ, ઇ, ઈ (લાંબો ઉચ્ચાર); Iનો ઉચ્ચાર ઇ, આઈ, આ, આય; Oનો ઓ, ઔ, ઉ, ઊ, અ અને Uનો ઉ, ઊ અને અ વગેરે ઉચ્ચાર થાય છે. અહીં તમને આ બધાનું બહુ જ રમૂજી જ્ઞાન મળશે.

ખાસ કરીને અંગ્રેજીના ઉચ્ચાર કરવામાં લોકો ઘણી ભૂલો કરે છે. અંગ્રેજી ભાષાના ઉચ્ચારના કેટલાક ખાસ નિયમ છે. જે જાણવા જરૂરી છે. પહેલાં સ્વરો (Vowel)ના ઉચ્ચારના વિષયમાં વિચાર કરીએ.

અંગ્રેજી સ્વરોના ઉચ્ચાર

Aના ઉચ્ચાર નિયમ–

A(a)નો ઉચ્ચાર ખાસ કરીને આ, એ, છે.

A = (ઐ)

An (એન) એક — At (એટ) પર
Lad (લૅડ) છોકરો — Rat (રૅટ) ઉંદર
Man (મૅન) મનુષ્ય — Stand (સ્ટૅન્ડ) ઊભા રહેવું
Mad (મૅડ) પાગલ — Ban (બાન) મનાઈ

A = ઑ

All (ઑલ) બધા — Wall (વૉલ) દીવાલ
War (વૉર) યુદ્ધ — Small (સ્મૉલ) નાનું
Call (કૉલ) બોલાવવું

A = આ

Car (કાર) ગાડી — Far (ફાર) દૂર
Are (આર) છે

A = એય

Ware (વેર) વાસણ — Spare (સ્પેર) વધારાનું
Fare (ફેર) ભાડું — Care (કેર) કાળજી
Dare (ડેર) સાહસ કરવું — Share (શેર) વહેંચવું

A = એ

જો A પછી Y અથવા Iનો ઉપયોગ થાય તો તેનો ઉચ્ચાર "એ" જેવો થાય છે. પરંતુ આ 'એ' કંઈક લાંબો ઉચ્ચાર છે.

Pay (પે) પગાર — Way (વે) માર્ગ
Stay (સ્ટે) રહેવું — Gay (ગે) પ્રસન્ન
Brain (બ્રેન) મગજ — Main (મેઈન) મુખ્ય

Eના ઉચ્ચારના નિયમ–

E(e)નો ઘણુંખરું ઉચ્ચાર થાય છે – એ, ઇ, ઈ વગેરે.

E = (e) એ

Net (નેટ) જાળ — Men (મેન) મનુષ્ય(બ.વ.)
Sell (સેલ) વેચવું — Well (વેલ) કૂવો, સારૂ
Leg (લેગ) પગ — Then (ધેન) ત્યારે
Wet (વેટ) ભીનું — When (વેન) ક્યારે, જ્યારે

E (e) = ઈ

Be (બી) હોવું — We (વી) અમે (બ.વ.)
He (હી) તે — She (શી) તે (છોકરી)

EE (ee) = ઈ લાંબો ઉચ્ચાર

See (સી) જોવું — Weep (વીપ) રોવું
Bee (બી) મધમાખી — Sleep (સ્લીપ) સૂવું

EA (ea) = ઈ

Clean (ક્લીન) સાફ કરવું — Meat (મીટ) માંસ
Heat (હીટ) ગરમ કરવું — Sea (સી) સમુદ્ર

E (e) = પોતાનો કોઈ ઉચ્ચાર નથી.

જો કોઈ શબ્દના અંતમાં E આવે તો એનો પોતાનો કોઈ ઉચ્ચાર નથી હોતો, અને તેથી પહેલાં આવેલા એક અથવા એકથી અધિક

વ્યંજનો (Consonants)ને છોડીને જે બીજો સ્વર (vowel) હોય છે, તેનો ઉચ્ચાર લાંબો થાય છે. નીચે આગળના સ્વર A, I, O, Uની સાથે અંતિમ સ્વર Eનાં ઉદાહરણ આપ્યાં છે.

(a) જો પહેલાંનો સ્વર 'A' હોય તો 'A'નો ઉચ્ચાર 'એ' હોય છે અને Eનો પોતાનો કોઈ ઉચ્ચાર નથી હોતો.

Shame (શેમ) શરમ — Name (નેમ) નામ

Lame (લેમ) લંગડા — Same (સેમ) એ જ

(b) જો પહેલાંનો સ્વર 'I' હોય તો 'I'નો ઉચ્ચાર 'આઈ' હોય છે અને અંતિમ Eનો પોતાનો કોઈ ઉચ્ચાર નથી હોતો.

Wife (વાઇફ) પત્ની — Nine (નાઇન) નવ(સંખ્યા)

White (વાઇટ) સફેદ — Line (લાઇન) લીટી

(c) જો પહેલાંનો સ્વર 'O' હોય તો 'O'નો ઉચ્ચાર 'ઓ' હોય છે અને અંતિમ Eનો પોતાનો કોઈ ઉચ્ચાર નથી હોતો.

Nose (નોઝ) નાક — Hope (હોપ) આશા

Smoke (સ્મોક) ધૂણી — Joke (જોક) મજાક

(d) જો પહેલાંનો સ્વર 'U' હોય તો 'U'નો ઉચ્ચાર 'ઉ' અથવા 'યૂ' થાય છે અને અંતિમ Eનો પોતાનો ઉચ્ચાર નથી હોતો.

Rule (રૂલ) નિયમ — Tune (ટ્યૂન) ધ્વનિ

June (જૂન) જૂન માસ — Tube (ટ્યૂબ) નળી

EW (ew) = ઈયૂ

Few (ફ્યૂ) કેટલાક — Sew (સ્યૂ) સીવવું

New (ન્યૂ) નવું — Dew (ડ્યૂ) ઝાકળ

I ઉચ્ચારના નિયમ –

I (i)નો ખાસ કરીને ઉચ્ચાર હોય છે – ઈ, આઈ. કદીક 'અ' જેવો પણ ઉચ્ચાર થાય છે.

I = ઈ (હ્રસ્વ ઉચ્ચાર)

Ill (ઇલ) બીમાર — Kill (કિલ) મારવું

Big (બિગ) મોટું — With (વિથ) સાથે

Ink (ઇન્ક) શાહી — Ship (શિપ) જહાજ

I = આઇ

Kind (કાઇંડ) દયાળુ — Mild (માઇલ્ડ) કોમળ

Behind (બિહાઇન્ડ) પાછળ — Mike (માઇક) માઇક્રોફોન

Bind (બાઇન્ડ) બાંધવું — Mile (માઇલ) માઇલ

I = આઈ

અગર I પછી GH આવે તો Iનો ઉચ્ચાર 'આઇ' (અથવા આઈ) થાય છે.

Right (રાઇટ) બરાબર — Sight (સાઇટ) દૃષ્ટિ

Light (લાઇટ) રોશની — Might (માઇટ) શક્તિ

High (હાઈ) ઊંચું — Bright (બ્રાઇટ) ચળકતું

I = અ

Firm (ફર્મ) સંસ્થા, અડગ; First (ફર્સ્ટ) પહેલું

I = આય

Fire (ફાયર) આગ

Admire (એડમાયર) પ્રશંસા

IE = ઈ, EI = ઈ

Receive (રિસીવ) લેવું — Sieve (સીવ) ગરણી

Achieve (એચીવ) પ્રાપ્ત થવું

Siege (સીજ) ઘેરૂ — Brief (બ્રીફ) સંક્ષિપ્ત

Oના ઉચ્ચારના નિયમ –

O (o)નો ઘણુંખરું આ ઉચ્ચાર થાય છે – ઓ, ઑ, ઉ, ઊ, અ.

O = ઑ (હ્રસ્વ ઉચ્ચાર)

Ox (ઑક્સ) બળદ — Box (બૉક્સ) પેટી

On (ઑન) ઉપર — Fox (ફૉક્સ) શિયાળ

Got (ગૉટ) મેળવ્યું (ક્રિ.) — Hot (હૉટ) ગરમ

Pot (પૉટ) વાસણ — Spot (સ્પૉટ) ડાઘ

Top (ટૉપ) ઉપરનો ભાગ — Drop (ડ્રૉપ) પડવું

Dot (ડૉટ) બિંદુ — Soft (સૉફ્ટ) મુલાયમ

Not (નૉટ) નહીં — God (ગૉડ) ઈશ્વર

O = ઓ (દીર્ઘ ઉચ્ચાર)

Open (ઓપન) ખોલવું (ક્રિયાપદ)

So (સો) એવું — Hope (હોપ) આશા

No (નો) નહીં — Old (ઓલ્ડ) જૂનું

Gold (ગોલ્ડ) સોનું — Fold (ફોલ્ડ) બીડેલું

Sold (સોલ્ડ) વેચ્યું — Home (હોમ) ઘર

Most (મોસ્ટ) વધારે — Joke (જોક) મજાક

Post (પોસ્ટ) ટપાલ

O = ઓ (દીર્ઘ ઉચ્ચાર) – આગળ W હોય ત્યારે

Low (લો) નીચું — Show (શો) પ્રદર્શન

Row (રો) પંક્તિ, હાર — Crow (ક્રો) કાગડો

Sow (સો) બીજ વાવવું

OO = ઉ (હ્રસ્વ ઉચ્ચાર)

Look (લુક) જોવું — Book (બુક) ચોપડી

Took (ટુક) લેવું — Good (ગુડ) સારું

OO = ઊ (દીર્ઘ ઉચ્ચાર)

Room (રૂમ) ઓરડો — Moon (મૂન) ચંદ્ર

Boot (બૂટ) જોડો — Noon (નૂન) બપોર

Do (ડૂ) કરવું — Shoe (શૂ) જોડો

O = અ (હ્રસ્વ ઉચ્ચાર)

Son (સન) પુત્ર — Come (કમ) આવો

OW = આઉ

How (હાઉ) કેવી રીતે — Now (નાઉ) હવે

Cow (કાઉ) ગાય

OY = ઑય

Joy (જૉય) હર્ષ — Boy (બૉય) છોકરો

Toy (ટૉય) રમકડું

OU = અવ, આવ

Our (અવર) અમારું — Sour (સાવર) ખાટું

Hour (આવર) કલાક

Uના ઉચ્ચારના નિયમ –

U(u)ના મુખ્ય ઉચ્ચાર થાય છે– અ, ઉ, યૂ, યો.

U = અ (હ્રસ્વ ઉચ્ચાર)

Up (અપ) ઉપર — Cup (કપ) પ્યાલો

Tub (ટબ) એક ખુલ્લું મોટું વાસણ

Hut (હટ) ઝૂંપડું — Fun (ફન) કૌતુક

Mud (મડ) કીચડ — Sun (સન) સૂર્ય

U = ઉ

Put (પુટ) મૂકવું — Pull (પુલ) ખેંચવું

Push (પુશ) દબાવવું — Puss (પુસ-સી) બિલાડી

U = યૂ, યો

Duty (ડ્યૂટી) કર્તવ્ય — Cure (ક્યોર) આરામ કરવો

Durable (ડ્યુરેબલ) ટકાઉ — Sure (શ્યોર) નિઃસંદેહ

Yના ઉચ્ચારના નિયમ –

ક્યાંક ક્યાંક વ્યંજન પણ સ્વરનું કામ કરે છે. ખરેખર તો જૂની અંગ્રેજીમાં તો આ સ્વર હતો પરંતુ હવે ધીરે ધીરે એનું સ્થાન I એ લીધું છે. ક્યાંક ક્યાંક હજુ પણ આ સ્વરનું કામ કરે છે. જેમ કે –

Y = ઈ

Polygamy (પૉલીગમી) બહુવિધ પત્નીઓ કે પતિઓ

Felony (ફેલોની) ઘોર અપરાધ

Policy (પૉલિસી) નીતિ

Y = આય

Tyre (ટાયર) ટાયર

Typhoid (ટાયફૉઇડ) તાઈફોડ તાવ

Tyrant (ટાયરૅંટ) ક્રૂર (રાજા)

Y = આઈ

Dyke (ડાઇક) ખાડી — Dynasty (ડાઇનેસ્ટી) વંશ

Type (ટાઇપ) પ્રકાર: Tycoon (ટાઈકૂન) મોટો વેપારી

મૂક અક્ષર (Silent letters)

અંગ્રેજીમાં ઘણા શબ્દોમાં અનુચ્ચારિત અથવા મૂંગા અક્ષર હોય છે. વધારે જાણકારી પંદરમા દિવસના પાઠમાં આપેલ છે.

A – silent

Caesar (સીઝર) રોમન સમ્રાટ

Haemoglobin (હીમોગ્લોબિન) લાલ રક્તકણ

B – silent

Indebted (ઇન્ડેટેડ) ઋણી

Plumber (પ્લમર) નળ વગેરે ઠીક કરવાવાળો

C – silent

Sceptre (સેપ્ટર) રાજદંડ

Scissors (સિઝર્સ) કાતર

D – silent

Budget (બજેટ) બજેટ

Bridge (બ્રિજ) પુલ

G – silent

Benign (બિનાઇન) દયાળુ

Design (ડિઝાઇન) નમૂનો

H – silent

Honarary (ઑનરરી) અવૈતનિક

K – silent

Knife (નાઈફ) ચાકુ

Knock (નૉક) ખટખટાવવું

L – silent

Alms (આમ્સ) દાન, ભીખ

Balm (બામ) મલમ

P – silent

Pshychiatrist (સાઇકીયાટ્રિસ્ટ) મનોચિકિત્સક

T – silent

Tsar (ઝાર) રૂસી શાસક

Fasten (ફાસન) બાંધવું

R – silent

Iron (આયર્ન) લોઢું, પ્રેસ

World (વર્લ્ડ) દુનિયા

W – silent

Wrath (રૉથ) ક્રોધ

Wrap (રૅપ) વીંટવું

આટલું યાદ રાખો. (Remember)

1. Fan, Fall, Fail, Far–આ શબ્દોમાં ક્રમવાર : aનો ઉચ્ચાર ફૅન (એ), ફૉલ (ઓ), ફેલ (એ) થાય છે. (એવા બીજા શબ્દો શોધો અને સામાન્ય નિયમ જાણવાની કોશિશ પણ કરો.
2. wet, be, see–આ શબ્દોમાં ક્રમવાર : eનો ઉચ્ચાર વેટ, બી, સી થાય છે એટલે કે (એ, ઇ, ઈ). shame, line, hopeમાં eનો ઉચ્ચાર કશો નથી થતો. પહેલો સ્વર (ક્રમવાર : a i o) કંઈક વધુ દીર્ઘ થઈ જાય છે.
3. Iનો 'અ' પણ ઉચ્ચાર થાય છે. શું તમને ખબર છે ? જુઓ firm (ફર્મ) એ સિવાય iનો 'આય' ઉચ્ચાર પણ થાય છે – fire (ફાયર).
4. OOનો ઊ ઉચ્ચાર તો થાય છે જ (Room રૂમ) હ્રસ્વ ઉ પણ થાય છે – (Book બુક, Look લુક) વગેરે.
5. Oનો ઉચ્ચાર ઓ તથા Uનો ઉ તો થાય છે જ. O અથવા Uનો 'અ' પણ થાય છે, તમે જાણો છો ? તો જુઓ Son સન (પુત્ર), Sun સન (સૂર્ય).

[આ પાઠના આધારે તમે બધા સ્વરોના નવા ઉચ્ચારો પુસ્તકોમાંથી શોધતા રહેવાની આદત પાડો. તમે જોશો કે તમારી સામે અંગ્રેજી ભાષાનાં નવાં નવાં રહસ્ય ખુલી આવશે.]

14 ચૌદમો દિવસ
14th Day

અંગ્રેજી વ્યંજનોના ઉચ્ચાર

સ્વરોની જેમ અંગ્રેજી વ્યંજનો (Consonants)ના ઉચ્ચારણમાં ભિન્નતા છે. જેમ કે – Cનો સ અને ક થાય છે. Gનો ગ, જ; Sનો સ, શ; Tનો શ, ચ, થ, દ વગેરે ઉચ્ચારો થાય છે. જો તમે આપેલાં વિવરણ પ્રમાણે અંગ્રેજી વ્યંજનોના ઉચ્ચાર પર થોડું પણ ધ્યાન આપશો તો તમારે માટે અંગ્રેજી શબ્દોના ઉચ્ચારની કોઈ સમસ્યા નહીં રહે.

અંગ્રેજી ભાષામાં આ વ્યંજનો છે.

B	C	D	F	G	H	J	K	L	M	N
બ	સ	ડ	ફ	ગ	હ	જ	ક	લ	મ	ન
P	Q	R	S	T	V	W	X	Y	Z	
પ	ક	ર	સ	ટ	વ	વ	ક્સ	ય	ઝ	

અંગ્રેજીના આ અક્ષરોના ઉચ્ચારો મોટા ભાગે નીચે આપેલા ગુજરાતી ઉચ્ચારો જેવા જ થાય છે. જો તમે અંગ્રેજી વ્યંજનોના ઠીક ઠીક ઉચ્ચાર જાણવા માગતા હો તો અમે કહીશું કે (ધ્યાનપૂર્વક તેનો અવાજ ઓળખો તો) આ બધા અંગ્રેજી વ્યંજનોના ઉચ્ચારણ ભિન્ન ભિન્ન થાય છે.

આપ કોઈ અંગ્રેજી માતૃભાષાવાળા અંગ્રેજને મુખે આ વ્યંજનોના ઉચ્ચાર સાંભળશો તો તમને લાગશે – B, D, G, K, P, T બિલકુલ બ, ડ, ગ, ક, પ, ટના જેવા નથી. બ-ભ, દ-ડ, ગ-ઘ, ક-ખ, પ-ફ, ત-ટના વચ્ચેના ઉચ્ચારમાં બોલાય છે. એ રીતે J 'જ'ના જેવો નથી કંઈક 'ડજ' job(જાબ)ની જેમ બોલાય છે. પરંતુ એ અંતર એટલું સૂક્ષ્મ છે કે બહુ જ ધ્યાન આપીએ તો જ ધ્યાનમાં આવે છે. એ માટે આકાશવાણી ઉપર સમાચાર સાંભળો કે કોઈ અંગ્રેજી બ્રોડકાસ્ટ સાંભળો તમે તમારા ઉચ્ચાર ઠીક કરી શકશો.

હવે Rને લઈએ. આપણે 'અરર' બોલીએ છીએ ત્યારે જીભમાં થડકન થાય છે. આપણે 'ધર્મ' બોલીએ છીએ ત્યારે પણ 'ર' બોલતી વખતે જીભમાં થડકાર થાય છે. અંગ્રેજી Rનો પણ કંઈક એવો જ ઉચ્ચાર છે – Round, Read, Roll, Run, એનું અંતર પણ તમે વારંવાર સાંભળીને જાણી શકો છો.

Rની પહેલાં સ્વર (vowel) હોય અને R પછી વ્યંજન હોય તો R લગભગ મૂક (silent) રહે છે અને પહેલો સ્વર બોલવામાં દીર્ઘ બોલાય છે – Form (ફૉર્મ), Arm (આર્મ), Art (આર્ટ).

Sનો ઉચ્ચાર 'સ'ની જેમ થાય છે. પણ સ સીટી વગાડીએ એ રીતે બોલાય છે – (Sweet સ્વીટ)

C	F	H	L	M	N	Q	V	W	X	Y	Z
સ, ક	ફ	હ	લ	મ	ન	ક	વ	વ	ક્સ	ય	ઝ

– આ વ્યંજનોના ઉચ્ચાર લગભગ ગુજરાતી અક્ષરોના ઉચ્ચાર જેવા જ થાય છે.

F અને Ph બંને અક્ષરોનો ઉચ્ચાર ફ થાય છે. જેમ કે – Fall (ફૉલ), Philosophy (ફિલૉસોફી) વગેરે.

અક્ષરોનો ક્રમ બદલાઈ જવાથી ઉચ્ચારમાં ફેરફાર

ગુજરાતીમાં 'સ' વગેરે કોઈ પણ વર્ણ કોઈ પણ ક્રમથી વાંચો તો એનો ઉચ્ચાર એક જ રહેશે. પરંતુ અંગ્રેજીમાં એવું નથી. Centનો ઉચ્ચાર થશે સેંટ, પણ Cantનો કેંટ વંચાશે. આવા શબ્દોના કંઈક નિયમો અને દાખલાઓ આગળ આપ્યા છે.

Cના ઉચ્ચાર

1. Cની પછી E, I, Y આવે તો Cનો ઉચ્ચાર 'સ' થશે. જેમ કે –

Receive (રિસીવ) પ્રાપ્ત કરવું
Cyclone (સાઈક્લોન) વંટોળ
Icy (આઈસી) બરફ જેવા
Certificate (સર્ટિફિકેટ) પ્રમાણપત્ર
Citizenship (સિટિઝનશિપ) નાગરિકતા
Rice (રાઈસ) ચોખા
Niece (નીસ) ભત્રીજી
Celebrate (સેલિબ્રેટ) ઉત્સવ મનાવવો
Circle (સર્કલ) ગોળ
Force (ફોર્સ) શક્તિ
Cinema (સિનેમા) ચિત્રપટ
Piece (પીસ) ટુકડો
Century (સેંચ્યુરી) શતાબ્દિ
Source (સોર્સ) સાધન

2. C પછી A, O, U, K, R, T, વગેરે કોઈ પણ અક્ષર હોય તો ઘણુંખરું Cનો ઉચ્ચાર 'ક' થાય છે, જેમ કે –

Cot (કૉટ) ખાટલો
Cat (કેટ) બિલાડી
Back (બૅક) પીઠ
Lock (લૉક) તાળુ
Curse (કર્સ) શાપ આપવો.
Cap (કેપ) ટોપી
Candidate (કેન્ડીડેટ) સભ્ય
Book (બુક) પુસ્તક
Dock (ડૉક) ગોદી
Custom (કસ્ટમ) રિવાજ
Cow (કાઉ) ગાય
Cattle (કેટલ) ઢોર
Cock (કૉક) મરઘો
Cutting (કટિંગ) કાપવું
Cruel (ક્રૂઅલ) ક્રૂર.

3. કદીક C પછી IA અથવા EA હોય તો શનો અવાજ થાય છે. જેમ કે –

Social (સોશ્યલ) સામાજિક
Ocean (ઓશન) સમુદ્ર
Musician (મ્યૂઝિશિયન) સંગીતકાર.

Gના ઉચ્ચાર

Gના બે ઉચ્ચાર છે 'ગ' અને 'જ'.

1. જ્યારે કોઈ શબ્દના અંતમાં GE હોય તો તેનો ઉચ્ચાર 'જ' થાય છે, જેમ કે –

Age (એજ) ઉંમર
Page (પેજ) પાના
Rage (રેજ) ગુસ્સો
Cage (કેજ) પાંજરું
Sage (સેજ) સાધુ
Gauge (ગેજ) માપ-યંત્ર

આ રીતે આમાં પણ 'જ' બોલાય છે, જેમ કે –

Ginger (જિંજર) આદુ
Pigeon (પિજન) કબૂતર
Imagine (ઇમેજિન) કલ્પના કરવી
Germ (જર્મ) જંતુ
Gist (જિસ્ટ) સાર
Gem (જેમ) કીમતી પત્થર, નંગ

2. શેષસ્થાનો ઉપર ખાસ કરીને 'ગ'નો ઉચ્ચાર થાય છે.

Big (બિગ) મોટું
Gold (ગોલ્ડ) સોનું
Go (ગો) જવું
Bag (બેગ) થેલો
Hunger (હંગર) ભૂખ
Finger (ફિંગર) આંગળી
Hang (હેંગ) લટકાવવું
Give (ગિવ) આપવું
Forget (ફરગેટ) ભૂલવું

Sના ઉચ્ચાર

Sના ત્રણ ઉચ્ચાર – ઝ, સ, શ.

1. શબ્દના અંતમાં BE, G, GG, GE, IE, EE, Y વગેરે આવે તો લાગેલા Sનો ઉચ્ચાર 'ઝ' થાય છે જેમ કે –

Tribes (ટ્રાઈબ્ઝ) જાતિઓ
Ages (એજિઝ) યુગ
Rupees (રૂપીઝ) રૂપિયા
Bags (બેગ્ઝ) થેલાઓ
Heroes (હીરોઝ) નાયક
Toys (ટૉઇઝ) રમકડાં
Eggs (એગ્ઝ) ઈંડાં
Stories (સ્ટોરીઝ) વાર્તાઓ
Rays (રેઝ) કિરણો

2. કોઈ શબ્દના અંતમાં F, P, KE, PE, TE વગેરે વર્ણ હોય તો Sનો ઉચ્ચાર 'સ' થાય છે.

Roofs (રૂફ્સ) છાપરાં
Chips (ચિપ્સ) ટુકડા
Hopes (હોપ્સ) આશાઓ
Kites (કાઇટ્સ) પતંગો
Ships (શિપ્સ) જહાજ
Jokes (જોક્સ) મજાક

3. S અથવા SSની પછી IA, ION હોય તો ઘણુંખરું S 'શ'નો ઉચ્ચાર આપે છે જેમ કે –

Asia (એશિયા) ખંડનું નામ
Pension (પેન્શન) પેન્શન
Session (સેશન) કાર્યક્રમ
Aggression (એગ્રેશન) હુમલો
Mansion (મેન્શન) મહેલ
Russia (રશિયા) દેશનું નામ

Tના ઉચ્ચાર

Tના સ્થળ મુજબ આ ઉચ્ચાર થાય છે – શ, ચ, થ, ધ.

1. શબ્દમાં T પછી IA, IE, IO વગેરે વર્ણો આવે તો Tનો 'શ' બોલાય છે જેમ કે –

Initial (ઇનિશિયલ) પ્રારંભિક
Patient (પેશંટ) રોગી
Illustration (ઇલસ્ટ્રેશન) ચિત્ર
Portion (પોર્શન) ભાગ
Promotion (પ્રમોશન) વૃદ્ધિ
Ratio (રેશિઓ) ભાગ

2. જો શબ્દમાં S પછી TION આવે અથવા T પછી URE આવે તો Tનો ઉચ્ચાર 'ચ' થાય છે જેમ કે –

Question (ક્વેશ્ચન) પ્રશ્ન
Culture (કલ્ચર) સભ્યતા
Nature (નેચર) પ્રકૃતિ
Future (ફ્યૂચર) ભવિષ્ય
Capture (કેપ્ચર) કેદ કરવું
Picture (પિક્ચર) ફોટો

3. જો શબ્દમાં T પછી H આવે તો કદીક એનો અવાજ 'થ' જેવો થાય છે. તો કદીક 'ધ' જેવો થાય છે.

th=થ

Thick (થિક) જાડું
Thin (થિન) પાતળું
Three (થ્રી) ત્રણ
Thread (થ્રેડ) દોરો

th=ધ

This (ધિસ) આ
That (ધેટ) તે
Then (ધેન) ત્યારે
There (ધેર) ત્યાં

4. કેટલીક વાર TH ગુજરાતીના અક્ષર ટ (T)નો સ્વર આપે છે.

Thames (ટેમ્સ) ટેમ્સ નદી
Thomas (ટોમસ) વ્યક્તિનું નામ.

આટલું યાદ રાખો. (Remember)

Theને કેટલાક લોકો 'ધી' બોલે છે અને કેટલાક 'ધ' (કોઈ સમજે છે કે ખોટું 'ધી' છે તો કોઈ સમજે 'ધ' ખોટું પણ બંને સાચા છે) ઑક્સફર્ડ ડિક્શનેરી મુજબ સ્વરાદિ શબ્દ (સ્વરથી શરૂ થતા શબ્દો)ની સાથે 'ધી' બોલાય છે (જેમ કે – the answer ધી આન્સર). વ્યંજનાદિ-શબ્દો સાથે 'ધ' (જેમ કે the question ધ ક્વેશ્ચન) બોલાય છે.

15 પંદરમો દિવસ th Day

શબ્દોમાં મૂક અક્ષરો (Silent Letters in Words)

અંગ્રેજી ભાષામાં કેટલાક અક્ષરો મૂક (અર્થાત્ Silent) હોય છે, જે વિદેશી ભાષા હોવાથી ભારતીય શીખનારાઓને માટે એક સમસ્યા બની જાય છે. અહીં એવા શબ્દોને બહુ રોચક ઢંગથી રજૂ કર્યા છે. તમે અધ્યયન અને અભ્યાસ દ્વારા આવા શબ્દો ઉપર કાબૂ (Mastery) પ્રાપ્ત કરી શકશો.

1

કયા શબ્દોના પહેલા અક્ષર પણ સાઈલંટ હોય છે?

કોઈ વાર શબ્દનો પહેલો અક્ષર silent એટલે કે (મૂક) હોય છે. એ શબ્દોને બોલો અને ઉચ્ચાર યાદ કરો.

*G*nat (નેટ) લડાકુ વિમાન
*H*onour (ઑનર) સન્માન
*H*our (આવર) કલાક
*P*sychology (સાઈકૉલૉજી) મનોવિજ્ઞાન
*W*rite (રાઈટ) લખવું
*K*nowledge (નૉલેજ) જ્ઞાન
*P*neumonia (ન્યૂમોનિયા) ફેફસાંનો સોજો

તમે જોયું કે આ શબ્દોના પ્રથમ અક્ષરનો ઉચ્ચાર નથી થતો. હવે આ શબ્દોનો ઉચ્ચાર કરો.

Wrong, Know, Knitting, Honest, Psalm (રૉંગ, નો, નિટિંગ, ઑનેસ્ટ, સામ)

હવે જુઓ કે Knittingમાં K અને બીજા Tનો ઉચ્ચાર નથી થતો. બોલવામાં niting આવ્યો એ રીતે Psalmમાં p અને l બંને silent છે.

2

Highનો ઉચ્ચાર છે 'હાઈ' અને rightનો ઉચ્ચાર છે 'રાઈટ'. ઉપરના આધારે આ શબ્દોના ઉચ્ચાર કરો.

Sigh (આહ ભરવી)	Fight (લડાઈ)	Might (શક્તિ)	Flight (ઉડયન)
Thigh (જાંઘ)	Light (પ્રકાશ)	Night (રાત્રિ)	Delight (આનંદ)
Though (જોકે)	Bright (ચમકતું)	Tight (કસેલું)	Knight (શૂરવીર)
Through (દ્વારા)	Slight (થોડું)	Fright (ભય)	Sight (દૃશ્ય)

આ શબ્દોથી તમે સારી રીતે જાણકાર છો. બતાવો કે એમાં એવા કયા બે અક્ષર છે જે બધામાં સમાન રીતે મૂક છે? ઠીક છે 'gh' અને 'Knight'માં 'K' પણ મૌન એટલે silent છે.

હવે નીચે આપેલા કોઠા જુઓ. કયા કયા અક્ષરો મૂક છે. એ સ્પેલિંગોને મનમાં ઉતારીને તથા લખીને અભ્યાસ કરો.

B silent	**C silent**	**G silent**
Comb (કોમ) દાંતિયો	Scent (સેંટ) અત્તર	Sign (સાઇન) ચિહ્ન
Lamb (લેમ) ઘેટાંનું બચ્ચું	Science (સાયંસ) વિજ્ઞાન	Design (ડિઝાઇન) ભાત, ડિઝાઇન
Thumb (થમ) અંગૂઠો	Scene (સીન) દૃશ્ય	Resign (રિઝાઇન) ત્યાગવું

H silent
Honour (ઑનર) ઇજ્જત
Hour (આવર) કલાક
Thomas (ટૉમસ) ટૉમસ

K silent
Knock (નૉક) ખખડાવવું
Knife (નાઈફ) ચાકુ
Knot (નૉટ) ગાંઠ

L silent
Palm (પામ) હથેળી
Calm (કામ) શાંતિ
Half (હાફ) અર્ધો
Calf (કાફ) ગાયનું વાછરડું
Folk (ફોક) લોકો
Talk (ટોક) વાતચીત
Should (શુડ) જોઈએ–shallનું ભૂતકાળ
Would (વુડ) જશે–willનું ભૂતકાળ
Could (કુડ) શકવું–canનું ભૂતકાળ

N silent
Autumn (ઑટમ) પાનખર
Condemn (કન્ડેમ) વખોડી કાઢવું
Hymn (હિમ) સ્તોત્ર
Column (કોલમ) પૃષ્ટનો ભાગ

T silent
Hasten (હેસન) જલદી કરવું
Listen (લિસન) સાંભળવું
Often (ઑફન) ઘણુંખરું
Soften (સૉફન) કોમળ કરવું

U silent
Guard (ગાર્ડ) ચોકીદાર
Guess (ગેસ) અનુમાન
Guest (ગેસ્ટ) અતિથિ

W silent
Wrong (રૉંગ) ખોટું
Answer (આન્સર) ઉત્તર
Sword (સૉર્ડ) તલવાર

અને હવે જરા નીચે આપેલા અંગ્રેજી શબ્દોના ઉચ્ચાર કરીને પોતાનું મનોરંજન કરો અને કયા શબ્દોના ઉચ્ચાર નથી થતા (silent) તે શોધી કાઢો. –

Heir, Island, Parliament, Reign, Wrapper, Wednesday, Asthma, Doubt

એ હેયર, ઈજલેંડ, પાર્લિયામેંટ, રિઅગ્ન, વ્રાપર, વૈડનસડે, અસ્થમા, ડાબટ નથી પણ એ એર (વારસદાર), આયલેંડ (ટાપુ), પાર્લિયામેંટ (લોકસભા), રેન (રાજ્ય), રેપર (લપેટવાનો કાગળ), વેનસડે (બુધવાર), એસ્મા (દમ), ડાઉટ (શક) એવા અનેક શબ્દોનો અભ્યાસ કરો અને સફળતા મેળવો.

આટલું યાદ રાખો. (Remember)

1. પ્રાચીન સમયમાં એંગ્લો-સૈમ્સનકાળમાં (a) night, thought (b) cough, enough વગેરે શબ્દોમાં ghનો પૂરો ઉચ્ચાર થતો હતો. રોમન પ્રભાવમાં ghનો ઉચ્ચાર લુપ્ત થઈ ગયો. night, thought અથવા ghનો સ્વર કોમળ (f) થઈ ગયો (cough, enough). આ રીતે કદીક knife, gnaw, sword, 'ક્નાઈફ', 'ગ્નો', 'સ્વૉર્ડ' બોલાતા હતા, પાછળથી એ નાઈફ, નૉ, સૉર્ડ બોલાતા થઈ ગયા. આજે આપણે જોઈએ છીએ કે હવે આપણે February, importantને ફેબ્રુઆરી, ઈમ્પોર્ટંટ (અથવા ઈમ્પોર્ટન્ટ) વગેરે બોલીએ છીએ (ખાસ કરીને મૂક જેવો રહે છે). એ બધાનું કારણ એ છે ઉચ્ચારથી આપણો ધ્યેય સફળતા તરફ જવાનો છે.
2. હવે (debt) શબ્દ જુઓ. એનો b મૂક કેવી રીતે થયો ? અંગ્રેજીમાં આ શબ્દ French (dette) ઉપરથી આવ્યો, તો ઉચ્ચાર થયો ડેટ (det). પછીથી આચાર્યોએ જોયું કે લેટિનમાં debitum (ડિબિટુમ) મૂળ શબ્દ છે જેનાથી dette લેવાયો હતો. તેમણે 'det'નો મૂળ શબ્દ સાથે સંબંધ જોડવા માટે bને તેમાં જોડી દીધો ત્યારથી debt લખાવા લાગ્યું અને ડેટ બોલાતું હતું તે બોલાતું રહ્યું. આજે પણ એ જ બોલાય છે. એ doubt (લેટિન dubitum) તથા receipt (receptum)ને વિશે છે. એ એમ જ લખાય અને બોલાય છે – 'ડાઉટ', 'રિસીટ'.
3. મૂળ રૂપમાં લગભગ બધા silent (મૂક) વર્ણોનું આ કારણ છે. (i) કાં તો બદલાયેલા રૂપોમાંથી ઉઠાવ્યા છે, પણ સંબંધ જોડ્યા બાદ મૂળ સ્તોત્ર શોધીને સ્પેલિંગ એ પ્રમાણે રાખવામાં આવ્યા અને ઉચ્ચારણ જે ચાલતા હતા એને રાખવામાં આવ્યા. (ii) અથવા પહેલાં એ શબ્દોનો ઉચ્ચાર કઠોર (hard) હતો, સરળતાની દૃષ્ટિએ ત્યાર બાદ કોમળ (soft) ઉચ્ચારે પહેલાંનું સ્થાન લીધું.

16 સોળમો દિવસ 16th Day

પ્રશ્નાર્થ વાક્યરચનામાં What, Who, Howનો પ્રયોગ

વચ્ચે રોમ લિપિનો વર્તાવ અને વર્ણોના ઉચ્ચારણનો જરૂરી પ્રયોગ આવ્યો હતો. હવે પાછળ જ્યાં અધૂરું મૂક્યું હતું, ત્યાંથી આગળ જોઈએ. છઠ્ઠાથી આઠમા દિવસમાં આપણે શીખ્યા હતા કે ત્રણે કાળોનાં વાક્યોમાં ઉપક્રિયા અથવા સહાયક ક્રિયાને સૌથી પહેલી મૂકીને પ્રશ્નાર્થ વાક્ય બનાવી શકાય છે. જેમ કે – **Does he know ? Was Gopal reading ? Will you play ?** વગેરે. હવે આપણે અહીં એટલું જોડવા ઇચ્છીએ છીએ કે આ પ્રશ્નાર્થ વાક્યોની શરૂઆતમાં **what, who, how, which, when, where, why** વગેરે લાગે છે તો તે વ્યાપક અર્થ આપે છે. એને તમે પહેલાં એક-એક કરીને અને પછી જોડેલા સ્વરૂપમાં ૧૬માથી ૧૯મા દિવસમાં જોશો. આવો તો હવે શરૂઆત કરીએ.

What | **A**

1. **પ્ર. તમારે શું જોઈએ છે?** — **Q.** *What* do you want? **વૉટ ડૂ યૂ વૉન્ટ?**
   જ. એક પ્યાલો દૂધ. — **A.** A glass of milk. એ ગ્લાસ ઑફ મિલ્ક.
2. **પ્ર. તમે શું લખો છો?** — **Q.** *What* are you writing? **વૉટ આર યૂ રાઇટિંગ?**
   જ. પત્ર લખું છું. — **A.** A letter. એ લેટર.
3. **પ્ર. તમે શું કહેવા માંગો છો?** — **Q.** *What* do you want to say? **વૉટ ડૂ યૂ વૉન્ટ ટુ સે?**
   જ. કંઈ નહીં. — **A.** Nothing. નથિંગ.
4. **પ્ર. તમારું નામ શું છે?** — **Q.** *What's*[1] (What is) your name? **વૉટ્સ યોર નેમ?**
   જ. અમિતાભ છે. — **A.** Amitabh. અમિતાભ.
5. **પ્ર. તમારા પિતાજી શું કામ કરે છે?** — **Q.** *What's* your father? **વૉટ્સ યોર ફાધર?**
   જ. તેઓ એક સંપાદક છે. — **A.** He is an editor. હી ઇઝ એન એડિટર.
6. **પ્ર. તમારી બા શું કરે છે?** — **Q.** *What's* your mother? **વૉટ્સ યોર મધર?**
   જ. તેઓ ઘરનું કામ કરે છે. — **A.** She is a housewife. શી ઇઝ એ હાઉસવાઇફ.
7. **પ્ર. તમે હાલમાં શું કરો છો?** — **Q.** *What* are you doing these days? **વૉટ આર યૂ ડૂઇંગ ધીઝ ડેઝ?**
   જ. હું આઠમા ધોરણમાં ભણું છું. — **A.** I am studying in the eighth class. આઈ એમ સ્ટડીઇંગ ઇન ધ એઇથ ક્લાસ.
8. **પ્ર. તમે આગ્રામાં શું જોયું?** — **Q.** *What* have you seen in Agra? **વૉટ હેવ યૂ સીન ઇન આગ્રા?**
   જ. તાજમહેલ. — **A.** The Taj Mahal. ધ તાજમહેલ.
9. **પ્ર. તમે પિતાજીને શું લખ્યું?** — **Q.** *What* did you write to your father? **વૉટ ડિડ યૂ રાઇટ ટુ યોર ફાધર?**
   જ. મારા પરિણામ વિશે. — **A.** About my results. એબાઉટ માઇ રિઝલ્ટ્સ.

---

1. What is (વૉટ ઇઝ)નું ટૂંકું રૂપ what's (વૉટ્સ) છે. બંને રૂપ શુદ્ધ છે. બંનેનો અર્થ છે – શું છે? પહેલાં લખ્યું છે તે મૂળ રૂપ છે. બીજું બોલવામાં વપરાય છે. તે પહેલાંનું ટૂંકું સ્વરૂપ short form છે.

* I have=I've. I am=I'm બંને રૂપ સાચાં છે. બંનેના ઉચ્ચારણમાં ફેર છે—આઈ હેવ, આઈ'વ બંનેનો અર્થ એક જ છે.

10. **પ્ર. તે મુંબઈમાં શું કરતી હતી?**

જ. તે એક પ્રાથમિક શાળામાં શિક્ષિકા હતી.

11. **પ્ર. દસમું ધોરણ પાસ કરીને તમે શું કરશો?**

જ. હું આગળ ભણીશ.

Q. *What* was she doing in Mumbai?
વૉટ વૉઝ શી ડૂઇંગ ઇન મુંબઈ?

A. She was a teacher in a primary school.
શી વૉઝ એ ટીચર ઇન એ પ્રાઇમરી સ્કૂલ.

Q. *What* will you do after passing High School?
વૉટ વિલ યૂ ડૂ આફ્ટર પાસિંગ હાઇસ્કૂલ?

A. I shall go for further studies.
આઈ શેલ ગો ફૉર ફરધર સ્ટડીઝ.

Who

B

12. **પ્ર.** તમે કોણ છો?
જ. હું એક વ્યાપારી છું.

13. **પ્ર.** તેઓ કોણ છે?
જ. તેઓ મારાં સગાંઓ છે.

14. **પ્ર.** ગીત કોણે ગાયું?
જ. નીપાએ.

15. **પ્ર.** બજારમાં કોણ જશે?
જ. હું જઈશ.

16. **પ્ર.** આ કામ કોણ કરી શકે છે?
જ. રીમા કરી શકે છે.

17. **પ્ર.** તેણીએ કોને મળવું છે?
જ. તેની બાને મળવું છે.

18. **પ્ર.** આ મકાનના માલિક કોણ છે?
જ. મારા પિતા.

Q. *Who* are you? **હૂ** આર યૂ?
A. I am a businessman. આઈ એમ એ બિઝનેસમૅન.

Q. *Who* are they? **હૂ** આર ધે?
A. They are my relatives. ધે આર માઇ રિલેટિવ્ઝ.

Q. *Who* sang the song? **હૂ** સૅંગ ધ સૉંગ?
A. Nipa did. નીપા ડિડ.

Q. *Who* will go to the market? **હૂ** વિલ ગો ટુ ધ માર્કેટ?
A. I will. આઈ વિલ.

Q. *Who* can do this work? **હૂ** કેન ડૂ ધિસ વર્ક?
A. Rima can. રીમા કેન.

Q. *Whom* does she want to meet? **હૂમ** ડઝ શી વૉન્ટ ટુ મીટ?
A. Her mother. હર મધર.

Q. *Who* owns this house? **હૂ** ઓન્સ ધિસ હાઉસ?
A. My father. માઇ ફાધર.

How

C

19. **પ્ર.** તે શાળાએ કેવી રીતે જાય છે?
જ. તે બસમાં શાળાએ જાય છે.

20. **પ્ર. તમારા પિતા કેમ છે?**
જ. તેમને ઠીક નથી.

21. **પ્ર.** તમે સિમલા કેવી રીતે ગયા?
જ. હું સિમલા રેલગાડીમાં ગયો.

22. **પ્ર.** તમે કેવી રીતે પાછા ફર્યા?
જ. હું બસમાં પાછો આવ્યો.

23. **પ્ર.** ત્યાં તમારી તબિયત કેવી રહી હતી?
જ. હું ત્યાં તદ્દન ઠીક રહ્યો હતો.

24. **પ્ર.** તમે તમારા શિક્ષકની નજરે સારા બનવા શું કરશો?
જ. હું સારું વર્તન કરીશ.

Q. *How* does he go to school? **હાઉ** ડઝ હી ગો ટુ સ્કૂલ?
A. He goes to school by bus. હી ગોઝ ટુ સ્કૂલ બાઇ બસ.

Q. *How* is your father? **હાઉ** ઇઝ યોર ફાધર?
A. He's not feeling well. હી ઇઝ નૉટ ફિલિંગ વેલ.

Q. *How* did you go to Shimla? **હાઉ** ડિડ યૂ ગો ટુ શિમલા?
A. I went to Shimla by train. આઈ વેંટ ટુ શિમલા બાઇ ટ્રેન.

Q. *How* did you return? **હાઉ** ડિડ યૂ રિર્ટન?
A. I returned by bus. આઈ રિટર્ન્ડ બાઇ બસ.

Q. *How* was your health there? **હાઉ** વૉઝ યોર હેલ્થ ધેર?
A. I was perfectly all right there.
આઈ વૉઝ પરફેક્ટલી ઑલ રાઇટ ધેર.

Q. *How* will you win the favour of your teacher?
હાઉ વિલ યૂ વિન ધ ફેવર ઑફ યોર ટીચર?
A. I will behave well. આઈ વિલ બિહેવ વેલ.

25. **પ્ર. તમે પરીક્ષામાં કેવું કર્યું છે?**

Q. *How* did you fare in your Examination? હાઉ ડિડ યૂ ફેર ઈન યોર એક્ઝામિનેશન?

જ. મેં સારું કર્યું છે.

A. I did well. આઈ ડિડ વેલ.

26. **પ્ર.** એ તમને કેવી રીતે મળ્યો?

Q. *How* did he meet you? હાઉ ડિડ હી મીટ યૂ?

જ. એ મને ક્લબમાં મળ્યો.

A. He met me in the club. હી મેટ મી ઈન ધ ક્લબ.

27. **પ્ર.** હવે તમને કેવું લાગે છે?

Q. *How* are you feeling now? હાઉ આર યૂ ફીલિંગ નાઉ?

જ. પહેલાં કરતાં સારું લાગે છે.

A. Much better. મચ બેટર.

આટલું યાદ રાખો. (Remember)

	A	B
(i)	What do you say?	I do not know what you say.
(ii)	What did you say?	I do not remember what you said.
(iii)	What had you said?	I do not remember what you had said.
(iv)	What is this?	Ask him what this is.
(v)	What was that?	Tell me what that was.

Aવાળાં વાક્ય પ્રશ્નાર્થ છે. Bવાળાં સીધાં. પ્રશ્નાર્થ વાક્યોને સામાન્ય વાક્યમાં બદલવા માટે (1) સહક્રિયા do, did વગેરે ખસી જાય છે અને સામાન્ય ક્રિયાનો પ્રયોગ થાય છે. જેમ કે – 'What do you say'નું 'What you say' અને 'What did you say'નું 'What you said' વગેરે. (2) પ્રશ્નાર્થ વાક્યોમાં સહાયક ક્રિયા is, was, વગેરે હોય તો તે ક્રિયા objectની પછી ચાલી જાય છે. એ રીતે આ સાધારણ વાક્યોના પ્રશ્નાર્થ વાક્ય આ રીતે બનશે.

	A	B
(i)	I do not know *who* he is.	*Who* is he?
(ii)	Tell me *whom* you want.	*Whom* do you want?
(iii)	Tell me *whose* book that was.	*Whose* book was that?
(iv)	I do not know *how* old you are.	*How* old are you?
(v)	I can tell you *how* she knew.	*How* did she know?
(vi)	You did not say *whom* you had promised.	*Whom* had you promised?

પ્રશ્નાર્થ વાક્યોમાંથી સાધારણ વાક્ય અને સાધારણ વાક્યોમાંથી પ્રશ્નાર્થ વાક્ય બનાવવાનો અભ્યાસ કરો અને એને ઊંચા અવાજે બોલીને એકબીજાંને સંભળાવો.

17 સત્તરમો દિવસ
th Day

પ્રશ્નાર્થ વાક્યરચનામાં Which, When, Where, Whyનો પ્રયોગ

પાછળ What, Who, How જેવા શબ્દોનો પ્રયોગ શીખી લીધો છે. હવે અહીં Which, When, Where અને Whyના પ્રયોગને શીખીએ. Which ખાસ કરીને અજાણી વસ્તુઓ સાથે વપરાય છે. When કાળવાચક શબ્દ છે અને Where સ્થળવાચક શબ્દ છે. એ રીતે Why કારણ બતાવે છે. આ બધા શબ્દોના પ્રયોગની એક વિશેષતા એ છે કે આ શબ્દોની સાથે do, did અથવા તો બીજાં કોઈ helping verb જરૂર લગાડવાં પડે છે.

Which — D

1. **પ્ર.** તમે કયું ગીત પસંદ કર્યું—લતાનું કે આશાનું?
   Q. *Which* song did you like–Lata's or Asha's? **વિચ** સૉંગ ડિડ યૂ લાઇક—લતાઝ ઑર આશાઝ?

   જ. તમને જે પસંદ છે તે જ મને પસંદ છે.
   A. I like whichever you like. આઈ લાઇક વિચએવર યૂ લાઇક.
2. **પ્ર.** તમે કયું પુસ્તક વાંચો છો?
   Q. *Which* book are you reading? **વિચ** બુક આર યૂ રીડિંગ?

   જ. તારી પાસેથી કાલે માંગીને લીધી હતી તે નવલકથા હું વાંચું છું.
   A. It is the novel *which* I borrowed from you yesterday. ઇટ ઇઝ ધ નૉવેલ વિચ આઈ બૉરોડ ફ્રૉમ યૂ યસ્ટરડે.
3. **પ્ર.** તમને ગમતું પુસ્તક કયું છે?
   Q. *Which* is your favourite book? **વિચ** ઇઝ યોર ફેવરિટ બુક?

   જ. મને ગમતું પુસ્તક 'તુલસી રામાયણ' છે.
   A. My favourite book is 'Tulsi Ramayan'. માઇ ફેવરિટ બુક ઇઝ 'તુલસી રામાયણ'.
4. **પ્ર.** તમારી મનપસંદ ફિલ્મ કઈ છે?
   Q. *Which* is your favourite film? **વિચ** ઇઝ યોર ફેવરિટ ફિલ્મ?

   જ. સાઉન્ડ ઑફ મ્યૂઝિક.
   A. Sound of Music. સાઉન્ડ ઑફ મ્યૂઝિક.

When — E

5. **પ્ર.** તમે તમારા પાઠ ક્યારે યાદ કરો છો?
   Q. *When* do you revise your lessons? **વેન** ડૂ યૂ રિવાઇઝ યોર લેસન્સ?

   જ. હું સવારે મારા પાઠ યાદ કરું છું.
   A. I revise my lessons in the morning. આઈ રિવાઇઝ માઇ લેસન્સ ઇન ધ મૉર્નિંગ.
6. **પ્ર. તમે અમારે ત્યાં ક્યારે આવો છો?**
   Q. *When* are you coming to us? વેન આર યૂ કમિંગ ટુ અસ?

   જ. જ્યારે સમય મળશે ત્યારે હું આવીશ.
   A. *Whenever* I get time. **વેન**એવર આઈ ગેટ ટાઇમ.
7. **પ્ર.** તમે સંજયને ક્યારે મળ્યા?
   Q. *When* did you meet Sanjay? **વેન** ડિડ યૂ મીટ સંજય?

   જ. ગયા શનિવારે જ્યારે તે દિલ્હી આવ્યો હતો ત્યારે હું તેને મળ્યો હતો.
   A. I met him last Saturday, *when* he came to Ahmedabad. આઈ મેટ હિમ લાસ્ટ સેટરડે **વેન** હી કેઇમ ટુ અમદાવાદ.

Where — F

8. **પ્ર.** તમે ક્યાં કામ કરો છો?
   Q. *Where* do you work? **વેર** ડૂ યૂ વર્ક?

   જ. હું સરકારી ખાતામાં કામ કરું છું.
   A. I work in a government office. આઈ વર્ક ઇન એ ગવર્નમેંટ ઑફિસ.
9. **પ્ર.** તમે પુસ્તકો ક્યાંથી ખરીદો છો?
   Q. *From where* do you buy the books? **ફ્રૉમ વેર** ડૂ યૂ બાઇ ધ બુક્સ?

જ. ગુર્જર ગ્રંથરત્ન કાર્યાલય, ગાંધી રોડ, અમદાવાદ.

A. From M/s Gurjar Granthratna Karyalaya, Gandhi Road, Ahmedabad.
ફ્રૉમ મેસર્સ ગુર્જર ગ્રંથરત્ન કાર્યાલય, ગાંધી રોડ, અમદાવાદ.

10. **પ્ર. તમે ક્યાં રહો છો?**

Q. ***Where* do you live? વેર ડૂ યૂ લિવ?**

જ. હું નવરંગપુરામાં રહું છું.

A. I live in Navrangpura. આઈ લિવ ઇન નવરંગપુરા.

11. **પ્ર. તમે આ સૂટ ક્યાંથી ખરીદ્યો?**

Q. ***From where* did you buy this suit?**
ફ્રૉમ વેર ડિડ યૂ બાઈ ધિસ સૂટ?

જ. સી.જી. રોડમાંથી ખરીદ્યો છે.

A. *From* C.G. Road. ફ્રૉમ સી.જી. રોડ.

12. **પ્ર.** તમે કાલે ક્યાં ગયાં હતાં?

Q. *Where* did you go yesterday? **વેર** ડિડ યૂ ગો યસ્ટરડે?

જ. હું બજારમાં ગઈ હતી.

A. I went to market. આઈ વેંટ ટુ માર્કેટ.

Why

G

13. **પ્ર. તમે દરરોજ દૂધ કેમ પીઓ છો?**

Q. ***Why* do you drink milk daily? વાય ડૂ યૂ ડ્રિન્ક મિલ્ક ડેલી?**

જ. મારી તબિયત સારી રાખવા.

A. To maintain my health. ટુ મેન્ટેન માઇ હેલ્થ.

14. **પ્ર. હેમાની શિક્ષિકા ખૂબ સખત કેમ છે?**

Q. ***Why* is Hema's teacher so strict?**
વાય ઇઝ હેમાઝ ટીચર સો સ્ટ્રિક્ટ?

જ. કારણ કે તે વિદ્યાર્થીઓની પ્રગતિ ઇચ્છે છે.

A. Because she is interested in the progress of her students. બિકૉઝ શી ઇઝ ઇન્ટરેસ્ટેડ ઇન ધ પ્રોગ્રેસ ઑફ હર સ્ટૂડંટસ.

15. **પ્ર. તમે અહીં કેમ બેઠા છો?**

Q. ***Why* are you sitting here? વાય** આર યૂ સિટિંગ હિયર?

જ. હું મારા મિત્ર યોગેશની રાહ જોઉં છું.

A. I'm waiting for my friend Yogesh.
આઈ'મ વેટિંગ ફૉર માઇ ફ્રેન્ડ યોગેશ.

16. **પ્ર. ત્રિશા શું કામ રડે છે?**

Q. ***Why* is Trisha crying?** વાય ઇઝ ત્રિશા ક્રાઇંગ?

જ. રક્ષાએ તેને માર્યું એટલે.

A. Because Raksha beat her. બિકૉઝ રક્ષા બેટ હર.

આટલું યાદ રાખો. (Remember)

Who અને Which એ બંને શબ્દોના અર્થના ઉત્તર સમજો. 'Who'નો અર્થ છે 'કોણ' અને 'Which'નો અર્થ 'કયો', 'કઈ'. Who માણસો માટે વપરાય છે અને Which પશુઓ અને નિર્જીવ વસ્તુઓ માટે. એ વાતને નીચે આપેલા દાખલાઓથી સારી મનમાં ઉતારી લો –

Who :	1. ત્યાં કોણ છે?	Who's there?
	2. આગ્રા કોણ ગયું?	Who went to Agra?
	3. અહીં કોણ આવશે?	Who will come here?
Which :	4. મેજ ઉપર કઈ ચોપડી છે?	Which book is on the table?
	5. કઈ પેન્સિલ મારી છે?	Which pencil is mine?
	6. કયો કૂતરો તમારો છે?	Which is your dog?

Who અને Whichનો એક-એક અર્થ બીજો પણ છે – **જો.** નિયમ એ છે કે મનુષ્યો માટે Who–જે; નિર્જીવ વસ્તુઓ માટે Which–જે; જેમ કે –

1. હું એ છોકરીને મળ્યો કે જે મોનિટર છે.	I met the girl who is the monitor.
2. જે છોકરી પિયાનો વગાડે છે, તે મારી બહેન છે.	The girl, who is playing the piano, is my sister.
3. જે પુસ્તક તમારે જોઈએ છે તે પસંદ કરી લો.	Select the book which you want.

18 અઢારમો દિવસ
th Day

પ્રશ્નાર્થ વાક્યરચના મિશ્રિત (Miscellaneous)

પ્રશ્નાર્થ રચનાને યાદ કરો. હવે What, Where વગેરે શબ્દોની સાથે is, are, am, was, were, has, have, had, will, shall, would, should, may, might વગેરે ક્રિયાઓને પણ યાદ કરો. Is, are વગેરે helping verbs કહેવાય છે. તેના એકલાથી પણ પ્રશ્નાર્થ વાક્ય બની શકે છે. એ વાત તમે પાછળ જોઈ છે. હવે ફરી યાદ કરીએ.

1. શું થયું? — What happened? વૉટ હેપન્ડ?
2. તમે મને બોલાવ્યો હતો? — Did you ask for me? ડિડ યૂ આસ્ક ફૉર મી?
3. હું જાઉં? — May I go? મે આઈ ગો?
4. હું પણ આવું? — May I accompany you? મે આઈ એકંપની યૂ?
5. તમે આવો છો? — Are you coming? આર યૂ કમિંગ?
6. હું લાવું? — Should I bring it? શુડ આઈ બ્રિંગ ઇટ?
7. તમારું નામ શું છે? — What is your name? વૉટ ઇઝ યોર નેમ?
8. તમે કેમ છો? — How are you? હાઉ આર યૂ?
9. તમે સમજ્યાં? — Do you understand?/Understood? ડૂ યૂ અન્ડરસ્ટેન્ડ?/અન્ડરસ્ટુડ?
10. એનો શો અર્થ? — What do you mean? વૉટ ડૂ યૂ મીન?
11. સાહેબ અંદર છે? — Is the boss in? ઇઝ ધ બૉસ ઇન?
12. કોણ છે? — Who is it? હૂ ઇઝ ઇટ?
13. વાત શું છે? — What is the matter? વૉટ ઇઝ ધ મેટર?
14. દિનેશ ક્યાં છે? — Where is Dinesh? વેર ઇઝ દિનેશ?
15. તમે કેમ છો? — How are you? હાઉ આર યૂ?
16. ક્યારે આવ્યાં? — When did you come? વેન ડિડ યૂ કમ?
17. શરૂ કરીશું? — Shall we begin? શેલ વી બિગિન?
18. તમે એક કામ કરશો? — Will you do one thing? વિલ યૂ ડૂ વન થિંગ?
19. આજે રજા છે? — Is it a holiday today? ઇઝ ઇટ એ હોલિડે ટુડે?
20. તમને ખબર છે? — Do you know? ડૂ યૂ નો?
21. શું કારણ છે? — What is the reason? વૉટ ઇઝ ધ રીઝન?
22. તમે નહીં જાઓ? — Won't you go? વૉન્ટ યૂ ગો?
23. શું મુશ્કેલી છે? — What is the trouble? વૉટ ઇઝ ધ ટ્રબલ?
24. ઝગડો શેના વિશે છે? — What is the quarrel about? વૉટ ઇઝ ધ ક્વોરલ એબાઉટ?
25. તમે ગુસ્સામાં છો? — Are you angry? આર યૂ એન્ગ્રી?
26. બાળગોપાળ કેમ છે? — How is the family? હાઉ ઇઝ ધ ફેમિલી?
27. તમે શું કહો છો? — What did you say? વૉટ ડિડ યૂ સે?

28. હું તમારે માટે શું કરું?	What can I do for you? વૉટ કેન આઈ ડૂ ફૉર યૂ?
29. તમને અહીં કોણ લાવ્યું?	Who brought you here? હૂ બ્રૉટ યૂ હિયર?
30. તમારો શું અભિપ્રાય છે?	What is your opinion? વૉટ ઇઝ યોર ઓપિનિયન?
31. તેની પાસે મોટર છે?	Has he a car? હેઝ હી એ કાર?
32. તમારે મારું કંઈ કામ છે?	Have you any business with me? હેવ યૂ એની બિઝનેસ વિથ મી?
33. કોણ આવે છે?	**Who is coming?** હૂ ઇઝ કમિંગ?
34. રાતે જમવામાં શું શું છે?	What's the menu for dinner? વૉટસ ધ મેનુ ફૉર ડિનર?
35. તેમાં શું ફેર પડે છે?	What difference does it make? વૉટ ડિફરન્સ ડઝ ઇટ મેક?
36. આ કોનો ટેલીફોન નંબર છે?	Whose telephone number is this? હૂઝ ટેલીફોન નંબર ઇઝ ધિસ?
37. તમે ક્યારે નિવૃત્ત થાઓ છો?	When do you retire? વેન ડૂ યૂ રિટાયર?
38. આપણે ક્યાં મળીશું?	**Where shall we meet?** વેર શેલ વી મીટ?
39. તમે પાછા કેવી રીતે આવ્યા?	**How do you come back?** હાઉ ડૂ યૂ કમ બૅક?
40. તમે ભણવાનું કેમ છોડી દીધું?	Why have you left your studies? વાય હેવ યૂ લેફ્ટ યોર સ્ટડીઝ?
41. તમે શું શોધો છો?	**What are you looking for?** વૉટ આર યૂ લુકિંગ ફૉર?
42. આ કોણ છે?	Who is this? હૂ ઇઝ ધિસ?
43. તમારા શું સમાચાર છે?	**What is the news about you?** વૉટ આર ધ ન્યૂઝ અબાઉટ યૂ?
44. તમે કેમ છો?	How do you do? હાઉ ડૂ યૂ ડૂ?
45. બાળકો કેમ છે?	How are the children? હાઉ આર ધ ચિલ્ડ્રન?
46. અહીં સૌથી સારી દુકાન કઈ છે?	Which is the best shop here? વિચ ઇઝ ધ બેસ્ટ શૉપ હિયર?
47. આજે એ કેમ છે?	How is he today? હાઉ ઇઝ હી ટુડે?
48. આ સજ્જન કોણ છે?	Who's this gentleman? હૂઝ ધિસ જેન્ટલમૅન?
49. તે શું છે?	What is it? વૉટ ઇઝ ઇટ?
50. મનીષ ક્યાં છે?	Where is Manish? વેર ઇઝ મનીષ?
51. તમે મારાં કપડાં ક્યાં મૂક્યાં છે?	Where have you kept my clothes? વેર હેવ યૂ કેપ્ટ માઇ ક્લોધ્સ?
52. શું ખબર છે?	**What's the news?** વૉટ્સ ધ ન્યૂઝ?
53. તમે શું કરો છો?	What are you doing? વૉટ આર યૂ ડૂઇંગ?
54. હવે ફરી ક્યારે મળીશું?	When shall we meet again? વેન શેલ વી મીટ અગેન?
55. તમે અમારે ત્યાં ક્યારે આવશો?	When will you come to us? વેન વિલ યૂ કમ ટુ અસ?
56. તમારી ઉંમર શું છે?	**How old are you?** હાઉ ઓલ્ડ આર યૂ?
57. તમે એને ક્યારે મળશો?	When will you see him? વેન વિલ યૂ સી હિમ?
58. તમે અહીં ક્યારથી છો?	How long have you been here? હાઉ લૉંગ હેવ યૂ બીન હિયર?
59. આ કોટ કેટલાનો છે?	How much did this coat cost? હાઉ મચ ડિડ ધિસ કોટ કૉસ્ટ?

60. **તેને કેટલો વખત લાગશે?** **How long will it take?** હાઉ લૉંગ વિલ ઇટ ટેક?

61. તમે શા માટે તકલીફ લો છો? Why do you trouble yourself? વાય ડૂ યૂ ટ્રબલ યોરસેલ્ફ?

62. તમે વહેલા નહોતા ગયા? Did you not go earlier? ડિડ યૂ નૉટ ગો અર્લિઅર?

63. માર્ગ કેમ બંધ છે? Why is the road closed? વાય ઇઝ ધ રોડ ક્લોઝ્ડ?

આટલું યાદ રાખો. (Remember)

(i) તમે જોયું કે, a વગેરે જો વાક્યની શરૂઆતમાં આવે તો પ્રશ્નાર્થ વાક્ય બને છે અને વચ્ચે (a પછી) આવે તો સાદું વાક્ય બને છે. દા.ત.:–

A	B
1. Am I a fool?	I am not a fool.
2. Were those your books?	Those were your books.
3. Had you gone there?	You had gone there.
4. Can I walk for a while?	You can walk.
5. May I come in?	You may come in.
6. Might you go now?	I might go now.

(ii) do, did મૂળભૂત સહાયક ક્રિયાઓ નથી. નીચે આપેલાં સાદાં વાક્યો ધ્યાનથી જુઓ –

1. હું સવારે વહેલો ઊઠું છું. I get up early in the morning.

2. હું સવારે વહેલો ઊઠ્યો. I got up early in the morning.

હવે એના નકારાત્મક (Negative) વાક્ય બનાવો.

3. હું સવારે વહેલો ઊઠતો નથી. I do not get up early in the morning.

4. હું સવારે વહેલો ના ઊઠ્યો. I did not get up early in the morning.

તમે જોયું કે નકારાત્મક વાક્યો બનાવવા માટે અનુક્રમે do અને did જોડવાં પડ્યાં. પ્રશ્નાર્થ વાક્ય બનાવવા માટે વાક્યની અંદરના do અને did સૌથી પહેલાં આવે છે જેમ કે –

(૫) શું હું જલદી ઊઠું છું? Do I get up early in the morning?

(૬) શું હું વહેલો ઊઠ્યો છું? Did I get up early in the morning?

19 ઓગણીસમો દિવસ 19th Day

અગાઉ તમે બધા કાળ (Tenses)માં ક્રિયાઓનાં રૂપ યાદ કર્યાં. સોળમા અને સત્તરમા દિવસોમાં તમે પ્રશ્નાર્થ વાક્યોની રચના પણ કરી. શું તમે બતાવી શકો છો કે સકારાત્મક (Assertive) વાક્યોથી પ્રશ્નાર્થ (Interrogative) વાક્ય બનાવવા માટે શું કરવું પડ્યું છે? તમે બધા કાળમાં (Tenses) સહાયક ક્રિયાઓને વાક્યમાં સૌથી પહેલી મૂકીને પ્રશ્નાર્થ વાક્ય બનાવ્યાં છે. (1) હવે તમે ધ્યાન આપો કે નકારાત્મક (Negative) વાક્ય કેવી રીતે બને છે. વાક્યમાં **do, did, is, are, was, were, have, had, will, shall, can, could, may, might** વગેરે સહાયક ક્રિયાઓ મૂક્યા પછી **not** જોડવામાં આવે છે. તેનાથી નકારાત્મક વાક્ય બને છે. (2) લખાણમાં **do not, did not, were not, have not, would not, can not, will not, shall not,** સામાન્ય રીતે આ રૂપો આવે છે, પરંતુ બોલવામાં ખાસ કરીને ટૂંકા રૂપોનો પ્રયોગ થાય છે. જે અનુક્રમે આ પ્રમાણે છે – **don't, didn't, weren't, haven't, can't, won't, shouldn't, wouldn't.** એ વાત યાદ રાખો કે, બોલવામાં બંને રૂપો પ્રચલિત છે, **do not** વગેરે પણ અને **don't** વગેરે પણ. ચાલો, એનો અભ્યાસ કરીએ.

નકારાત્મક વાક્ય (Negative Sentences)

1. હું નથી જાણતો. — I do not know. આઈ ડૂ નૉટ નો.
2. હું કશું નથી પૂછતો. — I don't ask anything. આઈ ડોન્ટ આસ્ક એનિથિંગ.
3. તે અહીં નથી આવતી. — She does not come here. શી ડઝ નૉટ કમ હિયર.
4. તેને ચા બનાવતાં નથી આવડતી. — She doesn't know how to make tea. શી ડઝન્ટ નો હાઉ ટુ મેક ટી.
5. કાલે એ બસ મેળવવાનું ચૂક્યો નહીં. — He did not miss the bus yesterday. હી ડિડ નૉટ મિસ ધ બસ યસ્ટરડે.
6. અમે આ સમાચાર નથી સાંભળ્યા. — We didn't hear this news. વી ડિડન્ટ હિયર ધિસ ન્યૂસ.
7. આજે ગરમી નથી. — It is not hot today. ઇટ ઇઝ નૉટ હૉટ ટુડે.
8. એ પરણેલી નથી. — She isn't married. શી ઇઝન્ટ મેરિડ.
9. આજે આપણે મોડા નથી. — We aren't late today. વી આરન્ટ લેટ ટુડે.
10. તે દિલ્હીમાં ન હતી. — She was not in Delhi. શી વૉઝ નૉટ ઇન દિલ્હી.
11. અમે ભાષણમાં ન હતા. — We were not at the lecture. વી વેર નૉટ ઍટ ધ લેક્ચર.
12. તેને પુત્ર નથી. — She hasn't any son. શી હેઝન્ટ એની સન.
13. મને પત્ર નથી મળ્યો. — I haven't received a letter. આઈ હેવન્ટ રિસીવ્ડ એ લેટર.
14. તેમની પાસે મોટર નથી. — They have no car. ધે હેવ નો કાર.
15. ગભરાઓ નહીં, પિતાજી ગુસ્સે થશે નહીં. — Don't worry, father won't be angry. ડોંટ વરી, ફાધર વૉન્ટ બી એન્ગ્રી.
16. પિતાજી કાલે ઘેર હશે નહીં. — Father will not be at home tomorrow. ફાધર વિલ નૉટ બી ઍટ હોમ ટુમૉરો.
17. અમને કાલે મોડું થશે નહીં. — We shan't be late tomorrow. વી શેંટ બી લેટ ટુમૉરો.
18. હું મોટર સાઈકલ ચલાવી શકતો નથી. — I can't drive a motor-cycle. આઈ કાંટ ડ્રાઇવ એ મોટર સાઇકલ.
19. તમારે ફૂટપાથ ઉપર મોટર ચલાવવી જોઈએ નહીં. — You mustn't drive the car on the footpath. યૂ મસ્ટન્ટ ડ્રાઇવ ધ કાર ઑન ધ ફૂટપાથ.

20. હું પરમ દિવસે સમયસર ન પહોંચી શક્યો.	I couldn't reach in time day before yesterday. આઈ કુડન્ટ રીચ ઇન ટાઇમ ધ ડે બિફોર યસ્ટરડે.
21. મારે કોઈ ચોપડી જોઈતી નથી.	I need no book. આઈ નીડ નો બુક.
22. જો તમે એને કહ્યું ન હોત તો એ જાણી શકી ન હોત.	If you hadn't told her, she wouldn't have known. ઈફ યૂ હેડન્ટ ટોલ્ડ હર શી વુડન્ટ હેવ નોન.
23. હવે આપણે આપણી દુકાન બંધ કરવી જોઈએ નહીં, ખરું ને?	Now we shouldn't close our shop, should we? નાઉ વી શુડ નૉટ ક્લોઝ અવર શૉપ, શુડ વી?

પ્રશ્નાર્થ-નકારાત્મક વાક્ય (Interrogative-cum-Negative Sentences)

(1) અંગ્રેજીમાં It is hot today, isn't it? "આજે ખૂબ ગરમી છે, ખરું ને?" અથવા It is not cold today, is it? "આજે ઠંડી નથી, ખરું ને?" આવાં વાક્યો બહુ વપરાય છે. એને અંગ્રેજીમાં Tail-Questions કહેવાય છે. આ વાક્ય અંતમાં નાનકડા પ્રશ્નના રૂપમાં હોય છે. જો વાક્ય હકારાત્મક હોય તો Tail-Question નકારાત્મક. જેમ કે – It is hot today, isn't it? (વાક્ય ૨૬, ૨૮ જુઓ) અથવા વાક્ય નકારાત્મક હોય તો Tail-Question હકારાત્મક. દા.ત. It isn't cold today, is it? (વાક્ય ૨૭, ૩૦ જુઓ). (2) વાક્યની શરૂઆતમાં સહાયક ક્રિયાઓની (helping verb) સાથે not જુદું અથવા ભળેલું બંને ચાલે છે. (is not, isn't) પરંતુ Tail-Questionમાં isn't આદિ ટૂંકાં રૂપમાં વધુ ચાલે છે. તે નીચેનાં વાક્ય પ્રયોગોમાં સારી રીતે સમજાય તેમ છે.

24. આજે ખૂબ ગરમી છે, નથી શું?	It's hot today, isn't it? ઇટસ હૉટ ટુડે, ઇઝન્ટ ઇટ?
25. તેઓ અંગ્રેજો છે, નથી શું?	They are English, aren't they? ધે આર ઇંગ્લિશ, આરંટ ધે?
26. તમે ખુશ ન હતા, શું ખુશ હતા?	You weren't happy, were you? યૂ વેરંટ હેપી, વેર યૂ?
27. કાલે રવિવાર હશે. શું નહીં હોય?	It will (it'll) be Sunday tomorrow, won't it? ઇટ વિલ બી સંડે ટુમૉરો, વૉન્ટ ઇટ?
28. આપણે જલદી તૈયાર થઈ શકીશું, થઈશું કે નહીં?	We shall (we'll) be ready soon, shan't we? વી શેલ બી રેડી સૂન, શુડન્ટ વી?
29. કાલે ૨૦મી ફેબ્રુઆરી નહીં હોય, હશે શું?	It won't be 20th February tomorrow, will it? ઇટ વૉન્ટ બી ટવેન્ટીએથ ફેબ્રુઆરી ટુમૉરો, વિલ ઇટ?
30. કાલે હું તમારી સાથે નહીં હોઉં, હોઈશ શું? •	I shan't be with you, shall I? આઈ શેલ નૉટ બી વિથ યૂ ટુમૉરો, શેલ આઈ?
31. તમે કાલિદાસની 'શાકુંતલ' વાંચી છે, શું નથી વાંચી?	You have read Kalidas's Shakuntala, haven't you? યૂ હેવ રેડ કાલીદાસસ 'શાકુંતલ', હેવન્ટ યૂ?
32. તમે તમારું કામ પૂરું કરી લીધું હતું, શું નહોતું કર્યું?	You had finished your work, hadn't you? યૂ હેડ ફિનિશ્ડ યોર વર્ક, હેડંટ યૂ?
33. તમે મારા માટે પુસ્તક શોધી શક્યા નહીં, શું શોધી શક્યા હતા?	You couldn't find the book for me, could you? યૂ કુડંટ ફાઇંડ ધ બુક ફૉર મી, કુડ યૂ?
34. મીનાએ મોડેથી સૂવું ન જોઈએ, સૂવું જોઈએ શું?	Mina shouldn't go to bed late, should she? મીના શુડંટ ગો ટુ બેડ લેટ, શુડ શી?
35. અમિતાભે બાર વાગ્યા સુધી રાહ જોવી જોઈએ, જોવી જોઈએ ને?	Amitabh must wait till 12 o'clock, mustn't he? અમિતાભ મસ્ટ વેઇટ ટિલ ટવેલ્વ ઓકલૉક, મસ્ટન્ટ હી?
36. તે અંગ્રેજી શીખી નથી, શું શીખી છે?	She hasn't learnt English, has she? શી હેઝંટ લર્ન્ટ ઇંગ્લિશ, હેઝ શી?
37. તમે અંગ્રેજી બોલી શકો છો, શું બોલી શકો છો?	You can speak English, can't you? યૂ કેન સ્પીક ઇંગ્લિશ, કાન્ટ યૂ?
38. મહાન માણસો સમય બગાડતા નથી, શું બગાડે છે?	Great men don't waste their time, do they? ગ્રેટ મૅન ડોંટ વેસ્ટ ધેર ટાઇમ, ડૂ ધે?

39. તમારા ભાઈ પાસે ટેલિવિઝન છે, શું નથી? — Your brother has a television set, hasn't he? યોર બ્રધર હેઝ એ ટેલિવિઝન સેટ, હેઝંટ હી?

40. તમારે આ રીતે વાત ન કરવી જોઈએ, ન કરવી જોઈએ ને? — You should not talk like this, should you? યૂ શુડ નૉટ ટૉક લાઇક ધિસ, શુડ યૂ?

41. કેટલું સારું વાતાવરણ છે, છે ને? — How pleasant it is, isn't it? હાઉ પ્લેઝંટ ઇટ ઇઝ, ઇઝન્ટ ઇટ?

42. એ જલદી અહીં આવી જશે, આવશે ને? — She will reach here soon, won't she? શી વિલ રીચ હિઅર સૂન, વૉન્ટ શી?

43. પાછી એ ઘેર મોડેથી પહોંચી, પહોંચી ને? — She reached home late again, didn't she? શી રીચ્ડ હોમ લેટ અગેન, ડિડન્ટ શી?

44. આપણે આપણું બાળપણ ક્યારેય ભૂલતા નથી, નથી ભૂલતા ને? — We never forget our childhood, do we? વી નેવર ફરગેટ અવર ચાઇલ્ડહુડ, ડુ વી?

આટલું યાદ રાખો. (Remember)

A

A. અંગ્રેજીમાં કેટલાક સંયુક્ત શબ્દોનાં ટૂંકા રૂપ (short forms) બોલવામાં જાણીતાં છે. એને બોલવા અને લખવાનો અભ્યાસ કરો.

does not	ડઝ નૉટ	doesn't	ડઝંટ	is not	ઇઝ નૉટ	isn't	ઇઝંટ
do not	ડૂ નૉટ	don't	ડોંટ	can not	કેન નૉટ	can't	કાંટ

ઉપર આપેલા દાખલાઓના આધારે એના ઉચ્ચારો તમે પોતે લખો અને એને યાદ કરો –
shall not (shan't શાંટ), will not (won't વૉંટ), should not (shouldn't શુડન્ટ), would not (wouldn't વુડંટ), must not (mustn't મસ્ટંટ), was not (wasn't વૉઝન્ટ), were not (weren't વેરંટ), are not (aren't આરન્ટ), I am (I'm આયમ), I have (I've આઈ'વ), have not (haven't હેવંટ), has not (hasn't હેઝંટ), had not (hadn't હેડન્ટ), could not (couldn't કુડંટ), I would (I'd આઈ'ડ).

B. don'tમાં n ઉપર લાગેલાને ન'સંકેત (n')ને Apostrophe કહેવાય છે.

B

Tail-Questionવાળાં વાક્યોમાં ઊલટા અર્થવાળાં જોડકાં ઉપયોગમાં આવે છે. એને યાદ કરો –

She does not–does she?		You do not–do you?
I did–didn't I?	He is–isn't he?	We are–aren't we?
He was–wasn't he?	You were–weren't you?	They had–hadn't they?
We can–can't we?	You will–won't you?	I shan't–shall I?
I must–mustn't I?	You would–wouldn't you?	She could–couldn't she?

20 વીસમો દિવસ
th Day

11 થી 15 દિવસ :

I. અંગ્રેજીમાં પાંચ સ્વર (vowels) છે – A E I O U. આ શબ્દોનો ઉચ્ચાર કરો. ઉચ્ચાર કરતી વખતે આ સ્વરોના ઉચ્ચાર ઉપર ધ્યાન આપો.

(a) a=આ (જેમ કે car)

far	star	card	hard	dark	mark
arm	farm	harm	art	part	start
heart	guard	answer	can't	balm	palm
calm	half	craft	draft	graph	laugh

(b) y યા i=આઈ (myની જેમ)

by	buy	cry	try	spy	style
die	lie	tie	eye	life	wife
like	strike	high	sight	right	height
fight	light	might	night	tight	bind
find	mind	kind	fine	line	nine
pipe	ripe	five	strive	drive	knife

(c) u યા o=અ (જેમ કે cup)

but	cut	rub	bud	dull	sum
fun	gun	up	hunt	lunch	luck
rush	sun	vulgar	brother	butter	hut
front	worry	some	dozen	mother	Monday
son	govern	nothing	young	tongue	southern
colour	comfort	become	cutter	cousin	other

(d) i=ઈ (જેમ કે it)

fit	hit	this	fish	wish	him
in	sin	thin	big	bid	kid
lip	slip	trip	ill	fill	will
kill	still	kick	pick	sick	trick
quick	king	link	spring	wing	fist
list	give	live	stick	clip	pin

(e) ea, ee, eu=ઈઅ (જેમ કે near)

clear	tear	near	hear	fear	appear
ear	year	dear	beer	deer	cheer
sheer	queer	rear	peer	gear	compere

(f) ea=ઈ (જેમ કે seat)

teat	beat	heat	meat	neat	heap
mean	sea	tea	lead	read	meal
each	reach	breach	preach	teach	speak

II. પ્રશ્ન Iમાં (a)થી (f) સુધી કુલ ૧૫૦ શબ્દો છે. એમાંથી ૧૪૦ના અર્થ ઠીક હોય તો Very good, ૧૨૫ના બરોબર હોય તો Good, ૧૦૦ના બરોબર હોય તો 'Not bad' માનો.

III. પ્રશ્ન Iના ૧૫૦ શબ્દોમાંથી કેટલાક શબ્દોમાં સ્વર તથા કેટલાકમાં વ્યંજનનો ઉચ્ચાર થતો નથી. એટલે કે તે મૂક છે. એની નોંધ કરો. અને મૂક અક્ષર (silent letters) પણ સામે લખો.

IV. આ શબ્દોના ઉચ્ચાર ગુજરાતી લિપિમાં લખો.

rough	fall	philosophy	forgive	age	page
from	arm	tribes	hopes	Asia	Shimla
Russia	thin	then			

V. નીચે આપેલા શબ્દોમાંથી જે જે અક્ષરનો ઉચ્ચાર થતો નથી તે લખો. Calm શાંત, Debt દેવું, Half અડધું, Folk લોકો, Knoll નાના પહાડ, Lodge નાનું ઘર, Match દિવાસળી, Naught દુષ્ટ, Reign રાજ્ય શાસન, Stalk ડાળી, Unkonwn અજાણ, Walk ચાલવું.

VI. આ શબ્દોના ઉચ્ચારો ગુજરાતીમાં લખો : ice, can, come, chocolate, policy, receipt, received, pierce of, off, accept, borne, born, cloths, clothes, morale, moral, island, gnat, psychology, known, written, honesty, psalm, knitting, honour, wrong, hour, deny. હવે કોઈ સારા standard શબ્દકોશમાં ઉચ્ચાર મેળવી જુઓ.

VII. અભ્યાસ માટે આ શબ્દોમાંથી આવા સ્પેલિંગવાળા શબ્દો શોધી કાઢો અને એને ડિક્શનેરીમાં મેળવીને ઠીક કરો.

hieght	height	speek	speak	call	calle
proccde	proceed	speach	speech	near	nare
exeede	excede	treat	treet	reech	reach
exprress	express	harrass	harass	ocasion	occasion
havy	heavy	tension	tention	attack	atacke
angry	angary	attension	attention	sleep	sleap
new	nue	simpaly	simply	whitch	which
plastek	plastic	nature	natuer	velley	valley
pleese	please	tuche	touch	flower	flover
compeny	company	midal	middle	substract	subtract

16 થી 18 દિવસ :

VIII. અંગ્રેજીમાં પ્રશ્નાર્થ શબ્દ (Interrogative words) છે – what, who, how, which, when, where, why વગેરે. નીચે આપેલ વાક્યોમાં આ શબ્દોનો ઉપયોગ થયો છે તેનો અનુવાદ કરો.

1. *What* do you mean?
2. *What* is your father?
3. *What's* wrong with you?
4. *What* did he decide?
5. *Who* do you think will be chosen?
6. *Whom* do you think I saw yesterday?
7. *Who* cleans your house?
8. *How* do you know his address?
9. *How many* boys finished the race?
10. *How* did he work?
11. *Which* is your notebook?
12. *Who* answered the question?
13. *When* did you return from Mumbai?
14. *When* will you be able to repay the money?
15. *When* are you going to start learning English?
16. *Where* do you live?
17. *Where* did she spend her summer vacation?
18. *Why* should we take exercise?
19. *Why* did you not get up early?
20. *Why* do people read newspaper?
21. *What's* troubling you?

IX. નીચે લખેલાં અંગ્રેજી વાક્યોનો ગુજરાતીમાં અનુવાદ કરો અને પછી ઊંધા છાપેલા ગુજરાતી અનુવાદ સાથે મેળવી જુઓ :

(1) The shop is closed, isn't it? (2) We are late, aren't we? (3) You did come, didn't you? (4) You won't come tomorrow, will you? (5) We can't go there, shall we? (6) If you hadn't told her, she wouldn't have known it. (7) I'm not late today. (8) They played well, but you didn't. (9) They won't reach in time, but we shall. (10) My mother won't attend the wedding, but my father will. (11) I must go, but you need not go. (12) You must not write in red ink. (13) He is wrong, isn't he? (14) I was with you, wasn't I? (15) You know him well, don't you? (16) We have done the work, haven't we? (17) You have learnt a lot, haven't you?

(૧) દુકાન બંધ છે, છે ને? (૨) આપણે મોડા છીએ, છીએ ને? (૩) તમે આવ્યા, શું નથી આવ્યા? (૪) તમે કાલે આવશો નહીં, શું આવશો? (૫) આપણે ત્યાં નહી જઈએ, શું જઈશું? (૬) જો તમે એને ન કહ્યું હોત તો, તો તે એ ન જાણત. (૭) હું આજે મોડો નથી. (૮) તે સારી રીતે રમ્યો પણ તમે ન રમ્યા. (૯) તેઓ વખતસર નહીં પહોંચે પણ આપણે પહોંચી જઈશું. (૧૦) મારી બા લગ્નમાં નહીં જાય પણ મારા પિતાજી જશે. (૧૧) મારે જરૂર જવું જોઈએ પણ તમારે જવાની જરૂર નથી. (૧૨) તમારે લાલ શાહીથી લખવું જોઈએ નહીં. (૧૩) તે ખોટો છે, છે ને? (૧૪) શું હું તમારી સાથે ન હતો? (૧૫) તમે એને સારી રીતે ઓળખો છો, નથી ઓળખતાં? (૧૬) આપણે કામ કરી લીધું છે, ખરું ને? (૧૭) તમે ઘણું બધું શીખી લીધું છે, શું નથી શીખ્યા?

નિર્દેશ : હવે તમે અંગ્રેજીનાં ઘણાં નવાં વાક્યો શીખી લીધાં છે એને મિત્રો સાથે બોલવાનો અભ્યાસ કરો.

X. નીચે અભ્યાસ (Drill) માટે પ્રશ્ન અને તેના ઉત્તર આપેલા છે. તમે તમારા મિત્રને કહો કે તે તમને પ્રશ્ન પૂછે અને તમે એનો જવાબ આપો. પછી એને મેળવી લો –

પ્રશ્ન (Questions)	ઉત્તર (Answers)
1. What's her dog's name?	It's Puppy.
2. What's your father?	He is a shopkeeper.
3. What do they want now?	They want more money.
4. Whom do you want to meet?	Mr. B.N. Mody.
5. Who owns this car?	My cousin does.
6. Who has come now?	My father has come.
7. Who came yesterday?	His sister came yesterday.
8. What do you think?	I think she will come soon.
9. What did she ask?	She asked if I would help her.
10. What did you say?	I said that I would help her.
11. How did she work?	She worked as hard as she could.
12. How do you earn so much money?	I work day and night.
13. How does a man become happy?	He becomes happy by helping others.
14. How can a man make many friends?	He makes many friends by being a true friend.
15. How do you remain cheerful?	I remain cheerful because I love my work.
16. Which book do you want now?	I want the Bhagvad-Gita.
17. What has happened to him?	He walked into a lamp post and hurt himself.
18. What does your pocket contain?	It contains some coins and a handkerchief.
19. What is your suit made of?	Woollen cloth.
20. In what does a bookseller deal?	A bookseller deals in various books.
21. When are you going to visit your aunt?	On Monday.
22. When are you going to finish your work?	By night.
23. When will your brother return home?	By tomorrow morning.
24. When will you be able to see me?	In a day or two.
25. When will you have to start work?	I shall have to start work at 4 o'clock.
26. Where did you sleep last night?	At my uncle's home.
27. Where did you spend your last Sunday?	I spent my last Sunday at Anand.
28. Where did she invest the money?	In book-trade.
29. Why should you work hard?	I must work hard lest I should fail.
30. Why didn't you come in time?	Because my mother was ill.
31. Why did you not lend him your cycle?	Because I had to go to the market.
32. Why is she never believed?	Because she keeps no promise.
33. Why did you vote for Dr. Mehta?	Because he is very efficient.
34. Whose telephone number is this?	It's Mr. Nanavati's.
35. Who's it?	It's me.
36. How do you do?	Fine. And you?
37. What do you ask?	I don't ask anything.
38. Does Rima know how to make tea?	No, she doesn't.
39. Shall we be late tomorrow?	No, I don't think so.
40. Won't it be 20th February tomorrow?	Yes, it will be.

(ii) ઉપરનાં વાક્યોનો ગુજરાતીમાં અનુવાદ કરો.

XI. નીચે લખેલાં વાક્યોનો ગુજરાતીમાં અનુવાદ કરો. તમારી સગવડ માટે વાક્યોનો ગુજરાતી અનુવાદ ઊંધો છાપેલો છે, પણ તે ક્રમવાર નથી.

(1) I want three hundred rupees on loan. (2) He is known to the Prime Minister. (3) No, not at all. He is a book-worm. (4) No sir, the postman has not come yet. (5) Yes he is weak but he is good at English. (6) No, it is slow by five minutes. (7) Raju, I have no appetite. (8) No, this is no thoroughfare. (9) Yes, it is hailing too. (10) Yes, but it gains ten minutes everyday. (11) No, I am thirsty. (12) I have nothing else to say. (13) No, he had a headache. (14) It takes me half an hour. (15) She has gone to her school. (16) I have been working here for the last five years. (17) Don't give up. (18) No, he is an author.

(૧) હું ત્રણસો રૂપિયા લોન લેવા માંગું છું. (૨) તેને પ્રધાનમંત્રી જાણે છે. (૩) ના, કદી નહીં, તે ચોપડીનો કીડો છે. (૪) ના શ્રીમાન, ટપાલી હજુ નથી આવ્યો. (૫) હા, એ નબળો છે પણ અંગ્રેજીમાં સારો છે. (૬) ના, એ પાંચ મિનિટ પાછળ છે. (૭) રાજુ, મને ભૂખ નથી. (૮) ના, એ બધા માટે નથી. (૯) કરા પણ પડે છે. (૧૦) હા, પરંતુ એ દરરોજ દસ મિનિટ આગળ જાય છે. (૧૧) ના, મને તરસ લાગી છે. (૧૨) મારે બીજું કશું નથી કહેવું. (૧૩) ના એનું માથું દુઃખતું હતું. (૧૪) એમાં મને અર્ધો કલાક લાગે છે. (૧૫) તે તેની શાળાએ ગઈ છે. (૧૬) હું અહીં પાછલાં પાંચ વર્ષોથી કામ કરું છું. (૧૭) હાર ન માનો. (૧૮) ના, એ એક લેખક છે.

XII. **પ્રશ્ન ૧ના "જવાબને" માટે યોગ્ય પ્રશ્ન બનાવો. તમારી સગવડ માટે ઘણા ખરા જવાબોના સંભવિત એવા પ્રશ્નો નીચે છાપેલા છે. એ જરૂરી નથી કે તમારા જવાબો અમારા જવાબો સાથે મળે. પરંતુ તે ખૂબ જરૂરી છે કે તમારા જવાબોનો ભાવાર્થ અમારા જવાબના ભાવાર્થ જેવો હોવો જોઈએ.**

(1) What do you want? (2) Who knows him? (3) Does Mahesh not take part in games? (4) Is there any letter for me? (5) Is he weak in Hindi? (6) Is your watch accurate? (7) Will you take some milk, mother? (8) May we pass through this way? (9) Is it raining? Is your timepiece in working order? (10) Are you thirsty? (11) What do you want to say next, Gopal? Did he have fever? (12) How much time does it take you to reach your school? (13) Where is your sister? (14) How long have you been working here? (15) How long had Mrs. Indira Gandhi been the Prime Minister of India? (16) Is your father a businessman?

અભ્યાસ માટેની કસોટી

કસોટી-૫ : What, that, this, itની સાથે a, anનો ઉપયોગ. That અને Thisનાં પ્રશ્નાર્થ વાક્ય પછી itનો ઉપયોગ થાય છે. Vowelsના soundવાળા શબ્દોની સાથે an અને થોડાક શબ્દોમાં itનો પ્રયોગ થાય છે –

કસોટી (Table)–5

(a) પ્રશ્ન-૩ વાક્ય

1	2
What is	that? this? it?

(b) જવાબ–6 વાક્ય.

1	2	3
It is	a	book large bottle small cup
	an	old book empty bottle empty cup

કસોટી-૬ what, why, where, how **પ્રશ્નાર્થ શબ્દોવાળાં વાક્ય.**

કસોટી (Table)–6 **256 વાક્ય.**

1	2	3	4	5
What Why Where How	did	we you they she/he	criticise support invest manage	him for? him in the election? the money? to keep it a secret?

કસોટી-૭ shall, should, will, would **પ્રશ્નાર્થ વાક્યો ખાસ કરીને કાળવાચક હોય છે.** should અને would વધુ નમ્રતા બતાવવા માટે ઉપયોગમાં આવે છે.

કસોટી (Table)–7

1	2	3	4
Shall Should Will Would	I we you they	stop walking begin to do it like to see it try the other way	now? soon? at once? tomorrow?

ઉપર આપેલાં ટેબલથી વાક્યોનો અભ્યાસ કરો.

21 એકવીસમો દિવસ
21st Day

ત્રીજું પ્રકરણ (3rd Expedition)

ત્રીજા પ્રકરણમાં અમે તમને અંગ્રેજી વ્યાકરણની કેટલીક જરૂરી સૂચનાઓનું જ્ઞાન કરાવીએ છીએ. એને સમજી લેશો તો તમને મોટા ભાગનું અંગ્રેજી સમજમાં આવી જશે. 21થી 30મા દિવસોના આ સેટમાં આ વિષયો ઉપર દૃષ્ટિપાત કરવામાં આવ્યો છે – pronouns, prepositions, co-relatives, active and passive voices, temporals, countable nouns, emphasis and some notable usages. અંતમાં ખૂબ પ્રચલિત એવાં idioms પણ આપવામાં આવ્યાં છે. દરેક દિવસના અંતે આ વિષયો બાબતની નોંધ પણ આપી છે કે જે વિષયને સમજવામાં બહુ મદદરૂપ બનશે.

તમે એક એક દિવસે એક એક કરીને અભ્યાસ કરજો. અને જોજો કે તમે ક્યાંથી ક્યાં પહોંચી ગયા છો. પહેલાં સર્વનામ શબ્દોનો પ્રયોગ કરો.

He, She, It, This, That, You, I, Each, None વગેરે સર્વનામ શબ્દોનો પ્રયોગ
a, an, the – articles (સામાન્ય પ્રયોગ)

1. આ રોમી છે. — *This* is Romi. ધિસ ઇઝ રોમી.
2. તે હિમાની છે. — *That* is Himani. ધેટ ઇઝ હિમાની.
3. આ એની ચોપડી છે. — *This* is *his* book. ધિસ ઇઝ હિઝ બુક.
4. તે તેણીનું પુસ્તક છે. — *That* is *her* book. ધેટ ઇઝ હર બુક.
5. તે છોકરો છે. — *He* is *a* boy. હી ઇઝ એ બૉય.
6. તે છોકરી છે. — *She* is *a* girl. શી ઇઝ એ ગર્લ.
7. તું એક વિદ્યાર્થી છે. — *You* are *a* student. યૂ આર એ સ્ટુડન્ટ.
8. હું એક ક્લાર્ક છું. — *I* am *a* clerk. આઈ એમ એ ક્લાર્ક.
9. આ એક કલમ છે. — *This* is *a* pen. ધિસ ઇઝ એ પેન.
10. આ એક સફરજન છે. — *This* is *an* apple. ધિસ ઇઝ એન એપલ.
11. તે એક નારંગી છે. — *That* is *an* orange. ધેટ ઇઝ એન ઑરેંજ.
12. હું એક ભારતીય છું. — *I* am *an* Indian. આઈ એમ એન ઇન્ડિયન.
13. આ પુસ્તકની મારે જરૂર છે. — *This* is *the* book *I* need. ધિસ ઇઝ ધ બુક આઈ નીડ.
14. તે પેન મેં ખરીદી છે. — *That* is *the* pen *I* purchased. ધેટ ઇઝ ધ પેન આઈ પર્ચેઝડ.
15. આ પેન્સિલ છે. આ મારી પેન્સિલ છે. — *This* is *a* pencil. *It* is *mine*. ધિસ ઇઝ એ પેન્સિલ. ઇટ ઇઝ માઇન.
16. તે બકરી છે. તે મારી છે. — *That* is *a* goat. *It* is *mine*. ધેટ ઇઝ એ ગોટ. ઇટ ઇઝ માઇન.
17. આ મારી ચોપડીઓ છે. પેલી તમારી ચોપડીઓ છે. — *These* are *my* books. *Those* are *your* books. ધીઝ આર માઇ બુક્સ. ધોઝ આર યોર બુક્સ.
18. આ પુસ્તકો મારાં છે. તે પુસ્તકો તમારાં છે. — *These* books are *mine*. *Those* books are *yours*. ધીઝ બુક્સ આર માઇન. ધોઝ બુક્સ આર યોર્સ.
19. હું આ સફરજનો પાછાં આપું છું. તે સડેલાં છે. — *I* want to return *these* apples. They are all rotten. આઈ વૉંટ ટુ રિટર્ન ધીઝ એપલ્સ. ધે આર રોટન.

20. તે નવી દિલ્હીથી કાલે પાછા ફર્યા. — *He* returned from New Delhi yesterday. હી રિટર્ન્ડ ફ્રૉમ ન્યૂ દિલ્હી યસ્ટર્ડે.

21. આ તમારી નોટો છે. તે મેજ ઉપર છે. — *These* are *your* notebooks. *They* are on the table. ધીઝ આર યોર નોટબુક્સ. ધે આર ઑન ધ ટેબલ.

22. આ મારી લખોટીઓ છે. એ ઘણાય રંગોની છે. — *Those* are *my* marbles. *They* are of different colours. ધોઝ આર માઇ માર્બલ્સ. ધે આર ઑફ ડિફરંટ કલર્સ.

23. ભારત આપણો દેશ છે. આપણે તેના વતની છીએ. — India is *our* country. *We* are *her* inhabitants. ઇંડિયા ઇઝ અવર કંટ્રી. વી આર હર ઇન્હેબિટેન્ટસ.

24. શ્રી શર્મા તમારા શિક્ષક છે. — Mr. Sharma is *your* teacher. મિસ્ટર શર્મા ઇઝ યોર ટીચર.

25. સુસ્મિતા અને સુષ્મા બહેનો છે. તેમની માતા શિક્ષિકા છે. — Susmita and Sushma are sisters. *Their* mother is *a* teacher. સુસ્મિતા એન્ડ સુષ્મા આર સિસ્ટર્સ. ધેર મધર ઇઝ એ ટીચર.

26. આ છોકરાઓમાંથી દરેક જણ રમત રમે છે. — *Each* of *these* boys plays games. ઈચ ઑફ ધીઝ બૉય્ઝ પ્લેઝ ગેમ્સ.

27. ત્યાં અમારામાંથી કોઈ ગયું નથી. — *None* of *us* went there. નન ઑફ અસ વેન્ટ ધેર.

28. અમે રજાઓમાં ખૂબ આનંદ કર્યો. — *We* enjoyed *ourselves* during *the* holidays. વી એન્જૉઇડ અવરસેલ્વ્સ ડ્યૂરિંગ ધ હૉલિડેઝ.

29. જે સૌથી સરસ કરશે તેને ઈનામ મળશે. — *Whoever* does best, will get *a* prize. હુએવર ડઝ બેસ્ટ વિલ ગૈટ એ પ્રાઇઝ.

30. તે મારાથી ડાહી છે. — *She* is wiser than *me*. શી ઇઝ વાઇઝર ધેન મી.

31. મારા ભાઈના અક્ષર કરતાં મારા અક્ષર સારા છે. — *My* handwriting is better than *that* of *my* brother's. માઇ હૅન્ડરાઇટિંગ ઇઝ બેટર ધેન ધેટ ઑફ માઇ બ્રધર્સ.

32. એ શું છે? એ પેન્સિલ છે. — What is *that*? *It* is *a* pencil. વૉટ ઇઝ ધેટ? ઇટ ઇઝ એ પેન્સિલ.

33. તે શું છે? તે પુસ્તકો છે. — What are *those* things? *Those* are books. વૉટ આર ધોઝ થિંગ્ઝ? ધોઝ આર બુક્સ.

34. આ પેટી છે. આ એની બાજુઓ છે. — *This* is *a* box. *These* are *its* sides. ધિસ ઇઝ એ બૉક્સ. ધીઝ આર ઇટસ સાઇડઝ.

35. તે કોણ છે? તે મારો મિત્ર છે. — *Who* is *that*? *He* is *my* friend. હૂ ઇઝ ધેટ? હી ઇઝ માઈ ફ્રેન્ડ.

36. આ કોની નોટ છે? — *Whose* notebook is *this*? હૂઝ નોટબુક ઇઝ ધિસ?

37. એ તેની છે. — *It* is *hers*. ઇટ ઇઝ હર્સ.

38. આ ગાય અમારી છે. — *This* cow is *ours*. ધિસ કાઉ ઇઝ અવર્સ.

39. આ દુકાનો એમની છે. — *Those* shops are *theirs*. ધોઝ શૉપ્સ આર ધેર્સ.

40. આ ઘડિયાળ મારી છે. — *This* watch is *mine*. ધિસ વૉચ ઇઝ માઇન.

41. આ ઘર તમારું છે. — *This* house is *yours*. ધિસ હાઉસ ઇઝ યોર્સ.

42. આ તમારું ઘર છે. — *This* is *your* house. ધિસ ઇઝ યોર હાઉસ.

43. તેઆ ક્રિકેટના શોખીન છે. તેઓ ક્યારેય ટી.વી. પર મેચ જોવાનું ભૂલતા નથી. — *They* are crazy about cricket. *They* never miss *a* match on T.V. ધે આર ક્રેઝી એબાઉટ ક્રિકેટ. ધે નેવર મિસ એ મૅચ ઑન ટી.વી.

44. તમારી પેઇન્ટિંગ બધાંથી સારી છે. — *Your* painting is *the* best. યોર પેઇન્ટિંગ ઇઝ ધ બેસ્ટ.

45. આ કોનો સામાન છે? — *Whose* luggage is *this*? હૂઝ લગેજ ઇઝ ધિસ?

46. તમે એના ઉપર ભરોસો રાખી શકો છો. — *You* can trust *him*. યૂ કેન ટ્રસ્ટ હિમ.

47. મને તમારી પાસેથી આવી આશા ન હતી. — *I* never expected *this* from *you.* આઈ નેવર એક્સપેક્ટિંગ ધિસ ફ્રૉમ યૂ.

48. આ ચોપડી મારે કામની નથી. — *This* book is of no use to *me.* ધિસ બુક ઇઝ ઑફ નો યૂઝ ટુ મી.

49. આપણે તરત જવું પડશે. — *We* have to leave at once. વી હેવ ટુ લીવ એટ વન્સ.

50. દિલ્હીમાં એમનું પોતાનું ઘર છે. — *They* have *their* own house in Delhi. ધે હેવ ધેર ઓન હાઉસ ઇન દિલ્હી.

51. હું તમારી વાત ધ્યાનથી સાંભળી રહ્યો છું. — *I* am listening to *you* attentively. આઈ એમ લિસનિંગ ટુ યૂ એટેંટિવલી.

52. દરવાજો કોણ ખખડાવે છે? — *Who* is knocking at *the* door? હૂ ઇઝ નૉકિંગ એટ ધ ડોર?

53. આ બીજી જ વાત છે. — *That's* a different matter altogether. ધૅટ્સ એ ડિફરંટ મેટર ઑલટુગેધર.

54. એને સમયની કિંમત ખબર નથી. — *She* doesn't know *the* value of time. શી ડઝન્ટ નો ધ વેલ્યૂ ઑફ ટાઇમ.

55. હું તમારો બહુ આભારી છું. — *I* am very thankful to *you.* આઈ એમ વેરી થૅંકફુલ ટુ યૂ.

56. એના આવા લુખ્ખા વ્યવહારથી મને ધક્કો પહોંચ્યો છે. — *His* rude behaviour shocked *me.* હિઝ રૂડ બિહેવિઅર શૉક મી.

57. એ દુકાન મારા કાકાની છે. — *That* shop belongs to *my* uncle. ધૅટ શૉપ બિલોંગ્ઝ ટુ માઇ અંકલ.

આટલું યાદ રાખો. (Remember)

1. He (she) અને that એ બધાનો અર્થ 'તે' થાય છે. પરંતુ he, she પુરુષવાચક સર્વનામ છે અને that નિશ્ચયવાચક સર્વનામ છે. એટલે કે he, she પુરુષ અને સ્ત્રીજાતિના છે પરંતુ that (તે) વસ્તુ માટે વપરાય છે. નિશ્ચયાત્મક છે. "આ નહીં તે લાવો." Bring that, not this.
2. This, that – નિશ્ચયવાચક સર્વનામ છે. These (thisનું) બહુવચન છે અને those (thatનું) બહુવચનરૂપ છે.
3. This (આ), that (તે) આ બંનેના બદલે આગલા વાક્યોમાં itનો પ્રયોગ થાય છે.
4. These (આ), those (તે) આ બંનેને બદલે આગલા વાક્યોમાં (પ્રસંગના રૂપમાં) they આવે છે.
5. A, an, the – એ articles કહેવાય છે. a, an અનિશ્ચયાત્મક છે, the નિશ્ચયાત્મક. સામાન્ય રીતે **જે સંજ્ઞા શબ્દોની ગણતરી થઈ શકે છે** (countable) એની આગળ a અથવા an લાગે છે. જેમ કે – a book, a cat, an animal, an age વગેરે. જે (countable) શબ્દોનો પહેલો અક્ષર 'a, e, i, o, u'માંથી કોઈ હોય તો ત્યાં **ખાસ કરીને** an લાગે છે. જેમ કે – an animal, an Indian વગેરે. જે શબ્દોમાં પહેલો અક્ષર વ્યંજન હોય છે ત્યાં a લાગે છે – a man, a cat વગેરે.
6. The નિશ્ચયવાચક articleનો કોઈ વ્યક્તિ અથવા વસ્તુ વિશેષની આગળ પ્રયોગ કરવામાં આવે છે. This is the book I need – આ પુસ્તકની મને જરૂર છે, વગેરે. એનો વિસ્તારમાં પ્રયોગ આગળ જુઓ.

22 બાવીસમો દિવસ
22nd Day

સ્થાનસૂચક (Platial) શબ્દોથી બનેલાં વાક્યો

(on, at, into, in, of, to, by, with, besides, beside, between, among, over)

અંગ્રેજી ભાષાની વાક્ય રચનામાં **Prepositions**નું બહુ મહત્ત્વ છે. અંગ્રેજી ભાષા શીખનારાઓએ બહુ જ સાવધાનીપૂર્વક એનો ઉપયોગ શીખવો જોઈએ. કેટલાક **Prepositions**નો સંબંધ, સ્થાન, સમય, વિધિ વગેરેની સાથે હોય છે અને કેટલાકનો કારણ અને ગતિની સાથે હોય છે. એ બધાનો અભ્યાસ ખૂબ બારીકાઈપૂર્વક કરવો જોઈએ. **Prepositions** ખાસ કરીને સંજ્ઞા, સર્વનામ અને સંજ્ઞાવાચક ઇતર શબ્દોના બીજા શબ્દો સાથે સંબંધ બતાવે છે. એ ખાસ કરીને સંજ્ઞા વગેરે શબ્દોની પહેલાં લાગે છે. કદીક પાછળ પણ લગાવાય છે. એનો સારી રીતે અભ્યાસ કરીને તમે એના ઉપર કાબૂ મેળવી શકો છો.

1. ચોપડી પેટી ઉપર છે.	The book is *on* the box. ધ બુક ઇઝ ઑન ધ બૉક્સ.
2. કૉમ્પ્યૂટર મેજ ઉપર છે.	The computer is *on* the table. ધ કૉમ્પ્યૂટર ઇઝ ઑન ધ ટેબલ.
3. ક્લાર્ક મેજ ઉપર બેઠો છે.	The clerk is *at* the table. ધ ક્લાર્ક ઇઝ ઍટ ધ ટેબલ.
4. દરવાજા ઉપર લીલો રંગ છે.	There is green paint *on* the door. ધેર ઇઝ ગ્રીન પેઇન્ટ ઑન ધ ડોર.
5. પિતાજી દરવાજે ઊભા છે.	Father is standing *at* the door. ફાધર ઇઝ સ્ટેન્ડિંગ ઍટ ધ ડોર.
6. એને ફર્શ ઉપર ના મૂકશો.	Don't put it *on* the floor. ડોંટ પુટ ઇટ ઑન ધ ફ્લોર.
7. હું તમને ઘેર મળીશ.	I shall meet you *at* home. આઈ શેલ મીટ યૂ ઍટ હોમ.
8. શ્યામલા ઓરડામાં જઈ રહી છે.	Shyamla is going *into* the room. શ્યામલા ઇઝ ગોઈંગ ઇન્ટુ ધ રૂમ.
9. હવે શ્યામ અને શ્યામલા ઓરડામાં છે.	Now, Shyam and Shyamla are *in* the room. નાઉ, શ્યામ એન્ડ શ્યામલા આર ઇન ધ રૂમ.
10. પ્યાલામાં થોડું પાણી છે.	There is some water *in* the glass. ધેર ઇઝ સમ વૉટર ઇન ધ ગ્લાસ.
11. હું પ્યાલામાં થોડુંક બીજું પાણી નાંખું છું.	I pour some more water *into* the glass. આઈ પોર સમ મોર વૉટર ઇન્ટુ ધ ગ્લાસ.
12. લોકો નદીમાં સ્નાન કરે છે.	People bathe *in* the river. પીપલ બેધ ઇન ધ રિવર.
13. બાળક નદીમાં પડી ગયું.	The child fell *into* the river. ધ ચાઇલ્ડ ફેલ ઇન્ટુ ધ રિવર.
14. અમે બેંચ ઉપર બેસીએ છીએ પરંતુ પિતાજી આરામ ખુરશીમાં બેસે છે.	We sit *on* the bench, but father sits *in* the arm-chair. વી સિટ ઑન ધ બેન્ચ, બટ ફાધર સિટ્સ ઇન ધ આર્મ ચેર.
15. તમે મેજ ઉપર કેમ નથી બેસતા?	Why don't you sit *at* the table? વાય ડૂ નૉટ યૂ સિટ ઍટ ધ ટેબલ?
16. તમે પુસ્તક ટેબલ પર કેમ ન મૂક્યું?	Why didn't you place the book *on* the table? વાય ડિડ નૉટ યૂ પ્લેસ ધ બુક ઑન ધ ટેબલ?
17. કલમ ટેબલના ખાનામાં છે.	The pen is *in* the drawer. ધ પેન ઇઝ ઇન ધ ડ્રોઅર.
18. તે તેના મકાનમાં ગયો.	He went *into* his house. હી વેન્ટ ઇન્ટુ હિઝ હાઉસ.

19. પત્ર કૂરિયર દ્વારા મોકલાવ્યો હતો. The letter was sent *by* courier. ધ લેટર વૉઝ સેન્ટ બાઈ કૂરિયર.

20. એનો ગુજરાતીમાંથી અંગ્રેજીમાં અનુવાદ કરો. Please translate this from Gujarati *into* English. પ્લીઝ ટ્રાન્સલેટ ધિસ ફ્રૉમ ગુજરાતી ઈન્ટુ ઇંગ્લિશ.

21. અમે કેકના ચાર ભાગ કર્યાં. We divided the cake *into* four parts. વી ડિવાઈડેડ ધ કેક ઈન્ટુ ફોર પાર્ટસ.

22. તે ભરૂચમાં રહે છે, પણ તેનો ભાઈ સુરતમાં રહે છે. He lives *in* Bharuch, but his brother lives *at* Surat. હી લિઝ્સ ઈન ભરૂચ, બટ હિઝ બ્રધર લિવ્સ એટ સુરત.

23. અમે ભારતમાં અમદાવાદ ખાતે રહીએ છીએ. We live *at* Ahmedabad *in* India. વી લિવ એટ અમદાવાદ ઈન ઇંડિયા.

24. હિમાચલ પ્રદેશ ઉત્તર ભારતમાં છે. Himachal Pradesh is *in* North India. હિમાચલ પ્રદેશ ઈઝ ઈન ધ નૉર્થ ઇંડિયા.

25. હિમાલય ભારતી ઉત્તરમાં છે. The Himalayas are *to* the north of India. ધ હિમાલયાઝ આર ટુ ધ નોર્થ ઑફ ઇંડિયા.

26. નેપાળ ભારતની ઉત્તર તરફ છે. Nepal is *to* the north of India. નેપાલ ઈઝ ટુ ધ નૉર્થ ઑફ ઇંડિયા.

27. વ્યક્તિને એના કપડાંથી માપશો નહીં. Don't judge a person *by* his clothes. ડોંટ જજ એ પર્સન બાઈ હિઝ ક્લોથ્ઝ.

28. મેં દૂધથી બાટલી ભરી. I filled the bottle *with* milk. આઈ ફિલ્ડ ધ બૉટલ વિથ મિલ્ક.

29. વાઘને શિકારીએ મારી નાંખ્યો. The tiger was killed *by* the hunter. ધ ટાઈગર વૉઝ કિલ્ડ બાઈ ધ હંટર.

30. વાઘ બંદૂકથી મરાયો. The tiger was killed *with* a gun. ધ ટાઈગર વૉઝ કિલ્ડ વિથ એ ગન.

31. તેણે કલમ વડે પત્ર લખ્યો. She wrote the letter *with* a pen. શી રોટ ધ લેટર વિથ એ પેન.

32. તે પોતાના ભાઈની પાસે ઊભો રહ્યો. He stood *beside* his brother. હી સ્ટૂડ બિસાઈડ હિઝ બ્રધર.

33. હું હૉકી સિવાય ફુટબોલ રમું છું. I play football *besides* hockey. આઈ પ્લે ફુટબૉલ બિસાઈડસ હૉકી.

34. મિઠાઈઓને મનીષ અને મારુતિ વચ્ચે વહેંચી દો. Divide the sweets *between* Manish and Maruti. ડિવાઈડ ધ સ્વીટસ બિટવીન મનીષ ઍન્ડ મારુતિ.

35. સિમલા પહાડીઓની વચ્ચે છે. Shimla is situated *amongst* the hills. સિમલા ઈઝ સિચ્યુએટેડ એમંગ્સ્ટ ધ હિલ્સ.

36. તે રૂપેરી વાળવાળી વ્યક્તિ છે. He is a man *with* grey hair. હી ઈઝ એ મેન વિથ ગ્રે હેર.

37. તે સિદ્ધાંતપ્રિય વ્યક્તિ છે. He is a man *of* principles. હી ઈઝ એ મેન ઑફ પ્રિન્સિપલ્સ.

38. તાપી નદી ઉપર પૂલ છે. There is a bridge *over* the Tapi river. ધેર ઈઝ એ બ્રિજ ઓવર ધ તાપી રિવર.

39. દડાને દીવાલથી ઉપર ફેંકો. Throw the ball *over* the wall. થ્રો ધ બૉલ ઓવર ધ વૉલ.

40. વિમાન સમુદ્ર ઉપર ઊડીને ફ્રાન્સ તરફ ગયું. The aeroplane flew *over* the sea *to* France. ધ એરોપ્લેન ફ્લ્યૂ ઓવર ધ સી ટુ ફ્રાન્સ.

41. પક્ષી પુલ ઉપર ઊડી રહ્યાં છે. Birds are flying *over* the bridge. બર્ડ્ઝ આર ફ્લાઈંગ ઓવર ધ બ્રિજ.

42. હોડીઓ પુલની નીચે છે. Boats are *under* the bridge. બોટ્સ આર અંડર ધ બ્રિજ.

43. અમિતાભ, રાસ અને વિકાસની વચ્ચે ઊભો છે. Amitabh is standing *between* Ras and Vikas. અમિતાભ ઈઝ સ્ટેન્ડિંગ બિટવીન રાસ ઍન્ડ વિકાસ.

44. રામ સીતાની આગળ છે. સીતાજી રામની પાછળ છે.
Ramji is *in front of* Sita. Sitaji is *behind* Ram. રામ ઇઝ ઇન ફ્રંટ ઑફ સીતા. સીતાજી ઇઝ બિહાઇન્ડ રામ.

45. બસો સડક પર ચાલે છે. સાડીઓ પ્રદર્શન માટે રાખી છે. અમે કામ પર છીએ. તેઓ પ્રવાસ પર છે. ગાડી પ્લેટફૉર્મ પર છે.
Buses run *on* the road. Sarees are *on* display. We are *on* duty. They go *on* tour. The train is *on* the platform. બસીસ રન ઑન ધ રોડ. સારીઝ આર ઑન ડિસપ્લે. વી આર ઑન ડ્યૂટી. ધે ગો ઑન ટુર. ધ ટ્રેન ઇઝ ઑન ધ પ્લેટફૉર્મ.

46. અમે ગૂંચવાડામાં છીએ. પૈસા મારા ખિસ્સામાં છે. માછલીઓ સમુદ્રમાં છે. અંદર કોણ છે?
We are *in* confusion. The money is *in* my pocket. Fish are *in* the sea. Who is *inside*? વી આર ઇન કન્ફ્યૂઝન. ધ મની ઇઝ ઇન માઇ પૉકેટ. ફિશ આર ઇન ધ સી. હૂ ઇઝ ઇનસાઇડ?

47. બાળક છાપરા ઉપરથી પડી ગયું.
The child fell *through* the roof. ધ ચાઇલ્ડ ફેલ થ્રુ ધ રૂફ.

48. નકશો દીવાલ ઉપર ટાંગ્યો હતો.
The map was hung *on* the wall. ધ મૅપ વૉઝ હંગ ઑન ધ વૉલ.

49. મને વર્તમાનપત્ર આપો.
Give the newspaper *to* me. ગિવ ધ ન્યૂઝપેપર ટુ મી.

50. મારા માટે વર્તમાનપત્ર લાવો.
Get a newspaper *for* me. ગેટ એ ન્યૂઝપેપર ફૉર મી.

આટલું યાદ રાખો. (Remember)

1. At, on, in, with, by વગેરે Prepositionsનો પ્રયોગ ખાસ કરીને સ્થળવાચક (platial) અને કાળવાચક (temporal) શબ્દોના રૂપમાં થાય છે. ઉપર તમે સ્થળવાચક અર્થમાં એમનો ઉપયોગ જોયો છે.
2. On અને at બંનેનો અર્થ "ઉપર" છે, તથા by અને withનો અર્થ "સાથે" છે, પરંતુ એ શબ્દોના અર્થમાં ફેર છે. 'on the table'નો અર્થ છે – 'મેજ ઉપર' અને 'at the table'નો અર્થ છે 'મેજની પાસે'. byનો અર્થ થાય છે "(થી)" તથા withનો "ની સાથે" થાય છે.
3. Between બે વ્યક્તિઓ અથવા વસ્તુઓમાં આવે છે. among બેથી વધુ વ્યક્તિઓ માટે ઉપયોગમાં લેવાય છે.
4. Kamla is going in her room. (✗)
   Kamla is going into her room. (✓)
   ઉપરના બે વાક્યોમાં બીજું વાક્ય સાચું છે. અહીં હેતુ છે "ઓરડાની અંદર દાખલ થવું" નહીં કે અંદર ચાલવું, ફરવું. એટલા માટે intoનો ઉપયોગ કરવામાં આવ્યો છે. inનો ઉપયોગ ત્યાં જ થાય છે કે જ્યાં તે **ઓરડાની અંદર** જ કંઈ કામ કરી રહી છે. એવો અર્થ નીકળતો હોય, દાખલા તરીકે નીચે આપેલા વાક્યો વાંચો –
   કમલા પોતાના ઓરડાની અંદર છે. Kamla is in her room. કમલા ઇઝ ઇન હર રૂમ.
   કમલા પોતાના ઓરડામાં સૂઈ રહી છે. Kamla is sleeping in her room. કમલા ઇઝ સ્લીપિંગ ઇન હર રૂમ.

23 ત્રેવીસમો દિવસ
rd Day

Co-relatives and Temporals

અંગ્રેજી ભાષામાં ક્યાંક એકબીજાના પૂરક શબ્દો (correlative)નો ઉપયોગ થાય છે. આ શબ્દો એકબીજાની સાથે સંકળાયેલા હોય છે. બે પદોમાંથી એક પદ થોડું પણ બદલાઈ જાય તો વાક્ય અશુદ્ધ બની જાય છે. એથી એનો અભ્યાસ કરી લેવો જોઈએ. જેમ કે – no sooner-than, scarcely-when (before) hardly-when (before) વગેરે કેટલાક શબ્દોની સાથે બીજા પૂરક શબ્દો નથી હોતા અને તે એકલા જ ઉપયોગમાં આવે છે. જેમ કે – As soon as we reached the bus stop, the bus left. અહીં as soon asની સાથે કોઈ શબ્દ નથી આવ્યો.

A

વાક્યોમાં એકબીજાના પૂરક શબ્દ (Co-relatives)

as soon as–x	as long as–x	unless–x	As far as–x
x–until	x–till	x–so that	no sooner–than
hardly–when	not only–but also	either–or	neither–nor
although–yet	lest–should	rather–than	no less–than
the–the	scarcely-when		

1. જેવા અમે સ્ટેશન પર પહોંચ્યા કે ગાડી ચાલી ગઈ. — *As soon as* we reached the station, the train left. એઝ સૂન એઝ વી રીચ્ડ ધ સ્ટેશન, ધ ટ્રેન લેફ્ટ.
2. જેવા તે તેમનું ભાષણ આપવા ઊઠ્યા, તો હૉલ આનંદથી ગુંજી ઉઠ્યો. — *No sooner* did he get up to deliver his speech *than* the hall began to resound with cheers. નો સૂનર ડિડ હી ગેટ અપ ટુ ડિલિવર હિઝ સ્પીચ, ધેન ધ હૉલ બિગેન ટુ રિસાઉન્ડ વિથ ચિયર્સ.
3. ઘંટ વાગતા પહેલાં ભાગ્યે જ અમે શાળાએ પહોંચ્યા. — We had *scarcely* reached the school *when* (before) the bell rang. વી હેડ સ્કેર્સલી રીચ્ડ ધ સ્કૂલ વેન (બિફોર) ધ બેલ રેંગ.
4. વરસાદ શરૂ થયો તે પહેલાં જ તે તેના ઘરની બહાર નીકળી ગયો હતો. — He had *hardly* come out of his house *when* (before) it started raining. હી હેડ હાર્ડલી કમ આઉટ ઑફ હિઝ હાઉસ વેન (બિફોર) ઇટ સ્ટાર્ટેડ રેનિંગ.
5. જો તમે ઝડપથી નહીં દોડો તો ગાડી નહીં પકડી શકો. — *Unless* you run fast, you will not be able to catch the train. અનલેસ યૂ રન ફાસ્ટ, યૂ વિલ નૉટ બી એબલ ટુ કેચ ધ ટ્રેન.
6. જ્યાં સુધી હું ન આવું ત્યાં સુધી મહેરબાની કરીને મારી રાહ જોજો. — Please wait for me *until* I return. પ્લીઝ વેટ ફૉર મી, અનટિલ આઈ રિટર્ન.
7. જ્યાં સુધી હું અહીંયા છું ત્યાં સુધી તમારે કોઈ વાતે ચિંતા કરવાની જરૂર નથી. — *As long as* I am here, you need not worry about anything. એઝ લૉંગ એઝ આઈ એમ હિયર, યૂ નીડ નૉટ વરી એબાઉટ એનિથિંગ.
8. જોકે તે ગરીબ છે પણ તે પ્રમાણિક છે. — *Although* he is poor, he is honest. ઑલ્થો હી ઇઝ પુઅર, હી ઇઝ ઑનેસ્ટ.
9. જ્યાં સુધી મને યાદ છે ત્યાં સુધી તે કાલે અહીં હતો. — *As far as* I remember, he was here yesterday. એઝ ફાર એઝ આઈ રિમેમ્બર, હી વૉઝ હિયર યસ્ટર્ડે.
10. છતને ઠીક કરાવી લો જેથી તેમાંથી પાણી ચૂવા ન લાગે. — Get the roof repaired before it begins to leak. ગેટ ધ રૂફ રિપેર્ડ બિફોર ઇટ બીગિન્સ ટુ લીક.

11. પ્રથમ આવવાની તો વાત જ જવા દો, તે તો પરીક્ષામાં પાસ જ થઈ શકે તેમ નથી.
What to speak of standing first, he cannot even pass the examination. વૉટ ટુ સ્પીક ઑફ સ્ટેન્ડિંગ ફર્સ્ટ, હી કેનનૉટ ઇવન પાસ ધ એક્ઝામિનેશન.

12. તે નાપાસ થશે પરંતુ નકલ નહીં કરે.
He would *rather* fail *than* copy. હી વુડ રાધર ફેલ ધેન કૉપી.

13. રાજ્યના મુખ્ય મંત્રીથી ઓછું મહત્ત્વ ધરાવનાર વ્યક્તિએ રાષ્ટ્રીય ઝંડો નથી લહેરાવ્યો.
No less a person *than* the state Chief Minister hoisted the National Flag. નૉ લેસ એ પર્સન ધેન ધ સ્ટેટ ચીફ મિનિસ્ટર હોઇસ્ટેડ ધ નેશનલ ફ્લેગ.

14. તે એટલો માંદો છે કે પથારીમાંથી ઊઠી નથી શકતો.
He is *so* ill *that* he cannot get up from his bed.
હી ઇઝ સો ઇલ ધેટ હી કેનનૉટ ગેટ અપ ફ્રૉમ હિઝ બેડ.

15. તે એટલી મહેનત કરે છે કે જેથી તેને પારિતોષિક મળે.
He works hard *so that* he may win a prize.
હી વર્ક્સ હાર્ડ સો ધેટ હી મે વિન એ પ્રાઇઝ.

16. તમે જેમ જેમ ઊંચા ચડો તેમ તેમ ઠંડી વધતી જાય છે.
The higher you climb *the* colder it is.
ધ હાયર યૂ ક્લાઇંબ ધ કોલ્ડર ઇટ ઇઝ.

17. તમે કે તમારો ભાઈ ગુનેગાર છો.
Either you *or* your brother is guilty.
આઈધર યૂ ઑર યોર બ્રધર ઇઝ ગિલ્ટી.

18. તે ચાલવા માટે ખૂબ નબળી છે.
She is *too* weak *to* walk. શી ઇઝ ટૂ વીક ટુ વૉક.

19. તે એટલી નબળી છે કે ચાલી શકતી નથી.
She is *so* weak *that* she cannot walk.
શી ઇઝ સો વીક ધેટ શી કેનનૉટ વૉક.

20. તમે આ કામ આજે પૂરું કરી દો અથવા તમારા પૈસા જવા દો.
Either you complete this job today *or* you lose your money. આઈધર યૂ કમ્પલીટ ધિસ જૉબ ટુડે ઑર યૂ લૂઝ યોર મની.

21. હું કેવળ અંગ્રેજી જ નહીં ફ્રેંચ પણ વાંચું છું.
I study *not only* English *but also* French.
આઈ સ્ટડી નૉટ ઑન્લી ઇંગ્લિશ બટ ઑલ્સો ફ્રેંચ.

22. અંકિત કે એનો ભાઈ બગીચામાં રમતા નથી.
Neither Ankit *nor* his brother plays in this park.
નાઇધર અંકિત નૉર હિઝ બ્રધર પ્લેઝ ઇન ધિસ પાર્ક.

B

કાળસૂચક શબ્દો (Temporals)થી બનેલાં વાક્યો

23. હમણાં જાન્યુઆરી બે હજાર ચાર (2005) છે. તે માર્ચમાં આવશે.
It is January, two thousand five (2005). He will come *in* March. ઇટ ઇઝ જાન્યુઆરી ટુ થાઉઝંડ ફાઇવ (2005). હી વિલ કમ ઇન માર્ચ.

24. તમને એનો પત્ર ત્રણ દિવસમાં મળશે.
You will receive his letter *in* three days.
યૂ વિલ રિસીવ હિઝ લેટર ઇન થ્રી ડેઝ.

25. તમને એનો પત્ર ત્રણ દિવસની અંદર મળશે.
You will receive his letter *within* three days.
યૂ વિલ રિસીવ હિઝ લેટર વિધિન થ્રી ડેઝ.

26. અમે વીસમી ફેબ્રુઆરીએ મુંબઈ જવા ઊપડ્યા.
We left for Mumbai *on* February 20.
વી લેફ્ટ ફૉર મુંબઈ ઑન ફેબ્રુઆરી ટવેન્ટી.

27. તમે સાડા ત્રણ વાગે આવ્યા.
You came *at* half past three. યૂ કેમ ઍટ હાફ પાસ્ટ થ્રી.

28. દુકાન સવારે (સાડા નવ) 9-30થી સાંજે (સાત) 7-00 વાગ્યા સુધી ખુલ્લી રહે છે.
The shop remains open *from* 9.30 A.M. *to* 7 P.M.
ધ શૉપ રિમેન્સ ઑપન ફ્રૉમ નાઇન થર્ટી એ.એમ. ટુ સેવન પી.એમ.

29. તે કાલે અહીં પાંચ વાગ્યા સુધી હતી.
She was here *till* 5.00 P.M. yesterday.
શી વૉઝ હિયર ટિલ ફાઇવ પી.એમ. યસ્ટર્ડે.

30. છોકરાઓ દરરોજ એક કલાક રમે છે.
The boys play every day *for* an hour.
ધ બૉય્ઝ પ્લે એવરી ડે ફૉર એન આવર.

31. તે કાલથી અહીં છે.
He has been here *since* yesterday.
હી હેઝ બીન હિયર સિન્સ યસ્ટર્ડે.

32. તે અહીંયા 1970થી રહે છે.
She has been living here *since* 1970.
શી હેઝ બીન લિવિંગ હિયર સિન્સ નાઇન્ટીન સેવન્ટી.

33. તમે કેટલા સમયથી અંગ્રેજી શીખી રહ્યા છો?
How long have you been learning English?
હાઉ લૉંગ હેવ યૂ બીન લર્નિંગ ઇંગ્લિશ?

34. મેં એને પહેલેથી જ લખી દીધું છે.
I have *already* written to her. આઈ હેવ ઑલરેડી રિટન ટુ હર.

35. તે હજુ નથી આવી.
She has not come *yet*. શી હેઝ નૉટ કમ યટ.

36. શો શરૂ થવાની તૈયારીમાં છે.
The show is *about* to start. ધ શો ઇઝ એબાઉટ ટુ સ્ટાર્ટ.

37. હું મારું કામ આવતા શુક્રવાર સુધીમાં પૂરું કરીશ.
I shall finish my work *by* next Friday.
આઈ શેલ ફિનિશ માઇ વર્ક બાઇ નેક્સ્ટ ફ્રાઈડે.

38. હું ત્યાં લગભગ ત્રણ વાગે પહોંચ્યો.
I reached there *at about* three o'clock.
આઈ રીચ્ડ ધેર ઍટ એબાઉટ થ્રી ઓક્લૉક.

39. જ્યારે નિશા આવી તો માલવ ચાલી ગયો.
When Nisha came, Malav left. વેન નિશા કેમ, માલવ લેફ્ટ.

40. તે જ્યારે વાંચતી હતી ત્યારે હું રમતો હતો.
While she was reading, I was playing.
વાઇલ શી વૉઝ રીડિંગ, આઈ વૉઝ પ્લેઇંગ.

41. સવાર પડતાં સુધીમાં તેનો છેલ્લો શ્વાસ ચાલતો હતો.
He was breathing his last *by* dawn. હી વૉઝ બ્રીધિંગ હિઝ લાસ્ટ બાઇ ડૉન.

42. હું તેને આવતે મહિને મળીશ.
I shall meet him *next* month. આઈ શેલ મીટ હિમ નેક્સ્ટ મંથ.

43. નીરજા બપોરે શાળાએ જાય છે.
Neerja goes to school *in* the afternoon.
નીરજા ગોઝ ટુ સ્કૂલ ઇન ધ આફ્ટરનૂન.

44. અલ્પા સવારે નવ વાગે આવે છે અને સ્મિતા દસ વાગે આવે છે.
Alpa comes *at* 9 A.M. and Smita comes *at* 10 A.M.
અલ્પા કમ્સ એટ નાઇન એ.એમ. ઍન્ડ સ્મિતા કમ્સ ઍટ ટેન એ.એમ.

45. અલ્પા સ્મિતાથી વહેલી આવે છે અને સ્મિતા અલ્પાની પછી આવે છે.
Alpa comes *before* Smita and Smita comes *after* Alpa.
અલ્પા કમ્સ બિફોર સ્મિતા ઍન્ડ સ્મિતા કમ્સ આફ્ટર અલ્પા.

46. તે એનું કામ લગભગ ચાર કલાકમાં પૂરું કરી લેશે.
He will finish his work *in about* four hours.
હી વિલ ફિનિશ હિઝ વર્ક ઇન એબાઉટ ફોર આવર્સ.

આટલું યાદ રાખો. (Remember)

1. No sooner did Rajendra reach the school than the bell started ringing.
આ પ્રકારનાં વાક્યોમાં શબ્દોની જોડ જણાય છે. No sooner એકલું ન આવી શકે એની સાથે than લાગવું જરૂરી છે. શબ્દોની આ જોડ મળીને વાક્યના બે ભાગો 'did Rajendra reach the school' અને 'bell started ringing'ને જોડે છે. એટલે આવા જોડ્યા શબ્દોને Co-relatives અથવા Co-relative Conjunctions (પૂરક સંયોજક) કહે છે.
2. મહિનાઓના નામ સાથે in, વારના નામ સાથે on, સમય બતાવવા માટે atનો પ્રયોગ થાય છે. જેમ કે, in February, on Tuesday, at 6-30 A.M. વગેરે. એ રીતે morning સવારે અને evening સાંજની પહેલાં in અને noon બપોરે અને night રાત્રીની પહેલાં at લાગે છે. in the morning, in the evening, at noon, at night વગેરે.
3. જ્યાં કામ શરૂ કરવાનો ચોક્કસ સમય અને દિવસ આપ્યો હોય ત્યાં sinceનો ઉપયોગ થાય છે. જેમ કે – since 1974, since last Tuesday, since 4 P.M. અને જ્યાં સમયની અવધિ કેવળ સ્થૂળ રૂપમાં જ આપી હોય ત્યાં for લાગે છે. જેમ કે for two months, for three years.

24 ચોવીસમો દિવસ
th Day

ક્રિયા વગેરે શબ્દોની સાથે જરૂરી Prepositionsનો પ્રયોગ
(from, by, with, in, of, for, in, into, against, on, over, about)

અંગ્રેજીમાં શબ્દોની સાથે કંઈક વિશિષ્ટ **Prepositions** લગાવવાનો રિવાજ છે. તો આવો, ક્રિયાઓ વગેરે શબ્દોની સાથે કેટલાંક **Prepositions** લગાવવાનો અભ્યાસ કરીએ. **Prepositions** લગાવ્યા બાદ કોઈને કોઈ સાથી સિદ્ધાંત કામ કરી રહ્યો છે. સમજો અને વિચારો. શીખો અને ઉપયોગ કરો.

From

1. છોકરો શાળામાં ગેરહાજર હતો. — The boy was absent *from* school.
ધ બૉય વૉઝ એબ્સંટ ફ્રૉમ સ્કૂલ.
2. તમારે ધૂમ્રપાનથી દૂર રહેવું જોઈએ. — You must abstain/refrain *from* smoking.
યૂ મસ્ટ એબ્સ્ટેન/રિફ્રેન ફ્રૉમ સ્મોકિંગ.
3. રોગી ભયમુક્ત નથી. — The patient is not free *from* danger.
ધ પેશન્ટ ઈઝ નૉટ ફ્રી ફ્રૉમ ડેન્જર.
4. તે મને ત્યાં જવા રોકે છે. — He prevents/stops me *from* going there.
હી પ્રિવેંટ્સ/સ્ટૉપ્સ મી ફ્રૉમ ગોઈંગ ધેર.
5. તમે હજી તમારા રોગમાંથી સારા થયા નથી. — You have not yet recovered *from* your illness.
યૂ હેવ નૉટ યટ રિક્વર્ડ ફ્રૉમ યોર ઈલનેસ.

By

6. મારા પિતાજી મારી સાથે હતા. — I was *accompanied by* my father.
આઈ વૉઝ એકંપનીડ બાઈ માઈ ફાધર.
7. આ ખબર સાંભળીને ગભરાશો નહીં. — Please don't *get disturbed by* the news.
પ્લીઝ ડોંટ ગેટ ડિસ્ટર્બ્ડ બાઈ ધ ન્યૂઝ.
8. મારી વાર્તા સાંભળીને એ ખૂબ ખુશ થયો. — He was *highly amused by* my story.
હી વૉઝ હાઈલી એમ્યૂઝડ બાઈ માઈ સ્ટોરી.
9. તેના વ્યવહારથી અમને ઘૃણા થતી હતી. — We were *disgusted by* his conduct.
વી વેર ડિઝગસ્ટેડ બાઈ હિઝ કંડક્ટ.
10. મેં જૂની અંગુઠી બદલીને નવી લીધી છે. — I *replaced* my old ring *by* a new one.
આઈ રિપ્લેસ્ડ માઈ ઑલ્ડ રિંગ બાઈ એ ન્યૂ વન.
11. આ પેકેટ સોમવાર સુધીમાં મુંબઈ પહોંચી જવું જોઈએ. — This packet should *reach* Mumbai *by* Monday.
ધિસ પેકેટ શુડ રીચ મુંબઈ બાઈ મન્ડે.

With

12. તમે બીજા સાથે કેમ વર્તવું એ જાણતા નથી. — You do not know how to *deal with* others.
યૂ ડૂ નૉટ નો હાઉ ટુ ડીલ વિથ અધર્સ.
13. આપણે અંગ્રેજી ભાષાથી માહિતગાર રહેવું જોઈએ. — We should be familiar *with* the English language.
વી શુડ બી ફેમિલિયર વિથ ધ ઇંગ્લિશ લેન્ગ્વેજ.

14. તે ચિત્રકળાની શક્તિ ધરાવતો હતો. — He was *gifted with* a talent for painting.
હી વૉઝ ગિફ્ટેડ વિથ એ ટેલેન્ટ ફૉર પેન્ટિંગ.

15. મારા અધિકારી મારા ઉપર ખુશ હતા. — My boss was *pleased with* me.
માઈ બૉસ વૉઝ પ્લીઝ્ડ વિથ મી.

16. હું તમારી પ્રગતિથી સંતોષ અનુભવું છું. — I am *satisfied with* your progress.
આઈ એમ સેટિસ્ફાઈડ વિથ યોર પ્રોગ્રેસ.

17. અમે તેના વ્યવહારથી કંટાળી ગયા છીએ. — We got *fed up with* his behaviour.
વી ગોટ ફેડ અપ વિથ હિઝ બિવેહિઅર.

In

18. તે પોતાના કામમાં તલ્લીન હતો. — He was *absorbed in* his work. હી વૉઝ એબ્સૉર્બ્ડ ઈન હિઝ વર્ક.

19. શીલા એક કાને બહેરી છે. — Sheela is *deaf in* one ear. શીલા ઈઝ ડેફ ઈન વન ઈઅર.

20. તમારે તમારા વર્તનમાં નમ્ર થવું જોઈએ. — You must be *polite in* your manners.
યૂ મસ્ટ બી પોલાઈટ ઈન યોર મેનર્સ.

21. તે સંગીતમાં કુશળ છે. — He is *well versed in* music. હી ઈઝ વેલ વર્સ્ડ ઈન મ્યૂઝિક.

22. તેના કૃત્યને પરિણામે ઝઘડો થયો છે. — His action has *resulted in* a quarrel.
હિઝ એક્શન હૅઝ રિઝલ્ટેડ ઈન એ ક્વૉરલ.

Of

23. તેને સફળતાનો પૂર્ણ વિશ્વાસ છે. — He was *confident of* success. હી વૉઝ કોન્ફિડેન્ટ ઑફ સક્સેસ.

24. તે પોતાની નબળાઈને સારી રીતે જાણે છે. — He is fully *aware of* his weakness.
હી ઈઝ ફુલી અવેર ઑફ હિઝ વીકનેસ.

25. તેને કેરી ખૂબ જ ભાવે છે. — He is *fond of* mangoes. હી ઈઝ ફોન્ડ ઑફ મૅંગોઝ.

26. તેને જોઈને મને એના ભાઈની યાદ આવે છે. — He *reminds* me *of* his brother. હી રિમાઈન્ડ્ઝ મી ઑફ હિઝ બ્રધર.

27. શું તમને તમારી સફળતા બાબતમાં ખાતરી છે? — Are you *sure of* your success?
આર યૂ શ્યોર ઑફ યોર સક્સેસ?

28. આ મારે માટે બહુ સમ્માનની વાત છે. — It's a *matter of* great honour for me.
ઈટ્સ એ મેટર ઑફ ગ્રેટ ઑનર ફૉર મી.

For

29. શું એ પરીક્ષા માટે તૈયારી કરે છે? — Is she *preparing for* the test? ઈઝ શી પ્રિપેરિંગ ફૉર ધ ટેસ્ટ?

30. હું તેની તબિયતની હંમેશાં ખબર રાખું છું. — I do *care for* his health. આઈ ડૂ કેર ફૉર હિઝ હેલ્થ.

31. તેણે તેના ગેરવર્તન માટે મારી પાસે માફી માગી. — He *apologized* to me *for* his misbehaviour.
હી એપોલોજાઇઝ્ડ ટુ મી ફૉર હિઝ મિસબિહેવિયર.

32. તેણે પૈસાનો હિસાબ આપવો પડશે. — He will have to *account for* the money.
હી વિલ હેવ ટુ એકાઉન્ટ ફૉર ધ મની.

To

33. તેને ધૂમ્રપાનની ટેવ પડી ગઈ છે. — He is *addicted to* smoking. હી ઈઝ એડિક્ટેડ ટુ સ્મોકિંગ.

34. તેણે નિયમ વિરુદ્ધનું કામ કર્યું. — He acted *contrary to* the rules. હી એક્ટેડ કોન્ટ્રરી ટુ ધ રૂલ્સ.

35. કેટલાક લોકો સ્વાસ્થ્યને ભોગે પૈસા કમાવાનું પસંદ કરે છે. — Some people *perfer* wealth *to* health.
સમ પીપલ પ્રિફર વેલ્થ ટુ હેલ્થ.

36. તેણે ઉચ્ચ અધિકારીઓ સામે આખી બાબત રજૂ કરી છે. — He *referred* the matter *to* the higher authorities.
હી રેફર્ડ ધ મેટર ટુ ધ હાયર ઓથૉરિટીઝ.

Into

37. તેને ઇસ્પિતાલમાં દાખલ કરવામાં આવ્યો. — He was *admitted into* the hospital.
હી વૉઝ એડમિટેડ ઇન્ટુ ધ હૉસ્પિટલ.

38. પોલીસે એ બાબતમાં તપાસ કરી. — The police *inquired into* the matter.
ધ પોલીસ ઇન્કવાયર્ડ ઇન્ટુ ધ મેટર.

39. અમે અમારી ચોપડીઓ દફતરમાં મૂકી દીધી. — We *put* our books *into* our bags.
વી પુટ અવર બુક્સ ઇન્ટુ અવર બૅગ્સ.

40. એ ઓરડામાં ગયો. — He *went into* the room. હી વેન્ટ ઇન્ટુ ધ રૂમ.

Against

41. હું તમને તમારા શત્રુઓ સામે સદાયે ચેતવું છું. — I always *guard* you *against* your enemies.
આઈ ઑલવેઝ ગાર્ડ યૂ અગેન્સ્ટ યોર એનીમીઝ.

42. દાક્તરે તેને વધુ સખત કામ કરવા સામે ચેતવણી આપી. — The doctor *warned* him *against* working too hard.
ધ ડૉક્ટર વૉર્ન્ડ હિમ અગેન્સ્ટ વર્કિંગ ટૂ હાર્ડ.

On

43. તેની ટીકાઓ સત્ય હકીકત ઉપર આધારિત નથી. — His remarks are not *based on* facts.
હિઝ રિમાર્ક્સ આર નૉટ બેઝ્ડ ઑન ફેક્ટસ.

44. તમે ત્યાં જવા માટે કેમ આગ્રહ રાખો છો? — Why are you *bent on* going there.
વાય આર યૂ બેન્ટ ઑન ગોઇંગ ધેર?

45. અમે એના ઉપર વિશ્વાસ ન કરી શકીએ. — We cannot *rely on* him. વી કેનનૉટ રિલાઇ ઑન હિમ.

Over

46. સડક ઉપર બરફ પથરાઈ ગયો છે. — Ice is *scattered over* the road. આઇસ ઇઝ સ્કેટર્ડ ઓવર ધ રોડ.

47. પુલ નદીની ઉપર છે. — The bridge is *over* the river. ધ બ્રિજ ઇઝ ઓવર ધ રિવર.

About

48. પોતાના પુત્રોની પ્રગતિ માટે મા સદાયે ઉત્સુક છે. — The mother is always *anxious about* her son's progress.
ધ મધર ઇઝ ઑલવેઝ એંક્શીયસ એબાઉટ હર સન્સ પ્રોગ્રેસ.

49. એ સીમા માટે પૂછી રહી હતી. — She was *inquiring about* Seema.
શી વૉઝ ઇન્ક્વાયરિંગ એબાઉટ સીમા.

(Phrase Prepositions)

50. કઠણ પરિશ્રમને કારણે જ તેને સફળતા મળી. — He succeeded *by dint of* hard work.
હી સક્સીડેડ બાઇ ડિંટ ઑફ હાર્ડ વર્ક.

51. આપણા દેશ માટે હરેક વસ્તુઓનો ત્યાગ કરવો જોઈએ. — We should sacrifice everything *for the sake of* our country. વી શુડ સેક્રિફાઇસ એવરીથિંગ ફૉર ધ સેક ઑફ અવર કન્ટ્રી.

52. આપણે આપણા મિત્રોની તરફેણમાં રહેવું જોઈએ. — We should act *in favour of* our friends.
વી શુડ એક્ટ ઇન ફેવર ઑફ અવર ફ્રેન્ડઝ.

53. આપણે જીવવા માટે કામ કરવું જોઈએ. — We must work *in order to* live. વી મસ્ટ વર્ક ઇન ઑર્ડર ટુ લિવ.

54. માંદો હોવા છતાંયે હું કાર્યાલયમાં હાજર થયો છું. — I have attended the office *inspite of* my illness.
આઈ હેવ એટેન્ડેડ ધ ઑફિસ ઇન્સ્પાઇટ ઑફ માઇ ઇલનેસ.

55. અમે સંકટમાં છીએ. — We are *in the midst of* trouble.
વી આર ઇન ધ મિડસ્ટ ઑફ ટ્રબલ.

56. અધિકારીની વિદાય વેળાએ તેમને વિદાય ભોજન આપવામાં આવ્યું.

The officer was given a farewell party *on the eve of* his departure. ધ ઑફિસર વૉઝ ગિવન એ ફેરવેલ પાર્ટી ઑન ધ ઈવ ઑફ હિઝ ડિપાર્ચર.

57. તેમને મીટિંગની અધવચ્ચેથી અચાનક જવું પડ્યું.

He had to leave suddenly *in the midst of* the meeting. હિ હેડ ટુ લીવ સડન્લી ઈન ધ મિડ્સ્ટ ઑફ ધ મીટિંગ.

58. પુરુને પૈસાની સગવડ ન થવાથી ભણવાનું છોડવું પડ્યું.

Puru had *to give up* studies for want of money. પુરુ હેડ ટુ ગિવ અપ સ્ટડીઝ ફૉર વૉન્ટ ઑફ મની.

59. વધારે વ્યસ્ત હોવા છતાં મારો મિત્ર મને મળવા આવ્યો.

My friend came to see me *inspite of* being very busy. માઈ ફ્રેંડ કેમ ટુ સી મી ઈન્સ્પાઈટ ઑફ બિઈંગ વેરી બિઝી.

60. શું તું મને મારી ઘડિયાળની બદલીમાં તારી સાઈકલ આપી શકીશ?

Can you give me your cycle *in exchange for* my watch? કેન યૂ ગિવ મી યોર સાઈકલ ઈન એક્સચેંજ ફૉર માઈ વૉચ?

આટલું યાદ રાખો. (Remember)

1. ક્રિયા વગેરે શબ્દોની બાબતમાં કંઈક વિશિષ્ટ Prepositionsનો પ્રયોગ થાય છે. તેનો સારી રીતે અભ્યાસ કરવો જોઈએ. ખાસ કરીને abstain, prevent, recoverની સાથે fromનો ઉપયોગ થાય છે. એવી જ રીતે accompany, amuse, replaceની સાથે byનો; deal, please, satisfyની સાથે withનો; prepare, care, apologiseની સાથે forનો; addict, prefer, referની સાથે toનો; base, relyની સાથે onનો ઉપયોગ થાય છે. એ બાબતમાં ઉપરના દાખલાઓથી તમે સારી રીતે સમજી શકો છો.
2. Prepositionsનો કેટલોક ઉપયોગ બહુ રૂઢ થઈ ગયો છે. તે Phrase Prepositions જેમ છે તેમ જ ઉપયોગમાં આવે છે. દા.ત., 'by dint of', 'for the sake of', 'in order to', 'in the midst of', 'on the eve of' વગેરેનો ઉપયોગ ઉપરના વાક્યોમાં જુઓ. એવા સેંકડો Phrase prepositions અંગ્રેજીમાં પ્રચલિત છે. એથી ભાષા શીખનારાઓનો શબ્દભંડાર વધારવામાં બહુ મદદ મળે છે. આવા Phrase Prepositionsને એકઠાં કરીને એનો વાક્યમાં ઉપયોગ કરવાનું શીખો.

25 પચ્ચીસમો દિવસ th Day

કર્તરિ અને કર્મણિ (Active Voice and Passive Voice)

અંગ્રેજીમાં શબ્દોની સાથે કંઈક વિશિષ્ટ Prepositions લગાવવાનો રિવાજ છે. તો આવો, ક્રિયાઓ વગેરે શબ્દોની સાથે કેટલાંક Prepositions લગાવવાનો અભ્યાસ કરીએ. Prepositions લગાવ્યા બાદ કોઈને કોઈ સાથી સિદ્ધાંત કામ કરી રહ્યો છે. સમજો અને વિચારો. શીખો અને ઉપયોગ કરો.

Active Voice

1. તે ગીત ગાય છે.
   He sings a song.
   હી સિંગ્સ એ સોંગ.
2. રામે રાવણને માર્યો.
   Rama killed Ravana.
   રામ કિલ્ડ રાવણ.
3. તેઓ ક્રિકેટ રમશે.
   They will play cricket.
   ધે વિલ પ્લે ક્રિકેટ.
4. શું તમે કાગળ લખો છો?
   Are you writing a letter?
   આર યૂ રાઈટિંગ એ લેટર?
5. મજૂરો નહેર ખોદતા હતા.
   Labourers were digging a canal.
   લેબરર્સ વેર ડિગિંગ એ કેનાલ.
6. શું તમે આ કામ કરી લીધું છે?
   Have you done this job?
   હેવ યૂ ડન ધિસ જોબ?
7. શું ગાડી આવતા પહેલાં તમે તમારો સામાન બાંધી લીધો હશે?
   Will you have packed yor luggage before the train arrives? વિલ યૂ હેવ પેક્ડ યોર લગેજ બિફોર ધ ટ્રેન એરાઈવ્ઝ?
8. તેને મદદ કરો.
   Help him.
   હેલ્પ હિમ.

Passive Voice

તેના દ્વારા ગીત ગવાય છે.
A song is sung by him.
એ સોંગ ઇઝ સંગ બાઇ હિમ.

રામ દ્વારા રાવણને મારવામાં આવ્યો.
Ravana was killed by Rama.
રાવણ વૉઝ કિલ્ડ બાઇ રામ.

તેઓ દ્વારા ક્રિકેટ રમાશે.
Cricket will be played by them.
ક્રિકેટ વિલ બી પ્લેડ બાઇ ધેમ.

શું તમારા દ્વારા કાગળ લખવામાં આવે છે?
Is a letter being written by you?
ઇઝ એ લેટર બીઈંગ રિટન બાઇ યૂ?

મજૂરો દ્વારા નહેર ખોદાતી હતી.
A canal was being dug by labourers.
એ કેનાલ વૉઝ બીઈંગ ડગ બાઇ લેબરર્સ.

શું આ કામ તમારા દ્વારા કરવામાં આવ્યું છે?
Has this job been done by you?
હેઝ ધિસ જોબ બીન ડન બાઇ યૂ?

ગાડી આવતા પહેલાં તમારો સામાન બંધાઈ ગયો હશે શું?
Will your luggage have been packed before the train arrives? વિલ યોર લગેજ હેવ બીન પેક્ડ બિફોર ધ ટ્રેન એરાઈવ્ઝ?

તેને તમારા દ્વારા મદદ થવા દો.
Let him be helped by you.
લેટ હિમ બી હેલ્પ્ડ બાઇ યૂ.

9. મેં સંદેશો પહોંચાડી દીધો.
I delivered the message.
આઈ ડિલિવર્ડ ધ મેસેજ.

સંદેશો પહોંચાડી દેવામાં આવ્યો.
The message was delivered.
ધ મેસેજ વૉઝ ડિલિવર્ડ.

વાક્ય બદલવા માટે એટલે કે કર્તાના સ્થાને કર્મને મુખ્ય બનાવવા માટે બે વસ્તુ કરવામાં આવે છે.

1. વાક્યમાં કર્તાને કર્મ અને કર્મને કર્તા બનાવવામાં આવે છે. જેમ કે (i) રામે (કર્તા) રાવણને (કર્મ) માર્યો. Rama killed Ravana. (ii) કર્મવાચકમાં આ વાક્ય આમ બનશે. રાવણ રામ દ્વારા મરાયો. Ravana was killed by Rama. 2. ક્રિયાનું રૂપ બદલાઈ જાય છે. એટલે કે કોઈ પણ કાળ (Tense)નો કર્તાવાચક હોય એમાં મુખ્ય ક્રિયા Past Participleના રૂપમાં થઈ જાય છે. જેમ કે do, doing વગેરે બદલાઈને done થઈ જાય છે. અને બીજું એની સાથે એક સહાયક ક્રિયા is, was, be, has been વગેરે વધારે જોડાઈ જાય છે. ઉપર આપેલાં વાક્યોમાં અલગ અલગ કાળનાં રૂપ જુઓ.

નીચે કેટલાંક વાક્યો આપ્યાં છે જે કર્મવાચક છે પરંતુ તેમાં કર્મનો લોપ છે એટલે કે કર્તા ગૌણ હોવાથી તેને કર્તાવાચકમાં બદલવાનું સંભવિત નથી. એ પ્રકારનાં ઘણાં વાક્યો થઈ શકે છે. એની નોંધ લો.

કર્મવાચક (Passive Voice)

10. તાજમહેલ બહુ જ ખર્ચ કરીને બનાવવામાં આવ્યો હતો.	The Taj *was built* at an enormous cost. ધ તાજ વૉઝ બિલ્ટ એટ એન એનૉર્મસ કૉસ્ટ.
11. મકાઈ વર્ષા ઋતુમાં વાવવામાં આવે છે.	Maize *is sown* in the rainy season. મેઝ ઇઝ સોન ઈન ધ રેઈની સીઝન.
12. તમને તમારી બેપરવાઈની સજા આપવામાં આવશે.	You *will be punished* for your negligence. યૂ વિલ બી પનિશ્ડ ફૉર યોર નેગ્લિજેન્સ.
13. તેના ઉપર ચોરીનો આરોપ લગાવવામાં આવ્યો હતો.	He *was charged with* theft. હી વૉઝ ચાર્જડ વિથ થેફ્ટ.
14. બધાં જ પેપરો જોવાઈ ગયાં હશે.	All the papers *will have been marked*. ઑલ ધ પેપર્સ વિલ હેવ બીન માર્ક્ડ.
15. શું તમને દગો આપવામાં આવ્યો છે?	*Have* you *been cheated*? હેવ યૂ બીન ચીટેડ?
16. શું તેને સૂચના આપી દીધી છે?	*Has* he *been informed*? હેઝ હી બીન ઇન્ફૉર્મ્ડ?
17. તે ચીની આક્રમણખોરો સાથે લડતાં લડતાં મરાયો.	He *was killed* fighting the Chinese aggre-ssors. હી વૉઝ કિલ્ડ ફાઈટિંગ ધ ચાઈનીઝ એગ્રેસર્સ.
18. ગાંધીજીનો જન્મ ૨ ઑક્ટોબર, ૧૮૬૯ના દિવસે થયો હતો.	Gandhiji *was born* on October 2, 1869. ગાંધીજી વૉઝ બોર્ન ઑન ઑક્ટોબર ટુ, એઈટીન સિક્સ્ટિનાઈન.
19. નવચંડીનો મેળો દરેક વર્ષે મેરઠમાં મળે છે.	The Nauchandi Fair *is held* every year at Meerut. ધ નવચંડી ફેર ઇઝ હેલ્ડ એવરી ઇયર એટ મેરઠ.
20. અમદાવાદથી કેટલાંક દૈનિક સમાચાર પત્ર પ્રકાશિત થાય છે.	Many dailies *are published* from Ahmedabad. મેની ડેલીઝ આર પબ્લિશ્ડ ફ્રૉમ અમદાવાદ.
21. તેમને તમને મળીને ખુશી થશે.	He *will be pleased* to see you. હી વિલ બી પ્લીઝ્ડ ટુ સી યૂ.
22. હું પૂરનો પ્રકોપ જોઈને ચકિત થઈ ગયો.	I *was surprised* to see the fury of the floods. આઈ વૉઝ સરપ્રાઇઝડ ટુ સી ધ ફ્યૂરી ઑફ ફ્લડ્ઝ.
23. કહેવાય છે કે શિવાજી ભગવાન શિવના અવતાર હતા.	*It is said* that Shivaji was an incarnation of Lord Shiva. ઇટ ઇઝ સેડ ધેટ શિવાજી વૉઝ એન ઇનકારનેશન ઑફ લૉર્ડ શિવ.

Imperative Sentences

(a) આજ્ઞાર્થ એટલે કે પ્રાર્થનાવાચક (Imperative mood)ના કર્તાવાચકને કર્મવાચકમાં બદલવા માટે 'Let'નો પ્રયોગ વાક્યની શરૂઆતમાં થાય છે. (b) કેટલીક વાર કર્તાવાચક (active voice) વાક્યના હેતુ અનુસાર (request અને should) વગેરે શબ્દ જોડીને કર્મવાચક (passive voice)નાં વાક્ય બનાવવામાં આવે છે. બંનેનો અભ્યાસ કરો.

24. આ કામ કરો.
Do this work. ડૂ ધિસ વર્ક.
એ કામ થવા દો.
Let this work *be done*. લેટ ધિસ વર્ક બી ડન.

25. તેને બેસવાનું કહો.
Ask him to sit down.
આસ્ક હિમ ટુ સિટ ડાઉન.
તેને બેસવાનું કહેવામાં આવે.
Let him *be asked* to sit down.
લેટ હિમ બી આસ્ક્ડ ટુ સિટ ડાઉન.

26. એને દંડ કરો.
Punish him. પનિશ હિમ.
તેને દંડ આપવામાં આવે.
Let him *be punished.* લેટ હિમ બી પનિશ્ડ.

27. ખાલી જગા માટે જાહેરખબર આપો.
Advertise the post.
એડવર્ટાઇઝ ધ પોસ્ટ.
ખાલી જગાની જાહેર ખબર મોકલાવાય.
Let the post *be advertised.*
લેટ ધ પોસ્ટ બી એડવર્ટાઇઝ્ડ.

28. કૃપા કરીને ધૂમ્રપાન ન કરો.
Please do not smoke.
પ્લીઝ ડૂ નૉટ સ્મોક.
તમને ધૂમપાન ન કરવાની વિનંતી કરવામાં આવે છે.
You *are requested* not to smoke.
યૂ આર રિક્વેસ્ટેડ નૉટ ટુ સ્મોક.

29. અનુશાસનહીનતાને પ્રોત્સાહન ન આપો.
Do not encourage indiscipline.
ડૂ નૉટ એન્કરેજ ઇન્ડિસિપ્લિન.
અનુશાસનહીનતાને પ્રોત્સાહિત ન કરાય.
Indiscipline should not *be encouraged.*
ઇન્ડિસિપ્લિન શુડ નૉટ બી એન્કરેજ્ડ.

આટલું યાદ રાખો. (Remember)

1. (a) Rama killed Ravana.
(b) Ravana was killed by Rama.
પહેલું વાક્ય કર્તાવાચક (Active Voice) છે. બીજું વાક્ય કર્મવાચક (Passive Voice) છે. કર્તાવાચકમાં કર્તા (રામ) મુખ્ય હોય છે અને કર્મવાચકમાં કર્મ (રાવણ) મુખ્ય હોય છે.

2. કર્તાવાચકમાંથી કર્મવાચકમાં બદલવા માટે ખાસ કરીને byનો ઉપયોગ કરવામાં આવે છે. જેમ કે (i) Ravana was killed by Rama. (ii) Cricket will be played by them. વગેરે.

3. કેટલીકવાર કર્મવાચકમાં byનો ઉપયોગ નથી થતો, જેમ કે –
(i) Let your lesson be learnt. (ii) He was charged with theft.

એક વાત યાદ રાખો. કર્મવાચકનો ખાસ ઉપયોગ ત્યાં થાય છે જ્યાં વાક્યમાં કર્મ ઉપર ભાર હોય છે. દા.ત. કોઈ વિદ્યાર્થી કહ્યું ન માનતો હોય તો કહીએ છીએ કે 'You will be punished for your negligence.' (તારી બેપરવાઈ માટે તને સજા અપાશે). તમે (કર્તાવાચકમાં) એમ પણ કહી શકો કે 'The teacher will punish you for your negligence.' તમે ધ્યાન આપશો તો તમને સમજાશે કે તેનો પહેલાં વાક્ય જેવો પ્રભાવ નથી પડતો. અહીં ખાસ મહત્ત્વ સજા કરનાર ઉપર નથી પણ 'દંડ' પર છે.

26 છવ્વીસમો દિવસ
th Day

વાક્ય-પરિવર્તન (Transformation of Sentences)

આપણે એક જ વાતને એકથી વધુ રીતે કહી શકીએ છીએ. જ્યારે આપણે એક વાતને બીજી રીતે કહીએ છીએ તો વાક્યમાં શબ્દ બદલાઈ જાય છે પણ અર્થ એ જ રહે છે. એ ક્રિયાને વાક્ય-પરિવર્તન (Transformation of Sentences) કહેવાય છે.

પાછળ કર્તાવાચક અને કર્મવાચક (Active Voice and Passive Voice) વિશે જણાવવામાં આવ્યું છે. તે પણ વાક્ય-પરિવર્તનનું એક મુખ્ય સાધન છે. હવે અહીં આપણે બીજા પ્રકારોના પરિચય મેળવીએ છીએ. તે છે એક પ્રકારનાં વાક્યને બીજા પ્રકારમાં બદલવું.

વાક્યના કેટલાક પ્રકારો છે. પ્રશ્નાર્થ (Interrogative), આશ્ચર્યકારક (Exclamatory), આજ્ઞાર્થ (Imperative), હકારાત્મક (Affirmative), નકારાત્મક (Negative) વગેરે. તો આવો એક પ્રકારનાં વાક્યોને બીજા પ્રકારમાં બદલીએ અને પછી જોઈએ કે અર્થમાં કેટલી સમાનતા છે. એ રીતે તમે તમારી વાતને વધુ પ્રકારે કહેવાની ક્ષમતા વધારી શકો છો.

પ્રશ્નાર્થ (Interrogative)	નિશ્ચયાત્મક (Assertive)
1. કોઈ આટલું અપમાન સહી શકે છે? Can anybody/anyone bear such an insult? કેન એનીબડી/એનીવન બેર સચ એન ઈન્સલ્ટ? Who can bear such an insult? હૂ કેન બેર સચ એન ઈન્સલ્ટ?	કોઈ કદી આટલું અપમાન ન સહી શકે. Nobody/No one can ever bear such an insult. નોબડી/નો વન કેન એવર બેર સચ એન ઈન્સલ્ટ.
2. શું તંદુરસ્તી ધન કરતાં મૂલ્યવાન નથી? Is not health more precious than wealth? ઈઝ નૉટ હેલ્થ મોર પ્રેશિયસ ધેન વેલ્થ?	તંદુરસ્તી ધન કરતાં મૂલ્યવાન છે. Health is more precious than wealth. હેલ્થ ઈઝ મોર પ્રેશિયસ ધેન વેલ્થ.
3. શું પાર્ટીમાં તેમને આનંદ ન આવ્યો? Did they not enjoy at the party? ડિડ નૉટ ધે એન્જૉય ઍટ ધ પાર્ટી?	તેમને પાર્ટીમાં આનંદ આવ્યો. They enjoyed at the party. ધે એન્જૉય્ડ ઍટ ધ પાર્ટી.
4. શું આપણે કદીએ એ દિવસો ભૂલી શકીશું? Shall we ever forget those good days? શેલ વી એવર ફરગેટ ધોઝ ગુડ ડેઝ?	આપણે આ દિવસો કદીયે ભૂલી શકીશું નહીં. We shall never forget those good days. વી શેલ નેવર ફરગેટ ધોઝ ગુડ ડેઝ.
આશ્ચર્યકારક (Exclamatory)	**વિધેયાત્મક (Affirmative)**
5. કેટલું સુંદર દૃશ્ય હતું એ! What a beautiful scene/lovely sight it was! વૉટ એ બ્યૂટિફુલ સીન/લવલી સાઈટ ઈટ વૉઝ!	દૃશ્ય બહુ જ સુંદર હતું. It was a very beautiful scene/lovely sight. ઈટ વૉઝ એ વેરી બ્યૂટિફુલ સીન/લવલી સાઈટ.
6. રાત કેટલી ઠંડી છે! What a cold night it is! વૉટ એ કૉલ્ડ નાઈટ ઈટ ઈઝ!	રાતે કાતિલ ઠંડી છે. It is bitterly/terribly cold at night. ઈટ ઈઝ બિટરલી કૉલ્ડ ઍટ નાઈટ.
7. જો હું મંત્રી હોત! If I were a minister! ઈફ આઈ વેર એ મિનિસ્ટર!	હું ઈચ્છું છું કે હં મંત્રી હોત. I wish I were a minister. આઈ વિશ આઈ વેર એ મિનિસ્ટર.

8. આપણે કેટલું આકરું જીવન વ્યતીત કરીએ છીએ!
What a hard life we live!
વૉટ એ હાર્ડ લાઇફ વી લિવ!

આપણે ખૂબ આકરું જીવન વ્યતીત કરીએ છીએ.
We live a very hard life.
વી લિવ એ વેરી હાર્ડ લાઇફ.

આજ્ઞાર્થ (Imperative)

9. મહેરબાની કરીને દરવાજો ખોલો.
Please open the door.
પ્લીઝ ઓપન ધ ડોર.

10. કૃપા કરીને એક પ્યાલો દૂધ લો.
Please have a cup of milk.
પ્લીઝ, હેવ એ કપ ઑફ મિલ્ક.

11. ચુપ રહો.
Please keep quiet.
પ્લીઝ કીપ ક્વાયેટ.

12. કામ બંધ કરો.
Stop doing the work.
સ્ટૉપ ડૂઇંગ ધ વર્ક.

પ્રશ્નાર્થ (Interrogative)

મહેરબાની કરીને દરવાજો ખોલશો?
Will you please open the door?
વિલ યૂ પ્લીઝ ઓપન ધ ડોર?

તમે એક કપ દૂધ લેશો?
Will you please have a cup of milk?
વિલ યૂ પ્લીઝ હેવ એ કપ ઑફ મિલ્ક?

તમે ચુપ રહેશો કે નહીં?
Will you please keep quiet.
વિલ યૂ પ્લીઝ કીપ ક્વાયેટ?

શું તમે કામ બંધ કરશો?
Will you stop doing the work?
વિલ યૂ સ્ટૉપ ડૂઇંગ ધ વર્ક?

એક જ વાતને સરખાવીને બે કે ત્રણ રીતે મૂકી શકાય છે. કેવળ શબ્દ બદલાય છે, અર્થ પહેલાં જેવો જ રહે છે.

પહેલી અવસ્થા (Positive)

13. અમિતાભ સંજય જેટલો જ ઊંચો છે.
Amitabh is as tall as Sanjay.
અમિતાભ ઇઝ ઍઝ ટૉલ ઍઝ સંજય.

14. આપણા દેશમાં મુંબઈ જેટલાં મોટાં શહેરો બહુ ઓછાં છે.
Very few cities in our country are as big as Mumbai. વેરી ફ્યૂ સિટીઝ ઇન અવર કંટ્રી આર ઍઝ બિગ ઍઝ મુંબઈ.

15. બીજી કોઈ વ્યક્તિ ભીમ જેટલી શક્તિશાળી ન હતી.
No other man was as strong as Bhim.
નો અધર મૅન વૉઝ ઍઝ સ્ટ્રૉંગ ઍઝ ભીમ.

બીજી અવસ્થા (Comparative)

સંજય અમિતાભ કરતાં ઊંચો નથી.
Sanjay is not taller than Amitabh.
સંજય ઇઝ નૉટ ટૉલર ધેન અમિતાભ.

આપણાં દેશનાં બીજાં શહેરો કરતાં મુંબઈ મોટું શહેર છે.
Mumbai is a bigger city than most other cities in our country. મુંબઈ ઇઝ એ બિગર સિટી ધેન મોસ્ટ અધર સિટીઝ ઇન અવર કંટ્રી.

ભીમ બીજા બધા કરતાં વધુ શક્તિશાળી હતો.
Bhim was stronger than any other man.
ભીમ વૉઝ સ્ટ્રૉંગર ધેન એની અધર મૅન.

પ્રથમાવસ્થા (Positive)

16. વર્ગમાં વિકાસ જેટલો સારો કોઈ છોકરો નથી.
No other boy in the class is as good as Vikas.
નો અધર બૉય ઇન ધ ક્લાસ ઇઝ ઍઝ ગુડ ઍઝ વિકાસ.

17. વિવેકાનંદ જેટલા લોકપ્રિય ભારતીય સંત બહુ જ ઓછા છે.
Very few Indian saints are as popular as Vivekanand. વેરી ફ્યૂ ઇંડિયન સેંટ્સ આર ઍઝ પોપ્યુલર ઍઝ વિવેકાનંદ.

18. ભારત જેવા મહાન દેશ બહુ જ ઓછા છે.
Very few countries are as great as India.
વેરી ફ્યૂ કંટ્રીઝ આર ઍઝ ગ્રેટ ઍઝ ઇંડિયા.

તૃતિયાવસ્થા (Superlative)

વિકાસ વર્ગમાં સૌથી સારો છોકરો છે.
Vikas is the best boy in the class.
વિકાસ ઇઝ ધ બેસ્ટ બૉય ઇન ધ ક્લાસ.

વિવેકાનંદ ભારતના સૌથી વધુ લોકપ્રિય સંતોમાંથી એક છે.
Vivekanand was one of the most popular saints in India. વિવેકાનંદ વૉઝ વન ઑફ ધ મોસ્ટ પોપ્યુલર સેંટ્સ ઇન ઇન્ડિયા.

ભારત સૌથી મહાન દેશોમાંનો એક દેશ છે.
India is one of the greatest countries.
ઇંડિયા ઇઝ વન ઑફ ધ ગ્રેટેસ્ટ કંટ્રીઝ.

નકારાત્મક (Negative)	હકારાત્મક (Affirmative)

નકારાત્મક (Negative) વાક્યોને પણ હકારાત્મક (Affirmative) વાક્યોમાં બદલી શકાય છે. એમાં ખાસ કરીને ઊલટા શબ્દોનો પ્રયોગ કરીને બંને વાક્યોનો ધ્યેય એક સરખો રાખી શકાય છે.

નકારાત્મક (Negative)	હકારાત્મક (Affirmative)
19. કોઈ પણ માણસ અમર નથી. No man is immortal. નો મૅન ઇઝ ઇમમૉર્ટલ.	મનુષ્ય નાશવંત છે. Man is mortal. મેન ઇઝ મૉર્ટલ.
20. આબિદા સોનિયા જેટલી બુદ્ધિશાળી નથી. Abida is not as intelligent as Sonia. આબિદા ઇઝ નૉટ ઍઝ ઇંટેલિજન્ટ ઍઝ સોનિયા.	સોનિયા આબિદાથી વધુ બુદ્ધિશાળી છે. Sonia is more intelligent than Abida. સોનિયા ઇઝ મોર ઇન્ટેલિજેંટ ધેન આબિદા.
21. શ્રમ વિના કોઈ પ્રાપ્તિ નથી થતી. There is no gain without pain. ધેર ઇઝ નો ગેન વિધાઉટ પેન.	જો શ્રમ કરીએ તો પ્રાપ્તિ મળે છે. Where there is pain there is gain. વેર ધેર ઇઝ પેન ધેર ઇઝ ગેન.
22. તે પોતાનાં રોજનાં કામ તરફ પણ કદી ઉપેક્ષા નથી રાખતી. She never neglects her routine work. શી નેવર નિગ્લેક્ટ્સ હર રૂટિન વર્ક.	તે પોતાનાં રોજનાં કામ ઉપર બહુ ધ્યાન રાખે છે. She always pays attention to her routine work. શી ઑલવેઝ પેઝ ઍટેન્શન ટુ હર રૂટિન વર્ક.
23. હું હજુ સ્ટેશન પર પહોંચ્યો પણ ન હતો અને ગાડી જતી રહી. No sooner had I reached the station than the train left. નો સૂનર હેડ આઈ રીચ્ડ ધ સ્ટેશન ધેન ધ ટ્રેન લેફ્ટ.	મુશ્કેલીથી હું સ્ટેશન ઉપર પહોંચ્યો અને ગાડી જતી રહી. Scarcely had I reached the station when the train left. સ્કેર્સલી હેડ આઈ રીચ્ડ ધ સ્ટેશન વેન ધ ટ્રેન લેફ્ટ.
24. હું ઓરડામાં ગઈ પણ ન હતી અને ચોર ભાગી ગયો. No sooner did I enter the room than the thief ran away. નો સૂનર ડિડ આઈ એન્ટર ધ રૂમ ધેન ધ થીફ રેન અવે.	જેવી હું ઓરડામાં ગઈ ચોર ભાગી ગયો. As soon as I entered the room the thief ran away. ઍઝ સૂન ઍઝ આઈ એન્ટર્ડ ધ રૂમ ધ થીફ રેન અવે.

આટલું યાદ રાખો. (Remember)

(a) India is our country. We are her citizens.
(b) The moon is in the sky. The children love it.

ઉપરનાં બે વાક્યોમાં country કંટ્રી (દેશ) અને moon મૂન (ચંદ્રમાં) બે શબ્દો આવ્યા છે. તે બંનેનો અંગ્રેજીમાં ખાસ કરીને સ્ત્રીજાતિમાં ઉપયોગ થાય છે. તેથી એ બંને માટે her શબ્દ આપ્યો છે.

1. અંગ્રેજી ભાષામાં tree ટ્રી (ઝાડ), spider સ્પાઇડર (કરોળિયો) વગેરેને નાન્યેતર જાતિ (neuter gender ન્યૂટર જેન્ડર)માં મૂકવામાં આવ્યાં છે. પરંતુ એ સજીવ છે અને વૈજ્ઞાનિકોનાં જણાવ્યા મુજબ એમાં પણ પુરુષ અને સ્ત્રી હોય છે. જે હોય તે, પણ તે જીવન સાથે સંબંધ રાખે છે. એટલા માટે એને નાન્યેતર જાતિમાં મૂકવામાં આવ્યાં છે. અને તેના અર્થમાં it શબ્દનો પ્રયોગ થાય. એ રીતે નીચે લખેલા શબ્દો પણ નાન્યેતર જાતિમાં છે.

ice આઇસ (બરફ)	sugar શુગર (ખાંડ)	water વૉટર (પાણી)
flower ફ્લાવર (ફૂલ)	grass ગ્રાસ (ઘાસ)	bread બ્રેડ (ડબલ રોટી)

2. એનાથી ઊલટા કોઈ એવા શબ્દો પણ છે જે જીવંત નથી. પરંતુ તેને સ્ત્રી જાતિ (feminine gender)માં રાખવામાં આવ્યા છે. અથવા તો પુરુષ જાતિ (masculine gender)માં દા.ત. The ship hasn't come yet, she is probably late. ધ શિપ હેઝ્ન્ટ કમ યટ. શી ઇઝ પ્રોબેબ્લી લેટ. (જહાજ હજુ સુધી નથી આવ્યું. કદાચ એ મોડું છે.) આ વાક્યમાં ship એક નિર્જીવ વસ્તુ છે. પરંતુ એને feminine gender આપી છે. એ રીતે moon (ચંદ્ર), country (દેશ) સ્ત્રીલિંગ છે અને sun (સૂર્ય) તથા death (મોત) પુલિંગ શબ્દ છે.

27 સત્તાવીસમો દિવસ
th Day

ગણના જેવા માત્રાસૂચક શબ્દ

કેટલાક સંજ્ઞાશબ્દો ગણી શકાય છે અને કેટલાક નથી ગણી શકાતા. ગણનાસૂચક અને માત્રાસૂચક શબ્દોનો અલગ અલગ અભ્યાસ કરો. ખાસ કરીને જાતિવાચક સંજ્ઞાઓ ગણનાવાચક (Countables) છે અને દ્રવ્યવાચક તથા ભાવવાચક સંજ્ઞાઓ અગણનીય (Uncountables) છે. આ ભેદને ધ્યાનમાં રાખો.

A

ગણનાના શબ્દ (Countable Words)

1. વર્ગમાં કેટલાક વિદ્યાર્થીઓ છે. — There are *some* students in the class. ધેર આર સમ સ્ટૂડંટ્સ ઈન ધ ક્લાસ.
2. હૉલમાં કોઈ છોકરી છે? — Is there *any* girl in the hall? ઈઝ ધેર એની ગર્લ ઈન ધ હૉલ?
3. રમતનાં મેદાનમાં કોઈ છોકરો નથી. — There is *no* boy in the playground. ધેર ઈઝ નો બૉય ઈન ધ પ્લેગ્રાઉંડ.
4. આ છોકરીઓમાંથી કોઈ પણ ત્યાં હાજર ન હતી. — *None* of these girls was present there. નો વન ઑફ ધીઝ ગર્લ્સ વૉઝ પ્રેઝંટ ધેર.
5. અમારામાંથી કેટલાક ક્રિકેટ રમ્યા. — *Some of us* played cricket. સમ ઑફ અસ પ્લેડ ક્રિકેટ.
6. તમારામાંથી કોણ ફુટબોલ રમે છે? — Did *any* of you play football? ડિડ એની ઑફ યૂ પ્લે ફુટબોલ?
7. ઘણા છોકરાઓ ગઈ કાલે શાળામાં આવ્યા નહોતા. — *Many* of the boys had not come to school yesterday. મેની ઑફ ધ બૉય્ઝ હેડ નૉટ કમ ટુ સ્કૂલ યસ્ટર્ડે.
8. ટોપલીમાં થોડીક કેરીઓ છે. — There are *a few* mangoes in the basket. ધેર આર એ ફ્યૂ મેંગોઝ ઈન ધ બાસ્કેટ.
9. થોડીક છોકરીઓને તે ગમશે. — *Few* girls would like him. ફ્યૂ ગર્લ્સ વુડ લાઈક હિમ.
10. તે પુસ્તકમાં આ પુસ્તક કરતાં વધુ પાનાં છે. — That book has *more* pages than this book. ધેટ બુક હેઝ મોર પેજિઝ ધેન ધિસ બુક.
11. એના હાથે ઘણાં લોકોએ કષ્ટ ભોગવ્યાં છે. — *Many a* man has suffered at his hands. મેની એ મૅન હેઝ સફર્ડ ઍટ હિઝ હેંડ્ઝ.
12. બે માણસોમાંથી કોઈ નથી આવ્યું. — *Neither* man has come. નાઈધર મૅન હેઝ કમ.
13. તેને થોડો પગાર મળે છે. — He gets *a small* salary. હી ગેટ્સ એ સ્મૉલ સેલરી.
14. અમારામાંથી કોઈ એક પણ રમત રમ્યા નથી. — *None* of us played any game. નન ઑફ અસ પ્લેડ એની ગેમ.
15. આ પુસ્તકમાં એ પુસ્તક કરતાં ઓછાં પાનાં છે. — This book has *fewer* pages than that book. ધિસ બુક હેઝ ફ્યૂઅર પેજિસ ધેન ધેટ બુક.

B

માત્રા સૂચક શબ્દ (Uncountable Words)

16. બાટલીમાં જરા પણ દૂધ નથી? — Is not there *any* milk in the bottle? ઈઝ નૉટ ધેર એની મિલ્ક ઈન ધ બૉટલ?

17. શું આ એનું અડધું છે?
Is it exactly *half* of that? ઈઝ ઈટ એક્ઝેટલી હાફ ઑફ ધેટ?

18. હું સવારે વધારે પ્રમાણમાં દૂધ લઉં છું.
I take *much* of the milk in the morning. આઈ ટેક મચ ઑફ ધ મિલ્ક ઈન ધ મૉર્નિંગ.

19. શું બાટલીમાં દૂધ નથી?
Is there *no* milk in the bottle? ઈઝ ધેર નૉ મિલ્ક ઈન ધ બૉટલ?

20. મહેરબાની કરીને મને થોડું પાણી આપો.
Please give me *some* water. પ્લીઝ ગિવ મી સમ વૉટર.

21. પ્યાલામાં કેટલું દૂધ છે?
How *much* milk is there in the glass?
હાઉ મચ મિલ્ક ઈઝ ધેર ઈન ધ ગ્લાસ?

22. મારા પ્યાલામાં તમારા પ્યાલાથી ઓછું દૂધ છે.
My glass has *less* milk than yours.
માઈ ગ્લાસ હેઝ લેસ મિલ્ક ધેન યોર્સ.

23. હું તમને થોડું બીજું દૂધ આપું?
Shall I give you *some more* milk?
શેલ આઈ ગિવ યૂ સમ મોર મિલ્ક?

24. નદીમાં બહુ જ પાણી હતું.
There was *too much of* water in the river.
ધેર વૉઝ ટૂ મચ ઑફ વૉટર ઈન ધ રિવર.

25. આ પાઉં છે. પાઉં એ ખોરાક છે.
This is bread. Bread is *a* food. ધિસ ઈઝ બ્રેડ. બ્રેડ ઈઝ એ ફૂડ.

અર્થમાં ભાર બતાવવો (The Emphasis)

26. કાલે જરૂર આવજો – ભૂલી ન જશો.
Do come tomorrow – *Don't* forget./You *must* come tomorrow. ડૂ કમ ટુમૉરો–ડોંટ ફરગેટ./યૂ મસ્ટ કમ ટુમૉરો.

27. નીરજા અને એનો ભાઈ બંને મને જોવા આવ્યાં હતાં.
Both Nirja and her brother came to see me.
બોથ નીરજા એન્ડ હર બ્રધર કેમ ટુ સી મી.

28. આ સમાચાર સાંભળી તમે ખુશ થયાં?
Are you glad to hear this news?
આર યૂ ગ્લેડ ટુ હિયર ધિસ ન્યૂઝ?

29. ખરેખર, હું સુખી છું.
Indeed, I am happy. ઈનડીડ આઈ એમ હેપી.

30. તમે ભણવામાં સખત મહેનત નથી કરતા, કરો છો?
You don't study hard, *do* you? યૂ ડોંટ સ્ટડી હાર્ડ, ડૂ યૂ?

31. અલબત્ત, હું કરું છું.
Of course, I *do*. ઑફ કોર્સ, આઈ ડૂ.

32. શાંતિ રાખો.
Please *be* quiet./Please *keep* quiet.
પ્લીઝ બી ક્વાએટ./પ્લીઝ કીપ ક્વાએટ.

33. તમારા પિતાને પત્ર લખજો.
Do write a letter to your father. ડૂ રાઈટ એ લેટર ટુ યોર ફાધર.

34. મારે જે જોઈએ તે તમે આપશો?
Will you give whatever I want?
વિલ યૂ ગિવ વૉટએવર આઈ વૉન્ટ.

35. જ્યારે અને જ્યાં હું જાઉં છું, મારો કૂતરો મારી સાથે જાય છે.
Whenever and *wherever* I go, my dog remains with me. વેનએવર ઍન્ડ વેરએવર આઈ ગો, માઈ ડૉગ રિમેન્સ વિથ મી.

36. પ્રશ્ન ગમે તેટલો મુશ્કેલ હશે, હું તેનો ઉત્તર આપીશ.
I will solve the question, *however* difficult it may be. આઈ વિલ સોલ્વ ધ ક્વેશ્ચન, હાઉએવર ડિફિકલ્ટ ઈટ મે બી.

આટલું યાદ રાખો. (Remember)

1. વિશેષણ (adjective)ની ત્રણ degrees હોય છે. પહેલી positive જેમ કે, poor; બીજી comparative જેમ કે, poorer અને ત્રીજી superlative જેમ કે poorest.
2. Ram is *poorer than* Mahesh.
   He is more *careful than* his brother.
   Comparative degreeનો ઉપયોગ કરતી વખતે poorer વગેરે વિશેષણો પછી than જરૂર લાગે છે.
3. Superlative degreeનો ઉપયોગ કરતી વખતે theને વિશેષણની પહેલાં મુકાય છે. જેમ કે – Manohar is the *oldest* boy in the class.

28 અઠ્ઠાવીશમો દિવસ
th Day

કેટલાક પરચુરણ ઉપયોગ (Miscellaneous Uses)

A

It અને Thatના પ્રયોગ

1. તે કોણ છે? — Who is *that/he/she*? હૂ ઈઝ ધેટ/હી/શી?
2. તે મારો મિત્ર છે. — *It* is my friend. ઈટ ઈઝ માઈ ફ્રેંડ.
3. તે જવાબ બરાબર ન હતો. — *It* was not thc right answer. ઈટ વૉઝ નૉટ ધ રાઈટ આન્સર.
4. આ પુસ્તક તમારું છે. તે મારું છે. — This is your book. *That* is mine. ધિસ ઈઝ યોર બુક. ધેટ ઈઝ માઈન.
5. ત્યાં કોણ છે? — Who is there? હૂ ઈઝ ધેર?
6. (તે) હું છું. — *It* is me. ઈટ ઈઝ મી.
7. તમારે મને મળવું છે? — Is *it* me you want to see? ઈઝ ઈટ મી યૂ વૉન્ટ ટુ સી?
8. તમે મને બોલાવી રહ્યા છો? — Is *it* me you are calling? ઈઝ ઈટ મી યૂ આર કૉલિંગ?
9. તે તેના જીવનનો સૌથી આનંદનો દિવસ હતો. — *It* was the happiest day of her life. ઈટ વૉઝ ધ હેપિએસ્ટ ડે ઑફ હર લાઈફ.
10. તેથી કંઈ ફેર પડતો નથી. — *It* doesn't make any difference. ઈટ ડઝન્ટ મેક એની ડિફરન્સ.
11. એથી મને કોઈ ફેર પડતો નથી. — *It* doesn't matter to me. ઈટ ડઝન્ટ મેટર ટુ મી.
12. ચાર વાગ્યા છે. — *It's* four o'clock. ઈટસ ફોર ઓક્લૉક.
13. તે ઈતિહાસમાં રસ ધરાવે છે. તે કહે છે, "એ રસપ્રદ છે." — She *likes* history. She says, "It's interesting." શી લાઈક્સ હિસ્ટરી. શી સેઝ "ઈટ્સ ઈન્ટરેસ્ટિંગ."
14. શું તમને મદદ કરનાર હું ન હતો? — *Was it* not I who helped you? વૉઝ ઈટ નૉટ આઈ હૂ હેલ્પ્ડ યૂ?

B

15. શું તમે મને પેન કે પેન્સિલ આપશો? — Will you give me *either* a pen *or* a pencil? વિલ યૂ ગિવ મી આઈધર એ પેન ઑર એ પેન્સિલ?
16. બંને જવાબો સાચા છે. — *Both* the answers are correct. બોથ ધ આન્સર્સ આર કરેક્ટ.
17. તે શિક્ષિકા પણ નથી કે વિદ્યાર્થીની પણ નથી. — She is *neither* a teacher *nor* a student. શી ઈઝ નાઈધર એ ટીચર નૉર એ સ્ટૂડંટ.
18. બંને કેદીઓ નિર્દોષ છે. — *Both* prisoners are innocent. બોથ પ્રિઝનર્સ આર ઈનોસન્ટ.
19. ટોપલીમાં દસ કેરી છે. — There are *ten* mangoes in the basket. ધેર આર ટેન મેન્ગોઝ ઈન ધ બાસ્કેટ.
20. મેજ ઉપર બે ચોપડીઓ હતી. — There were *two* books on the table. ધેર વેર ટૂ બુક્સ ઑન ધ ટેબલ.
21. રીટા અને મીના બંનેએ મહેનત કરવી જોઈએ. — *Both* Rita and Mina should work hard. બોથ રીટા ઍન્ડ મીના શુડ વર્ક હાર્ડ.
22. મારું ખમીસ સફેદ છે. તમારું ખમીસ પણ સફેદ છે. — My shirt is white. Your shirt is white *too*. માઈ શર્ટ ઈઝ વાઈટ. યોર શર્ટ ઈઝ વાઈટ ટૂ.

23. મારો કોટ કાળો નથી. તમારો કોટ પણ કાળો નથી. — My coat is not black. Your coat is not black *either*. માઇ કોટ ઇઝ નૉટ બ્લૅક. યોર કોટ ઇઝ નૉટ બ્લૅક આઇધર.

24. વર્ગમાં ઘણા વિદ્યાર્થીઓ છે. — There are *many/a number* of students in the class. ધેર આર મેની/એ નંબર ઑફ સ્ટૂડંટ્સઇન ધ ક્લાસ.

C

25. અહીં સુંદર દશ્ય છે. — The scenery *here* is beautiful/nice/lovely. ધ સીનરી હિયર ઇઝ બ્યૂટિફુલ/નાઇસ/લવલી.

26. અમે આંધળાને ખાવાનું આપ્યું. — We provided the blind *with* food. વી પ્રોવાઈડેડ ધ બ્લાઇન્ડ વિથ ફૂડ.

27. મેં આ પુસ્તકનો બે તૃતિયાંશ ભાગ પૂરો કર્યો છે. — I have finished *two-thirds* of this book. આઈ હેવ ફિનિશ્ડ ટૂ થર્ડ્સ ઑફ ધિસ બુક.

28. મેજીસ્ટ્રેટે તેને ગિરફતાર કરવાનો હુકમ કર્યો. — The magistrate issued orders *for* his arrest. ધ મૅજિસ્ટ્રેટ ઇસ્યૂડ ઑર્ડર્સ ફૉર હિઝ એરેસ્ટ.

29. જ્યારે હું મુંબઈ જઈશ ત્યારે એને મળીશ. — When I go to Mumbai, I shall *see* him. વેન આઈ ગો ટુ મુંબઈ આઈ શેલ સી હિમ.

30. મેં જમી લીધું છે. — I *have had* my food. આઈ હેવ હેડ માઈ ફૂડ.

31. હું હાઇસ્કૂલમાં છું. — I am *at* the high school. આઈ એમ ઍટ ધ હાઇસ્કૂલ.

32. ગંગા નદી છે. — The Ganges *is* a river. ધ ગેંન્જીસ ઇઝ એ રિવર.

33. તમને સો રૂપિયાનું માસિક ભથ્થું મળ્યું? — Did you get *a* monthly allowance of *a* hundred rupees? ડિડ યૂ ગેટ એ મંથલી એલાઉન્સ ઑફ એ હંડ્રેડ રૂપીઝ?

34. હું પીસ્તાળીશ વર્ષનો છું. — I am *forty-five*. આઈ એમ ફોર્ટી-ફાઇવ.

35. મેં ચિત્રકળા છોડી દીધી છે. — I have *given up painting*. આઈ હેવ ગિવન અપ પેઇન્ટિંગ.

36. તમે મહેરબાની કરીને આ ગાંઠ છોડશો? — Will you *please kindly* untie this knot? વિલ યૂ પ્લીઝ કાઇન્ડલી અનટાઇ ધિસ નૉટ?

37. હવે શું થઈ શકે? — What can *be done* now? વૉટ કેન બી ડન નાઉ?

38. મારા બંને હાથે ઈજા થઈ છે. — *Both* my hands have been injured. બોથ માઇ હેન્ડઝ હેવ બીન ઇન્જર્ડ.

39. આપણે રડવા સિવાય બીજું કંઈ કરી શકીએ તેમ નથી. — We could do *nothing* but cry. વી કુડ ડૂ નથિંગ બટ ક્રાય.

40. મહેરબાની કરીને આ પુસ્તકનું દસમું પાનું ખોલો. — Please open page *ten* of this book. પ્લીઝ ઓપન પેજ ટેન ઑફ ધિસ બુક.

આટલું યાદ રાખો. (Remember)

સર્વનામ (Pronoun પ્રોનાઉન) 'It'નો કેટલીએ રીતે ઉપયોગ કરી શકાય છે. જેમ કે –

1. કોઈ Lower animal **અથવા નાના બાળકને માટે;** જેમ કે – After dressing the wound of the dog the doctor petted it and sent it home. કૂતરાના ઘા પર પાટો બાંધ્યા બાદ દાક્તરે તેને થાબડીને ઘેર મોકલ્યો. As soon as the child saw its mother, it jumped to her. જેવી બાળકે એની માને જોઈ કે ઊછળીને એને ચોંટી પડ્યું.
2. **કોઈ પણ** Noun અથવા Pronoun **ઉપર ભાર મૂકવા માટે –** It was Gandhiji, who started the Civil Disobedience Movement. ગાંધીજીએ જ નાગરિક સવિનયભંગ આંદોલન શરૂ કર્યું.
3. Verbના III Person singularની સાથે–It is raining outside. બહાર વરસાદ પડી રહ્યો છે.
4. Objectના **રૂપમાં–**Children find it difficult to sit quietly. બાળકોને ચુપ બેસવું મુશ્કેલ લાગ્યું.
5. **પહેલાં કહેલી વાત માટે –** He was wrong and he realises it. તે ખોટો હતો તે તેણે માન્યું. આ વાક્યમાં itનો ઉપયોગ that he was wrongને માટે કરવામાં આવ્યો છે. Itના અનેક પ્રયોગો અંગ્રેજીમાં જાણીતા છે. એનો ધ્યાનપૂર્વક અભ્યાસ કરવો જોઈએ.

29 ઓગણત્રીસમો દિવસ
th Day

A

ગણનાસૂચક અને માત્રાસૂચક વાક્ય (Countables & Uncountables)

1. મેજ ઉપર મુકેલી દરેક ચોપડી ભૂરી છે.	*Every* book on this table is blue. એવરી બુક ઑન ધિસ ટેબલ ઈઝ બ્લ્યુ.
2. ટોળામાંનો દરેક માણસ હજી પણ ઊભો છે.	*Every* man of the crowd is still standing. એવરી મૅન ઑફ ધ ક્રાઉડ ઈઝ સ્ટિલ સ્ટૅન્ડિંગ.
3. તેઓમાંના દરેક પાસે પોતાની ગાડી છે.	*Each* of them has his own car. ઈચ ઑફ ધેમ હેઝ હિઝ ઓન કાર.
4. મેં પંદર પૈસાની એક એવી ચાર પેન્સિલો ખરીદી.	I bought four pencils at fifteen paise *each.* આઈ બૉટ ફોર પેન્સિલ્સ ઍટ ફિફ્ટીન પૈસે ઈચ.
5. સોનિયા અને રીના એક બીજામાં ખૂબ મળી ગઈ છે.	Sonia and Rina are fond of *each other.* .સોનિયા ઍન્ડ રીના આર ફૉંડ ઑફ ઈચ અધર.
6. રાજીવ દરેક બીજા અઠવાડિયે એની બાને મળવા જાય છે.	Rajiv visits his mother *every other* week. રાજીવ વિઝિટ્સ હિઝ મધર એવરી અધર વીક.
7. એ બેમાંથી કોઈ પણ ચાવી એ તાળામાં લાગી જશે.	*Either* of these two keys will fit into the lock. આઈધર ઑફ ધીઝ ટૂ કીઝ વિલ ફિટ ઈનટુ ધ લૉક.
8. મને કંઈક ખાવાનું આપો.	Give me *something* to eat. ગિવ મી સમથિંગ ટુ ઈટ.
9. તમારા ખિસ્સામાં કંઈ હોય તો કાઢી લો.	Take out if you have *anything* in your pocket. ટેક આઉટ ઈફ યૂ હેવ એનીથિંગ ઈન યોર પૉકેટ.
10. મેં ઘણી ચીજો ગુમાવી છે.	I have lost *many a thing*. આઈ હેવ લૉસ્ટ મેની એ થિંગ.
11. શું કોઈ આવ્યું છે?	Has *someone* come? હેઝ સમવન કમ?
12. હા, કોઈક તમારી રાહ જોઈ રહ્યું છે.	Yes, *somebody* is waiting for you. યસ, સમબડી ઈઝ વેટિંગ ફૉર યૂ.
13. આખા ઘરમાં ધમાલ મચી ગઈ હતી.	The *whole* house was in uproar. ધ હોલ હાઉસ વૉઝ ઈન અપરોર.
14. બીજું કોઈ આવ્યું હતું?	Had *anybody/anyone* else come? હેડ એનીબડી/એનીવન એલ્સ કમ?
15. અહીં કોઈ નથી આવ્યું.	*Nobody (No one)* came here. નોબડી (નો વન) કેમ હિયર.
16. આ ઘરની સર્વ વસ્તુ તમારા માટે હાજર છે.	*Everything* in this house is at your disposal. એવરીથિંગ ઈન ધિસ હાઉસ ઈઝ ઍટ યોર ડિસ્પોઝલ.
17. મારા ઘરમાં બધાં માંદાં છે.	*Everyone* in my house is ill. એવરીવન ઈન માઈ હાઉસ ઈઝ ઈલ.
18. તેઓ આખો વખત બગીચામાં હતાં.	They were in the garden *all* the time. ધે વેર ઈન ધ ગાર્ડન ઑલ ધ ટાઈમ.
19. તમને તમારી ચોપડીઓ મારા બેઠકના ઓરડામાં મળશે.	You will find you books *somewhere* in my drawing room. યૂ વિલ ફાઈન્ડ યોર બુક્સ સમવેર ઈન માઈ ડ્રાઈંગ રૂમ.
20. મને પુસ્તક ક્યાંયે ન મળ્યું.	I found the book *nowhere.* આઈ ફાઉન્ડ ધ બુક નોવેર.

21. તમે ક્યાંય જઈ રહ્યા છો? — Are you going *anywhere*? આર યૂ ગોઈંગ એનીવેર?

22. અમે બાગમાં ચક્કર લગાવ્યું. — We went *all around* the garden. વી વેન્ટ ઑલ અરાઉન્ડ ધ ગાર્ડન.

23. તેમણે આખાયે દેશમાં મુસાફરી કરી. — They travelled *all over* the country. ધે ટ્રાવેલ્ડ ઑલ ઓવર ધ કંટ્રી.

24. આ સારોય સમય હું એની રાહ જોતો રહ્યો. — *All through this period* I waited for her. ઑલ થ્રુ ધિસ પીરિયડ આઈ વેઈટેડ ફૉર હર.

B

કહેવતોવાળાં વાક્યો (Idiomatic Sentences)

25. ખરાબ આદતો શરૂઆતથી જ રોકી દેવી જોઈએ. — Bad habits should be *nipped in the bud*. બૅડ હેબિટ્સ શુડ બી નિપ્ડ ઇન ધ બડ.

26. મોહનિશના જીવનનો નિભાવ મુશ્કેલીથી થાય છે. — Mohnish lives *from hand to mouth*. મોહનિશ લિવ્સ ફ્રૉમ હેન્ડ ટુ માઉથ.

27. ડાકુઓ હજી સુધી નથી પકડાયા. — The dacoits are still *at large*. ધ ડેકોઇટ્સ આર સ્ટિલ ઍટ લાર્જ.

28. ખૂની લોહિયાળ હાથે પકડાઈ ગયો. — The murderer was caught *red-handed*. ધ મર્ડરર વૉઝ કૉટ રેડ-હેન્ડેડ.

29. મને આ વાતની ગંધ આવી ગઈ. — I *got wind* of this matter. આઈ ગૉટ વિંડ ઑફ ધિસ મેટર.

30. એનું મૃત્યુ નજીક આવ્યું છે. — His *days are numbered*. હિઝ ડેઝ આર નંબર્ડ.

31. હવામાં કિલ્લા બાંધવાથી શું ફાયદો? — It is no use *building castles in the air*. ઈટ ઇઝ નો યુસ બિલ્ડિંગ કેસલ્સ ઇન ધ એર.

32. એ લારીના અકસ્માતમાં પરાણે બચ્યો. — He had a *narrow escape* in the lorry accident. હી હેડ એ નૅરો એસ્કેપ ઇન ધ લૉરી એક્સિડેન્ટ.

33. આપણે આવી તુચ્છ વાતો ઉપર મગજ ગુમાવવું ન જોઈએ. — We should not *lose our temper* over trifles. વી શુડ નૉટ લૂઝ અવર ટેમ્પર ઓવર ટ્રાઈફલ્સ.

34. તેણે તેનાં જીવનમાં બહુ તડકો છાંયડો જોયો છે. — He has seen many *ups and downs* in his life. હી હેઝ સીન મેની અપ્સ ઍન્ડ ડાઉન્સ ઇન હિઝ લાઇફ.

35. હું સતત બાર કલાક કામ કરી શકું છું. — I can work for twelve hours *at a stretch*. આઈ કેન વર્ક ફૉર ટ્વેલ્વ આવર્સ ઍટ એ સ્ટ્રેચ.

36. એ કુદકે ને ભૂસકે પ્રગતિ કરી રહ્યો છે. — He is progressing by *leaps and bounds*. હી ઇઝ પ્રોગ્રેસિંગ બાઈ લીપ્સ ઍન્ડ બાઉન્ડ્ઝ.

37. અંતે સત્યનો જય થાય છે. — Truth *triumphs* in the long run. ટ્રુથ ટ્રાયમ્ફ્સ ઇન ધ લૉંગ રન.

38. એ નિઃશંક સાચું બોલનારો માણસ છે. — Of course he is a *truthful* man. ઑફ કોર્સ હી ઇઝ એ ટ્રુથફુલ મેન.

આટલું યાદ રાખો. (Remember)

1. દરેક ભાષામાં બોલતાં બોલતાં કેટલાક શબ્દો બહુ રૂઢ.બની જાય છે. કેટલાક તો એટલા જાણીતા થઈ જાય છે કે મૂળ અર્થ છોડીને બીજો અર્થ આપે છે. તેને કહેવતો અથવા Proverb કહેવાય છે.
2. જે ભાષાને સારી રીતે શીખવી હોય તેની કહેવતોનો બરોબર એ જ સ્વરૂપમાં અભ્યાસ કરવો જોઈએ. તો જ આપણે તે ભાષાના જ્ઞાની કહેવાઈએ. એટલે જ આપણે કહેવતોનું બહુ જ શ્રદ્ધાથી સ્મરણ કરવું જોઈએ.
3. કેટલાક લોકો કહેવતોના શબ્દો બદલી નાખે છે. જેમ કે કોઈ કહે "Mohanish lives from foot to mouth." — તો તેને સાચી કહેવત નહીં ગણાય. સાચી કહેવત છે "Mohanish lives from hand to mouth." — એ જ રીતે બીજી કહેવતો વિશે પણ તમે સમજી શકો છો.

30 ત્રીસમો દિવસ
th Day

અભ્યાસ કસોટી (Drill Tables)

આ અભ્યાસ કસોટી વાક્યોનું વારંવાર પુનરાવર્તન કરવા માટે છે. જેટલાં વધુ યાદ કરી શકો તેટલાં કરો. આથી તમને અંગ્રેજીનાં આ અને આવાં વાક્યો આવડી જશે. આ રીતે તમે અટક્યા વિના નવાં નવાં વાક્ય બોલી શકશો.

કસોટી-૮-Aમાં his, her, their, your વગેરે સર્વનામ શબ્દો, સંજ્ઞાવાચક શબ્દ houseની પહેલાં આવ્યા છે (સર્વનામના વિશેષણોના રૂપમાં). એ શબ્દો ખાસ કરીને આ રીતે પ્રયોગમાં આવે છે. કસોટી-૮-Bમાં જ્યારે તે (આવા Possessive સર્વનામ) એકલા આવે તો ત્યાં સામાન્ય રીતે his, hers, theirs, yours રૂપોમાં પ્રયોગ થાય છે. તેને મનમાં ગોઠવો.

Example : This is my pen. (Possessive Adjective)

This pen is mine. (Possessive Pronoun) આ અંતર હંમેશાં યાદ રાખવું જોઈએ.

એકવીસમો દિવસ

કસોટી (Table)–8 **(a) 12 વાક્યો (b) 12 વાક્યો**

	1	2	3
A	This is That isn't	his her their your my our	house

	1	2
B	This house is That house isn't	his hers theirs yours mine ours

Mr. Ram'sનો અર્થ છે શ્રી રામના – ખાસ કરીને એનો પ્રયોગ જીવંત વસ્તુઓ માટે થાય છે. કોઈ કોઈ વાર એનો ઉપયોગ જડ પદાર્થો સાથે પણ થાય છે – a day's work, a month's supply, a year's growth વગેરે. (એ શબ્દો ભાષામાં ખૂબ જાણીતા થયેલા હોવાથી સ્વીકાર્ય બન્યા છે અને તેમને અશુદ્ધ માનીને કાઢી શકાતા નથી.)

બાવીસમો દિવસ

કસોટી (Table)–9 **384 વાક્યો**

કસોટી-9માં in, under, on, near એવા સ્થળવાચક (Platial Words) શબ્દનો ઉપયોગ થયો છે.

1	2	3	4	5
		in		
It	is		that	bag
Your plate		under	this	basket
The bottle		on	your	
The cup	is not		Mr. Ram's	table
		near		

ત્રેવીસમો દિવસ

કસોટી-10માં too–to સાંકળતા શબ્દો (Linking Words)નો અભ્યાસ આપેલો છે. I am *too* tired to do such heavy workનો અર્થ છે – હું એટલો થાકી ગયો છું કે આટલું ભારે કામ નહીં કરી શકું. એ રીતે અન્ય વાક્યોમાં આ શબ્દના અર્થ સમજવા જોઈએ.

કસોટી (Table)–10 **27 વાક્યો**

1	2	3	4	5
I am		tired		do such heavy work
The little boy was	too	hungry	to	go back so soon
You will be		weak		answer their questions

કસોટી-11માં when, as well as, after, before વગેરે શબ્દોનો અભ્યાસ આપેલો છે. એની સાથે Linking Words કોઈ નથી જોડાતા, સીધો બીજો Clause જોડાઈ જાય છે જેમ કે When we arrived (then નથી આવતું) it began to rain વગેરે.

કસોટી (Table)–11 **64 વાક્યો**

1	2	3
When	we arrived	it began to rain
As soon as	the train left	he started to cry
After	they came	the lights went out
Before	he noticed us	he moved away

કસોટી-12માં since અને forનાં સકારાત્મક (Positive) વાક્યો આપવામાં આવ્યાં છે.

કસોટી (Table)–12 **64 વાક્યો**

1	2	3	4
She	has been		
He		discussing this matter	since morning
		quarrelling over it	for many days
		playing hockey	since 2 P.M.
I	have been	reading a novel	for two hours
You			

ચોવીસમો દિવસ

કસોટી-૧૩માં Prepositionsમાં ચત્તાં-ઊંધાં વાક્યો આપ્યાં છે. એને બરાબર મેળવીને સાર્થક વાક્ય બનાવો. એક Prepositionનો પ્રયોગ એકથી વધારે વાક્યમાં થઈ શકે છે.

કસોટી (Table)–13 **24 વાક્યો**

1	2	3
You must refrain	by	my story
He was highly amused	into	working too hard
He prevents me	against	her son's health
The mother is worried		music
His work is progressing		his work
We got fed up		the matter
He was absorbed	about	his behaviour
The police looked	in	smoking
He is well versed		going there
My boss is pleased	with	leaps and bounds
She went		my work
The doctor warned him	from	the room

પચ્ચીસમો દિવસ

કસોટી-14માં કર્મવાચક (Passive Voice)નાં વાક્યો આપવામાં આવ્યા છે. તેને બોલીને સારી રીતે યાદ કરો અને એનો અર્થ મનમાં બેસાડો. સહાયક ક્રિયાઓ (is, is being, has been)ની સાથે મુખ્ય 3rd form જોડાયાં છે.

કસોટી (Table)–14 **165 વાક્યો**

1	2	3
	is	
	is being	
	has been	collected
The money	is going to be	
	was	kept in a secret place
The jewellery	was being	
	had been	sent away
The body of the lion	will be	
	will not be	buried in my garden
	will have been	
	should be	moved from here

કસોટી-15માં (infinitive)ની સાથે કર્મવાચકના (Passive Voice) વાક્યોની રચના કરી છે.

કસોટી (Table)–15 **48 વાક્યો**

1	2	3	4
	has to		
My work	may		suspended by workers
	can		appreciated by many people
	will not	be	done in that factory
It	ought to		finished in time
	used to		

છવ્વીસમો દિવસ

કસોટી-16માં વિશેષણની સરખામણી (Comparative Degree)નાં વાક્યોનો ઉપયોગ બતાવ્યો છે. એમાં thanનો ઉપયોગ થાય છે.

કસોટી (Table)–16 **60 વાક્યો**

1	2	3	4	5
He was They were	more	wicked honest cruel willing cheerful foolish	than	any one else she was you were I was we were

કસોટી-17માં વિશેષણની સૌથી ઊંચી અવસ્થાનાં (Superlative degree) વાક્યો આપવામાં આવ્યાં છે. એમાં 'best of' વગેરે શબ્દોનો પ્રયોગ કરવામાં આવે છે.

કસોટી (Table)–17 **48 વાક્યો**

1	2	3	4	5	6
Your coat This one That one	is	the	thickest worst best finest	of	all those in the shop the lot any I have seen

સત્તાવીસમો દિવસ

કસોટી-18Aમાં ગણનાસૂચક (Countable) શબ્દોનાં પ્રશ્નવાચક વાક્યો આપવામાં આવ્યાં છે. ટેબલ-18Bમાં માત્રાસૂચક (Uncountable) શબ્દોનાં પ્રશ્નવાક્યો. Many ગણનાસૂચક (Countable) શબ્દ છે, much માત્રાસૂચક (Uncountable). ધ્યાન આપો. money, cup, knife, pen, pencil, book ગણનાયોગ્ય (Countable) વસ્તુઓ છે જ્યારે oil, tea, sand માત્રાસૂચક (Uncountable) શબ્દો.

કસોટી (Table)–18 **(a) 10 વાક્યો (b) 10 વાક્યો**

A

1	2	3	4
How many	cups knives pens pencils books	are there	on the table? in the store?

B

1	2	3	4
How much	money oil bread tea sand	is there	in the house? in his possession?

અઠ્ઠાવીસમો દિવસ

કસોટી-19માં બે પ્રકારના કર્તા છે. (i) nobody અથવા (ii) everybody, પહેલો નકારાત્મક (Negative) શબ્દ છે. બીજો સકારાત્મક (Positive) – "Nobody took anything last time"નો અર્થ છે – "કોઈએ છેલ્લા સમયે કોઈ વસ્તુ નથી લીધી." – જ્યારે "Somebody took something last time"નો અર્થ છે – "કોઈએ છેલ્લા સમયે કોઈક વસ્તુ લીધી."

નકારાત્મક વાક્યમાં મુખ્યત્વે : anything અને સકારાત્મક વાક્યમાં something શબ્દ વપરાય છે.

કસોટી (Table)–19 **96 વાક્યો**

1	2	3	4
No one Nobody None of us None of you	wrote wanted	anything	at that time
Everybody Somebody Some of you A few of us	noticed took	something	before breakfast last time

ઓગણત્રીસમો દિવસ

કસોટી-20માં કોલમ 1માં કર્તા-ઉપવાક્ય આપ્યાં છે. અહીં કર્તા એક શબ્દ નહીં બલકે અનેક શબ્દ છે. કોલમ 2માં ક્રિયા-વાક્ય છે. બંને મળીને પૂર્ણ વાક્ય બને છે. અહીં What પ્રશ્નાર્થ નહીં પરંતુ નિર્દેશવાચક છે. What is written here is untrue – એ વાક્યનો અર્થ છે – અહીં જે લખ્યું છે, તે અસત્ય છે – અર્થાત્ 'What'નો અર્થ શું નહીં, પરંતુ "જે કંઈ" થાય છે.

કસોટી (Table)–20 **15 વાક્યો**

1	2
What is written here What you say What you propose	will be used as evidence is untrue is difficult to understand is perfectly correct has been said before

કસોટી-૨૧માં ક્રિયાની સાથે to (infinitive)નો પ્રયોગ આપ્યો છે. 'We would like to listen to the radio'. એટલે – "અમે આકાશવાણી સાંભળવા ઇચ્છીશું."

ઉપરનાં વાક્યમાં 'would', 'like', 'to listen' ત્રણ ક્રિયાઓ છે – 'would' સહાયક ક્રિયા (Special Verb) 'like' પ્રધાન ક્રિયા અને 'to listen' infinitive સંજ્ઞાના સ્થાન ઉપર કામ કરે છે.

કસોટી (Table)–21 **48 વાક્યો**

1	2	3
We They	ought to had to wanted to would like to hoped to will try to	buy return tickets build a house answer all the questions listen to the radio

અભ્યાસ (Practice)

I. નીચે પ્રશ્નવાચક અને ઉત્તરવાચક વાક્યો આપવામાં આવ્યાં છે. પ્રશ્ન અથવા ઉત્તરમાંથી એક વાક્ય અવશ્ય ૨૧થી ૨૯ દિવસોના વાક્યોમાંથી લેવામાં આવ્યું છે. તમે તમારા સાથીને કહો કે તે તમને પ્રશ્ન પૂછે અને તમે તેનો ઉત્તર આપો.

પછી તે જવાબ બોલે અને તમે એને પ્રશ્નાર્થ બનાવો. આ રીતે અભ્યાસ કરો.

પ્રશ્ન (Question)	ઉત્તર (Answer)
21મો દિવસ	
1. What are you?	I am a clerk.
2. What's your nationality?	I am an Indian.
3. Is this the book you need?	Yes, this is it.
4. Who went there?	None of us.

22મો દિવસ

5. Where is the book?	On the table.
6. Where is the clerk?	At the table.
7. Where is Kamla going?	Into the room.
8. Where is Kamla?	In the room.
9. What do you play besides hockey?	Football.
10. What can I do for you?	Get a newspaper.

23મો દિવસ

11. Why does he work hard?	Because he may win a prize.
12. Can she walk easily?	No, she is too weak.
13. Who is guilty?	Either you or your brother.
14. How long have you been learning English?	For the last two years.
15. When shall I receive his letter?	Within three days.

24મો દિવસ

16. Was the boy absent from school?	Yes. he was.
17. Does he know his weakness?	Yes, he is fully conscious of it.
18. Are you sure of your success?	Yes, I am dead sure.
19. Are his remarks based on facts?	No, they are not.
20. Why are you bent upon going there?	To try to get a better job.

25મો દિવસ

21. What is to be done?	Let this work be done.
22. What am I requested to do?	You are requested not to smoke.

26મો દિવસ

23. Shall we ever forget these good days?	No, we shall never forget them or No, how can we?
24. Is man immortal?	No, man is mortal.
25. Is there any gain without pain?	No, there is not.

27મો દિવસ

26. Did any of you play football?	No, none of us did.
27. Is there any milk in the bottle?	No, there is no milk in it.
28. Shall I give you some more milk?	No, thank you./I need no more.
29. Will you give whatever I want?	With great pleasure./It is all yours.

28મો દિવસ

30. Who is that?	It is my friend.
31. Is it me you are calling?	Yes, I need you.
32. How many mangoes are there in the basket?	There are ten.

29મો દિવસ

33. Had anybody else come?	Nobody came here.
34. How long will you stay there?	It is not yet difinite.
35. How much money can you lend me?	At the most I can lend you ten rupees.

II. પ્રશ્ન Iના પ્રશ્ન અને જવાબ બંને પ્રશ્નોનો ગુજરાતીમાં અનુવાદ કરો.

III. (i) Lata *does* come. (iii) Lata *did* come.
(ii) Lata *comes*. (iv) Lata *came*.

ઉપરનાં વાક્યોને ધ્યાનથી જુઓ અને બતાવો કે કયાં વાક્યો શુદ્ધ છે? તમે કહેશો કે પહેલું ને ત્રીજું ખોટું છે. પરંતુ અમે કહીએ છીએ, આ ચારે વાક્યો સાચાં છે.

તમે પૂછશો કે જો ચારે વાક્યો સાચાં છે તો એકબીજાના અર્થમાં શું ફેર છે? તો જે ફેર છે તેને સમજો; Lata does come અને Lata did come – બંને વાક્ય 'આવવું' (come) ક્રિયાના અર્થને ભાર (emphasis) આપે છે. ઉપરનાં બંને વાક્યોનો અર્થ થશે – (૧) 'લતા જરૂર આવે છે' અને 'લતા જરૂર આવી.' અથવા 'લતા આવે તો છે.' અને 'લતા આવી'.

બીજું અને ચોથું વાક્ય Lata comes અને Lata came – નો અર્થ થશે – 'લતા આવે છે', અને 'લતા આવી'. એ બંને સામાન્ય અર્થવાળી ક્રિયાઓ છે. સકારાત્મક વાક્યો (Positive Sentences)માં do, does અને didનો ઉપયોગ છે. ઉપર જે કંઈ કહ્યું છે, તે પ્રમાણે નીચે આપેલાં વાક્યોનો ગુજરાતીમાં અર્થ કરો –

(i) My mother does like children.
(ii) Children do like to play.
(iii) The labourers did shout loudly.
(iv) Do come tomorrow.

IV. નીચે આપેલી ખાલી જગ્યાઓ કૌંસમાં આપેલા શબ્દોમાંથી યોગ્ય શબ્દ શોધી પૂરો.

(1) He is ...(a, an) American. (2) The train is late by half ...(a, an) hour. (3) Is he ... (a, an) Russian? (4) Qutub Minar is ...(a, an, the) highest tower in India. (5) Sonepat is ... (a, an, the) small town in Haryana. (6) These pictures ...(is, are) mine. (7) He has gone ... (to, out) of Delhi. (8) Are you going ...(to, for) sleep? (9) Put on a raincoat lest you ... (will, shall, should) get wet. (10) Neither Mahesh nor Ramesh ...(play, plays) football. (11) Is she ...(known, knew) to you? (12) They pray every day ...(for, till) fifteen minutes. (13) Either Sati or Mati ...(is, are) to blame. (14) She is ...(too, so) weak to walk. (15) I am ...(too, so) weak that I can't walk.

V. નીચે લખેલાં ૨ વાક્યોમાં એક એક વાક્ય ખોટું છે. ધ્યાનથી વાંચીને સાચાં વાક્યોને શોધી કાઢો –

1. (A) He looks older to his years/age. (B) He looks older than his years/age.
2. (A) My mother is all right now. (B) My mother is alright now.
3. (A) Mother as well as father is happy. (B) Mother as well as father are happy.
4. (A) I couldn't understand but a few words. (B) I could understand but a few words.
5. (A) He was capable to support himself. (B) He was capable of supporting himself.
6. (A) I always see you with one particular person. (B) I always see you with one certain person.

VI. નીચે લખેલાં વાક્યોને સુધારીને લખો –

1. This is a ass. 2. That's a book. That is my book. 3. We travelled by ship. It is a fine ship. 4. I am taller than he. 5. He was looking me. 6. He had hardly finished the work than his friend came. 7. Either you are a thief or a robber. 8. I have been studying this subject since ten years. 9. He spent plenty of money at his wedding. 10. I no sooner left the house when it began to rain. 11. Though his arms were weak, but his legs were strong. 12. Neither you nor I are lucky. 13. It is too hot for work. 14. Have you much toys? 15. This is a bread. Bread is a food. 16. She is too weak that she can't walk. 17. He works hard lest he will fail. 18. Somebody spoke to me, I forget whom. 19. He is a man whom I know is corrupt. 20. Put everything in their place. 21. None of them were available there. 22. There is misery in the life of all men. 23. Are you senior from him?

નીચે લખેલા વાક્યો ખરાં છે, પરંતુ ઊલટાં છે.

1. This is an ass. 2. That is a book. It is my book. 3. We travelled by ship. It was a fine ship. 4. I am taller than him. 5. He was looking at me. 6. He had hardly finished the work when his friend came. 7. You are either a thief or a robber. 8. I have been studying this subject for ten years. 9. He spent plenty of money on his wedding. 10. I had no sooner left the house than it began to rain. 11. Though his arms were weak, yet his legs were strong. 12. Neither of us is lucky. 13. It is too hot to work. 14. Have you many toys? 15. This is bread. Bread is food. 16. She is too weak to walk. 17. He works hard lest he should fail. 18. Somebody spoke to me, I forget who. 19. He is the man who I know is corrupt. 20. Put everything in place. 21. None of them was available there. 22. There is misery in the lives of all men. 23. Are you senior to him?

31 એકત્રીસમો દિવસ
st Day

ચોથું પ્રકરણ (4th Expedition)

હવે તમારી યાત્રાનું ચોથું પ્રકરણ શરૂ થાય છે. જ્યાંથી તમે વ્યાકરણના ગૂંચવાડામાંથી નીકળીને વ્યાવહારિક જગતના સ્વચ્છ અને પ્રાકૃતિક વાતાવરણમાં પહોંચી રહ્યા છો. પાછળના ત્રણ તબક્કામાં તમને શુદ્ધ-અશુદ્ધનો પરિચય મળ્યો. અર્થભર વાક્ય બનાવવા માટે શબ્દોને વાક્યોમાં કેવી રીતે મૂકવાં એ તમે જોયું. હવે તમે વિષય પ્રમાણે નાનાં નાનાં વાક્યો બોલતાં શીખશો. તમે છેલ્લા ત્રણ તબક્કામાં જે શીખ્યા છો તેની પૂંજી ઉપર તમારે આગળ વધવાનું છે. એ સંપત્તિના આધાર ઉપર તમારે અભિવ્યક્તિનો નવો દૃષ્ટિકોણ શોધવાનો છે. અમને વિશ્વાસ છે કે જે વિશ્વાસથી તમે અહીં સુધી આવ્યા છો તે તમને સહાયક બનશે અને સંકોચ વિના અંગ્રેજી વાક્યોને બોલવાનો અભ્યાસ તમે કરશો. તેને શીખશો અને પોતાનાં બનાવી લેશો. અને એનાથી તમારી ભાષા સમૃદ્ધ બનાવી શકશો. દરેક દિવસને અંતે આપેલી નોંધ તમને માર્ગદર્શન આપશે. હવે આમંત્રણનાં વાક્યો શીખીએ.

1. આમંત્રણ (Invitation)

1. **કૃપા કરીને અંદર આવો.**	**Come in please.** કમ ઇન પ્લીઝ.
2. **કૃપા કરીને કંઈક ઠંડું પીઓ.**	**Please have a cold drink.** પ્લીઝ હેવ એ કૉલ્ડ ડ્રિંક.
3. તમે અહીં આવવાની તકલીફ લેશો?	Will you please come over here? વિલ યૂ પ્લીઝ કમ ઓવર હિયર?
4. ફરવા માટે આવો.	Come for a walk please./Let us have a stroll. કમ ફૉર એ વૉક પ્લીઝ./લેટ અસ હેવ એ સ્ટ્રોલ.
5. તમે અમારી સાથે સિનેમા જોવા આવવાનું પસંદ કરશો?	Would you like to come with us to the cinema? વુડ યૂ લાઇક ટુ કમ વિથ અસ ટુ ધ સિનેમા?
6. શું તમે અમારી સાથે આખો દિવસ ગાળશો?	Would you spend the whole day with us? વુડ યૂ સ્પેન્ડ ધ હોલ ડે વિથ અસ?
7. મને એમ કરવામાં આનંદ થશે.	I shall be glad/pleased to do so. આઈ શેલ બી ગ્લેડ/પ્લીઝ્ડ ટુ ડૂ સો.
8. આવો બસમાં જઈએ.	Let us go by bus. લેટ અસ ગો બાઇ બસ.
9. તમે મારી સાથે નૃત્ય કરશો?	Would you join me in the dance?/May I dance with you? વુડ યૂ જોઇન મી ઇન ધ ડાન્સ?/મે આઈ ડાન્સ વિથ યૂ?
10. ના, હું નથી નાચતી.	No, I do not dance. નો, આઈ ડૂ નૉટ ડાન્સ.
11. તમે પત્તા રમવાનું પસંદ કરશો?	Would you like to play cards? વુડ યૂ લાઇક ટુ પ્લે કાર્ડ્ઝ?
12. ના, મને પત્તા રમતાં આવડતું નથી.	No, I don't know how to play cards. નો, આઈ ડોંટ નો હાઉ ટુ પ્લે કાર્ડ્ઝ.
13. તમને મારા પરિવાર સાથે આવતો રવિવાર ગાળવાનું હું આમંત્રણ આપું છું.	I invite you to enjoy next Sunday with my family. આઈ ઇન્વાઇટ યૂ ટુ એન્જૉય નેક્સ્ટ સંડે વિથ માઇ ફેમિલી.
14. મારી દીકરીના જન્મદિવસની પાર્ટીમાં આવવાનું જરૂર રાખશો.	Please do come for my daughter's birthday party. પ્લીઝ ડૂ કમ ફૉર માઇ ડૉટર્સ બર્થડે પાર્ટી.

15. જમવા માટેના તમારા આમંત્રણ માટે ધન્યવાદ. અમે સમયસર પહોંચવાનો પ્રયત્ન કરીશું.

Thanks for your invitation to dinner. We will try to be punctual./Thanks for inviting us for dinner. થૅંક્સ ફૉર યોર ઇન્વિટેશન ટુ ડિનર. વિ વિલ ટ્રાઇ ટુ બી પંક્ચ્યુઅલ./થૅંક્સ ફૉર ઇન્વાઇટિંગ અસ ફૉર ડિનર.

16. જમવાનું તમારું આમંત્રણ ન સ્વીકારી શકવા માટે દિલગીર છું. તમે યાદ કર્યો તે માટે આભાર.

I regret my inability to accept your invitation to dinner. Thank you for your kind remembrance. આઈ રિગ્રેટ માઇ ઇનએબિલિટી ટુ એક્સેપ્ટ યોર ઇન્વિટેશન ટુ ડિનર. થૅંક યૂ ફૉર યોર કાઇંડ રિમેમ્બરન્સ.

17. વીરપુર સુધી ટેક્સીના પ્રવાસમાં તમે અમારી સાથે જોડાઈ શકશો?

Could you join us in a taxi-tour to Virpur? કુડ યૂ જોઇન અસ ઇન એ ટેક્સી ટૂર ટુ વીરપુર?

18. તમારા આમંત્રણ માટે ખૂબ ધન્યવાદ. તમારો ટેક્સીમાં જવાનો વિચાર ખૂબ સરસ છે. હું તમારી સાથે આવીશ.

Many thanks for your kind invitation. Your idea of a taxi-tour is really grand. I will join you. મેની થૅંક્સ ફૉર યોર કાઇંડ ઇન્વિટેશન. યોર આઇડિયા ઑફ એ ટેક્સી ટૂર ઇઝ રિયલી ગ્રાંડ. આઇ વિલ જોઇન યૂ.

19. સાથે દ્વારકા પણ જઈશું ને!

We will go to Dwarka too. વી વિલ ગો ટુ દ્વારકા ટૂ.

2. મિલન અને વિદાય (Meeting & Parting)

1. સલામ, નમસ્કાર, જય શ્રીકૃષ્ણ. — Good morning! ગુડ મોર્નિંગ!
2. **કહો, કેમ છો?** — **Hello ! How are you?** હેલો, હાઉ આર યૂ?
3. **ઈશ્વરની કૃપાથી હું ઠીક છું.** — **I am fine, by God's grace./Very well, thank you. And you?** આઈ એમ ફાઇન, બાઇ ગૉડ્ઝ ગ્રેસ./વેરી વેલ, થૅંક યૂ. ઍન્ડ યૂ?
4. **તમને મળીને મને આનંદ થયો.** — **I am glad to see you.** આઈ એમ ગ્લૅડ ટુ સી યૂ.
5. **એ મારા માટે આનંદની વાત છે.** — **The pleasure is mine.** ધ પ્લેઝર ઇઝ માઇન.
6. બહુ દિવસો પછી મળ્યા. — It has been a long time since we met. ઇટ હેઝ બીન એ લૉંગ ટાઇમ સિન્સ વી મેટ.
7. મેં તમારા વિશે ખૂબ સાંભળ્યું છે. — I have heard a lot about you. આઈ હેવ હર્ડ એ લૉટ એબાઉટ યૂ.
8. જુઓ, કોણ છે? — Look, who is it?/Who is here? લુક, હૂ ઇઝ ઇટ?/હૂ ઇઝ હિયર?
9. મને જોઈને તમને નવાઈ લાગી? — Are you surprised to see me? આર યૂ સરપ્રાઇઝ્ડ ટુ સી મી?
10. જરૂર, હું ધારતો હતો કે તમે અમેરિકા છો. — Certainly, I thought/was under the impression that you were in America. સરટનલી, આઈ થૉટ/વૉઝ અન્ડર ધ ઇમ્પ્રેશન ધૅટ યૂ વેર ઇન અમેરિકા.
11. હું ત્યાં હતો પણ હું ગયા અઠવાડિયે પાછો ફર્યો છું. — I was there, but I came back/returned last week. આઈ વૉઝ ધેર, બટ આઈ કેમ બૅક/રિટર્ન લાસ્ટ વીક.
12. તમારું કુટુંબ પણ સાથે આવ્યું છે? — Has your family also come? હેઝ યોર ફેમિલી ઑલ્સો કમ?
13. હા, અમે બધાં આવ્યાં છીએ. — Yes, we all have come. યસ, વી ઑલ હેવ કમ.
14. **સારું ત્યારે, ફરી મળીશું.** — **Okay, see you again.** ઓકે, સી યૂ અગેન.
15. હવે તમે જશો? — Must you go/leave now? મસ્ટ યૂ ગો/લીવ નાઉ?
16. **તમારી મુસાફરી શુભ હો.** — **Have a nice journey.** હેવ એ નાઇસ જર્ની.
17. ઈશ્વર તમારું ભલું કરે. — God bless you. ગૉડ બ્લેસ યૂ.

18. તમારા પિતાજીને મારા પ્રણામ કહેજો. — Please convey my regards to your father. પ્લીઝ કન્વે માઈ રિગાર્ડ્સ ટુ યોર ફાધર.

19. ઈશ્વર તમને સાથ આપે. — May God be with you. મેં ગૉડ બી વિથ યૂ.

20. મિત્ર, શુભ રાત્રિ. — Good night, friend. ગુડ નાઈટ, ફ્રેંડ.

21. નમસ્તે./આવજો. — Bye bye./Good bye. બાઈ બાઈ/ગુડ બાઈ.

3. આભાર (Gratitude)

1. ખૂબ ખૂબ આભાર. — Thanks a lot. થૅંક્સ એ લૉટ.

2. **તમારી સલાહ માટે આભાર.** — **Thanks for your advice.** થૅંક્સ ફૉર યોર એડવાઈસ.

3. તમારા આમંત્રણ માટે આભાર. — Thanks for your invitation. થૅંક્સ ફૉર યોર ઈન્વિટેશન.

4. હું તમારો બહુ આભારી છું. — I am very grateful to you. આઈ એમ વેરી ગ્રેટફુલ ટુ યૂ.

5. ભેટ માટે આભાર. — Thanks for the present. થૅંક્સ ફૉર ધ પ્રેઝંટ.

6. આ બહુ કીમતી ભેટ છે. — This is a very costly present. ધિસ ઈઝ એ વેરી કૉસ્ટલી પ્રેઝંટ.

7. હું તમારી બહુ જ આભારી છું. — I am much obliged to you. આઈ એમ મચ ઓબ્લાઈજ્ડ ટુ યૂ.

8. તમે બહુ કૃપાળુ છો. — You are very kind./So kind of you. યૂ આર વેરી કાઈંડ./સો કાઈંડ ઑફ યૂ.

9. જરાયે નહીં, – મને તો આનંદ થયો. — Not at all. It's my pleasure. નૉટ ઍટ ઑલ, ઈટસ માઈ પ્લેઝર.

10. એ કૃપાની વાત નથી એથી મને પ્રસન્નતા થશે. — This is no matter of kindness, it would rather please me. ધિસ ઈઝ નો મેટર ઑફ કાઈંડનેસ, ઈટ વુડ રાધર પ્લીઝ મી.

11. તમે મારે માટે જે કંઈ કર્યું છે તેને હંમેશાં યાદ રાખીશ. — I will always remember what you have done for me. આઈ વિલ ઑલવેઝ રિમેમ્બર વૉટ યૂ હૅવ ડન ફૉર મી.

4. અભિનંદન અને આશીર્વાદ (Congratulations & Good Wishes)

1. અમે તમારા માટે નૂતન વર્ષની શુભકામના ઈચ્છીએ છીએ. — We wish you a happy new year. વી વિશ યૂ એ હેપી ન્યૂ યર.

2. તમારા જન્મદિનના અભિનંદન. — Hearty felicitations on your birthday. હાર્ટી ફેલિસિટેશન્સ ઑન યોર બર્થડે.

3. આ દિવસ વારંવાર આવે. — Many happy returns of the day. મેની હેપી રિટર્ન્સ ઑફ ધ ડે.

4. તમારી સફળતા માટે અભિનંદન. — Congratulations on your success. કોન્ગ્રેચ્યુલેશન્સ ઑન યોર સક્સેસ.

5. તમારાં લગ્ન માટે અભિનંદન. ઈશ્વર તમને સુખી રાખે. — Congratulations on your wedding. May God shower happiness in your life. કોંગ્રેચ્યુલેશન્સ ઑન યોર વેડિંગ. મે ગૉડ શાવર હેપિનેસ ઈન યોર લાઈફ.

6. તમારું ભાગ્ય સદાયે ઉજ્જ્વળ રહો. — May good fortune always smile upon you. મે ગુડ ફૉર્ચુન ઑલવેઝ સ્માઈલ અપોન યૂ.

7. તમે પરીક્ષામાં સફળતા મેળવો. — May you fare well in your examination. મે યૂ ફેર વેલ ઈન યોર એક્ઝામિનેશન.

8. હું તમને બધા તરફથી અભિનંદન આપુ છું. — I congratulate you on behalf of all. આઈ કોંગ્રેચ્યુલેટ યૂ ઑન બિહાફ ઑફ ઑલ.

9. **તમે સફળ થાઓ.** — **Wish you all the best.** વિશ યૂ ઑલ ધ બેસ્ટ.

10. તમારા પગારવધારા માટે અભિનંદન. — Congratulations on your increment. કૉંગ્રેચ્યુલેશન્સ ઑન યોર ઈન્ક્રિમેન્ટ.

11. તમે સમૃદ્ધ બનો. — May you flourish. મે યૂ ફ્લરિશ.

12. તમે જલદી સાજાં થાઓ. અમારી પ્રાર્થના તમારી સાથે છે. — Get well soon. Our prayers are with you. ગેટ વેલ સૂન. અવર પ્રેયર્સ આર વિથ યૂ.

5. વિવિધ વાક્યો (Miscellaneous Sentences)

1. ચાલો, હવે જમીએ. — Let us have lunch now. લેટ અસ હેવ લંચ નાઉ.
2. તમે શું લેશો, ચા કે કૉફી? — What would you like, tea or coffee? વૉટ વુડ યૂ લાઇક, ટી ઑર કૉફી?
3. હું તમને સ્ટેશન સુધી મૂકવા આવીશ. — I will come to the station to see you off. આઈ વિલ કમ ટુ ધ સ્ટેશન ટુ સી યૂ ઑફ.
4. હું તમને સ્ટેશને મૂકવા નહીં આવી શકું. — I will not be able to see you off at the station. આઈ વિલ નૉટ બી એબલ ટુ સી યૂ ઑફ ઍટ ધ સ્ટેશન.
5. તમે જ્યારે અમદાવાદ આવો મને જરૂર મળજો. — Please do meet me whenever you come to Ahmedabad. પ્લીઝ ડૂ મીટ મી વેનએવર યૂ કમ ટુ અમદાવાદ.
6. આવો, હું મારા પરિવારની ઓળખાણ કરાવું. — Let me introduce you to my family. લેટ મી ઈન્ટ્રોડ્યૂસ યૂ ટુ માઇ ફૅમિલી.
7. મારાં પત્ની નિશા, મારી પુત્રી કિટી અને મારા પુત્ર સુમિતને મળો. — Please meet my wife Nisha, daughter Kitty and son Sumit. પ્લીઝ મીટ માઈ વાઈફ નિશા, ડૉટર કિટી ઍન્ડ સન સુમિત.
8. તમારાં બાળકો બહુ વહાલાં છે. — You have lovely children. યૂ હેવ લવલી ચિલ્ડ્રન.
9. મને લાગે છે આપણે પહેલાં ક્યાંક મળ્યાં છીએ. — I think we have met before. આઈ થિંક વી હેવ મેટ બિફોર.
10. એટલી શી ઉતાવળ છે, થોડું રોકાઓ ને. — What is the hurry? Please stay a little more. વૉટ ઇઝ ધ હરી? પ્લીઝ સ્ટે એ લિટર મોર.
11. મારે કામ છે. રોકાઈ નહીં શકું. — I have some work. I will not be able to stay back. આઈ હૅવ સમ વર્ક. આઈ વિલ નૉટ બી એબલ ટુ સ્ટે બૅક.
12. મારી પાસે તમારો આભાર માનવાના શબ્દો નથી. — I have no words to express my thanks to you. આઈ હેવ નો વર્ડ્ઝ ટુ એક્સપ્રેસ માઇ થૅંક્સ ટુ યૂ.
13. તમે ખરેખર મને બચાવી લીધો. — You really saved my life. યૂ રિઅલી સેવ્ડ માઇ લાઇફ.
14. તમારું વિવાહિત જીવન દીર્ઘાયુ, સુખી તથા સમૃદ્ધ બનો. — May you have a long, happy and prosperous married life. મે યૂ હૅવ એ લૉંગ, હૅપી ઍન્ડ પ્રોસ્પરસ મેરિડ લાઇફ.

આટલું યાદ રાખો. (Remember)

વિનંતી (request) કરવા માટે would અને please બંનેનો એકી વખતે પ્રયોગ કરવો જોઈએ. જેમ કે, Would you please lend me one rupee? વુડ યૂ પ્લીઝ લેન્ડ મી વન રૂપી? (મને એક રૂપિયો ઉધાર આપશો?) અહીં વધુ નમ્રતા છે. એવી નમ્રતા Will you please lend me one rupee?માં નથી.

ફક્ત Thanks કહેવું લુખ્ખું લાગે છે તેનાથી વધુ સારો ઉપયોગ છે Thank you. Thanksની સાથે for લાગે છે. એ ઉપયોગ પણ સારો છે. જોકે એ કંઈક લાંબો છે. I thank you sir, for your interest in my family. (તમે મારા કુટુંબમાં જે રસ ધરાવો છો તેને માટે આભાર) પરંતુ કેવળ I thank you કદીયે ન કહેશો. એ બેપરવાઇભર્યો લુખ્ખો પ્રયોગ છે.

Congratulations અને felicitationsની સાથે on લાગે છે for અને it નહીં. Congratulations for/at your success ખોટું છે. તમારે કહેવું જોઈએ – Congratulations on your success.

32 બત્રીસમો દિવસ
32nd Day

6. અસ્વીકૃતિ (Refusal)

1. **હું આવી શકીશ નહીં.** — **I shall not be/won't be able to come.** આઈ શેલ નૉટ બી/વૉન્ટ બી એબલ ટુ કમ.
2. તમે જે ઇચ્છો છો તે હું કરી શકીશ નહીં. — I shall not be/won't be able to do what you want. આઈ શેલ નૉટ બી/વૉન્ટ બી એબલ ટુ ડૂ વૉટ યૂ વૉંટ.
3. હું આવવા ઇચ્છતો નથી. — I do not want to come. આઈ ડૂ નૉટ વૉંટ ટુ કમ.
4. મને ના પાડવા માટે અફસોસ છે. — I am sorry to refuse. આઈ એમ સૉરી ટુ રિફ્યૂઝ.
5. તેઓ આમાં સંમત થશે નહીં. — They will not agree to this. ધે વિલ નૉટ એગ્રી ટુ ધિસ.
6. **આ શક્ય નથી.** — **It is not possible./It is impossible.** ઇટ ઇઝ નૉટ પૉસિબલ./ઇટ ઇઝ ઇમ્પૉસિબલ.
7. હું દિલગીર છું, આ પ્રસ્તાવ મને સ્વીકાર્ય નથી. — I regret I can't accept this proposal. આઈ રિગ્રેટ આઈ કાંટ એક્સેપ્ટ ધિસ પ્રપોઝલ.
8. તમે મારા વિચારો સાથે સંમત નથી, શું છો? — You do not agree with me, do you? યૂ ડૂ નૉટ એગ્રી વિથ મી, ડૂ યૂ?
9. **એની વ્યવસ્થા થઈ શકી નહીં.** — **It can't be arranged.** ઇટ કાંટ બી અરેન્જડ.
10. તેને આ પસંદ નથી. — She doesn't like this./She is averse to this. શી ડઝન્ટ લાઇક ધિસ./શી ઇઝ એવર્સ ટુ ધિસ.

7. વિશ્વાસ (Believing)

1. શું તમે વિશ્વાસ નથી કરતા? — Don't you believe it? ડોંટ યૂ બિલીવ ઇટ?
2. એ કેવળ ગપ્પું છે. — It is only a rumour. ઇટ ઇઝ ઓન્લી એ રૂમર.
3. આ કહી સાંભળી વાત છે. — It is only a hearsay/rumour. ઇટ ઇઝ ઓન્લી હિયરસે/રૂમર.
4. શું આપણે આ ટેક્સી ડ્રાઇવરનો વિશ્વાસ કરવો જોઈએ? — Should/Can we trust this taxi driver? શુડ/કેન વી ટ્રસ્ટ ધિસ ટેક્સી ડ્રાઇવર?
5. તમે તેના ઉપર સંપૂર્ણ વિશ્વાસ કરી શકો છો. — You can trust him fully. યૂ કેન ટ્રસ્ટ હિમ ફુલી.
6. **મને એના ઉપર સંપૂર્ણ વિશ્વાસ છે.** — **I have full faith in him.** આઈ હેવ ફુલ ફેથ ઇન હિમ.
7. તે શક્ય જ નથી. — It is next to impossible. ઇટ ઇઝ નેક્સ્ટ ટુ ઇમ્પૉસિબલ.

8. વિનંતી (Request)

1. મહેરબાની કરીને રાહ જુઓ. — Please wait. પ્લીઝ વેટ.
2. મહેરબાની કરી પાછા આવો. — Please come back. પ્લીઝ કમ બૅક.
3. જરા જવા દો. — Let me go. લેટ મી ગો.
4. મહેરબાની કરી અહીં આવો. — Please come here. પ્લીઝ કમ હિયર.
5. જવા દો. — Let it be. લેટ ઇટ બી.
6. મહેરબાની કરી જવાબ આપો. — Please reply/answer. પ્લીઝ રિપ્લાઇ/આન્સર.
7. **જરા એને ઉઠાડો.** — **Please wake him up.** પ્લીઝ વેક હિમ અપ.

8. **આશા રાખું તમારા તરફથી સમાચાર મળશે.** — **Hope to hear from you.** હોપ ટુ હિયર ફ્રૉમ યૂ.

9. તમે મારા માટે કાંઈ કરશો? — Will you do something for me? વિલ યૂ ડૂ સમથિંગ ફૉર મી?

10. મને કામ કરવા દો. — Let me work. લેટ મી વર્ક.

11. જરા મને જોવા દો. — Let me see. લેટ મી સી.

12. **તેઓને આરામ કરવા દો.** — **Let them relex.** લેટ ધેમ રિલેક્સ.

13. જરા મને પેન્સિલ અને નાનો કાગળ આપો. — Please give me a pencil and a piece of paper. પ્લીઝ ગિવ મી એ પેન્સિલ ઍન્ડ એ પીસ ઑફ પેપર.

14. પરમ દિવસે આવવાનું ભૂલશો નહીં. — Please don't forget to come day after tomorrow. પ્લીઝ ડોંટ ફરગેટ ટુ કમ ડે આફ્ટર ટુમૉરો.

15. **મહેરબાની કરી ફરીથી કહો.** — **Please repeat./I beg your pardon.** પ્લીઝ રિપીટ./આઈ બેગ યોર પાર્ડન.

16. **તમે થોડા ખસી શકશો?** — **Could you please move/shift a little?** કુડ યૂ પ્લીઝ મૂવ/શિફ્ટ એ લિટલ?

17. તમે મને પરમ દિવસે મળી શકશો? — Can you see me day after tomorrow? કેન યૂ સી મી ડે આફ્ટર ટુમૉરો?

18. તમે મને પત્ર લખવાનું ન ભૂલશો, નહીં ભૂલોને? — You will not forget to write to me, will you? યૂ વિલ નૉટ ફરગેટ ટુ રાઇટ મી, વિલ યૂ?

19. **મારો ગુનો માફ કરો.** — **Please forgive me.** પ્લીઝ ફરગિવ મી.

20. જરા બારી ઉઘાડશો? — Would you mind opening the window? વુડ યૂ માઈન્ડ ઓપનિંગ ધ વિંડો?

21. **બધા સમયસર પહોંચે એવી વિનંતિ છે.** — **All are requested to reach in time.** ઑલ આર રિક્વેસ્ટેડ ટુ રીચ ઇન ટાઇમ.

આટલું યાદ રાખો. (Remember)

અંગ્રેજી વાતચીતમાં pleaseનું સ્થાન બહુ જ મહત્ત્વનું છે. એના ઉપયોગથી વ્યક્તિની સંસ્કારિતાની સમજ પડે છે. એટલે pleaseનો વધુમાં વધુ પ્રયોગ કરજો. કેવળ yes (હા) કહેવું બહું જ હલકું લાગે છે. તેની જગ્યાએ yes, please (હાજી), બહુ જ કોમળ અને સંસ્કારી જવાબ છે. કોઈ પણ વ્યક્તિ સાથે વાતચીત કરતી વખતે 'please' કહેવું ન ભૂલશો. 'Give me a glass of water.' (મને એક ગ્લાસ પાણી આપો) ન કહેશો. પરંતુ એના સ્થાને 'Please give me a glass of water.' મને એક ગ્લાસ પાણી આપશો? એમ કહો.

(i) Letનો ઉપયોગ હંમેશાં first person અને third personની સાથે થાય છે. જેમ કે – What a fine weather! Let us go to the river bank. (કેટલું સુંદર હવામાન છે ! આવો નદી કિનારે જઈએ.) Let them play football. (તેમને ફુટબૉલ રમવા દો.) Second personની સાથે let મુકાતો નથી. જેમ કે, What a fine weather! Go to river bank. (ii) જ્યાં IInd personનો કોઈ બીજા personની સાથે મેળવીને ઉપયોગ થાય છે ત્યાં letનો ઉપયોગ થાય છે. Let you and I go to see the picture. (આવો આપણે સિનેમા જોવા જઈએ.)

33 તેત્રીસમો દિવસ
33rd Day

9. ખોરાક (Meals)

1. **મને ભૂખ લાગી છે.**	**I am feeling hungry.** આઈ એમ ફીલિંગ હંગ્રી.
2. **તમે શું ખાશો?**	**What will you like to eat?** વૉટ વિલ યૂ લાઇક ટુ ઈટ?
3. તમારી પાસે કયાં અથાણાં છે?	Which pickles do you have? વિચ પિકલ્સ ડૂ યૂ હેવ?
4. **તમે નાસ્તો કરી લીધો છે?**	**Have you had your breakfast?** હેવ યૂ હેડ યોર બ્રેકફાસ્ટ?
5. હમણાં નહીં, શિલ્પા.	Not now, Shilpa. નૉટ નાઉ, શિલ્પા.
6. નાસ્તો તૈયાર કરી દો.	Get the breakfast ready. ગેટ ધ બ્રેકફાસ્ટ રેડી.
7. **ચાલો આપણે સાથે નાસ્તો કરીએ.**	**Let us have the breakfast together.** લેટ અસ હેવ ધ બ્રેકફાસ્ટ ટુગેધર.
8. **ચાખી જુઓ.**	**Just taste it.** જસ્ટ ટેસ્ટ ઈટ.
9. ના, મારે એક પાર્ટીમાં જવું છે.	No, I have to go to a party. નૉ, આઈ હેવ ટુ ગો ટુ એ પાર્ટી.
10. તમારી પાસે શું મીઠાઈ છે?	What sweet dishes do you have? વૉટ સ્વીટ ડિશિસ ડૂ યૂ હેવ?
11. નિમિષાએ જમી લીધું?	Has Nimisha finished her meals? હેઝ નિમિષા ફિનિશ્ડ હર મીલ્સ?
12. **ખાવાનું પીરસી દીધું છે, જલદી આવો.**	**Come soon,/Hurry up, food has been served.** કમ સૂન,/હરી અપ ફુડ હેઝ બીન સર્વ્ડ.
13. તમારે સિગરેટનું પેકેટ જોઈએ છે?	Do you want a packet of cigarettes? ડૂ યૂ વૉંટ એ પેકેટ ઑફ સિગરેટ્સ?
14. મને સિગરેટથી વધુ સિગાર પસંદ છે.	I prefer cigar to cigarettes. આઈ પ્રિફર સિગાર ટુ સિગરેટ્સ.
15. **તમે તો બહુ ઓછું ખાધું.**	**You ate very little./You hardly ate.** યૂ એટ વેરી લિટલ./યૂ હાર્ડલી એટ.
16. **થોડું વધારે લો.**	**Have a little more./Please have some more.** હેવ એ લિટલ મોર./પ્લીઝ હેવ સમ મોર.
17. તમે પણ સિગરેટ પીઓ છો?	Do you also smoke? ડૂ યૂ ઑલ્સો સ્મોક?
18. **તમને ચા, કૉફી કે કોકો ગમશે?**	**Would you like tea, coffee or cocoa?** વુડ યૂ લાઇક ટી, કૉફી ઑર કોકો.
19. **મને એક પ્યાલો કૉફી આપો.**	**Bring/Get me a cup of coffee.** બ્રિંગ/ગેટ મી એ કપ ઑફ કૉફી.
20. **કૉફી રેડો.**	**Serve/pour the coffee.** સર્વ/પોર ધ કૉફી.
21. વેટર, ચમચી સાફ નથી.	Waiter, the spoon is dirty/not clean. વેટર, ધ સ્પૂન ઈઝ ડર્ટી/નૉટ ક્લીન.
22. મહેરબાની કરીને મીઠું આપો.	Help me with the salt,/Pass me the salt, please. હેલ્પ મી વિથ ધ સૉલ્ટ,/પાસ મી ધ સૉલ્ટ, પ્લીઝ.

23. મને થોડું તાજું માખણ આપો.	Give me some fresh butter, please. ગિવ મી સમ ફ્રેશ બટર, પ્લીઝ.
24. થોડું બીજું લાવો.	Bring/Get some more, please. બ્રિંગ/ગેટ સમ મોર, પ્લીઝ.
25. **મહેરબાની કરી પોતાની મેળે લઈ લો.**	**Help yourself, please.** હેલ્પ યોરસેલ્ફ, પ્લીઝ.
26. મહેરબાની કરીને રકાબીઓ બદલો.	Change the plates, please. ચેંજ ધ પ્લેટ્સ, પ્લીઝ.
27. **તમે શાકાહારી છો?**	**Are you a vegetarian?** આર યૂ એ વેજિટેરિયન?
28. ના, હું માંસાહારી છું.	No, I am a non-vegetarian. નો, આઈ એમ એ નૉન-વૅજિટેરિયન.
29. આજે હું બહાર જમીશ.	I will dine out today./I will have my dinner out today. આઈ વિલ ડાઇન આઉટ ટુડે./ આઈ વિલ હેવ માઇન ડિનર આઉટ ટુડે.
30. તમે દૂધ પીશો?	Would you like some milk? વુડ યૂ લાઇક સમ મિલ્ક?
31. હું હમણાં જ જમવા બેઠો છું.	I have just sat down to have my meals. આઈ હેવ જસ્ટ સેટ ડાઉન ટુ હેવ માઇ મીલ્સ.
32. મને ભાત ખાવાની ટેવ નથી.	I am not fond of rice. આઈ એમ નૉટ ફૉન્ડ ઑફ રાઇસ.
33. તમે માખણ-રોટલી ખાશો?	Would you have some chappatis and butter? વુડ યૂ હેવ સમ ચપાટીસ ઍન્ડ બટર?
34. બે રોટલીઓ મારા માટે પૂરતી નથી.	Two chappatis are not enough for me. ટુ ચપાટીસ આર નૉટ ઈનફ ફૉર મી.
35. બટાટા તથા વટાણા મને મનભાવતું ખાણું છે.	Potatoes and peas are my favourite dish. પોટેટોઝ ઍન્ડ પીઝ આર માઇ ફેવરિટ ડિશ.
36. જમવાનો સમય થયો છે, તૈયાર થઈ જાવ.	It is dinner time, get ready. ઇટ ઇઝ ડિનર ટાઇમ, ગેટ રેડી.
37. શાકમાં મીઠું ઓછું છે.	There is less salt in the vegetable. ધેર ઇઝ લેસ સૉલ્ટ ઇન ધ વેજિટેબલ.
38. ખાલી પેટે પાણી ન પીશો.	Do not take water on an empty stomach. ડૂ નૉટ ટેક વૉટર ઑન એન એમ્પટી સ્ટમક.
39. આજે શું જમવાનું બનાવ્યું છે?	What dishes are cooked today? વૉટ ડિશિસ આર કૂક્ડ ટુડે?
40. **તમારી બા પાસેથી ચપટી મીઠું લાવો.**	**Bring a pinch of salt from your mother.** બ્રિંગ એ પિન્ચ ઑફ સૉલ્ટ ફ્રૉમ યોર મધર.
41. અહીંયા ફક્ત બટાટા જ મળે છે.	Potatoes is all that we get here. પોટેટોઝ ઇઝ ઑલ ધેટ વી ગેટ હિયર.
42. મને રસાદાર બટાટા પસંદ છે.	I like potatoes with gravy. આઈ લાઇક પોટેટોઝ વિથ ગ્રેવી.
43. હું હજુ પણ તરસ્યો છું.	I am still thirsty. આઈ એમ સ્ટિલ થર્સ્ટી.
44. **તેમણે મને બપોરે જમવા બોલાવ્યો છે.**	**They have invited me to lunch.** ધે હેવ ઇન્વાઇટેડ મી ટુ લંચ.
45. **તમે રાતના મારી સાથે જમજો.**	**Please have your dinner with me tonight.** પ્લીઝ હેવ યોર ડિનર વિથ મી ટુનાઇટ.
46. બાફેલાં ઈંડા લેશો કે તળેલાં?	Will you have boiled eggs or fried? વિલ યૂ હેવ બૉઇલ્ડ એગ્સ ઑર ફ્રાઇડ?
47. તેમની પાર્ટીમાં તેમણે સાત પ્રકારનું ભોજન પીરસ્યું.	They served seven dishes at their party. ધે સર્વ્ડ સેવન ડિશિસ ઍટ ધેર પાર્ટી.

48. થોડો વધુ રસો આપો. Please let me have little/May I have some more gravy. પ્લીઝ લેટ મી હેવ લિટલ/મે આઈ હેવ સમ મોર ગ્રેવી.

49. **તે ખાઉધરો છે.** **He is a glutton.** હી ઇઝ એ ગ્લટન.

50. તે સ્વાદિષ્ટ ભોજન જાણનાર છે. He is a gourmet. હી ઇઝ એ ગૂરમેટ.

51. અમે સંપૂર્ણ ભારતીય રસોઈ બનાવીએ છીએ. We have an exclusive Indian cuisine. વી હેવ એન એક્સલૂઝિવ ઇન્ડિયન ક્વિઝીન.

52. અમે રેસ્ટોરાંમાં જમશું. We will dine at restaurant. વી વિલ ડાઇન એટ રેસ્ટોરાં.

53. ખાવાની વાનગીનું પત્રક આપો. Please, give us the menu card. પ્લીઝ ગિવ અસ ધ મેનુ કાર્ડ.

54. **મને તંદૂરી ચિકન બહુ પસંદ છે.** **I like tandoori/grilled chicken very much.** આઈ લાઇક તંદૂરી/ગ્રિલ્ડ ચિકન વેરી મચ.

55. નીના રસોઈ બનાવવામાં હોશિયાર છે. Nina is an expert cook. નીના ઇઝ એન એક્સપર્ટ કુક.

આટલું યાદ રાખો. (Remember)

Feelની સાથે વિશેષણ લાગે છે. નામ નથી લાગતું. દા.ત. – I am feeling thirsty. આઈ એમ ફીલિંગ થર્સ્ટી (મને તરસ લાગી છે) કહેવામાં આવે છે. ગુજરાતીની જેમ I feel thirst નથી કહેવાતું.

અથાણા માટે picklesનું બહુવચન pickles જ છે. Pickle નહીં કહેવાય. જેમ કે Do you have mango pickles? (શું તમારી પાસે કેરીનું અથાણું છે?)

વાનગીને માટે dish શબ્દોનો ઉપયોગ કરવામાં આવે છે. આમ તો એનો અર્થ જમવાની થાળી પણ થાય છે. દા.ત. તમારે ત્યાં શું જમવાનું મળે છે? એને માટે કહીશું કે 'What dishes do you serve?'

અંગ્રેજીમાં સામાન્ય રીતે ખાવા માટે eat અને પીવા માટે drink શબ્દોનો ઉપયોગ નથી કરાતો. તેનાથી ઊલટું ખાવા પીવાને માટે take શબ્દનો ઉપયોગ કરવામાં આવે છે. જેમ કે – Do you take tea? (તમે ચા પીઓ છો?) અને Do you take fish? (તમે માછલી ખાઓ છો?) drinkનો સામાન્ય અર્થ થાય છે દારૂ પીવો.

34 ચોત્રીસમો દિવસ th Day

10. સમય (Time)

1. તમારી ઘડિયાળમાં કેટલા વાગ્યા છે?	What is the time by your watch? વૉટ ઇઝ ધ ટાઇમ બાઇ યોર વૉચ?
2. સાડા સાત વાગ્યા છે.	It is half past seven. ઇટ ઇઝ હાફ પાસ્ટ સેવન.
3. તમે ક્યારે ઊઠો છો?	When do you get/wake up? વેન ડૂ યૂ ગેટ/વેક અપ?
4. હું દરરોજ સવારે સાડા છ વાગે ઊઠું છું.	I get/wake up at half past six every morning. આઈ ગેટ/વેક અપ ઍટ હાફ પાસ્ટ સિક્સ એવરી મોર્નિંગ.
5. મારી બહેન લગભગ આઠ વાગે નાસ્તો કરે છે.	My sister has her breakfast at about eight o'clock. માઈ સિસ્ટર હેઝ હર બ્રેકફાસ્ટ ઍટ એબાઉટ એઇટ ઓક્લૉક.
6. શિક્ષિકા શાળામાં ક્યારે આવે છે?	When does the teacher come to school? વેન ડઝ ધ ટીચર કમ ટુ ધ સ્કૂલ?
7. નવ વાગ્યાથી થોડીક વહેલી.	A little before nine. એ લિટલ બિફોર નાઇન.
8. તેની શાળામાં વર્ગ ક્યારે પૂરા થાય છે?	When are the classes over in her school? વેન આર ધ ક્લાસિસ ઑવર ઇન હર સ્કૂલ?
9. સવા ત્રણ વાગે.	At quarter past three. ઍટ ક્વાર્ટર પાસ્ટ થ્રી.
10. તમે રાત્રે ભોજન ક્યારે કરો છો?	When do you have your dinner? વેન ડૂ યૂ હેવ યોર ડિનર?
11. સાડા સાત વાગે.	At half past seven. ઍટ હાફ પાસ્ટ સેવન.
12. હું પોણા ચાર વાગે ઘેર પહોંચું છું.	I reach home at quarter to four. આઈ રીચ હોમ ઍટ ક્વાર્ટર ટુ ફોર.
13. અત્યારે ત્રણ વાગીને દસ મિનિટ થઈ છે.	It's ten past three now. ઇટ્સ ટેન પાસ્ટ થ્રી નાઉ.
14. મારે ચારમાં વીસ કમે જવું છે.	I have to go/leave at twenty to four. આઈ હેવ ટુ ગો/લીવ ઍટ ટ્વેન્ટી ટુ ફોર.
15. છોકરાંઓ દરરોજ સવારે આઠ વાગ્યાને સુમારે ઘેરથી જાય છે.	The children leave home around eight every morning. ધ ચિલ્ડ્રન લીવ હોમ એરાઉન્ડ એઇટ એવરી મોર્નિંગ.
16. સામાન્ય રીતે તમારા પિતાજી આશરે કેટલા વાગે રાત્રે ઘેર આવે છે?	By what time does your father usually come home every night? બાઇ વૉટ ટાઇમ ડઝ યોર ફાધર યુઝઅલી કમ હોમ એવરી નાઇટ?
17. તેઓ એમના દફતરેથી કેટલા વાગે નીકળે છે?	At what time does he leave his office? ઍટ વૉટ ટાઇમ ડઝ હી લીવ હિઝ ઑફિસ?
18. તે તેમના દફતરેથી પાંચ વાગે નીકળે છે.	He leaves his office at/by five o'clock. હી લીવ્ઝ હિઝ ઑફિસ ઍટ/બાઇ ફાઇવ ઓક્લૉક.
19. આજે કઈ તારીખ છે?	What is the date today? વૉટ ઇઝ ધ ડેટ ટુડે?
20. આજે છઠ્ઠી નવેમ્બર છે.	Today is sixth November. ટુડે ઇઝ સિક્સ્થ નવેમ્બર.
21. તમારો જન્મદિવસ ક્યારે છે?	When is your birthday? વેન ઇઝ યોર બર્થડે?

22. મારો જન્મદિવસ તેર ડિસેમ્બરે છે. — My birthday is on thirteenth December. માઈ બર્થડે ઇઝ ઑન થર્ટિન્થ ડિસેમ્બર.

23. સાહેબ, મને ખબર નથી. — I don't know, sir. આઈ ડોંટ નો સર.

24. મારું ઘડિયાળ દરરોજ બે મિનિટ આગળ જાય છે. — My watch gains two minutes daily. માઈ વૉચ ગેઇન્સ ટુ મિનિટ્સ ડેલી.

25. તમારા સમયનો પૂરો ફાયદો ઉઠાવો. — Make the best use of your time. મેક ધ બેસ્ટ યૂઝ ઑફ યોર ટાઈમ.

26. હવે એને સમયની કિંમત સમજાઈ છે. — Now he values punctuality./Now he knows the importance of time. નાઉ હી વેલ્યૂઝ પંક્ચ્યુઆલિટી./નાઉ હી નોઝ ધ ઈમ્પૉર્ટન્સ ઑફ ટાઈમ.

27. તે પોતાનો સમય વ્યર્થ ગુમાવે છે. — He idles away/wastes his time. હી આઇડલ્સ અવે/વેસ્ટ્સ હિઝ ટાઈમ.

28. તે એકે એક મિનિટનો સમય નિયમિતતા-પૂર્વક સાચવે છે. — He is punctual to the minute. હી ઇઝ પંક્ચ્યુઅલ ટુ ધ મિનિટ.

29. **સમય કેટલો જલદી વીતી જાય છે?** — **How time flies !** હાઉ ટાઈમ ફ્લાઇઝ !

30. મારી ઘડિયાળ તૂટી ગઈ છે. — My watch is broken. માઈ વૉચ ઇઝ બ્રોકન.

31. **ઊઠવાનો સમય થઈ ગયો છે.** — **It is time to get/wake up.** ઇટ ઇઝ ટાઈમ ટુ ગેટ/વેક અપ.

32. તે બરાબર સમયસર છે. — He is quite in time. હી ઇઝ ક્વાઇટ ઇન ટાઈમ.

33. તે ઠીક સમયસર આવ્યો. — He came in good time. હી કેમ ઇન ગુડ ટાઈમ.

34. તમે અર્ધો કલાક મોડા છો. — You are late by half an hour. યૂ આર લેટ બાઈ આફ એન આવર.

35. **આપણી પાસે પૂરતો સમય છે.** — **We have enough time./We have plenty of time.** વી હેવ ઈનફ ટાઈમ./વી હૅવ પ્લેન્ટી ઑફ ટાઈમ.

36. લગભગ અર્ધી રાત થઈ છે. — It is nearly mid-night. ઇટ ઇઝ નિઅરલી મિડ-નાઇટ.

37. અમે બહુ વહેલાં છીએ. — We are too early. વી આર ટૂ અર્લી.

38. તમે બિલકુલ સમયસર આવ્યાં છો. હું એક જ મિનિટમાં જવાનો હતો. — You are just in time. I would have left in another minute. યૂ આર જસ્ટ ઇન ટાઈમ. આઈ વુડ હેવ લેફ્ટ ઇન અનધર મિનિટ.

39. સારા દિવસો આવશે. — Better days will come./Good days are ahead. બેટર ડેઝ વિલ કમ./ગુડ ડેઝ આર અહેડ.

40. હું મિનિટેમિનિટ બચાવવાની કોશિષ કરું છું. — I am trying to steal every/save each moment. આઈ એમ ટ્રાઈંગ ટુ સ્ટીલ એવરી/સેવ ઇચ મોમેન્ટ.

41. દરેક વસ્તુનો સમય હોય છે. — There is a time for everything. ધેર ઇઝ એ ટાઈમ ફૉર એવરીથિંગ.

42. વીતી ગયેલો સમય કદીયે પાછો મેળવી શકાતો નથી. — Time once lost can never be regained. ટાઈમ વન્સ લૉસ્ટ કેન નેવર બી રિગેન્ડ.

43. શું તમે થોડો સમય આપી શકશો? — Can you spare a little time? કેન યૂ સ્પેર એ લિટલ ટાઈમ?

11. અનુમતિ (Permission)

1. અમે શરૂ કરીએ? — Should/Do we begin? શુડ/ડૂ વી બિગિન?

2. હું જાઉં? — May I go/leave? મે આઈ ગો/લીવ?

3. હું તમારી સાથે આવું? — May I join you?/May I also come along? મે આઈ જૉઇન યૂ?/મે આઈ ઑલ્સો કમ એલૉંગ?

4. મને જવા દો.	Let me go. લેટ મી ગો.
5. હવે તમે જઈ શકો છો.	You may go/leave now. યૂ મે ગો/લીવ નાઉ.
6. હવે કૃપા કરીને મને જવાની રજા આપો.	Now please, permit/allow me to go. નાઉ પ્લીઝ, પરમિટ/એલાઉ મી ટુ ગો.
7. હું ટેલીફોન કરું?	Can I use your phone? કેન આઈ યૂઝ યોર ફોન?
8. હું લાઇટ બંધ કરું?	Can I switch off the light? કેન આઈ સ્વીચ ઑફ ધ લાઇટ?
9. હું લાઇટ ખોલું?	Can I switch on the light? કેન આઈ સ્વીચ ઑન ધ લાઇટ?
10. હું અંદર આવી શકું છું?	May I come in please? મે આઇ કમ ઇન પ્લીઝ?
11. હું મારાં પુસ્તકો તમારી પાસે મૂકીને જાઉં?	May I leave my books with you? મે આઈ લીવ માઇ બુક્સ વિથ યૂ?
12. અમે તમારા ઓરડામાં સિગરેટ પી શકીએ છીએ?	**Can we smoke in your room?** કેન વી સ્મોક ઇન યોર રૂમ?
13. હા, ખુશીથી.	Yes, with great pleasure. યસ, વિથ ગ્રેટ પ્લેઝર.
14. તમે મને તમારી ગાડીમાં બેસાડશો?	**Will you please give me a lift/take me in your car?** વિલ યૂ પ્લીઝ ગિવ મી એ લિફ્ટ/ટેક મી ઇન યોર કાર?
15. હું થોડી વાર માટે તમારી સાઇકલ લઈ શકું છું?	May I borrow your cycle for a while? મે આઈ બૉરો યોર સાઇકલ ફૉર એ વાઇલ?
16. હું તમને તકલીફ આપું?	**Can I disturb you?** કેન આઈ ડિસ્ટર્બ યૂ?
17. આ ઓરડામાં હું રહી શકું છું?	Can I stay in this room? કેન આઈ સ્ટે ઇન ધિસ રૂમ?
18. અમે અહીં થોડીવાર આરામ કરી શકીએ?	May we rest here for a while? મે વી રેસ્ટ હિયર ફૉર એ વાઇલ?
19. હું તમારી વીડિયો ગેમ રમી શકું છું?	May I play your video game? મે આઈ પ્લે યોર વીડિયો ગેમ?
20. હું આજે સિનેમા જોવા જઈ શકું છું?	May I go today to see a movie? મે આઈ ગો ટુડે ટુ સી એ મૂવી?

આટલું યાદ રાખો. (Remember)

પ્રશ્ન બે રીતે બનાવી શકાય છે. એક તો પ્રશ્નાર્થ સર્વનામો (pronouns)ની મદદથી, જેમ કે – What is your name? (તમારું નામ શું છે?) બીજી રીત બહુ વિચિત્ર છે – દા.ત. 'શું તમે જાવ છો'નું અંગ્રેજી થાય "Are you going?" આ પ્રશ્નાર્થ વાક્યમાં શુંનું કામ auxiliary verb (સહાયક ક્રિયા) 'are'ને સૌથી પહેલાં મૂકીને વાક્ય બનાવાય છે.

આજ્ઞા માગવા માટે અંગ્રેજીમાં may શબ્દનો ઉપયોગ થાય છે. એનો અર્થ એ નથી કે આજ્ઞા માગવા માટે ફક્ત આ જ શબ્દ છે. કેટલાક બીજા શબ્દો પણ છે, જેનાથી આજ્ઞા માંગી શકાય છે. જેમ કે – Shall we set out now? (શું આપણે હવે જઈએ?) કોઈ વાર તો may શબ્દ વડે માગેલી આજ્ઞા અયોગ્ય લાગે છે. જેમ કે – માની લો કે આંધી આવી હોય તો એને જોઈને 'May I shut the window?' ન કહેતાં 'Shall I shut the window?' કહેવું વધારે યોગ્ય રહેશે. ગુજરાતીમાં બંનેનો અર્થ છે, "હું બારી બંધ કરું?

35 પાંત્રીસમો દિવસ
th Day

12. (A) સૂચન/આજ્ઞા (Instruction/Order)

1. તમે તમારું કામ કરો.	Do your work. ડૂ યોર વર્ક.
2. તેમને ગાડીમાં બેસાડી આવો.	Please see him of at the station. પ્લીઝ સી હિમ ઑફ ઍટ ધ સ્ટેશન.
3. સાચું કહેજો, જૂઠું ન બોલશો.	Speak the truth, tell no lies. સ્પીક ધ ટ્રૂથ, ટેલ નો લાઇઝ.
4. આ કોટ પહેરીને જુઓ.	Try this coat on. ટ્રાઈ ધિસ કોટ ઑન.
5. દિલ લગાવીને કામ કરો.	Work whole-heartedly. વર્ક હોલ હાર્ટેડલી.
6. દારૂ પીવાથી બચો.	Do not drink. ડૂ નૉટ ડ્રિંક.
7. મારા માટે એક પ્યાલો તાજું પાણી લાવો.	Fetch me a glass of fresh water. ફેચ મી એ ગ્લાસ ઑફ ફ્રેશ વૉટર.
8. જરા નરમાશથી વાત કરો.	Talk politely./Be polite. ટૉક પોલાઇટલી./બી પોલાઇટ.
9. આ પત્રનો વળતી ટપાલે જવાબ આપો.	Reply to this letter by return post. રિપ્લાઇ ટુ ધિસ લેટર બાઇ રિટર્ન પોસ્ટ.
10. હિસાબ તપાસી લો.	Check the accounts. ચેક ધ એકાઉન્ટ્સ.
11. ગરમ ચા ધીમેથી પીઓ.	Sip hot tea slowly. સીપ હૉટ ટી સ્લોલી.
12. ઘોડાગાડીના સ્ટેન્ડ ઉપરથી ઘોડાગાડી લાવો.	Hire a tonga from the tonga-stand. હાયર એ ટાંગા ફ્રૉમ ધ ટાંગા-સ્ટેન્ડ.
13. અહીં વાહનો ઊભા રાખવાની મનાઈ છે.	**Parking is prohibited/not allowed here.** પાર્કિંગ ઇઝ પ્રોહિબિટેડ/નૉટ એલાઉડ હિયર.
14. બે સંતરા છોલીને આપો.	Peel two oranges. પીલ ટૂ ઑરેન્જીસ.
15. ડાબી તરફ ચાલો.	Keep to the left. કીપ ટુ ધ લેફ્ટ.
16. મને સવારે વહેલો ઉઠાડજો.	**Wake me up early in the morning.** વેક મી અપ અર્લી ઇન ધ મોર્નિંગ.
17. તમારી જાતને સુધારી લો.	**Mend your ways.** મેંડ યોર વેઝ.
18. પડદો ઉઠાવી લો.	Draw the curtain. ડ્રૉ ધ કર્ટન.
19. એમને આખું શહેર બતાવો.	Take him round the city. ટેક હિમ રાઉન્ડ ધ સિટી.
20. મહેમાનને અંદર લઈ આવો.	Bring the guest in. બ્રિંગ ધ ગેસ્ટ ઇન.
21. બધાની સાથે નરમાશથી બોલો.	Speak politely with everybody/Be polite to all. સ્પીક પોલાઇટલી વિથ એવરીબડી./બી પોલાઇટ ટુ ઑલ.
22. આ વાત મને સમયસર યાદ દેવડાવજો.	Remind me of it at the proper time. રિમાઇન્ડ મી ઑફ ઇટ ઍટ ધ પ્રોપર ટાઇમ.
23. મારી સાથોસાથ ચાલો.	Keep pace with me. કીપ પેસ વિથ મી.
24. બાળકને સુવાડી દો.	Put the child to the bed/sleep. પુટ ધ ચાઇલ્ડ ટુ ધ બેડ/સ્લીપ.
25. મને કાલે એ યાદ આપજો.	Remind me about it tomorrow. રિમાઇન્ડ મી એબાઉટ ઇટ ટુમૉરો.
26. બધું તૈયાર રાખજો.	**Keep everything ready.** કીપ એવરીથિંગ રેડી.
27. સાચવીને ચાલજો.	**Walk cautiously.** વૉક કૉશીયસલી.

28. મોડેથી આવજો. — Come later/afterwards. કમ લેટર/આફ્ટરવર્ડ્ઝ.
29. મને પાંચ વાગે ઉઠાડજો. — Wake me up at five o'clock. વેક મી અપ ઍટ ફાઇવ ઓક્લૉક.
30. **આવવું હોય તો તૈયાર થઈ જાઓ.** — **Get ready if you want to come along.** ગેટ રેડી ઇફ યૂ વૉંટ ટુ કમ એલૉંગ.
31. હું આવું ત્યાં સુધી અહીં રાહ જોજો. — Wait here until I am back. વેટ હિયર અન્ટિલ આઈ એમ બૅક.
32. આ રીતે ન કહેવું જોઈએ. — It's not proper to talk this way. ઇટ્સ નૉટ પ્રોપર ટુ ટૉક ધિસ વે.
33. પોતાનું કામ ધ્યાનપૂર્વક કરો. — Do your work diligently. ડૂ યોર વર્ક ડિલિજેન્ટલી.
34. પોતપોતાનું કામ કરો. — Do your own work. ડૂ યોર ઓન વર્ક.
35. હવે તમે જાવ મારે કામ છે. — You may go now, I have some work to do. યૂ મે ગો નાઉ, આઈ હેવ સમ વર્ક ટુ ડૂ.
36. આની નોંધ કરો. — Note this down. નોટ ધિસ ડાઉન.
37. **જલદી પાછા આવજો.** — **Come back soon.** કમ બૅક સૂન.
38. ફરી ક્યારેક આવીને મળજો. — Come and see me again. કમ ઍન્ડ સી મી અગેન.
39. તમારું કામ કરો. — Please mind your own business. પ્લીઝ માઇંડ યોર ઓન બિઝનેસ.
40. **જરા ધીરજ રાખો.** — **Have a little patience.** હેવ એ લિટલ પેશન્સ.
41. મોટાઓને માન આપો. — Respect the elders. રિસ્પેક્ટ ધ એલ્ડર્સ.
42. તમે ત્યાં જ રહેજો. — You stay there. યૂ સ્ટે ધેર.
43. આશા રાખો કે સારો સમય આવશે. — Look forward to a good time. લુક ફૉરવર્ડ ટુ એ ગુડ ટાઇમ.
44. **બાળકનું ધ્યાન રાખજો.** — **Look after the baby.** લુક આફ્ટર ધ બેબી.

આટલું યાદ રાખો. (Remember)

ગુજરાતી અને ખાસ કરીને સંસ્કૃતમાં એક જ મૂળ શબ્દ વડે ઉપસર્ગોની સહાય લઈને અનેક ભિન્ન ભિન્ન અર્થવાળા શબ્દો રચવામાં આવે છે. દા.ત. – આહાર, વિહાર, પ્રહાર, સંહાર, પરિહાર વગેરે જુદા જુદા અર્થવાળા શબ્દ 'હાર'માં – આ, વિ, પ્ર., સં અને પરિ ઉપસર્ગ લગાવવાથી બને છે. અંગ્રેજીમાં પણ આવું થાય છે. દા.ત. Adjudge, misjudge, prejudge, subjudge, વગેરે શબ્દ judgeમાં ad, mis, pre, sub ઉપસર્ગ (prefix) લગાવવાથી બને છે. પરતુ અંગ્રેજીમાં એક વિશેષતા એવી છે જે ગુજરાતીમાં નથી. અંગ્રેજીમાં એક જ ક્રિયાની સાથે અનેક અવ્યય (preposition) લગાવીને અનેક અર્થનો બોધ કરાવાય છે. જેમ કે go (જવું), હવે મૂળ ક્રિયા લો. 'Go out'નો અર્થ છે 'બહાર જાવ'. 'The light went out during the storm.' (તોફાન વખતે વીજળી ચાલી ગઈ.) 'Go off'નો અર્થ છે – 'ધબાકા સાથે ફૂટવું' – 'The gun went off by itself.' (બંદૂક પોતાની મેળે ફૂટી.) 'Go through'નો અર્થ છે – 'ધ્યાનપૂર્વક વાંચવું' – 'He went through the whole book but could not discover anything new in it.' (તેણે આખું પુસ્તક વાંચ્યું પરંતુ તેમાંથી કશું નવું જાણવા મળ્યું નહીં.)

36 છત્રીસમો દિવસ
36th Day

12. (B) સૂચના/આજ્ઞા (Instruction/Order)

1. તમે એકલા જાઓ. — Go yourself. ગો યોરસેલ્ફ.
2. તૈયાર રહેજો. — Be ready. બી રેડી.
3. દીવો સળગાવજો. — Light the lamp. લાઇટ ધ લેમ્પ.
4. **વીજળીની ચાંપ દાબો.** — **Switch on the light.** સ્વીચ ઑન ધ લાઇટ.
5. દીવો ઓલવી નાંખો. — Put out the lamp. પુટ આઉટ ધ લેમ્પ.
6. **વીજળીની ચાંપ બંધ કરો.** — **Switch off the light.** સ્વીચ ઑફ ધ લાઇટ.
7. પંખો ચલાવો. — Switch on the fan. સ્વીચ ઑન ધ ફેન.
8. **કોઈને મોકલીને તેને બોલાવો.** — **Send for him.** સેન્ડ ફૉર હિમ.
9. એ લોકોને તેમનું કામ કરવા દો. — Let those people do their work. લેટ ધોઝ પીપલ ડૂ ધેર વર્ક.
10. **તમારા હાથ ધુઓ.** — **Wash your hands.** વૉશ યોર હેન્ડ્ઝ.
11. જલદી આવજો. — Come soon. કમ સૂન.
12. ગાડી રોકો. — Stop the car. સ્ટૉપ ધ કાર.
13. પાછા જાઓ. — Go back. ગો બેક.
14. **મોડું ન કરો.** — **Don't delay./Don't be late.** ડૉંટ ડિલે./ડૉંટ બી લેટ.
15. પેન્સિલથી ના લખશો. — Do not write with a pencil. ડૂ નૉટ રાઇટ વિથ એ પેન્સિલ.
16. પેનથી લખો. — Write with a pen. રાઇટ વિથ એ પેન.
17. બીજાની નકલ ન કરો. — Do not copy others. ડૂ નૉટ કૉપી અધર્સ.
18. ભાડાની મોટર કરી લો. — Hire a taxi. હાયર એ ટેક્સી.
19. કોટના બટન બંધ કરો. — Button up the coat. બટન અપ ધ કોટ.
20. આગ ઓલવાવા ન દેશો. — Keep the fire on. કીપ ધ ફાયર ઑન.
21. ઘોડાને ઘાસ આપો. — Feed the horse with grass. ફીડ ધ હૉર્સ વિથ ગ્રાસ.
22. જાઓ, નાક સાફ કરો. — Go and blow your nose. ગો ઍન્ડ બ્લો યોર નોઝ.
23. **મને જણાવવાનું ભૂલશો નહીં.** — **Do not forget to inform me.** ડૂ નૉટ ફરગેટ ટુ ઈન્ફૉર્મ મી.
24. બૂટની દોરી સખત બાંધો. — Tighten your shoe laces. ટાઇટન યોર શુ લેસિસ.
25. તમારા સ્વાસ્થ્યને ભોગે ન ભણશો. — Do not study at the cost of your health. ડૂ નૉટ સ્ટડી ઍટ ધ કૉસ્ટ ઑફ યોર હેલ્થ.
26. વિગતવાર પત્ર લખજો. — Write a detailed letter. રાઇટ એ ડિટેઇલ્ડ લેટર.
27. ભવિષ્યમાં આવું ન કરશો. — Do not do so in future. ડૂ નૉટ ડૂ સો ઈન ફ્યૂચર.
28. તમે જાતે જ આ પત્ર નાંખી આવો. — Post this letter yourself. પોસ્ટ ધિસ લેટર યોરસેલ્ફ.
29. સમયનું પાલન કરો. — Be punctual. બી પંક્ચ્યુઅલ.
30. **ગોળ ગોળ વાતો ન કરશો.** — **Do not beat about the bush.** ડૂ નૉટ બીટ એબાઉટ ધ બુશ.
31. ફૂલ ન તોડશો. — Do not pluck the flowers. ડૂ નૉટ પ્લક ધ ફ્લાવર્સ.
32. ખરાબ આદતો છોડી દો. — Give up bad habits. ગિવ અપ બેડ હેબિટ્સ.
33. ખોરાક સરસ ચાવીને ખાઓ. — Chew your food well. ચ્યૂ યોર ફૂડ વેલ.
34. દાંતને સાફ કરો. — Brush your teeth. બ્રશ યોર ટીથ.

35. બક બક ન કરો.	Don't chatter./Don't talk nonsense. ડૉંટ ચેટર./ડૉંટ ટોક નૉનસેન્સ.
36. દરેક વસ્તુ વ્યવસ્થિત રાખો.	Keep/Arrange everything in order. કીપ/એરેંજ એવરીથિંગ ઈન ઓર્ડર.
37. શાહીથી લખો.	Write in ink. રાઈટ ઈન ઈન્ક.
38. **મૂર્ખ ન બનો.**	**Do not be silly.** ડૂ નૉટ બી સિલી.
39. મહેમાનોની સેવા કરો.	Entertain the guests. એન્ટરટેઈન ધ ગેસ્ટસ.
40. **તમે તમારા કામમાં ધ્યાન આપો.**	**Mind your own business.** માઈન્ડ યોર ઓન બિઝનેસ.
41. **બંને હાથોથી પકડી રાખો.**	**Hold on with both hands.** હોલ્ડ ઓન વિથ બોથ હેન્ડઝ.
42. દેશ સેવા માટે જીવ આપો.	Lay down/Sacrifice your life in the service of the motherland/country. લે ડાઉન/સેક્રિફાઈસ યોર લાઈફ ઈન ધ સર્વિસ ઑફ ધ મધરલેન્ડ/કન્ટ્રી.
43. કામમાં રૂકાવટ ન નાંખો.	Do not hold up the work. ડૂ નૉટ હોલ્ડ અપ ધ વર્ક.
44. **ખરાબ ટેવોથી સાવધ રહો.**	**Be careful against bad habits.** બી કેરફુલ અગેન્સ્ટ બૅડ હેબિટ્સ.
45. એ ઝાડની પાસે ન જાઓ.	Don't approach that tree. ડૉંટ એપ્રોચ ધેટ ટ્રી.
46. આ રસપ્રદ વાર્તા જરૂર વાંચો.	Do read this interesting story. ડૂ રીડ ધિસ ઈન્ટરેસ્ટિંગ સ્ટોરી.
47. **કોમ્પ્યૂટર બરાબર મૂકો.**	**Reset the computer.** રીસેટ ધ કોમ્પ્યૂટર.
48. **બાકીના રાખો.**	**Keep the change.** કીપ ધ ચેન્જ.
49. રડો નહીં.	Do not cry. ડૂ નોટ ક્રાઈ.
50. ખૂબ જોરથી હસો નહીં.	Do not laugh loudly. ડૂ નૉટ લાફ લાઉડલી.
51. સરખી રીતે ખાઓ.	Eat properly. ઈટ પ્રોપર્લી.
52. **કોઈનું બૂરું ન બોલો.**	**Do not speak ill of others.** ડૂ નૉટ સ્પીક ઈલ ઑફ અધર્સ.
53. **મોઢામાં ખાવાનું રાખીને ન બોલો.**	**Do not speak while eating.** ડૂ નૉટ સ્પીક વાઈલ ઈટિંગ.
54. ચાલીને જાઓ.	Go walking. ગો વૉકિંગ.
55. ચાવીને જમો.	Chew your food. ચ્યૂ યોર ફૂડ.

આટલું યાદ રાખો. (Remember)

અંગ્રેજીમાં put ક્રિયાપદનો અર્થ છે રાખવું. પરંતુ અવ્યયો (prepositions)ના જોડવાથી કેવો વિચિત્ર અર્થ બને છે એ જોવાલાયક છે. Put downનો અર્થ છે – 'લખવું' – Please put down all that I say. (જે હું કહું તે બધું લખી લો.) Put forwardનો અર્થ છે – 'રજૂ કરવું' – He hesitated to put forward his plan. (તે પોતાની યોજના રજૂ કરવામાં ખચકાયો.) Put offનો અર્થ છે – 'મુલતવી રાખવું' – For want of a quorum, the meeting was put off. (જરૂરી હાજરી ન હોવાથી સભા મુલતવી રાખવામાં આવી.) Put onનો અર્થ છે – 'કપડાં પહેરવાં' – He put on new clothes on the Id festival. (તેણે ઈદના પ્રસંગે નવાં કપડાં પહેર્યાં.) Put outનો અર્થ છે – 'ઓલવવું' – Put out the fire lest it should spread around. (આગ ઓલવી નાંખો, ક્યાંક આજુબાજુ ફેલાઈ ન જાય.)

37 સાડત્રીસમો દિવસ th Day

13. પ્રોત્સાહન (Encouragement)

1. **વિશ્વાસ રાખો.** — **Rest assured.** રેસ્ટ એસ્યોર્ડ.
2. ચિંતા ન કરો. — Stop worrying. સ્ટૉપ વરીઈંગ.
3. બાળકની જેમ રડવું એ મોટા માણસનું કામ નથી. — It is not manly to cry like a child. ઈટ ઈઝ નૉટ મૅનલી ટુ ક્રાઈ લાઈક એ ચાઈલ્ડ.
4. તમને શું વાતે ચિંતા છે? — What is bothering you? વૉટ ઈઝ બોથરિંગ યૂ?
5. **મારી ચિંતા ન કરો.** — **Don't worry about me.** ડૉંટ વરી અબાઉટ મી.
6. **ડરો નહીં.** — **Don't be afraid.** ડૉંટ બી અફ્રેડ.
7. ચિંતા કરવાની જરૂર નથી. — There is no need to worry. ધેર ઈઝ નો નીડ ટુ વરી
8. મને એની પરવા નથી. — I don't care for this. આઈ ડૉંટ કેર ફૉર ધિસ.
9. કોઈ મુશ્કેલી હોય તો પૂછી શકો છો. — You can ask me if there is any difficulty. યૂ કેન આસ્ક મી ઈફ ધેર ઈઝ એની ડિફિકલ્ટી.
10. **જે વસ્તુની જરૂરિયાત હોય તે લઈ જજો.** — **Take whatever you need.** ટેક વૉટેવર યૂ નીડ.
11. તમે નકામા ચિંતા કરો છો. — You are unnecessarily worrying. યૂ આર અનનેસેસરિલી વરીઈંગ.
12. **મને તમારા માટે ગર્વ છે.** — **I am proud of you.** આઈ એમ પ્રાઉડ ઑફ યૂ.
13. **આનાકાની ન કરો.** — **Don't hesitate.** ડૉંટ હેઝિટેટ.
14. કંઈ વાંધો નહીં. — It doesn't matter. ઈટ ડઝંટ મૅટર.
15. તમે બહુ સારું કર્યું. ચાલુ રાખજો. — You are doing great. Keep it up. યૂ આર ડૂઈંગ ગ્રેટ. કીપ ઈટ અપ.
16. એ બહુ જ સુંદર હતું. — That was wonderful/lovely/great. ધેટ વૉઝ વન્ડરફુલ/લવલી/ગ્રેટ.

14. સાન્ત્વના (Consolation)

1. અફસોસની વાત છે. — It's a pity./It's very sad. ઈટ્સ એ પિટી./ઈટ્સ વેરી સેડ.
2. **તેને આશ્વાસન આપો.** — **Console him.** કન્સોલ હિમ.
3. સંસારનો કંઈક એવો જ નિયમ છે. — Such indeed are the ways of the world. સચ ઈનડીડ આર ધ વેઝ ઑફ ધ વર્લ્ડ.
4. **ઈશ્વરની ઈચ્છા આમ જ હતી.** — **It was God's will.** ઈટ વૉઝ ગૉડ્સ વિલ.
5. **જેનો ઉપાય નથી તે સહેવું જ પડે છે.** — **What cannot be cured must be endured.** વૉટ કેનનૉટ બી ક્યોર્ડ મસ્ટ બી એન્ડયોર્ડ.

6. ઈશ્વર ઉપર ભરોંસો રાખો, સંકટ ટળી જશે. Put your trust in God, misforture will pass. પુટ યોર ટ્રસ્ટ ઈન ગૉડ, મિસર્ફોચ્યૂન વિલ પાસ.

7. તમને ઈશ્વર આ ભારે આઘાત સહન કરવા શક્તિ આપે. May God give you strength to bear this terrible blow. મે ગૉડ ગિવ યૂ સ્ટ્રેન્થ ટુ બેર ધિસ ટેરિબલ બ્લો.

8. અમે અમારી સહાનુભૂતિ આપીએ છીએ. We offer our condolences./Please accept our sincere condolences. વી ઑફર અવર કોન્ડોલન્સિસ./પ્લીઝ એક્સેપ્ટ અવર સિન્સિયર કોન્ડોલન્સિસ.

9. અમને એના પિતાના મૃત્યુથી બહુ જ દુઃખ થયું છે. We are deeply grieved at the death of her father. વી આર ડીપ્લી ગ્રીવ્ડ ઍટ ધ ડેથ ઑફ હર ફાધર.

10. સમાચાર સાંભળીને દુઃખ થયું. I am very sorry to hear the news. આઈ એમ વેરી સૉરી ટુ હિયર ધ ન્યૂઝ.

15. નારાજી (Annoyance)

1. **તમે હજી સુધી કામે કેમ નથી લાગ્યા?** **Why have you not begun/started the work yet?** વાય હેવ યૂ નૉટ બિગન/સ્ટાર્ટેડ ધ વર્ક યેટ?

2. **તમે મારી વાત શું કામ ટાળો છો?** **Why do you cut me short?** વાય ડૂ યૂ કટ મી શોર્ટ?

3. તમે મારી તરફ કેમ તાકી રહ્યાં છો? Why do you stare at me? વાય ડૂ યૂ સ્ટેર ઍટ મી?

4. તમે નકામો ગુસ્સો કરો છો. You are angry for nothing. યૂ આર ઍંગ્રી ફૉર નથિંગ.

5. **તમે વ્યર્થ સમય ગુમાવો છો.** **You are simply wasting your time.** યૂ આર સિમ્પલી વેસ્ટિંગ યોર ટાઈમ.

6. **કોનો દોષ છે?** **Who is to blame?** હૂ ઈઝ ટુ બ્લેમ?

7. **શું મેં તમને કોઈ દુઃખ પહોંચાડ્યું છે?** **Have I hurt you?** હેવ આઈ હર્ટ યૂ?

8. **કેવી શરમની વાત છે!** **What a shame!** વૉટ એ શેમ!

9. હું એ વિશ્વાસ ન કરી શક્યો કે તમે પ્રમાણિક નથી! I could not believe that you are not an honest person! આઈ કુડ નૉટ બિલીવ ધેટ યૂ આર નૉટ એન ઓનેસ્ટ પર્સન!

10. હું કોનો વિશ્વાસ કરું? Whom should I trust? હૂમ શુડ આઈ ટ્રસ્ટ?

11. **તે મારો વાંક ન હતો.** **It was not my fault.** ઈટ વૉઝ નૉટ માઈ ફોલ્ટ.

12. ખરેખર, ભૂલથી આમ થઈ ગયું. Really, it was done by mistake. રિયલી, ઈટ વૉઝ ડન બાઈ મિસ્ટેક.

13. **તે કંટાળાજનક છે.** **He is a nuisance.** હી ઈઝ એ ન્યૂસેન્સ.

14. તે નકામા ગપાટાઓમાં એનો સમય બગાડે છે. He wastes his time in idle gossip. હી વેસ્ટસ હિઝ ટાઈમ ઈન આઈડલ ગોસિપ.

15. તેણે મારા વિશ્વાસને ખોટો પાડ્યો. He has let me down. હી હૅઝ લેટ મી ડાઉન.

16. મને એના ઉપર ચીડ ચડે છે. He irritates me. હી ઈરીટેટ્સ મી.

16. સ્નેહ-પ્રશંસા (Affection)

૧. તમે મોટું સાહસનું કામ કર્યું છે.	That was very brave of you. ધેટ વૉઝ વેરી બ્રેવ ઑફ યૂ.
2. શાબાશ!/સરસ કર્યું!/સારો દેખાવ!	Bravo!/Well done!/Keep it up! બ્રેવો!/વેલ ડન!/કીપ ઇટ અપ!
3. કમાલ કરી.	That's wonderful/great. ધેટ્સ વન્ડરફુલ/ગ્રેટ.
4. તમારું કામ ઈનામને લાયક છે.	Your work is praiseworthy/excellent. યોર વર્ક ઇઝ પ્રેઇઝવર્ધી/એક્સિલંટ.
5. **તમે કેટલા સારા છો!**	**You are so nice./You are awfully nice/lovely.** યૂ આર સો નાઇસ./યૂ આર ઑફુલી નાઇસ/લવલી.
6. **તમે મને ઘણી મદદ કરી.**	**You have been a great help to me.** યૂ હેવ બીન એ ગ્રેટ હેલ્પ ટુ મી.
7. હું તમારી વર્તણૂકથી નારાજ છું.	I am disappointed with your behaviour. આઈ એમ ડિસએપોઇન્ટેડ વિથ યોર બિહેવિઅર.
8. તમે આવું કરશો તે હું માની શકતી નથી.	I cannot believe that you did this. આઈ કેનનૉટ બિલીવ ધેટ યૂ ડિડ ધિસ.
9. તેણે મને દગો દીધો.	He has betrayed/cheated me. હી હેઝ બિટ્રેડ/ચીટેડ મી.

આટલું યાદ રાખો. (To Remember)

Don't be afraid (ગભરાઓ નહીં)માં Don't 'ડૉંટ' બે શબ્દો મળવાથી બનેલો શબ્દ છે. Don't = Do+not – એ બતાવવા માટે notનો 'o' દૂર કરીને એના સ્થાને apostrophe (') લગાવ્યો છે. Won't = wo+not નથી પણ won't = will+not છે. આ રીતે આ શબ્દો બનાવવાનો કોઈ પણ નિયમ નથી. હા, notને હંમેશાં n't લખાય છે. એ રીતે can't, કાન્ટ cannotનું ટૂંકું રૂપ છે. યાદ રાખો કે cannotનો અર્થ can not છે. પરંતુ તેને એક જ શબ્દના રૂપમાં લખાય છે, જુદા જુદા can અને not નહીં. એ પ્રકારથી બનેલા કેટલાક જાણીતા શબ્દ આ છે – wouldn't = would+not, couldn't = could+not, shouldn't = should+not, needn't = need+not વગેરે. એનો ઉચ્ચાર પહેલા શબ્દનો પૂરો ઉચ્ચાર કરીને 'ટ' લગાવાથી બને છે. જેમ કે, વુડંટ, કુડંટ, શુડંટ, નીડંટ.

38 આડત્રીસમો દિવસ
th Day

17. નિષેધ (Negation)

1. હું તમારું કહેવું નથી માની શકતો. — I can't accept what you say. આઈ કાન્ટ એક્સેપ્ટ વૉટ યૂ સે.
2. હું એ બાબતમાં કંઈ જાણતો નથી. — I know nothing in this connection. આઈ નો નથિંગ ઈન ધિસ કનેક્શન.
3. આવું તોફાન ફરી ન કરશો. — Don't do such a mischief again. ડૉંટ ડૂ સચ એ મિસ્ચિફ અગેન.
4. **એવું નથી.** — **It is not so/like that.** ઈટ ઈઝ નૉટ સો/લાઈક ધેટ.
5. તેને રજા ન મળી શકી. — He could not get leave. હી કુડ નૉટ ગેટ લીવ.
6. **મને કોઈ ફરિયાદ નથી.** — **I have no complaints.** આઈ હૅવ નો કમ્પ્લેન્ટસ.
7. એવું ના હોઈ શકે. — It can't be so. ઈટ કાન્ટ બી સો.
8. **ના, હું નથી જઈ શકતો.** — **No, I couldn't go.** નૉ, આઈ કુડંટ ગો.
9. **હું જાણતો નથી.** — **I don't know.** આઈ ડૉંટ નો.
10. મારે કશું નથી જોઈતું. — I don't want anything. આઈ ડૉંટ વૉન્ટ એનીથિંગ.
11. **કશું નહીં.** — **Nothing.** નથિંગ.
12. એ હું કેવી રીતે કરી શકું! — How can I do this! હાઉ કેન આઈ ડૂ ધિસ!
13. **મારાથી આ કામ નહીં થાય.** — **I cannot do this.** આઈ કેનોટ ડૂ ધિસ.
14. આ નહીં થઈ શકે. — It cannot be done. ઇટ કેનોટ બી ડન.
15. હું નથી માનતો. — I do not agree/believe. આઈ ડૂ નૉટ એગ્રી/બિલીવ.
16. **એ સાચું નથી.** — **This is not true.** ધિસ્ ઈઝ નૉટ ટ્રૂ.
17. તમારે એ ચલાવી લેવું ન જોઈએ. — You should not allow this. યૂ શુડ નૉટ એલાઉ ધિસ.
18. બીજાના દોષો ન શોધો. — Do not find faults with others./Do not criticise others. ડૂ નૉટ ફાઈન્ડ ફોલ્ટ્સ વિથ અધર્સ./ડૂ નૉટ ક્રિટિસાઈઝ અધર્સ.
19. તમારા ધનનું અભિમાન ન કરો. — Do not be proud of your riches/money. ડૂ નૉટ બી પ્રાઉડ ઑફ યોર રિચિઝ/મની.
20. કોઈને છેતરો નહીં. — Don't cheat anybody. ડૉંટ ચીટ એનીબડી.
21. લાંબા ઘાસને ખૂંદશો નહીં. — Do not tread on the tall grass. ડૂ નૉટ ટ્રેડ ઑન ધ ટૉલ ગ્રાસ.
22. **જિદ્દી ના બનો.** — **Do not be obstinate.** ડૂ નૉટ બી ઑબ્સ્ટિનેટ.
23. **અફસોસ, હું ને ખર્ચી શકતો નથી.** — **Sorry, I can't afford it.** સોરી, આઈ કાન્ટ એફોર્ડ ઈટ.
24. **અફસોસ મારી પાસે પરચૂરણ નથી.** — **Sorry, I don't have any change.** સોરી આઈ ડૉંટ હૅવ એની ચેન્જ.
25. **હું ગાવાનું નથી જાણતો.** — **I don't know how to sing.** આઈ ડૉંટ નો હાઉ ટુ સિંગ.
26. **ગુસ્સો ન કરો.** — **Don't be angry./Don't lose your temper.** ડૉંટ બી એન્ગ્રી./ડૉંટ લૂઝ યોર ટેમ્પર.
27. કોઈ માણસ સાથે કડકાઈથી ન બોલો. — Do not use harsh words with anybody. ડૂ નૉટ યૂઝ હાર્શ વડ્ર્ઝ વિથ એનીબડી.

18. સંમતિ (Consent)

1. જેવી તમારી મરજી. — As you like/please. એઝ યુ લાઇક/પ્લીઝ.
2. તમારું કહેવું બરોબર છે. — You are right. યૂ આર રાઇટ.
3. મને કંઈ વાંધો નથી. — I have no objection. આઈ હૅવ નો ઑબ્જેક્શન.
4. કંઈ વાંધો નથી. — It does not matter. ઇટ ડઝ નૉટ મેટર.
5. એમ જ થશે. — It will be so. ઇટ વિલ બી સો.
6. **હું સંમત છું.** — **I agree.** આઈ એગ્રી.
7. **હું તમારી સાથે બિલકુલ સંમત છું.** — **I entirely agree with you.** આઈ એન્ટાયર્લી એગ્રી વિથ યૂ.
8. હા, એ સાચું છે. — Yes, it is true. યસ, ઇટ ઇઝ ટ્રૂ.
9. **તમારી સલાહ પ્રમાણે હું કામ કરીશ.** — **I shall act according to your advice.** આઈ શેલ એક્ટ એકોર્ડિંગ ટુ યોર એડવાઇસ.
10. હું તમારું આમંત્રણ સ્વીકારું છું. — I accept your invitation. આઈ એક્સેપ્ટ યોર ઇન્વિટેશન.
11. હું આ માટે મારી સંમતિ આપું છું. — I give my consent to this. આઈ ગિવ માઇ કન્સેન્ટ ટુ ધિસ.
12. તમારા પિતાનું કહ્યું કરો. — Do as your father says. ડૂ ઍઝ યોર ફાધર સેઝ.
13. મારી જાત તમારા ઉપર લાદવાનો પ્રયાસ હું નથી કરતો. — I am not trying to impose myself on you. આઈ એમ નૉટ ટ્રાઈંગ ટુ ઇમ્પોઝ માઇસેલ્ફ ઑન યૂ.
14. તમે મારી વાતમાં સંમત નથી લાગતા. — You don't seem to agree with me. યૂ ડૉંટ સીમ ટુ એગ્રી વિથ મી.

19. દુઃખ (Sadness)

1. ક્ષમા કરો./માફી આપો. — Excuse me./Forgive me. એક્સ્યૂઝ મી./ફરગિવ મી.
2. મારી ભૂલ થઈ, મારા હિસાબે તમારે સહન કરવું પડ્યું છે. — I am very sorry, you have had to suffer on my account. આઈ એમ વેરી સૉરી, યૂ હૅવ હેડ ટુ સફર ઑન માઇ એકાઉન્ટ.
3. મને આ સાંભળીને ઘણું દુઃખ થયું. — I am very sorry to hear this. આઈ એમ વેરી સૉરી ટુ હિયર ધિસ.
4. મારી હમદર્દી તમારી સાથે છે. — You have all my sympathies. યૂ હૅવ ઑલ માઇ સિમ્પથીઝ.
5. તમે આજે દુઃખી દેખાઓ છો. — You look very disappointed today. યૂ લૂક વેરી ડિસએપોઇન્ટેડ ટુડે.
6. તમે નીરસ ને ઉદાસ કેમ છો? — Why are you so dull and gloomy? વાય આર યૂ સો ડલ ઍન્ડ ગ્લૂમી?

આટલું યાદ રાખો. (Remember)

Giveનો અર્થ છે આપવું. હવે જુઓ prepositionની કમાલ. 'Give up'નો અર્થ છે 'ત્યાગવું'. Maulana Abdul gave up all hopes of recovering from his illness. (મૌલાના અબ્દુલે પોતાની બીમારીમાંથી ઊઠવાની બધી આશા છોડી દીધી છે.) 'Give in' = હારવું – Inspite of Akbar's larger resources, Maharana Pratap refused to give in. (અકબરના વિશાળ સાધનો હોવા છતાં, મહારાણા પ્રતાપે હાર માની નહીં.) એ રીતે 'give away' = વહેંચવું – The principal gave away the prizes. (પ્રિન્સિપાલે ઈનામો વહેંચ્યાં.) કેટલાક બીજા અર્થો જુઓ. 'Give way' = તૂટી જવું (વધુ ભારથી પૂલ વગેરે.); 'Give out' = બતાવવું; પ્રગટ કરવું; 'Give off' = છોડવું; 'Give ear' = સાંભળવું; 'Give a piece of one's mind' = ભડકાવવું; 'Give oneself airs' = પોતાની શાન વધારવી; 'Give chase' = પીછો કરવો; 'Give around' = પાછા હઠી જવું; વગેરે.

39 ઓગણચાળીસમો દિવસ
th Day

20. ઝઘડો (Quarrel)

1. તમે મિજાજ કેમ ગુમાવો છો?	Why are you losing your temper? વાય આર યૂ લૂઝિંગ યોર ટેમ્પર?
2. સાવધાન, આવા શબ્દો ફરીથી બોલશો નહીં.	Beware, do not utter it again! બિવેર, ડૂ નૉટ અટર ઇટ અગેન!
3. તમે બહુ ચીડિયા સ્વભાવના છો.	You are very short-tempered. યૂ આર વેરી શૉર્ટ-ટેમ્પર્ડ.
4. તેણે મારા નાકે દમ આણ્યો છે.	**He has got on my nerves.** હી હૅઝ ગૉટ ઑન માઇ નર્ઝ.
5. જે થવાનું હોય તે થાય.	**Come what may!** કમ વૉટ મે!
6. મેં તમારું શું બગાડ્યું છે?	What harm/wrong have I done to you? વૉટ હાર્મ/રૉંગ હેવ આઈ ડન ટુ યૂ?
7. તમારે પોતે સુધરવું પડશે.	You will have to mend your ways. યૂ વિલ હેવ ટુ મેંડ યોર વેઝ.
8. એની સાથે નકામો ઝઘડો શું કામ વહોરી લો છો?	Why do you quarrel with him for nothing/unnecessarily? વાય ડૂ યૂ ક્વોરલ વિથ હિમ ફૉર નથિંગ/અનનેસેસરિલી?
9. આવેશમાં ન આવો.	Don't be excited. ડૉંટ બી એક્સાઇટેડ.
10. હવે ગમે તે રીતે વાત પતાવો.	Now, settle the matter somehow. નાઉ, સેટલ ધ મેટર સમહાઉ.
11. તમારી બુદ્ધિ ઠેકાણે છે?	**Are you in your senses?** આર યૂ ઇન યોર સેન્સિઝ?
12. મારી આંખો સામેથી દૂર થાઓ.	**Get out of my sight!/Get lost.** ગેટ આઉટ ઑફ માઇ સાઇટ!/ગેટ લૉસ્ટ.
13. તમારે અમારી વાતમાં શું લાગે વળગે!	You have no concern with our affairs!/What concern have you with our affairs? યૂ હૅવ નો કન્સર્ન વિથ અવર એફેર્સ!/ વૉટ કન્સર્ન હૅવ યૂ વિથ અવર એફેર્સ?
14. વાતને વધારો નહીં.	Don't stretch the matter./Put an end to controversy. ડૉંટ સ્ટ્રેચ ધ મેટર./પુટ એન ઍન્ડ ટુ કૉન્ટ્રોવર્સી.
15. જહન્નમમાં જાઓ.	**Go to hell.** ગો ટુ હેલ.
16. તેને બે પક્ષો વચ્ચેનો ફેંસલો કરવા દો.	Let him mediate between two parties. લેટ હિમ મીડિએટ બિટવીન ધ ટૂ પાર્ટીઝ.
17. ઝઘડાનો ફેંસલો થઈ ગયો/ વાત પતી ગઈ.	The quarrel is settled./The matter ends here! ધ ક્વોરલ ઇઝ સેટલ્ડ./ધ મેટર એન્ડ્સ હિયર!
18. હવે એકબીજા સાથે સુમેળ કરી લો.	Now make up/be friends with each other. નાઉ મેક અપ/બી ફ્રેન્ડ્સ વિથ ઈચ અધર.
19. વાત વાતમાં ઝઘડો ન કરો.	Don't quarrel in every small matter. ડૉંટ ક્વૉરલ ઇન એવરી સ્મૉલ મેટર.
20. કોઈએ કોઈની વાતમાં માથું મારવું ન જોઈએ.	**Don't dabble in anybody's affairs.** ડૉંટ ડેબલ ઇન એનીબડીસ એફેર્સ.

21. ક્ષમા-વિનંતિ (Apologies)

1. **તમે ખોટું ન લગાડશો.** — **Please don't mind this./Please don't feel bad about it.** પ્લીઝ ડૉંટ માઇન્ડ ધિસ./પ્લીઝ ડૉંટ ફીલ બૅડ એબાઉટ ઇટ.
2. તમે ગુસ્સે થઈ ગયા? — Are you angry? આર યૂ ઍંગ્રી?
3. **હું તો મશ્કરી કરતો હતો.** — **I was just joking.** આઈ વૉઝ જસ્ટ જોકિંગ.
4. ક્ષમા કરજો, હું સમયસર ન આવી શક્યો. — Please excuse me, I could not come in time. પ્લીઝ એક્સક્યૂઝ મી, આઈ કુડ નૉટ કમ ઇન ટાઇમ.
5. મને આ સાંભળીને દુઃખ થયું. — I was pained/sorry to hear this. આઈ વૉઝ પેઇન્ડ/સૉરી ટુ હિયર ધિસ.
6. કોઈ ભૂલ થઈ હોય તો ક્ષમા કરજો. — Excuse me if there has been any mistake. એક્સક્યૂઝ મી ઇફ ધેર હેઝ બીન એની મિસ્ટેક.
7. હું તમારી માફી માંગુ છું. — I beg your pardon. આઈ બેગ યોર પાર્ડન.
8. મારા અશુદ્ધ ઉચ્ચારોને માફ કરો. — Please excuse my incorrect pronunciation. પ્લીઝ એક્સક્યૂઝ માઇ ઇનકરેક્ટ પ્રોનન્સિએશન્સ.
9. **સાહેબ, વચ્ચે બોલવા માટે માફી ચાહું છું!** — **Forgive me for interrupting you, sir!** ફરગિવ મી ફૉર ઇન્ટરપ્ટિંગ યૂ, સર!
10. માફ કરજો, હું ટેલીફોન ન કરી શક્યો. — Forgive me for not giving you a ring. ફરગિવ મી ફૉર નૉટ ગિવિંગ યૂ એ રિંગ.
11. **મારા તરફથી ક્ષમા માગી લેજો.** — **Apologise on my behalf.** એપૉલોજાઇઝ ઑન માઇ બિહાફ.
12. માફી ન માગો. કંઈ વાંધો નથી. — Don't apologise. It does not matter. ડૉંટ એપૉલોજાઇઝ. ઇટ ડઝ નૉટ મેટર.
13. એ તો કેવળ ભૂલથી જ થઈ ગયું. — It was merely by mistake. ઇટ વૉઝ મિયર્લી બાઇ મિસ્ટેક.
14. મને બહુ અફસોસ છે. — I am very sorry. આઈ એમ વેરી સૉરી.
15. એમાં નુકસાન થયું નથી. થોડુંક પણ નહીં. — There is no harm done. Not the least. ધેર ઇઝ નો હાર્મ ડન. નૉટ ધ લીસ્ટ.
16. અજાણતામાં મેં તમને દુઃખ પહોંચાડ્યું હોય તો મને ખેદ છે. — I am very sorry if I have unknowingly hurt you. આઈ એમ વેરી સૉરી ઇફ આઈ હેવ અનનોઇંગલી હર્ટ યૂ.
17. એ અજાણતામાં થયું હતું. — It was done unknowingly. ઇટ વૉઝ ડન અનનોઇંગલી.
18. એ તમારો દોષ ન હતો. — It was not your fault. ઇટ વૉઝ નૉટ યોર ફૉલ્ટ.
19. મને બહુ દિલગીરી છે કે તમારે આટલો લાંબો વખત મારી રાહ જોવી પડી. — I am awfully sorry to have kept you waiting so long. આઈ એમ ઑફુલી સૉરી ટુ હૅવ કેપ્ટ યૂ વેઇટિંગ સો લૉંગ.
20. કંઈ વાંધો નથી. — That's all right. ધેટ્સ ઑલ રાઇટ.
21. સમયસર ન પહોંચવા બદલ માફ કરશો. — Excuse me for being late. એક્સક્યૂઝ મી ફૉર બીઇંગ લેટ.

22. ક્રોધ (Anger)

1. ખાબોચિયામાં ડૂબી મરો. — You should be ashamed of yourself./Get lost. યૂ શુડ બી અશેમ્ડ ઑફ યોરસેલ્ફ/ગેટ લૉસ્ટ.
2. તારે શરમાવું જોઈએ. — You should be ashamed of yourself. યૂ શુડ બી અશેમ્ડ ઑફ યોરસેલ્ફ.
3. તું બહુ જ ચાલુ માણસ છે. — You are too clever/smart. યૂ આર ટૂ ક્લેવર/સ્માર્ટ.
4. તું બહુ નકામો માણસ છે. — You are a very mean fellow. યૂ આર એ વેરી મીન ફેલો.
5. **શરમ છે તને.** — **Shame on you.** શેમ ઑન યૂ.

6. તું બહુ નીચ/નાલાયક છે. — You are just too cunning. યૂ આર જસ્ટ ટૂ કનિંગ.

7. હું તારું મોં જોવા માગતો નથી. — I don't want to see your face again./Don't show me your face again. આઈ ડૉંટ વૉન્ટ ટુ સી યોર ફેસ અગેન./ડૉંટ શો મી યોર ફેસ અગેન.

8. બોલ બોલ ના કરો. — Don't talk nonsense./Stop yapping. ડૉંટ ટૉક નૉનસેન્સ./સ્ટૉપ યેપિંગ.

9. **આ બધું તમારું કરેલું છે.** — **It's all because of you.** ઇટ્સ ઑલ બિકૉઝ ઑફ યૂ.

10. **આ બધાં તમારાં કારસ્તાન છે.** — **This is all your doing.** ધિસ ઇઝ ઑલ યોર ડૂઇંગ.

11. **તું એનાથી બચી નહીં શકે.** — **You can't get away with this./You can't escape like this.** યૂ કાન્ટ ગેટ અવે વિથ ધિસ./યૂ કાન્ટ એસ્કેપ લાઇક ધિસ.

12. તને કદી માફી આપી શકાય નહીં. — You can never be forgiven for this./You don't deserve forgiveness. યૂ કેન નેવર બી ફરગિવન ફૉર ધિસ./યૂ ડૉંટ ડિઝર્વ ફર્ગિવનેસ.

13. એના માટે તમે જવાબદાર છો. — You are to blame for this./You are responsible for this. યૂ આર ટુ બ્લેમ ફૉર ધિસ./યૂ આર રિસ્પૉન્સિબલ ફૉર ધિસ.

આટલું યાદ રાખો. (Remember)

ઉચ્ચારની દૃષ્ટિએ 'lose' લૂઝ (ખોવું) અને 'loose' લૂસ (ઢીલું) એ સરખા લાગે છે. પરંતુ અર્થ એકદમ જુદો. આપણે ભારતીય ઉચ્ચાર પ્રમાણે 'spelling' કરવાને ટેવાએલા હોવાથી loseની જગાએ loose. [સરખા શબ્દો, goose (બતક), noose (ફાંસીનો ફંદો)]ને નજર સમક્ષ રાખવા છતાં લખી લઈએ છીએ. આ ભૂલથી સાવધાન રહેવું જોઈએ.

Get (ગેટ) (મેળવવું) ક્રિયાપદની સાથે જુદી જુદી વિભક્તિમાં અવ્યય (prepositions) લગાવીને કેવા કેવા વિચિત્ર અર્થ બને છે એ જોવા જેવું છે. 'Get about'નો અર્થ છે હરવું ફરવું. He gets about with difficulty since his illness. (પોતે માંદો પડ્યો ત્યાર બાદ તે મુશ્કેલીથી હરેફરે છે.) 'Get back' = પાછું આવવું. When will you get back? (તમે ક્યારે પાછા આવશો?) 'Get down' = ઊતરવું. She climbed the tree, but then couldn't get down again. (તે ઝાડ ઉપર ચડી ગઈ પરંતુ પાછી ઊતરી ન શકી.) 'Get going' = શરૂઆત કરવી. They wanted to get going on the construction of the house. (તે મકાન બનાવવાનું શરૂ કરવા ઇચ્છે છે.) એ રીતે 'Get in' = પ્રવેશ કરવો. 'Get off' = યાત્રા પ્રારંભ કરવી. He got off the noon train. (તે બપોરની ગાડીમાં ગયો.) 'Get out' = નીકળવું. 'Get up' = સૂઈને ઊઠવું. 'Get together' = ભેગા થવું. 'Get through' = સફળ થવું. He got through his examination. (તે પરીક્ષામાં સફળ થયો.) વગેરે.

40 ચાળીસમો દિવસ
th Day

અહીં કેટલીક tests આપવામાં આવી છે.

આવો, હવે એને તમે ઓળખો. 20 વાક્યોના 20 માર્ક છે. તમારાં ૧૬ અથવા એથી વધારે વાક્યો સાચાં હોય તો તમારું કામ "ઘણું સરસ" (very good), ૧૨ અથવા એથી વધારે વાક્ય સાચાં હોય તો "સારું" (fair) છે.

31થી 35 દિવસ

Test No. 1

નીચે કેટલાંક વાક્યો આપવામાં આવ્યાં છે. જેમાં કોઈક એવી ભૂલ છે જેને બોલવા કે લખવામાં લોકો ભૂલ કરે છે. તમે એને શુદ્ધ કરીને પછી ૩૧થી ૩૫ દિવસોનાં વાક્યો સાથે મેળવીને જુઓ. અને સમજો કે એની પાછળ નિયમ શું છે. (વિષય અને વાક્ય સંખ્યા વાક્યોની સાથે આપી છે) –

1. Would you like to come with us to cinema? [31 : 1/5]. 2. Let us go through bus. [31 : 1/8]. 3. No, I don't know to play cards. [31 : 1/12]. 4. Have nice journey. [31 : 2/16]. 5. I am fine, by Gods grace. [31 : 2/3]. 6. Many thanks. [31 : 3/1]. 7. We wish you happy new year. [31 : 4/1]. 8. Congratulations for your success. [31 : 4/4]. 9. Please wake up him. [32 : 8/7]. 10. Let me do work. [32 : 8/10] 11. Please give me pencil and piece of paper. [32 : 8/13]. 12. What sweet dishes you have? [33 : 9/10]. 13. Have little more. [33 : 9/16]. 14. Are you vegetarian? [33 : 9/27]. 15. He is glutton. [34 : 9/49]. 16. When you have your dinner? [34 : 10/10]. 17. You are a half hour late. [34 : 10/34]. 18. Can I disturb you? [34 : 11/15]. 19. Tell the truth and speak no lies. [35 : 12A/3]. 20. Note down this. [35 : 12A/36]

36થી 39 દિવસ

Test No. 2

નીચે જે વાક્યો આપ્યાં છે, એને તમારા પાછલા દિવસોમાં તમે વત્તા ઓછાં પરિવર્તનો સાથે જોયાં છે. તેને ધ્યાનથી વાંચો અને જ્યાં ભૂલો હોય ત્યાં તેને સુધારીને કારણ સમજો. (વાક્યોની સાથે Topic No. અને Sentence No. આપ્યા છે.) –

1. Do not write in pencil, please write with pen. [36 : 12B/15, 16]. 2. Chew your food good. [36 : 12B/33]. 3. Write with ink. [36 : 12B/37]. 4. Ask there is any difficulty. [37 : 13/9]. 5. Its pity. [37 : 14/1]. 6. May God give you strength. [37 : 14/7]. 7. Whom I should trust? [37 : 15/10]. 8. He is duffer. [37 : 15/13]. 9. I can't accept what do you say. [38 : 17/1]. 10. How I can do this! [38 : 17/12]. 11. Do not find fault in others. [38 : 17/18]. 12. Do not walk at the long grass. [38 : 17/21]. 13. I don't know to sing. [38 : 17/25]. 14. Don't angry. [38 : 17/26]. 15. Do not rash. [38 : 17/27].16. Yes, that is truth. [38 : 18/8]. 17. I shall act according to your advices. [38 : 18/9]. 18. It was merely with mistake. [39 : 21/13]. 19. Forgive me to interrupt you, sir! [39 : 21/9]. 20. Here is no harm done. Not on the least. [39 : 21/15]

Test No. 3

નીચે આપેલાં વાક્યોમાં કોઈને કોઈ અશુદ્ધિ છે. એને શુદ્ધ કરીને લખો. ભૂલો વાંકા (Italics) ટાઈપવાળા શબ્દોમાં છે.

(1) Be careful not to *loose* your money. (2) Has the clerk *weighted* the letter? (3) Physics *are* not easy to learn. (4) You have a *poetry* to learn by heart. (5) My *luggages are* at the station. (6) You have five *thousands* rupees. (7) When she entered the room, she saw a note-book on the *ground.*

(8) Let us have a *theater* tonight. (9) Which is the *street* to the village? (10) My younger brother is five and a half feet *high.* (11) Are you *interesting* in your work? (12) I have now *left* cricket. (13) Madam, *can* I go home to get my exercise book? (14) She sometimes *puts* on red shoes. (15) She *wear* her clothes in the morning. (16) There *is* a lot of flowers on this tree. (17) How *many* paper do you want? (18) He has given up smoking, *isn't it*? (19) Why *he not watches* film? (20) *What* elephants eat?

સાચા જવાબ :

(1) lose, (2) weighed, (3) is, (4) poem, (5) luggage is, (6) thousand, (7) floor, (8) play, (9) road, (10) tall, (11) interested, (12) given up, (13) may, (14) wears, (15) put on, (16) are, (17) much, (18) hasn't he, (19) doesn't he watch, (20) What do.

Test No. 4

નીચે લખેલાં વાક્યોમાં ખાલી જગ્યા પાસે કૌંસમાં શબ્દ આપવામાં આવ્યા છે. એમાં યોગ્ય શબ્દ શોધીને ખાલી જગ્યા પૂરો.–

1. ...(shall/will) you please help me out of this difficulty? 2. She was overjoyed ...(to, into) see her lost baby. 3. Thanks ...(to, for) your good wishes. 4. We congratulated him ...(it, on) his success. 5. ...(Get, Let) me go home. 6. Are you feeling ...(thirst, thirsty)? 7. Do you ...(drink, take) milk or tea? 8. What ...(is, are) the news? 9. Remind him ...(of, on) his promise. 10. Switch ...(out, off) the light. 11. Go ...(on, in) person to post this important letter. 12. Give ...(in, up) smoking, it's harmful. 13. Is there any need ...(for, to) worry? 14. Do not find fault ...(on, in, with) others. 15. Are you angry ...(on, with) me? 16. I know very little ...(of, in, on) this connection. 17. Get out ...(from, of) my sight. 18. You are ...(looking, losing) temper. 19. We ...(may, shall) have some coffee. 20. We must avoid ...(smoking, to smoke).

યોગ્ય શબ્દ :

1. will, 2. to, 3. for, 4. on, 5. Let, 6. thirsty, 7. take, 8. is, 9. of, 10. off, 11. in, 12. up, 13. to, 14. with, 15. with, 16. in, 17. of, 18. losing, 19. shall, 20. smoking.

Test No. 5

નીચે લખેલાં વાક્યોનો ગુજરાતીમાં અનુવાદ કરો. –

1. No, I do not take tea. 2. I shall not be able to attend his birthday party. 3. He does not agree with me. 4. They did not come. 5. The lion killed two deer. 6. Yamuna was in flood. 7. Lift the curtain. 8. Do they not run fast? 9. How can it be so? 10. The tiger in the cage frightened the children. 11. I want your kind help. 12. He did it. 13. Who plays football in the park? 14. He lives on milk alone. 15. Is he not twelve years old?

Test No. 6

Test No. 5ના નકારાત્મક વાક્યોને સકારાત્મક અને સકારાત્મક ને નકારાત્મક વાક્યોમાં નીચે આપેલાં ઉદાહરણ પ્રમાણે બદલો.–

આપેલાં વાક્યો	**આપેલાં વાક્યનું ઊલટું**
He did not play cricket.	He played cricket.
She sings very well.	She does not sing very well.

Test No. 7

આ શબ્દોનો શુદ્ધ ઉચ્ચાર ગુજરાતી લિપિમાં લખો – જેમ કે would–વુડ.

invite, invitation, pleasure, journey, hearty, rumour, success, little, stomach, quarrel, minutes, forty, fourteen, receipt, honest.

Test No. 8

(i) નીચે કેટલીક ક્રિયાઓ આપી છે તેનો અર્થ લખો. –

to fetch, to enjoy, to meet, to burst, to bring, to enter, to chew, to cheat, to want, to agree, to obey, to move, to forget, to forgive, to hire, to abstain.

(ii) એ બંનેમાં શું અંતર છે? લખો –

believe – belief, (to) check – cheque, (to) speak – speech, (to) agree – agreement, cool – cold, (to) invite – invitation, (to) pride – proud, (to) except – (to) accept.

(iii) આના ઊલટા અર્થ લખો. – (possible – impossible)

patience, come, accept, clean, improper, without, switch off, back, early, disagree, many, able, empty.

Test No. 9

અંગ્રેજી ક્રિયાપદ go પછી વિભિન્ન prepositions લગાવાથી જુદા જુદા અર્થ થાય છે. એ રીતે આપેલા રૂઢિપ્રયોગો દરેક ભાષાની પોતાની વિશેષતા હોય છે. અમે goના કેટલાક બહુ જાણીતા રૂઢિપ્રયોગ નીચે આપીએ છીએ એને યાદ કરો અને અભ્યાસ માટે વાક્યોમાં ઉપયોગ કરો.

go on = ચાલું રાખવું

go out = ઓલવાવું

go with = હળીમળી રહેવું

go off = ફાટવું

go into = ઊંડી તપાસ કરવી

go down = ડૂબવું.

go in for = કોઈ કામમાં જોડાવું

go about = કોઈ કામમાં લાગી જવું

go back on = બોલેલામાંથી ફરી જવું

41 એકતાળીસમો દિવસ
41st Day

પાંચમું પ્રકરણ (5th Expedition)

ચોથા પ્રકરણમાં આપણે આમંત્રણ, અભિનંદન, સ્વીકાર, અસ્વીકાર, આજ્ઞા, પરવાનગી, ઝઘડો, નારાજી અને ક્ષમા, વિનંતિ વગેરે અનેક પ્રસંગો ઉપર બોલી શકાતાં વાક્યોને અંગ્રેજીમાં અભિવ્યક્ત કરતાં શીખ્યાં. પાંચમા પ્રકરણમાં આપણે સ્વાસ્થ્ય, ઋતુ, ચરિત્ર, વેશભૂષા, અભ્યાસ, ખેલકૂદ તથા ઘરમાં અને ઘરબહાર કોઈને મળતી વેળા અથવા ખરીદી કરતી વેળા ઉપયોગમાં આવતાં અંગ્રેજી વાક્યોને બોલતાં શીખશું. જ્યાં આ વાક્યોના માધ્યમથી તમે રીતસર અંગ્રેજીમાં વાતચીત કરવા માટે તૈયાર થઈ શકશો, ત્યાં પાઠના અંતે આપેલી ટિપ્પણીની સહાયથી તમે નવા શબ્દો વાંચતાં તથા પ્રત્યય લગાવીને બનાવેલા અનેક શબ્દોનો ઠીક ઠીક ઉપયોગ પણ જાણી શકશો.

23. ઘરમાં (At Home)

1. જુઓ, અહીં એક પથારી કરી દો.	Look, make a bed over here. લુક, મેક એ બેડ ઓવર હિયર.
2. **દૂધ ફાટી ગયું છે.**	**The milk has turned sour.** ધ મિલ્ક હૅઝ ટર્ન્ડ સાવર.
3. થોભો, હું ગાય બાંધી આવું.	Let me tether the cow. લેટ મી ટેધર ધ કાઉ.
4. ઓરડામાં સફાઈ હોવી જોઈએ.	Keep the room clean./The room should be clean. કીપ ધ રૂમ ક્લીન./ધ રૂમ શુડ બી ક્લીન.
5. કોલસા સળગીને રાખ થઈ ગયા.	The coals were burnt to ashes. ધ કોલ્સ વેર બર્ન્ટ ટુ ઍશિસ.
6. **તમારે કેટલાં બાળકો છે?**	**How many children do you have?** હાઉ મેની ચિલ્ડ્રન ડૂ યૂ હૅવ?
7. અમારે ત્યાં દરરોજ જમવામાં બટાટા હોય છે.	We cook potatoes for our meals everyday. વી કુક પોટેટોઝ ફૉર અવર મીલ્સ એવરીડે.
8. આજે શું નવું બનાવ્યું છે?	What is the new dish today? વૉટ ઇઝ ધ ન્યૂ ડિશ ટુડે?
9. ધોબી છેલ્લે ધોવાનાં કપડાં ક્યારે લઈ ગયો હતો?	When did the washerman last take the clothes for washing? વેન ડીડ ધ વૉશરમૅન લાસ્ટ ટેક ધ ક્લોધ્સ ફૉર વૉશિંગ?
10. આ કોટને ફરી ઇસ્ત્રી કરો.	Get this coat ironed again. ગેટ ધિસ કોટ આયર્ન્ડ અગેન.
11. **ભીનાં કપડાં તડકે નાંખો.**	**Put wet clothes in the sun.** પુટ વેટ ક્લોધ્સ ઇન ધ સન.
12. **હું જરા તૈયાર થઈ જાઉં.**	**Let me get ready.** લેટ મી ગેટ રેડી.
13. **તમે બહુ વાર કરી રહ્યા છો.**	**You are taking too long./You are being very slow.** યૂ આર ટેકિંગ ટૂ લૉંગ./યૂ આર બીઇંગ વેરી સ્લો.
14. **અમે વખત થતાં પહેલાં પહોંચીશું.**	**We shall reach before time.** વી શેલ રીચ બિફોર ટાઇમ.
15. તેની સાસુ સારા સ્વભાવની સ્ત્રી છે, પરંતુ તેની વહુઓ ખરાબ સ્વભાવની છે.	Her mother-in-law is a good-natured lady but not her daughters-in-law. હર મધર-ઇન-લૉ ઇઝ એ ગુડ નેચર્ડ લેડી બટ નૉટ હર ડૉટર્સ-ઇન-લૉ.
16. તમે ભલે પધાર્યા.	You are welcome. યૂ આર વેલ્કમ.
17. તમારે તમારાં વચનમાંથી ફરી જવું ન જોઈએ.	You should not go back on your words./You should keep your words. યૂ શુડ નૉટ ગો બૅક ઑન યોર વર્ડ્સ./યૂ શુડ કીપ યોર વર્ડ્સ.

18. **તેણે બહુ ઉદ્ધત વર્તન કર્યું.** **He behaved rudely./He was rude/imprudent.** હી બિહેવ્ડ રૂડલી./હી વૉઝ રૂડ/ઇમ્પ્રૂડન્ટ.

19. તમારા વાસણોને કલાઈ કરાવી લો. Get your utensils tinned. ગેટ યોર યુટેન્સિલ્સ ટિન્ડ.

20. **હવે હું વધારે રાહ નહીં જોઈ શકું.** **I can't wait any longer now.** આઈ કાન્ટ વેટ એની લૉંગર નાઉ.

21. હું સવારે ઘેરથી નીકળ્યો છું. I have been out since morning. આઈ હેવ બીન આઉટ સિન્સ મોર્નિંગ.

22. મને ઊંઘ આવે છે. I am feeling sleepy. આઈ એમ ફીલિંગ સ્લીપી.

23. રાત્રે મને ખૂબ ઊંઘ આવી. I had a sound sleep last night. આઈ હેડ એ સાઉન્ડ સ્લીપ લાસ્ટ નાઇટ.

24. **અંદર કોઈ નથી.** **There is no one inside.** ધેર ઇઝ નો વન ઇન્સાઇડ.

25. **જાઓ હવે સૂઈ જાવ.** **Go to sleep/bed.** ગો ટુ સ્લીપ/બેડ.

26. તમે બહુ વાર લગાડી. You have taken too much time. યૂ હેવ ટેકન ટૂ મચ ટાઇમ.

27. **હું હમણાં તૈયાર થઈ જાઉં છું.** **I will be ready in a moment.** આઈ વિલ બી રેડી ઇન એ મૉમેન્ટ.

28. તમે મને જગાડ્યો કેમ નહીં? Why did not you wake me up? વાય ડિડ નૉટ યૂ વેક મી અપ?

29. મને તમને જગાડવાનું યોગ્ય ન લાગ્યું. I did not think it proper to wake you up. આઈ ડિડ નૉટ થિંક ઇટ પ્રોપર ટુ વેક યૂ અપ.

30. **હું જરા આરામ કરી લઉં.** **I will rest/relax for a while.** આઈ વિલ રેસ્ટ/રિલેક્સ ફૉર એ વાઇલ.

31. મહેરબાની કરીને આ ખુરશી લઈ લો. Have/Pull a chair, please. હેવ/પુલ એ ચેર, પ્લીઝ.

32. **તમે હજી સુધી જાગો છો!** **You are still awake!** યૂ આર સ્ટિલ અવેક!

33. **દરવાજો કોણ ખખડાવે છે?** **Who is knocking at the door?** હૂ ઇઝ નૉકિંગ ઍટ ધ ડોર?

34. આજે સવારે મારી આંખ મોડેથી ખુલી. I woke up late this morning. આઈ વોક અપ લેટ ધિસ મૉર્નિંગ.

35. **કોઈ તમને મળવા આવ્યું છે.** **Someone has come/There is someone to see you.** સમવન હેઝ કમ/ધેર ઇઝ સમવન ટુ સી યૂ.

36. અંદર આવો. Please come in. પ્લીઝ કમ ઇન.

37. **બેસો.** **Please be seated./Please have a seat./Please sit down.** પ્લીઝ બી સિટેડ./પ્લીઝ હેવ એ સિટ./પ્લીઝ સિટ ડાઉન.

38. અપૂર્વ ક્યાં છે? Where is Apoorva? વેર ઇઝ અપૂર્વ?

39. મને ખબર નથી તે ક્યાં છે. I don't know where he is. આઈ ડૉંટ નૉ વેર હી ઇઝ.

40. શું છે? What's it? વૉટ'સ ઇટ?

41. કોણ છે? Who's it? હૂઝ ઇટ?

42. તે વરુણ છે. It is Varun. ઇટ ઇઝ વરુણ.

43. વરુણ અંદર છે? Is Varun in? ઇઝ વરુણ ઇન?

44. દિવસ ઘણો ચઢી ગયો છે. The day is far advanced. ધ ડે ઇઝ ફાર એડવાન્સ્ડ.

45. **આજકાલ મારો હાથ ખેંચમાં છે.** **I am hard up/tight these days.** આઈ એમ હાર્ડ અપ/ટાઇટ ધીઝ ડેઝ.

46. કોઈ હોશિયાર રસોઈઓ રાખી લો. Engage some expert cook. એંગેજ સમ એક્સપર્ટ કૂક.

47. **હું બહુ જ થાકી ગયો છું.** **I am dead/terribly tired.** આઈ એમ ડેડ/ટેરિબ્લી ટાયર્ડ.

48. આવો, ગપ્પાં લગાવીએ. Let us have a chat. લેટ અસ હેવ એ ચૅટ.

49. **દરવાજાનો નકુચો લગાવી દો.** **Bolt the door.** બોલ્ટ ધ ડોર.

50. હવે જવાનો સમય થયો છે. It is time to go/depart now. ઇટ ઇઝ ટાઇમ ટુ ગો/ડિપાર્ટ નાઉ.

51. ઘરની ચીજો વ્યવસ્થિત રાખો. Arrange the household things in order.
એરેન્જ ધ હાઉસહોલ્ડ થિંગ્સ ઇન ઑર્ડર.

52. આજે રાત્રે અહીં જ આરામ કરો. Take rest/relax here tonight. ટેક રેસ્ટ/રિલેક્સ હિઅર ટુનાઇટ.

53. તમે તો ઝોકાં ખાઈ રહ્યા છો. You are dozing. યૂ આર ડોઝિંગ.

54. મારી પથારી કરો. **Make my bed.** મેક માઇ બેડ.

55. તમારું નાક નીતરે છે. Your nose is running. યોર નોઝ ઇઝ રનિંગ.

56. અમે મોડે સુધી વાતો કરતા હતા. We kept talking/chatting till very late.
વી કેપ્ટ ટૉકિંગ/ચેટિંગ ટિલ વેરી લેટ.

57. દાક્તરસાહેબને ફોન કરો. **Ring up the doctor.** રિંગ અપ ધ ડૉક્ટર.

58. મારા કાકા મને મળવા આવ્યા છે. My uncle has come to see me. માઇ અંકલ હૅઝ કમ ટુ સી મી.

59. આ સજ્જનને તમારું કંઈક કામ છે. **This gentleman has some work with you.**
ધિસ જેન્ટલમૅન હૅઝ સમ વર્ક વિથ યૂ.

60. મારે એને ઘેર જવું છે. I have to go to his house./I have to call on him.
આઈ હૅવ ટુ ગો ટુ હિઝ હાઉસ./આઈ હૅવ ટુ કૉલ ઑન હિમ.

61. તે પોતાના માબાપથી અલગ રહે છે. He lives separately from his parents.
હી લિવ્ઝ સેપરેટલી ફ્રૉમ હિઝ પેરૅન્ટ્સ.

62. જો તેણે મને કહ્યું હોત તો હું રોકાઈ જાત. Had he asked me, I would have stayed back.
હૅડ હી આસ્ક્ડ મી, આઈ વુડ હૅવ સ્ટેડ બૅક.

63. હું દરરોજ સવારે ફુવારા નીચે નાહું છું. I take/have a shower-bath every morning.
આઈ ટેક/હૅવ એ શાવર-બાથ એવરી મૉર્નિંગ.

આટલું યાદ રાખો. (Remember)

અંગ્રેજીમાં શબ્દના અંતમાં 's' લગાવવાથી બહુવચન બને છે. પરંતુ કેટલાક શબ્દો સાથે 's' બહુ ધ્યાનથી લગાવવો પડે છે. દા.ત. Son-in-law સન-ઇન-લૉ (જમાઈ)નું બહુવચન Sons-in-law સન્સ-ઇન-લૉ છે, Son-in-laws સન-ઇન-લૉઝ નહીં. એ રીતે નીચે લખેલા શબ્દોનાં બહુવચન બને છે –

Father-in-law (ફાધર-ઇન-લૉ) સસરા Fathers-in-law
Mother-in-law (મધર-ઇન-લૉ) સાસુ Mothers-in-law
Brother-in-law (બ્રધર-ઇન-લૉ) બનેવી, સાળો, દિયર, જેઠ Brothers-in-law
Sister-in-law (સિસ્ટર-ઇન-લૉ) ભાભી, સાળી, દેરાણી, જેઠાણી Sisters-in-law
Governor-General (ગવર્નર જનરલ) શાસનાધ્યક્ષ Governors-General
Commander-in-chief (કમાન્ડર-ઇન-ચીફ) પ્રધાન સેનાપતિ Commanders-in-chief

જોવાનું એ છે કે શબ્દોના સમૂહમાં જે વધુ મહત્ત્વપૂર્ણ શબ્દ હોય એની સામે 's' જોડવામાં આવે છે. તે મુજબ Step-son સ્ટેપ-સન (ઓરમાન દીકરો)નું બહુવચન Step-sons સ્ટેપ-સન્સ બને છે. અને Maid-servant મેડ-સર્વન્ટનું બહુવચન Maid-servants મેડ-સર્વન્ટસ.

42 બેતાળીસમો દિવસ
42nd Day

24. ઘરની બહાર (Out of Home)

1. **આ જોડા બહુ તંગ છે.** — **This pair of shoes is very tight.** ધિસ પેર ઑફ શૂઝ ઇઝ વેરી ટાઇટ.
2. આ સડક ક્યાં જાય છે? — Where does this road lead to? વેર ડઝ ધિસ રોડ લીડ ટુ?
3. આ સડક વડોદરા જાય છે. — This road leads to Vadodara. ધિસ રોડ લીડ્ઝ ટુ વડોદરા.
4. જરા મારી સાઇકલ પકડો. — Just hold my cycle/bike. જસ્ટ હોલ્ડ માઇ સાઇકલ/બાઇક.
5. મારે રાત્રે જાગવું પડે છે. — I have to keep awake at night. આઈ હૅવ ટુ કીપ અવેક ઍટ નાઇટ.
6. સદાયે ડાબી તરફ ચાલો. — Always keep to the left. ઑલવેઝ કીપ ટુ ધ લેફ્ટ.
7. સદાયે ફુટપાથ ઉપર ચાલો. — Always walk on the footpath. ઑલવેઝ વૉક ઑન ધ ફુટપાથ.
8. **ખિસ્સાકાતરૂથી સાવધ રહો.** — **Beware of pick-pockets.** બિવેર ઑફ પિક-પૉકેટસ.
9. મને નાટક જોવાનો શોખ નથી. — I am not fond of going to the theatre/watching plays. આઈ એમ નૉટ ફૉન્ડ ઑફ ગોઇંગ ટુ ધ થિએટર/વૉચિંગ પ્લેઝ.
10. **મેં મારું મકાન બદલ્યું છે.** — **I have changed my house./I have shifted from the old place.** આઈ હૅવ ચેન્જડ માઇ હાઉસ./આઈ હૅવ શિફ્ટેડ ફ્રૉમ ધ ઓલ્ડ પ્લેસ.
11. **અહીં કોઈ મોટર ભાડે મળી શકશે?** — **Is any taxi available here?** ઇઝ એની ટૅક્સી અવેલેબલ હિયર?
12. ગમે તે થાય, આપણે સમયસર સભામાં પહોંચી જવું જોઈએ. — Come what may, we must reach the meeting in time. કમ વૉટ મે, વી મસ્ટ રીચ ધ મીટિંગ ઇન ટાઇમ.
13. આ સડક લોકો માટે બંધ છે. — This road is closed for the public. ધિસ રોડ ઇઝ ક્લોઝડ ફૉર ધ પબ્લિક.
14. રજા વિના અંદર આવી શકાશે નહીં. — No entry without permission. નો એન્ટ્રી વિધાઉટ પરમિશન.

25. નોકરને (Servant)

1. છોકરા, અહીં આવ. — Come here, boy. કમ હિયર, બૉઇ.
2. જમવાનું લાવ. — Bring the food. બ્રિંગ ધ ફૂડ.
3. **એક પ્યાલો પાણી લાવ.** — **Bring me a glass of water.** બ્રિંગ મી એ ગ્લાસ ઑફ વૉટર.
4. ત્યાં જા અને કાગળો પોસ્ટ બોક્સમાં નાખી આવ. — Go and post these letters. ગો ઍન્ડ પોસ્ટ ધીઝ લેટર્સ.
5. કપડાં ધોઈ નાખ. — Wash the clothes. વૉશ ધ ક્લોધ્સ.
6. જલદી કર. — Make haste./Hurry up. મેક હેસ્ટ./હરી અપ.
7. બંડલ ઉઠાવ. — Pick/Lift up the bundle. પિક/લિફ્ટ અપ ધ બંડલ.
8. મને અર્ધી બ્રેડ આપ. — Give me half a bread/chapati. ગિવ મી હાફ એ બ્રેડ/ચપાતી.
9. હવે તું જા, મારે કામ કરવું છે. — Go now, I have some work to do. ગો નાઉ, આઈ હૅવ સમ વર્ક ટુ ડૂ.
10. રસ્તો દેખાડ. — Show the way. શો ધ વે.

11. આમને બહાર છોડી આવ. Show him out. શો હિમ આઉટ.

12. **વચ્ચે ન બોલ.** **Don't interrupt.** ડૉંટ ઇન્ટરપ્ટ.

13. જરા સાંભળ. Just listen. જસ્ટ્ લિસન.

14. ચિંતા ન કર. Don't worry. ડૉંટ વરી.

15. થોડી વાર રોકાવ. Wait a bit. વેટ એ બિટ.

16. પંખો ચાલુ કર. Switch on the fan. સ્વિચ ઑન ધ ફૅન.

17. **અવાજ ન કર.** **Don't make a noise.** ડૉંટ મેક એ નૉઇઝ.

18. જા અને જો કે બાળક કેમ રડે છે? Go and see why the child is crying/weeping? ગો ઍન્ડ સી વાય ધ ચાઇલ્ડ ઇઝ ક્રાઇંગ/વીપિંગ?

19. જરા કાગળ પેન્સિલ આપ. Give me a pencil and a piece of paper. ગિવ મી એ પેન્સિલ ઍન્ડ એ પીસ ઑફ પેપર.

20. હું ન આવું ત્યાં સુધી અહીં બેસી રહે. Wait here until I come back. વેટ હિયર અનટિલ આઈ કમ બૅક.

21. **હવે તું જઈ શકે છે.** **You may go now.** યૂ મે ગો નાઉ.

22. મને ચાર વાગે ઉઠાડી દેજે. Wake me up at four o'clock. વેક મી અપ ઍટ ફોર ઓક્લૉક.

23. ફાનસ સળગાવ. Light the lamp. લાઇટ ધ લૅમ્પ.

24. વીજળીની બત્તી કરો. Switch on the light. સ્વિચ ઑન ધ લાઇટ.

25. વીજળીની બત્તી હોલવી નાંખ. Switch off the light. સ્વિચ ઑફ ધ લાઇટ.

26. **એક તરફ થઈ જા.** **Move aside.** મૂવ એસાઇડ.

27. પોતાની અક્કલથી કામ કર. Use your brain. યૂઝ યોર બ્રેન.

28. કાલે જલદી આવવાનું ન ભૂલીશ. Don't forget to come early tomorrow. ડૉંટ ફરગેટ ટુ કમ અર્લી ટુમૉરો.

29. બસ, હવે થોડો આરામ કર. Go and take some rest./Go and relax for a while. ગો ઍન્ડ ટેક સમ રેસ્ટ./ગો ઍન્ડ રિલેક્ષ ફૉર એ વાઇલ.

આટલું યાદ રાખો. (Remember)

અનેક વિશેષણોના (સંજ્ઞાઓની જેમ) કેવળ અંતિમ ભાગને જોઈને ઓળખી શકાય છે. Articles of daily use are now available in the market. (રોજબરોજની ચીજો હવે બજારમાં મળી શકે છે)માં avail ક્રિયાની આગળ able લગાવીને available વિશેષણ બનાવવામાં આવ્યું છે. એ રીતે agreeable (સારા લાગે તેવા), comfortable (સગવડવાળું), dependable (જેના પર આધાર રાખી શકાય તેવું), eatable (ખાવા જેવું), manageable (વ્યવસ્થા કરવા યોગ્ય), payable (જેને આપી શકાય તેવું), saleable (વેચવા જેવું), washable (ધોઈ શકાય તેવું) મૂળ શબ્દ (જે સંજ્ઞા અથવા ક્રિયા હોય)માં able લગાવવાથી બને છે. કેટલીક વાર ableનું કામ કરવા માટે ible પણ લાગે છે. જેમ કે – combust (બળવું)થી combustible (બળતરાવાળું), eligible (પસંદ કરવા યોગ્ય), illegible (જે વાંચી ન શકાય). કેટલીક સંજ્ઞાઓ અને ક્રિયાઓ શરૂ કે અંતમાં al લગાવીને પણ વિશેષણ બને છે જેમાં શબ્દનો અંતિમ 'e' નીકળી જાય છે; જેમ કે –

bruteથી brutal (પાશવી)	continueથી continual (લગાતાર)
centreથી central (કેન્દ્રિય)	termથી terminal (સત્રના અંતિમ ભાગનું)

43 તેતાળીસમો દિવસ
43rd Day

26. મળતી વેળાએ (On Meeting)

1. તમારા આવવાથી મને ખૂબ આનંદ થયો. — Your visit gave me a great pleasure./It has been nice seeing you. યોર વિઝિટ ગેવ મી એ ગ્રેટ પ્લેઝર./ઇટ હૅઝ બીન નાઇસ સીઇંગ યૂ.
2. હવે ક્યારે મળીશું? — When shall we meet again?/When do I see you again? વેન શેલ વી મીટ અગેન?/વેન ડૂ આઈ સી યૂ અગેન?
3. તમને મળીને હું ખૂબ ખુશ થયો. — I am very glad to meet you. આઈ એમ વેરી ગ્લૅડ ટુ મીટ યૂ.
4. એક જરૂરી કામ આવી ગયું છે. — There is an urgent work to do. ધેર ઇઝ એન અર્જન્ટ વર્ક ટુ ડૂ.
5. **તમે તે દિવસે કેમ ન આવ્યા?** — **Why did you not come that day?** વાય ડિડ યૂ નૉટ કમ ધૅટ ડે?
6. **તમે ભૂલ કરો છો.** — **You are mistaken./You are at fault.** યૂ આર મિસ્ટેકન./યૂ આર ઍટ ફૉલ્ટ.
7. **તમે બહુ દિવસથી દેખાયા નથી.** — **You were not seen for long./Didn't see you for a long lime.** યૂ વેર નૉટ સીન ફૉર એ લૉંગ./ડિડન્ટ સી યૂ ફૉર એ લૉંગ ટાઇમ.
8. **તેમણે તમને યાદ કર્યા છે.** — **He remembers you./He has asked for you.** હી રિમેમ્બર્સ યૂ./હી હૅઝ આસ્ક્ડ ફૉર યૂ.
9. હજુ મારું કામ પૂરું નથી થયું. — My work is not yet over. માઇ વર્ક ઇઝ નૉટ યેટ ઓવર.
10. હું તમારી સલાહ લેવા આવી છું. — I have come to seek your advice. આઈ હૅવ કમ ટુ સીક યોર એડ્વાઇસ.
11. મારે તમારી સાથે વાતો કરવી છે. — I want to talk to you. આઈ વૉન્ટ ટુ ટૉક ટુ યૂ.
12. મેં તમારી બહુ રાહ જોઈ. — I waited long for you. આઈ વેટેડ લૉંગ ફૉર યૂ.
13. તમે અર્ધો કલાક મોડા છો. — You are late by half an hour. યૂ આર લેટ બાઇ હાફ એન આવર.
14. અમે બહુ જ જલદી આવી ગયાં છીએ. — We have come too early. વી હૅવ કમ ટૂ અર્લી.
15. **તમે કેમ છો?** — **How are you?** હાઉ આર યૂ?
16. **એમની સાથે મારો પરિચય કરાવો.** — **Introduce me to him.** ઇન્ટ્રોડ્યૂસ મી ટુ હિમ.
17. તમારા ખુશખબરનો તાર કરી દેજો. — Wire about your welfare. વાયર એબાઉટ યોર વેલફેર.
18. દરરોજ વ્યાયામ જરૂર કરો. — Do take exercise everyday. ડૂ ટૅક એક્સર્સાઇઝ એવરીડે.
19. **બહુ વખતથી એના કંઈ સમાચાર નથી.** — **There has been no news of him for a long time./I haven't heard about him for long.** ધેર હૅઝ બીન નો ન્યૂઝ ઑફ હિમ ફૉર એ લૉંગ ટાઇમ./આઈ હૅવન્ટ હર્ડ એબાઉટ હિમ ફૉર લૉંગ.
20. કોઈ સારા સમાચાર આપો. — Let's have some good news./Give some good news. લેટ્સ હૅવ સમ ગુડ ન્યૂઝ./ગિવ સમ ગુડ ન્યૂઝ.
21. તમારો પત્ર હમણાં જ મળ્યો. — Your letter has just been received. યોર લેટર હૅઝ જસ્ટ બીન રિસીવ્ડ.

22. **પહોંચીને તુરત જ પત્ર લખજો.** **Write immediately on your reaching.** રાઇટ ઇમીજિયેટલી ઑન યોર રીચિંગ.

23. **એ વિશે ભૂલી ન જતા.** **Don't forget about it.** ડૉંટ ફરગેટ એબાઉટ ઇટ.

24. એમના આવી જવાની મને ખબર આપજો. Inform me when he comes./Let me know when he comes. ઇન્ફૉર્મ મી વેન હી કમ્સ./લેટ મી નો વેન હી કમ્સ.

25. ફરી મળીશું. See you again. સી યૂ અગેન.

26. તેમને મારા પ્રણામ લખી દેજો. Give/Convey my regards to him. ગિવ/કન્વે માઇ રિગાર્ડ્સ ટુ હિમ.

27. કદીક પત્ર જરૂર લખજો. Do write to me off and on./sometimes. ડૂ રાઇટ ટુ મી ઑફ ઍન્ડ ઑન./સમટાઇમ્સ.

28. મહેરબાની કરીને મને તમારું સરનામું આપતા જાઓ. Please give me your address. પ્લીઝ ગિવ મી યોર એડ્રેસ.

29. આવતા રવિવારે મને મળજો. See/Meet me next Sunday. સી/મીટ મી નેક્સ્ટ સન્ડે.

30. તમે એની સાથે મુલાકાત નક્કી કરી લીધી છે? Have you fixed/arranged an appointment with her/him? હેવ યૂ ફિક્સ્ડ/એરેન્જ્ડ એન એપોઇન્ટમેન્ટ વિથ હર/હિમ?

31. એ બહુ સદ્‌ભાવ ભરી મુલાકાત હતી. It was a cordial meeting. ઇટ વૉઝ એ કૉર્ડિયલ મીટિંગ.

32. **તમે ગમે તે સમયે આવો, અમારું ઘર તમારા માટે ખુલ્લું જ છે.** **You may come at any time, our doors are open to you./You are welcome anytime.** યૂ મે કમ ઍટ એની ટાઇમ, અવર ડોર્સ આર ઑપન ટુ યૂ./યૂ આર વેલ્કમ એનીટાઇમ.

33. **તમે કોઈ ઔપચારિક્તા ન કરો.** **Do not be formal./There is no need for formality.** ડૂ નૉટ બી ફૉર્મલ./ધેર ઇઝ નો નીડ ફૉર ફૉર્માલિટી.

34. **મારો એની સાથેનો સંબંધ સારો નથી.** **I am not on good terms with him.** આઈ એમ નૉટ ઑન ગુડ ટર્મ્સ વિથ હિમ.

35. મેં તે સ્ત્રી જોઈ જેને માટે બોસે કહ્યું હતું કે તે ચાલી ગઈ છે. I saw the woman whom the boss said was gone. આઈ સૉ ધ વુમન હૂમ ધ બૉસ સેડ વૉઝ ગોન.

36. આજની સુંદર સાંજ માટે ધન્યવાદ. Thanks for a pleasant/wonderful/lovely evening. થૅંક્સ ફૉર એ પ્લેઝંટ/વન્ડરફુલ/લવલી ઇવનિંગ.

આટલું યાદ રાખો. (Remember)

અંગ્રેજીમાં કેટલાક એવા શબ્દો છે જેનો ઉપયોગ હંમેશાં બહુવચનમાં જ થાય છે. દા.ત. Riches make men proud. રિચીઝ મેક મેન પ્રાઉડ. (દોલત માણસને ગર્વિષ્ઠ બનાવે છે)માં riches શબ્દ richનું બહુવચન છે. એ રીતે નીચે લખેલા શબ્દો સદાય બહુવચનમાં વપરાય છે :

alms આમ્સ (ખૈરાત), spectacles સ્પેક્ટેકલ્સ (ચશ્મા), trousers ટ્રાઉઝ્ર્સ (પેન્ટ), scissors સીઝ્ર્સ (કાતર), shorts શૉર્ટ્સ (ચડ્ડી).

કેટલાક શબ્દો એવા પણ છે જે બહુવચનના છે પરંતુ સદાયે એકવચન શબ્દના સમાન કાર્યમાં લાવવામાં આવે છે. જેમ કે – Mathematics is difficult મેથેમૅટિક્સ ઇઝ ડિફિકલ્ટ (ગણિત અઘરો વિષય છે.) આ રીતે એ બહુવચનનાં શબ્દની જેમ વપરાય છે એનો અભ્યાસ કરો :

Innings ઈનિંગ્સ (પારી), news ન્યૂઝ (સમાચાર), means મીન્સ (ઉપાય), corps કોર (સેનાની ટુકડી); series સીરીઝ (ગ્રંથમાળા).

અર્ધો કલાક માટે 'half an hour'નો ઉપયોગ થાય છે – half hour નહીં.

44 ચુમ્માળીસમો દિવસ th Day

27. ખરીદી (Shopping)

1. તે એક સાધારણ દુકાનદાર છે. — He is a petty/an ordinary shopkeeper. હી ઇઝ એ પેટી/એન ઑર્ડિનરી શૉપ-કીપર.

2. ફેરિયાઓ મોટા અવાજથી બૂમ પાડી રહ્યા છે. — The hawkers are shouting at the top of their voice. ધ હૉકર્સ આર શાઉટિંગ ઍટ ધ ટૉપ ઑફ ધેર વૉઇસ.

3. **એ ચોખા હલકી જાતના છે.** — **This rice is of an inferior quality.** ધિસ રાઇસ ઇઝ ઑફ એન ઇન્ફીરિઅર ક્વૉલિટી.

4. આ વસ્તુ કોડીના ભાવે વેચાય છે. — This article is selling at throw-away price. ધિસ આર્ટિકલ ઇઝ સેલિંગ ઍટ થ્રો અવે પ્રાઇસ.

5. **આજકાલ વેપારમાં મંદી છે.** — **There is a trade depression these days./There is a slump in business these days.** ધેર ઇઝ એ ટ્રેડ ડિપ્રેશન ધીઝ ડેઝ./ધેર ઇઝ એ સ્લમ્પ ઇન બિઝનેસ ધીઝ ડેઝ.

6. આ પુસ્તક ખૂબ જલદી વેચાઈ રહ્યું છે. — This book is selling like hot cakes. ધિસ બુક ઇઝ સેલિંગ લાઇક હૉટ કેક્સ.

7. **મારી પાસે પચાસ પૈસા ઓછા છે.** — **I am short by fifty paise.** આઈ એમ શૉર્ટ બાઇ ફિફ્ટી પૈસે.

8. આ દુકાનદાર વાસી વસ્તુઓ વેચે છે. — This confectioner sells stale things./stuff. ધિસ કન્ફેક્શનર સેલ્સ સ્ટેલ થિંગ્સ/સ્ટફ.

9. તમે મને એક રૂપિયો ઓછો આપ્યો છે. — You have given me one rupee less. યૂ હેવ ગિવન મી વન રૂપી લેસ.

10. **આ કપડું ધોવાથી ચડી જાય છે.** — **This cloth shrinks on washing.** ધિસ ક્લૉથ શ્રિંક્સ ઑન વૉશિંગ.

11. આ કેરી વધુ પાકી ગઈ છે. — This mango is over-ripe. ધિસ મેંગો ઇઝ ઓવર રાઇપ.

12. હડતાલને કારણે બધું કામ બંધ છે. — Everything is at standstill on account of the strike./Everything is closed because of the strike. એવરીથિંગ ઇઝ ઍટ સ્ટેન્ડ સ્ટિલ ઑન એકાઉન્ટ ઑફ ધ સ્ટ્રાઇક./એવરીથિંગ ઇઝ ક્લૉઝ્ડ બિકૉઝ ઑફ ધ સ્ટ્રાઇક.

13. દરેક પ્રકારનું કાપડ આ દુકાનેથી મળી શકે છે. — Every kind of cloth can be had from this shop./All varieties of cloth are available at this shop. એવરી કાઇન્ડ ઑફ ક્લૉથ કેન બી હેડ ફ્રૉમ ધિસ શૉપ./ઑલ વેરાઇટિઝ ઑફ ક્લૉથ આર અવેલેબલ ઍટ ધિસ શૉપ.

14. આ બૂટ બહુ તંગ છે, અમને બીજા બતાવો. — This shoe is very tight, show us another pair. ધિસ શૂ ઇઝ વેરી ટાઇટ, શો અસ અનધર પેર.

15. **આ પુસ્તક ખૂબ વેચાય છે.** — **This book is moving fast./This book is very popular.** ધિસ બુક ઇઝ મૂવિંગ ફાસ્ટ./ધિસ બુક ઇઝ વેરી પૉપ્યુલર.

16. **ભાવો ઊતરી રહ્યા છે.** — **The prices are falling.** ધ પ્રાઇસિસ આર ફૉલિંગ.

17. આ કોટ મને તંગ પડે છે. — This coat is tight for me. ધિસ કોટ ઇઝ ટાઇટ ફૉર મી.

18. આ ખુરસી સાઈઠ રૂપિયામાં બહુ જ સસ્તી છે. This chair is quite cheap for sixty rupees. ધિસ ચેર ઈઝ ક્વાઈટ ચીપ ફૉર સિક્સટી રૂપીઝ.

19. **વાળ બહુ ટૂંકાં ન કાપશો.** **Do not cut the hair too short.** ડૂ નૉટ કટ ધ હેર ટૂ શૉર્ટ.

20. ઉધાર ક્યારેય ન ખરીદો. Do not buy on credit. ડૂ નૉટ બાઈ ઑન ક્રેડિટ.

21. **મારો હિસાબ ચૂકવી દો.** **Clear my accounts.** ક્લીયર માઈ એકાઉન્ટ્સ.

22. બજારમાંથી વીસ રૂપિયાનો લોટ લઈ આવો. Bring flour for twenty rupees from the bazar./market. બ્રિંગ ફ્લોર ફૉર ટ્વેન્ટી રૂપીઝ ફ્રૉમ ધ બઝાર/માર્કેટ.

23. મારું પાટલુન ઢીલું છે./તંગ છે. My trousers are loose./tight. માઈ ટ્રાઉઝર્સ આર લૂસ/ટાઈટ.

24. મારી ઘડિયાળને તેલ અને સફાઈની જરૂર છે. My watch needs cleaning and oiling. માઈ વૉચ નીડઝ ક્લીનિંગ ઍન્ડ ઓઈલિંગ.

25. **શું તમને તમારા જોડા ડંખે છે?** **Does your shoe pinch you?** ડઝ યોર શૂ પિન્ચ યૂ?

26. **આ કપડું કોટ માટે પૂરતું છે.** **This cloth is enough for a coat.** ધિસ કલૉથ ઈઝ ઈનફ ફૉર એ કોટ.

27. મારું માપ લો. Take my measurements. ટેક માઈ મેઝરમેન્ટ્સ.

28. દાક્તર સાહેબનું કામ સારું ચાલે છે. The doctor has a large practice. ધ ડૉક્ટર હેઝ એ લાર્જ પ્રેક્ટિસ.

29. **આ ખમીસની યોગ્ય કિંમત લગાવો.** **Charge a reasonable price for this shirt.** ચાર્જ એ રીઝનેબલ પ્રાઈસ ફૉર ધિસ શર્ટ.

30. **માલ સારો છે?** **Is the stuff good?** ઈઝ ધ સ્ટફ ગુડ?

31. **રંગ પાકો છે ને?** **Is the colour fast?** ઈઝ ધ કલર ફાસ્ટ?

32. **અહીંથી બજાર કેટલું દૂર છે?** **How far is the market from here?** હાઉ ફાર ઈઝ ધ માર્કેટ ફ્રૉમ હિયર?

33. **બહુ જ દૂર છે.** **It is quite far.** ઈટ ઈઝ ક્વાઈટ ફાર.

34. જો તમારે એક જ સ્થાનેથી બધી વસ્તુઓ ખરીદવી હોય તો ડિપાર્ટમેન્ટ સ્ટોરમાં જાઓ. If you wish to buy everything from one place, go to a departmental store/super bazar. ઈફ યૂ વિશ ટુ બાઈ અવેરીથિંગ ફ્રૉમ વન પ્લેસ, ગો ટુ એ ડિપાર્ટમેન્ટ સ્ટોર/સુપર બાઝાર.

35. આ દુકાનદાર ભેળસેળ કરેલો માલ વેચે છે. This shopkeeper sells adulterated things./stuff. ધિસ શૉપકીપર સેલ્સ એડલ્ટરેટેડ થિંગ્સ./સ્ટફ.

36. **તમે ચેક સ્વીકારો છો?** **Do you accept cheques?** ડૂ યૂ એક્સેપ્ટ ચેક્સ?

37. **તે બગડેલું છે.** **It is soiled/dirty.** ઈટ ઈઝ સૉઈલ્ડ/ડર્ટી.

38. **તે ફાટેલું છે.** **It is torn.** ઈટ ઈઝ ટૉર્ન.

39. **તે એકદમ નવું છે.** **It is brand new.** ઈટ ઈઝ બ્રાન્ડ ન્યૂ.

40. મને થોડા સારા પુસ્તકો આપો. Give me some good books. ગિવ મી સમ ગુડ બુક્સ.

41. આ દુકાનદાર ઉધાર વસ્તુ નથી વેચતો. This shopkeeper doesn't sell things on credit. ધિસ શૉપકીપર ડઝન્ટ સેલ થિંગ્સ ઑન ક્રેડિટ.

42. તે થોકબંધ વેપારી છે પણ તેનો ભાઈ પરચૂરણ ચીજો વેચે છે. He is a wholesale dealer but his brother is a retailer. હી ઈઝ એ હોલસેલ ડીલર બટ હિઝ બ્રધર ઈઝ એ રિટેલર.

Describing People/Things

1. એ લાંબો છે. He is tall. હી ઈઝ ટૉલ.
2. એ નીચી છે. She is short. શી ઈઝ શૉર્ટ.
3. આનંદ મધ્યમ કદનો છે. Anand is of medium height. આનંદ ઈઝ ઑફ મીડિયમ હાઈટ.
4. વંદના જાડી છે. Vandana is fat. વંદના ઈઝ ફેટ.

5. ક્રાંતિ દુબળી છે. Kranti is slim. ક્રાંતિ ઇઝ સ્લિમ.
6. નિમિષનું શરીર સુડોળ છે. Nimish is well-built. નિમિષ ઇઝ વેલ બિલ્ટ.
7. નેહા સુંદર છે. Neha is beautiful/pretty. નેહા ઇઝ બ્યૂટિફુલ/પ્રિટી.
8. નરેશ સુંદર છે. Naresh is handsome. નરેશ ઇઝ હેન્ડસમ.
9. નમ્રતા ગોરી છે. Namrata is fair. નમ્રતા ઇઝ ફેર.
10. સૌરભ શામળો/કાળો છે. Saurabh is dark. સૌરભ ઇઝ ડાર્ક.
11. એનો રંગ ઘઉંવર્ણો છે. His complexion is wheatish. હિઝ કૉમ્પ્લેક્શન ઇઝ વીટિશ.
12. આલોકને મૂછ છે. Alok has moustache. આલોક હૅઝ મુશ્ટેશ.
13. મિ. શેખની દાઢી/મૂછ છે. Mr. Sheikh has a beard/moustache. મિ. શેખ હૅઝ એ બિયર્ડ/મુશ્ટેશ.
14. ગોપાને દાઢી/મૂછ નથી. Gopa is clean-shaved. ગોપા ઇઝ ક્લીન શેવ્ડ.
15. આ પેટી ભારે છે. This box is heavy. ધિસ બૉક્સ ઇઝ હૅવી.
16. આ પેકેટ હલકું છે. This packet is light. ધિસ પેકેટ ઇઝ લાઇટ.
17. આ મેજ ગોળ છે. This table is round. ધિસ ટેબલ ઇઝ રાઉન્ડ.
18. મારું પર્સ ચોરસ છે. My purse is square. માઇ પર્સ ઇઝ સ્ક્વેર.
19. આ ટોપલી અંડાકાર છે. This basket is oval. ધિસ બાસ્કેટ ઇઝ ઓવલ.
20. આ પુસ્તક લંબચોરસ છે. This book is rectangular. ધિસ બુક ઇઝ રેક્ટેંગ્યુલર.
21. આ કૂવો બહુ ઊંડો છે. This well is very deep. ધિસ વેલ ઇઝ વેરી ડીપ.
22. આ તળાવ છીછરું છે. This pond is shallow. ધિસ પૉંડ ઇઝ શૅલો.
23. આ રસ્તો લાંબો પણ સુરક્ષિત છે. This route is long but safe. ધિસ રૂટ ઇઝ લૉંગ બટ સેફ.
24. આ રસ્તો નાનો પણ ખતરનાક છે. This route is short but risky/dangerous. ધિસ રૂટ ઇઝ શૉર્ટ બટ રિસ્કી/ડેન્જરસ.
25. રોટલી વાસી અને કડક છે. This roti is stale and hard. ધિસ રોટી ઇઝ સ્ટેલ ઍન્ડ હાર્ડ.
26. બ્રેડ તાજી અને નરમ છે. Bread is fresh and soft. બ્રેડ ઇઝ ફ્રેશ ઍન્ડ સૉફ્ટ.
27. જમવાનું બહુ સ્વાદિષ્ટ છે. The food is delicious. ધ ફૂડ ઇઝ ડિલિશિયસ.
28. બે ઘરની વચ્ચે ઊંચી દીવાલ છે. There is a high wall between the two houses. ધેર ઇઝ એ હાઇ વૉલ બિટવીન ધ ટૂ હાઉસિસ.
29. આ ઓરડાની છત નીચી છે. This room has a low ceiling. ધિસ રૂમ હૅઝ એ લો સીલિંગ.
30. વિજય ઘઉંવર્ણો છે પણ તે ભપકાદાર છે. Vijay is wheatish but smart. વિજય ઇઝ વીટિશ બટ સ્માર્ટ.
31. કિરીટને માથે ટાલ છે. Kirit is bald-headed. કિરીટ ઇઝ બાલ્ડ-હેડેડ.
32. આ મેજ સાઇઠ રૂપિયામાં બહુ મોંઘું છે. This table is costly for sixty rupees. ધિસ ટેબલ ઇઝ કૉસ્ટલી ફૉર સિક્સ્ટી રૂપિઝ.

આટલું યાદ રાખો. (Remember)

જે શબ્દોના અંતમાં ant હોય છે તે કદીક સંજ્ઞા અને કદીક વિશેષણ હોય છે. જેમ કે abundant (પુષ્કળ મળે તેવું), distant (દૂરનું), ignorant (અજ્ઞાન), important (મહત્ત્વપૂર્ણ). પરંતુ applicant (ઉમેદવાર), servant (નોકર) વગેરે સંજ્ઞા છે છતાં પણ એના અંતમાં પણ ant છે.

entથી સમાપ્ત થનારા શબ્દો પણ (antથી સમાપ્ત થનારા શબ્દો જેવા) નામ, જેમ કે ascent (ચડાઈ), comment (ટિપ્પણી) પણ હોય છે. અને વિશેષણ પણ, જેવા content (સંતુષ્ટ; content સંતોષ પણ થાય છે), dependent (નિર્ભર), excellent (અતિ ઉત્તમ), intelligent (પ્રતિભાશાળી), violent (હિંસક) વગેરે.

વિશેષણોની ઓળખાણ એક એ છે કે શબ્દને અંતે ful હોય. દાખલા તરીકે This is a beautiful garden (આ સુંદર બાગ છે)માં beautyમાં ful લગાવ્યું છે અને yને બદલીને i કર્યો છે. કેટલાક બીજા દાખલા – aweમાંથી aweful (ભયાનક), bashમાંથી bashful (લજ્જાયુક્ત), colourમાંથી colourful (રંગીન), delightમાંથી delightful (ખુશ), powerમાંથી powerful (બળવાન), truthમાંથી truthful (સાચું) વગેરે.

45 પીસ્તાળીસમો દિવસ
th Day

28. અધ્યયન (Study)

1. જેવો આપણે પરિશ્રમ કરીશું, તેવો જ આપણને બદલો મળશે.	As we labour, so shall we be rewarded./Our reward will depend on our labour. એઝ વી લેબર, સો શેલ વી બી રિવૉર્ડેડ./અવર રિવૉર્ડ વિલ ડિપેન્ડ ઑન અવર લેબર.
2. તમે અંગ્રેજીમાં કઈ કઈ ચોપડીઓ વાંચી છે?	Which books in English have you read? વિચ બુક્સ ઇન ઇંગ્લિશ હેવ યૂ રેડ?
3. હું એટલો થાકી ગયો છું કે મારા વર્ગમાં ભણવા નહીં જઈ શકું.	I am too tired to attend the class. આઈ એમ ટૂ ટાયર્ડ ટુ એટેન્ડ ધ ક્લાસ.
4. **તેની પરીક્ષા ક્યારથી છે?**	**When does her/his examination begin?** વેન ડઝ હર/હિઝ એક્ઝામિનેશન બિગિન?
5. **હું આ વર્ષે બી.એ. પાસ કરી લઈશ.**	**I will pass my B.A. this year.** આઈ વિલ પાસ માઇ બી.એ. ધિસ યર.
6. **આજે હું કશું વાંચી ન શક્યો.**	**I couldn't study anything today.** આઈ કુડન્ટ સ્ટડી એનીથિંગ ટુડે.
7. **તે બી.એ.ની પરીક્ષામાં નાપાસ થયો.**	**He failed in the B.A. examination.** હી ફેલ્ડ ઇન ધ બી.એ. એક્ઝામિનેશન.
8. **પ્રશ્ન બહુ સહેલો છે.**	**The question is very easy.** ધ ક્વેશ્ચન ઇઝ વેરી ઈઝી.
9. આશા કે એની બહેન નિયમિત શાળામાં આવતાં નથી.	Neither Asha nor her sister comes to school regularly. નાઇધર આશા નૉર હર સિસ્ટર કમ્સ ટુ સ્કૂલ રેગ્યૂલર્લી.
10. **હું જરૂર પાસ થઈ જઈશ.**	**I will definitely pass/get through.** આઈ વિલ ડેફિનેટલી પાસ/ગેટ થ્રૂ.
11. મેં ગઈ રાત્રે બહુ રસપ્રદ પુસ્તક વાચ્યું.	I read a very interesting book last night. આઈ રેડ એ વેરી ઇન્ટરેસ્ટિંગ બુક લાસ્ટ નાઇટ.
12. તે હિન્દીમાં નબળો છે.	He is weak in Hindi. હી ઇઝ વીક ઇન હિંદી.
13. આજકાલ વર્ગો વહેલા શરૂ થાય છે.	Classes start early now-a-days/these days. ક્લાસીઝ સ્ટાર્ટ અર્લી નાઉ-એ-ડેઝ/ધીઝ ડેઝ.
14. **અમે અમારો અભ્યાસક્રમ પૂરો કરી લીધો છે.**	**We have completed/finished our studies.** વી હેવ કમ્પ્લીટેડ/ફિનિશ્ડ અવર સ્ટડીઝ.
15. તમે કાં તો એની પાસે માફી માગો અથવા દંડ ભરો.	You should either beg his pardon, or should pay the fine. યૂ શુડ આઇધર બેગ હિઝ પાર્ડન, ઑર શુડ પે ધ ફાઇન.
16. **તેને કશું નથી આવડતું.**	**He doesn't know anything./He is good for nothing.** હી ડઝન્ટ નો એનીથિંગ./હી ઇઝ ગુડ ફૉર નથિંગ.

17. તે બુધવારથી ગેરહાજર છે. She has been absent since Wednesday.
શી હેઝ બીન એબસંટ સિન્સ વેન્સડે.

18. મારી પાસે મારું કામ પૂરું કરવાનો સમય નથી. I had no time to finish my work.
આઈ હેડ નો ટાઇમ ટુ ફિનિશ માઈ વર્ક.

19. **એનો અર્થ શો છે?** **What does it mean?** વૉટ ડઝ ઇટ મીન?

20. તે તેના અભ્યાસમાં ઊંડો રસ ધરાવે છે. She takes keen interest in her studies.
શી ટેક્સ કીન ઇન્ટરેસ્ટ ઇન હર સ્ટડીઝ.

21. વિદ્યાર્થીઓને કાલે પરિણામની ખબર પડશે. The students will know the results tomorrow.
ધ સ્ટૂડંટ્સ વિલ નો ધ રિઝલ્ટ્સ ટુમૉરો.

22. **તું પરીક્ષામાં પાસ થઈ ગયો.** **You have passed the examination.**
યૂ હેવ પાસ્ડ ધ એક્ઝામિનેશન.

23. **તમે મને શા માટે વાંચવા નથી દેતા?** **Why don't you allow me to read/study?**
વાય ડૉટ યૂ એલાઉ મી ટુ રીડ/સ્ટડી?

24. જો તમે પાસ થશો તો તમારાં માબાપ ખુશ થશે. If you pass, your parents will be happy.
ઇફ યૂ પાસ, યોર પેરન્ટ્સ વિલ બી હેપી.

25. **હું અંગ્રેજી બોલવાનું જાણું છું.** **I know how to speak English.**
આઈ નો હાઉ ટુ સ્પીક ઇંગ્લિશ.

26. **તમે કઈ કૉલેજમાં ભણો છો?** **In which college do you study/are you?**
ઇન વિચ કૉલેજ ડૂ યૂ સ્ટડી/આર યૂ?

27. તમારો અભ્યાસ કેમ ચાલે છે? How are you getting on with your studies?
હાઉ આર યૂ ગેટિંગ ઑન વિથ યોર સ્ટડીઝ?

28. હું આ કૉલેજમાં બે વર્ષથી છું. I have been in this college for two years.
આઈ હેવ બીન ઇન ધિસ કૉલેજ ફૉર ટૂ યર્સ.

29. હું આ કૉલેજમાં ૧૯૯૯ની સાલથી છું. I have been in this college since 1999.
આઈ હેવ બીન ઇન ધિસ કૉલેજ સિન્સ ૧૯૯9.

30. તમારી શાળા સારી છે. Your school is good. યોર સ્કૂલ ઇઝ ગુડ.

31. **તે અંગ્રેજીમાં હોશિયાર છે.** **He is good at English.** હી ઇઝ ગુડ ઍટ ઇંગ્લિશ.

32. તે આ વર્ષે પરીક્ષામાં બેસવાનો નથી. He is dropping out of the examination this year.
હી ઇઝ ડ્રૉપિંગ આઉટ ઑફ ધ એક્ઝામિનેશન ધિસ યર.

33. **તે રમતમાં બહુ હોશિયાર છે.** **He is very good at games./He is a good sportsman.**
હી ઇઝ વેરી ગુડ ઍટ ગેઇમ્સ./હી ઇઝ એ ગુડ સ્પોર્ટ્સમૅન.

34. **તમારા અક્ષર સારા નથી.** **Your handwriting is not good.**
યોર હેન્ડરાઇટિંગ ઇઝ નૉટ ગુડ.

35. પુસ્તક હમણાં તમારી પાસે જ રહેવા દો. Keep the book with you for the present.
કીપ ધ બુક વિથ યૂ ફૉર ધ પ્રેઝંટ.

36. તે ઘણુંખરું શાળામાંથી ભાગી જાય છે. He often runs away from the school.
હી ઑફન રન્સ અવે ફ્રૉમ ધ સ્કૂલ.

37. **તમારું ધ્યાન કઈ તરફ છે?** **What are you looking at?/Why don't you pay attention?** વૉટ આર યૂ લુકિંગ ઍટ?/વાય ડૉટ યૂ પે અટેન્શન?

38. તમારે હેડ માસ્ટર સાથે કોઈ ઓળખાણ નથી?

Don't you have any influence on the headmaster? ડૉંટ યૂ હૅવ એની ઇન્ફ્લુએન્સ ઑન ધ હૅડમાસ્ટર.

39. અમારી શાળામાં કાલથી રજાઓ પડશે.

Our school will be closed for vacations from tomorrow. અવર સ્કૂલ વિલ બી ક્લોઝ્ડ ફૉર વેકેશન્સ ફ્રૉમ ટુમૉરો.

40. છોકરાઓ, વખત પૂરો થઈ ગયો, તમારાં પેપરો આપી દો.

Boys, time is over, hand over your papers. બૉઇઝ, ટાઇમ ઇઝ ઓવર, હેન્ડ ઓવર યોર પેપર્સ.

41. નવું ટાઇમટેબલ પહેલી મેથી શરૂ થશે.

The new time-table will come into force from 1st May. ધ ન્યૂ ટાઈમટેબલ વિલ કમ ઇન્ટુ ફૉર્સ ફ્રૉમ ફર્સ્ટ મે.

42. બબડાટ કેમ કરો છો? મોં બંધ રાખો.

Why do you chatter/speak nonsense? Hold your tongue. વાય ડૂ યૂ ચેટર/સ્પીક નૉનસેન્સ? હોલ્ડ યોર ટંગ.

43. મારી પાસે વધારાની પેન્સિલ નથી.

I have no spare pencil. આઈ હૅવ નો સ્પેર પેન્સિલ.

44. અમારી આપસમાં બોલચાલ નથી.

We are not on speaking terms. વી આર નૉટ ઑન સ્પીકિંગ ટર્મ્સ.

45. અમારું પરસ્પર આવવા જવાનું ચાલુ નથી.

We are not on visiting terms. વી આર નૉટ ઑન વિઝિટિંગ ટર્મ્સ.

46. આ વિદ્યાર્થી દસમા ધોરણમાં નહીં ચાલી શકે.

This boy will not be able to get on in the tenth class. ધિસ બૉય વિલ નૉટ બી એબલ ટુ ગેટ ઑન ઇન ધ ટેન્થ ક્લાસ.

47. ગુસપુસ ન કરો.

Don't chatter./Stop yapping. ડૉંટ ચેટર./સ્ટૉપ યેપિંગ.

48. હાજરી પૂરાઈ ગઈ?

Has the roll been called? હેઝ ધ રોલ બીન કૉલ્ડ?

49. ગણિત તો મારે માટે શત્રુ છે.

Mathematics is my bugbear. મૅથેમૅટિક્સ ઇઝ માઇ બગબેર.

50. બધા પ્રયત્નો નિષ્ફળ ગયા.

All the efforts failed. ઑલ ધ એફર્ટસ ફેલ્ડ.

51. મનીષ તેના વર્ગમાં સૌથી હોશિયાર વિદ્યાર્થી છે.

Manish is the topmost boy of his class. મનીષ ઇઝ ધ ટોપમોસ્ટ બૉઇ ઑફ હિઝ ક્લાસ.

52. તે મારાથી એક વર્ષ પાછળ છે.

He is junior to me by one year. હી ઇઝ જુનિયર ટુ મી બાઇ વન યર.

53. સારો છોકરો વર્ગનું નામ રોશન કરે છે.

A good boy brings credit to his class. એ ગુડ બૉઇ બ્રિંગ્સ ક્રેડિટ ટુ હિઝ ક્લાસ.

54. તે ગણિતમાં મારાથી આગળ છે.

He is ahead of me in Mathematics. હી ઇઝ એહેડ ઑફ મી ઇન મૅથેમૅટિક્સ.

55. આ પેપર કોણે કાઢ્યું?

Who has set this paper? હૂ હૅઝ સેટ ધિસ પેપર?

56. શાળાએ જવાનો સમય થઈ ગયો છે.

It is time for school. ઇટ ઇઝ ટાઇમ ફૉર સ્કૂલ.

57. છોકરો શાળામાં નથી આવ્યો.

The boy did not come to school. ધ બૉઇ ડિડ નૉટ કમ ટુ સ્કૂલ.

58. બાળકે કવિતા સંભળાવી.

The boy recited a poem. ધ બૉઇ રિસાઇટેડ એ પોએમ.

59. તમારી પાસે ફાલતુ કૉપી છે?

Do you have a spare exercise book? ડૂ યૂ હૅવ એ સ્પેર એક્સરસાઇઝ બુક?

60. આચાર્યે મારો દંડ માફ કર્યો છે.

The headmaster waived my fine. ધ હૅડમાસ્ટર વેવ્ડ માઇ ફાઇન.

61. તેને અંગ્રેજીમાં વિશિષ્ટતા મળી છે.

He got distinction in English. હી ગોટ ડિસ્ટિંક્શન ઇન ઇંગ્લિશ.

62. **તમે કળાનો વિષય લીધો છે કે વિજ્ઞાનનો?** — **Have you selected arts or science?**
હેવ યૂ સિલેક્ટેડ આર્ટ્સ ઑર સાયન્સ?

63. મેં ભૌતિકશાસ્ત્ર, રસાયણશાસ્ત્ર અને જીવવિદ્યા વિજ્ઞાન રાખ્યું છે. — I have selected physics, chemistry and biology.
આઈ હેવ સિલેક્ટેડ ફિઝિક્સ, કેમેસ્ટ્રી એન્ડ બાયોલોજી.

64. તારે તારા હસ્તાક્ષર સુધારવા જોઈએ. — You should improve your handwriting.
યૂ શુડ ઇમ્પ્રૂવ યોર હેન્ડરાઇટિંગ.

65. તારી કૉલેજમાં લાઇબ્રેરી છે? — Do you have library in your college?
ડૂ યૂ હેવ લાઈબ્રેરી ઇન યોર કૉલેજ?

66. ઉષ્મા લાઈબ્રેરીને બદલે ઘરમાં વાંચે છે. — Ushma studies at home instead of library.
ઉષ્મા સ્ટડીઝ એટ હોમ ઇન્સ્ટેડ ઑફ લાઇબ્રેરી.

67. **કૉલેજમાં દર વરસે વાર્ષિક દિવસ મનાવવામાં આવે છે.** — **College celebrates Annual Day every year.**
કૉલેજ કૉલેજ સેલિબ્રેટ્સ એન્યુઅલ ડે એવરી યર.

68. બાયોલોજીનું પેપર બહુ અઘરું હતું. — The question paper of Biology was very hard.
ધ ક્વેશ્ચન પેપર ઑફ બાયોલૉજી વૉઝ વેરી હાર્ડ.

69. **પરીક્ષા હૉલમાં હર્ષા ગભરાઈ ગઈ હતી.** — **Harsha got nervous in the examination hall.**
હર્ષા ગોટ નર્વસ ઇન ધ એક્ઝામિનેશન હૉલ.

70. ચિંટુ અને મોંટુ કૉલેજમાં પાકા દોસ્ત હતા. — Chintu and Montu were fast friends in the college.
ચિંટુ ઍન્ડ મોંટુ વેર ફાસ્ટ ફ્રેંડ્સ ઇન ધ કૉલેજ.

આટલું યાદ રાખો. (Remember)

'This loan is repayable within twenty years.' (આ ઋણ વીસ વર્ષ સુધીમાં પાછું આપવું જોઈએ.) 'He recalled his school days.' (તેણે પોતાની શાળાના દિવસો યાદ કર્યા.) 'When will you return? (તમે ક્યારે પાછા ફરશો?) આ વાક્યોમાં

repayable	=	re + payable
recall	=	re + call
return	=	re + turn

re ત્રણે શબ્દોના શરૂઆતમાં છે. 're'નો અર્થ છે - પાછું જેથી.

re + payable	=	પાછું + દેવું એટલે કે પાછું આપવું.
re + call	=	પાછું + બોલાવવું એટલે કે યાદ કરવું.
re + turn	=	પાછું + વળવું એટલે કે પાછું આવવું.

reને prefix (ઉપસર્ગ) કહે છે. તેને જોડવાથી બનેલા કેટલાક બીજા શબ્દો.

Remark – ટિપ્પણી આપવી.
Remove – દૂર થવું.
Rejoin – બીજી વાર જોડાવું.
Replace – એકને બદલે બીજાને રાખવું.
Remind – યાદ આપવું.
Reform – સુધારવું, સુધરવું.

46 છેતાળીસમો દિવસ
46th Day

29. (A) સ્વાસ્થ્ય (Health)

1. **કાલે રાત્રે મને તાવ આવ્યો હતો.** — **I had fever last night.** આઈ હેડ ફીવર લાસ્ટ નાઇટ.
2. તાવ ઊતર્યા બાદ ત્રણ વાર ક્વિનાઇન લેજો. — Take quinine thrice after the fever is down. ટેક ક્વિનાઇન થ્રાઇસ આફ્ટર ધ ફીવર ઇઝ ડાઉન.
3. **મને મારી તબિયતની ચિંતા છે.** — **I am worried about my health.** આઈ એમ વરીડ એબાઉટ માઈ હેલ્થ.
4. **તે આંખોના નિષ્ણાત છે.** — **He is an eye specialist.** હી ઇઝ એન આઈ સ્પેસ્યાલિસ્ટ.
5. તેની તબિયત બગડી ગઈ છે. — He is run down in health. હી ઇઝ રન ડાઉન ઇન હેલ્થ.
6. મારા પગના અંગુઠા ઉપર વાગ્યું. — I have hurt my big toe. આઈ હેવ હર્ટ માઈ બિગ ટો.
7. તેના બધા દાંત બરોબર છે. — All his teeth are intact. ઑલ હિઝ ટીથ આર ઇન્ટેક્ટ.
8. **તે એક આંખે અંધ છે.** — **He is blind in one eye.** હી ઇઝ બ્લાઇંડ ઇન વન આઈ.
9. **તે એક પગે લંગડો છે.** — **He is lame.** હી ઇઝ લેમ.
10. મને લગભગ કબજિયાત રહે છે. — Usually/Often I have constipation. યુઝવલી/ઓફન આઈ હેવ કૉન્સ્ટીપેશન.
11. **મારું પેટ ખરાબ છે.** — **My stomach is upset.** માઈ સ્ટમક ઇઝ અપસેટ.
12. ધીરે ધીરે મારું માથું દબાવી આપો, એથી મને સારું લાગે છે. — Press my head gently, it relieves me a bit/it's comforting. પ્રેસ માઈ હેડ જેન્ટલી, ઇટ રિલીવ્સ મી એ બિટ/ઇટ્સ કમ્ફર્ટિંગ.
13. **એની આંખો દુ:ખે છે અને પાણી નીકળે છે.** — **His eyes are sore and watering.** હિઝ આઇઝ આર સોર ઍન્ડ વૉટરિંગ.
14. તેના આખાયે શરીર ઉપર ફોલ્લા નીકળ્યા છે. — He has boils all over his body./His body is covered with boils. હી હેઝ બૉઇલ્સ ઑલ ઓવર હિઝ બોડી./હિઝ બોડી ઇઝ ક્વર્ડ વિથ બૉઇલ્સ.
15. આજકાલ શહેરમાં ખાંસી સર્દી ફેલાઈ રહી છે. — These days/Nowadays cough and cold are spread in the city. ધીઝ ડેઝ/નાઉએડેઝ કફ ઍન્ડ કૉલ્ડ આર સ્પ્રેડ ઇન ધ સિટી.
16. કસરત બધા રોગોની અક્સીર દવા છે. — Exercise is a panacea for all diseases. એક્સરસાઇઝ ઇઝ એ પૅનેસીઆ ફૉર ઑલ ડિઝીઝિસ.
17. **તેને હૃદયનો રોગ છે.** — **He has heart trouble.** હી હેઝ હાર્ટ ટ્રબલ.
18. ક્વિનાઇન ખૂબ કડવી છે પણ તાવની અક્સીર દવા છે. — Quinine is very bitter but it is a sure remedy for fever. ક્વિનાઇન ઇઝ વેરી બિટર બટ ઇટ ઇઝ એ સ્યોર રેમેડી ફૉર ફીવર.
19. આજકાલ તાવનું જોર ઘણું છે ને દાક્તરો પૈસા બનાવી રહ્યાં છે. — Nowadays fever is raging violently and the doctors are minting money. નાઉએડેઝ ફીવર ઇઝ રેજિંગ વાયોલેન્ટલી ઍન્ડ ધ ડૉક્ટર્સ આર મિન્ટિંગ મની.

20. તમને થર્મોમીટર જોતાં આવડે છે? Can you read the thermometer? કેન યૂ રીડ ધ થર્મોમીટર?

21. શહેરમાં બળિયા અને તાવે બહુ જોર પકડ્યું છે. Small pox and fever are raging in the city. સ્મૉલ પૉક્સ ઍન્ડ ફીવર આર રેજિંગ ઇન ધ સિટી.

22. તમારો ભાઈ ક્યારથી તાવમાં પટકાયો છે? How long has your brother been down with fever? હાઉ લૉંગ હેઝ યોર બ્રધર બીન ડાઉન વિથ ફીવર?

23. ક્વિનાઇન મેલેરિયાની અક્સીર દવા છે. Quinine is a sure remedy for malaria. ક્વિનાઇન ઇઝ એ સ્યોર રેમેડી ફૉર મેલેરિયા.

24. **મને તાવ આવ્યો હોય એમ લાગે છે.** **I am feeling feverish.** આઈ એમ ફીલિંગ ફીવરિશ.

25. **કોઈ દાક્તરને મળો.** **Consult a/some doctor.** કન્સલ્ટ એ/સમ ડૉક્ટર.

26. તેને લાંબા સમયથી તાવ આવે છે. He has chronic fever. હી હેઝ ક્રૉનિક ફીવર.

27. તેનો તાવ ઊતરી ગયો છે. His fever is down. હીઝ ફીવર ઇઝ ડાઉન.

28. મહિલા તેની માંદગીમાંથી સારી થઈ ગઈ. The lady recovered from her illness. ધ લેડી રિકવર્ડ ફ્રૉમ હર ઇલનેસ.

29. **હવે રોગી ભયમુક્ત છે.** **Now the patient is out of danger.** નાઉ ધ પેશન્ટ ઇઝ આઉટ ઑફ ડેન્જર.

30. **તે બહુ જ ખરાબ રીતે ઘવાયો છે.** **He is badly hurt.** હી ઇઝ બેડલી હર્ટ.

31. તમારે વધુ કસરત કરવી જોઈએ. You should exercise regularly. યૂ શુડ એક્સરસાઇઝ રેગ્યુલરલી.

32. વધુ પડતા કામે તેનું સ્વાસ્થ્ય બગાડ્યું છે. Overwork has ruined his health. ઓવરવર્ક હેઝ રુઇન્ડ હિઝ હેલ્થ.

33. તે અપચાથી પીડાય છે. He has indigestion. હી હેઝ ઇન્ડાયજેશન.

34. મચ્છરોએ નાકે દમ આણ્યો છે. Mosquitoes are sickening. મૉસ્કિટોઝ આર સિકનિંગ.

35. મારો તાવ ઊતરી ગયો છે. I have recovered from fever. આઈ હેવ રિક્વર્ડ ફ્રૉમ ફીવર.

36. **તેની તબિયત નરમ છે.** **He is indisposed.** હી ઇઝ ઇન્ડિસ્પોઝ્ડ.

37. તે એક તંદુરસ્ત બાળક છે. He is a healthy child. હી ઇઝ એ હેલ્થી ચાઇલ્ડ.

38. હું આંતરડાના દુખાવાથી પીડાઈ રહ્યો છું. I am suffering from some intestinal pain. આઈ એમ સફરિંગ ફ્રૉમ સમ ઇન્ટેસ્ટાઇનલ પેન.

39. **ઈલાજ કરવા કરતાં ચરી પાળવી સારી છે.** **Prevention is better than cure.** પ્રિવેંશન ઇઝ બેટર ધેન ક્યોર.

40. બપોરે જમી ને સૂઓ અને રાત્રે જમીને થોડું ફરો. After lunch sleep a while, after dinner walk a mile. આફ્ટર લંચ સ્લીપ એ વાઇલ, આફ્ટર ડિનર વૉક એ માઇલ.

41. તે માસિક ધર્મમાં છે. She is in her period. શી ઇઝ ઇન હર પીરિયડ.

42. તે પોતાનું વજન ઓછું કરવા કોશિશ કરે છે. She is trying to reduce her weight. શી ઇઝ ટ્રાઈંગ ટુ રિડ્યૂસ હર વેટ.

43. વહીદા બહુ જ પાતળી છે. Waheeda is very slim. વહીદા ઇઝ વેરી સ્લિમ.

44. રામીનો બાંધો નાજુક છે. Rami has a frail constitution. રામી હેઝ એ ફ્રેઇલ કૉન્સ્ટિટ્યૂશન.

45. તંદુરસ્તી માટે આનંદ સૌથી મોટી વસ્તુ છે. Happiness is the best tonic for health. હેપિનેસ ઇઝ ધ બેસ્ટ ટૉનિક ફૉર હેલ્થ.

46. તે લકવાથી પીડાય છે. He is suffering from paralysis. હિ ઇઝ સફરિંગ ફ્રૉમ પૅરેલિસિસ.

47. રોગીએ દવા નિયમિત લેવી જોઈએ. Patient should take medicine regularly. પૅશંટ શુડ ટેક મેડિસિન રેગ્યુલરલી.

48. દમનો રોગ ખરાબ છે. Asthama is a bad disease. અસ્થમા ઇઝ એ બૅડ ડિઝીઝ.

49. દાક્તર સાહેબ હું ભાત ખાઈ શકું? May I take rice, doctor? મે આઈ ટેક રાઇસ, ડૉક્ટર?

50. **તેની યાદશક્તિ આશ્ચર્ય પમાડે તેવી છે.** **He has a wonderful memory.** હી હૅઝ એ વન્ડરફુલ મેમરી.

51. સુષ્મા ઘસઘસાટ ઊંઘે છે. Sushma is fast asleep. સુષ્મા ઇઝ ફાસ્ટ એસ્લીપ.

52. મારા પગે સોજો આવ્યો છે. I am feeling foot-sore. આઈ એમ ફીલિંગ ફુટ-સોર.

આટલું યાદ રાખો. (Remember)

Action (ક્રિયા), collection (સમૂહ), protection (રક્ષા) વગેરે સંજ્ઞાઓ છે. એ બધાંના અંતમાં tion લગાવ્યું છે. અને એ બધી tમાં સમાપ્ત થનારી ક્રિયાઓથી બની છે. કેટલીક વાર એવી ક્રિયાઓથી પણ tion વડે સંજ્ઞાઓ બને છે. જેના અંતે t ન હોય જેમ કે –

Attendથી attention (ધ્યાન)
destroyથી destruction (વિનાશ)
describeથી description (વર્ણન)
receiveથી reception (સ્વાગત)
conveneથી convention (સમિતિ)

Timely action by the engine driver prevented a major railway accident. (એન્જિન ડ્રાઇવરની સમયસૂચકતાએ મોટો રેલવે અકસ્માત બચાવી લીધો.) કહેવું બરોબર છે કેમ કે actથી action સંજ્ઞા બને છે. પરંતુ His total investment amounts to rupees one lac. (એનું કુલ રોકાણ એક લાખ રૂપિયાનું છે)માં invest (એના અંતમાં t છે)થી સંજ્ઞા investmentમાં ment જોડાઈને બની છે, અંતમાં tion લગાવીને નહીં. એ સ્પષ્ટ છે કે tમાં સમાપ્ત થનારી ક્રિયાથી કેટલીક વાર ment જોડીને સંજ્ઞા બનાવાય છે. જેમ કે – departથી department (વિભાગ), assortથી assortment (વર્ગીકરણ) વગેરે.

47 સુડતાલીસમો દિવસ
47th Day

29. (B) સ્વાસ્થ્ય (Health)

53. મને ઊલટી થાય એવું લાગે છે. — I feel like vomiting. આઈ ફીલ લાઇક વૉમિટિંગ.

54. દવાનો ભાગ દરેક ચાર કલાકે લો. — Take a dose of the medicine every four hours. ટેક એ ડોઝ ઑફ ધ મેડિસિન એવરી ફોર આવર્સ.

55. શુદ્ધ હવાથી શક્તિ વધે છે. — Fresh air is rejuvenating. ફ્રેશ એર ઇઝ રિજૂવિનેટિંગ.

56. આજે મને ઠીક નથી. — I am not feeling well today. આઈ એમ નૉટ ફીલિંગ વેલ ટુડે.

57. ચાલતાં ચાલતાં એના પગ સૂજી ગયા. — His feet are swollen because of walking. હિઝ ફીટ આર સ્વોલન બિકૉઝ ઑફ વૉકિંગ.

58. મારી તબિયત બગડી ગઈ છે. — My health is down. માઇ હેલ્થ ઇઝ ડાઉન.

59. જુલાબ લઈ લો. — Take a purgative. ટેક એ પર્ગેટિવ.

60. તે તેની બીમારીથી તંગ આવી ગયો છે. — He is fed up with his illness. હી ઇઝ ફેડ અપ વિથ હિઝ ઇલનેસ.

61. ઊંટ વૈદ્યોથી બચો. — Avoid/beware of quacks. એવોઇડ/બિવેર ઑફ ક્વેક્સ.

62. દાક્તર એના રોગનું નિદાન ન કરી શક્યા. — The docotr could not diagnose his disease. ધ ડૉક્ટર કુડ નૉટ ડાએગ્નોઝ હિઝ ડિઝીઝ.

63. તમારા નાકમાંથી પાણી નીકળી રહ્યું છે. — Your nose is running. યોર નોઝ ઇઝ રનિંગ.

64. મારા હાથનું હાડકું તૂટી ગયું છે. — My arm-bone has got fractured. માઇ આર્મ-બોન હૅઝ ગોટ ફ્રેક્ચર્ડ.

65. હું થાકીને લોથપોથ થઈ ગયો છું. — I am dead tired. આઈ એમ ડેડ ટાયર્ડ.

66. આજે એને કેમ છે? — How is he today? હાઉ ઇઝ હી ટુડે?

67. વૉલીબૉલ રમતાં રમતાં એનો હાથ ઊતરી ગયો. — His hand was dislocated while playing volleyball. હિઝ હેન્ડ વૉઝ ડિસલોકેટેડ વાઇલ પ્લેઇંગ વૉલીબૉલ.

68. ગઈકાલ કરતાં તે આજે વધુ સારો છે. — Today he is better than yesterday. ટુડે હી ઇઝ બેટર ધૅન યસ્ટર્ડે.

69. આ દવાથી તમારો તાવ ઊતરી જશે. — This medicine will bring your fever down. ધિસ મેડિસિન વિલ બ્રિંગ યોર ફીવર ડાઉન.

70. તેનું માથું દુખે છે. — He has a headache. હી હૅઝ એ હૅડેક.

71. કોઈ યોગ્ય દાક્તરની સલાહ લો. — Consult some able doctor. કન્સલ્ટ સમ એબલ ડૉક્ટર.

72. કાલે એનીની તબિયત સારી ન હતી. — Yesterday Ani was not well. યસ્ટર્ડે એની વૉઝ નૉટ વેલ.

73. મારું વજન બે કિલો જેટલું વધ્યું છે. — I have put on weight at least by two kilos. આઈ હેવ પુટ ઑન વેટ ઍટ લીસ્ટ બાઇ ટુ કિલોઝ.

74. દર્દી ઠંડીથી ધ્રૂજી રહ્યો છે. — **The patient is shivering with cold.** ધે પેશન્ટ ઇઝ શિવરિંગ વિથ કોલ્ડ.

30. હવામાન (Weather)

1. કાલે આખી રાત થોડો થોડો વરસાદ પડતો રહ્યો. — It kept drizzling throughout the night. ઇટ કેપ્ટ ડ્રિઝલિંગ થ્રુઆઉટ ધ નાઇટ.
2. આકાશમાં કાળાં વાદળાં છવાયાં છે. — The sky is overcast. ધ સ્કાઇ ઇઝ ઓવરકાસ્ટ.
3. **આજે તો ખૂબ ગરમી/ઠંડી છે.** — **It is terribly hot/cold today.** ઇટ ઇઝ ટેરિબલી હૉટ/કૉલ્ડ ટુડે.
4. ગરમીથી માથું ફરે છે. — I am feeling giddy because of the heat./The heat has made me giddy. આઈ એમ ફીલિંગ ગિડી બિકૉઝ ઑફ ધ હીટ./ધ હીટ હેઝ મેડ મી ગિડી.
5. ધોધમાર વરસાદમાં છત્રી પણ નકામી છે. — Umbrella is of no use in heavy rain./Even an umbrella is useless in heavy rain. અંબ્રેલા ઇઝ ઑફ નો યૂઝ ઇન હેવી રેન./ઈવન એન અંબ્રેલા ઇઝ યૂઝલેસ ઇન હેવી રેન.
6. **દિવસે દિવસે ઠંડી વધી રહી છે.** — **It is getting colder day by day.** ઇટ ઇઝ ગેટિંગ કૉલ્ડર ડે બાઇ ડે.
7. સિમલામાં કડકડતી ઠંડી પડે છે. — It is biting cold in Shimla. ઇટ ઇઝ બાઇટિંગ કૉલ્ડ ઇન સિમલા.
8. ખૂબ હવા છે, લેમ્પ બુઝાઈ જશે, અંદર રહેવા દો. — The wind is strong, the lamp will go off/blow off, let it remain inside. ધ વિંડ ઇઝ સ્ટ્રૉંગ, ધ લેમ્પ વિલ ગો ઑફ/બ્લો ઑફ, લેટ ઇટ રિમેન ઇન્સાઇડ.
9. આજકાલ ઘણી લૂ વાય છે. — Very hot winds are blowing these days. વેરી હૉટ વિંડ્સ આર બ્લોઇંગ ધીઝ ડેઝ.
10. તમને પરસેવો આવી રહ્યો છે. બહુ બફારાવાળી હવા છે. — You are perspiring. It is sticky weather. યૂ આર પર્સ્પાયરિંગ. ઇટ ઇઝ સ્ટિકી વેધર.
11. **હું થરથરી રહ્યો છું.** — **I am shivering.** આઈ એમ શિવરિંગ.
12. હું પલળ્યો નથી. — I did not get drenched. આઈ ડિડ નૉટ ગેટ ડ્રેન્ચ્ડ.
13. ભયંકર ગંદકી છે. — It is terribly filthy. ઇટ ઇઝ ટેરિબલી ફિલ્થી.
14. હું આશા રાખું છું કે હવામાન સારું રહેશે. — I hope the weather will remain pleasant. આઈ હોપ ધ વેધર વિલ રિમેન પ્લેઝંટ.
15. હવા ખુશનુમા છે. — There is a nip in the air. ધેર ઇઝ એ નિપ ઇન ધ એર.
16. બહાર તોફાન આવી રહ્યું છે, હવામાન બહુ જ ખરાબ છે. — A storm is raging outside; the weather has turned bad. એ સ્ટૉર્મ ઇઝ રેજિંગ આઉટસાઇડ; ધ વેધર હેઝ ટર્ન્ડ બૅડ.
17. મૂશળધાર વરસાદ થઈ રહ્યો છે. — It is raining cats and dogs/heavily. ઇટ ઇઝ રેનિંગ કૅટ્સ એન્ડ ડૉગ્સ/હેવિલી.
18. આજે સવારે ખૂબ કરા પડ્યા છે. — There was hail-storm this morning./It hailed this morning. ધેર વૉઝ હેલ-સ્ટૉર્મ ધિસ મૉર્નિંગ./ઇટ હેલ્ડ ધિસ મૉર્નિંગ.
19. **આજે બહુ ભેજવાળી હવા છે.** — **It is very humid today.** ઇટ ઇઝ વેરી હ્યુમિડ ટુડે.
20. ગરમી બહુ છે અને હવા રોકાઈ ગઈ છે. — It is sultry. ઇટ ઇઝ સલ્ટ્રી.
21. હવા લગભગ બંધ છે. — The wind is almost still. ધ વિંડ ઇઝ ઑલમોસ્ટ સ્ટિલ.
22. મીઠી હવા આવે છે. — Cool/Sweet wind is blowing. કૂલ/સ્વિટ વિંડ ઇઝ બ્લોઇંગ.

23. હું વર્ષાથી રોકાઈ ગઈ.

The rain prevented me from going.
ધ રેન પ્રિવેન્ટેડ મી ફ્રૉમ ગોઇંગ.

24. **જીવન માટે ચોક્ખી હવા જરૂરી છે.**

Clean air is essential for life.
ક્લીન ઍર ઇઝ ઇસેન્શિયલ ફૉર લાઇફ.

25. અલગ અલગ ઋતુઓમાં લોકો અલગ અલગ કપડાં પહેરે છે.

People wear different type of clothings in different seasons. પીપલ વેર ડિફરન્ટ ટાઇપ ઑફ ક્લૉધિંગ ઇન ડિફરન્ટ સીઝન્સ.

26. તમને કઈ ઋતુ વધારે ગમે છે?

Which season do you like the most?
વિચ સીઝન ડૂ યૂ લાઇક ધ મોસ્ટ?

27. મને શિયાળો ગમે છે.

I like winter the most. આઈ લાઇક વિન્ટર ધ મોસ્ટ.

આટલું યાદ રાખો. (Remember)

A patriot would gladly lay down his life for the sake of his country (કોઈ પણ દેશભક્ત પોતાના દેશ માટે ખુશીથી પ્રાણની આહુતિ આપવા તૈયાર છે); The camel walks very clumsily (ઊંટ બહુ ઢંગધડા વિના ચાલે છે), માં – gladથી gladly; clumsy ઉપરથી clumsily; glad અને clumsy વિશેષણમાં ly લગાવીને આ શબ્દો બન્યા છે. અને એ ક્રિયા વિશેષણ છે. યાદ રાખો કે કોઈ પણ વિશેષણમાં ly લગાવીએ તો એ ક્રિયા વિશેષણ થશે. દા.ત.,

ableથી ably (યોગ્યતાપૂર્વક)
aimlessથી aimlessly (ઉદ્દેશ્યહીનતા)
badથી badly (ખરાબ રીતે)
calmથી calmly (શાંતિપૂર્વક)
cleverથી cleverly (ચાલાકીથી)
efficeintથી efficiently (કાર્ય કુશળતાથી)
wrongથી wrongly (ખોટી રીતે)
gladથી gladly (ખુશીથી)
humbleથી humbly (નમ્રતાથી)
intelligentથી intelligently (બુદ્ધિમતાથી)
kindથી kindly (દયાપૂર્વક)
needથી needly (આવશ્યકતા અનુસાર)
rightથી rightly (ઠીક-ઠીક) વગેરે

48 અડતાળીસમો દિવસ
48th Day

31. પ્રાણી અને જીવજંતુ (Animals & Insects)

1. પ્ર. કયું પશુ આપણને દૂધ આપે છે?	Q. Which animals give us milk? વિચ ઍનિમલ્સ ગિવ અસ મિલ્ક?
જ. ગાય, ભેંસ અને બકરી.	A. The cow, buffalo and goat. ધ કાઉ, બફેલો ઍન્ડ ગોટ.
2. પ્ર. કયું પશુ ભસે છે?	Q. Which animal barks? વિચ ઍનિમલ બાર્ક્સ?
જ. કૂતરો ભસે છે.	A. The dog barks. ધ ડૉગ બાર્ક્સ.
3. પ્ર. કયાં પશુની ડોક લાંબી હોય છે?	Q. Which animal has a long neck? વિચ ઍનિમલ હેઝ એ લૉંગ નેક?
જ. જિરાફની ડોક લાંબી હોય છે.	A. The giraffe has a long neck. ધ જિરાફ હેઝ એ લૉંગ નેક.
4. પ્ર. કયું પશુ આપણને ઊન આપે છે?	Q. Which animal gives us wool? વચ ઍનિમલ ગિવ્સ અસ વુલ?
જ. ઘેટું આપણને ઊન આપે છે.	A. The sheep gives us wool. ધ શીપ ગિવ્સ અસ વુલ.
5. પ્ર. કયાં પશુની પૂંછડી ઝાડી જેવી હોય છે?	Q. Which animal has a bushy tail? વિચ ઍનિમલ હેઝ એ બુશી ટેલ?
જ. ખિસકોલીની પૂંછડી ઝાડી જેવી હોય છે.	A. The squirrel has a bushy tail. ધ સ્ક્વિરલ હેઝ એ બુશી ટેલ.
6. પ્ર. કયું પશુ અર્ધો ઘોડો અને અર્ધો ગધેડો હોય છે?	Q. Which animal is half horse and half donkey? વિચ ઍનિમલ ઇઝ હાફ હૉર્સ ઍન્ડ હાફ ડૉન્કી?
જ. ખચ્ચર.	A. The mule. ધ મ્યૂલ.
7. પ્ર. ખચ્ચર શું કામમાં આવે છે?	Q. What do mules do? વૉટ ડૂ મ્યૂલ્સ ડૂ?
જ. ખચ્ચર ભાર ખેંચનાર પશુ છે.	A. The mule is a beast of burden./They carry load. ધ મ્યૂલ ઇઝ એ બીસ્ટ ઑફ બર્ડન./ધે કૅરી લોડ.
8. પ્ર. કયાં પશુને સૂંઢ હોય છે?	Q. Which animal has a trunk? વિચ ઍનિમલ હેઝ એ ટ્રંક?
જ. હાથીને સૂંઢ હોય છે.	A. The elephant* has a trunk. ધ એલિફંટ હેઝ એ ટ્રંક.
9. પ્ર. કયાં પશુની પીઠ ઉપર ખૂંધ હોય છે?	Q. Which animal has a hump on its back? વિચ ઍનિમલ હેઝ એ હમ્પ ઑન ઇટ્સ બૅક?
જ. ઊંટની પીઠ ઉપર.	A. The camel has a hump on its back. ધ કેમલ હેઝ એ હમ્પ ઑન ઇટ્સ બૅક.
10. પ્ર. કયાં પશુને શીંગડા હોય છે?	Q. Which animal has horns? વિચ ઍનિમલ હેઝ હૉર્ન્સ?
જ. ગાયને શીંગડા હોય છે.	A. The cow has horns. ધ કાઉ હેઝ હૉર્ન્સ.
11. પ્ર. કયું જાડું પ્રાણી પાણીમાં રહે છે?	Q. Which fat animal lives in water? વિચ ફેટ ઍનિમલ લિવ્ઝ ઇન વૉટર.
જ. ગેંડો પાણીમાં રહે છે.	A. Hippo lives in water. હિપ્પો લિવ્ઝ ઇન વૉટર.

* 'The elephant'નો ઉચ્ચાર 'ધ એલિફંટ' થાય છે. 'The cow'નો ઉચ્ચાર 'ધ કાઉ'. એ જ રીતે ધ આઉલ (The owl) ધ એપ (The ape) વગેરે થશે. જેમ a, e, o વગેરેની પહેલાં 'ધ' તથા વ્યંજન ક, જ, ર વગેરેની પહેલાં 'ધ' હોય છે.

12. પ્ર. કયું પશુ ગાડી ખેંચે છે?
જ. ટટ્ટુ ગાડી ખેંચે છે.

Q. Which animal pulls wagons? વિચ ઍનિમલ પુલ્સ વેગન્સ?
A. The cart-horse pulls wagons. ધ કાર્ટ-હોર્સ પુલ્સ વેગન્સ.

13. પ્ર. કયાં જંતુઓ મધપૂડામાં રહે છે?
જ. મધમાખીઓ મધપૂડામાં રહે છે.

Q. Which insects live in hives? વિચ ઇનસેક્ટસ લિવ ઇન હાઇવ્સ?
A. Bees live in hives. બીઝ લિવ ઇન હાઇવ્સ.

14. પ્ર. રાત્રે કયું પક્ષી ચીસો પાડે છે?
જ. રાત્રે ઘુવડ ચીસો પાડે છે.

Q. Which bird hoots at night? વિચ બર્ડ હૂટ્સ ઍટ નાઇટ?
A. The owl hoots at night. ધ આઉલ હૂટ્સ ઍટ નાઇટ.

15. પ્ર. કયું પ્રાણી માણસને મળતું આવે છે?
જ. વાંદરા.

Q. Which animal resembles human beings? વિચ ઍનિમલ રિસેમ્બલ્સ હ્યૂમન બીઇંગ્સ?
A. The ape resembles human beings. ધ એપ રિસેમ્બલ્સ હ્યૂમન બીઇંગ્સ.

16. પ્ર. કયું જંતુ જાળ ગૂંથે છે?
જ. કરોળિયો જાળ ગૂંથે છે.

Q. Which insect weaves webs? વિચ ઇન્સેક્ટ વીવ્સ વેબ્સ?
A. The spider weaves webs. ધ સ્પાઇડર વીવ્સ વેબ્સ.

17. પ્ર. શિકારી પશુ કયાં કયાં છે?
જ. સિંહ, વાઘ, ચિત્તો વગેરે શિકારી જાનવરો છે.

Q. Which are the beasts of prey? વિચ આર ધ બીસ્ટ્સ ઑફ પ્રે?
A. Lion, tiger, leopard, etc. are beasts of prey. લાયન, ટાઇગર, લેપર્ડ એક્સેટેરા આર બીસ્ટ્સ ઑફ પ્રે.

18. પ્ર. કયું જંતુ કરડે છે?
જ. લાલ કીડી કરડે છે.

Q. Which insect bites? વિચ ઇન્સેક્ટ બાઇટ્સ?
A. Red ant bites. રેડ એન્ટ બાઇટ્સ.

32. રમતગમત (Games)

1. રોમા રમી રહી છે. — Roma is playing. રોમા ઇઝ પ્લેઇંગ.
2. તમને વધારે વાગ્યું તો નથી ને? — You are not badly hurt, I suppose. યૂ આર નૉટ બેડલી હર્ટ, આઈ સપૉઝ.
3. હું પગે ચાલવા કરતાં હંકારી જવાનું વધુ પસંદ કરું છું. — I prefer* driving to walking. આઈ પ્રિફર ડ્રાઇવિંગ ટુ વૉકિંગ.
4. હું પતંગ ઉડાડી રહ્યો છું. — I am flying a kite. આઈ એમ ફ્લાઇંગ એ કાઇટ.
5. આજે આપણે શતરંજ રમીશું. — We will play chess today. વિ વિલ પ્લે ચેસ ટુડે.
6. કોણ જીત્યું? — Who won? હૂ વન?
7. તમે કઈ રમત રમો છો? — What game do you play? વૉટ ગેમ ડૂ યૂ પ્લે?
8. **આવો પત્તાં રમીએ.** — **Come, let us play cards.** કમ, લેટ અસ પ્લે કાર્ડ્ઝ.
9. **તમે પત્તાં ચીપો હું કાપું છું.** — **You shuffle the cards and I will cut.** યૂ શફલ ધ કાર્ડ્ઝ ઍન્ડ આઈ વિલ કટ.
10. અમારી ટીમ જીતી છે. — Our team has won. અવર ટીમ હૅઝ વન.
11. તમને લાઠી ચલાવતાં આવડે છે? — Can you wield a lathi? કેન યૂ વીલ્ડ એ લાઠી?
12. ચાલો, રમીએ. — Come, lets play. કમ, લેટ્સ પ્લે.
13. **રમત શરૂ થઈ ગઈ.** — **The game has started.** ધ ગેમ હૅઝ સ્ટાર્ટેડ.
14. જેટલું ભણવાનું અગત્યનું છે, એટલું જ રમવાનું છે. — Playing is as important as studying./Games are as important as studies. પ્લેઇંગ ઇઝ ઍઝ ઇમ્પોર્ટન્ટ ઍઝ સ્ટડીઇંગ./ ગેમ્સ આર ઍઝ ઇમ્પૉર્ટંટ ઍઝ સ્ટડીઝ.

---

* Prefer ક્રિયા પછી જે વાત આવે છે એમાં પહેલી વાત ને બીજી કરતાં સારી માનવામાં આવે છે.

15. છલાંગ લગાવતાં મારો પગ મચકોડાઈ ગયો.	I sprained my ankle while jumping. આઈ સ્પ્રેઈન્ડ માઇ ઍંકલ વાઇલ જમ્પિંગ.
16. તેણે ઊંચા કૂદકામાં વિશિષ્ટતા પ્રાપ્ત કરી છે.	He has set a record in high jump. હી હૅઝ સેટ એ રેકોર્ડ ઇન હાઇ જમ્પ.
17. તે તેજ ચાલક છે.	He is a fast sprinter/racer. હી ઇઝ એ ફાસ્ટ સ્પ્રિન્ટર.
18. શું તમારી શાળામાં વ્યાયામ શીખવે છે?	Do they teach you gymnastics/exercise in your school? ડૂ ધે ટીચ યૂ જિમ્નેસ્ટિક્સ/એક્સરસાઇઝ ઇન યોર સ્કૂલ.
19. અમારી શાળાનું રમતનું મેદાન ખાસ્સું મોટું છે.	Our school has a big play-ground. અવર સ્કૂલ હૅઝ એ બિગ પ્લે-ગ્રાઉંડ.
20. તમારી બેઝબૉલ ટીમના કેપ્ટન કોણ છે?	Who is the captain of your baseball team? હૂ ઇઝ ધ કૅપ્ટન ઑફ યોર બેઝબૉલ ટીમ.
21. તમારા રેકેટથી હું બેડમિન્ટન રમું?	May/Can I play badminton with your racket? મે આઈ પ્લે બૅડ્મિન્ટન વિથ યોર રૅકેટ?
22. તમારી ટીમ પણ રાષ્ટ્રીય ફુટબૉલ પ્રતિયોગિતામાં ભાગ લઈ રહી છે?	Is your team also participating in the national football tournament? ઇઝ યોર ટીમ ઑલસો પાર્ટિસિપેટિંગ ઇન ધ નૅશનલ ફુટબોલ ટૂર્નામેંટ?
23. મને નાવ ચલાવવાનું ગમે છે.	I like rowing. આઈ લાઇક રોઈંગ.
24. તેણી ટીમ માટે નિયમિત રમે છે.	She plays regularly for the team. શી પ્લેઝ રેગ્યુલરલી ફૉર ધ ટીમ.
25. અમે અઠવાડિયે એક વાર વ્યાયામ કરીએ છીએ.	We do drill once a week. વી ડૂ ડ્રિલ વન્સ એ વીક.
26. હવે ક્રિકેટ પણ રસપ્રદ રમત બની છે.	Nowadays cricket has also become an interesting game. નાઉએડેઝ ક્રિકેટ હૅઝ ઑલ્સો બિકમ એન ઇન્ટરેસ્ટિંગ ગેમ.
27. **તમને ચેસ રમતાં આવડે છે?**	**Do you play chess?** ડૂ યૂ પ્લે ચેસ?

આટલું યાદ રાખો. (Remember)

'ly'નો ચમત્કાર જુઓ. વિશેષણને આ ક્રિયા વિશેષણમાં બદલે છે. જેમ કે – kindથી kindly. તે જ 'ly' સંજ્ઞાને વિશેષણમાં બદલે છે, જેમ કે – His brotherly behaviour endeared him to all his colleagues. (એના ભાઈચારાના વર્તનથી તેણે પોતાના બધા સહકાર્યકરો પાસે એને પ્રિય બનાવી દીધો)માં brother સંજ્ઞામાં 'ly' લગાડવાથી brotherly વિશેષણ બની ગયું. એ રીતે –

fatherથી fatherly (પિતા જેવા)	manથી manly (મર્દ જેવા)
motherથી motherly (મા જેવા)	womanથી womanly (સ્ત્રી જેવા)
sisterથી sisterly (બહેન જેવા)	kingથી kingly (રાજા જેવા)
bodyથી bodily (શારીરિક)	scholarથી scholarly (વિદ્વાન જેવા)

'It was a windy day' (ખૂબ પવનવાળો દિવસ હતો), A fish has a scaly body (માછલીના શરીર ઉપર છીલકાં હોય છે)માં windથી windy (પવનવાળો) scaleથી scaly (છીલકાવાળું) વિશેષણ wind અને scale સંજ્ઞાઓમાં y જોડવાથી બને છે. એ રીતે કેટલાંક બનેલાં વિશેષણો આ છે –

breezeથી breezy (હલકી હવાવાળા)	handથી handy (ઉપયોગી)
craftથી crafty (ચાલાક)	dustથી dusty (ધૂળવાળું)
greedથી greedy (લાલચુ)	roomથી roomy (ખુલ્લું, ભીડ વિનાનું)
rainથી rainy (વરસાદવાળું)	sunથી sunny (તડકાવાળું).

49 ઓગણપચાસમો દિવસ
th Day

33. વ્યક્તિ અને ઉંમર (Person and Age)

1. તમારું શુભ નામ? Your name please?/What is your good name?
યોર નેમ, પ્લીઝ?/વૉટ ઇઝ યોર ગુડ નેમ?
2. તમારો પરિચય? Inrtoduce yourself, please. ઈન્ટ્રોડ્યૂસ યોરસેલ્ફ, પ્લીઝ.
3. તમારી ઉંમર કેટલી છે? How old are you?/What is your age?
હાઉ ઓલ્ડ આર યૂ?/વૉટ ઇઝ યોર એજ?
4. મને હમણાં વીસ વર્ષ પૂરાં થયાં. I have just completed twenty. આઈ હૅવ જસ્ટ કમ્પ્લીટેડ ટ્વેન્ટી.
5. શું તમે મારાથી મોટા/નાના છો? Are you older/younger than me? આર યૂ ઓલ્ડર/યંગર ધેન મી?
6. તમે મારાથી નાના છો. You are younger to me. યૂ આર યંગર ટુ મી.
7. હું મારા પિત્રાઈ ભાઈને ત્યાં રહું છું. I live with my cousin. આઈ લિવ વિથ માઈ કઝિન.
8. **હું કુંવારો છું. I am a bachelor.** આઈ એમ એ બૅચલર.
9. તે પરણેલી છે. She is married. શી ઇઝ મૅરિડ.
10. તેને ફક્ત ચાર પુત્રીઓ છે. She has only four daughters. શી હૅઝ ઓન્લી ફોર ડૉટર્સ.
11. તમારા પિતા શું કરે છે? What is your father? વૉટ ઇઝ યોર ફાધર?
12. તે સરકારી નોકરીમાંથી નિવૃત્ત થયા છે. He has retired from Government service.
હી હૅઝ રિટાયર્ડ ફ્રૉમ ગવર્ન્મેંટ સર્વિસ.
13. તે વધુ ઉંમરના લાગે છે. He looks aged. હી લુક્સ એજેડ.
14. તેના વાળ ભૂખરા છે. His hair is grey. હીઝ હેર ઇઝ ગ્રે.
15. તે તેના વાળમાં કલપ લગાવે છે? Does she dye her hair? ડઝ શી ડાઇ હર હેર?
16. **તમારું કુટુંબ સંયુક્ત છે? Have you a joint family?** હૅવ યૂ એ જોઈન્ટ ફૅમિલી?
17. હા, અમારું સંયુક્ત કુટુંબ છે. Yes, ours is a joint family. યસ, અવર્સ ઇઝ એ જોઈન્ટ ફૅમિલી.
18. તમારે કેટલા ભાઈઓ છે? How many brothers do you have? હાઉ મેની બ્રધર્સ ડૂ યૂ હૅવ?
19. તમારે કેટલી બહેનો છે? How many sisters do you have? હાઉ મેની સિસ્ટર્સ ડૂ યૂ હૅવ?
20. અમારા મોટાભાઈ જુદા રહે છે. Our eldest brother lives separately.
અવર એલ્ડેસ્ટ બ્રધર લિવ્ઝ સેપરેટલી.
21. **તે બાળક છે. He is just a kid.** હી ઇઝ જસ્ટ એ કિડ.
22. **તમે તમારી ઉંમર કરતાં નાના લાગો છો. You look younger than your age./You look young for your age.** યૂ લુક યંગર ધેન યોર એજ./યૂ લુક યંગ ફૉર યોર એજ.
23. મારો ભાઈ સોળ વર્ષનો છે. My brother is sixteen years old.
માઈ બ્રધર ઇઝ સિક્સ્ટીન યર્સ ઓલ્ડ.

34. ચારિત્ર્ય (Character)

1. ગુસ્સો કરવો નબળાઈની નિશાની છે. To get angry is a sign of weakness.
ટુ ગેટ ઍંગ્રી ઇઝ એ સાઇન ઑફ વીકનેસ.
2. આળસુ માણસ અધમૂઆ જેવો છે. An idle man is as good as half-dead.
એન આઇડલ મૅન ઇઝ ઍઝ ગુડ ઍઝ હાફ-ડેડ.
3. ન ઉધાર લો, ન ઉધાર આપો. Neither borrow nor lend. નાઇધર બૉરો નૉર લેન્ડ.

4. તમારે સાચી વાત કહી દેવી જોઈએ. — You must tell/speak the truth. યૂ મસ્ટ ટેલ/સ્પીક ધ ટ્રુથ.

5. નિઃસ્વાર્થ સેવામાં ખૂબ આનંદ છે. — There is great joy in selfless service. ધેર ઇઝ ગ્રેટ જૉય ઇન સેલ્ફલેસ સર્વિસ.

6. તેણે તેના પાપનું પ્રાયશ્ચિત કરી લીધું. — He has atoned for his sin. હી હૅઝ એટોન્ડ ફૉર હિઝ સિન.

7. ન દગો આપો ન ખાઓ. — Neither deceive nor be deceived. નાઈધર ડિસીવ નૉર બી ડિસીવ્ડ.

8. પ્રમાણિક માણસો જ સુખી હોય છે. — The virtuous alone are happy. ધ વર્ચ્યુઅસ એલોન આર હૅપી.

9. આળસુ મન એ રાક્ષસનો વાસ છે. — An idle mind is a devil's workshop. એન આઇડલ માઇન્ડ ઇઝ એ ડેવિલ્સ વર્કશૉપ.

10. જિંદગી બીજાંની સેવા માટે છે. — Life is for others' service. લાઇફ ઇઝ ફૉર અધર્સ સર્વિસ.

11. કોઈની પાસે કશું ન માંગો. — Don't ask anything from anybody. ડૉંટ આસ્ક એનીથિંગ ફ્રૉમ એનીબડી.

12. મારી વિવેકબુદ્ધિ તેની રજા આપતી નથી. — My conscience does not permit it. માઇ કૉન્શિયન્સ ડઝ નૉટ પરમિટ ઇટ.

13. આરામ હરામ છે. — To rest is to rust. ટુ રેસ્ટ ઇઝ ટુ રસ્ટ.

14. જે વગર મહેનતનું ખાય છે તે ચોરી કરે છે. — He who eats without earning is committing a theft. હી હૂ ઇટ્સ વિધાઉટ અર્નિંગ ઇઝ કમિટિંગ એ થેફ્ટ.

15. તે હંમેશાં વાતોની શોખીન છે. — She is always fond of talking. શી ઇઝ ઑલ્વેઝ ફૉન્ડ ઑફ ટૉકિંગ.

16. તે તેની બહેનની બહુ ઈર્ષ્યા કરે છે. — She is very jealous of her sister. શી ઇઝ વેરી જેલસ ઑફ હર સિસ્ટર.

17. અમને તમારી પ્રમાણિક્તા ઉપર પૂર્ણ ભરોસો છે. — We are quite sure of your honesty. વી આર ક્વાઇટ શ્યોર ઑફ યોર ઑનેસ્ટી.

18. તે બહુ જાણતો હોય એવો ઢોંગ કરે છે. — He pretends to know everything. હી પ્રિટેન્ડ્સ ટુ નો એવરીથિંગ.

19. કોઈએ કોઈની વાતમાં માથું મારવું જોઈએ નહીં. — One should not dabble in other's affairs. વન શૂડ નૉટ ડેબલ ઇન અધર્સ એફેર્સ.

35. વેશભૂષા (Dress)

1. આ કાપડ બાર રૂપિયે મીટર છે. — This cloth is twelve rupees a/per metre. ધિસ ક્લૉથ ઇઝ ટ્વેલ્વ રુપીઝ એ/પર મીટર.

2. કૃપા કરીને રેનકોટ પહેરવાનું ન ભૂલશો. — Please don't forget to wear a raincoat. પ્લીઝ ડૉંટ ફરગેટ ટુ વેર એ રેનકોટ.

3. આ કપડું બહુ ગરમ છે. — This cloth is very/extremely warm. ધિસ ક્લૉથ ઇઝ વેરી/એક્સ્ટ્રીમલી વૉર્મ.

4. ભારતીય સ્ત્રીઓ મોટે ભાગે સાડી પહેરે છે. — Indian women mostly wear sarees. ઇંડિયન વિમેન મોસ્ટલી વેર સારીસ.

5. ભીના કપડાં ન પહેરો. — Do not put on/wear wet clothes. ડૂ નૉટ પુટ ઑન/વેર વેટ ક્લોધ્સ.

6. જૂનો કોટ પહેરો, નવી ચોપડી ખરીદો. — Wear old coat, buy a new book. વેર ઓલ્ડ કોટ, બાઇ એ ન્યૂ બુક.

7. હું કપડાં બદલીને આવું છે. — I will come after changing my clothes. આઈ વિલ કમ આફ્ટર ચેન્જિંગ માઇ ક્લોધ્સ.

8. આજકાલ યુવાનીયાઓ નવી ફેશનનાં કપડાં પહેરે છે. — Nowadays the youth wear clothes of the latest fashion/fashionable dresses. નાઉએડેઝ ધ યૂથ વેર્સ ક્લૉધ્સ ઑફ ધ લેટેસ્ટ ફેશન/ફેશનેબલ ડ્રેસીસ.

9. તેણે રેશમી સાડી પહેરી હતી.	She was clad in/wearing a silk saree. શી વૉઝ ક્લૅડ ઇન એ/વેરિંગ એ સિલ્ક સારી.
10. મારા કપડાં લૉન્ડ્રીમાં ગયાં છે.	My clothes have gone to the laundry. માઇ ક્લોધ્સ હેવ ગૉન ટુ ધ લૉન્ડ્રી.
11. તે ભૂરા ગણવેશમાં હતો.	He was in a blue uniform. હી વૉઝ ઇન એ બ્લ્યૂ યુનિફૉર્મ.
12. આ કોટ પાણીથી પલળતો નથી.	It is a water-proof coat. ઇટ ઇઝ એ વૉટર-પ્રૂફ કોટ.
13. આ કપડાં તમારે માટે છે.	These dresses are for you. ધીઝ ડ્રેસીસ આર ફૉર યૂ.
14. માણસનાં કપડાં ઉપરથી તેની પરખ થઈ જાય છે.	A man is judged by the clothes he wears. એ મૅન ઇઝ જજ્ડ બાઇ ધ ક્લોધ્સ હી વેર્સ.
15. આ પોશાક મારા માટે જરા તંગ છે.	This dress is a little tight for me. ધિસ ડ્રેસ ઇઝ એ લિટલ ટાઇટ ફૉર મી.
16. આ કોટ કમ્મરેથી ઢીલો છે.	This coat is loose at the waist. ધિસ કોટ ઇઝ લૂસ ઍટ ધ વેસ્ટ.
17. **તમારી પાસે ખમીસનું કાપડ છે?**	**Do you have shirtings?** ડૂ યૂ હેવ શર્ટિંગ્સ?
18. હાજી, અમારી પાસે સૂટનું સરસ કાપડ પણ છે.	Yes sir, we have good suitings also. યસ સર, વી હેવ ગુડ સૂટિંગ્સ ઑલ્સો.
19. મારો સૂટ તમારા સૂટથી જુદો છે.	My suit is different from yours. માઇ સૂટ ઇઝ ડિફરન્ટ ફ્રૉમ યોર્સ.
20. તેનું ખમીસ મારા ખમીસ જેવું નથી.	His shirt is not similar to mine. હિઝ શર્ટ ઇઝ નૉટ સિમિલર ટુ માઇન.
21. **ગરમીમાં સૂતરાઉ કપડાં પહેરો.**	**Wear cotton clothes in summer.** વેર કોટન ક્લોધ્સ ઇન સમર.
22. શિયાળામાં ગરમ કપડાંની જરૂર પડે છે.	In winter you need woollen clothes. ઇન વિંટર યૂ નીડ વૂલન ક્લોધ્સ.

આટલું યાદ રાખો. (Remember)

કોઈ શબ્દને છેડે less આવે તો એને વિશેષણ સમજજો. જેમ કે – He is a shameless person (તે નિર્લજ માણસ છે); needless to say you are a thorough gentleman (તમે ખાનદાન માણસ છો એ કહેવું જરૂરી નથી); cloudless sky in the month of 'Sawan' can really worry the poor Indian farmers (શ્રાવણ માસમાં વાદળા વિનાનું આકાશ ગરીબ ભારતીય ખેડૂતોને સાચે જ ચિંતિત કરે છે); Astronauts remain weightless while they are in space arching the earth or the moon. (અંતરિક્ષ યાત્રી જ્યારે અવકાશમાં પૃથ્વી કે ચંદ્રમાનું ચક્કર કાપે છે તો તે ભાર વિનાના રહે છે).

સાધારણ રીતે જે શબ્દોની સાથે ful લગાવાય છે તેમની સાથે less પણ લાગવી શકાય છે અને નવાં વિશેષણ બનાવી શકાય છે. દા.ત., colourથી colourless (રંગહીન), baseથી baseless (પાયા વિનાની), armથી armless (બાહુ વિનાનું), careથી careless(બેપરવાઇ ભર્યું), faithથી faithless (બેવફા), friendથી friendless (મિત્રહીન), landથી landless (ભૂમિહીન), mercyથી merciless (નિર્દય), nameથી nameless (નામ વિનાનું), restથી restless (બેચેન), વગેરે. આ નિયમનો એક અપવાદ છે unless, પરંતુ એનું સ્વરૂપ baseless જેમાં base સંજ્ઞા છે એવું નથી. આ તો અવ્યય છે unless એટલે જ્યાં સુધી નહીં. બધા શબ્દોમાં જ્યાં 'less' લગાવી શકાય છે ત્યાં 'ful' નથી લગાવી શકાતું; જેમ કે– friendless (મિત્રહીન) અને landless (ભૂમિહીન). આની સાથે ful લગાવીને friendful કે landful નથી બનાવી શકાતું. ધ્યાન રહે કે બીજા શબ્દની સાથે જોડવાથી 'ful'માં single 'l' લખાય છે double 'll' નહીં.

50 પચાસમો દિવસ
th Day

41થી 45 દિવસ

કુલ ગુણ 20. ૧૬ કે તેથી વધુ સાચા તો **very good.** ૧૨ કે તેથી વધુ સાચા તો **fair.**

Test No. 1

નીચે આપેલાં વાક્યોને મળતાં વાક્યો તમે પાછળ શીખ્યા છો. આમાં કોઈને કોઈ નાની મોટી ભૂલ છે. તેને ઠીક કરી પોતાની ભાષાજ્ઞાનની પરીક્ષા લો અને કૌંસમાં આપેલાં વાક્યો બતાવ્યા પ્રમાણે મેળવીને તમારી જાતને તપાસો –

1. How many childrens you have? 2. Why did you not wake up me? 3. He is indepen-dent from his parent. 4. Sonia is taller of two girls. 5. Wait bit. 6. I saw the women whom the boss said was away. 7. This rice is of inferior quality. 8. I am short for fifty paise. 9. This chair is quite cheap at sixty rupees. 10. Do not buy at credit. 11. Does your shoe pinches you? 12. Show me a shoe with narrow toe. 13. As we labour, so shall we reward. 14. I am so tired to attend the class. 15. The question is so easy. 16. He is week in Hindi. 17. She has been absent for Wednesday. 18. Should you pass, your parents would happy. 19. I have been in this college since two years. 20. He is junior than me by one year.

41થી 41 દિવસ

કુલ ગુણ 20. ૧૬ કે તેથી વધુ સાચા તો **very good.** ૧૨ કે તેથી વધુ સાચા તો **fair.**

Test No. 2

આ વાક્યોમાં નાની મોટી ભૂલો છે. તમારા ભાષાજ્ઞાનની કસોટી કરો અને વાક્યોને અંતે આપેલા સાચા જવાબો મેળવીને તમારી જાતને તપાસો –

1. He is *a* eye specialist. 2. All his *tooth* are intact. 3. He is blind *from* one eye. 4. No cause *is to* worry. 5. Can you *see* thermometer? 6. He is *bad* hurt. 7. Prevention is better *to* cure. 8. Happiness is *a* best tonic. 9. I am not feeling *good.* 10. How are you getting *of* in your business. 11. My health has broken *for* on account of hard work. 12. The patient is shivering *from* cold. 13. Many people died *from* malaria. 14. It is getting *cold* day by day. 15. *Sheeps* gives us wool. 16. I prefer riding to *walk.* 17. Who did *win*? 18. Is *your* a joint family? 19. My brother is sixteen *year* old. 20. We are quite sure *for* your honesty.

શુદ્ધ શબ્દો – 1. an, 2. teeth, 3. of, 4. to, 5. read, 6. badly, 7. than, 8. the, 9. well, 10. on, 11. down, 12. with, 13. of, 14. colder, 15. Sheep, 16. walking, 17. won, 18. yours, 19. years, 20. of.

૪૧થી ૪૯ દિવસ

કુલ ગુણ 20. ૧૬ કે તેથી વધુ સાચા તો **very good.** ૧૨ કે તેથી વધુ સાચા તો **fair.**

Test No. 3

નીચે આપેલાં અધૂરાં વાક્યોની વચ્ચે બે બે વિકલ્પ આપ્યા છે. એમાંથી યોગ્ય શબ્દ કાઢીને વાક્ય પૂરાં કરો. સાથે જ એમાં જે સિદ્ધાંત કામ કરે છે એને પણ સમજો.

(1) I ...(have passed/passed) the B.A. degree examination in 1976. (2) How ...(many/much) letters did she write to me? (3) They have not spoken to each other ...(for/since) two weeks. (4) She has been looking for a job ...(for/since) July 1975. (5) I ...(had/have) already bought my ticket, so I went in. (6) He was found guilty ...(for/of) murder. (7) They are leaving ...(for/to) America soon. (8) She was married ...(with/to) a rich man. (9) This shirt is superior ...(than/to) that. (10) Write the letter ...(with/in) ink. (11) She cannot avoid ...(to make/making) mistakes. (12) The train ...(left/had left) before I arrived.

(13) She ...(finished/had finished) her journey yesterday. (14) You talk as if you ...(know/knew) everything. (15) Her sister is taller than ...(her/she). (16) It will remain a secret between you and ...(I/me). (17) A girl friend of ...(his/him) told us this news. (18) Varun and ...(myself/I) were present there. (19) Amitabh played a very good ...(game/play). (20) I played well yesterday, ...(isn't it/didn't I)?

વાક્યની ખાલી જગાએ મૂકવાના સાચા શબ્દો :

(1) passed (2) many (3) for (4) since (5) had (6) of (7) for (8) to (9) to (10) in (11) making (12) had left (13) finished (14) knew (15) she (16) me (17) his (18) I (19) game (20) didn't I.

Test No. 4

કૌંસમાં આપેલા શબ્દોમાંથી યોગ્ય શબ્દ પસંદ કરી ખાલી જગ્યા ભરો –

1. How ...(much, more, many) children have you? (2) Custard is my favourite ...(food, dish). 3. Where does this road ...(lead, go) to? 4. Is he a ...(dependible, dependable) friend? 5. He is an ...(important, importent) minister. 6. When does your examination ...(start, begin, commence)? 7. ...(would, should) you pass, your parents ...(would, should) be happy. 8. The boy is so weak in mathematics that he will not be able to get ...(up, on, in) with the class. 9. Good boys bring credit ...(to, for) their school. 10. A little girl ...(recalled, recounted, recited) a beautiful poem. 11. The squirrel has a ...(wooly, hairy, bushy) tail. 12. The sun is bright because the sky is ...(cloudy, cloudless). 13. As he is a ...(shameful, shameless) person he pays for a good deed with a bad one. 14. She had ...(wore, worn) a simple saree. 15. Children need ...(protection, defence) from traffic hazards. 16. ...(Quitely, Quietly) he went out of the convention hall. 17. Hamid and Majid help ...(each other/one another). 18. Small children help ...(each other, one another). 19. Minakshi has not come ...(too, either). 20. They went for a ...(ride, walk) on their bicycles.

વાક્યોમાં પૂરવાના ખરા શબ્દો –

1. many, 2. food, 3. lead, 4. dependable, 5. important, 6. commence, 7. should, would, 8. on, 9. to, 10. recited, 11. bushy, 12. cloudless, 13. shameless, 14. worn, 15. protection, 16. quietly, 17. each other, 18. one another, 19. either, 20. ride.

Test No. 5

(i) આ વાક્યોનો ગુજરાતીમાં અનુવાદ કરો –

1. Do you have books? 2. Did the dhobi take the last wash? 3. Did you wake me up? 4. Is Anupam there? 5. Shall we meet again? 6. Did you not come that day? 7. Do you say this? 8. Will your college reopen? 9. Do you allow me to read? 10. Are you looking at him?

(ii) નીચે આપેલાં વાક્યોને ધ્યાનથી જુઓ અને બતાવો કે When લગાવ્યા પહેલાંનાં વાક્ય અને બીજાં વાક્યમાં શું ફેર પડ્યો?

1. Have you books? 2. When have you books?

(**જવાબ –** પહેલા વાક્યમાં Have હતું, બીજામાં have થઈ ગયું – એટલે કે 'એચ' નાનો થઈ ગયો.)

(iii) Test No. 5(i)ના વાક્યની શરૂઆતમાં what, why, how, when, whereમાંથી યોગ્ય શબ્દો પસંદ કરી નવાં વાક્ય બનાવો અને એનો અનુવાદ પણ કરો.

Test No. 6

અંગ્રેજીમાં અનુવાદ કરો –

(૧) મોંઢું બંધ રાખો. (૨) બડ બડ ન કરો. (૩) જલદી સૂઓ, જલદી ઊઠો. (૪) એનો તાવ ઊતરી ગયો છે. (૫) કોઈ દાક્તરની સલાહ લો. (૬) એનું માથુ દુઃખે છે. (૭) હું ધ્રૂજી રહ્યો છું. (૮) હું જીત્યો. (૯) આવો, રમીએ. (૧૦) હું કુંવારો છું. (૧૧) આપણે સમય થતાં પહેલાં પહોંચીશું. (૧૨) કોઈ મળવા આવ્યું છે. (૧૩) હું બહુ થાકી ગયો છું. (૧૪) મેં મારું મકાન બદલ્યું છે. (૧૫) તેણે તેમને યાદ કર્યા છે. (૧૬) કદી કદી પત્ર જરૂર લખજો. (૧૭) રંગ પાકો છે ને? (૧૮) શું તમે ચેક સ્વીકારો છો? (૧૯) તે ગણિતમાં કાચો છે. (૨૦) હું અંગ્રેજીમાં હોશિયાર છું.

Test No. 7

(i) **નીચે કેટલાક શબ્દો આપ્યા છે. તેની શરૂઆતમાં નવો અક્ષર જોડીને એક નવો શબ્દ બનાવો, જેમ કે – oldથી gold વગેરે.**
now, he, ox, our, an, how, hen, ear, all, refer.

(ii) **આ વિશેષણ શબ્દો દ્વારા તુલનાત્મક રૂપ લખો. (જેમ કે – oldથી old, older, oldest વગેરે.)**
good, young, beautiful, bad, fine, careful, hard, difficult, shameless.

(iii) **આ શબ્દોના ઉચ્ચાર ગુજરાતી લિપિમાં લખો અને અર્થ બતાવો –**
year, psalm, of, off, man, men, in, inn, to, too, the answer, the station, cloth, clothe, Mrs., bath, bathe, dare, dear, car, idea, idiom, white, who.

Test No. 8

(i) **આ શબ્દોના (plural) બનાવો –**
knife, journey, city, woman, ox, tooth, mouse, sheep, deer, foot, child, brother, church, fly, day, brother-in-law, myself.

(ii) **કેટલીક ક્રિયાઓનાં present, past અને participleનાં રૂપ લખો – જેમ કે, go ક્રિયાના go, went, gone.**
to light, to lose, to mean, to pay, to write, to throw, to win, to beat, to begin, to lie, to lay, to know, to hurt, to put, to cut, to held, to forget, to shut, to take.

(iii) **નીચે કેટલાક પ્રચલિત શબ્દોનાં ટૂંકા રૂપ (short forms) આપ્યાં છે. તમે એ શબ્દોને સારી રીતે જાણો છો. એના પૂરા શબ્દ સામે લખો –**

Jan.	Mar.	Aug.	Oct.	Dec.	Mon.	Wed.	Fri.
Feb.	Apr.	Sept.	Nov.	Sun.	Tues.	Thurs.	Sat.
No.	Nos.	P.S.	P.P.	Co.	P.T.O.	K.M.	Dr.

Test No. 9

નીચે કેટલાંક સર્વનામ આપ્યાં છે. એ બધા રૂપકર્તાવાચક (Nominative case) છે. એના કર્મવાચક (Objective case) અને સંબંધવાચક (Possessive case)નાં રૂપ યાદ કરો –

(I) કર્તાવાચક	(II) કર્મવાચક	(III) સંબંધવાચક
હું (I)	મને (me)	મારું (my, mine)
તમે (you)	તમને (you)	તમારું (your, yours)
તે (he, she, it)	તેને (him, her, it)	તેનું (his, her (hers), its)
અમે (we)	અમને (us)	અમારું (our, ours)
તેઓ (they)	તેઓને (them)	તેમનું (their, theirs)

51 એકાવનમો દિવસ
st Day

છઠ્ઠું પ્રકરણ (6th Expedition)

તમે તમારાં પાંચ પ્રકરણ પૂરાં કર્યાં છે. ઘણું બધું તમે શીખી ગયા છો. મહત્ત્વપૂર્ણ વિષયો હજુ બાકી છે, જેના સંબંધી વાર્તાલાપ દરેક સભ્ય નાગરિકને કરવો પડે છે. બીજાની સાથે જીવનની દોડમાં રહેવા તમે પણ ઇચ્છશો. તમે જીવન સંઘર્ષમાં આગળ વધશો તો તમને, સભ્યતા શિષ્ટાચારની વાતો, કાર્યાલયમાં થનારી વાતો, કાનૂની વિષયો, વિનિમય અર્થાત્ વેપાર સંબંધી ક્ષેત્રોને અંગ્રેજી ભાષામાં અભિવ્યક્ત કરવાની અંગ્રેજી શબ્દાવલી આવડવી જોઈએ. એ જરૂરિયાતોને પૂરી કરવા માટે તમે છઠ્ઠું પ્રકરણ શીખવાની તૈયારી કરો. એ વિષયો સિવાય આ પ્રકરણમાં કેટલીક મુખ્ય કહેવાતો, લોકવાયકાઓ અને કોયડાઓથી પરિચિત થઈ શકશો.

36. સભ્યતા-શિષ્ટાચાર (Etiquette)

1. **આટલું પૂરતું છે.**	**That will do./This is enough.** ધેટ વિલ ડૂ./ધિસ ઇઝ ઇનફ.
2. **તમે શું કામ તકલીફ લો છો?**	**Why do you bother?** વાય ડૂ યૂ બૉધર?
3. એમાં કંઈ તકલીફ નથી.	No trouble at all. નો ટ્રબલ ઍટ ઑલ.
4. મારી ફિકર ન કરશો.	Don't worry about me. ડૉંટ વરી એબાઉટ મી.
5. **તમારી મહેરબાની છે.**	**So kind of you.** સો કાઇંડ ઑફ યૂ.
6. તમારી બહુ મહેરબાની થશે.	It would be very kind of you. ઇટ વુડ બી વેરી કાઇંડ ઑફ યૂ.
7. હું તમારી શી સેવા કરું?	What can I do for you? વૉટ કૅન આઈ ડૂ ફૉર યૂ?
8. તમારે અહીં કેમ આવવું થયું?	What brings you here? વૉટ બ્રિન્ગ્સ યૂ હિયર?
9. બસ, આટલું બહુ છે.	This is quite enough. ધિસ ઇઝ ક્વાઇટ ઇનફ.
10. તકલીફ ન લેશો.	Don't bother. ડૉંટ બૉધર.
11. હજુ થોડી વધારે વાર બેસો ને!	Please stay a little more. પ્લીઝ સ્ટે એ લિટલ મોર.
12. **મને માફ કરજો.**	**Please excuse me.** પ્લીઝ એક્સક્યૂઝ મી.
13. મને અફસોસ છે.	I am sorry. આઈ એમ સૉરી.
14. **ઔપચારિક ન બનો.**	**Don't be formal.** ડૉંટ બી ફૉર્મલ.
15. હું જરા વિનંતિ કરું?	May I request you? મે આઈ રિક્વેસ્ટ યૂ?
16. ખરાબ ન લગાડશો.	Don't take it ill. ડૉંટ ટેક ઇટ ઇલ.
17. હું તમારી સેવામાં હાજર છું.	I am at your service/disposal. આઈ એમ ઍટ યોર સર્વિસ/ડિસ્પોઝલ.
18. અમે તમારી દેખભાળ ન રાખી શક્યા.	We could not look after you properly. વી કુડ નૉટ લુક આફ્ટર યૂ પ્રોપર્લી.
19. હું અહીં બેસી શકું છું?	May I sit here? મે આઈ સિટ હિયર?
20. તમારી મદદ બદલ ધન્યવાદ.	Thank you for your help. થૅંક યૂ ફૉર યોર હેલ્પ.
21. અમે તમારા આભારી છીએ.	We are thankful/grateful to you. વી આર થૅંકફુલ/ગ્રેટફુલ ટુ યૂ.
22. એમાં કૃપાનો કોઈ સવાલ નથી, પરંતુ એનાથી મને આનંદ થશે.	No question of kindness, it would rather please me. નો ક્વેશ્ચન ઑફ કાઇન્ડનેસ, ઇટ વુડ રાધર પ્લીઝ મી.
23. તમારી ડહાપણ ભરી સલાહ માટે આભાર.	Thank you for your sensible/good advice. થૅંક યૂ ફૉર યોર સેન્સિબલ/ગુડ એડવાઇસ.

24. હાર્દિક પ્રેમ અને શુભેચ્છાઓ સહિત- આપનો પરમ મિત્ર ઉમેશ. — With love & best wishes – yours sincerely, Umesh. વિથ લવ ઍન્ડ બેસ્ટ વિશિઝ – યોર્સ સિન્સિયરલી, ઉમેશ.

25. તકલીફ માટે ક્ષમા માગું છું. — Kindly excuse me for the trouble. કાઇન્ડલી એક્સક્યૂઝ મી ફૉર ધ ટ્રબલ.

26. બહેનોને નમસ્કાર અને બાળકોને વહાલ. — With regards to sisters and love to children. વિથ રિગાર્ડ્સ ટુ સિસ્ટર્સ ઍન્ડ લવ ટુ ચિલ્ડ્રન.

27. જો તમે મારું આ કામ સારી રીતે કરાવી આપશો તો હું તમારો ખૂબ ઋણી થઈશ. — I will be highly obliged if you kindly get this work done. આઈ વિલ બી હાઈલી ઓબ્લાઇજ્ડ ઈફ યૂ કાઇન્ડલી ગેટ ધિસ વર્ક ડન.

28. ક્યારેક આવજો. — Please drop in sometime. પ્લીઝ ડ્રોપ ઈન સમટાઈમ.

29. નિરાંતે બેસો. — Please make yourself comfortable. પ્લીઝ મેક યોરસેલ્ફ કમ્ફર્ટેબલ.

30. તમે ચાલ્યા જશો? — Will you please go away? વિલ યૂ પ્લીઝ ગો અવે?

31. તમારાં માતાપિતાને મારા પ્રણામ. — Pay my regards to your parents. પે માઈ રિગાર્ડ્સ ટુ યોર પેરેન્ટ્સ.

37. ચેતવણી-સંકેત (Signals)

1. ધીમે ચલાવો. — Drive slowly. ડ્રાઇવ સ્લોલી.
2. ડાબી બાજુ રહો. — Keep to the left. કીપ ટુ ધ લેફ્ટ.
3. ભયજનક વળાંક. — Dangerous curve/turn ahead. ડેન્જરસ કર્વ/ટર્ન એહેડ.
4. અહીં ગાડી ઊભી ન રાખશો. — No parking here. નો પાર્કિંગ હિયર.
5. અહીંથી રસ્તો ઓળંગો. — Cross from here. ક્રૉસ ફ્રૉમ હિયર.
6. કૂતરાને અંદર આવવાની પરવાનગી નથી. — Dogs are not permitted. ડૉગ્સ આર નૉટ પરમિટેડ.
7. પ્રવેશ નથી. — No entrance. નો એન્ટ્રેન્સ.
8. બહાર જવાનો રસ્તો. — Exit. એક્ઝિટ.
9. અંદર જવાનો રસ્તો. — Entrance. એન્ટ્રેન્સ.
10. ઘાસ ઉપર ન ચાલો. — Keep off the grass. કીપ ઑફ ધ ગ્રાસ.
11. રજા વિના અંદર નહીં આવી શકો. — No entry without permission. નો એન્ટ્રી વિધાઉટ પરમિશન.
12. ધૂમ્રપાન ન કરો. — No smoking./Smoking is prohibited. નો સ્મોકિંગ./સ્મોકિંગ ઈઝ પ્રોહિબિટેડ.
13. સાંકળ ખેંચો. — Pull the chain. પુલ ધ ચેન.
14. ભાડા માટે ખાલી છે. — To let. ટુ લેટ.
15. આગળ શાળા છે. — School ahead. સ્કૂલ એહેડ.
16. સડક બંધ છે. — Road closed. રોડ ક્લોઝ્ડ.
17. આગળ રસ્તો પૂરો થાય છે. — Dead end ahead. ડેડ એન્ડ એહેડ.
18. જાજરૂ. — W.C.*/Rest area ahead. ડબલ્યુ. સી./રિસ્ટ એરિયા એહેડ.
19. વિશ્રામ ગૃહ. — Waiting Room. વેટિંગ રૂમ.

* W.C. અસલમાં Water Closetનું ટૂંકું રૂપ છે. આજકાલ જાજરૂને માટે વધારે Gentlemen's જેન્ટલમેન્સ અથવા Men મેન (પુરુષો માટે) અને Ladies લેડીઝ અથવા Women વિમેન (સ્ત્રીઓ માટે) પ્રયોગ કરવામાં આવે છે. આમ તો બોલવા-ચાલવામાં જાજરૂ માટે Toilet (ટૉયલેટ) અથવા Lavatory (લેવેટરી)નો શબ્દપ્રયોગ કરાય છે, પરંતુ સાર્વજનિક પ્રયોગ માટે W.C. અથવા Gentlemen's વગેરે શબ્દોનો પ્રયોગ થાય છે.

20. **એક હારમાં ઊભા રહો.** — **Please stand in a queue.** પ્લીઝ સ્ટૅન્ડ ઇન એ ક્યૂ.

21. ફક્ત સ્ત્રીઓ માટે. — For ladies only. ફૉર લેડીઝ ઓન્લી.

22. ભારે વાહન ચલાવવાની આજ્ઞા નથી. — Heavy vehicles are not allowed. હેવી વિહીકલ્સ આર નૉટ એલાઉડ.

23. ફોટો લેવાની મનાઈ છે. — Photography is prohibited. ફોટોગ્રાફી ઇઝ પ્રોહિબિટેડ.

24. કૂતરાથી સાવધાન. — Beware of dogs. બિવેર ઑફ ડૉગ્ઝ.

25. આરક્ષિત. — Reserved. રિઝર્વ્ડ.

26. મોટર પાર્ક ન કરવી. — Tow away zone. ટો અવે ઝોન.

27. હૉર્ન વગાડવાની મનાઈ છે. — No blowing horn. નો બ્લોઇંગ હૉર્ન.

28. ગાડી અહીં ઊભી રાખવી. — Parking. પાર્કિંગ.

આટલું યાદ રાખો. (Remember)

વિશેષણ, ક્રિયા વગેરેને ઓળખવાં કેટલીક વાર ખૂબ સરળ છે. દા.ત. જે શબ્દના અંતમાં ness હોય તે શબ્દ નામ હોય છે, જેમ કે – Long illness has made him weak (લાંબી માંદગીએ તેને દુર્બળ બનાવી દીધો છે)માં illness નામ છે. આ શબ્દ વિશેષણમાં ness લગાવવાથી બને છે. જેમ કે, illથી illness, goodથી goodness, thickથી thickness, sadથી sadness, hardથી hardness, greatથી greatness વગેરે.

Assistance (સહાયતા) ભાવવાચક નામ assist ક્રિયાપદથી બન્યું છે. સ્પષ્ટ છે કે Assist ક્રિયાપદને નામમાં બદલવા માટે આ શબ્દમાં ance જોડવામાં આવ્યું છે. આ રીતે બનેલા કેટલાક શબ્દ નીચે આપ્યા છે :

allowથી allowance (ભથ્થું)
allyથી alliance (સંધિ) (અહીં ance જોડ્યા પહેલાં y ને iમાં બદલ્યો છે.)
clearથી clearance (સફાઈ)
persueથી persuance (સમજાવટ) (ance લગાવવાથી persueના અંતિમ eનો લોપ થાય છે.)

52 બાવનમો દિવસ
52nd Day

38. ઑફિસ (Office)

1. આ પંજાબ નેશનલ બૅંકનો ચેક છે. — This is a cheque drawn on the Punjab National Bank. ધિસ ઇઝ એ ચેક ડ્રૉન ઑન ધ પંજાબ નેશનલ બૅંક.
2. આ ક્લાર્ક અધિકારીઓનો માનીતો છે. — This clerk is a favourite of the officers. ધિસ ક્લાર્ક ઇઝ એ ફેવરિટ ઑફ ધ ઑફિસર્સ.
3. તમે કેટલા દિવસ સુધી રજા ઉપર રહેશો? — How long would you be on leave? હાઉ લૉંગ વુડ યૂ બી ઑન લીવ?
4. **આ દિવસોમાં કામ ખૂબ છે.** — **There is a heavy pressure of work these days.** ધેર ઇઝ એ હેવી પ્રેસર ઑફ વર્ક ધીઝ ડેઝ.
5. **મારે ટ્રંક-કૉલ કરવો છે.** — **I want to book a trunk-call.** આઈ વૉન્ટ ટુ બુક એ ટ્રંક-કૉલ.
6. **નોટિસને નોટિસ-બોર્ડ ઉપર મૂકી દો.** — **Put up the notice on the notice-board.** પુટ અપ ધ નોટિસ ઑન ધ નોટિસ-બોર્ડ.
7. સાહેબ છે? — Is the boss in? ઇઝ ધ બૉસ ઇન?
8. **અહીં સહી કરો.** — **Please sign here.** પ્લીઝ સાઇન હિયર.
9. મારી અરજી મંજૂર થઈ ગઈ. — My application has been accepted. માઈ એપ્લિકેશન હૅઝ બીન એક્સેપ્ટેડ.
10. તેને રજા નથી મળી. — He did not get leave. હી ડિડ નૉટ ગેટ લીવ.
11. તેને ચેતવણી આપવામાં આવી છે. — He has been warned. હી હૅઝ બીન વૉર્ન્ડ.
12. **હું આ બાબતમાં વિચાર કરીશ.** — **I will think over this matter.** આઈ વિલ થિંક ઓવર ધિસ મૅટર.
13. આ બાબતમાં હું તમારી સાથે પછીથી વાત કરીશ. — I will talk to you about this later on. આઈ વિલ ટૉક ટુ યૂ એબાઉટ ધિસ લેટર ઑન.
14. આ વિષય પર કંઈ જ વાત નથી થઈ. — This topic was not touched. ધિસ ટૉપિક વૉઝ નૉટ ટચ્ડ.
15. **હું જરૂર આ વાત ધ્યાનમાં રાખીશ.** — **I will surely keep this in mind.** આઈ વિલ શ્યોર્લી કીપ ધિસ ઇન માઇન્ડ.
16. તમે જે કંઈ કહો છો, તે બધું હું અનુસરું છું. — I follow all that you say. આઈ ફૉલો ઑલ ધૅટ યૂ સે.
17. આ ઑફિસમાં હેડ ક્લાર્ક જ સર્વસ્વ છે. — The head clerk is all in all in this office. ધ હેડ ક્લાર્ક ઇઝ ઑલ ઇન ઑલ ઇન ધિસ ઑફિસ.
18. તે તો એક સાધારણ ક્લાર્ક છે. — He is a mere clerk. હી ઇઝ એ મિઅર ક્લાર્ક.
19. ધૂમ્રપાન કરવાની મનાઈ છે. — Smoking is not allowed.* સ્મોકિંગ ઇઝ નૉટ એલાઉડ.
20. કેટલા વાગ્યા! — Time please! ટાઇમ પ્લીઝ!
21. **મારું ઘડિયાળ બંધ થઈ ગયું છે.** — **My watch has stopped.** માઇ વૉચ હૅઝ સ્ટૉપ્ડ.
22. **મોડું થયું છે?** — **Is it late?** ઇઝ ઇટ લેટ?

---

* ક્યાંક ક્યાંક સંક્ષિપ્ત રૂપમાં Smoking not allowed પણ લખવામાં આવે છે. અસલમાં આ વાક્યનો ભાગ છે. વાક્ય નથી અને વાક્યની દૃષ્ટિએ અપૂર્ણ છે.

23. તમે એક કલાક મોડા છો. You are late by an hour. યૂ આર લેટ બાઇ એન આવર.

24. પાંચ વાગ્યા છે? Is it five o'clock? ઇઝ ઇટ ફાઇવ ઓક્લૉક?

25. **આજે કેટલામી તારીખ છે?** **What is the date today?** વૉટ ઇઝ ધ ડેટ ટુડે?

26. બિલકુલ શિયાળા જેવો દિવસ છે. It is just like a winter day. ઇટ ઇઝ જસ્ટ લાઇક એ વિન્ટર ડે.

27. મારો કોઈ ફોન છે? Is there any phone/call for me? ઇઝ ધેર એની ફોન/કૉલ ફૉર મી?

28. મેં ડાયરેક્ટર પાસે ત્રણ વાગ્યાનો સમય લીધો છે. I have an appointment with the director at three o'clock. આઈ હૅવ એન એપોઇંટમેંટ વિથ ધ ડાયરેક્ટર ઍટ થ્રી ઓક્લૉક.

29. તમે એ ઑફિસમાં નિયૂક્ત થઈ ગયા? Are you appointed in that office? આર યૂ અપૉઇન્ટેડ ઇન ધેટ ઑફિસ?

30. તમે નોકરીમાંથી રાજીનામું આપો તે જ સારું. Better resign from your job. બેટર રિઝાઇન ફ્રૉમ યોર જૉબ.

31. **તમે કયા હોદ્દા પર છો?** **What post do you hold?** વૉટ પોસ્ટ ડૂ યૂ હોલ્ડ?

32. તે તેની બઢતી ઉપર બહુ ઘમંડ કરે છે. He is very proud of his promotion. હી ઇઝ વેરી પ્રાઉડ ઑફ હિઝ પ્રમોશન.

33. **આજે મારે બહુ જ કામ છે.** **I am very busy today.** આઈ એમ વેરી બિઝી ટુડે.

34. તમે ઑફિસમાં ક્યારે જોડાયાં? When did you join the office? વેન ડિડ યૂ જોઇન ધ ઑફિસ?

35. હું વેચાણખાતું સંભાળું છું. I am looking after sales department. આઈ એમ લુકિંગ આફ્ટર સેલ્સ ડિપાર્ટમેન્ટ.

36. મુન્ની છ મહિના પછી નિવૃત્ત થશે. Munni will retire after six months. મુન્ની વિલ રિટાયર આફ્ટર સિક્સ મન્થ.

39. વસ્તુઓ (Things)

1. આ બહુ જ સરસ ફોટો છે. This is a very fine/nice/beautiful photograph. ધિસ ઇઝ એ વેરી ફાઇન/નાઇસ/બ્યૂટિફુલ ફોટોગ્રાફ.

2. કૃપા કરીને પરચુરણ આપો. Please give change. પ્લીઝ ગિવ ચેન્જ.

3. તમે તમારો ફોટો મને ન દેખાડ્યો. You have not shown me your photograph. યૂ હૅવ નૉટ શોન મી યોર ફોટોગ્રાફ.

4. કૃપા કરીને આ સામાન મારી હોટેલમાં પહોંચાડી દો. Please deliver the goods at my hotel. પ્લીઝ ડિલિવર ધ ગુડઝ ઍટ માઇ હોટેલ.

5. મારે ચશ્મા બદલવાના છે. I have to get my spectacles changed. આઈ હૅવ ટુ ગેટ માઇ સ્પેક્ટેકલ્સ ચેન્જ્ડ.

6. મારે બીજા એક કામળાની જરૂર છે. I need another blanket. આઈ નીડ અનધર બ્લૅન્કેટ.

7. મારું ઘડિયાળ સમું કરાવવા મોકલ્યું છે. My watch has been sent for repairs. માઇ વૉચ હૅઝ બીન સેન્ટ ફૉર રિપેર્સ.

8. મારે દાળ, ભાત, શાક જોઈએ છે. I want rice, pulses and vegetable. આઈ વૉન્ટ રાઇસ, પલ્સિસ ઍન્ડ વેજિટેબલ.

9. મારે એક ડઝન સિગાર અને બે ડઝન સિગરેટ જોઈએ છે. I want one dozen cigars and two dozen cigarettes. આઈ વૉન્ટ વન ડઝન સિગાર્સ ઍન્ડ ટૂ ડઝન સિગરેટ્સ.

10. મારાથી અરીસો તૂટી ગયો. The mirror was broken by me. ધ મિરર વૉઝ બ્રોકન બાઇ મી.

11. **કંઈક ઠંડું પીઓ.** **Please have some cold drink.** પ્લીઝ હૅવ સમ કોલ્ડ ડ્રિંક.

12. મેં તમારું પુસ્તક નથી જોયું. I have not seen your book. આઈ હૅવ નૉટ સીન યોર બુક.

13. આ પેટી બહુ ભારે છે. — This box is very heavy. ધિસ બૉક્સ ઈઝ વેરી હેવી.
14. આ બધી વસ્તુઓ લઈ આવો. — Bring all these things. બ્રિંગ ઑલ ધીઝ થિંગ્ઝ.
15. આ બધી ચીજો બાંધી લો. — Pack these articles/things. પૅક ધીઝ આર્ટિકલ્સ/થિંગ્ઝ.
16. તમારો બિસ્ત્રો ઉઠાવી લો. — Please pick up your holdall. પ્લીઝ પિક અપ યોર હોલ્ડૉલ.
17. તે બધો સામાન લઈને તેમના ઘેરથી નીકળી ગયો. — He left his house with bag and baggage. હી લેફ્ટ હિઝ હાઉસ વિથ બૅગ ઍન્ડ બૅગેજ.
18. તમારે ઓછો સામાન લઈને મુસાફરી કરવી જોઈએ. — You should travel light. યૂ શુડ ટ્રાવેલ લાઈટ.
19. સુંદર વસ્તુ એ એની નબળાઈ છે. — He has a weakness for beatiful things. હી હૅઝ એ વીકનેસ ફૉર બ્યૂટિફુલ થિંગ્ઝ.
20. આ કાપડ વધુ ટકાઉ લાગે છે. — This fabric seems to be durable. ધિસ ફેબ્રિક સીમ્સ ટુ બી ડ્યૂરેબલ.
21. વાસણોને ફરીથી છાજલી પર ગોઠવી દો. — Put the utensils back on the shelf. પુટ ધ યુટેન્સિલ્સ બૅક ઑન ધ શેલ્ફ.
22. તમે તમારો ઓરડો લીલો રંગાવજો. — Get your room painted green. ગેટ યોર રૂમ પેન્ટેડ ગ્રીન.
23. તમે તમારું ઘર ધોળાવ્યું? — Have you got your house white-washed? હૅવ યૂ ગૉટ યોર હાઉસ વાઈટ-વૉશ્ડ?
24. મારે મારું ફર્નિચર સમું કરાવવું છે. — I have to get my furniture repaired. આઈ હૅવ ટુ ગેટ માઇ ફર્નિચર રિપેયર્ડ.
25. તમારે ફર્નિચર કયા રૂમમાં મૂકવું છે? — Where do you want to keep the furniture? વેર ડૂ યૂ વૉંટ ટુ કીપ ધ ફર્નિચર?
26. **બાથરૂમમાં ગીઝર મૂકવાનું છે.** — **We have to fix a geaser in the bathroom.** વી હૅવ ટુ ફિક્સ એ ગીઝર ઈન ધ બાથરૂમ.

આટલું યાદ રાખો. (Remember)

(1) (a) આ કેરીઓ બહુ મીઠી છે. (b) એક ટોપલીમાં પચાસ કેરી માય છે. આ વાક્યોથી સ્પષ્ટ થાય છે કે પહેલાં વાક્યમાં 'કેરી' શબ્દ એકવચન નામ છે અને બીજાં વાક્યમાં એ જ શબ્દ (બદલાયા વિના) બહુવચન નામ છે. ગુજરાતીના 'કેરી' વગેરે શબ્દની જેમ અંગ્રેજીમાં પણ અનેક શબ્દ છે. જેનું એકવચન (singular number સિંગ્યુલર નંબર) બહુવચન (plural number પ્યુરલ નંબર) જેવું હોય છે. જુઓ. The hunter ran after the deer. ધ હંટર રેન આફ્ટર ધ ડિઅર. (શિકારી હરણની પાછળ દોડ્યો) અને The deer are fine looking animals ધ ડિઅર આર ફાઇન લુકિંગ એનિમલ્સ (હરણ દેખાવમાં બહુ સુંદર પશુ છે)માં deerનું plural number પણ deer જ છે. એ રીતે આ શબ્દો પર પણ ધ્યાન આપો.

sheep (શીપ) ઘેટું   chinese (ચાઈનીઝ) ચીની   hair (હેર) વાળ

a sheep એક ઘેટું, many sheep ઘણાં ઘેટાં; a hair એક વાળ, many hair ઘણા વાળ વગેરે.

(2) Dozen (ડઝન) ડઝન, score (સ્કોર) સ્કોર, gross (ગ્રોસ) ગ્રોસ 144 વસ્તુઓ, hundred (હંડ્રેડ) એકસો, thousand (થાઉઝન્ડ) હજાર વગેરે સંખ્યાવાચક શબ્દો અંગ્રેજીમાં જ્યારે વિશેષણના રૂપમાં આવે છે તો તે એકવચન જ રહે છે. જેમ કે two dozen eggs, five hundred rupees, three thousand soldiers. પરંતુ જ્યારે ક્રિયાવિશેષણના રૂપમાં ઉપયોગ કરવામાં આવે છે તો તે બહુવચન થઈ જાય છે. જેમ કે dozens of eggs, hundreds of rupees વગેરે.

53 ત્રેપનમો દિવસ
rd Day

40. કાયદો (Law)

1. **એના ઉપર ખૂનનો આરોપ લગાવાયો.** — **He was accused of murder.** હી વૉઝ એક્યૂઝ્ડ ઑફ મર્ડર.
2. તે બે દિવસ જેલમાં રહ્યો. — He was in the lock-up for two days. હી વૉઝ ઈન ધ લૉક-અપ ફૉર ટૂ ડેઝ.
3. તેણે આ બનાવનો રિપોર્ટ પોલીસને આપ્યો. — He reported this matter to the police. હી રિપોર્ટેડ ધિસ મેટર ટુ ધ પોલીસ.
4. પ્રતિવાદીને આરોપમાંથી મુક્ત કરાયો. — The defendant was acquitted. ધ ડિફેન્ડન્ટ વૉઝ એક્વિટેડ.
5. **તે સંતાતો ફર્યો.** — **He absconded.** હી એબ્સકોંડેડ.
6. **તેને જામીન પર છોડ્યો.** — **He was released on bail.** હી વૉઝ રિલીઝ્ડ ઑન બેલ.
7. શહેરમાં ગેરકાનુની વાતાવરણ પ્રસર્યું છે. — Lawlessness prevails in the city. લૉલેસનેસ પ્રિવેઇલ્સ ઇન ધ સિટી.
8. તમે કાયદા વિરોધી કામ કર્યું છે. — You have acted illegally. યૂ હેવ એક્ટેડ ઇલ્લીગલી.
9. ન્યાયની આ માગણી છે. — Justice demanded it. જસ્ટિસ ડિમાન્ડેડ ઇટ.
10. **તમે મારા સાક્ષી છો.** — **You are my witness.** યૂ આર માઇ વિટનેસ.
11. તે કાયદા વિરોધી છે. — This is against the law. ધિસ ઇઝ અગેન્સ્ટ ધ લૉ.
12. **તે બિલકુલ નિર્દોષ છે.** — **He is quite innocent.** હી ઇઝ ક્વાઇટ ઇનોસંટ.
13. તમે જ ન્યાય કરો. — It is for you to judge. ઇટ ઇઝ ફૉર યૂ ટુ જજ.
14. તે બધા બનાવટી દસ્તાવેજો છે. — These are all forged documents. ધીઝ આર ઑલ ફોર્જ્ડ ડૉક્યુમેંટસ.
15. **તેણે મારા વિરુદ્ધ દાવો કર્યો છે.** — **He has filed a suit against me.** હી હૅઝ ફાઇલ્ડ એ સૂટ અગેન્સ્ટ મી.
16. વકીલોએ સાક્ષીઓની ઊલટ-તપાસ કરી. — The lawyers cross-examined the witnesses. ધ લૉયર્સ ક્રૉસ-એક્ઝામિન્ડ ધ વિટનેસિઝ.
17. આજકાલ દાવા વધતા જાય છે. — Nowadays litigation is on the increase. નાઉએડેઝ લિટિગેશન ઇઝ ઑન ધ ઇન્ક્રીઝ.
18. **પોલીસ આ વિષયની તપાસ ચલાવી રહી છે.** — **The police is investigating the matter.** ધ પોલીસ ઇઝ ઇન્વેસ્ટિગેટિંગ ધ મેટર.
19. મેં એની વિરુદ્ધ ફોજદારી ફરિયાદ કરી છે. — I have filed a criminal case against him. આઈ હેવ ફાઇલ્ડ એ ક્રિમિનલ કેસ અગેંસ્ટ હિમ.
20. મેજિસ્ટ્રેટે તેની વિરુદ્ધ અપરાધ દાખલ કર્યો. — The magistrate convicted the accused. ધ મેજિસ્ટ્રેટ કન્વિક્ટેડ ધ એક્યૂઝ્ડ.
21. અંતમાં વાદી અને પ્રતિવાદીએ સમાધાન કરી લીધું. — At last the plaintiff and the defendant reached a compromise. ઍટ લાસ્ટ ધ પ્લેનટિફ ઍન્ડ ધ ડિફેંડંટ રીચ્ડ એ કોમ્પ્રોમાઇઝ.
22. **એને મોતની સજા મળી.** — **He was sentenced to death.** હી વૉઝ સેન્ટન્સ્ડ ટુ ડેથ.
23. પંચે પ્રતિવાદીના પક્ષમાં ફેંસલો આપ્યો. — The jury gave its verdict in favour of the accused. ધ જ્યૂરી ગેવ ઇટ્સ વર્ડિક્ટ ઇન ફેવર ઑફ ધ એક્યૂઝ્ડ.

24. ખૂનીને ફાંસીએ ચડાવ્યો. The murderer has been hanged. ધ મર્ડરર હૅઝ બીન હેન્ગડ.

25. કાયદાની અજ્ઞાનતા એ બચાવ નથી. Ignorance of law is no excuse.
ઈગ્નોરેન્સ ઑફ લૉ ઇઝ નો એક્સક્યૂઝ.

26. જજે ચોરને સજા કરી. The judge punished the thief. ધ જજ પનિશ્ડ ધ થીફ.

27. **મુકદ્દમાનો શો ફેંસલો આવ્યો? What was the judgement in the case?**
વૉટ વૉઝ ધ જજમેંટ ઇન ધ કેસ?

28. **એ નજરે જોનાર સાક્ષી છે. He is an eye-witness.** હી ઇઝ એન આઈ-વિટનેસ.

29. **તે કાયદાને માનનારો નાગરિક છે. He is a law-abiding citizen.**
હી ઇઝ એ લૉ-એબાઈન્ડિંગ સિટિઝન.

30. ન્યાયમાં વાર લાગે તેનો અર્થ એ અંધેર છે. Justice delayed is justice denied.
જસ્ટિસ ડિલેડ ઇઝ જસ્ટિસ ડિનાઇડ.

31. બચાવપક્ષના વકીલે ખૂબ સારી દલીલ કરી. The defence counsel argued the case well.
ધ ડિફેન્સ કાઉન્સેલ આર્ગ્યૂડ ધ કેસ વેલ.

32. પોલીસે ખૂનીને પકડી લીધો. Police caught-hold of the murderer.
પોલીસ કૉટ હોલ્ડ ઑફ ધ મર્ડરર.

33. **સાક્ષીએ જુબાની ફેરવી તોળી. The witness changed his narration.**
ધ વિટનેસ ચેન્જ્ડ હિઝ નેરેશન.

41. રેડિયો, ટીવી, ટપાલ કચેરી (Radio, T.V., Post Office)

1. મેં રંગીન ટી.વી. ખરીદ્યું છે. I have bought a colour television.
આઈ હૅવ બૉટ એ કલર ટેલીવિઝન.

2. તમારું ટી.વી. ચાલુ છે. Your T.V. is on. યોર ટી.વી. ઇઝ ઑન.

3. મારું ટી.વી. બંધ છે. My T.V. is off. માઇ ટી.વી. ઇઝ ઑફ.

4. સમાચાર બધી ચેનલો પરથી એક સાથે પ્રસારિત થાય છે. News bulletin is broadcast simultaneously from all T.V. channels. ન્યૂસ બુલેટિન ઇઝ બ્રોડકાસ્ટ સાઇમલ્ટેનિયસલી ફ્રૉમ ઑલ ટી.વી. ચેનલ્સ.

5. હું ટી.વી. જોવાનો બહુ શોખીન છું. I am very fond of watching T.V.
આઈ એમ વેરી ફૉંડ ઑફ વૉચિંગ ટી.વી.

6. **હવે ચેનલ ઝી ચાલુ કરો. Now switch on to channel Zee.** નાઉ સ્વીચ ઑન ટુ ચેનલ ઝી.

7. ટપાલી કાગળો જુદા પાડી રહ્યો છે. The postman is sorting out the letters.
ધ પોસ્ટમૅન ઇઝ સૉર્ટિંગ આઉટ ધ લેટર્સ.

8. **આગલી ટપાલ સાડાચાર વાગે નીકળશે. The next clearance is due at 4.30 P.M.**
ધ નેક્સ્ટ ક્લિયરન્સ ઇઝ ડ્યૂ એટ ફોર-થર્ટી પી.એમ.

9. ટપાલ દિવસમાં બે વાર વહેંચાય છે. The mail is delivered twice a day.
ધ મેલ ઇઝ ડિલિવર્ડ ટ્વાઇસ એ ડે.

10. મેં મનીઑર્ડરથી ૫૦ રૂપિયા મોકલ્યા. I sent rupees fifty by money-order.
આઈ સેન્ટ રૂપીઝ ફિફ્ટી બાઇ મની-ઑર્ડર.

11. રજિસ્ટર પેકેટ ઉપર પૂરી ટિકિટ નથી. The registered packet needs more stamps.
ધ રજિસ્ટર્ડ પેકેડ નીડ્સ મોર સ્ટેમ્પ્સ.

12. કૃપા કરીને મનીઑર્ડરની રસીદ મોકલજો. Please acknowledge the money-order.
પ્લીઝ એક્નોલેજ ધ મની-ઑર્ડર.

13. રેડિયો આપણા રોજિંદા જીવનમાં અગત્યનો ભાગ ભજવે છે. The radio plays a very important part in our everyday life. ધ રેડિયો પ્લેઝ એ વેરી ઈમ્પોર્ટન્ટ પાર્ટ ઇન અવર એવરિડે લાઇફ.

14. **મારો રેડિયો બહુ સ્પષ્ટ અવાજ પકડે છે.**	**My radio gets a very clear reception.** માઈ રેડિયો ગેટસ એ વેરી ક્લીયર રિસેપ્શન.
15. **તમે પાર્સલનું વજન કરી લીધું છે?**	**Have you weighed the parcel?** હેવ યૂ વેડ ધ પાર્સલ?
16. મારે પોસ્ટ ઑફિસમાંથી કવર અને ઈન્લેંડ ખરીદવાનાં છે.	I have to buy some envelops and inlands from post office. આઈ હેવ ટુ બાઇ સમ એન્વલપ્સ એન્ડ ઈન્લેંડ્સ ફ્રૉમ પોસ્ટ ઑફિસ.
17. ટપાલ વિભાગના કર્મચારીઓ હડતાલ પર છે.	The workers of postal department are on strike. ધ વર્કર્સ ઑફ પોસ્ટલ ડિપાર્ટમેન્ટ આર ઑન સ્ટ્રાઈક.
18. આ કવર પર કેટલાની ટિકિટ લાગશે?	What will the stamp on this envelop cost? વૉટ વિલ ધ સ્ટેમ્પ ઑન ધિસ એન્વલપ કૉસ્ટ?
19. આ ચેનલમાં ગરબડ છે.	This channel is disturbed. ધિસ ચેનલ ઈઝ ડિસ્ટર્બ્ડ.
20. તમે એને બરાબર ટ્યૂન નહીં કરી હોય.	You haven't tuned it properly. યૂ હેવન્ટ ટ્યૂન્ડ ઈટ પ્રોપર્લી.
21. ટી.વી.માં ઘણી ચેનલો આવે છે.	There are so many channels in the T.V. ધેર આર સો મેની ચેનલ્સ ઈન ધ ટી.વી.
22. હવે રેડિયોમાં 'રેડિયો મિરચી'નું સ્ટેશન ચાલુ થયું છે.	Now 'Radio Mirchi' station has also started in radio. નાઉ 'રેડિયો મિરચી' સ્ટેશન હેઝ ઑલ્સો સ્ટાર્ટેડ ઈન રેડિયો.
23. ટપાલીઓનો પોશાક બદલાઈ ગયો છે.	Postman's dress has been changed. પોસ્ટમેન્સ ડ્રેસ હેઝ બિન ચેન્જ્ડ.

આટલું યાદ રાખો. (Remember)

Here's a good government after decades. (આજે કેટલાક દસકા પછી સારી સરકાર બની છે)માં govern ક્રિયામાં ment લગાવવાથી government નામ બને છે. એ જ રીતે કેટલાંક બીજાં નામો નીચે પ્રમાણે છે.

agreeથી agreement (સંમતિ)	employથી employment (નોકરી)
amazeથી amazement (આશ્ચર્ય)	exciteથી excitement (જોશ)
amendથી amendment (સુધારા)	settleથી settlement (નિકાલ લાવવો)

argueથી argument અહીં argueના eનો લોપ થયો છે.

He is a civil servant. (તે એક અધિકારી છે)માં servant નામ છે. અંતમાં antવાળાં કેટલાંક નામ છે. accountant (નામુ લખનારો), applicant (અરજદાર), consonant (વ્યંજન), defendant (રક્ષક), merchant (સૌદાગર). પરંતુ અંતમાં antવાળાં બધાં નામ નથી હોતાં, જેમ કે – important (મહત્ત્વપૂર્ણ) વિશેષણ છે. અંતમાં antવાળાં નામો કેટલીક વાર બીજા શબ્દોથી બને છે. જેમ કે – accountant, applicant, defendant અનુક્રમો account, apply (y ને iમાં બદલીને), તથા defendમાં ant લગાવીને બન્યા છે. સાથે સાથે કેટલાંક સ્વતંત્ર રૂપ છે જેવાં કે merchant એ કોઈ પણ શબ્દમાં ant લગાવવાથી નથી બન્યો.

54 ચોપ્પનમો દિવસ
54th Day

42. મુસાફરી (Travel)

1. જલદી ચાલો. — Hurry up please. હરી અપ પ્લીઝ.
2. **અમે આડે રસ્તે ગયાં.** — **We strayed.** વી સ્ટ્રેડ.
3. **મુસાફરી લાંબી છે.** — **It is a long journey.** ઇટ ઇઝ એ લૉંગ જર્ની.
4. મારે આગ્રા જવું છે. — I have to go to Agra. આઈ હેવ ટુ ગો ટુ આગ્રા.
5. **તમે જલદી કેમ પાછા ફર્યા?** — **Why did you come back soon?** વાય ડિડ યૂ કમ બેક સૂન?
6. તમે ક્યાં ઊતર્યા છો? — Where are you staying? વેર આર યૂ સ્ટેઇંગ?
7. તમે ટિકિટ લઈ લીધી? — Have you bought the ticket? હૅવ યૂ બૉટ ધ ટિકિટ?
8. હું સાડા પાંચ વાગ્યાની ગાડીમાં મુંબઈ જઈશ. — I will go to Mumbai by the 5.30 train. આઈ વિલ ગો ટુ મુંબઈ બાઇ ધ ફાઇવ-થર્ટી ટ્રેન.
9. **આપણે સાથે સાથે જઈશું.** — **We will go together.** વી વિલ ગો ટુગેધર.
10. આ વર્ષે બદ્રીનાથનું મંદિર જૂન માસમાં ફરી ખુલશે. — The Badrinath temple will reopen in June this year. ધ બદ્રીનાથ ટેમ્પલ વિલ રીઓપન ઇન જૂન ધિસ યર.
11. ગુજરાત મેલ ક્યારે ઊપડે છે? — When does the Gujarat Mail leave? વેન ડઝ ધ ગુજરાત મેલ લીવ?
12. **આપણે સમયસર પહોંચીશું.** — **We will reach in time.** વી વિલ રીચ ઇન ટાઇમ.
13. **ગાડી કયા પ્લેટફૉર્મ પર આવશે?** — **On which platform will the train arrive?** ઑન વિચ પ્લેટફૉર્મ વિલ ધ ટ્રેન એરાઇવ?
14. સ્ટેશન અહીંથી કેટલું દૂર છે? — How far is the railway station from here? હાઉ ફાર ઇઝ ધ રેલવે સ્ટેશન ફ્રૉમ હિયર?
15. જલદી કરો, નહીં તો તમે તમે ગાડી ચૂકી જશો. — Make haste/Hurry up, otherwise you will miss the train. મેક હેસ્ટ/હરી અપ, અધરવાઇઝ યૂ વિલ મિસ ધ ટ્રેન.
16. ગાડી હવે દેખાતી નથી. — The train is now out of sight. ધ ટ્રેન ઇઝ નાઉ આઉટ ઑફ સાઇટ.
17. હું મારા ભાઈને સ્ટેશન ઉપર મૂકવા જાઉં છું. — I am going to the station to see off my brother. આઈ એમ ગોઇંગ ટુ ધ સ્ટેશન ટુ સી ઑફ માઇ બ્રધર.
18. **પગે ચાલીને તો કેવળ દસ જ મિનિટનો રસ્તો છે.** — **It is only a ten minutes walk.** ઇટ ઇઝ ઓન્લી એ ટેન મિનિટ્સ વૉક.
19. હું એમને લેવા સ્ટેશન જાઉં છું. — I am going to the station to receive them. આઈ એમ ગોઇંગ ટુ ધ સ્ટેશન ટુ રિસીવ ધેમ.

20. આ જાહેર રસ્તો નથી. It is no thoroughfare. ઈટ ઈઝ નો થરોફેર.

21. અમે શિકાર માટે જંગલમાં ગયા. We went to the forest for hunting. વી વેન્ટ ટુ ધ ફૉરેસ્ટ ફૉર હંટિંગ.

22. **સમારકામ માટે રસ્તો બંધ છે.** **The road is closed for repairs.** ધ રોડ ઈઝ ક્લોઝ્ડ ફૉર રિપેર્સ.

23. **તેઓ ગાડી ન પકડી શક્યા.** **They could not catch the train.** ધે કુડ નૉટ કેચ ધ ટ્રેન.

24. આગળના પૈડામાં હવા ઓછી હતી. The front wheel had less air. ધ ફ્રંટ વીલ હેડ લેસ એર.

25. **મોટરનું ટાયર ફાટી ગયું.** **The tyre of the car burst out.** ધ ટાયર ઑફ ધ કાર બર્સ્ટ આઉટ.

26. હું સાઈકલ ચલાવવાનો શોખીન છું. I am fond of cycling. આઈ એમ ફૉન્ડ ઑફ સાઈક્લિગ.

27. મેં સુરતમાં ગાડી બદલી. I changed the train at Surat. આઈ ચેન્જ્ડ ધ ટ્રેન એટ સુરત.

28. ટિકિટ બારી રાતદિવસ ખુલ્લી રહે છે. The booking office remains open day and night. ધ બુકિંગ ઑફિસ રિમેન્સ ઓપન ડે ઍન્ડ નાઈટ.

29. આ ગાડી સીધી કોલકતા જાય છે? Is it a direct train to Kolkata? ઈઝ ઈટ એ ડાઈરેક્ટ ટ્રેન ટુ કોલકતા?

30. હું તમારી સાથે સ્ટેશન સુધી આવીશ. I will accompany you to the station. આઈ વિલ એકંપની યૂ ટુ ધ સ્ટેશન.

31. એક અઠવાડિયા પછી હું નૈનિતાલ હોઈશ. I will be in Nainital after a week. આઈ વિલ બી ઈન નૈનિતાલ આફ્ટર એ વીક.

32. રેલવેના પાટા ઓળંગવા એ પ્રતિબંધિત છે. Crossing the railway tracks is prohibited. ક્રૉસિંગ ધ રેલવે ટ્રેક્સ ઈઝ પ્રોહિબિટેડ.

33. આગળનું સ્ટેશન દિલ્હી છે. The next station is Delhi. ધ નેક્સ્ટ સ્ટેશન ઈઝ દિલ્હી.

34. હજુ ગાડી ઊપડવામાં અર્ધો કલાકની વાર છે. There is still half an hour for the train to start. ધેર ઈઝ સ્ટિલ હાફ એન આવર ફૉર ધ ટ્રેન ટુ સ્ટાર્ટ.

35. **જલદી કરો, અહીં ગાડી થોડી વાર જ ઊભી રહે છે.** **Hurry up, the train stops here for a short while.** હરી અપ, ધ ટ્રેન સ્ટોપ્સ હિયર ફૉર એ શૉર્ટ વાઈલ.

36. **ગાડીનો યોગ્ય સમય સાડા અગિયારનો છે.** **The train is due at half past eleven.** ધ ટ્રેન ઈઝ ડ્યૂ ઍટ હાફ પાસ્ટ ઈલેવન.

37. **રસ્તામાં અમારી મોટરને પંક્ચર પડ્યું.** **Our car broke down/got punctured on the way.** અવર કાર બ્રોક ડાઉન/ગૉટ પંક્ચર્ડ ઑન ધ વે.

38. તે સોમવારે મુંબઈ ઊતરશે. He will land in Mumbai on Monday. હી વિલ લેન્ડ ઈન મુંબઈ ઑન મન્ડે.

39. કુલી જહાજમાંથી સામાન ઉતારે છે. The porters are unloading the cargo. ધ પોર્ટર્સ આર અનલોડિંગ ધ કાર્ગો.

40. અહીં એકાદ ટેક્ષી મળશે? Is a taxi available here? ઈઝ એ ટૅક્સી અવેલેબલ હિયર?

41. ગાડી પ્લેટફૉર્મ પર પહોંચી ગઈ છે. The train has already reached the platform. ધ ટ્રેન હેઝ ઑલરેડી રીચ્ડ ધ પ્લેટફૉર્મ.

42. આ ડબ્બો સૈનિકો માટે રિઝર્વ છે, અમે તો શયનકક્ષમાં જઈએ છીએ. This bogey is reserved for soldiers, we are travelling by the sleeper coach. ધિસ બોગી ઈઝ રિઝર્વ્ડ ફૉર સોલ્જર્સ, વી આર ટ્રાવેલિંગ બાઈ ધ સ્લીપર કોચ.

43. આ વર્ષે તમે ગરમીની રજાઓ ક્યાં ગાળવાના છો?
Where will you spend your summer vacation this year? વેર વિલ યૂ સ્પેન્ડ યોર સમર વેકેશન ધિસ યર?

44. હું કોઈ પહાડી પ્રદેશ પર જઈશ, કદાચ માઉન્ટ આબુ.
I will go to some hill station, probably to Mt. Abu. આઈ વિલ ગો ટુ સમ હિલ સ્ટેશન, પ્રોબેબ્લી ટુ માઉન્ટ આબુ.

45. શું સૌરાષ્ટ્ર મેલ સમયસર આવશે?
Is Saurashtra Mail arriving on time? ઈઝ સૌરાષ્ટ્ર મેલ એરાઈવિંગ ઑન ટાઈમ?

46. ગાડી અઢી કલાક મોડી પહોંચી.
The train reached two and a half hours late. ધ ટ્રેન રિચ્ડ ટુ ઍન્ડ એ હાફ આવર્સ લેટ.

47. ગાડી ભરૂચ પાસે ખડી પડી.
The train derailed near Bharuch. ધ ટ્રેન ડિરેલ્ડ નીઅર ભરૂચ.

48. માલગાડીમાં ઘેટાં-બકરાં ભર્યાં છે.
Goods train is loaded with sheeps and goats. ગુડ્ઝ ટ્રેન ઈઝ લોડેડ વિથ શીપ્સ ઍન્ડ ગોટ્સ.

49. સુપરફાસ્ટ ગાડીમાં ખાવાનું પણ પીરસાય છે.
Meal is served in superfast trains. મીલ ઈઝ સર્વ્ડ ઈન સુપરફાસ્ટ ટ્રેન.

50. આરક્ષિત ડબ્બામાં મુસાફરી કરવી હિતાવહ છે.
It is better to travel in reserved coach. ઈટ ઈઝ બેટર ટુ ટ્રાવેલ ઈન રિઝર્વ્ડ કોચ.

આટલું યાદ રાખો. (Remember)

'Our school will reopen tomorrow (અમારી શાળા કાલે ખુલશે)', 'Curzon Road in New Delhi has been renamed Kasturba Gandhi Marg (નવી દિલ્હીમાં કર્ઝન રોડનું નામ બદલીને કસ્તૂરબા ગાંધી માર્ગ રાખ્યું છે)'માં reopen = re + open, renamed = re + named અહીં re ઉપસર્ગનો અર્થ છે, પુનઃ ફરીથી, આ અર્થવાળા કેટલાક શબ્દો છે –

rebound ઊછળીને પાછું આવવું
reclaim ફરીથી મેળવવું
recoil પાછું ધકેલવું
recount ફરીથી ગણવું
recross ફરીથી પાર કરવું
reenter ફરીથી પ્રવેશ કરવો
refill ફરીથી ભરવું
refund પાછું આપવું (રૂપિયા)
reload ફરીથી ભરવું
remake ફરીથી બનાવવું
replant ફરીથી (છોડ) ઉગાડવું
reprint ફરીથી છાપવું
reread ફરીથી વાંચવું
retake ફરીથી મેળવવું
retrace એ માર્ગ પર પાછા ફરવું
rejoin ફરીથી મળવું.

55 પંચાવનમો દિવસ
th Day

43. મનોરંજન (Recreation)

1. **અમે સંગીત સાંભળી રહ્યા હતા.** — **We were listening to music.** વી વેર લિસનિંગ ટુ મ્યૂઝિક.
2. તે સિનેમા થીએટર પર તમારી રાહ જોશે. — She will wait for you at the cinema hall.
શી વિલ વેટ ફૉર યૂ ઍટ ધ સિનેમા હૉલ.
3. તે પિયાનો વગાડે છે પણ વાયોલીન નહીં. — She plays the piano but not the violin.
શી પ્લેઝ ધ પિયાનો બટ નૉટ ધ વાયોલિન.
4. હું દરેક રવિવારે સિનેમા જોવા જતો હતો. — Every Sunday I used to go to see the film.
એવરી સન્ડે આઈ યૂઝ્ડ ટુ ગો ટુ સી ધ ફિલ્મ.
5. **ટિકિટો એકઠી કરવી એ મારો શોખ છે.** — **Stamp collecting is my hobby.** સ્ટેમ્પ કલેક્ટિંગ ઇઝ માઇ હૉબી.
6. મેં મારી કેટલીક ટિકિટો અમિતાભને બતાવી. — I showed some of my stamps to Amitabh.
આઈ શોડ સમ ઑફ માઇ સ્ટેમ્પસ ટુ અમિતાભ.
7. હું તેનું મધુર ગીત સાંભળી રહ્યો હતો. — I was listening to her sweet song.
આઈ વૉઝ લિસનિંગ ટુ હર સ્વીટ સૉગ.
8. તે બહુ રસપ્રદ વાર્તા હતી. — It was a very interesting story.
ઇટ વૉઝ એ વેરી ઇન્ટરેસ્ટિંગ સ્ટોરી.
9. **આજનું નાટક જોવાલાયક છે?** — **Is today's play worth seeing?** ઇઝ ટુડેઝ પ્લે વર્થ સીઇંગ?
10. 'એલઓસી' ફિલ્મ તુરતમાં જ બતાવવામાં આવશે. — The film 'LOC' will be released shortly.
ધ ફિલ્મ 'એલઓસી' વિલ બી રિલીઝ્ડ શૉર્ટલી.
11. મને ક્લાસિકલ સંગીત બહુ ગમે છે. — I like classical music very much.
આઈ લાઇક ક્લાસિકલ મ્યૂઝિક વેરી મચ.

44. આમ ન કરો (Do nots)

1. કામથી છટકી ન જાઓ. — Do not shirk work. ડૂ નૉટ શર્ક વર્ક.
2. જલદી ન કરો. — Do not be in a hurry. ડૂ નૉટ બી ઇન એ હરી.
3. બીજાની નિંદા ન કરો. — Do not speak ill of others. ડૂ નૉટ સ્પીક ઇલ ઑફ અધર્સ.
4. બીજાની મજાક ન કરો. — Do not laugh at others. ડૂ નૉટ લાફ ઍટ અધર્સ.
5. બીજાની સાથે ઝઘડો ન કરો. — Do not quarrel with others. ડૂ નૉટ ક્વોરલ વિથ અધર્સ.
6. બીજાની ઉપર આધાર ન રાખો. — Do not depend upon others. ડૂ નૉટ ડિપેન્ડ અપૉન અધર્સ.
7. **ખુલ્લા પગે બહાર ન જાવ.** — **Do not go out bare-footed.** ડૂ નૉટ ગો આઉટ બેર-ફુટેડ.
8. તમારો સમય ન બગાડો. — Do not waste your time. ડૂ નૉટ વેસ્ટ યોર ટાઇમ.
9. બીજાઓની કોઈ વસ્તુ ન ચોરો. — Do not steal others' things. ડૂ નૉટ સ્ટીલ અધર્સ થિંગ્સ.
10. તમારો મિજાજ ન ગુમાવો. — Do not lose your temper. ડૂ નૉટ લૂઝ યોર ટેમ્પર.
11. **નવરા ન બેસો.** — **Do not sit idle.** ડૂ નૉટ સીટ આઇડલ.
12. કામ કરતી વેળા ઊંઘો નહીં. — Do not doze while you work. ડૂ નૉટ ડોઝ વાઇલ યૂ વર્ક.
13. ફૂલ ન તોડો. — Do not pluck flowers. ડૂ નૉટ પ્લક ફ્લાવર્સ.
14. જમીન/દીવાલ ઉપર ન થૂંકો. — Do not spit on the floor/wall. ડૂ નૉટ સ્પીટ ઑન ધ ફ્લોર/વૉલ.
15. **બીજાને ખલેલ ન પહોંચાડો.** — **Do not disturb others.** ડૂ નૉટ ડિસ્ટર્બ અધર્સ.
16. ચોપડીના પાનાના ખૂણા ન વાળો. — Do not turn the corners of the pages of a book.
ડૂ નૉટ ટર્ન ધ કૉર્નર્સ ઑફ ધ પેજિસ ઑફ એ બુક.

17. તમારી ચોપડીઓ ઉપર કંઈ ન લખો. Do not write anything on your books. ડૂ નૉટ રાઇટ એનીથિંગ ઑન યોર બુક્સ.

18. જૂઠું કદાપિ ન બોલશો. Do not speak lie. ડૂ નૉટ સ્પીક લાઇ.

19. કચરો ડબ્બામાં નાખો. Throw the dust in dustbin. થ્રો ધ ડસ્ટ ઇન ડસ્ટબિન.

45. આમ કરો (Do's)

1. **બને તેટલું સાફ લખો.** **Write as neatly as you can.** રાઇટ ઍઝ નીટલી ઍઝ યૂ કૅન.
2. પુસ્તક વાંચતી વેળા હાથ હંમેશાં સાફ રાખો. Always have clean hands while reading a book. ઑલવેઝ હૅવ ક્લીન હૅન્ડઝ વાઇલ રીડિંગ એ બુક.
3. સડકની ડાબી તરફ ચાલો. Keep to the left of the road. કીપ ટુ ધ લેફ્ટ ઑફ ધ રોડ.
4. હંમેશાં પોતાના જમણા હાથ સાથે હાથ મેળવો. Always shake hands with your right hand. ઑલવેઝ શેક હૅન્ડ્સ વિથ યોર રાઇટ હૅન્ડ.
5. સખત પરિશ્રમની ટેવ પાડો. Be hard working./Cultivate the habit of working hard. બી હાર્ડ વર્કિંગ./કલ્ટિવેટ ધ હેબિટ ઑફ વર્કિંગ હાર્ડ.
6. મૂર્ખોને હંમેશાં તમારાથી દૂર રાખો. Always keep the idiots off you. ઑલવેઝ કીપ ધ ઇડિયટ્સ ઑફ યૂ.
7. **વડીલો સાથે આદરથી વાત કરો.** **Talk respectfully with elders.** ટૉક રિસ્પેક્ટફુલી વિથ એલ્ડર્સ.
8. **તમારા મતભેદોને ભૂલી જાઓ.** **Sink your differences.** સીંક યોર ડિફરન્સિસ.
9. સવારે વહેલા ઊઠો. Get up early in the morning. ગેટ અપ અર્લી ઇન ધ મોર્નિંગ.
10. સવાર સાંજ ફરવા જાઓ. Go out for a walk in the morning and evening. ગો આઉટ ફૉર એ વૉક ઇન ધ મોર્નિંગ ઍન્ડ ઇવનિંગ.
11. બંને વખત જમ્યા પછી દાંત સાફ કરો. Brush your teeth after both the meals. બ્રશ યોર ટીથ આફ્ટર બોથ ધ મીલ્સ.
12. **ટટ્ટાર ઊભા રહો, નમીને નહીં.** **Stand upright, do not bend.** સ્ટૅન્ડ અપરાઇટ, ડુ નૉટ બેન્ડ.
13. **તમારા ઝઘડાનો અંત લાવો.** **Patch up your disputes.** પેચ અપ યોર ડિસ્પ્યૂટ્સ.
14. તમારી ટેવો સુધારો. Mend your ways. મેન્ડ યોર વેઝ.
15. તમારાથી મોટાનું કહ્યું માનો. Obey your elders. ઓબે યોર એલ્ડર્સ.
16. તમારાથી નાનાને ચાહો. Love your youngsters. લવ યોર યંગસ્ટર્સ.
17. સરખી ઉંમરનાનો આદર કરો. Give due regard to your equals. ગિવ ડ્યૂ રિગાર્ડ ટુ યોર ઇક્વલ્સ.
18. સમયસર અને ધ્યાનથી કામ કરો. Be punctual and attentive. બી પંક્ચ્યુઅલ ઍન્ડ એટેન્ટિવ.
19. ખોરાક બરોબર ચાવીને ખાઓ. Chew your food properly. ચ્યૂ યોર ફુડ પ્રોપર્લી.
20. **જોરથી પકડો.** **Hold firmly.** હોલ્ડ ફર્મલી.
21. સાચું બોલો. Speak the truth. સ્પીક ધ ટ્રુથ.
22. **સૂતી વખતે પ્રાર્થના કરો.** **Pray when you go to bed.** પ્રે વેન યૂ ગો ટુ બેડ.

આટલું યાદ રાખો. (Remember)

'I dislike slang (મને બજારૂ ભાષા પસંદ નથી)', 'Do you give discount on your sales? (વેચાણ ઉપર તમે વળતર આપો છો?)', 'He is a dishonest person (તે અપ્રમાણિક વ્યક્તિ છે)'માં dislike = dis + like, discount = dis + count, dishonest = dis + honest અને આ બધા શબ્દોમાં dis = opposite (ઊલટું). એ જ રીતે (પસંદ કરવું)નું ઊલટું એટલે કે dis + like (નાપસંદ કરવું), વગેરે. dis ઉપસર્ગ (prefix)થી બનેલા કેટલાક બીજા શબ્દો આ છે—

disable અયોગ્ય બનાવવું	displace સ્થાનપરથી હઠાવવું	disagree સહમત ન થવું
disarm હથિયાર લઈ લેવા	displease નાખુશ થવું	disgrace અપમાન કરવું
discharge બહાર કાઢવું	dishonour અપમાનિત કરવું	disobey આજ્ઞા ન માનવી

56 છપ્પનમો દિવસ
56th Day

46. લેણદેણ (Dealings)

1. હિસાબ ચોક્ખો રાખો. Keep the accounts clear. કીપ ધ એકાઉન્ટસ ક્લીઅર.
2. અનાજનો શું ભાવ છે? How is the grain market? હાઉ ઇઝ ધ ગ્રેન માર્કેટ?
3. **પૈસા ગણી લો.** **Please count the money.** પ્લીઝ કાઉન્ટ ધ મની.
4. હું એની જાળમાં ફસાયો. I fell into his trap. આઈ ફેલ ઇન્ટુ હિઝ ટ્રેપ.
5. **આ ખોટો સિક્કો છે.** **This is a base coin.** ધિસ ઇઝ એ બેઝ કૉઇન.
6. તેણે પોતાનું ધન વેપારમાં રોકી દીધું. He invested all the money in trade. હી ઇન્વેસ્ટેડ ઑલ ધ મની ઇન ટ્રેડ.
7. મજૂરી ઠરાવો. Settle the wages. સેટલ ધ વેજિઝ.
8. તમારો વેપાર કેમ ચાલે છે? How is your business going? હાઉ ઇઝ યોર બિઝનેસ ગોઇંગ?
9. દરેક છોકરાને બે બે રૂપિયા આપો. Give two rupees to each boy. ગિવ ટુ રૂપીઝ ટુ ઇચ બૉઇ.
10. તમને તમારી મજૂરી મળી ગઈ? Did you get your wages? ડિડ યૂ ગેટ યોર વેજિસ?
11. હવે મારો ને તમારો હિસાબ ચોક્ખો છે. Now I am square with you. નાઉ આઈ એમ સ્ક્વેર વિથ યૂ.
12. પૈસા અગાઉથી આપવા પડશે. Money will have to be paid in advance. મની વિલ હૅવ ટુ બી પેઇડ ઇન એડ્વાન્સ.
13. **તમે મને કેટલા પૈસા ફાળવી શકો છો?** **How much money can you spare for me?** હાઉ મચ મની કેન યૂ સ્પેર ફૉર મી?
14. આવક કરતાં વધુ ખર્ચ ન કરો. Don't spend more than you earn. ડૉંટ સ્પેન્ડ મોર ધેન યૂ અર્ન.
15. **તમારો પગાર તેણે ચૂકવ્યો?** **Has he paid your salary?** હૅઝ હી પેડ યોર સેલેરી?
16. **બસ, બિલ બનાવી દો.** **That's all, please make the bill.** ધેટ્સ ઑલ, પ્લીઝ મેક ધ બિલ.
17. **હાલના દિવસોમાં મારે પૈસાની તંગી છે.** **I am hard up/tight these days.** આઈ એમ હાર્ડ અપ/ટાઇટ ધીઝ ડેઝ.
18. ઉધાર ન આપો, કેમ કે એથી કેવળ રૂપિયા જ નહીં મિત્રતા પણ જાય છે. Do not lend, for a loan often loses both, itself and a friend. ડુ નૉટ લેન્ડ, ફૉર એ લોન ઑફન લૂઝિઝ બોથ, ઇટસેલ્ફ ઍન્ડ એ ફ્રેન્ડ.
19. મારી પાસે રોકડા રૂપિયા નથી. I don't have any cash. આઈ ડૉંટ હેવ એની કેશ.
20. અમે અમારા બધા રૂપિયા બૅંકમાં જમા કરાવી દઈશું. We shall deposit all our money in the bank. વી શેલ ડિપૉઝિટ ઑલ અવર મની ઇન ધ બૅંક.
21. રૂપિયાની બહુ અછત છે. There is a shortage of funds. ધેર ઇઝ એ શૉર્ટેજ ઑફ ફંડસ.
22. તમારી પાસે કેટલું રોકડ નાણું છે? How much is the cash in hand? હાઉ મચ ઇઝ ધ કેશ ઇન હેન્ડ?
23. હું પૈસાનો ભૂખ્યો નથી. I am not after money. આઈ એમ નૉટ આફ્ટર મની.
24. હું વેપારમાં મારી બધી મિલકત રોકી દઈશ. I will invest everything in the business. આઈ વિલ ઇન્વેસ્ટ એવરીથિંગ ઇન ધ બિઝનેસ.
25. બધા પૈસા વપરાઈ ગયા. All the money has been spent. ઑલ ધ મની હેઝ બીન સ્પેન્ટ.
26. **તમે મને સો રૂપિયા ઉધાર આપશો?** **Will you lend me hundred rupees?** વિલ યૂ લેન્ડ મી હંડ્રેડ રૂપીઝ?
27. મારે કેટલાંયે બિલોના પૈસા ચૂકવવાના છે. I have to pay several bills. આઈ હેવ ટુ પે સેવરલ બિલ્સ.

28. યોગ્યતા ધરાવતા વિદ્યાર્થીઓને ફીમાં રાહત આપવામાં આવશે. — Deserving students will be given concession in the fees. ડિઝર્વિંગ સ્ટૂડંટ્સ વિલ બી ગિવન કન્સેશન ઇન ધ ફીઝ.

29. હિસાબમાં ભૂલ ન થવી જોઈએ. — Do not make a mistake in account. ડૂ નૉટ મેક એ મિસ્ટેક ઇન એકાઉન્ટ.

30. **તમારી વધારાની રકમ બચતખાતામાં જમા કરાવો.** — **Deposit your extra amount in fixed deposit.** ડિપૉઝિટ ડિપૉઝિટ યોર એક્સ્ટ્રા એમાઉન્ટ ઇન ફિક્સ ડિપૉઝિટ.

47. વેપાર (Business)

1. એની સાથે તમારે કંઈ લેવું-દેવું છે? — Have you any dealings with him? હેવ યૂ એની ડીલિંગ્સ વિથ હિમ?
2. **તમે નોકરી કરો છો કે વેપાર?** — **Are you in service or business?** આર યૂ ઇન સર્વિસ ઑર બિઝનેસ?
3. આજકાલ વેપારની સ્થિતિ સારી છે. — Business is flourishing these days. બિઝનેસ ઇઝ ફલરિશિંગ ધીઝ ડેઝ.
4. સ્ટેશનેથી પાર્સલ છોડાવી લાવો. — Get the parcel delivered from the station. ગેટ ધ પાર્સલ ડિલિવર્ડ ફ્રૉમ ધ સ્ટેશન.
5. **આવો, આપણે સોદો કરીએ.** — **Let us have a deal.** લેટ અસ હેવ એ ડીલ.
6. મારા મહેનતાણાના પગાર માટેની વ્યવસ્થા કરો. — Please arrange for the payment of my wages. પ્લીઝ એરેન્જ ફૉર ધ પેમેંટ ઑફ માઇ વેજિસ.
7. પૈસા વડે પૈસા કમાઈ શકાય છે. — Money begets money. મની બિગેટ્સ મની.
8. કૃપા કરીને પાંચસો રૂપિયા એડવાન્સ આપો. — Kindly lend me five hundred rupees in advance. કાઇન્ડલી લેન્ડ મી ફાઇવ હંડ્રેડ રૂપીઝ ઇન એડવાન્સ.
9. તમે કંઈ વેપાર કરો છો? — Are you in any trade? આર યૂ ઇન એની ટ્રેડ?
10. હું દેવામાં ડૂબેલો છું. — I am under debt. આઈ એમ અન્ડર ડેટ.
11. **તમારું કેટલું બિલ છે?** — **How much is your bill?** હાઉ મચ ઇઝ યોર બિલ?
12. **તેનો કેટલો ભાવ છે?** — **How much does it cost?** હાઉ મચ ડઝ ઇટ કૉસ્ટ?
13. આ ચેક વટાવવાનો છે. — This cheque is to be encashed. ધિસ ચેક ઇઝ ટુ બી એન્કેશ્ડ.
14. **આ કાગળો પોસ્ટ-બોક્સમાં નાખો.** — **Post these letters.** પોસ્ટ ધીઝ લેટર્સ.
15. આજકાલ વેપારને બહુ જ મુશ્કેલીઓનો સામનો કરવો પડે છે. — Business is bad these days. બિઝનેસ ઇઝ બૅડ ધીઝ ડેઝ.
16. તમારો ધંધો શું છે? — What is your profession? વૉટ ઇઝ યોર પ્રોફેશન?
17. આ કંપનીમાં કેટલા શેર-હોલ્ડર્સ છે? — How many shareholders are there in this firm? હાઉ મેની શેર-હોલ્ડર્સ આર ધેર ઇન ધિસ ફર્મ?
18. તે આયાત-નિકાસનો ધંધો કરે છે. — He is in import-export trade. હી ઇઝ ઇન ઇમ્પોર્ટ-એક્સપોર્ટ ટ્રેડ.
19. અમે દલાલ છીએ. — We are brokers. વી આર બ્રોકર્સ.
20. તમે માલનું બિલ મોકલી દીધું છે? — Have you sent the invoice for the goods? હેવ યૂ સેન્ટ ધ ઇનવૉઇસ ફૉર ધ ગુડઝ?
21. આજકાલ શેરબજારમાં મંદી ચાલે છે. — There is a slump in the share market these days. ધેર ઇઝ એ સ્લમ્પ ઇન ધ શેર માર્કેટ ધીઝ ડેઝ.
22. **શેરના ભાવ વધતા જાય છે.** — There is a boom in the share market. ધેર ઇઝ એ બૂમ ઇન ધ શેર માર્કેટ.
23. એનું કામ કેમ ચાલે છે? — How is he getting on with his work? હાઉ ઇઝ હી ગેટિંગ ઑન વિથ હિઝ વર્ક?

24. હું મારી બધી મિલકત વેચી દઈશ.
I will dispose of all my property.
આઈ વિલ ડિસ્પોઝ ઑફ ઑલ માઇ પ્રોપર્ટી.

25. તેણે વેપારમાં બધું ગુમાવ્યું.
He lost everything in his business.
હી લૉસ્ટ એવરીથિંગ ઈન હિઝ બિઝનેસ.

26. બધા લોકો વેપાર નથી કરી શકતા.
Everybody can't go in for business.
એવરીબડી કાંટ ગો ઈન ફૉર બિઝનેસ.

આટલું યાદ રાખો. (Remember)

During his lectureship all the students were satisfied. (એના પ્રાધ્યાપનકાળમાં બધા વિદ્યાર્થીઓને સંતોષ હતો.) અહીં lecturer (જાતિવાચક) નામમાં ship પ્રત્યય લગાવવાથી નવું નામ (ભાવવાચક નામ) lectureship બનાવ્યું છે. shipમાં પ્રત્યય(suffix)માં સમાપ્ત થનારા શબ્દ વિશેષ કરીને ભાવવાચક નામ હોય છે, જેમ કે – scholarship (છાત્રવૃત્તિ), membership (સભ્યપદ), kinship (સંબંધ), hardship (મુશ્કેલી), friendship (મિત્રતા) વગેરે.

જે શબ્દનો અંતમાં hood પ્રત્યય (suffix) હોય, તો તે પણ ભાવવાચક નામ હોય છે, જેમ કે – The enviable brotherhood of the Pandavas is well-known. (પાંડવોનું અદેખાઈ કરવા જેવું ભ્રાતૃત્વ પ્રખ્યાત છે.) એ રૂપવાળા કેટલાક બીજા શબ્દો આ છે –

fatherથી fatherhood (પિતૃત્વ)
motherથી motherhood (માતૃત્વ)
manથી manhood (પુરુષત્વ)
boyથી boyhood (છોકરમત)
girlથી girlhood (બાળાપણ)
childથી childhood (બચપણ)

57 સત્તાવનમો દિવસ
th Day

48. (A) ઉખાણા (Riddles)

ઉખાણું-1	: મારે દાંત છે, પણ હું કરડતી નથી. બોલો, હું શું છું?	**Riddle**	: I have teeth, but I do not bite. Tell me who am I?
		રીડલ	: આઈ હેવ ટીથ, બટ આઈ ડૂ નૉટ બાઈટ. ટેલ મી હૂ એમ આઈ?
જવાબ	: તું કાંસકી છે!	**Ans.**	: You are a comb! **આન્સર** : યૂ આર એ કૉમ!
ઉખાણું-2	: તમે મને વાંચી શકો છો, મારાં બહુ પાનાં છે. હું કાગળમાંથી બની છું. બોલો, હું શું છું?	**Riddle**	: You can read me. I have many pages. I am made of paper. Tell me who am I?
		રીડલ	: યૂ કૅન રીડ મી. આઈ હૅવ મેની પેજિસ. આઈ એમ મેડ ઑફ પેપર. ટેલ મી હૂ એમ આઈ?
જવાબ	: તું પુસ્તક છે!	**Ans.**	: You are a book! **આન્સર** : યૂ આર એ બુક!
ઉખાણું-3	: તમે મને ચાની સાથે પસંદ કરો છો. હું લોટ, ફળ અને ખાંડની બની છું. બોલો, હું શું છું?	**Riddle**	: You like me with tea. I am made of flour, sugar and fruit. Tell me who am I?
		રીડલ	: યૂ લાઇક મી વિથ ટી. આઈ એમ મેડ ઑફ ફ્લૉર, શુગર ઍન્ડ ફ્રૂટ. ટેલ મી હૂ એમ આઈ?
જવાબ	: તું કેક છે!	**Ans.**	: You are a cake! **આન્સર** : યૂ આર એ કેક!
ઉખાણું-4	: મને ઘાસ પસંદ છે, હું ખેતરમાં રહું છું. હું દૂધ આપું છું. બોલો, હું શું છું?	**Riddle**	: I like grass. I live in farm. I give milk. Tell me who am I?
		રીડલ	: આઈ લાઇક ગ્રાસ. આઈ લિવ ઇન એ ફાર્મ. આઈ ગિવ મિલ્ક. ટેલ મી હૂ એમ આઈ?
જવાબ	: તું ગાય છે!	**Ans.**	: You are a cow! **આન્સર** : યૂ આર એ કાઉ!
ઉખાણું-5	: હું એક પાળેલું પ્રાણી છું. હું દોડી શકું છું. હું ભસી શકું છું. બોલો, હું શું છું?	**Riddle**	: I am a pet. I can run. I can bark. Tell me who am I?
		રીડલ	: આઈ એમ એ પેટ, આઈ કૅન રન, આઈ કૅન બાર્ક. ટેલ મી હૂ એમ આઈ?
જવાબ	: તું કૂતરો છે!	**Ans.**	: You are a dog! **આન્સર** : યૂ આર એ ડૉગ!
ઉખાણું-6	: હું સફેદ છું. હું પ્રવાહી છું. લોકો મને પીએ છે. બોલો, હું શું છું?	**Riddle**	: I am white. I am liquid. People drink me. Tell me who am I?
		રીડલ	: આઈ એમ વાઇટ. આઈ એમ લિક્વિડ. પીપલ ડ્રિંક મી. ટેલ મી હૂ એમ આઈ?
જવાબ	: તું દૂધ છે!	**Ans.**	: You are milk! **આન્સર** : યૂ આર મિલ્ક!
ઉખાણું-7	: થાકેલા લોકો મને પસંદ કરે છે. મને સારી રીતે ભરેલો છે. હું છ ફૂટ લાંબો છું. બોલો, હું શું છું?	**Riddle**	: Tired people like me. I am usually well knit. I am about six feet high. Tell me who am I?
		રીડલ	: ટાયર્ડ પીપલ લાઇક મી. આઈ એમ યૂઝવલી વેલ નિટ. આઈ એમ એબાઉટ સિક્સ ફીટ હાઈ. ટેલ મી હૂ એમ આઈ?

જવાબ : તું ખાટલો છે!

Ans. : You are a cot! **આન્સર :** યૂ આર એ કૉટ!

ઉખાણું-8 : મને ચાંપ દબાવી ખોલો તો હું ગાઉં છું, બોલું છું. લોકો મને ધ્યાનથી સાંભળે છે. બોલો, હું કોણ છું?

Riddle : On switching on, I start singing, talking. People listen to me attentively. Tell me who am I?

રીડલ : ઑન ઓપનિંગ ધ સ્વિચ, આઈ સ્ટાર્ટ સિંગિંગ, ટૉકિંગ. પીપલ લીસન મી વિથ એટેન્ટિવલી. ટેલ મી હૂ એમ આઈ?

જવાબ : તું રેડિયો/ટી.વી. છે!

Ans. : You are a Radio/T.V.! **આન્સર :** યૂ આર રેડિયો/ટી.વી.!

48. (B) નીતિવાક્ય (Sayings)

1. સાચી વાત બધાંને કડવી લાગે છે. — Truth is bitter. ટ્રુથ ઇઝ બિટર.
2. પરિશ્રમ જ સૌથી મોટું ધન છે. — Hard work always pays. હાર્ડ વર્ક ઑલવેઝ પેઝ.
3. આળસ બધા રોગોનું મૂળ છે. — Idleness is the root cause of all ills. આઇડલનેસ ઇઝ ધ રૂટ કૉઝ ઑફ ઑલ ઇલ્સ.
4. વિભાજિત ઘર ટકી શકે નહીં. — A divided house cannot stand. એ ડિવાઇડેડ હાઉસ કેન-નૉટ સ્ટેન્ડ.
5. સદાયે સત્યનો વિજય થાય છે. — Truth always triumphs/wins. ટ્રુથ ઑલ્વેઝ ટ્રાયમ્ફ્સ/વિન્સ.
6. વધુ પડતી પ્રતિષ્ઠા ધિક્કાર લાવે છે. — Familiarity breeds contempt. ફેમિલિયારિટી બ્રીડ્ઝ કન્ટેમ્પ્ટ.
7. સમૃદ્ધિમાં મિત્રો વધે છે. પરંતુ દુઃખમાં એમની પરખ થાય છે. — Prosperity gains friends, but adversity tries them. પ્રૉસ્પેરિટી ગેન્સ ફ્રેન્ડ્ઝ, બટ એડવર્સિટી ટ્રાઇઝ ધેમ.
8. પ્રમાણિકતા સૌથી ઊંચો ગુણ છે. — Honesty is the best policy. ઑનેસ્ટી ઇઝ ધ બેસ્ટ પૉલિસી.
9. મોઢા ઉપર કરેલાં વખાણ ખુશામત છે. — Extolling/praising you at your face is flattery. એક્સટૉલિંગ/પ્રેઝિંગ યૂ ઍટ યોર ફેસ ઇઝ ફ્લેટરી.
10. વિદ્યામાં વિવાદ થાય એ સ્વાભાવિક છે. — Learning breeds controversy. લર્નિંગ બ્રીડસ કૉન્ટ્રોવર્સી.
11. **પાંચે આંગળીઓ બરાબર નથી હોતી.** — **All are not alike.** ઑલ આર નૉટ એલાઇક.
12. દુનિયા નાશવંત છે. — Nothing is permanent in this world. નથિંગ ઇઝ પરમેનન્ટ ઇન ધિસ વર્લ્ડ.
13. અનુભવ કામને શીખવે છે. — Experience teaches the unskilled. એક્સપીરિયન્સ ટીચિઝ ધ અનસ્કિલ્ડ.
14. માણસ પેટનો ગુલામ છે. — Man is slave to his stomach. મૅન ઇઝ સ્લેવ ટુ હિઝ સ્ટમક.
15. ખોટો સિક્કો સદાયે પાછો આવે છે. — A base coin never runs. એ બેઝ કૉઇન નેવર રન્સ.
16. **પ્યાર અને યુદ્ધમાં બધું બરોબર છે.** — **All is fair in love and war.** ઑલ ઇઝ ફેર ઇન લવ ઍન્ડ વૉર.
17. ધીરજનાં ફળ મીઠાં છે. — Perseverance prevails. પરસીવિયરન્સ પ્રિવેલ્સ.
18. **વિનય માટે ખર્ચ કરવો નથી પડતો.** — **Courtesy costs nothing.** કર્ટસી કૉસ્ટ્સ નથિંગ.
19. મૃત્યુ બધું દેવું ચૂકવે છે. — Death pays all debts. ડેથ પેઝ ઑલ ડેટ્સ.
20. દરેક ગધેડાને પોતાનો સૂર મીઠો લાગે છે. — Every ass loves his bray. એવરી ઍસ લવ્ઝ હિઝ બ્રે.

21. કોઈ પણ માણસ ઉપર આરોપ લગાવીને મારો.	Give a dog a bad name and hang him. ગિવ એ ડૉગ એ બૅડ નેમ ઍન્ડ હૅંગ હિમ.
22. સુંદર કામ કરે છે તે સુંદર છે.	Handsome is that handsome does. હેન્ડસમ ઇઝ ધેટ હેન્ડસમ ડઝ.
23. **પૈસો પૈસાને ખેંચે છે.**	**Money begets money.** મની બિગેટ્સ મની.
24. **અંત સારો તો સૌ સારું.**	**All is well that ends well.** ઑલ ઇઝ વેલ ધેટ ઇન્ડસ વેલ.

આટલું યાદ રાખો. (Remember)

'This soap comes in several attractive shades (આ સાબુ કેટલાયે આકર્ષક રંગોમાં આવે છે.)' 'Your suit is quite expensive (તમારો સૂટ ખાસ્સો મોંઘો છે)', 'Even at seventy he leads an active life (સીત્તેર વર્ષે પણ તે બહુ જ પ્રવૃત્તિમય જીવન ગાળે છે)'માં attractથી attractive, expenseથી expensive, actથી active વિશેષણ બન્યાં છે. આ બધાંને અંતમાં 'ive' લાગ્યો છે. કેટલાક બીજા દાખલાઓ – defendથી defensive (રક્ષણાત્મક), destroyથી destructive (સંહારાત્મક), electથી elective (ચૂંટણીથી નક્કી કરાતું), impressથી impressive (પ્રભાવશાળી). 'It is dangerous to drive car fast (ગાડી તેજ ચલાવવી ભયજનક છે)', 'The Nilgiris is a mountainous district (નીલગિરિ એક પહાડી જિલ્લો છે), 'The cobra is a poisonous snake (ફેણવાળો સાપ ઝેરી હોય છે)', 'Ramayana is a famous epic (રામાયણ એક પ્રસિદ્ધ ગ્રંથ છે)'માં dangerથી dangerousમાં ous લગાવીને વિશેષણ બન્યું છે, વગેરે. કેટલાંક બીજા વિશેષણ – enormous (વિશાલકાય), nervous (ગભરાયેલો), prosperous (સમૃદ્ધ), rebellious (બળવાખોર).

58 અઠ્ઠાવનમો દિવસ
58th Day

49. લગ્ન સમારંભમાં (Attending a Wedding)

1. **જાન ક્યાંથી આવી છે?** — **Where has the wedding party come from?**
વેર હૅઝ ધ વેડિંગ પાર્ટી કમ ફ્રૉમ?

2. **જાન ક્યાં જશે?** — **Where will the wedding party be going?**
વેર વિલ ધ વેડિંગ પાર્ટી બી ગોઇંગ?

3. તમારામાં દહેજનો રિવાજ છે? — Do you have the dowry system? ડૂ યૂ હૅવ ધ ડાવરી સિસ્ટમ?

4. **લગ્નનું મુહૂર્ત ક્યારે છે?** — **When is the wedding going to be performed?**
વેન ઇઝ ધ વેડિંગ ગોઇંગ ટુ બી પરફૉર્મ્ડ.

5. હું વર-વધૂને જોવા ઇચ્છું છું. — I want to/would like to see the bride and groom.
આઈ વૉન્ટ ટુ/વુડ લાઇક ટુ સી ધ બ્રાઇડ ઍન્ડ ગ્રૂમ.

6. **લગ્ન/પાર્ટી ખૂબ મજાની હતી.** — **The wedding/party was very good/interesting.**
ધ વેડિંગ/પાર્ટી વૉઝ વેરી ગુડ/ઇન્ટરેસ્ટિંગ.

7. મહેરબાની કરીને આ નાનકડી ભેટનો સ્વીકાર કરો. — Please accept this small/little gift.
પ્લીઝ એક્સેપ્ટ ધિસ સ્મૉલ/લિટલ ગિફ્ટ.

8. લગ્નની પાર્ટીની સજાવટ બહુ સુંદર હતી. — Wedding party was arranged nicely.
વેડિંગ પાર્ટી વૉઝ ઍરેન્જડ નાઇસલી.

50. સિનેમામાં (In the Cinema)

1. આ થિયેટરમાં કયું પિક્ચર ચાલે છે? — Which film/movie is running in this cinema hall?
વિચ ફિલ્મ/મૂવી ઇઝ રનિંગ ઇન ધિસ સિનેમા હૉલ?

2. શું આ પિક્ચર સારું છે? — Is this a good movie? ઇઝ ધિસ એ ગુડ મૂવી?

3. આ પિક્ચરમાં કયા કયા એક્ટર છે? — Who are acting in this movie? હૂ આર એક્ટિંગ ઇન ધિસ મૂવી?

4. મને બાલ્કનીની ટિકિટ આપો. — Please give me a ticket for the balcony.
પ્લીઝ ગિવ મી એ ટિકિટ ફૉર ધ બાલ્કની.

5. પિક્ચર ક્યારે શરૂ થશે? — When will the film/movie start? વેન વિલ ધ ફિલ્મ/મૂવી સ્ટાર્ટ?

6. સિનેમા ઘર બહુ દૂર છે. — Picture hall is very far. પિક્ચર હોલ ઇઝ વેરી ફાર.

51. રમતના મેદાનમાં (On the Playground)

1. હું આજે ફૂટબૉલ/હૉકી/ક્રિકેટની મેચ જોવા ઇચ્છું છું. — I want to see a football/hockey/cricket match today.
આઈ વૉન્ટ ટુ સી એ ફુટબૉલ/હૉકી/ક્રિકેટ મેચ ટુડે.

2. મેચ કઈ કઈ ટુકડીઓ રમી રહી છે? — Which teams are playing the match?
વિચ ટીમ્સ આર પ્લેઇંગ ધ મૅચ?

3. મેચ ક્યારે શરૂ થશે? When will the match start? વેન વિલ ધ મૅચ સ્ટાર્ટ?

4. તે ખેલાડીનું નામ શું છે? Who is that player? હૂ ઇઝ ધૅટ પ્લેઅર?

5. ગઈકાલની રમત કોણ જીતી ગયું? Who won the match yesterday? હૂ વન ધ મૅચ યસ્ટર્ડે?

6. તમને કયા ખેલ પસંદ છે? What games do you like? વૉટ ગેમ્સ ડૂ યૂ લાઇક?

7. મને ક્રિકેટ અને હૉકી બહુ ગમે છે. I like cricket and hockey very much. આઈ લાઇક ક્રિકેટ ઍન્ડ હૉકી વેરી મચ.

52. પ્રવાસ કાર્યાલયમાં (In the Tourist Office)

1. આ શહેરમાં કયાં કયાં સ્થળો જોવાલાયક છે? Which are the worth seeing places in the city? વિચ આર ધ વર્થ સીઈંગ પ્લેસિસ ઇન ધ સિટી?

2. મને અજંતા ને ઈલોરાની ગુફાઓ જોવાની ઇચ્છા છે. I would like to see/visit the Ajanta and Ellora caves. આઈ વુડ લાઇક ટુ સી/વિઝિટ ધ અજંતા ઍન્ડ ઇલોરા કેવ્સ.

3. મથુરા જવા માટે રેલનો રસ્તો સારો કે બસનો? What's the best way to get to Mathura – by rail, or by bus? વૉટ્સ ધ બેસ્ટ વે ટુ ગેટ ટુ મથુરા – બાઇ રેલ ઑર બાઇ બસ?

4. આગ્રામાં મારે ક્યાં ઊતરવું જોઈએ? Where should I stay in Agra? વેર શુડ આઈ સ્ટે ઇન આગ્રા?

5. મને દિલ્હી શહેર ખૂબ ગમ્યું. I liked Delhi very much. આઈ લાઇક્ડ દિલ્હી વેરી મચ.

6. મારે એક ટુરિસ્ટ ગાઇડ જોઈએ છે. ક્યાં મળશે? I want a tourist guide. Where will I get it? આઈ વૉન્ટ એ ટુરિસ્ટ ગાઇડ. વેર વિલ આઈ ગેટ ઇટ?

7. ટુરિસ્ટ ગાઈડે અમને આખું ફત્તેપુર સિક્રી ફરીને બતાવ્યું. Tourist guide showed us the whole Fatehpur Sikri. ટુરિસ્ટ ગાઇડ શૉ અસ ધ હૉલ ફતેપુર સિક્રી.

53. હોટલમાં (In the Hotel)

1. આ હોટલમાં કોઈ ઓરડો ખાલી મળશે? Is there any room available in this hotel? ઇઝ ધેર એની રૂમ અવેલેબલ ઇન ધિસ હોટેલ?

2. સિંગલ/ડબલ બેડ રૂમનું ભાડું શું છે? What are the charges for a single/double-bed room? વૉટ આર ધ ચાર્જિસ ફૉર એ સિંગલ/ડબલ બેડ રૂમ?

3. મારો સામાન રૂમ નંબર ૬માં લઈ આવો. Take my luggage to room no. 6, please. ટેક માઇ લગેજ ટુ રૂમ નં. ૬, પ્લીઝ.

4. મારો નાસ્તો/ભોજન મારા રૂમમાં મોકલી આપો. Please send my breakfast/lunch/dinner to my room. પ્લીસ સેન્ડ માઇ બ્રેકફાસ્ટ/લંચ/ડિનર ટુ માઇ રૂમ.

5. હું એક કલાક માટે બહાર જાઉં છું. I am going out for an hour (or so). આઈ એમ ગોઇંગ આઉટ ફૉર એન આવર (ઑર સો).

6. મારો કોઈ ફોન હતો? મારો કોઈ પત્ર આવ્યો છે? Was there a call for me? વૉઝ ધેર એ કૉલ ફૉર મી? Is there any letter for me? ઇઝ ધેર એની લેટર ફૉર મી?

7. મારા મુલાકાતીઓને મારી રૂમમાં મોકલો. Please send my visitors to my room. પ્લીઝ સેન્ડ માઇ વિઝિટર્સ ટુ માઇ રૂમ.

8. મારે ગરમ પાણી/ઠંડું પાણી જોઈએ છે. Get me some hot/cold water. ગેટ મી સમ હૉટ/કૉલ્ડ વૉટર.

9. ધોબી હજુ સુધી ન આવ્યો. The laundry-man hasn't come yet. ધ લૉન્ડ્રી-મૅન હેઝન્ટ કમ યેટ.

10. હોટલમાં સાદા અને એ.સી. બંને રૂમો હતા. This hotel has non-air-conditioned and air-conditioned rooms. ધિસ હોટલ હેઝ નૉન-એરકન્ડિશન્ડ ઍન્ડ એરકન્ડિશન્ડ રૂમ્સ.

54. નોકરને (With the Servant)

1. બજારમાંથી થોડાંક શાકભાજી લઈ આવ. Get some vegetables from the market. ગેટ સમ વેજિટેબલ્સ ફ્રૉમ ધ માર્કેટ.
2. સહકારી ભંડારમાંથી આ વસ્તુઓ ખરીદી લાવ. Get the things from the co-operative stores. ગેટ ધ થિંગ્સ ફ્રૉમ ધ કો-ઑપરેટિવ સ્ટોર્સ.
3. મને પાંચ વાગે ઉઠાડજે. Wake me up at five o'clock. વેક મી અપ ઍટ ફાઇવ ઓક્લૉક.
4. આ પત્ર ટપાલમાં નાખી આવ. Go and post this letter. ગો ઍન્ડ પોસ્ટ ધિસ લેટર.
5. કપડાં ધોવાઈને પાછાં આવી ગયાં? Are the clothes back from the laundry? આર ધ ક્લોથ્સ બૅક ફ્રૉમ ધ લૉન્ડ્રી?
6. **મને એક પ્યાલો ચા બનાવી આપ.** **Make me a cup of tea.** મેક મી એ કપ ઑફ ટી.
7. **જમવાનું તૈયાર છે?** **Is the food/lunch/dinner ready?** ઇઝ ધ ફૂડ/લંચ/ડિનર રેડી?
8. **જમવા માટે ટેબલ તૈયાર કર.** **Lay the table for lunch/dinner.** લે ધ ટેબલ ફૉર લંચ/ડિનર.

55. ડૉક્ટરને (With the Doctor)

1. મને થોડોક તાવ છે. ખાંસી પણ આવે છે. I have some temperature and also cough. આઈ હેવ સમ ટેમ્પરેચર ઍન્ડ ઑલ્સો કફ.
2. આ દવા દિવસમાં કેટલી વાર લેવાની છે? How many times a day should I take this medicine? હાઉ મેની ટાઇમ્સ એ ડે શુડ આઈ ટેક ધિસ મેડિસિન?
3. હું શું શું ખાઈ શકું? What can I have to eat? વૉટ કૅન આઈ હેવ ટુ ઈટ?
4. તમારે દર મહિને તમારા વજનનો રેકોર્ડ રાખવો જોઈએ. You should keep a monthly record of your weight. યૂ શુડ કીપ એ મન્થલી રેકોર્ડ ઑફ યોર વેટ.
5. તમારું બ્લડ-પ્રેશર સામાન્ય છે. Your blood-pressure is normal. યોર બ્લડ-પ્રેશર ઇઝ નૉર્મલ.
6. ખાંડ અને મીઠું ઓછું ખાઓ. Eat sugar and salt less. ઈટ સુગર ઍન્ડ સૉલ્ટ લેસ.
7. તમારે લીલાં શાકભાજી વધુ પ્રમાણમાં ખાવાં જોઈએ. You should eat lots of green vegetables. યૂ શુડ ઈટ લૉટ્સ ઑફ ગ્રીન વેજિટેબલ્સ.
8. એક્સ-રે માટે ક્યાં જવું પડશે? Where should/does one go for X-ray?/Where is the X-ray department? વેર શુડ/ડઝ વન ગો ફૉર એક્સ-રે?/વેર ઇઝ ધ એક્સ-રે ડિપાર્ટમેંટ?
9. અહીં દર્દીઓ પાસેથી પૈસા લેવામાં આવતા નથી. This is a free dispensary./Medical care is free here/ in this hospital./There is no consultation fee./We do not charge the patients anything. ધિસ ઇઝ એ ફ્રી ડિસ્પેન્સરી./મેડિકલ કેર ઇઝ ફ્રી હિયર/ઇન ધિસ હૉસ્પિટલ./ધેર ઇઝ નો કન્સલટેશન ફી./વી ડૂ નૉટ ચાર્જ ધ પેશન્ટ્સ એનીથિંગ.
10. તમારે વજન ઓછું કરવા માટે ખોરાક ઓછો કરવો જોઈએ અને નિયમિત કસરત કરવી જોઈએ. You should control your diet and exercise regularly to reduce your weight. યૂ શુડ કંટ્રોલ યોર ડાયટ ઍન્ડ એક્સરસાઇઝ રેગ્યુલરલી ટુ રિડ્યૂસ યોર વેટ.

11. દર્દીઓને મળવાનો સમય શું છે? What are the visiting hours? વૉટ આર ધ વિઝિટિંગ આવર્સ?

12. મારે દાક્તરની સલાહ લેવી છે. I want to consult the doctor. આઈ વૉંટ ટુ કંસલ્ટ ધ ડૉક્ટર.

56. સામાન્ય પ્રસંગ (General Topics)

1. **એમના કામથી હું નારાજ હતો.** **I was quite displeased with his work./His work was quite disappointing.** આઈ વૉઝ ક્વાઇટ ડિસપ્લીઝ્‌ડ વિથ હિઝ વર્ક./ હિઝ વર્ક વૉઝ ક્વાઇટ ડિસએપોઇન્ટિંગ.

2. **એનાથી છૂટકારો પામીને હું ખુશ થઈશ.** **I will be glad to get rid of him.** આઈ વિલ બી ગ્લેડ ટુ ગેટ રિડ ઑફ હિમ.

3. તમારો કોટ મારા કોટ જેવો નથી. Your coat is not similar to that of mine. યોર કોટ ઇઝ નૉટ સિમિલર ટુ ધૅટ ઑફ માઇન.

4. તમે ભૂલો સુધારી નથી શકતા. You cannot correct the mistakes. યુ કેનનૉટ કરેક્ટ ધ મિસ્ટેક્સ.

5. તે, તે હતો જે મેચ જીત્યો. It was he who won the match. ઇટ વૉઝ હી હૂ વન ધ મૅચ.

6. બે છોકરીઓમાં લાંબી કોણ છે? Who is taller of the two girls? હૂ ઇઝ ટૉલર ઑફ ધ ટુ ગર્લ્સ?

7. મોટા ભાગના લોકો આ વાત સાથે સહમત થશે. Most of the people would agree with it. મોસ્ટ ઑફ ધ પીપલ વુડ એગ્રી વિથ ઇટ.

8. મેં એને પૂછ્યું કે એ બજાર જવાની છે કે નહીં. I asked her whether she was going to the market or not. આઈ આસ્ક્ડ હર વેધર શી વૉઝ ગોઇંગ ટુ ધ માર્કેટ ઑર નૉટ.

9. જો તે આવે તો તમે એની સાથે વાત કરજો. You will speak to her if she comes. યૂ વિલ સ્પીક ટુ હર ઇફ શી કમ્સ.

10. અભાગી માણસ ગોળીથી મરી ગયો. The unfortunate man was shot dead. ધ અનફોર્ચ્યૂનેટ મૅન વૉઝ શૉટ ડેડ.

11. એનું મોં એની માને મળતું છે? Does he resemble his mother? ડઝ હી રિઝેમ્બલ હિઝ મધર?

12. **ચાંદી મૂલ્યવાન ધાતુ છે.** **Silver is a precious metal.** સિલ્વર ઇઝ એ પ્રેશિયસ મેટલ.

13. મને આઠસો બેંતાલીસ રૂપિયા મળ્યા છે. I got eight hundred and forty two rupees. આઈ ગૉટ એટ હંડ્રેડ એન્ડ ફોરટી ટુ રૂપીઝ.

14. તેણી રવિવારે ચર્ચમાં જાય છે. She goes to the church on Sunday. શી ગોઝ ટુ ધ ચર્ચ ઑન સન્ડે.

15. હું સવારે/બપોરે/સાંજે ફરવા જાઉં છું. I go for a walk in the morning/afternoon/evening. આઈ ગો ફૉર એ વૉક ઇન ધ મૉર્નિંગ/આફ્ટરનૂન/ઇવનિંગ.

16. મેં આ પુસ્તક ત્રણ રૂપિયામાં ખરીદ્યું. I bought this book for three rupees. આઈ બૉટ ધિસ બુક ફૉર થ્રી રૂપીઝ.

17. તેઓ અંગ્રેજી ઉપરાંત જર્મન ભણશે. They will study German besides English. ધે વિલ સ્ટડી જર્મન બિસાઇડઝ ઇંગ્લિશ.

18. **મેં જવાનો પાકો નિર્ણય કર્યો છે.** **I am determined to go.** આઈ એમ ડિટરમાઇન્ડ ટુ ગો.

19. **મેં પાકો ઇરાદો કર્યો છે કે તે જશે.** **I have decided to send him.** આઈ હેવ ડિસાઇડેડ ટુ સેન્ડ હિમ.

20. અમે ફોટો દીવાલ ઉપર ટાંગી દીધો. We hung the picture on the wall. વી હંગ ધ પિક્ચર ઑન ધ વૉલ.

21. હત્યારો પકડાઈ ગયો અને તેને ફાંસી પર ચડાવવામાં આવ્યો.
The murderer was caught and hanged.
ધ મર્ડરર વૉઝ કૉટ ઍન્ડ હેંગ્ડ.

22. **તમે તમારી પેન મને ઉધાર આપશો?**
Will you please lend me your pen?
વિલ યૂ પ્લીઝ લેન્ડ મી યોર પેન?

23. **મારે તમારી પેન ઉછીની જોઈએ છે.**
I want to borrow your pen. આઈ વૉન્ટ ટુ બૉરો યોર પેન.

24. સભા વહેલી શરૂ થશે.
The meeting will start early. ધ મીટિંગ વિલ સ્ટાર્ટ અર્લી.

25. હું સભામાં ભાગ લઈશ.
I will take part in the meeting. આઈ વિલ ટેક પાર્ટ ઈન ધ મીટિંગ.

26. હું રાત્રે જલદી સૂઈ ગયો હતો પણ મને ઊંઘ ન આવી.
I went to bed early last night but could not sleep.
આઈ વેન્ટ ટુ બેડ અર્લી લાસ્ટ નાઈટ બટ કુડ નૉટ સ્લીપ.

27. **તમે ક્યારે સૂઈ જાઓ છો?**
When do you go to bed ? વેન ડૂ યૂ ગો ટુ બેડ?

28. શું તે એના પૈસા બૅંકમાં મૂકે છે?
Does she keep her money in the bank?
ડઝ શી કીપ હર મની ઈન ધ બૅંક?

29. અહીં ઉનાળામાં બહુ ગરમી પડે છે.
Here it is very hot in summer.
હિયર ઈટ ઈઝ વેરી હૉટ ઈન સમર.

30. હૉકી રમવા માટે ખૂબ ગરમી છે.
It is too hot here to play hockey.
ઈટ ઈઝ ટુ હૉટ હિયર ટુ પ્લે હૉકી.

31. ચેન્નાઈ કોલકતાથી વધુ દૂર છે.
Chennai is farther than Kolkata.
ચેન્નાઈ ઈઝ ફારધર ધૅન કોલકતા.

32. આપણે વધુ સૂચના પ્રાપ્ત કરીશું.
We will collect/get more information.
વી વિલ કલેક્ટ/ગેટ મોર ઈન્ફરમેશન.

33. તમે મારાથી મોડા ઘેર આવ્યા.
You came home later than I. યૂ કેમ હોમ લેટર ધૅન આઈ.

34. દિલ્હી અને મુંબઈ મોટાં નગરો છે. બીજું સમુદ્ર કિનારે આવેલું છે.
Delhi and Mumbai are big cities, the latter is situated by the sea. દિલ્હી ઍન્ડ મુંબઈ આર બિગ સિટીઝ, ધ લેટર ઈઝ સિચ્યૂએટેડ બાઈ ધ સી.

35. આ દુકાનદારના ઘણા ગ્રાહક છે.
This grocer has plenty of customers.
ધિસ ગ્રોસર હૅઝ પ્લેન્ટી ઑફ કસ્ટમર્સ.

36. આ વકીલના ઘણા અસીલો છે.
This lawyer has a number of clients.
ધિસ લૉયર હૅઝ એ નંબર ઑફ ક્લાયન્ટ્સ.

37. માએ મને કેટલીક સારી શિખામણો આપી.
The mother gave me a few words of advice.
ધ મધર ગેવ મી એ ફ્યૂ વર્ડ્ઝ ઑફ એડવાઇસ.

38. મારે તમને એક શિખામણ આપવી છે.
Let me give you a piece of advice.
લેટ મી ગિવ યૂ એ પીસ ઑફ એડવાઈસ.

39. નિમિષાના વાળ લાંબા છે.
Nimisha has long hair. નિમિષા હૅઝ લૉંગ હેર.

40. મારી પાસે પૂરતાં ફળ નથી.
I do not have enough fruits. આઈ ડૂ નૉટ હૅવ ઈનફ ફ્રૂટસ.

41. તમારે બે ડઝન કેળાં ખરીદવાં છે?
Do you want to buy two dozen bananas?
ડૂ યૂ વૉન્ટ ટુ બાઈ ટૂ ડઝન બનાનાઝ?

42. ડઝનબંધ કેળાં રાખ્યાં છે.
There are dozens of bananas. ધેર આર ડઝન્સ ઑફ બનાનાઝ.

43. અહીં એક ઘેટું છે અને ત્યાં એક હરણ છે.
Here is a sheep and there is a deer.
હિયર ઈઝ એ શીપ એન્ડ ધેર ઈઝ એ ડિયર.

44. ભરવાડ પાસે વીસ ઘેટાં અને બે હરણ છે. The shepherd has twenty sheep and two deer. ધ શેફર્ડ હેઝ ટવેન્ટી શીપ ઍન્ડ ટૂ ડિયર.

45. તેનું વેતન ઓછું છે. Her wages are low. હર વેજિસ આર લો.

46. સોના અને મોના અહીં આવે છે. Sona and Mona are coming here. સોના ઍન્ડ મોના આર કમિંગ હિયર.

47. વિદ્યાર્થીઓની સંખ્યા ઓછી થઈ રહી છે. The number of students is decreasing. ધ નંબર ઑફ સ્ટુડંટ્સ ઇઝ ડિક્રીઝિંગ.

48. આજે સંખ્યાબંધ વિદ્યાર્થીઓ ગેરહાજર છે. Many students are absent today. મેની સ્ટુડંટ્સ આર એબસન્ટ ટુડે.

49. કાલે રાતના ભોજનમાં અમે માછલી ખાઈશું. We will eat fish at dinner tomorrow. વી વિલ ઈટ ફિશ એટ ડિનર ટુમૉરો.

50. મેં આ પુસ્તક દોઢ કલાકમાં વાંચ્યું. I read this book in an hour and a half. આઈ રેડ ધિસ બુક ઇન એન આવર ઍન્ડ એ હાફ.

51. તમારો હાથ લંબાવજોને. Lend me your hand please. લેન્ડ મી યોર હેન્ડ પ્લીઝ.

52. એ પોતાની વાત પર જ કાયમ રહેશે. He will always honour his word. હી વિલ ઑલવેઝ ઑનર હિઝ વર્ડ.

53. તમે મારી જાસૂસી કરો છો? Are you spying me? આર યૂ સ્પાઇંગ મી?

54. તમે તો કમાલ કરી. You have done wonders/marvels. યૂ હૅવ ડન વન્ડર્સ/માર્વેલ્સ.

55. એ તો બિલકુલ લજામણી છે. She is touch me not. શી ઇઝ ટચ મી નૉટ.

56. તમે મારી વાત કેમ સાંભળતા નથી? Why do not you listen to me? વાય ડૂ નૉટ યૂ લિસન ટુ મી?

57. તમને ફળ ભાવે છે? Do you like fruits? ડૂ યૂ લાઇક ફ્રુટ્સ?

58. મોનાના વાળ બહુ જ ટૂંકાં છે. Mona has very short hair. મોના હૅઝ વેરી શૉર્ટ હેર.

59. તમારે કોઈની સાથે ઝઘડવું જોઈએ નહીં. **You should not quarrel with anybody.** યૂ શુડ નૉટ ક્વૉરલ વિથ એનીબડી.

૬૦. તમે તમારું લેસન પૂરું કરી લીધું? Have you finished your homework? હૅવ યૂ ફિનિશ્ડ યોર હોમવર્ક?

૬૧. તમારાં શિક્ષક તમને વઢે છે? Does your teacher scold you? ડઝ યોર ટીચર સ્કૉલ્ડ યૂ?

૬૨. મારા ક્લાસમાં ત્રીસ વિદ્યાર્થીઓ છે. There are thirty students in my class. ધેર આર થર્ટી સ્ટુડંટ્સ ઈન માઇ ક્લાસ.

આટલું યાદ રાખો. (Remember)

સંબંધકારક The genetive or possessive case બતાવવા માટે અંગ્રેજીમાં એક સરળ રીત છે. જેને apostrophe એપૉસ્ટ્રોફી (') અને s કહે છે. દા.ત. 'The boy destroyed the bird's nest (ધ બૉઇ ડિસ્ટ્રોઇડ ધ બર્ડ્ઝ નેસ્ટ)' છોકરાએ પક્ષીનો માળો તોડી નાંખ્યો. વિશેષ ધ્યાન આપવાની વાત એ છે કે જો એ શબ્દના બહુવચનના અંતમાં 's' હોય જેને સંબંધકારક બનાવવું હોય તો કેવળ apostrophe લગાવે છે, જેમ કે – The boy destroyed the birds' nest. છોકરાએ પક્ષીઓનો માળો તોડી નાખ્યો. જે નિર્જીવ પદાર્થોના નામ હોય છે એની સાથે apostrophe અને 's' નથી જણાતું. ત્યાં સંબંધકારક બતાવવા માટે preposition પ્રેપોઝિશન(અવ્યય)નો ઉપયોગ કરે છે, જેમ કે – The doors of the gateway are made of iron. ફાટકના દરવાજા લોઢાના બનેલા છે. તોપણ એ નિયમના કેટલાક અપવાદ છે, જેમ કે – a week's leave, a month's pay, a day's journey, to their heart's content. in my mind's eye, a hair's breadth, a stone's throw, sun's rays. વાક્યોમાં ઉપયોગ કરીને આ વાક્યાંશો સમજી લેવાં જોઈએ.

59 ઓગણસાઠમો દિવસ
th Day

57. રૂઢિપ્રયોગો (Idioms)

1. તમે ફોગટના દુઃખમાં પડ્યા.	You got into trouble for nothing. યૂ ગૉટ ઈન્ટુ ટ્રબલ ફૉર નથિંગ.
2. દુનિયામાં બધા પોતાની દાળ પકવવા માંગે છે.	Everybody wants to grind his own axe in this world. એવરીબડી વૉન્ટસ ટુ ગ્રાઇન્ડ હિઝ ઑન એક્સ ઇન ધિસ વર્લ્ડ.
3. કામ કામને શીખવે છે.	Practice makes a man perfect. પ્રેક્ટિસ મેક્સ એ મૅન પરફેક્ટ.
4. **જે થઈ ગયું તે થઈ ગયું, ભવિષ્યમાં ધ્યાનમાં રાખો.**	**Let bygones be bygones, take care in future.** લેટ બાઈગૉન્સ બી બાઈગૉન્સ, ટેક કૅર ઇન ફ્યૂચર.
5. તેઓ ચડસા-ચડસીમાં આવી ગયા.	They exchanged hot words. ધે એક્સચેન્જડ હૉટ વર્ડ્ઝ.
6. એના હોંશકોશ ઠેકાણે નથી એમ લાગે છે.	It appears he is off his wits. ઇટ એપિયર્સ હી ઇઝ ઑફ હિઝ વિટ્સ.
7. અવાજોથી આકાશ ગુંજી ઊઠ્યું.	The shouts rent the sky. ધ શાઉટ્સ રેન્ટ ધ સ્કાઈ.
8. મેં એની અપાર પ્રશંસા કરી.	I praised him to the skies. આઈ પ્રેઇઝ્ડ હિમ ટુ ધ સ્કાઇઝ.
9. તમારી તો આજકાલ પાંચે આંગળીઓ ઘીમાં છે.	Nowadays your bread is buttered. નાઉએડેઝ યોર બ્રેડ ઇઝ બટર્ડ.
10. તે રમૂજી માણસ છે.	He is a jolly fellow. હી ઇઝ એ જૉલી ફેલો.
11. તમારા બિસ્તરા પોટલા બાંધી દો.	Pack up your bag and baggage. પેક અપ યોર બૅગ ઍન્ડ બેગેજ.
12. મારા અને તમારામાં આકાશ પાતાળનું અંતર છે.	We are poles apart. વી આર પોલ્સ એપાર્ટ.
13. **તમે આ છોકરાને બહુ મોઢે ચડાવ્યો છે.**	**You have given a long rope to this boy.** યૂ હૅવ ગિવન એ લૉંગ રોપ ટુ ધિસ બૉઈ.
14. તે ગમ ખાઈ ગયો.	He pocketed the insult. હી પૉકેટેડ ધ ઇન્સલ્ટ.
15. આજકાલ કોમ્પ્યૂટરનું વેચાણ ગરમાગરમ છે.	Nowadays computers are selling like hot cakes. નાઉએડેઝ કોમ્પ્યૂટર્સ આર સેલિંગ લાઇક હૉટ કેક્સ.
16. ઈયળ ભેગી પાપડી બફાય.	The innocent are punished along with the guitly. ધ ઈનોસેન્ટ્સ આર પનિશ્ડ એલૉગ વિથ ધ ગિલ્ટી.
17. ડાકુ રત્નાકરનો જીવનપલટો થઈ ગયો અને એ સાધુ બન્યો.	Ratnakar, the dacoit, turned over a new leaf and became a saint. રત્નાકર, ધ ડેકોઇટ, ટર્ન્ડ ઓવર એ ન્યૂ લીફ ઍન્ડ બિકેમ એ સેન્ટ.
18. હાથમાં આવેલી તક ઝડપી લો, સફળતા તમારી છે.	Take the time by the forelock and success is yours. ટેક ધ ટાઇમ બાઇ ધ ફોરલૉક ઍન્ડ સક્સેસ ઇઝ યોર્સ.

19. તકવાદી ઊગતો સૂરજ પૂજવાનું ચૂકતા નથી. Opportunists never hesitate to worship the rising sun. ઓપૉર્ચ્યુનિસ્ટસ નેવર હેઝિટેટ ટુ વર્શિપ ધ રાઈઝિંગ સન.

20. તે આજકાલ ખુશમિજાજમાં છે. He is making merry these days. હી ઇઝ મેકિંગ મેરી ધીઝ ડેઝ.

21. મોહન ચાળીસ વર્ષથી ઓછી ઉંમરનો છે. Mohan is on the right side of forty. મોહન ઇઝ ઑન ધ રાઈટ સાઈડ ઑફ ફોર્ટી.

22. તે બે ભાઈ હોવા છતાં તેમના સ્વભાવમાં આસમાન જમીનનો ફરક છે. Though they are brothers, they are poles apart in nature. ધો ધે આર બ્રધર્સ ધે આર પોલ્સ એપાર્ટ ઇન નેચર.

23. ચોર ચોરી કરતાં જ પકડાઈ ગયો. The thief was caught red-handed. ધ થીફ વૉઝ કૉટ રેડ હૅન્ડેડ.

24. બાળક તેના કાકાની દેખભાળ હેઠળ છે. The child is under his uncle's care. ધ ચાઈલ્ડ ઇઝ અંડર હિઝ અંકલ્સ કેર.

25. મારા ગામથી પથરો ફેંકો એટલું નજીક સ્ટેશન છે. The station is within a stone's throw from my village. ધ સ્ટેશન ઇઝ વિધિન એ સ્ટોન્સ થ્રો ફ્રૉમ માઈ વિલેજ.

26. છોકરો આચાર્યની આંખમાં વસી ગયો છે. The boy is in the good books of the principal. ધ બૉઈ ઇઝ ઇન ધ ગુડ બુક્સ ઑફ ધ પ્રિન્સિપાલ.

27. એ મારી આંખનો તારો છે. He is an apple of my eye. હી ઇઝ એન એપલ ઑફ માઈ આઈ.

28. ઈંડાં સેવે કોઈ, બચ્ચાં લે કોઈ. One beats the bush, another takes the bird. વન બીટ્સ ધ બુશ અનધર ટેક્સ ધ બર્ડ.

29. ભલાં લોકો જલદી ભગવાનને પ્યારાં થઈ જાય છે. Whom God loves die young. હૂમ ગૉડ લવ્સ ડાઈ યંગ.

30. આજે મૂશળધાર વરસાદ પડ્યો. It rained cats and dogs today. ઇટ રેન્ડ કેટ્સ ઍન્ડ ડૉગ્સ ટુડે.

31. તેઓ એકબીજા સાથે બોલતા નથી. They do not see eye to eye with each other. ધે ડૂ નૉટ સી આઈ ટુ આઈ વિથ ઇચ અધર.

32. તેઓનો કોળિયો હાથમાંથી ઝૂંટવાઈ ગયો. They live hand to mouth. ધે લિવ હૅન્ડ ટુ માઉથ.

58. કહેવતો (Proverbs)

1. સોનામાં સુગંધ. It's a paradise on earth. ઇટસ એ પેરેડાઈઝ ઑન અર્થ.

2. જેવો દેશ તેવો વેશ. While in Rome do as Romans do. વાઈલ ઇન રોમ ડૂ ઍઝ રોમન્સ ડૂ.

3. જેવું કરશો તેવું ભરશો. As you sow, so shall you reap. ઍઝ યૂ સો, સો શેલ યૂ રીપ.

4. જંગલમાં મોતીની કદર નથી થતી. A thing is valued where it belongs to. એ થિંગ ઇઝ વેલ્યૂડ વેર ઇટ બિલોન્ગ્સ ટુ.

5. આપ ભલા તો જગ ભલા. To the good the world appears good. ટુ ધ ગુડ ધ વર્લ્ડ એપિયર્સ ગુડ.

6. ખાલી ઘડો વાગે ઘણો. An empty vessel makes much noise. એન એમ્પ્ટી વેસલ મેક્સ મચ નૉઈસ.

7. પહેલું સુખ તે જાતે નર્યા. Health is wealth. હેલ્થ ઇઝ વેલ્થ.

8. ચાકરી વિના ભાખરી નહીં. No pain, no gain. નો પેન, નો ગેન.

9. ગયેલી તક પાછી નથી મળતી. Time once lost cannot be regained.
ટાઈમ વન્સ લૉસ્ટ કૅનનૉટ બી રિગેન્ડ.

10. સમાજ વ્યક્તિને ઘડે છે. Society moulds man. સોસાયટી મોલ્ડઝ મૅન.

11. સંઘ એ જ બળ છે. Union is strength. યુનિયન ઇઝ સ્ટ્રેન્થ.

12. મૂર્ખાને મૂર્ખો વખાણે. Fools praise fools. ફૂલ્સ પ્રેઝ ફૂલ્સ.

13. કપાળે કપાળે જુદી મતિ. Many heads many minds. મેની હેડ્ઝ મેની માઇન્ડસ.

14. ભસતાં કૂતરાં કરડે નહીં. Barking dogs seldom bite. બાર્કિંગ ડૉગ્સ સેલ્ડમ બાઇટ.

15. હવાઈ કિલ્લા બાંધવાનો કોઈ અર્થ નથી. It is no use building castles in the air.
ઈટ ઇઝ નો યૂઝ બિલ્ડિંગ કૅસલ્સ ઈન ધ એર.

16. કોડી કોડીમાં કૃપણ અને રૂપિયા દેવામાં દાતાર. Penny wise pound foolish. પેની વાઇઝ પાઉંડ ફૂલિશ.

17. સત્ય એ જ સમજાવટ. Truth prevails. ટ્રૂથ પ્રિવેલ્સ.

18. તાળી બે હાથે પડે છે. It takes two to quarrel. ઇટ ટેક્સ ટૂ ટુ ક્વૉરલ.

19. ચાર દિવસની ચાંદની અને પછી અંધારી રાત. A nine days' wonder. એ નાઇન ડેઝ' વન્ડર.

20. ઉધાર આપો ને દુશ્મન ઊભો કરો. Give a loan, an enemy own. ગિવ એ લોન, એન એનિમી ઑન.

21. એક માળાના પંખી. Birds of a feather flock together.
બડ્ર્ઝ ઑફ એ ફેધર ફલૉક ટુગેધર.

22. મન હોય તો માળવે જવાય. Where there is a will, there is a way.
વેર ધેર ઇઝ એ વિલ ધેર ઇઝ એ વે.

23. નાચતા ન આવડે તો આંગણું વાંકું. A bad carpenter quarrels with his tools.
એ બૅડ કાર્પેન્ટર ક્વૉરલ્સ વિથ હિઝ ટૂલ્સ.

24. મૌન એટલે અર્ધી સંમતિ. Silence is half consent. સાઇલેંસ ઇઝ હાફ કન્સેન્ટ.

25. મિત્ર એ જે મુસીબતમાં કામ આવે. A friend in need is a friend indeed.
એ ફ્રેંડ ઇન નીડ ઇઝ એ ફ્રેંડ ઇન્ડીડ.

26. પેટ કરાવે વેઠ. A man is a slave to his stomach.
એ મૅન ઇઝ એ સ્લેવ ટુ હિઝ સ્ટમક.

27. પોતાની ગલીમાં કૂતરો પણ વાઘ. A dog is a lion in his lane.
એ ડૉગ ઇઝ એ લાયન ઇન હિઝ લેન.

28. ઉતાવળે આંબા ન પાકે. The more haste, the worse speed. ધ મોર હેસ્ટ, ધ વર્સ સ્પીડ.

29. હાથે તે સાથે. A bird in hand is worth two in the bush.
એ બર્ડ ઇન હેન્ડ ઇઝ વર્થ ટૂ ઇન ધ બુશ.

30. દૂધનો દાઝ્યો છાશ ફૂંકીને પીએ. A burnt child dreads the fire. એ બર્ન્ટ ચાઇલ્ડ ડ્રેડ્ઝ ધ ફાયર.

31. મુખમાં રામ અને બગલમાં છૂરી. A honey tongue, a heart of gall.
એ હની ટંગ, એ હાર્ટ ઑફ ગૉલ.

32. અધૂરું જ્ઞાન ભયજનક છે. A little knowledge is a dangerous thing.
એ લિટલ નૉલેજ ઇઝ એ ડેન્જરસ થિંગ.

33. અંત સારો તો સૌ સારું. All's well that ends well. ઓલ'સ વેલ ધેટ એન્ડઝ વેલ.

34. કપડાં જોયાં ઇજ્જત જોઈ. — Style makes the man. સ્ટાઇલ મેક્સ ધ મૅન.

35. કાંટો કાંટાથી નીકળે. — One nail drives another. વન નેલ ડ્રાઇવ્ઝ અનધર.

36. આંધળો વિશ્વાસ દગામાં પરિણમે. — Quick believers need broad shoulders. ક્વિક બિલિવર્સ નીડ બ્રૉડ શોલ્ડર્સ.

37. સત્યનો માર્ગ કઠણ છે. — Turth lies at the bottom of a well. ટ્રૂથ લાઇઝ ઍટ ધ બૉટમ ઑફ એ વેલ.

38. જવાની દીવાની છે. — Youth must have its fling. યૂથ મસ્ટ હેવ ઇટ્સ ફ્લિંગ.

39. હરેક ચીજનો સમય આવે છે. — There is a time for all things. ધેર ઇઝ એ ટાઇમ ફૉર ઑલ થિંગ્ઝ.

40. એક જૂઠ અનેક જૂઠ લાવે. — One lie leads to another. વન લાઇ લીડસ ટુ અનધર.

41. દુનિયામાં ભાતભાતના લોકો વસે છે. — It takes all sorts of people to make the world. ઇટ ટેક્સ ઑલ સોર્ટ્સ ઑફ પીપલ ટુ મેક ધ વર્લ્ડ.

42. લોઢાના ચણા ચાવવા. — A hard nut to crack. એ હાર્ડ નટ ટુ ક્રેક.

43. માણસના વેશમાં શેતાન. — A wolf in sheep's clothing. એ વુલ્ફ ઇન શીપ્સ ક્લોધિંગ.

44. આંધળામાં કાણો રાજા. — A figure among cyphers. એ ફિગર અમંગ સાઇફર્સ.

45. જેવો રાજા તેવી પ્રજા. — As the king so are the subjects. ઍઝ ધ કિંગ સો આર ધ સબ્જેક્ટસ.

46. લાલચ બૂરી બલા છે. — Avarice is the root of all evils. એવરિસ ઇઝ ધ રૂટ ઑફ ઑલ ઇવિલ્સ.

આટલું યાદ રાખો. (Remember)

જેનો અંતિમ અક્ષર 's'થી શરૂ થાય એવો શબ્દોને સંબંધકારક બનાવવા હોય તો કેવળ apostrophe લગાવાય છે. જેમ કે – Moses' laws are found in the Bible. (મોસેસ લૉઝ આર ફાઉન્ડ ઇન ધ બાઇબલ). 'હઝરત મુસાના નિયમ બાઇબલમાં લખ્યા છે' જે શબ્દોનો અંતિમ અક્ષર 's'થી સમાપ્ત થતો હોય પરંતુ 's'થી શરૂ ન થતો હોય તો apostrophe અને 's'નો પ્રયોગ કરે છે – Porus's army was large. (પોરસ'સ આર્મી વૉઝ લાર્જ) પોરસની સેના વિશાળ હતી. કેટલીક વાર સંજ્ઞાની આગળવાળી સંજ્ઞા ને છોડી દે છે કે જેનું સંબંધકારક બનાવવું હોય. દા.ત. I stopped at my uncle's last night (આઈ સ્ટોપ્ડ ઍટ માઇ અંકલ્સ લાસ્ટ નાઇટ) 'હું ગઈ કાલે રાત્રે મારા કાકાને ત્યાં રહ્યો હતો'. આ વાક્યમાં uncle'sનો અર્થ છે – uncle's house પરંતુ house શબ્દને છોડી દીધો છે.

60 સાઠમો દિવસ
60th Day

51થી 55 દિવસ

Test No. 1

16 થી ઉપર very good. 12 થી ઉપર fair.

નીચેનાં વાક્યોમાં કંઈ ને કંઈ અશુદ્ધિઓ છે. એ વાક્ય તમે પાછળ પણ શીખ્યા છો. એને સુધારીને તમારી યોગ્યતાની પરીક્ષા લો –

1. Please do not trouble *myself.* 2. Please stay *for* little more. 3. Put up the notice *at* the notice board. 4. He is very proud *for* his promotion. 5. He was accused *for* murder. 6. He has been released *at* bail. 7. He was sentenced *for* death. 8. My radio *is* stopped. 9. Now switch *to* Vividh Bharati. 10. Have you *weighted* the parcel? 11. You can *new* your driving licence from the transport office. 12. We have *loosed* our way. 13. Why did you *came* back soon? 14. The road is *close* for repairs. 15. The train is due *on* half past eleven. 16. We were listening *at* music. 17. It was a very *interested* story. 18. Do not depend *on* others. 19. Do not spit *at* the floor. 20. Go for *an* walk in morning and evening.

56થી 59 દિવસ

Test No. 2

16 થી ઉપર very good. 16 થી ઉપર fair.

આ વાક્યો તમે પાછળ પણ વાંચતા આવ્યા છો, પરંતુ અહીં તે થોડાં બદલેલાં અને ખોટાં છે. જ્યાં તમને ભૂલ લાગે એને સુધારો અને સંકેતોની મદદથી તમારાં જ્ઞાનની પરીક્ષા કરો –

1. Have the account *clear.* 2. Did you *got* your wages? 3. There is shortage *on* money. 4. How is he *getting with* his work? 5. *The* honesty is *best* policy. 6. The man *is slave* to his stomach. 7. Your coat is not similar to *mine.* 8. You will speak to her if she *will come.* 9. Will you please *borrow* me a pen? 10. You come to home *latter* than I. 11. *Numbers* of the students are decreasing. 12. I read this book in *a* hour and a half. 13. Sita as well as Rita *is* coming here. 14. The mother gave me some good *advices.* 15. The unfortunate was *shootdead.* 16. They will study German *beside* English. 17. The murderer was caught and *hung.* 18. A dog is a *wolf* in his lane. 19. All's well that *end's* well. 20. A *crow* in hand is worth two in the bush.

Test No. 3

20 થી ઉપર very good. 15 થી ઉપર fair.

નીચે અશુદ્ધ વાક્યો આપ્યાં છે એને સુધારીને ઉત્તર વાક્યો સાથે મેળવી લો. સાથે જ એ જાણવા પ્રયાસ કરો કે એમાં શું ભૂલ છે –

(1) I shall see you when I *shall* come back. (2) Roma *does* not afraid of anybody. (3) Have you read an *interested* story? (4) Millions were *injured* in the war. (5) I am going to *lay* down for an hour. (6) I do not *wish* any reward. (7) *Last week visited our school an inspector.* (8) I consider you *as* my best friend. (9) They have not replied *us.* (10) *English* are fond of sports. (11) This is *glass.* There's coffee in it. (12) *Hundred* years make a century. (13) When she *got* married? (14) I wonder whether there is *some* time left. (15) Do you *go often* fishing? (16) Kumar *often is* childish. (17) She *frequently is* late. (18) The speaker told them not to make *noise.* (19) Open your book at *six page.* (20) He is in *class ninth.* (21) He is *more* better than I. (22) *These all* mangoes are ripe. (23) This book costs *rupees ten.* (24) He got nearly *cent percent* marks. (25) *Himalayas* are mountains.

સુધારેલાં વાક્યો –

(1) I shall see you when I come back. (2) Roma is not afraid of anybody. (3) Have you read an interesting story? (4) Millions were wounded in the war. (5) I am going to lie down for an hour. (6) I do not wish for any reward. (7) An inspector visited our school last week. (8) I consider you my best friend. (9) They have not replied to us yet. (10) The English are fond of sports. (11) This is a glass. There's coffee in it. (12) A hundred years make a century. (13) When did she get married? (14) I wonder whether there is any time left. (15) Do you often go fishing? (16) Kumar is often childish. (17) She is frequently late. (18) The speaker told them not to make a noise. (19) Open your book at page six. (20) He is in class nine (or the ninth class). (21) He is better than I. (22) All these mangoes are ripe. (23) This book costs ten rupees. (24) He got nearly full marks. (25) The Himalayas are mountains.

Test No. 4

12 થી ઉપર very good.

કેટલાક લોકો અંગ્રેજી બોલતી વેળા વ્યાકરણની ભૂલો (Grammatical mistakes) કરે છે. એને બહુ જ સાવધાનીથી સુધારીને યાદ કરવી જોઈએ. કોઈક ભૂલોવાળાં વાક્યો આપ્યાં છે. એમાં રહેલી વ્યાકરણની અશુદ્ધિઓ ઠીક કરો –

(1) He *speak* English very well. (2) This film will be *played* shortly. (3) Your elder brother is five and a half feet *high.* (4) The player plays very *good.* (5) Many *homes* have been built. (6) She is *coward* girl. (7) We had a nice *play* of football. (8) I have *no* any mistakes in my dictation. (9) Strong *air* blew my clothes away. (10) I hurt *a finger* of my right foot. (11) She does not look *as* her brother. (12) I have *a plenty* work to do. (13) She spends the rest *day* at home. (14) His father was *miser.* (15) *After* they went home for dinner.

સુધારેલા પૂરક શબ્દ જે વાક્યમાં વાંકા શબ્દોની જગાએ લગાવો. એનાથી ઉપરના વાક્યો શુદ્ધ થઈ જશે.

(1) can speak (2) released (3) tall (4) well (5) houses (6) a coward (7) game (8) not any (9) wind (10) toe (11) like (12) plenty of work (13) the rest of the day (14) a miser (15) Afterwards.

Test No. 5

(i) નીચે લખેલાં અધૂરાં વાક્યોમાં 'a' અથવા 'an' અથવા 'the' લગાવો –

(1) ... wheat grown in this area is of a good quality. (2) Is ... lead heavier than ... iron? (3) I like to take ... apple daily. (4) This is ... cheque drawn on the Overseas Bank. (5) This is ... very fine picture. (6) ... murderer has been hanged. (7) She is ... honest lady. (8) All ... letters have been stamped. (9) She will wait for you at ... cinema. (10) Make ... habit of working hard.

(ii) કૌંસમાં આપેલા શબ્દોનાં સાચાં રૂપ બતાવો –

(1) What is the cause of your ... (sad). (2) His ... has turned grey though he is still young. (hair) (3) This ... not enough. (be) (4) Ram ... not get leave. (do) (5) Your watch ... stopped. (have) (6) There are more than a dozen ... in the zoo. (deer) (7) Has he ... your salary. (pay) (8) Let ... strike a bargain. (we) (9) You can avoid ... mistakes. (make) (10) Yesterday I ... the letter in one hour and a half. (write)

Test No. 6

(i) for, into, of, in, by, with, to, from, besides, afterમાંથી યોગ્ય શબ્દો લઈને નીચેનાં વાક્યોમાં ભરો –

(1) What was the judgement ... the case? (2) Billoo is fond ... cycling. (3) The road is closed ... repairs. (4) Do not quarrel ... others. (5) I fell ... his trap. (6) I am not ... money. (7) Right ... his childhood he has been very kind to others. (8) They will study German ... English. (9) Your coat is not similar ... mine. (10) The letter is sent ... post.

(ii) નીચેના પ્રશ્નોના જવાબો verbનાં એ જ રૂપમાં આપો, જે રૂપમાં પ્રશ્નો પૂછ્યા છે –

દા.ત., પ્ર.– When are you going home?
જ.– I am going home at six o'clock.

(1) What time are you leaving the house this morning? (2) What are you going to do in the holidays? (3) When do you sit for the examination? (4) Who pays for the tickets tonight? (5) Are they leaving tomorrow? (6) When will you pay back the money? (7) When will she spend her holidays? (8) Will they work tomorrow? (9) Will you please lend me some money? (10) How long will he stay at Shimla?

Test No. 7

નીચેનાં વાક્યો પૂરાં કરો –

દા.ત., Barking dogs... (અપૂર્ણ વાક્ય)

Barking dogs seldom bite. (પૂર્ણ વાક્ય)

(1) Practice makes a man ... (2) ... is a friend indeed. (3) While in Rome ... (4) ... is strength. (5) As you sow ... (6) ... no gains. (7) Penny wise ... (8) ... dreads the fire. (9) All's well ... (10) ... is wealth. (11) A little knowledge is a ... (12) Where there is a will ... (13) Barking dogs seldom ... (14) Time and tide wait ... (15) ... vessel makes much noise.

Test No. 8

નીચે બે બે વાક્યો આપ્યાં છે. એમાંથી સાચું વાક્ય શોધી કાઢો –

1. (a) They were not three. (b) They were but three. 2. (a) His opinion was contrary to ours. (b) His opinion was contrary of ours. 3. (a) He acted in a couple school plays. (b) He acted in a couple of school plays. 4. (a) He refused to except my excuse. (b) He refused to accept my excuse. 5. (a) I failed in English. (b) I was failed in English. 6. (a) Get into the room. (b) Get in the room. 7. (a) He is always into mischief. (b) He is always upto mischief. 8. (a) I made it a habit of reading. (b) I made a habit of reading. 9. (a) It will likely rain before night. (b) It will probably rain before night. 10. (a) She need not earn her living. (b) She needs not earn her living.

Correct sentences : 1. (b) 2. (a) 3. (b) 4. (b) 5. (a) 6. (a) 7. (b) 8. (b) 9. (b) 10. (a)

Test No. 9

(i) આ શબ્દોના અર્થ લખો અને અંદર અંદરનું અંતર સમજાવો –

always, usually; never, rarely; addition, edition; all ready, already; anxious, eager; both, each; breath, beathe; cease, seize; couple, pair; fair, fare; habit, custom; its, it's; legible, readable; whose, who's.

(ii) નીચે બે બે વાક્યો આપ્યાં છે, બંનેમાં થોડા ક્રમનો ફેર છે. અર્થમાં શું ફેર પડે છે એ સમજો.

1. (i) I don't try to speak loudly.
   (ii) I try not to speak loudly.
2. (i) The young men carry a white and a blue flag.
   (ii) The young men carry a white and blue flag.
3. (i) I alone can do it.
   (ii) I can do it alone.
4. (i) The mother loves Amitabh better than me.
   (ii) The mother loves Amitabh better than I.
5. (i) He forgot to do the exercise.
   (ii) He forgot how to do the exercise.
6. (i) She was tired with riding.
   (ii) She was tired of riding.

PRONUNCIATION IN RAPIDEX

(a) a – અ
an, am – એન, એમ
allow – અલાઉ
auntie – આન્ટી
at, as – એટ, એઝ
any – એની
and – એન્ડ
another – અનધર
agree – અગ્રી
appear – અપીઅર

(b) being – બીઈંગ
by, buy, bye – બાઈ
boy – બૉય
bread – બ્રેડ

(c) care – કેર
chair – ચેર
Congratulations – કૉંગ્રેચ્યુ-લેશન્સ

(d) don't – ડોન્ટ

(e) eye – આઈ
ear – ઈઅર
egg – એગ
examination – એક્ઝામિનેશન
expect – એક્સપેક્ટ
explain – એક્સપ્લેન

(f) four – ફોર
forty – ફોર્ટી
for – ફોર
far – ફાર

(h) happy – હેપી
hi – હાઈ
high – હાઇ
hot – હૉટ
here – હિઅર
hear – હિઅર
hand – હેંડ
hello – હેલો
how – હાઉ

(i) i – આઈ
I'm – આઈમ
I'll – આઈલ

(l) long – લૉગ

(m) Mrs – મિસિસ
many – મેની

(n) now – નાઉ
not – નૉટ
near – નિઅર

(o) oh – ઓ
or – ઓર
on – ઑન
of – ઑફ
oil – ઑઈલ

(p) pair – પેર
prepare – પ્રિપેર
phases – ફેઝિઝ

(s) studying – સ્ટડીઈંગ

(t) to – ટુ
two, too – ટૂ
there – ધેર
then – ધેન
than – ધેન

(w) where – વેર
wear – વેર
ware – વેર
why – વાઈ
while – વાઇલ
which – વિચ
when – વેન
wrong – રૉગ

(y) yes – યસ
yet – યટ
yesterday – યસ્ટર્ડે
year – યર
your – યોર

GENERAL : 'the' is pronounced (ધિ) before a vowel and (ધ) before a consonant.
Example : The egg (ધિ એગ)
The cat (ધ કેટ)
's' after 'p', 'k', 't', 'f' is pronounced 'સ'. After other sounds 'ઝ'.

ગુજરાતી – અંગ્રેજી વાતચીત (Conversation)

પ્રિય પાઠક, અત્યાર સુધી ૬૦ દિવસોમાં તમે ૬ પ્રકરણ પૂરાં કર્યાં છે. તમારે વાતચીત કરવાની આદર્શ રીતનો અભ્યાસ કરવાનો છે. એ માટે તમારે ઘરમાં, કુટુંબમાં, મિત્રોમાં અને પરિચિતોમાં ઊઠતાં-બેસતાં અંગ્રેજીમાં બોલવાનો અભ્યાસ કરવો જોઈએ – જેમ જેમ તમને અંગ્રેજી બોલવાનો અભ્યાસ થતો જશે, તેમ ઘરની બહાર, હૉસ્પિટલમાં રોગીની સાથે, બજારમાં દુકાનદાર સાથે, સડક ઉપર અજાણ્યા સાથે, વિદ્યાલયમાં શિક્ષક સાથે અને એ રીતે સમાજના અન્ય ક્ષેત્રોમાં સંબંધિત વ્યક્તિઓની સાથે બહુ આત્મવિશ્વાસથી વાતચીત કરી શકશો. દા.ત. તમારે ટ્રંકકૉલ બુક કરાવવો છે, કે હોટેલમાં મેનેજર સાથે વાત કરવી છે, કે ફોન ઉપર કોઈની સાથે વાત કરવી છે, તો તમારે એ રીતની વાતચીતના શબ્દો શીખવા પડશે અને એ અભ્યાસથી જ શક્ય બને. તે સિવાય તમે સામાજિક પ્રાણી પણ છો. સભા-સોસાયટીમાં બેસો છો. જો તમે આજકાલના પ્રસંગોમાં વાતચીત નહીં કરી શકો તો તમે પછાત ગણાશો-અમારો વિશ્વાસ છે કે તમે પછાત કહેવડાવવાનું કદીયે પસંદ કરશો નહીં. એ વિચારીને અમે તમારી સુવિધા માટે ઉપર જણાવેલ બધી સ્થિતિઓ પર કેટલાક વાતચીતના નમૂના આપ્યા છે. તમે એને સાંભળો, બોલો તથા પોતાની જરૂરિયાત પ્રમાણે તમારા વાર્તાલાપમાં એનો ઉપયોગ કરો.

અમને આનંદ છે કે તમે વાર્તાલાપ કરવાની આદર્શ રીત શીખવા આતુર છો. અમારા માટે એ કામ બહુ જ સરળ અને આનંદજનક છે, કારણ કે તમે એક ભણેલા માણસ છો અને ઊઠતાં-બેસતાં તથા બોલવા-ચાલવામાં તેનો ઉપયોગ જાણી ગયા છો – એ ઉપરાંત અમે તમને વાતચીત સંબંધમાં કેટલીક આવશ્યક વાતો કહેશું, તમને ખૂબ જ મનપસંદ અને ઉપયોગી લાગશે. એના માટે નીચે આપેલા સુઝાવો ધ્યાનથી વાંચો :

- એકદમ વિશ્વાસથી, ઊઠતાં-બેસતાં, ઘરમાં-બહાર, ઑફિસમાં અને મિત્રો સાથે અંગ્રેજીમાં બોલવાનો અભ્યાસ કરો.
- બોલતી વખતે ઝિઝકવાનું નહીં. ઘણી ભૂલો જ્ઞાનથી નહીં, વિશ્વાસની ઓછપને કારણે થાય છે.
- ભૂલથી ગભરાઓ નહીં. ધીરે ધીરે ભાષા સુધરશે અને વિશ્વાસ વધશે.
- શરૂઆત નાનાં નાનાં વાક્યોથી કરો.
- કોઈને પણ સામે રાખીને અંગ્રેજીમાં વાતચીત કરો. રોજ ૫-૧૦ નવાં વાક્યોનો અભ્યાસ કરો અને જૂનાં વાક્યોને યાદ કરો.
- રોજ વાર્તાલાપ માટે એક નવો વિષય પસંદ કરો.

તમે જાણો છો કે અંગ્રેજી દુનિયાની એક સમૃદ્ધ ભાષા છે. એમાં પ્રત્યેક નાનામાં નાના વિષય ઉપર પણ પ્રમાણિત સાહિત્ય મળે છે. વાર્તાલાપ (Conversation)ના વિષયમાં ભાષાના વિદ્વાનોએ બહુ મહત્ત્વપૂર્ણ શોધ કરી છે. તમે પણ અચૂક એ ટૂંકમાં જાણવા પસંદ કરશો. તો આવો, આદર્શ વાર્તાલાપની રીતથી શરૂ કરીએ.

The Ways to be a Good Conversationalist
આદર્શ વાતચીત કરનાર બનવાનો ઉપાય

1. Be courteous. બી કર્ટિયસ. — વિનમ્ર બનો.
2. Think before you speak. થિંક બિફોર યૂ સ્પીક. — બોલતાં પહેલાં વિચાર કરો.
3. Be flexible. બી ફ્લેક્સિબલ. — બાંધછોડ કરવાની તૈયારી રાખો.
4. Be cheerful and good-humoured. બી ચીયરફુલ ઍન્ડ ગુડ હ્યૂમર્ડ. — પ્રસન્ન અને હસમુખ બનો.
5. Be interested in the other fellow. બી ઈન્ટરેસ્ટેડ ઈન ધ અધર ફેલો. — બીજી વ્યક્તિઓમાં રસ બતાવો.

Act upon these certain points, and you will find that you know the secrets of good conversation.
આ વાતો અમલમાં મૂકો અને તમને લાગશે કે તમે સારા વાર્તાલાપનું રહસ્ય જાણી ગયા છો.

સારા સંવાદોનો અભ્યાસ કરતી વખતે આપણે કેટલીક વાતચીતની ખામીઓ તરફ સાવધાન રહેવું પડશે. એ બાબતમાં વિદ્વાનોના આ અભિપ્રાયો કાયમ યાદ રાખો.

1. Don't be argumentative. ડૉન્ટ બી આર્ગ્યુમેન્ટેટિવ. — દલીલબાજ ન થાઓ.
2. Don't be insincere. ડૉન્ટ બી ઈન્સિન્સીયર. — (વાતચીતમાં) બેજવાબદાર ન બનશો.
3. Don't be dogmatic. ડૉન્ટ બી ડૉગ્મૅટિક. — આગ્રહી ન બનશો.
4. Don't be an egoist. ડૉન્ટ બી એન ઈગોઈસ્ટ. — ઘમંડી ન બનશો.
5. Don't be a mumbler. ડૉન્ટ બી એ મમ્બલર. — બહુ ગણગણાટ કરનાર ન બનશો.

આ તો થઈ વાતચીતમાં સાધારણ યાદ રાખવા જેવી વાતો. હવે એવા દોષો તરફ પણ ધ્યાન આપો કે જે, સામાન્ય રીતે લોકોથી વાતચીતમાં થતા હોય છે.

1. Avoid too much slang. Use it only when it lends vigour to your talking. એવૉઇડ ટૂ મચ સ્લેન્ગ. યૂઝ ઇટ ઓન્લી વેન ઇટ લેંડ વિગર ટુ યોર ટૉકિંગ. — ગ્રામીણ ભાષાનો ઉપયોગ ઓછો કરો. તમારી વાતચીતને સશક્ત બનાવે છે એવું લાગે ત્યારે એ ભાષાનો ઉપયોગ કરો.
2. Eliminate superfluous words from your speech. એલિમિનેટ સુપરફ્લુઅસ વર્ડ્ઝ ફ્રૉમ યોર સ્પીચ. — છીછરા શબ્દોને (તમારી ભાષામાંથી) દૂર કરો.
3. Avoid exaggeration. એવૉઇડ એક્ઝેજરેશન. — વધારીને વાતો કરવાનું છોડી દો.
4. Stop telling personal experiences awkwardly. સ્ટૉપ ટેલિંગ પર્સનલ એક્પીરિઅન્સીસ ઑક્વર્ડલી. — તમારા વ્યક્તિગત અનુભવોને કઢંગી રીતે કહેવાનું બંધ કરો.

Concentrate on these points, and you will find that your conversation is more effective and impressive. કોન્સેન્ટ્રેટ ઑન ધીઝ પૉઇન્ટસ ઍન્ડ યૂ વિલ ફાઇન્ડ ધૅટ યોર કોન્વર્સેશન ઇઝ મોર ઇફેક્ટિવ ઍન્ડ ઇમ્પ્રેસિવ.

આ વાતોનું ધ્યાન રાખો અને એથી તમને તમારી વાતચીત પહેલાં કરતાં વધુ અસરકારક અને પ્રભાવશાળી થયેલી લાગશે.

વાતચીતમાં તમારા વ્યક્તિત્વની અસર બીજા પર સારી પડે એ માટે વિદ્વાનોનો જે અભિપ્રાય છે તે તમારા માટે અહીં આપ્યો છે.

1. Be a good listener. બી એ ગુડ લિસનર. — સારા શ્રોતા બનો.
2. Be friendly but not familiar. બી ફ્રેન્ડલી બટ નૉટ ફેમિલિયર. — મિત્રતાપૂર્ણ વ્યવહાર કરો પણ બહુ હળીને નહીં.
3. Check up your voice and your facial expressions. ચેક અપ યોર વૉઇસ ઍન્ડ યોર ફેસિયલ એક્સપ્રેશન્સ. — તમારો અવાજ અને તમારા મુખમુદ્રાના ભાવોનો ખ્યાલ કરો.
4. Avoid any irregularities in your behaviour. એવૉઇડ એની ઇરેગ્યુલારિટિઝ ઇન યોર બિહેવિયર. — તમારા વ્યવહારમાં જે ખામીઓ હોય એને દૂર કરો.
5. Always try to improve your speaking skills. ઑલવેઝ ટ્રાઇ ટુ ઇમ્પ્રુવ યોર સ્પીકિંગ સ્કિલ્સ. — સદાયે તમારા બોલવાની રીત સુધારવાનો પ્રયાસ કરો.

તમારા ઘરમાં જ્યારે કદી નાના કે મોટા સ્ત્રી કે પુરુષ મહેમાન આવે તો તમે ઘરના મોટા કે નાના સભ્યો સાથે એમનો પરિચય કેવી રીતે કરાવશો ? અંગ્રેજીમાં પરિચય ખાસ્સો ઔપચારિક્તાથી કરાવાય છે. આ ઔપચારિક્તા સમજવી એ દરેક અંગ્રેજી બોલનાર વ્યક્તિને માટે જરૂરી છે. નીચે કેટલીક ખાસ વાતો આપી છે.

તમારા ઘરમાં જ્યારે કોઈ મહેમાન આવે તો તરત જ એનો પરિચય ઘરના માણસો સાથે કરાવો.

1. જ્યારે કોઈ પુરુષનો પરિચય અઢાર વર્ષથી મોટી કોઈ સ્ત્રી સાથે કરાવવો હોય તો કહો –
   "Mrs. Kinjal, may I present Shrikant Vora?"
   "મિસિસ કિંજલ, મે આઈ પ્રેઝંટ શ્રીકાંત વોરા ?"
   જો પરિચય થોડો ઓછો ઔપચારિક બનાવવો હોય તો કહો –
   "Mrs. Kinjal, Shrikant Vora." "મિસિસ કિંજલ, શ્રીકાંત વોરા."
2. અગર કોઈ ઉંમરમાં નાની હોય એવી વ્યક્તિનો કોઈ મોટી ઉંમરની વ્યક્તિ સાથે પરિચય કરાવવો હોય તો કહેશો – (હા, બંને એક જ જાતિના હોવા જોઈએ – કાં તો બંને સ્ત્રીઓ, કાં તો બંને પુરુષો)
   "Mother, this is Menaka Desai."
   "મધર, ધિસ ઇઝ મેનકા દેસાઈ."
   અથવા (ટૂંકમાં)
   "Mother, Menaka Desai." "મધર, મેનકા દેસાઈ."
3. અઢાર વર્ષની કોઈ છોકરી કે છોકરાનો પરિચય કોઈ મોટી ઉંમરની વ્યક્તિ સાથે કરાવવો હોય તો પહેલાં નાની ઉંમરની વ્યક્તિનું નામ લેવું જોઈએ; જેમ કે –
   "This is Sonia Arora, Mr. and Mrs. Prem Nath Modi."

"ધિસ ઇઝ સોનિયા અરોરા, મિસ્ટર ઍન્ડ મિસિસ પ્રેમનાથ મોદી."
અથવા
"This is Vikas Nayak, Mr. and Mrs. Satish Chandra Patel."
"ધિસ ઇઝ વિકાસ નાયક, મિસ્ટર ઍન્ડ મિસિસ સતીષચંદ્ર પટેલ."

4. જ્યારે તમે અપરિચિત વ્યક્તિઓની વચ્ચે અનૌપચારિક પરિચય કરાવવા ઇચ્છો તો કહી શકો છો –
   (a) Manoj Kumar, have you met Mrs. Rajkumari?
   મનોજકુમાર, હેવ યૂ મેટ મિસિસ રાજકુમારી ?
   (b) Rasbihari, do you know Mrs. Prema Trivedi?
   રાસબિહારી, ડૂ યૂ નો મિસિસ પ્રેમા ત્રિવેદી ?
   (c) Meenakshi Pandit, I would like you to meet Anil Kumar.
   મિનાક્ષી પંડિત, આઈ વુડ લાઇક યૂ ટુ મીટ અનિલકુમાર.

આ રીતે તમે વાતચીતનો અભ્યાસ કરો.

પરિચય : પોતાનો અને બીજાંનો | Introducing Self and Others (ઈન્ટ્રોડ્યૂસિંગ સેલ્ફ ઍન્ડ અધર્સ)

પ્ર. : તારું નામ શું છે?	**Q.** What is your name? વૉટ ઇઝ યોર નેમ?
જ. : મારું નામ રીના છે.	**A.** My name is Reena. માઇ નેમ ઇઝ રીના.
પ્ર. : તારી ઉંમર કેટલી છે?	**Q.** How old are you? હાઉ ઓલ્ડ આર યૂ?
જ. : હું ચૌદ વર્ષની છું.	**A.** I am fourteen years old. આઈ એમ ફોર્ટીન યર્સ ઓલ્ડ.
પ્ર. : તું કઈ શ્રેણીમાં ભણે છે?	**Q.** In which class do you study? ઈન વિચ ક્લાસ ડૂ યૂ સ્ટડી?
જ. : હું અગિયારમા ધોરણમાં ભણું છું.	**A.** I am in the eleventh class. આઈ એમ ઈન ધ ઈલેવન્થ ક્લાસ.
પ્ર. : તું વિજ્ઞાનની વિદ્યાર્થીની છે કે વાણિજ્યની?	**Q.** Are you a science or a commerce student? આર યૂ એ સાયંસ ઑર એ કૉમર્સ સ્ટૂડંટ?
જ. : હું વાણિજ્યની વિદ્યાર્થીની છું.	**A.** I am a commerce student. આઈ એમ એ કૉમર્સ સ્ટૂડંટ.
પ્ર. : તારા પિતા શું કરે છે?	**Q.** What is your father? વૉટ ઇઝ યોર ફાધર?
જ. : તે એક ખાનગી નોકરી કરે છે.	**A.** He works in a private concern. હી વર્ક્સ ઈન એ પ્રાયવેટ કન્સર્ન.
પ્ર. : તારી માતા શું કરે છે?	**Q.** What is your mother doing? વૉટ ઇઝ યોર મધર ડૂઇંગ?
જ. : તે ઘર સંભાળે છે.	**A.** She is a housewife. શી ઇઝ એ હાઉસવાઇફ.
પ્ર. : તારે કેટલા ભાઈ છે?	**Q.** How many brothers do you have? હાઉ મેની બ્રધર્સ યૂ હેવ?
જ. : મારે ત્રણ ભાઈ છે. તેઓ ત્રણે મારાથી મોટા છે.	**A.** I have three brothers. They are all elder to me. આઈ હેવ થ્રી બ્રધર્સ. ધે આર ઑલ એલ્ડર ટુ મી.
પ્ર. : તમે કેટલી બહેનો છો?	**Q.** How many sisters are you? હાઉ મેની સિસ્ટર્સ આર યૂ?
જ. : અમે બે બહેનો છીએ.	**A.** We are two sisters. વી આર ટૂ સિસ્ટર્સ.
પ્ર. : તું ક્યારે અને ક્યાં રમે છે ?	**Q.** When and where do you play? વેન ઍન્ડ વેર ડૂ યૂ પ્લે?
જ. : હું સાંજે રમતના મેદાનમાં રમું છું.	**A.** I play in the playground in the evening. આઈ પ્લે ઈન ધ પ્લેગ્રાઉંડ ઈન ધ ઈવનિંગ.
પ્ર. : તારી કોઈ ખાસ બહેનપણી છે ?	**Q.** Do you have any fast friend too? ડૂ યૂ હેવ એની ફાસ્ટ ફ્રેંડ ટૂ?
જ. : હા, વિશ્વા મારી ખાસ સખી છે.	**A.** Yes, Vishva is my fast friend. યસ, વિશ્વા ઇઝ માઇ ફાસ્ટ ફ્રેંડ.
પ્ર. : તું તારા કુટુંબને ચાહે છે?	**Q.** Do you love your family? ડૂ યૂ લવ યોર ફેમિલી?
જ. : હા, હું ચાહું છું અને હું સમાજને પણ ચાહું છું.	**A.** Yes, I do. And I love my society too. યસ, આઈ ડૂ. ઍન્ડ આઈ લવ માઇ સોસાયટી ટૂ.
પ્ર. : સૌથી વધુ તું કોને ચાહે છે ?	**Q.** Whom do you love the most? હૂમ ડૂ યૂ લવ ધ મોસ્ટ?
જ. : હું મારી માતૃભૂમિને સૌથી વધુ ચાહું છું.	**A.** I love my motherland the most. આઈ લવ માઇ મધરલેન્ડ ધ મોસ્ટ.
– જરૂર, તું એક આદર્શ ભારતીય છે!	Of course, you are an ideal Indian! ઑફ કોર્સ, યૂ આર એન આઇડીયલ ઇન્ડિયન!

મા અને પુત્ર — Mother and Son (મધર ઍન્ડ સન)

મા	: આજે આટલો જલદી કેમ ઊઠ્યો?	**Mother**	: Why did you get up so early today? વાય ડિડ યૂ ગેટ અપ સો અર્લી ટુડે?
પુત્ર	: આજે મારું પેપર છે, મા.	**Son**	: Today I have my paper/exam. mummy. ટુડે આઈ હેવ માઇ પેપર/એક્ઝામ, મમ્મી.
મા	: તું ક્યારે જઈશ?	**Mother**	: When will you go? વેન વિલ યૂ ગો?
પુત્ર	: નવ વાગે, આજે શું બનાવ્યું છે?	**Son**	: At nine. What have you cooked today? ઍટ નાઈન. વૉટ હેવ યૂ કુક્ડ ટુડે?
મા	: હવે બનાવીશ. બોલ, શું ખાવું છે?	**Mother**	: I will cook now. Tell me what you would like. આઈ વિલ કુક નાઉ. ટેલ મી વૉટ યૂ વુડ લાઇક.
પુત્ર	: ગમે તે બનાવો જે જલદી બની જાય.	**Son**	: Any dish which could be prepared quickly. એની ડીશ વિચ કુડ બી પ્રિપેર્ડ ક્વિક્લી.
મા	: પરોઠા ચાલશે?	**Mother**	: Will Paranthas do? વિલ પરાઠાઝ ડૂ?
પુત્ર	: પરોઠા કબજિયાત કરે છે.	**Son**	: Paranthas cause constipation. પરાઠાઝ કૉઝ કોન્સ્ટિપેશન.
મા	: દહીં પણ તૈયાર છે.	**Mother**	: The curd is also ready. ધ કર્ડ ઇઝ ઑલસો રેડી.
પુત્ર	: ના મા, કોઈ લીલું શાક બનાવો.	**Son**	: No mummy, cook some green leafy vegetable. નો, મમ્મી, કુક સમ ગ્રીન લીફી વેજિટેબલ.
મા	: હવે તું જ બતાવ.	**Mother**	: Now you suggest. નાઉ યૂ સજેસ્ટ.
પુત્ર	: પાલક અને પનીર.	**Son**	: Spinach with paneer. સ્પીનેચ વિથ પનીર.
મા	: ઠીક છે. બીજું કાંઈ?	**Mother**	: Right. Anything else? રાઇટ. એનીથિંગ એલ્સ?
પુત્ર	: કોઈ ગળી વસ્તુ પણ બનાવો.	**Son**	: Some sweet dish too. સમ સ્વીટ ડીશ ટૂ.
મા	: ગાજરનો હલવો ભાવશે?	**Mother**	: Will you like carrot halwa? વિલ યૂ લાઇક કેરટ હલવા?
પુત્ર	: ના, એ બનતાં વાર લાગશે. ખીર ચાલશે.	**Son**	: No, it will take long to cook. Kheer will do. નો, ઇટ વિલ ટેક લૉંગ ટુ કુક. ખીર વિલ ડૂ.
મા	: પણ દૂધ બહુ થોડું છે.	**Mother**	: But the milk is not enough. બટ ધ મિલ્ક ઇઝ નૉટ ઇનફ.
પુત્ર	: સારું, રહેવા દો. હું દહીંમા ખાંડ નાંખી દઈશ.	**Son**	: Well, leave it. I will have sugar and curd. વેલ, લીવ ઇટ. આઈ વિલ હેવ શુગર ઍન્ડ કર્ડ.
મા	: તેં તારાં કપડાં રાતના કાઢી લીધાં હતાં?	**Mother**	: Did you take out your clothes at night? ડિડ યૂ ટેક આઉટ યોર ક્લોધ્સ ઍટ નાઇટ?
પુત્ર	: હા, કાઢી લીધાં હતાં.	**Son**	: Yes, I did. યસ, આઈ ડિડ.
મા	: મોડું થાય છે. પહેલાં નાહી લે.	**Mother**	: It's getting late. You first take a bath. ઇટસ ગેટિંગ લેટ. યૂ ફર્સ્ટ ટેક એ બાથ.
પુત્ર	: સૌથી પહેલાં બૂટ પૉલિશ કરવા છે.	**Son**	: First of all, shoes are to be polished. ફર્સ્ટ ઑફ ઑલ, શૂઝ આર ટુ બી પૉલિશ્ડ.
મા	: શું કાલે પૉલિશ નહોતા કર્યા?	**Mother**	: Did you not do that yesterday? ડિડ યૂ નૉટ ડૂ ધૅટ યસ્ટર્ડે?

પુત્ર	: હા, કર્યા હતા. આજે યુનિવર્સિટીના કેમ્પસમાં જવું છે.	**Son**	: Yes, I did. Today I have to go to University Campus. યસ, આઈ ડિડ. ટુડે આઈ હેવ ટુ ગો ટુ યુનિવર્સિટી કેમ્પસ.
મા	: પૉલિશ કરવામાં નકામો સમય ગુમાવીશ.	**Mother**	: You'll just waste time in shoe-polishing. યૂ વિલ જસ્ટ વેસ્ટ ટાઈમ ઈન શૂ-પૉલિશિંગ.
પુત્ર	: નહીં, મા, આજે મને કેટલાય દોસ્તો મળશે.	**Son**	: No, mummy, many friends will meet me today. નો, મમ્મી, મેની ફ્રેન્ડ્ઝ વિલ મીટ મી ટુડે.
મા	: સારું. તૈયાર થઈ જા, હું રસોઈ કરવા જાઉં.	**Mother**	: Well, get ready. I go to kitchen. વેલ, ગેટ રેડી. આઈ ગો ટુ કિચન.
પુત્ર	: હું નાહીને બેઠો છું, મમ્મી, ખાવાનું પીરસી દો.	**Son**	: I have taken bath, mother. Lay the table. આઈ હેવ ટેકન બાથ, મધર. લે ધ ટેબલ.
મા	: તે તો પહેલેથી તૈયાર કરી રાખ્યું છે.	**Mother**	: Table is already laid. ટેબલ ઇઝ ઑલરેડી લેડ.
પુત્ર	: આવું છું, મમ્મી.	**Son**	: Coming, mummy. કમિંગ, મમ્મી.
મા	: ભગવાનને પ્રાર્થના કરી?	**Mother**	: Did you pray to God? ડિડ યૂ પ્રે ટુ ગૉડ?
પુત્ર	: હા, મમ્મી.	**Son**	: Yes, mummy. યસ, મમ્મી.
મા	: બહુ સારું. બેટા, પેપર ધ્યાનથી વાંચજે. સમય પર ખતમ કરી, ટીચરને આપ્યા પહેલાં પેપર બીજી વાર વાંચવાનું ભૂલતો નહીં.	**Mother**	: Very good. Read the paper carefully. Finish it in time and don't forget to revise it before handling it to the teacher. વેરી ગુડ. રીડ ધ પેપર કેરફુલી. ફિનિશ ઇટ ઇન ટાઇમ ઍન્ડ ડૉટ ફરગેટ ટુ રિવાઇઝ ઇટ બિફોર હેન્ડિંગ ઇટ ટુ ધ ટીચર.
પુત્ર	: મારી પ્યારી મમ્મી! આશીર્વાદ આપો. હું જાઉં છું.	**Son**	: My good mummy! Bless me. I am going. માઇ ગુડ મમ્મી! બ્લેસ મી. આઈ એમ ગોઇંગ.
મા	: ભગવાન તને મદદ કરે!	**Mother**	: May God help you! મે ગૉડ હેલ્પ યૂ!

વિદ્યાર્થી સાથે વાતચીત — Talking to a Student (ટૉકિંગ ટુ એ સ્ટૂડંટ)

મહેમાન આવ્યા અને બાળક સાથે હળવા મળવાનું શરૂ કર્યું. — **Guest paid a visit and began to mix up with the child.**

મહેમાન	: બિટ્ટુ તારું નામ શું છે?	**Guest**	: What is your name, Bittoo? વૉટ ઇઝ યોર નેમ, બિટ્ટુ?
બિટ્ટુ	: સંજય મહેતા.	**Bittoo**	: Sanjay Mehta. સંજય મહેતા.
મહેમાન	: સંજય, તું શું કરે છે?	**Guest**	: What do you do, Sanjay? વૉટ ડૂ યૂ ડૂ સંજય ?
બિટ્ટુ	: કાકા, હું ભણું છું.	**Bittoo**	: I study, uncle. આઈ સ્ટડી, અંકલ.
મહેમાન	: તું કયા ધોરણમાં ભણે છે?	**Guest**	: In which class are you? ઈન વિચ ક્લાસ આર યૂ?
બિટ્ટુ	: સાતમામાં.	**Bittoo**	: Seventh. સેવન્થ.
મહેમાન	: તું કઈ નિશાળમાં ભણે છે?	**Guest**	: In which school do you study? ઈન વિચ સ્કૂલ ડૂ યૂ સ્ટડી?
બિટ્ટુ	: દિલ્હી પબ્લિક સ્કૂલમાં.	**Bittoo**	: Delhi Public School. દિલ્હી પબ્લિક સ્કૂલ.
મહેમાન	: એ શાળામાં તું ક્યારથી ભણે છે ?	**Guest**	: How long have you been studying in this school? હાઉ લૉંગ હેવ યૂ બીન સ્ટડિઇંગ ઇન ધિસ સ્કૂલ?
બિટ્ટુ	: છેલ્લા બે વર્ષથી.	**Bittoo**	: For the last two years. ફોર ધ લાસ્ટ ટૂ યર્સ.

મહેમાન : તારા ઘેરથી શાળા કેટલી દૂર છે?

Guest : How far is the school from your house?
હાઉ ફાર ઇઝ ધ સ્કૂલ ફ્રૉમ યોર હાઉસ ?

બિટ્ટુ : લગભગ અઢી કિલોમીટર.

Bittoo : Nearly two and a half kilometres.
નીયર્લી ટૂ ઍન્ડ એ હાફ કિલોમીટર્સ.

મહેમાન : તારી શાળા ક્યારે શરૂ થાય છે?

Guest : When does your school start?
વેન ડઝ યોર સ્કૂલ સ્ટાર્ટ?

બિટ્ટુ : સવારે દસ વાગે.

Bittoo : At ten in the morning. ઍટ ટેન ઇન ધ મૉર્નિંગ.

મહેમાન : ઘેરથી તું ક્યારે નીકળે છે?

Guest : When do you start from your home?
વેન ડૂ યૂ સ્ટાર્ટ ફ્રૉમ યોર હોમ ?

બિટ્ટુ : હું ચાલતો જતો નથી.

Bittoo : I don't go walking. આઈ ડૉન્ટ ગો વૉકિંગ.

મહેમાન : શું તું બસમાં જાય છે?

Guest : Do you go by bus? ડૂ યૂ ગો બાઇ બસ?

બિટ્ટુ : હા, કાકા.

Bittoo : Yes, uncle. યસ, અંકલ.

મહેમાન : તમારી શાળામાં કેટલા વિદ્યાર્થી છે?

Guest : How many students are there in your school?
હાઉ મેની સ્ટૂડંટસ આર ધેર ઇન યોર સ્કૂલ ?

બિટ્ટુ : લગભગ નવસો.

Bittoo : About nine hundred. એબાઉટ નાઇન હંડ્રેડ.

મહેમાન : કયો વિષય તને સૌથી વધુ પસંદ છે?

Guest : Which subject do you like the most?
વિચ સબજેક્ટ ડૂ યૂ લાઇક ધ મોસ્ટ ?

બિટ્ટુ : ઇતિહાસ મને બધા વિષયામાં વધુ ગમે છે.

Bittoo : I like history best of all subjects.
આઈ લાઇક હિસ્ટરી બેસ્ટ ઑફ ઑલ સબ્જેક્ટસ.

મહેમાન : તારી પ્રિય રમત કઈ છે?

Guest : What is your favourite game?
વૉટ ઇઝ યોર ફેવરિટ ગેમ?

બિટ્ટુ : હૉકી, કાકા.

Bittoo : Hockey, uncle. હૉકી, અંકલ.

મહેમાન : તારો શોખ કયો છે?

Guest : What is your hobby? વૉટ ઇઝ યોર હૉબી?

બિટ્ટુ : ટિકિટો એકઠી કરવાનો.

Bittoo : Stamp collecting. સ્ટેમ્પ કલેક્ટિંગ.

મહેમાન : આવજે સંજય, ઘણું જીવો.

Guest : Good bye, Sanjay! May you live long.
ગુડ બાઇ, સંજય! મે યૂ લીવ લૉંગ!

જવાની તૈયારી — Getting Ready to Go (ગેટિંગ રેડી ટુ ગો)

પત્ની : કેમ આજે ઑફિસ નથી જવું?

Wife : Are you not going to office today?
આર યૂ નૉટ ગોઇંગ ટુ ઑફિસ ટુડે?

પતિ : કેમ નહીં જાઉં? કેટલા વાગ્યા છે?

Husband : Why not? What's the time?
વાય નૉટ ? વૉટસ ધ ટાઇમ?

પત્ની : ઊઠો. સાડા સાત વાગી ગયા.

Wife : Get up. It's half past seven.
ગેટ અપ. ઇટ્સ હાફ પાસ્ટ સેવન.

પતિ : ઓહ! સાડા સાત?

Husband : Oh! Half past seven? ઓહ! હાફ પાસ્ટ સેવન?

પત્ની : જલદી કરો નહીં તો બસ નીકળી જશે.

Wife : Make haste otherwise you will miss the bus.
મેક હેસ્ટ અધરવાઇઝ યૂ વિલ મિસ ધ બસ.

પતિ : સારું. બાથરૂમમાં કોણ છે?

Husband : Right. Who's in the bathroom?
રાઇટ, હુ'ઝ ઇન ધ બાથ?

પત્ની	: ગૌરવ છે.	**Wife**	: Gaurav is there. ગૌરવ ઇઝ ધેર.
પતિ	: જલદી કર ગૌરવ મને મોડું થાય છે.	**Husband**	: Hurry up, Gaurav, I am getting late. હરી અપ, ગૌરવ, આઈ એમ ગેટિંગ લેટ.
પત્ની	: ગૌરવ નાહીને આવે ત્યાં સુધી તમે તમારા દાંત સાફ કરી લો.	**Wife**	: By the time Gaurav comes out, you may brush your teeth. બાઇ ધ ટાઇમ ગૌરવ કમ્સ આઉટ, યૂ મે બ્રશ યોર ટીથ.
પતિ	: ઓહ! પેસ્ટ ક્યાં છે?	**Husband**	: Oh, yes. Where's the toothpaste. ઓહ, યસ. વેરઝ ધ ટુથપેસ્ટ?
પત્ની	: વૉશબેસીન ઉપર.	**Wife**	: At the washbasin. ઍટ ધ વૉશબેસીન.
ગૌરવ	: (બાથરૂમમાંથી બહાર આવતાં આવતાં) જાઓ, બાપુજી.	**Gaurav**	: *(Coming out of the bathroom)* Get in papa. (કમિંગ આઉટ ઑફ ધ બાથ) ગેટ ઇન, પાપા.
પિતા	: સારું, ગૌરવ, જલદીથી મારા બૂટને પૉલિશ કરી દે.	**Father**	: Well Gaurav, polish my shoes quickly. વેલ ગૌરવ, પૉલિશ માઇ શૂઝ ક્વિક્લી.
ગૌરવ	: બાપુજી, એક દોરી તૂટી ગઈ છે.	**Gaurav**	: Papa, one lace is torn. પાપા, વન લેસ ઇઝ ટૉર્ન.
પિતા	: દોડીને જા અને પાસેની દુકાનેથી લઈ આવ.	**Father**	: Go quickly and get the lace from the nearby shop. ગો ક્વિક્લી ઍન્ડ ગેટ ધ લેસ ફ્રૉમ ધ નીયર બાઇ શૉપ.
પત્ની	: ગૌરવ, જલદી જા નહીં તો તારા પપ્પાને મોડું થઈ જશે. (પતિને) તમે તમારી બાબતમાં બેદરકાર છો.	**Wife**	: Hurry up Gaurav, lest your papa will be late. *(To her husband)* You are careless about yourself. હરી અપ ગૌરવ, લેસ્ટ યોર પાપા વિલ બી લેટ. (ટુ હર હસબંડ) યૂ આર કેરલેસ એબાઉટ યોરસેલ્ફ.
પતિ	: મને પરેશાન ન કરો. સાંભળ, મારા બુશશર્ટને ઈસ્ત્રી કરવાની છે.	**Husband**	: Don't bother me. Listen! My shirt is to be ironed. ડૉન્ટ બૉધર મી. લિસન! માઇ શર્ટ ઇઝ ટુ બી આયર્ન્ડ.
પત્ની	: હું રસોડામાં છું. રસોઈ નહીં કરું તો તમને મોડું થઈ જશે.	**Wife**	: I am cooking. If I do not, you will be late. આઈ એમ કુકિંગ. ઇફ આઈ ડૂ નૉટ, યૂ વિલ બી લેટ.
પતિ	: મને ખબર છે, પણ હવે હું શું કરું?	**Husband**	: I know, but I can't help it. આઈ નો, બટ આઈ કાન્ટ હેલ્પ ઇટ.
પત્ની	: જો સમયસર તમારું કામ કરી લો તો છેલ્લી ઘડીએ આવી દોડાદોડી ન થાય.	**Wife**	: You will not be embarassed if you do things in time instead of rushing at the eleventh hour. યૂ વિલ નૉટ બી એમ્બેરેસ્ડ ઇફ યૂ ડૂ થિંગ્સ ઇન ટાઇમ ઇન્સ્ટેડ ઑફ રશિંગ ઍટ ધ ઇલેવન્થ આવર.
પતિ	: તું ઠીક કહે છે. મારું ટિફિન ક્યાં છે?	**Husband**	: You are right. Where is my tiffin. યૂ આર રાઇટ. વેર ઇઝ માઇ ટિફિન.
પત્ની	: સારું ચાલો, નાસ્તો કરી લો, હું તમારું ટિફિન તૈયાર કરી દઉં છું.	**Wife**	: O.K. You better have your breakfast, I will pack your tiffin. ઓ.કે. યૂ બેટર હૅવ યોર બ્રેકફાસ્ટ, આઈ વિલ પેક યોર ટિફિન.

પતિ	: સરસ. હજુ થોડી મિનિટ બાકી છે. લાવો હું બુશશર્ટને ઇસ્ત્રી કરી દઉં.	**Husband**	: Wonderful. There are still few minutes left. Let me iron my shirt. વંડરફૂલ. ધેર આર સ્ટિલ ફ્યૂ મિનિટ્સ લેફ્ટ. લેટ મી આયર્ન માઇ શર્ટ.
પત્ની	: રહેવા દો, બીજું પહેરી લો. મેં તૈયાર રાખ્યું છે.	**Wife**	: Leave it, put on the other one. I have kept it ready. લીવ ઇટ, પુટ ઑન ધ અધર વન. આઈ હેવ કેપ્ટ ઇટ રેડી.

સડક ઉપર — On the Road (ઑન ધ રોડ)

રોહિત	: નમસ્તે સંદીપ.	**Rohit**	: Good morning, Sandip. ગુડ મૉર્નિંગ, સંદીપ.
સંદીપ	: નમસ્તે રોહિત.	**Sandip**	: Good morning, Rohit. ગુડ મૉર્નિંગ, રોહિત.
રોહિત	: શું હાલચાલ છે?	**Rohit**	: How do you do? હાઉ ડૂ યૂ ડૂ?
સંદીપ	: સારું છે.	**Sandip**	: All right, dear. ઑલ રાઇટ, ડિયર.
રોહિત	: મેં સાંભળ્યું હતું કે તું અમદાવાદ બહાર ગયો હતો.	**Rohit**	: I learnt that you had been out of Ahmedabad. આઈ લર્ન્ટ ધેટ યૂ હેડ બીન આઉટ ઑફ અમદાવાદ.
સંદીપ	: હા, મારી બહેન બીમાર છે.	**Sandip**	: Yes, my sister was unwell. યસ, માઇ સિસ્ટર વૉઝ અનવેલ.
રોહિત	: એ ક્યાં રહે છે?	**Rohit**	: Where does she live? વેર ડઝ શી લિવ?
સંદીપ	: વડોદરા.	**Sandip**	: At Vadodara. ઍટ વડોદરા.
રોહિત	: પાછો ક્યારે આવ્યો?	**Rohit**	: When did you come back? વેન ડિડ યૂ કમ બૅક?
સંદીપ	: પરમ દિવસે.	**Sandip**	: Day before yesterday. ડે બિફોર યસ્ટર્ડે.
રોહિત	: આજકાલ ક્યાં રહે છે?	**Rohit**	: Where do you live nowadays? વેર ડૂ યૂ લિવ નાઉએડેઝ?
સંદીપ	: નવરંગપુરામાં.	**Sandip**	: In Navrangpura. ઇન નવરંગપુરા.
રોહિત	: વસ્ત્રાપુર છોડી દીધું શું?	**Rohit**	: Have you left Vastrapur? હેવ યૂ લેફ્ટ વસ્ત્રાપુર?
સંદીપ	: હા, એ જગા બહુ ભીડભાડવાળી છે.	**Sandip**	: Yes, that area is very much congested. યસ, ધેટ એરિયા ઇઝ વેરી મચ કન્જસ્ટેડ.
રોહિત	: તેં સારું કર્યું, આ કોનું પુસ્તક છે?	**Rohit**	: You did well. Who's book is this? યૂ ડિડ વેલ. હૂઝ બુક ઇઝ ધિસ?
સંદીપ	: મારી કોર્સની ચોપડી છે.	**Sandip**	: My text-book. માઇ ટેક્સ્ટ બુક.
રોહિત	: શું, તું હજુ પણ ભણે છે?	**Rohit**	: Are you still studying? આર યૂ સ્ટિલ સ્ટડિઇંગ?
સંદીપ	: હાસ્તો.	**Sandip**	: Yes, of course. યસ, ઑફ કોર્સ.
રોહિત	: હાલ ક્યાં વરસમાં છે.	**Rohit**	: In which year? ઇન વિચ યર?
સંદીપ	: બી.કોમ.ના બીજા વર્ષમાં.	**Sandip**	: B. Com. second year. બી. કોમ. સેકંડ યર.
રોહિત	: બહુ સરસ. આજકાલ તારા પિતાજી ક્યાં છે?	**Rohit**	: That's very good. Where is your father nowadays? ધેટ્સ વેરી ગુડ. વેર ઇઝ યોર ફાધર નાઉએડેઝ?
સંદીપ	: એમની બદલી સુરત થઈ ગઈ છે.	**Sandip**	: He has been transferred to Surat. હી હેઝ બીન ટ્રાન્સફર્ડ ટુ સુરત.
રોહિત	: શું તમે મારા ઘેર નહીં આવો?	**Rohit**	: Will you not come to my house? વિલ યૂ નૉટ કમ ટુ માઇ હાઉસ?

સંદીપ	: નહીં રોહિત, હું અહીં થોડા વખત માટે જ આવ્યો હતો અને તરત ઘેર પહોંચી જવા ઇચ્છું છું.	**Sandip**	: No Rohit, I had come here for a short time and I want to get back home early. નો રોહિત, આઈ હેડ કમ હિયર ફૉર એ શૉર્ટ ટાઇમ ઍન્ડ આઈ વૉન્ટ ટુ ગેટ બૅક હોમ અર્લી.
રોહિત	: ચાલો, આવો આ હોટેલમાં એક કપ ચા થઈ જાય.	**Rohit**	: Let us have a cup of tea in this restaurant. લેટ અસ હેવ એ કપ ઑફ ટી ઇન ધિસ રેસ્ટોરાં.
સંદીપ	: અફસોસ છે રોહિત. બીજી વાર તમારી પાર્ટી જરૂર કબૂલ કરીશ.	**Sandip**	: Sorry Rohit, I will have it next time. સૉરી, રોહિત. આઈ વિલ હૅવ ઇટ નેક્સ્ટ ટાઇમ.
રોહિત	: ઠીક છે. બીજી વખતે કોઈ બહાનું નહીં ચાલે. સારું ત્યારે નમસ્તે.	**Rohit**	: Very well then, no excuses next time. Bye bye. વેરી વેલ ધેન, નો એક્સક્યૂસીઝ નેક્સ્ટ ટાઇમ. બાઇ બાઇ.
સંદીપ	: નમસ્તે.	**Sandip**	: Bye bye. બાઇ બાઇ.

રોગીની બાબતમાં — Inquiry About a Patient (ઇન્કવાયરી એબાઉટ એ પેશંટ)

શૈલા	: હવે તમારા પિતાજીની તબિયત કેમ છે?	**Shaila**	: How is your father now? હાઉ ઇઝ યોર ફાધર નાઉ?
પદ્મજા	: પહેલાં કરતાં તબિયત સુધારા ઉપર છે.	**Padmaja**	: Better than before. બેટર ધૅન બિફોર.
શૈલા	: કયા દાક્તરનો ઇલાજ ચાલે છે?	**Shaila**	: Who is treating him? હૂ ઇઝ ટ્રીટિંગ હિમ?
પદ્મજા	: દાક્તર શાહ.	**Padmaja**	: Dr. Shah. ડૉક્ટર શાહ.
શૈલા	: તેમણે શું રોગ બતાવ્યો?	**Shaila**	: What's his diagnosis? વૉટ્સ હિઝ ડાયગ્નોસિસ?
પદ્મજા	: તે કહે છે કે લિવર બરાબર કામ કરતું નથી.	**Padmaja**	: He says that the liver is not functioning properly. હી સેઝ ધૅટ ધ લિવર ઇઝ નૉટ ફંક્શનિંગ પ્રોપરલી.
શૈલા	: તમે એમને હૉસ્પિટલમાં કેમ નથી લઈ જતાં?	**Shaila**	: Why don't you take him to the hospital? વાય ડૉન્ટ યૂ ટેક હિમ ટુ ધ હૉસ્પિટલ ?
પદ્મજા	: હૉસ્પિટલમાં જવાનું નામ સાંભળીને જ એ ગભરાઈ જાય છે.	**Padmaja**	: He becomes nervous in the name of the hos-pital. હી બિકમ્સ નર્વસ ઇન ધ નેમ ઑફ ધ હૉસ્પિટલ.
શૈલા	: કેટલા વખતથી માંદા છે.	**Shaila**	: How long has he been ill? હાઉ લૉંગ હેઝ હી બીન ઇલ?
પદ્મજા	: છેલ્લા બે મહિનાથી.	**Padmaja**	: For the last two months. ફૉર ધ લાસ્ટ ટૂ મન્થ્સ.
શૈલા	: એમનો ચહેરો પીળો પડી ગયો છે. કોઈ વિશેષજ્ઞની સલાહ લેવી જોઈએ.	**Shaila**	: His face has become very pale. Please consult a specialist. હિઝ ફેસ હૅઝ બિકમ વેરી પેલ. પ્લીઝ કન્સલ્ટ એ સ્પેશ્યાલિસ્ટ.
પદ્મજા	: પિતાજીને ફક્ત દાક્તર શાહ ઉપર ખૂબ શ્રદ્ધા છે. ક્યારેક શ્રદ્ધા દવા કરતાં વધુ કામ કરે છે.	**Padmaja**	: Father has faith only in Dr. Shah. Faith is sometimes more effective than medicine. ફાધર હૅઝ ફેથ ઑન્લી ઇન ડૉક્ટર શાહ. ફેથ ઇઝ સમટાઇમ્સ મોર ઇફેક્ટિવ ધૅન મેડિસિન.
શૈલા	: દાક્તર શાહના ઇલાજથી એમની તબિયતમાં કંઈ સુધારો થયો છે શું?	**Shaila**	: Has he improved under Dr. Shah's treat- ment? હેઝ હી ઇમ્પ્રૂવ્ડ અંડર ડૉક્ટર શાહ્સ ટ્રીટમેન્ટ?

પદ્મજા : હા, પણ પૂરેપૂરા સારા થવામાં સમય લાગશે.

Padmaja : Yes, but it will take some time to recover fully. યસ, બટ ઇટ વિલ ટેક સમ ટાઇમ ટુ રિકવર ફુલી.

શૈલા : એમને સારા થઈ ગયા બાદ પણ ખાસ આરામ કરાવજો.

Shaila : Please, let him take enough rest to recoup. પ્લીઝ, લેટ હિમ ટેક ઈનફ રેસ્ટ ટુ રિકૂપ.

પદ્મજા : ચોક્કસ.

Padmaja : Of course, why not? ઑફ કોર્સ, વાય નૉટ?

ડૉક્ટર સાથે વાતચીત — Talking to a Doctor (ટૉકિંગ ટુ એ ડૉક્ટર)

દર્દી : નમસ્તે, ડૉક્ટરસાહેબ!

Patient : Good morning, Doctor! ગુડ મૉર્નિંગ, ડૉક્ટર!

ડૉક્ટર : નમસ્તે. શી તકલીફ છે?

Doctor : Good morning. What's wrong? ગુડ મૉર્નિંગ. વૉટ્સ રોંગ?

દર્દી : ગઈકાલે રાત્રે મને સખત ઠંડી લાગી અને ત્યારથી મને છાતીમાં ડાબી બાજુ સતત દુઃખાવો થાય છે.

Patient : I caught cold last night and since then I have been having severe pain in the left part of my chest. આઈ કૉટ કૉલ્ડ લાસ્ટ નાઇટ ઍન્ડ સીન્સ ધેન આઈ હૅવ બીન હૅવિંગ સિવીયર પેન ઈન ધ લેફ્ટ પાર્ટ ઑફ માઇ ચેસ્ટ.

ડૉક્ટર : હું તમારી તપાસ કરી લઉં. સૂઈ જાઓ.

Doctor : Let me examine you. Please lie down. લેટ મી એક્ઝામિન યૂ. પ્લીઝ લાઇ ડાઉન.

(ડૉક્ટર સ્ટેથોસ્કોપથી રોગીની તપાસ કરે છે.)

(The doctor examines the patient with a stethoscope. ધ ડૉક્ટર એકઝામિન્સ ધ પેશન્ટ વિથ એ સ્ટેથોસ્કોપ.)

ડૉક્ટર : લાંબો શ્વાસ લો.
(પેટ દબાવે છે.)
દુઃખાવો થાય છે ?

Doctor : Take deep breath. ટેક ડીપ બ્રેથ.
(Presses the belly. પ્રેસિસ ધ બેલી)
Is it painful? ઇઝ ઇટ પેનફુલ ?

દર્દી : ના, ડૉક્ટર સાહેબ, પરંતુ ઝાડો કંઈક પાતળો થાય છે.

Patient : No, doctor, but I have rather loose motions. નો, ડૉક્ટર, બટ આઈ હૅવ રાધર લૂઝ મોશન્સ.

ડૉક્ટર : તમારી છાતીનો એક્સ-રે લેવો પડશે. અત્યારે તો હું દર્દ માટે ગોળીઓ અને ઝાડા માટે મિશ્રણ આપું છું. કાલે આવવાનું ભૂલશો નહીં.

Doctor : We will have to take X-ray of your chest. For the time being, I am prescribing tablets for pain and mixture for digestion. Please do not forget to come tomorrow. વી વિલ હૅવ ટુ ટેક એક્સ-રે ઑફ યોર ચેસ્ટ. ફૉર ધ ટાઇમ બીઇંગ, આઈ એમ પ્રિસ્ક્રાઇબિંગ ટેબ્લેટ્સ ફૉર પેન ઍન્ડ મિક્સચર ફૉર ડાઇજેશન. પ્લીઝ ડૂ નૉટ ફરગેટ ટુ કમ ટૂમોરો.

(બીજા દિવસે ડૉક્ટર એક્સ-રે ધ્યાનપૂર્વક જુએ છે.)

(On the following day, the doctor studies the X-ray carefully ઑન ધ ફૉલોઈંગ ડે, ધ ડૉક્ટર સ્ટડીઝ ધ એક્સ-રે કેરફુલી)

ડૉક્ટર : તમને છાતીમાં ડાબી બાજુ ન્યૂમોનિયા થયો છે. તમારે ઈંજેક્શન લેવાં પડશે. જો તમને ઈંજેક્શન અનુકૂળ નહીં આવે તો પછી હું કેપ્સ્યૂલ આપીશ.

Doctor : You have pneumonia in the left side of your chest. You shall have to take injections. In case injections do not suit you, I shall prescribe capsules. યૂ હૅવ ન્યૂમોનિયા ઈન ધ લેફ્ટ સાઇડ ઑફ યોર ચેસ્ટ. યૂ શેલ હૅવ ટુ ટેક ઈંજેક્શન્સ. ઈન કેસ ઈંજેક્શન્સ ડૂ નૉટ સૂટ યૂ, આઈ શેલ પ્રિસ્ક્રાઇબ કેપ્સ્યૂલ્સ.

દર્દી	: અરે! મારી છાતીમાં ડાબી બાજુ ન્યૂમોનિયા થઈ ગયો?	**Patient**	: Oh, I have pneumonia in the left side of my chest? ઓ, આઈ હેવ ન્યૂમોનિયા ઇન ધ લેફ્ટ સાઇડ ઑફ માઇ ચેસ્ટ?
ડૉક્ટર	: આ તો એકદમ સાધ્ય રોગ છે. તમે જરા પણ ચિંતા ના કરો. ઇલાજ ચાલુ રાખો. તમે જલદીથી સાજા થઈ જશો.	**Doctor**	: It is perfectly curable disease. Please don't worry in the least. Continue the treatment and you will be all right soon. ઇટ ઇઝ પર્ફેક્ટલી ક્યોરેબલ ડિસીઝ. પ્લીઝ ડૉન્ટ વરી ઇન ધ લીસ્ટ. કન્ટિન્યૂ ધ ટ્રીટમેન્ટ ઍન્ડ યૂ વિલ બી ઑલ રાઇટ સૂન.
દર્દી	: હું તમારી સલાહનું પૂરેપૂરું પાલન કરીશ. ખૂબ આભાર.	**Patient**	: I will follow your instructions. Thank you very much. આઈ વિલ ફૉલો યોર ઇન્સ્ટ્રક્શન્સ. થૅંક યૂ વેરી મચ.
	(એક સપ્તાહ પછી)		**(After a week આફ્ટર એ વીક)**
દર્દી	: નમસ્તે, ડૉક્ટર.	**Patient**	: Good morning, doctor. ગુડ મૉર્નિંગ, ડૉક્ટર.
ડૉક્ટર	: નમસ્તે. તમને કેમ છે?	**Doctor**	: Good morning. How are you now? ગુડ મૉર્નિંગ. હાઉ આર યૂ નાઉ?
દર્દી	: બહુ સારું નથી ડૉક્ટરસાહેબ, મારી છાતીની ડાબી બાજુ હજુ પણ દર્દ થાય છે.	**Patient**	: Not so good, doctor. I still fill pain on the left side of my chest every now and then. નૉટ સો ગુડ, ડૉક્ટર. આઈ સ્ટિલ ફીલ પેન ઑન ધ લેફ્ટ સાઇડ ઑફ માઇ ચેસ્ટ એવરી નાઉ ઍન્ડ ધેન.
ડૉક્ટર	: એવું થવું તો ન જોઈએ. તમે તમારા ખોરાકમાં તો ચોક્કસ છો ને?	**Doctor**	: It should not be so. Are you sure about diet. ઇટ શુડ નૉટ બી સો. આર યૂ શ્યોર એબાઉટ યોર ડાયેટ?
દર્દી	: ખોરાક બાબતમાં મારા ખ્યાલથી તમે કોઈ સૂચના આપી ન હતી.	**Patient**	: I suppose, you did not instruct me about diet. આઈ સપોઝ, યૂ ડિડ નૉટ ઇન્સ્ટ્રક્ટ મી એબાઉટ ડાયેટ.
ડૉક્ટર	: સાંભળો! ઠંડી વસ્તુઓનું સેવન ન કરો. અતિશય ગરમ ચીજો પણ ન લો. મને ખાતરી છે, તમે આ જ દવાઓથી સાજા થઈ જશો.	**Doctor**	: Listen! Avoid cold items as well as very hot. I bet, you will be o.k. on my prescription. લિસન! એવોઇડ કૉલ્ડ આઇટેમ્સ ઍઝ વેલ ઍઝ વેરી હૉટ. આઈ બેટ, યૂ વિલ બી ઓ.કે. ઑન માઇ પ્રિસ્ક્રિપ્શન.
દર્દી	: આભાર.	**Patient**	: Thank you, doctor. થૅંક યૂ, ડૉક્ટર.

જનરલ સ્ટોર ઉપર — At the General Store (ઍટ ધ જનરલ સ્ટોર)

ગ્રાહક	: બે રેક્સોનાના સાબુ આપો.	**Customer**	: Two cakes of Rexona, please. ટૂ કેક્સ ઑફ રેક્સોના, પ્લીઝ.
દુકાનદાર	: પાંચ રૂપિયા એંસી પૈસા. બીજું કંઈ?	**Shopkeeper**	: Five rupees and eighty paise only. Anything else? ફાઇવ રૂપીઝ ઍન્ડ એઇટી પૈસે ઓન્લી. એનીથિંગ એલ્સ?
ગ્રાહક	: પાંચ રૂપિયા એંસી પૈસા! કેમ? શું તમે નિયંત્રિત ભાવે નથી વેચતા?	**Customer**	: Five rupees and eighty paise! Why? Don't you sell at the controlled rates? ફાઇવ રૂપીઝ ઍન્ડ એઇટી પૈસે! વાય? ડૉન્ટ યૂ સેલ ઍટ ધ કંટ્રોલ્ડ રેટ્સ?

દુકાનદાર	: દિલગીર છું બહેન, કેટલીક ચીજો સિવાય નિયંત્રિત ભાવે કશું જ નથી મળતું. અમે પોતે લાચાર છીએ.	Shopkeeper	: Sorry, madam. Except in a few commodities, there is no margin of profit at controlled rates. We too are helpless. સૉરી, મેડમ. એક્સેપ્ટ ઈન એ ફ્યૂ કોમૉડિટીઝ, ધેર ઈઝ નો માર્જિન ઑફ પ્રૉફિટ ઍટ કંટ્રોલ્ડ રેટસ. વી ટૂ આર હેલ્પલેસ.
ગ્રાહક	: ના, એ વધુ પૈસા લેવા માટે નકામું બહાનું છે.	Customer	: No, this is a lame excuse for over-charging. નો ધિસ ઈઝ એ લેમ એક્સ્ક્યૂઝ ફૉર ઓવર-ચાર્જિંગ.
દુકાનદાર	: જરાયે નહીં. એક સાબુ ઉપર ફક્ત પાંચ પૈસા જ વધારે લઉં છું.	Shopkeeper	: Absolutely not. I am taking only five paise extra per cake. એબ્સોલ્યૂટલી નૉટ. આઈ એમ ટેકિંગ ઓન્લી ફાઈવ પૈસા એક્સ્ટ્રા પર કેક.
ગ્રાહક	: ના હું એક પૈસોયે વધારાનો નહીં આપું. તમે મારી પાસેથી નિયંત્રિત ભાવ લો નહીં તો આ બાબતમાં સરકારી અફસરને ફરિયાદ કરીશ.	Customer	: No. I shall not pay even one paise extra. You better charge me the controlled price or else I shall have to report the matter to the authorities. નો. આઈ શેલ નૉટ પે ઈવન વન પૈસા એક્સ્ટ્રા, યૂ બેટર ચાર્જ મી ધ કંટ્રોલ્ડ પ્રાઈસ, ઑર એલ્સ આઈ શેલ હેવ ટુ રિપોર્ટ ધ મેટર ટુ ધ ઑથૉરિટીઝ.
દુકાનદાર	: આ ખોટું દબાણ છે, પરંતુ હું તમને નારાજ કરવા નથી માંગતો. તમે મને નિયંત્રિત ભાવ આપી શકો છો.	Shopkeeper	: This is improper pressure. But I do not want to displease you. You may pay me at the controlled rates. ધિસ ઈઝ ઈમપ્રોપર પ્રેશર. બટ આઈ ડૂ નૉટ વૉન્ટ ટુ ડિસપ્લીઝ યૂ. યૂ મે પે મી ઍટ ધ કંટ્રોલ્ડ રેટ્સ.
ગ્રાહક	: 'ડાલ્ડા' અને ખાંડ પણ મારે લેવા છે.	Customer	: I also want 'Dalda' and sugar. આઈ ઑલ્સો વૉંટ 'ડાલ્ડા' ઍન્ડ શુગર.
દુકાનદાર	: ખાંડ તો નથી, 'ડાલ્ડા' માટેની લાઈનમાં તમે બીજા કાઉન્ટર પર જાઓ.	Shopkeeper	: Sugar is not available. For 'Dalda', you may go to that counter in the queue. શુગર ઈઝ નૉટ અવેલેબલ. ફૉર 'ડાલ્ડા', યૂ મે ગો ટુ ધૅટ કાઉન્ટર ઈન ધ ક્યૂ.
ગ્રાહક	: તમે મને વારા વિના આપી શકો કે નહીં?	Customer	: Could you not somehow help me out of turn? કુડ યૂ નૉટ સમહાઉ હેલ્પ મી આઉટ ઑફ ટર્ન?
દુકાનદાર	: માફ કરજો, મારા ખ્યાલ પ્રમાણે લાઇનમાં ઊભા રહેલા લોકોને એથી અન્યાય થશે.	Shopkeeper	: Sorry. I do not think that would be fair to the people in the queue. સૉરી. આઈ ડૂ નૉટ થિંક ધૅટ વુડ બી ફેર ટુ ધ પીપલ ઈન ધ ક્યૂ.
ગ્રાહક	: અરે, તમે ઈચ્છો તો આ કાઉન્ટર નીચેથી પણ આપી શકો.	Customer	: Oh, come on. You can give me under this counter, if you like. ઓ, કમ ઑન. યૂ કેન ગિવ મી અંડર ધિસ કાઉન્ટર, ઈફ યૂ લાઈક.
દુકાનદાર	: મહેરબાની કરીને, મને મજબૂર ન કરો. બીજું કંઈ?	Shopkeeper	: Please don't compel me. Anything more? પ્લીઝ ડૉન્ટ કમ્પેલ મી. એનીથિંગ મોર?

ગ્રાહક : સારું, એક પેકેટ સરસ ચા અને એક ટીન કેડબરી આપો.

Customer : Well, give me one packet of superior tea and a tin of Cadbury too. વેલ, ગિવ મી વન પેકેટ ઑફ સુપીરિયર ટી ઍન્ડ એ ટિન ઑફ કેડબરી ટૂ.

દુકાનદાર : આ લો કેડબરી. ચા કઈ જોઈએ?

Shopkeeper : Here's the Cadbury. And which brand of tea? હિઅર્સ ધ કેડબરી. ઍન્ડ વિચ બ્રાન્ડ ઑફ ટી?

ગ્રાહક : તાજ મહાલ.

Customer : Taj Mahal. તાજ મહાલ.

દુકાનદાર : બીજું કંઈ જોઈએ છે?

Shopkeeper : Anything else, madam. એનીથિંગ એલ્સ, મેડમ.

ગ્રાહક : મને કોઈ સારું શેમ્પૂ પણ આપો.

Customer : Give me a good shampoo also. ગિવ મી એ ગુડ શેમ્પૂ ઑલસો.

દુકાનદાર : કયું આપું? હર્બલ આપું?

Shopkeeper : Which one do you want? Herbal will do? વિચ વન ડૂ યૂ વૉંટ? હર્બલ વિલ ડૂ?

ગ્રાહક : કેટલાનું છે?

Customer : What is the price? વૉટ ઇઝ ધ પ્રાઇસ?

દુકાનદાર : પાંસઠ રૂપિયાનું પરંતુ તેની પર ડિસકાઉન્ટ પાંચ રૂપિયાનું છે. તો મને સાઠ રૂપિયા આપો.

Shopkeeper : Sixty-five rupees, but there is a discount of five rupees, so please give me sixty rupees. સિક્સ્ટી-ફાઇવ રૂપીઝ બટ ધેર ઇઝ એ ડિસ્કાઉન્ટ ઑફ ફાઇવ રૂપીઝ. સો પ્લીઝ ગિવ મી સિક્સ્ટી રૂપીઝ.

ગ્રાહક : બસ, બીજું કંઈ નહીં જોઈએ. લાવો બિલ આપો. તમે જણાવ્યું નથી કે ખાંડ ક્યારે મળશે?

Customer : That's all. Give me the bill. You didn't tell me when will sugar be available? ધેટ્સ ઑલ. ગિવ મી ધ બિલ. યૂ ડિડન્ટ ટેલ મી વેન વિલ શુગર બી અવેલેબલ?

દુકાનદાર : મંગળવારે અમારી દુકાન બંધ છે તે દિવસે અમે નવો માલ લેવા જઈશું. તમે તે પછીના કોઈ પણ દિવસે આવજો.

Shopkeeper : Tuesday is our closed day. On that day we will go to purchase fresh stock. Come any day after that. ટ્યૂસડે ઇઝ અવર ક્લોઝ ડે. ઑન ધેટ ડે વી વિલ ગો ટુ પર્ચેઝ ફ્રેશ સ્ટોક. કમ એની ડે આફ્ટર ધેટ.

ગ્રાહક : ખૂબ આભાર.

Customer : Thank you very much. થૅંક યૂ વેરી મચ.

ભેટ ખરીદવી — Buying a Present (બાઇંગ એ પ્રેઝંટ)

દુકાનદાર : હું તમને શું બતાવું?

Shopkeeper : What would you like to see? વૉટ વુડ યૂ લાઇક ટુ સી?

ગ્રાહક : મારે એક સુંદર ઘડિયાળ જોઈએ ભેટ આપવા માટે.

Customer : I want a nice watch. આઈ વૉન્ટ એ નાઇસ વૉચ.

દુકાનદાર : સ્ત્રીઓ માટેનું કે પુરુષોનું?

Shopkeeper : Lady's or gent's? લેડીઝ ઑર જેન્ટ્સ?

ગ્રાહક : સ્ત્રીઓ માટેનું.

Customer : Lady's watch, please. લેડીઝ વૉચ, પ્લીઝ.

દુકાનદાર : કૃપા કરીને આ તરફ જુઓ બધી જ જાતની સ્ત્રીઓની ઘડિયાળો આ શો-કેસમાં સજાવવામાં આવી છે.

Shopkeeper : Please have a look at this showcase. All sorts of lady's watch are displayed there.

પ્લીઝ હેવ એ લુક ઍટ ધિસ શો-કેસ. ઑલ શૉટ્ર્સ ઑફ લેડિઝ વૉચ આર ડિસપ્લેડ ધેર.

ગ્રાહક : આભાર. (કેસમાં જોતાં) તમે મને આ ચોથું ઘડિયાળ બતાવશો?

Customer : Thank you. *(Looking into the case)* Will you please show me the fourth one? થૅંક યૂ. (લુકિંગ ઈન્ટુ ધ કેસ) વિલ યૂ પ્લીઝ શો મી ધ ફોર્થ વન?

દુકાનદાર : કેમ નહીં ? અમે તમારી સેવા માટે તો અહીં છીએ. આ રહી તમારી પસંદગી.

Shopkeeper : Why not? We are here to serve your goodself. Here's your choice. વાય નૉટ? વી આર હિઅર ટુ સર્વ યોર ગુડસેલ્ફ. હિયર ઇઝ યોર ચોઇસ.

ગ્રાહક : કેટલી સરસ છે! શું કિંમત છે એની?

Customer : How nice! What is the price? હાઉ નાઇસ! વૉટ ઇઝ ધ પ્રાઇસ?

દુકાનદાર : પાંચસો એંસી રૂપિયા.

Shopkeeper : Five hundred and eighty rupees. ફાઇવ હંડ્રેડ ઍન્ડ એઇટી રૂપીઝ.

ગ્રાહક : પાંચસો એંસી! બહુ વધારે છે.

Customer : Five hundred and eighty! That is too much. ફાઇવ હંડ્રેડ ઍન્ડ એઇટી! ધૅટ ઇઝ ટૂ મચ.

દુકાનદાર : બિલકુલ નહીં. આ સ્વીટ્ઝર્લૅંડનું બનેલું અસલી ઘડિયાળ છે.

Shopkeeper : Not at all. It's Swiss made. A genuine watch. નૉટ ઍટ ઑલ. ઇટ્સ સ્વિસ મેડ એ જેન્યૂઇન વૉચ.

ગ્રાહક : પણ મારે થોડું સસ્તું જોઈએ છે. તમારી પાસે નથી?

Customer : But I want a cheaper one. Don't you have one? બટ આઈ વૉન્ટ એ ચીપર વન. ડૉન્ટ યૂ હેવ વન?

દુકાનદાર : છે, કેમ નહીં, અહીં જુઓ. આ પાંચમી લાઈનમાં.

Shopkeeper : Why not! Look at this side, this fifth row also. વાય નૉટ! લૂક ઍટ ધિસ સાઇડ, ધિસ ફિફ્થ રો ઑલ્સો.

ગ્રાહક : બહુ સરસ! આ બધી ક્યાં બનેલી છે?

Customer : Very nice! What make are all these? વેરી નાઇસ ! વૉટ મેક આર ઑલ ધીઝ?

દુકાનદાર : એ બધી જાપાનથી આયાત કરેલી છે.

Shopkeeper : These are imported from Japan. ધીઝ આર ઇમ્પોર્ટેડ ફ્રોમ જાપાન.

ગ્રાહક : એ ત્રીજીની શું કિંમત છે?

Customer : What's the price of that third one? વૉટ્ઝ ધ પ્રાઇસ ઑફ ધૅટ થર્ડ વન?

દુકાનદાર : આ લાઇનવાળી બધી જ ઘડિયાળોની કિંમત સમાન છે. દરેક ચારસોની છે.

Shopkeeper : All these in this row have the same price, rupees four hundred each. ઑલ ધીઝ ઇન ધિસ રો હેવ ધ સેમ પ્રાઇસ, રૂપીઝ ફોર હંડ્રેડ ઈચ.

ગ્રાહક : પણ જાપાનીઝ ઘડિયાળો તો પોતાની હલકી જાત માટે બદનામ છે. શું એ સાચું નથી?

Customer : But Japanese watches are notorious for their poor quality. Is it not true? બટ જાપાનીઝ વૉચીઝ આર નોટોરિયસ ફૉર ધેર પુઅર ક્વૉલિટી. ઇઝ ઇટ નૉટ ટ્રૂ?

દુકાનદાર : એની ચિંતા ન કરશો. આ દાણચોરીનો માલ નથી. અમે બિલકુલ અસલી સાચો માલ વેચીએ છીએ.

Shopkeeper : No need to worry about that. These are not smuggled watches. We sell genuine goods.

	નૉ નીડ ટુ વરી એબાઉટ ધેટ. ધીઝ આર નૉટ સ્મગલ્ડ વૉચીઝ. વી સેલ જેન્યૂઈન ગુડસ.
ગ્રાહક : સારું, આ એક પેક કરો.	**Customer** : All right, pack this one. ઑલ રાઈટ, પેક ધિસ વન.

નોકર અને માલિક — Master and Servant (માસ્ટર ઍન્ડ સર્વન્ટ)

માલિક : રામુ, અહીં આવ.	**Master** : Ramu, come here. રામુ, કમ હિયર.
રામુ : જી, માલિક.	**Ramu** : Yes, sir. યસ, સર.
માલિક : મારે સ્ટેશન જવું છે.	**Master** : I have to go to the station. આઈ હૅવ ટુ ગો ટુ ધ સ્ટેશન.
રામુ : મારા યોગ્ય સેવા.	**Ramu** : Any service for me? એની સર્વિસ ફૉર મી?
માલિક : એક ટેક્સી લાવ.	**Master** : Call a taxi. કૉલ એ ટેક્સી.
રામુ : ટેક્સી સ્ટેન્ડ ક્યાં છે, હજૂર?	**Ramu** : Where is the taxi stand, sir? વેર ઈઝ ધ ટેક્સી સ્ટેન્ડ, સર?
માલિક : નૉવેલ્ટી સિનેમા પાસે.	**Master** : Near the Novelty Cinema. નીયર ધ નૉવેલ્ટી સિનેમા.
રામુ : થોડી રાહ જુઓ માલિક.	**Ramu** : Wait for a while, sir. વેટ ફૉર એ વાઈલ, સર.
માલિક : ઠીક છે જરા જલદી આવજે.	**Master** : All right, but come soon. ઑલ રાઈટ, બટ કમ સૂન.
રામુ : લો સાહેબ ટેક્સી હાજર છે.	**Ramu** : Here is the taxi, sir. હિયર ઈઝ ધ ટેક્સી, સર.
માલિક : મારો સામાન ટેક્સીમાં મૂક.	**Master** : Keep my luggage in the taxi. કીપ માઈ લગેજ ઈન ધ ટેક્સી.
રામુ : બીજી કંઈ મારા લાયક સેવા.	**Ramu** : Any other service for me. એની અધર સર્વિસ ફૉર મી.
માલિક : નહીં બીજું કંઈ નથી. મારી ગેરહાજરીમાં હોશિયાર રહેજે.	**Master** : No, that's all. Be careful in my absence. નો, ધેટ્સ ઑલ. બી કેરફુલ ઈન માઈ એબ્સંસ.
રામુ : માફ કરજો, માલિક! તમે ક્યારે પાછા ફરશો?	**Ramu** : Excuse me sir, but when will you be back? એક્સક્યૂઝ મી સર, બટ વેન વિલ યૂ બી બૅક?
માલિક : પંદર દિવસ પછી. તારે કશું જોઈએ છે?	**Master** : After fifteen days. Do you want anything? આફ્ટર ફિફ્ટીન ડેઝ. ડૂ યૂ વૉન્ટ એનીથિંગ?
રામુ : જી, જી માલિક. મારે... મારે...	**Ramu** : Well, sir, I... I... વેલ, સર, આઈ... આઈ...
માલિક : હા, સ્પષ્ટ રીતે બોલ. સંકોચ ના રાખ.	**Master** : You can tell me frankly. No need to hesitate. યૂ કેન ટેલ મી ફ્રેન્કલી. નો નીડ ટુ હેઝિટેટ.
રામુ : આભાર! શું હું પણ તમારી સાથે આવી શકું છું?	**Ramu** : Thank you. May I also come with you? થૅંક યૂ. મે આઈ ઑલ્સો કમ વિથ યૂ?
માલિક : સારું. તારે ત્યાં શું કામ છે?	**Master** : I see! What work do you have there? આઈ સી! વૉટ વર્ક ડૂ યૂ હૅવ ધેર?
રામુ : મારાં માબાપ ત્યાં રહે છે. હું એમને મળી લઈશ.	**Ramu** : My parents live there. I will meet them. માઈ પેરન્ટસ લિવ ધેર. આઈ વિલ મીટ ધેમ.
માલિક : ખેર! મને એ ખબર ન હતી.	**Master** : Really! I did not know that. રીયલી! આઈ ડિડ નૉટ નો ધેટ.
રામુ : હાજી, એ રીતે એક પંથ બે કાજ વાળી વાત કરું છું.	**Ramu** : Yes sir, thus I will kill two birds with one stone. યસ સર, ધસ આઈ વિલ કિલ ટૂ બર્ડ્ઝ વિથ વન સ્ટોન.

માલિક	: એ કેવી રીતે?	**Master**	: How will you do that? હાઉ વિલ યૂ ડૂ ધૅટ?
રામુ	: એક તો તમારા કામમાં આવીશ. અને મારા કુટુંબને મળી શકીશ.	**Ramu**	: I will be able to help you as well as visit my family. આઈ વિલ બી એબલ ટુ હેલ્પ યૂ ઍઝ વેલ ઍઝ વિઝિટ માઇ ફૅમિલી.
માલિક	: અને તારા ગયા બાદ, અહીં કોણ કામ કરશે?	**Master**	: And here, who will look after when you are gone? ઍન્ડ હિયર, હૂ વિલ લુક આફ્ટર વેન યૂ આર ગોન?
રામુ	: મારી પત્ની, માલિક.	**Ramu**	: My wife, sir. માઇ વાઇફ, સર.
માલિક	: એ વાત છે તો તું મારી સાથે આવી શકે છે. જલદીથી તૈયાર થઈ જા.	**Master**	: In that case, you can come with me. Get ready quickly. ઈન ધૅટ કેસ, યૂ કૅન કમ વિથ મી. ગેટ રેડી ક્વિક્લી.
રામુ	: આભાર, માલિક તમારી બહુ જ મહેરબાની.	**Ramu**	: Thank you for your kindness, sir. થૅંક યૂ ફૉર યોર કાઇંડનેસ, સર.

અતિથિ સત્કાર — Entertaining a Guest (ઍન્ટરટેનિંગ એ ગેસ્ટ)

	મહેમાન ઘેર આવે ત્યારે –		**On the arrival of the guest**
યજમાન	: અહો, તમે આવી ગયા! એકલા કેમ? શ્રીમતીજી ક્યાં છે ?	**Host**	: Oh! Here you are! Why all alone? Where is your wife? ઓહ! હિયર યૂ આર! વાય ઑલ એલોન? વેર ઇઝ યોર વાઇફ?
મહેમાન	: નીકળતી વેળાએ તેનો વિચાર બદલાઈ ગયો. ફરી વાર એ જરૂર આવશે.	**Guest**	: At the last moment, she changed her mind. Next time she will certainly come. ઍટ ધ લાસ્ટ મોમેંટ, શી ચેન્જ્ડ હર માઇંડ. નેક્સ્ટ ટાઇમ શી વિલ સર્ટનલી કમ.
યજમાન	: આવો બેસો, ચા લેશો કે કૉફી?	**Host**	: Well, have a seat. Would you like to have tea or coffee? વેલ, હેવ એ સીટ. વુડ યૂ લાઇક ટુ હેવ ટી ઑર કૉફી?
મહેમાન	: ચા ચાલશે.	**Guest**	: Tea will do. ટી વિલ ડૂ.
યજમાન	: મુસાફરી કેવી રહી ? ગાડીમાં બહુ ભીડ હતી?	**Host**	: How was the journey? Was the train crowd-ed? હાઉ વૉઝ ધ જર્ની ? વૉઝ ધ ટ્રેન ક્રાઉડેડ ?
મહેમાન	: ભીડ હતી, પણ મેં મારી સીટ રિઝર્વ કરાવી હતી. મને બહુ સુવિધા રહી.	**Guest**	: Yes, it was. But I got my seat reserved. I was quite comfortable. યસ ઇટ વૉઝ. બટ આઈ ગોટ માઇ સીટ રિઝર્વ્ડ. આઈ વૉઝ ક્વાઇટ કમ્ફર્ટેબલ.
યજમાન	: તમે ઠીક જ કર્યું. નહીં તો બહુ તકલીફ ઉઠાવવી પડત.	**Host**	: You did well. Otherwise, it would have been inconvenient. યૂ ડિડ વેલ. અધરવાઇઝ, ઇટ વુડ હેવ બીન ઇનકન્વિનિયન્ટ.
મહેમાન	: એટલા માટે તો મેં સીટ રિઝર્વ કરાવી લીધી હતી. સારું. મને લાગે છે કે હું નાહી લઉં. બહુ થાકી ગયો છું.	**Guest**	: That is why I got my seat reserved. Well, I think I must have a bath first. I am dead tired. ધૅટ ઇઝ વાય આઈ ગૉટ માઇ સીટ રિઝર્વ્ડ. વેલ, આઈ થિંક આઈ મસ્ટ હેવ એ બાથ ફર્સ્ટ. આઈ એમ ડેડ ટાયર્ડ.

યજમાન : અલબત્ત, આખા દિવસની રેલવેની મુસાફરીથી થાકી જ જવાય. તમે ગરમ પાણીથી નાહી લો. તે તમને તરત તાજગી આપશે.

Host : Of course. The whole day's journey by train is quite tiring. Take a hot bath. It will refresh you immediately. ઑફ કોર્સ. ધ હોલ ડેઝ જર્ની બાઇ ટ્રેન ઇઝ ક્વાઇટ ટાયરિંગ. ટેક એ હૉટ બાથ ઇટ વિલ રિફ્રેશ યૂ ઇમીજિએટલી.

બીજા દિવસે સવારે...

Next morning

યજમાન : તમે નાસ્તામાં શું લેશો?

Host : What would you like to have for breakfast? વૉટ વુડ યૂ લાઇક ટુ હૅવ ફૉર બ્રેકફાસ્ટ?

મહેમાન : હું ચા પીઉં છું. ઘણું ખરું બે કપ.

Guest : I take tea. Preferably two cups. આઈ ટેક ટી. પ્રીફરેબ્લી ટૂ કપ્સ.

યજમાન : ચાની સાથે કંઈ ખાશો?

Host : Anything else with tea? એનીથિંગ એલ્સ વિથ ટી?

મહેમાન : ના, કશું નહીં.

Guest : No, nothing. નો, નથિંગ.

યજમાન : બિલકુલ ઘરની જેમ રહેજો. કશો સંકોચ રાખવાની જરૂર નથી.

Host : Please feel at home. No need to be formal. પ્લીઝ ફીલ ઍટ હોમ. નો નીડ ટુ બી ફૉર્મલ.

મહેમાન : મને બિલકુલ ઘર જેવું જ લાગે છે. મેં તમને નિઃસંકોચ કહ્યું ને કે એક કપ નહીં પણ બે કપ ચા લઈશ.

Guest : I am perfectly at home. Didn't I frankly tell you that I take two cups of tea instead of one. આઈ એમ પરફેક્ટલી ઍટ હોમ. ડિડન્ટ આઈ ફ્રેંકલી ટેલ યૂ ધૅટ આઈ ટેક ટૂ કપ્સ ઑફ ટી ઇન્સ્ટેડ ઑફ વન.

યજમાન : બરાબર. હવે તમારો શું કાર્યક્રમ છે?

Host : Right. What is your programme now? રાઇટ. વૉટ ઇઝ યોર પ્રોગ્રામ નાઉ?

મહેમાન : હવે હું આરામ કરીશ. બપોરે જમ્યા બાદ મારા કામ માટે બહાર જઈશ.

Guest : Now I will take rest. After having lunch, I will go out for my work. નાઉ આઈ વિલ ટેક રેસ્ટ. આફટર હૅવિંગ લંચ, આઈ વિલ ગો આઉટ ફૉર માઇ વર્ક.

યજમાન : સારું, તમે આરામ કરો. હું બપોરના ભોજનની વ્યવસ્થા કરું છું.

Host : Well, take rest and let me go and arrange for the lunch. વેલ, ટેક રેસ્ટ ઍન્ડ લેટ મી ગો ઍન્ડ એરેન્જ ફૉર ધ લંચ.

બપોરના ભોજનવેળા...

At lunch

યજમાન : આવો, જમી લઈએ.

Host : Let's have our lunch. લેટ્સ હેવ અવર લંચ.

મહેમાન : આભાર, તમે મારા માટે બહુ કર્યું. કેટલી બધી વાનગીઓ બનાવી!

Guest : Thanks. You have taken a lot of trouble for me. What a number of dishes you have prepared! થેંક્સ. યૂ હૅવ ટેકન એ લૉટ ઑફ ટ્રબલ ફૉર મી. વૉટ એ નંબર ઑફ ડિશિસ યૂ હૅવ પ્રિપેર્ડ!

યજમાન : બિલકુલ નહીં. આ તો અમારા માટે ખુશીની વાત છે.

Host : Not at all. Rather it is a pleasure for us. નૉટ ઍટ ઑલ. રાધર ઇટ ઇઝ એ પ્લેઝર ફૉર અસ.

મહેમાન : મારા માટે તમે જે કર્યું, તેને માટે હું આભારી છું.

Guest : It is very kind of you to do it for me. ઇટ ઇઝ વેરી કાઇન્ડ ઑફ યૂ ટુ ડૂ ઇટ ફૉર મી.

યજમાન : સારું, સાંજે ક્યારે પાછા ફરશો?

Host : You are welcome. Well, when can we expect you back in the evening? યૂ આર વેલકમ. વેલ, વેન કેન વી એક્સપેક્ટ યૂ બૅક ઇન ધ ઇવનિંગ?

મહેમાન : લગભગ સાત વાગે. દાળ રોટલી સિવાય કંઈ વધુ ચીજો બનાવવાની તકલીફ ન લેશો.

Guest : At about seven o'clock. Please don't bother to prepare anything special except chapati and dal. ઍટ એબાઉટ સેવન ઓક્લૉક. પ્લીઝ ડોંટ બૉધર ટુ પ્રિપેર એનીથિંગ સ્પેશિયલ એક્સેપ્ટ ચપાટી ઍન્ડ દાલ.

યજમાન : જેવી તમારી ઇચ્છા.

Host : As you please. ઍઝ યૂ પ્લીઝ.

રાત્રિવેળાએ...

At night

યજમાન : દિવસ કેમ ગાળ્યો ? તમારું કામ પૂરું થયું?

Host : How did you spend the day? Is your work over? હાઉ ડિડ યૂ સ્પેન્ડ ધ ડે? ઇઝ યોર વર્ક ઓવર?

મહેમાન : પૂરું નથી થયું કેટલાક લોકોને નથી મળાયું. કાલે તેમને મળવાની આશા રાખું છું.

Guest : Not yet. I could not see few persons. I expect to see them tomorrow. નૉટ યેટ. આઈ કુડ નૉટ સી ફ્યૂ પરસન્સ. આઈ એક્સપેક્ટ ટુ સી ધેમ ટુમૉરો.

યજમાન : તમે થાકેલા લાગો છો. પેલા ઓરડામાં તમારી પથારી કરી છે. આરામથી સૂઈ જાઓ. શુભરાત્રી!

Host : You look tired. Your bed is ready in that room. Enjoy a sound sleep. Good night! યૂ લૂક ટાયર્ડ. યોર બેડ ઇઝ રેડી ઇન ધેટ રૂમ. એન્જોય એ સાઉન્ડ સ્લીપ. ગુડ નાઇટ!

મહેમાન : તમે ઠીક કહો છો. આભાર. શુભરાત્રી!

Guest : You are right. Thanks. Good night! યૂ આર રાઇટ. થૅંક્સ. ગુડ નાઇટ!

જન્મ દિવસ પર — A Birthday Party (એ બર્થડે પાર્ટી)

મિનિ : પાપા, ક્યાં જાવ છો?

Mini : Where are you going, Papa? વેર આર યૂ ગોઇંગ, પાપા?

મિ. શ્યામલ : નીનાના જન્મદિવસની પાર્ટીમાં જાઉં છું. તું તૈયાર નથી થઈ?

Mr. Shyamal : I'm going to Neena's birthday party. Aren't you ready? આઈ'મ ગોઇંગ ટુ નીનાઝ બર્થડે પાર્ટી. આરન્ટ યૂ રેડી?

મિનિ : અરે, હું તો બિલકુલ ભૂલી જ ગઈ હતી. પાપા, જરા રોકાવ. બહુ વાર નહીં કરું તૈયાર થતાં.

Mini : Oh! I had forgotten it altogether. Wait a bit, Papa. I won't take long to get ready. ઓ! આઈ હેડ ફરગૉટન ઇટ ઑલટુગેધર. વેટ એ બિટ, પાપા, આઈ વૉન્ટ ટેક લૉંગ ટુ ગેટ રેડી.

મિ. શ્યામલ : આપણે મોડા તો છીએ જ, મિનિ, જલદી કર.

Mr. Shyamal : We are already late, Mini. Hurry up. વી આર ઑલરેડી લેટ, મિનિ. હરી અપ.

મિનિ : હું તૈયાર છું. પાપા ચાલો જઈએ.

Mini : I'm ready, Papa. Let's go. આઈ'મ રેડી, પાપા. લેટસ ગો.

મિ. શ્યામલ : મારી મીઠડી મિનિ.

Mr. Shyamal : My sweet Mini. માઇ સ્વીટ મિનિ.

મિનિ : પાપા, નીના ક્યાં રહે છે ?

Mini : Where does Nina live, Papa? વેર ડઝ નીના લિવ, પાપા ?

મિ. શ્યામલ : તે નારણપુરામાં રહે છે.

Mr. Shyamal : She lives in Naranpura. શી લિવ્ઝ ઇન નારણપુરા.

મિનિ : કેટલી વાર લાગશે ત્યાં પહોંચતાં, પાપા?

Mini : How long will it take to reach there, Papa? હાઉ લૉંગ વિલ ઇટ ટેક ટુ રીચ ધેર, પાપા?

મિ. શ્યામલ	: અરે દસ મિનિટથી વધારે સમય નહીં લાગે. અહીંથી ત્રીજી ગલીમાં, શું તું પહેલાં નહોતી ગઈ?	**Mr. Shyamal**	: Oh, it shall not take more than ten minutes. It's the third lane from here. Didn't you go there last time? ઓ, ઇટ શેલ નૉટ ટેક મોર ધેન ટેન મિનિટસ. ઇટ'સ ધ થર્ડ લેન ફ્રૉમ હિયર. ડિડન્ટ યૂ ગો ધેર લાસ્ટ ટાઇમ?
મિનિ	: મને યાદ નથી કે હું ક્યારે ગઈ હતી.	**Mini**	: I don't remember when was it? આઈ ડૉન્ટ રિમેમ્બર વેન વૉઝ ઇટ?
મિ. શ્યામલ	: કેટલાક મહિના પહેલાં નૈષધનાં લગ્ન વખતે.	**Mr. Shyamal**	: At the marriage of Naishadh, a few months back. ઍટ ધ મેરેજ ઑફ નૈષધ, એ ફ્યૂ મંથ્સ બૅક.
મિનિ	: ઓ, હા, યાદ આવ્યું. તે પ્રસંગે મેં ટ્વિસ્ટ કર્યો હતો અને નૈષધકાકાએ મને ઢીંગલી આપી હતી.	**Mini**	: Oh yes, I remember. I performed a twist dance at the occasion and Naishadh uncle gave me a doll. ઓ યસ, આઈ રિમેમ્બર. આઈ પરફૉર્મ્ડ એ ટ્વિસ્ટ ડાન્સ ઍટ ધ ઓકેઝન ઍન્ડ નૈષધ અંકલ ગેવ મી એ ડૉલ.
મિ. શ્યામલ	: તું બહુ બોલે છે. હવે ચૂપ થઈ જા. આપણે આવી પહોંચ્યા છીએ, આવો અંદર જઈએ.	**Mr. Shyamal**	: You are very talkative. Now keep quiet. We have reached the place. Let's go in. યૂ આર વેરી ટૉકેટિવ. નાઉ કીપ ક્વાએટ. વી હેવ રીચ્ડ ધ પ્લેસ. લેટ્સ ગો ઇન.
નૈષધ	: હલો, મિનિ! નમસ્તે કાકા. અરે અહો ભાગ્યની વાત છે કે તમે આવ્યા છો. (આન્ટી)કાકી ક્યાં છે?	**Naishadh**	: Hello Mini! Good evening uncle. I feel honoured to welcome you. Where's auntie? હેલો મિનિ! ગુડ ઇવનિંગ અંકલ. આઈ ફીલ ઑનર્ડ ટુ વેલ કમ યૂ. વેર્સ આન્ટી?
મિ. શ્યામલ	: અફસોસ છે, નૈષધ. તે અસ્વસ્થ હતી. કહેતી હતી કે નીનાને મારા આશીર્વાદ કહેજો. નીના ક્યાં છે?	**Mr. Shyamal**	: Sorry, Naishadh, she was not well. She asked me to convey her blessings to Nina. Where's she? સૉરી, નૈષધ, શી વૉઝ નૉટ વેલ. શી આસ્ક્ડ મી ટુ કન્વે હર બ્લેસિંગ્સ ટુ નીના. વેર્સ શી?
નૈષધ	: તે અહીં જ હતી એની સખીઓની સાથે, લો, એ અહીં જ આવી રહી છે.	**Naishadh**	: She was here with her friends. Lo, there she comes. શી વૉઝ હિયર વિથ હર ફ્રેન્ડઝ. લો ધેર શી કમ્સ.
મિનિ	: જુઓ પાપા તેણે ફૂલહાર પહેર્યો છે.	**Mini**	: Look, Papa, she is wearing a gar-land. લુક, પાપા, શી ઇઝ વેરિંગ એ ગાર્લેન્ડ.
મિ. શ્યામલ	: અભિનંદન નીના, જુગ જુગ જીવો. આ લો તમારી જન્મદિનની ભેટ.	**Mr. Shyamal**	: Congratulations, Nina. May you live long! Here's your birthday present. કોન્ગ્રેચ્યુલેશન્સ, નીના, મે યૂ લિવ લૉંગ. હિયર્સ યોર બર્થડે પ્રેઝન્ટ.
નીના	: ઓ, રિસ્ટ વૉચ! કેટલું સરસ છે! એ તો હું ઇચ્છતી હતી. ધન્યવાદ, કાકા.	**Neena**	: Oh, a wrist watch! How pretty! It's the very thing I wanted. Thank you uncle!

			ઓ, એ રિસ્ટ વૉચ. હાઉ પ્રિટી! ઇટ્સ ધ વેરી થિંગ આઈ વૉન્ટેડ. થૅંક યૂ અંકલ!
મિનિ	: જુઓ, પાપા, આ રંગીન બલ્બ તારાની માફક ચમચમ કરે છે.	**Mini**	: Look Papa, those coloured bulbs are twinkling like stars. લુક પાપા, ધૉઝ કલર્ડ બલ્બસ આર ટ્વિંકલિંગ લાઇક સ્ટાર્સ.
મિ. શ્યામલ	: હા.	**Mr. Shyamal**	: Of course. ઑફ કોર્સ.
મીની	: નૈષધકાકા, નીના ક્યાં ગઈ છે?	**Mini**	: Naishadh uncle, where has Nina gone? નૈષધ અંકલ, વેર હૅઝ નીના ગોન ?
નૈષધ	: પેલા ઓરડામાં તારી આપેલી ભેટ મૂકવા.	**Naishadh**	: In that room, to keep your gift there. ઇન ધૅટ રૂમ, ટુ કીપ યોર ગિફ્ટ ધેર.
મિનિ	: મને બીજી ભેટો નહીં બતાવો શું	**Mini**	: Will you please show me other presents? વિલ યૂ પ્લીઝ શો મી અધર પ્રેઝન્ટ્સ?
નૈષધ	: કેમ નહીં ? આવ મારી સાથે.	**Naishadh**	: Why not? Come with me. વાય નૉટ? કમ વિથ મી.
મિનિ	: આવો, પાપા આપણે ભેટો જોઈએ.	**Mini**	: Come Papa, we'll see the presents. કમ પાપા, વી'લ સી ધ પ્રેઝન્ટસ.
મિ. શ્યામલ	: કેટલી ચંચળ છોકરી છે!	**Mr. Shyamal**	: What a naughty girl! વૉટ એ નૉટી ગર્લ!
નૈષધ	: હા કાકા, આવોને.	**Naishadh**	: Yes uncle, please come. યસ અંકલ, પ્લીઝ કમ.
મિનિ	: આ શું છે?	**Mini**	: What's this? વૉટ્સ ધિસ?
નૈષધ	: આ રૉકેટ છે.	**Naishadh**	: It's a rocket. ઇટસ એ રૉકેટ.
મિનિ	: બહુ કીમતી ભેટ લાગે છે.	**Mini**	: It seems to be a very costly present. ઇટ સીમ્સ ટુ બી એ વેરી કોસ્ટલી પ્રેઝન્ટ.
નૈષધ	: નિ:સંદેહ! પણ તમારી ભેટથી એ ઓછી છે.	**Naishadh**	: No doubt. But your present is far better. નો ડાઉટ બટ યોર પ્રેઝન્ટ ઇઝ ફાર બેટર.
મિ. શ્યામલ	: નહીં, નહીં, કોણે એ ભેટ આપી છે?	**Mr. Shyamal**	: No, no. Who presented it? નો, નો. હૂ પ્રેઝન્ટેડ ઇટ ?
નૈષધ	: અમારી જૂની આયાએ.	**Naishadh**	: Our old governess. અવર ઓલ્ડ ગવર્નેસ.
મિ. શ્યામલ	: નીનાને એ બહુ જ ચાહે છે.	**Mr. Shyamal**	: She loves Nina very much. શી લવ્ઝ નીના વેરી મચ.
નૈષધ	: હા.	**Naishadh**	: Of course. ઑફ કોર્સ.
મિનિ	: શું આ પાંજરામાં જીવતો પોપટ છે?	**Mini**	: Is there a live parrot in that cage? ઇઝ ધેર એ લાઇવ પેરેટ ઇન ધૅટ કેજ ?
નૈષધ	: જીવતો નથી. રમકડાંનો છે.	**Naishadh**	: Not a live one, but a toy. નૉટ એ લાઇવ વન, બટ એ ટૉય.
મિનિ	: કમાલ છે! એ તો જીવતો હોય એવો લાગે છે.	**Mini**	: Amazing! It looks like a live one. એમેઝિંગ! ઇટ લુક્સ લાઇક એ લાઇવ વન.
નૈષધ	: એ ગાય પણ છે, "હેપી બર્થડે ટુ યૂ."	**Naishadh**	: It sings too – "Happy birthday to you." ઇટ સિંગ્સ ટૂ-"હેપી બર્થડે ટુ યૂ."

મિનિ	: ચાલો, પાપા આપણે જન્મદિવસનું ગીત ગાઈએ.	**Mini**	: Come Papa, we will sing the birthday song. કમ પાપા, વી વિલ સિંગ ધ બર્થડે સોંગ.
નૈષધ	: હા, કાકા ચાલો, આપણે પણ ભળીએ.	**Naishadh**	: Yes uncle, let's also join. યસ અંકલ, લેટ્સ ઑલ્સો જોઇન.
મિ. શ્યામલ	: નીના, તું પહેલાં મીણબત્તીઓ ઓલવી નાંખ અને કેક કાપીને વહેંચી દે.	**Mr. Shyamal**	: Neena, first blow out the candles, cut the cake and distribute the pieces among all present here. નીના, ફર્સ્ટ બ્લો આઉટ ધ કેન્ડલ્સ, કટ ધ કેક ઍન્ડ ડિસ્ટ્રિબ્યૂટ ધ પિસીસ એમંગ ઑલ પ્રેઝન્ટ હિયર.
નૈષધ	: કાકા, કંઈક નાસ્તો કરો.	**Naishadh**	: Uncle, have some food, please. અંકલ, હેવ સમ ફુડ, પ્લીઝ.
મિ. શ્યામલ	: સારું, ત્યારે નૈષધ હવે જઈએ.	**Mr. Shyamal**	: All right Naishadh, we will go now. ઑલ રાઈટ નૈષધ, વી વિલ ગો નાઉ.
નૈષધ	: આભાર! કાકા, આપના દર્શન આપવા માટે ખૂબ આભાર.	**Naishadh**	: Thank you uncle. Thanks for your kind visit. થૅંક યૂ અંકલ. થૅંક્સ ફૉર યોર કાઈંડ વિઝિટ.

બસ સ્ટૉપ ઉપર — At the Bus Stop (ઍટ ધ બસ સ્ટૉપ)

મિ. પટેલ	: કૃપા કરીને તમે બતાવવાની તસ્દી લેશો કે મણિનગર જવાની બસ ક્યાંથી મળશે?	**Mr. Patel**	: Will you please tell me where can I get the bus for Maninagar? વિલ યૂ પ્લીઝ ટેલ મી વેર કેન આઈ ગેટ ધ બસ ફૉર મણિનગર?
ઊભેલો માણસ	: અહીંથી ઘણી બસો ત્યાં જાય છે.	**Bystander**	: Many buses go from here to Maninagar. મેની બસીસ ગો ફ્રૉમ હિઅર ટુ મણિનગર.
મિ. પટેલ	: હું લાઇનમાં ક્યાં ઊભો રહું? આ બાજુ કે પેલી બાજુ?	**Mr. Patel**	: Where do I stand in queue? This end or that? વેર ડૂ આઈ સ્ટેન્ડ ઈન ક્યૂ? ધિસ એન્ડ ઑર ધૅટ?
ઊભેલો માણસ	: મારી પછી.	**Bystander**	: Just behind me. જસ્ટ બિહાઈન્ડ મી.
મિ. પટેલ	: આભાર. મણિનગર પહોંચતાં કેટલો વખત લાગશે?	**Mr. Patel**	: Thank you. How long will it take to reach Maninagar? થૅંક યૂ. હાઉ લૉંગ વિલ ઇટ ટેક ટુ રીચ મણિનગર?
ઊભેલો માણસ	: ભાગ્યે જ દસ મિનિટ.	**Bystander**	: Hardly ten minutes. હાર્ડલી ટેન મિનિટ્સ.
મિ. પટેલ	: બીજી બસ ક્યારે આવશે?	**Mr. Patel**	: When will the next bus come? વેન વિલ ધ નેક્સ્ટ બસ કમ?
ઊભેલો માણસ	: કહેવું મુશ્કેલ છે. પાંચ મીનિટમાં પણ આવે અને પચ્ચીસ મિનિટ પણ થાય.	**Bystander**	: It is difficult to say. It may come within five minutes or may even take twenty- five minutes. ઈટ ઈઝ ડિફિકલ્ટ ટુ સે. ઈટ મે કમ વિધિન ફાઈવ મિનિટ્સ ઑર મે ઈવન ટેક ટ્વેન્ટી ફાઈવ મિનિટ્સ.
મિ. પટેલ	: પરંતુ મારો ખ્યાલ તો એ હતો કે B.E.S.T. માફક A.M.T.S.ની પણ બહુ વિશ્વસનીય સેવા છે.	**Mr. Patel**	: But I had the impression that A.M.T.S. also is as efficient as B.E.S.T. બટ આઈ હેડ ધ ઈમ્પ્રેશન ધૅટ એ.એમ.ટી.એસ. ઑલ્સો ઈઝ ઍઝ એફિશન્ટ ઍઝ બી.ઈ.એસ.ટી.

ઊભેલો માણસ : શું તમે મુંબઈથી આવ્યા છો?

મિ. પટેલ : જી હાં.

ઊભેલો માણસ : એ વાત તદ્દન સાચી છે કે B.E.S.T. ઝડપી સેવા માટે પ્રસિદ્ધ છે. પરંતુ A.M.T.S. પણ હવે બદલાઈ ગઈ છે.

મિ. પટેલ : એમ કે, ક્યારથી?

ઊભેલો માણસ : જનતાનાં કેટલાંક ઉગ્ર આંદોલનો થયાં ત્યારથી. પહેલાં તો A.M.T.S. પોતાની અનિયમિ-તતાને માટે બદનામ હતી.

મિ. પટેલ : શું અર્થ છે એનો?

ઊભેલો માણસ : ખાસ કરીને મોડી આવતી હતી. કોઈ કોઈ વાર ફેરો ચૂકી જતી હતી અને ભરાયેલી આવે તો ઊભી પણ રહેતી નહોતી.

મિ. પટેલ : તો તો બહુ તકલીફ થતી હશે.

ઊભેલો માણસ : હાજી, પણ હવે એ વાત નથી રહી. આ જુઓ તમારી બસ. જલદીથી ચડી જાવ, નમસ્તે.

મિ. પટેલ : આભાર, નમસ્તે.

Bystander : Have you come from Mumbai? હેવ યૂ કમ ફ્રૉમ મુંબઈ?

Mr. Patel : Of course. ઑફ કોર્સ.

Bystander : No doubt. B.E.S.T. is known for its quick service. But A.M.T.S. is also much improved now. નો ડાઉટ. બી.ઈ.એસ.ટી. ઇઝ નોન ફૉર ઇટ્સ ક્વિક સર્વિસ બટ એ.એમ.ટી.એસ. ઇઝ ઑલ્સો મચ ઇમ્પ્રૂવ્ડ નાઉ.

Mr. Patel : Really! Since when? રીયલી! સિન્સ વેન?

Bystander : After protest of the public. Before that A.M.T.S. was notorious for its irregularities. આફ્ટર પ્રોટેસ્ટ ઑફ ધ પબ્લિક. બિફોર ધૅટ એ.એમ.ટી.એસ. વૉઝ નોટોરિયસ ફૉર ઇટ્સ ઈરેગ્યુલારિટીઝ.

Mr. Patel : What does it mean? વૉટ ડઝ ઇટ મીન?

Bystander : Usually it was coming late. Sometimes a trip was cancelled and sometimes it would come over-crowded and would not stop. યુઝઅલી ઇટ વૉઝ કમિંગ લેટ. સમટાઇમ્સ એ ટ્રિપ વૉઝ કેન્સલ્ડ ઍન્ડ સમટાઇમ્સ ઇટ વુડ કમ ઓવર-ક્રાઉડેડ ઍન્ડ વુડ નૉટ સ્ટૉપ.

Mr. Patel : That might have been troublesome. ધૅટ માઇટ હેવ બીન વેરી ટ્રબલસમ.

Bystander : Of course. But now things have changed. Look, here is your bus. Get into it quickly. Bye bye. ઑફ કોર્સ. બટ નાઉ થિંગ્ઝ હેવ ચેઇન્જડ. લુક, હિઅર ઇઝ યોર બસ. ગેટ ઇન્ટુ ઇટ ક્વિક્લી. બાઇ બાઇ.

Mr. Patel : Thank you. Bye bye. થૅંક યૂ, બાઇ બાઇ.

રેલવે સ્ટેશન ઉપર — At the Railway Station (ઍટ ધ રેલવે સ્ટેશન)

નિનાદ : (પૂછપરછ કાર્યાલયની બારી ઉપર) ચેન્નાઈ જતી ગાડી ક્યારે આવે છે?

પૂછપરછ ક્લાર્ક : સવા બે વાગે.

નિનાદ : કયા પ્લેટફૉર્મ પરથી અને કયા સમયે ઊપડે છે?

Ninad : *(At the enquiry window)* When does the Chennai bound train arrive? (ઍટ ધ ઇન્ક્વાયરી વિન્ડો) વેન ડઝ ધ ચેન્નાઈ બાઉન્ડ ટ્રેન એરાઇવ?

Enquiry Clerk : At quarter past two. ઍટ ક્વાર્ટર પાસ્ટ ટૂ.

Ninad : Which platform and its departure time? વિચ પ્લેટફૉર્મ, ઍન્ડ ઇટ્સ ડિપાર્ચર ટાઇમ?

પૂછપરછ ક્લાર્ક	: પોણા ત્રણ વાગે, પ્લેટફૉર્મ નં. 2 ઉપરથી.	**Enquiry Clerk**	: From platform no. 2 and it leaves at quarter to three. ફ્રૉમ પ્લેટફૉર્મ નંબર ટૂ ઍન્ડ ઇટ લિવ્સ ઍટ ક્વાર્ટર ટુ થ્રી.
નિનાદ	: મને ટિકિટ ક્યાંથી મળશે?	**Ninad**	: Where do I get the ticket? વેર ડૂ આઈ ગેટ ધ ટિકિટ?
પૂછપરછ ક્લાર્ક	: બારી નંબર 3 ઉપરથી.	**Enquiry Clerk**	: At window no. 3. ઍટ વિન્ડો નં. થ્રી.
નિનાદ	: મદુરાઈનું ભાડું કેટલું છે?	**Ninad**	: What is the fare to Madurai? વૉટ ઇઝ ધ ફેર ટુ મદુરાઈ?
પૂછપરછ ક્લાર્ક	: બસો રૂપિયા નેવું પૈસા.	**Enquiry Clerk**	: Rupees two hundred and ninety paise. રૂપીઝ ટૂ હંડ્રેડ ઍન્ડ નાઇન્ટી પૈસે.

(નિનાદ ટિકિટ ખરીદે છે અને પછી કુલી સાથે વાતચીત કરે છે.)

(Ninad buys a ticket and talks to a porter. નિનાદ બાઈઝ એ ટિકિટ ઍન્ડ ટૉક્સ ટુ ધ પૉર્ટર)

નિનાદ	: કુલી, મારો સામાન પ્લેટફૉર્મ નં. 2 ઉપર લઈ લો.	**Ninad**	: Porter, please carry my luggage to platform no. 2. પૉર્ટર, પ્લીઝ કેરી માઇ લગેજ ટુ પ્લેટફૉર્મ નં. ટૂ.
કુલી	: સાહેબ, આનું હું દસ રૂપિયા ભાડું લઈશ. કારણ કે એક બેગનું ભાડું દસ રૂપિયા છે.	**Porter**	: Sir, I'll charge Rs. 10 for this because for a single bundle of luggage, the charges are Rs. 10. સર, આઈ વિલ ચાર્જ રૂપીઝ ટેન ફૉર ધિસ. બિકૉઝ ફૉર એ સિંગલ બંડલ ઑફ લગેજ, ધ ચાર્જિસ આર રૂપીઝ ટેન.

(પ્લેટફૉર્મ નં. 2 ઉપર ઊભેલી ગાડીના એક ડબ્બામાં)

(In a compartment of train standing on platform No. 2 ઈન એ કમ્પાર્ટમેંટ ઑફ ટ્રેન સ્ટેન્ડિંગ ઑન પ્લેટફૉર્મ નં. ટૂ)

નિનાદ	: તમે થોડા દૂર ખસશો?	**Ninad**	: Would you please move a little? વુડ યૂ પ્લીઝ મૂવ એ લિટલ?
રોમેશ	: જરૂર. જે થોડી જગ્યા મળી છે એનો ઉપયોગ કરો.	**Romesh**	: Of course, Make the best of whatever little room is available. ઑફ કોર્સ, મેક ધ બેસ્ટ ઑફ વૉટએવર લિટલ રૂમ ઇઝ અવેલેબલ.
નિનાદ	: તમારો આભાર.	**Ninad**	: Thank you. થૅંક યૂ.

પ્લેટફૉર્મ ઉપર — At the Platform (ઍટ ધ પ્લેટફૉમ)

પહેલો મુસાફર	: તમારું શુભ નામ?	**1st passenger**	: Your good name, please? યોર ગુડ નેમ, પ્લીઝ?
બીજો મુસાફર	: આઈ. આર. મહેતા. તમારું?	**2nd passenger**	: I.R. Mehta. Yours please? આઈ. આર. મહેતા. યોર્સ પ્લીઝ?
પહેલો મુસાફર	: રાવલ. તમે ક્યાં જાઓ છો મિ. મહેતા.	**1st passenger**	: Raval. Where are you going, Mr. Mehta. રાવલ. વેર આર યૂ ગોઇંગ, મિ. મહેતા.
મિ. મહેતા	: હું મુંબઈ જાઉં છું. તમે ક્યાં જાઓ છો?	**Mr. Mehta**	: I am going to Mumbai. What is your destination? આઈ એમ ગોઇંગ ટુ મુંબઈ. વૉટ ઇઝ યોર ડેસ્ટિનેશન?

મિ. રાવલ	: હું પણ મુંબઈ જાઉં છું.	**Mr. Raval**	: I am also going to Mumbai. આઈ એમ ઑલ્સો ગોઈંગ ટુ મુંબઈ.
મિ. મહેતા	: જાણીને મને આનંદ થયો. મુંબઈ કેટલું દૂર છે?	**Mr. Mehta**	: Very glad to know. How far is Mumbai? વેરી ગ્લેડ ટુ નો. હાઉ ફાર ઈઝ મુંબઈ?
મિ. રાવલ	: લગભગ 900 કિલોમીટર.	**Mr. Raval**	: Around 900 k.m. એરાઉન્ડ નાઈન હંડ્રેડ કિલોમીટર.
મિ. મહેતા	: ગાડી ત્યાં કેટલા સમયમાં પહોંચશે?	**Mr. Mehta**	: How long will the train take to reach there? હાઉ લૉંગ વિલ ધ ટ્રેન ટેક ટુ રીચ ધેર?
મિ. રાવલ	: લગભગ 8 કલાક.	**Mr. Raval**	: About eight hours. એબાઉટ એઈટ આવર્સ.
મિ. મહેતા	: તમારો બિસ્ત્રો તમારી સાથે મને નથી દેખાતો.	**Mr. Mehta**	: I do not see your bedding. આઈ ડૂ નૉટ સી યોર બેડિંગ.
મિ. રાવલ	: મારે બિસ્ત્રાની જરૂર નથી, હું ત્યાં જ રહું છું.	**Mr. Raval**	: I need no bedding. I live there. આઈ નીડ નો બેડિંગ. આઈ લિવ ધેર.
મિ. મહેતા	: ઓ! હું સમજ્યો.	**Mr. Mehta**	: Oh! I see. ઓ! આઈ સી.
મિ. રાવલ	: તમે ત્યાં ક્યાં રહેશો?	**Mr. Raval**	: Where will you stay there? વેર વિલ યૂ સ્ટે ધેર?
મિ. મહેતા	: હોટેલમાં.	**Mr. Mehta**	: In a hotel. ઈન એ હોટેલ.
મિ. રાવલ	: તમે પહેલી વખત જઈ રહ્યા લાગો છો.	**Mr. Raval**	: I think, you are going for the first time. આઈ થિંક, યૂ આર ગોઈંગ ફૉર ધ ફર્સ્ટ ટાઈમ.
મિ. મહેતા	: હા. બરાબર છે.	**Mr. Mehta**	: Yes, you are right. યસ, યૂ આર રાઈટ.
મિ. રાવલ	: કોઈ ધંધાના સંબંધમાં...?	**Mr. Raval**	: In connection with some business...? ઈન કનેક્શન વિથ સમ બિઝનેસ...?
મિ. મહેતા	: ના. ફરવા માટે. શું આપ મનોરંજન માટેની જગ્યા જણાવશો, જ્યાં હું જઈ શકું.	**Mr. Mehta**	: No. For excursion. Will you please suggest me some places which I may visit for recreation? નો. ફૉર એક્સ્કર્સન. વિલ યૂ પ્લીઝ સજેસ્ટ મી સમ પ્લેસિસ વિચ આઈ મે વિઝિટ ફૉર રિક્રિએશન?
મિ. રાવલ	: કેમ નહીં ? જો તમને ગમે તો મને પણ તમારી સાથે આવવામાં આનંદ થશે.	**Mr. Raval**	: Why not? If you like I shall be too glad to accompany you. વાય નૉટ? ઈફ યૂ લાઈક આઈ શેલ બી ટૂ ગ્લેડ ટુ એકમ્પની યૂ.
મિ. મહેતા	: ઓ! આભાર. પરંતુ હું તમને હેરાન કરવા નથી માગતો.	**Mr. Mehta**	: Oh! Thanks. I am grateful to you for that. But I don't want to bother you. ઓ! થૅંક્સ આઈ એમ ગ્રેટફુલ ટુ યૂ ફૉર ધૅટ. બટ આઈ ડૉન્ટ વૉન્ટ ટુ બૉધર યૂ.
મિ. રાવલ	: જરા પણ ચિંતાનું કારણ નથી. મને મારા મિત્રની સેવા કરતાં આનંદ થશે.	**Mr. Raval**	: No, no botheration at all. I shall feel pleased to serve my friend. નો, નો બૉધરેશન ઍટ ઑલ. આઈ શેલ ફીલ પ્લીઝ્ડ ટુ સર્વ માઈ ફ્રેન્ડ.

મિ. મહેતા	: તમારો ખૂબ જ આભાર, મિ. રાવલ.	**Mr. Mehta**	: So kind of you, Mr. Raval. સો કાઇન્ડ ઑફ યૂ, મિ. રાવલ.
મિ. રાવલ	: એવું ન કહેશો. હું મારે ઘેર તમને રોકવા માટે ઉત્સુક છું. મારો આદર્શ છે – નમ્રતાથી નમ્રતા અને પ્રેમથી પ્રેમ વધે છે.	**Mr. Raval**	: No need to say that. I am also anxious to put you up at my residence. My motto is that courtesy begets courtesy and love begets love. નો નીડ ટુ સે ધૅટ. આઈ એમ ઑલ્સો ઍંક્શિયસ ટુ પુટ યૂ અપ ઍટ માઇ રેસિડન્સ. માઇ મોટો ઇઝ ધૅટ કર્ટસી બિગેટ્સ કર્ટસી ઍન્ડ લવ બિગેટ્સ લવ.
મિ. મહેતા	: મારું નસીબ છે કે તમે મિત્ર મળ્યા છો. હું માનું છું કે સાચો મિત્ર એ જ છે જે સમયે કામ આવે.	**Mr. Mehta**	: I am very fortunate to have a friend like you. I know that a friend in need is a friend indeed. આઈ એમ વેરી ફૉર્ચ્યુનેટ ટુ હૅવ એ ફ્રેન્ડ લાઇક યૂ. આઈ નો ધૅટ એ ફ્રેન્ડ ઇન નીડ ઇઝ એ ફ્રેન્ડ ઇન્ડીડ.
મિ. રાવલ	: શું તમે મારા સામાનનું ધ્યાન રાખશો? હું મૅગેઝિન લઈને આવું.	**Mr. Raval**	: Could you please keep an eye on my luggage? I will soon be back with magazine. કુડ યૂ પ્લીઝ કીપ એન આઈ ઓન માઇ લગેજ? આઈ વિલ સૂન બી બેક વિથ મૅગેઝિન.
મિ. મહેતા	: હા, કાંઈ વાંધો નહીં.	**Mr. Mehta**	:Yes, no problem. યસ, નો પ્રોબ્લેમ.
મિ. રાવલ	: આભાર. આવો, ગાડીમાં બેસીએ. આ ચાલવાની તૈયારીમાં છે.	**Mr. Raval**	: Thanks. Let us get into the train. It is about to start. થૅંક્સ. લેટ અસ ગેટ ઇનટુ ધ ટ્રેન. ઇટ ઇઝ એબાઉટ ટુ સ્ટાર્ટ.

પુસ્તકોની દુકાન પર — At the Book Shop ઍટ ધ બુક શૉપ

ગ્રાહક	: તમારી દુકાનનું નામ 'નવભારત પુસ્તક ભંડાર' છે?	**Customer**	: Is this 'Navbharat Pustak Bhandar'? ઇઝ ધિસ 'નવભારત પુસ્તક ભંડાર'?
દુકાનદાર	: હાજી. તમે બરોબર આવ્યા છો. અમારા લાયક સેવા બતાવો.	**Shopkeeper**	: Yes, gentleman. You're right here. What can I do for you? યસ, જેન્ટલમેન. યૂ આર રાઇટ હિયર. વૉટ કેન આઈ ડૂ ફૉર યૂ?
ગ્રાહક	: હું એક પુસ્તક લેવા આવ્યો છું.	**Customer**	: I've come to buy a book. આઈ'વ કમ ટુ બાઇ એ બુક.
દુકાનદાર	: કૃપા કરીને નામ કહો. અમારી પાસે દરેક વિષય ઉપર શ્રેષ્ઠ પુસ્તક મળે છે.	**Shopkeeper**	: Let me know the title, please. We have standard books on every subject. લેટ મી નો ધ ટાઇટલ, પ્લીઝ. વી હૅવ સ્ટાન્ડર્ડ બુક્સ ઑન એવરી સબ્જેક્ટ.
ગ્રાહક	: શું તમારી પાસે "રેપિડેક્સ ઇંગ્લિશ સ્પીકિંગ કોર્સ" છે?	**Customer**	: Do you have 'Rapidex English Speaking Course'? ડૂ યૂ હૅવ 'રેપિડેક્સ ઇંગ્લિશ સ્પીકિંગ કોર્સ'?

દુકાનદાર	: જી હા! એ અમારું પ્રખ્યાત પુસ્તક છે, અને ખૂબ જ વેચાય છે.	**Shopkeeper**	: Yes, it's our popular book and also the best seller! યસ, ઇટ્સ અવર પોપ્યુલર બુક ઍન્ડ ઑલ્સો ધ બેસ્ટ સેલર.
ગ્રાહક	: હું તો એ વિશે કંઈ નથી જાણતો. મારા છોકરાના વર્ગશિક્ષકે અંગ્રેજી સુધારવા માટે એ લેવા કહ્યું છે. શું ખરેખર એ સારું છે?	**Customer**	: I know nothing about it. The class-teacher of my son recommended this one in order to improve his English. Is it really so good? આઈ નો નથિંગ એબાઉટ ઇટ. ધ ક્લાસ-ટીચર ઑફ માઇ સન રેકેમેન્ડેડ ધિસ વન ઇન ઓર્ડર ટુ ઇમ્પ્રૂવ હિઝ ઇંગ્લિશ. ઇઝ ઇટ રિયલી સો ગુડ?
દુકાનદાર	: જી, બિલકુલ. દરેક શિક્ષક એનાથી પરિચિત છે.	**Shopkeeper**	: Yes, of course. Every teacher knows about the quality of this book. યસ, ઑફ કોર્સ. એવરી ટીચર નોઝ એબાઉટ ધ ક્વૉલિટી ઑફ ધિસ બુક.
ગ્રાહક	: મારો દીકરો અંગ્રેજી માધ્યમ સ્કૂલમાં ભણે છે.	**Customer**	: My son studies in an English medium school. માઇ સન સ્ટડીઝ ઇન એન ઇંગ્લિશ મીડિયમ સ્કૂલ.
દુકાનદાર	: કંઈ વાંધો નહીં. આ તો ગુજરાતી માધ્યમ સ્કૂલોના વિદ્યાર્થીઓ માટે પણ એટલી જ લાભદાયક છે.	**Shopkeeper**	: Doesn't matter. It's equally useful for the students of Gujarati medium schools also. ડઝન્ટ મેટર. ઇટ્સ યૂઝફુલ ફૉર ધ સ્ટૂડંટસ ઑફ ગુજરાતી મીડિયમ સ્કૂલ્સ ઑલ્સો.
ગ્રાહક	: એ કેવી રીતે સંભવિત છે?	**Customer**	: How is that possible? હાઉ ઇઝ ધેટ પૉસિબલ?
દુકાનદાર	: લેખકોએ દરેક વિદ્યાર્થીઓના લાભાર્થે એ માટે બહુ જ મહેનત કરી છે.	**Shopkeeper**	: The authors have taken much pains to make it useful for every student. ધ ઑથર્સ હેવ ટેકન મચ પેઇન્સ ટુ મેક ઇટ યૂઝફુલ ફૉર એવરી સ્ટૂડંટ.
ગ્રાહક	: બહુ સરસ. એક આપી દો.	**Customer**	: Very good! Give me one copy, please. વેરી ગુડ! ગિવ મી વન કૉપી, પ્લીઝ.
દુકાનદાર	: બીજું કોઈ પુસ્તક?	**Shopkeeper**	: Any other book? એની અધર બુક?
ગ્રાહક	: છોકરાને માટે એક સરસ શબ્દકોષ જો તમારી પાસે હોય તો?	**Customer**	: A good dictionary also for my son, if you have one? એ ગુડ ડિક્શનેરી ઑલ્સો ફૉર માઈ સન, ઇફ યૂ હેવ વન?
દુકાનદાર	: ઑક્સફર્ડ શબ્દકોષ બાળકોને અને મોટાં, બંનેને માટે સારો છે.	**Shopkeeper**	: Certainly! 'Oxford Dictionary' is good equally for the children and grown-ups. સરટનલી! ઑક્સફર્ડ ડિક્શનેરી ઇઝ ગુડ ઇક્વલી ફૉર ધ ચિલ્ડ્રન ઍન્ડ ગ્રોન - અપ્સ.
ગ્રાહક	: બીજું કોઈ સારું પુસ્તક છે કે જે હું મારા ભત્રીજાને તેના જન્મદિવસે આપી શકું?	**Customer**	: Any other good book which I could present to my nephew on his birth-day? એની અધર ગુડ બુક વિચ આઈ કુડ પ્રેઝન્ટ ટુ માઇ નેફ્યૂ ઑન હિઝ બર્થડે?

દુકાનદાર	: તે પણ મારી પાસે છે. આ રહ્યો વાર્તાઓના પુસ્તકોનો સેટ. એના લેખક છે શ્રી સંતરામ વત્સ્ય જે બાળકોમાં બહુ જ પ્રસિદ્ધ છે.	**Shopkeeper**	: That too we have. Here is a set of story books, written by Shri Sant Ram Vatsya, a very popular writer among children. ધેટ ટૂ વી હેવ. હિયર ઇઝ એ સેટ ઑફ સ્ટોરી બુક્સ, રીટન બાઇ શ્રી સંતરામ વત્સ્ય, એ વેરી પોપ્યુલર રાઇટર એમંગ ચિલ્ડ્રન.
ગ્રાહક	: હું તેને સારી રીતે જાણું છું. આ સેટ તો હું મૂકી નથી શકતો.	**Customer**	: I know him very well. I can't leave this set. આઈ નો હિમ વેરી વેલ. આઈ કાન્ટ લીવ ધિસ સેટ.
દુકાનદાર	: તમારે માટે પણ કોઈ પુસ્તક લેવું છે?	**Shopkeeper**	: Would you like to have some books for yourself? વુડ યૂ લાઇક ટુ હેવ સમ બુક્સ ફૉર યોરસેલ્ફ?
ગ્રાહક	: કોઈ વિચાર તો નથી. સહેલી ગુજરાતી ભાષામાં જો કોઈ નવલકથા હોય તો બતાવો.	**Customer**	: I haven't any idea. Anyhow show me a novel if you have in simple Gujarati language. આઈ હેવંટ એની આઇડિયા. એનીહાઉ શો મી એ નૉવેલ ઇફ યૂ હેવ ઇન સિમ્પલ ગુજરાતી લેન્ગ્વેજ.
દુકાનદાર	: અમારી પાસે પ્રત્યેકની રૂચિના પુસ્તકોનો ભંડાર છે. પન્નાલાલ પટેલની નવલકથા જોઈએ છે? આપું ને?	**Shopkeeper**	: We have stocks to cater to all tastes. Do you like Pannalal Patel? Don't you? વી હેવ સ્ટોક્સ ટુ કેટર ટુ ઑલ ટેસ્ટસ. ડૂ યૂ લાઇક પન્નાલાલ પટેલ? ડૉન્ટ યૂ?
ગ્રાહક	: પણ મેં એમનાં બધાં પુસ્તકો વાંચ્યાં છે.	**Customer**	: Of course. But I have already read his works. ઑફ કોર્સ. બટ આઈ હેવ ઑલરેડી રેડ હિઝ વર્ક્સ.
દુકાનદાર	: તો હું તમને 'ચંદ્રકાંતા' વાંચવા કહીશ. ભાષા બહુ સરળ છે.	**Shopkeeper**	: Then I would suggest that you go for 'Chandrakanta'. It's written in a very simple language. ધેન આઈ વુડ સજેસ્ટ ધેટ યૂ ગો ફોર "ચંદ્રકાંતા". ઇટ્સ રીટન ઇન એ વેરી સિમ્પલ લેન્ગ્વેજ.
ગ્રાહક	: મેં સાંભળ્યું છે કે એ બહુ જ રસપ્રદ છે, પણ આટલો મોટો ગ્રંથ હું નહીં લઈ શકું.	**Customer**	: I have heard it's quite interesting. But I won't be able to purchase such a big volume. આઈ હેવ હર્ડ ઇટ્સ ક્વાઇટ ઇન્ટરેસ્ટિંગ. બટ આઈ વોન્ટ બી એબલ ટુ પર્ચેઝ સચ એ બિગ વોલ્યૂમ.
દુકાનદાર	: પૂરો સેટ 'ભૂતનાથ' અને 'રહસ્યમઠ' સાથેનો ખૂબ સસ્તો છે. અમે અમારા ગ્રાહકોને પ્રોત્સાહન માટે વળતર પણ આપીએ છીએ.	**Shopkeeper**	: The whole set including 'Bhootnath' and 'Rahasyamath', is comparatively cheaper. We give discount also to encourage our patrons. ધ હોલ સેટ ઇન્ક્લૂડિંગ 'ભૂતનાથ' ઍન્ડ 'રહસ્યમઠ', ઇઝ કમ્પેરેટિવલી ચીપર. વિ ગિવ ડિસ્કાઉન્ટ ઑલ્સો ટુ એનકરેજ અવર પેટ્રોન્સ.

ગ્રાહક : તો તો પૂરો સેટ બાંધી આપો.

Customer : Then please, pack the whole set. ધેન પ્લીઝ, પેક ધ હોલ સેટ.

દુકાનદાર : બીજું કંઈ?

Shopkeeper : Anything else? એનીથિંગ એલ્સ?

ગ્રાહક : આ ઘોડામાં ક્યાં પુસ્તકો છે?

Customer : What are those volumes in that stand? વૉટ આર ધોઝ વોલ્યૂમ્સ ઇન ધેટ સ્ટેન્ડ?

દુકાનદાર : આપણા રાષ્ટ્રીય નેતાઓ – મહાત્મા ગાંધી, પંડિત જવાહરલાલ નહેરુ, લાલ બહાદુર શાસ્ત્રી, સરદાર પટેલ, મિસિસ ઇન્દિરા ગાંધી, વગેરેનાં જીવનચરિત્રો અને આત્મકથા.

Shopkeeper : Autobiographies and biographies of our national leaders, Mahatma Gandhi, Pt. Jawahar Lal Nehru, Lal Bahadur Shastri, Sardar Patel, Mrs. Indira Gandhi, etc. ઑટોબાયૉગ્રાફીઝ એન્ડ બાયૉગ્રાફીઝ ઑફ અવર નેશનલ લીડર્સ નેમલી, મહાત્મા ગાંધી, પં. જવાહરલાલ નેહરુ, લાલ બહાદુર શાસ્ત્રી, સરદાર પટેલ, ઇન્દિરા ગાંધી, એક્સેટ્રા.

ગ્રાહક : અને એ અભરાઈ ઉપર ક્યાં પુસ્તક છે?

Customer : And what books are on the top of the shelf there? એન્ડ વૉટ બુક્સ આર ઑન ધ ટૉપ ઑફ ધ શેલ્ફ ધેર?

દુકાનદાર : એનું નામ છે 'અંડર વૉટર'. એમાં પાતાળ લોકનાં રહસ્યો ખુલ્લાં મુકાયાં છે. બહુ જ રોમાંચક છે.

Shopkeeper : It's name is 'Underwater'. It discloses the mysteries of deep oceans. Very thrilling. ઇટ્સ નેમ ઇઝ 'અંડર વૉટર'. ઇટ ડિસ્ક્લોઝીઝ ધ મિસ્ટરીઝ ઑફ ડીપ ઓશન્સ. વેરી થ્રિલિંગ.

ગ્રાહક : કૃપા કરીને બિલમાં આ એક પુસ્તક પણ ઉમેરી દો. આભાર.

Customer : Please add this book also in the bill. Thank you. પ્લીઝ એડ ધિસ બુક ઑલ્સો ઇન ધ બિલ. થેંક યૂ.

ટેલીફોન પર વાતચીત — Talking on the Phone (ટૉકિંગ ઑન ધ ફૉન)

ગ્રાહક : હેલો એક્સચેન્જ!

Subscriber : Hello, Exchange! હેલો, એક્સચેન્જ.

ઑપરેટર : જી. એક્સચેન્જથી બોલું છું.

Operator : Yes, exchange speaking. યસ, એક્સચેન્જ સ્પીકિંગ.

ગ્રાહક : બહેન, કૃપા કરીને એક ઑર્ડિનરી ટ્રંક-કૉલ બુક કરો.

Subscriber : Madam! Book an ordinary trunk-call, please. મેડમ! બુક એન ઑર્ડિનરી ટ્રંક-કૉલ, પ્લીઝ.

ઑપરેટર : કયા શહેર માટે બુક કરવો છે, સાહેબ.

Operator : For which city, Sir? ફૉર વિચ સિટી, સર?

ગ્રાહક : મુંબઈ માટે.

Subscriber : For Mumbai, please. ફૉર મુંબઈ પ્લીઝ.

ઑપરેટર : કૃપા કરીને નંબર જણાવો.

Operator : What number, please. વૉટ નંબર, પ્લીઝ?

ગ્રાહક : ૨૨૧૫૬૯૫૮.

Subscriber : 22156958. ૨૨૧૫૬૯૫૮.

ઑપરેટર : શું આ વ્યક્તિગત કૉલ છે?

Operator : Is it a p.p. call? ઇઝ ઇટ એ પી.પી. કૉલ?

ગ્રાહક : જી હા, પી.પી. કૉલ છે મૃદુલાના નામે.

Subscriber : Yes pleasc, it is a p.p. call for Mridula. યસ પ્લીઝ, ઇટ ઇઝ એ પી.પી. કૉલ ફૉર મૃદુલા.

ઑપરેટર : અક્ષર છૂટા પાડીને બતાવો.

Operator : Spell out, please. સ્પેલ આઉટ પ્લીઝ.

ગ્રાહક	: મદ્રાસનો મ, રાંચીનો ર, ઇન્ડિયાનો આઈ, દહેરાદૂનનો દ...	**Subscriber**	: M for Madras, R for Ranchi, I for India, D for Dehradun... એમ ફૉર મદ્રાસ, આર ફૉર રાંચી, આઈ ફૉર ઇન્ડિયા, ડી ફૉર દહેરાદુન...
ઑપરેટર	: ઓ.કે. તમારો પોતાનો નંબર?	**Operator**	: O.K. Your own number? ઓ.કે. યોર ઑન નંબર?
ગ્રાહક	: ૨૬૩૭૩૬૨૯.	**Subscriber**	: 26373629. ૨૬૩૭૩૬૨૯.
ઑપરેટર	: સારું થોડી રાહ જુઓ.	**Operator**	: Well, please wait for sometime. વેલ, પ્લીઝ, વેટ ફૉર સમટાઇમ.
ગ્રાહક	: મારો રજિસ્ટ્રેશન નંબર શું છે?	**Subscriber**	: What is my registration number? વૉટ ઇઝ માઇ રજિસ્ટ્રેશન નંબર?
ઑપરેટર	: ડી ફૉર દિલ્હ ૭૩૪.	**Operator**	: D for Delhi 734. ડી ફૉર દિલ્હી ૭૩૪.
ગ્રાહક	: આભાર, બહેન.	**Subscriber**	: Thank you, madam. થૅંક યૂ, મેડમ.
	(બે કલાક પછી)		**(After two hours આફ્ટર ટૂ આવર્સ)**
ગ્રાહક	: હેલો એક્સચેન્જ.	**Subscriber**	: Hello, exchange. હેલો એક્સચેન્જ.
ઑપરેટર	: જી, એક્સચેન્જથી બોલું છું.	**Operator**	: Yes, exchange speaking. યસ, એક્સચેન્જ સ્પીકિંગ.
ગ્રાહક	: લગભગ બે કલાક પહેલાં મેં મુંબઈ માટે ૨૨૧૫૬૯૫૮ નંબર પર પી.પી. કૉલ બુક કરાવ્યો હતો. હજુ સુધી મને એ મળ્યો નથી.	**Subscriber**	: Two hours earlier I booked a p.p. call to Mumbai no. 22156958. I have not yet heard. ટૂ આવર્સ અરલીયર આઈ બુક્ડ એ પી.પી. કૉલ ટુ મુંબઈ નં. ૨૨૧૫૬૯૫૮. આઈ હેવ નૉટ યેટ હર્ડ.
ઑપરેટર	: તમારો રજિસ્ટ્રેશન નંબર શું છે?	**Operator**	: What is your registration number? વૉટ ઇઝ યોર રજિસ્ટ્રેશન નંબર?
ગ્રાહક	: ડી ફૉર દિલ્હી ૭૩૪.	**Subscriber**	: D for Delhi 734. ડી ફૉર દિલ્હી ૭૩૪.
ઑપરેટર	: ખેદ છે, શ્રીમાન! લાઈનમાં કંઈક ગરબડ છે. એથી સમાચાર ધીરે જઈ રહ્યા છે.	**Operator**	: Sorry, Sir. The line is not clear and therefore the calls are maturing late. સૉરી, સર. ધ લાઇન ઇઝ નૉટ ક્લીયર ઍન્ડ ધેરફૉર ધ કૉલ્સ આર મેચ્યોરિંગ લેટ.
ગ્રાહક	: મારો કૉલ ઑર્ડિનરી હતો. મને લાગે છે કે ખૂબ સમય લાગશે.	**Subscriber**	: My call was ordinary. I think it will take time. માઇ કૉલ વૉઝ ઑર્ડિનરી. આઈ થિંક ઇટ વિલ ટેક ટાઇમ.
ઑપરેટર	: બેશક.	**Operator**	: Certainly. સર્ટેન્લી.
ગ્રાહક	: પણ મારે જલદી કૉલ જોઈએ છે. મારે શું કરવું જોઈએ?	**Subscriber**	: But I want earlier. What should I do? બટ આઈ વૉન્ટ અરલીઅર. વૉટ શુડ આઈ ડૂ?
ઑપરેટર	: જો તમે ઇચ્છો તો આને અર્જન્ટ કૉલમાં બદલી શકો છો.	**Operator**	: If you like you can convert it into an urgent call. ઇફ યૂ લાઇક યૂ કેન કન્વર્ટ ઇટ ઇન્ટુ એન અર્જન્ટ કૉલ.
ગ્રાહક	: ઠીક છે, પરંતુ તમે કહ્યું કે લાઇનમાં કંઈક ખરાબી છે.	**Subscriber**	: Right. But you told me that the line is out of order. રાઇટ. બટ યૂ ટોલ્ડ મી ધેટ ધ લાઇન ઇઝ આઉટ ઑફ ઑર્ડર.

ઑપરેટર	: એમાં કંઈ શક નથી. પરંતુ જેવી લાઈન સુધરશે કે તમને તુરત જ પ્રથમ તક મળશે.	**Operator**	: No doubt. But you shall get priority the moment line is clear. નો ડાઉટ. બટ યૂ શેલ ગેટ પ્રાયોરિટી ધ મોમેન્ટ લાઇન ઇઝ ક્લીયર.
ગ્રાહક	: સારું. તો કૃપા કરીને એને અર્જંટ કરી દો.	**Subscriber**	: All right. Please, make it urgent. ઑલ રાઇટ. પ્લીઝ, મેક ઇટ અર્જંટ.
ઑપરેટર	: બહુ સારું. થોડી વાર રાહ જુઓ.	**Operator**	: Very well. Wait a while. વેરી વેલ. વેટ એ વાઇલ.
	(દસ મિનિટ પછી)		**(After ten minutes આફ્ટર ટેન મિનિટ્સ)**
ઑપરેટર	: હેલો, શુ આ ૨૬૩૭૩૬૨૯ છે?	**Operator**	: Hello, is it 26373629? હેલો, ઇઝ ઇટ ૨૬૩૭૩૬૨૯?
ગ્રાહક	: જી, બોલું છું.	**Subscriber**	: Yes, speaking. યસ, સ્પીકિંગ.
ઑપરેટર	: આપનો મુંબઈનો પી.પી. કૉલ છે. વ્યક્તિ સાથે વાત કરો.	**Operator**	: Here is your p.p. call to Mumbai. Please speak to Mumbai party. હિયર ઇઝ યોર પી.પી. કૉલ ટુ મુંબઈ. પ્લીઝ સ્પીક ટુ મુંબઈ પાર્ટી.
ગ્રાહક	: આભાર, બહેન.	**Subscriber**	: Thanks, madam. થૅંક્સ, મેડમ.
	(ત્રણ મિનિટ પછી)		**(After three minutes આફ્ટર થ્રી મિનિટ્સ)**
ઑપરેટર	: ત્રણ મિનિટ થઈ ગઈ.	**Operator**	: Three minutes are over. થ્રી મિનિટ્સ આર ઓવર.
ગ્રાહક	: કાપશો નહીં. કૃપા કરીને ચાલુ રાખો.	**Subscriber**	: Don't disconnect. Extend the time. ડૉંટ ડિસ્કનેક્ટ. એક્સટેન્ડ ધ ટાઇમ.
	(વાત પૂરી થતાં)		**(After concluding the talk આફ્ટર કનક્લુડિંગ ધ ટૉક)**
ગ્રાહક	: હેલો, બહેન મારી વાત થઈ ગઈ. એનો ખર્ચ બતાવો.	**Subscriber**	: Hello madam, my talk is over. Could you kindly let me know the charge? હેલો મેડમ, માઇ ટૉક ઇઝ ઑવર. કુડ યૂ કાઈંડલી લેટ મી નો ધ ચાર્જ ?
ઑપરેટર	: બેંતાલીસ રૂપિયા.	**Operator**	: Rupees forty two, Sir. રૂપીઝ ફોર્ટી ટૂ, સર.
ગ્રાહક	: આભાર.	**Subscriber**	: Thank you. થૅંક યૂ.

ટૅક્સી-ડ્રાઇવર અને મુસાફર — Passenger and Taxi-driver (પેસેંજર ઍન્ડ ટૅક્સી-ડ્રાઇવર)

યાત્રી	: ટૅક્સી!	**Passenger**	: Taxi! ટૅક્સી!
ટૅક્સી-ડ્રાઈવર	: જી, સાહેબ.	**Taxi-driver**	: Yes, Sir. યસ, સર.
યાત્રી	: મને હોટેલમાં લઈ જાવ.	**Passenger**	: Drive me to a hotel. ડ્રાઇવ મી ટુ એ હોટેલ.
ટૅક્સી-ડ્રાઈવર	: તમે કઈ હોટેલમાં જવાનું પસંદ કરશો?	**Taxi-driver**	: Which hotel do you like to go, Sir? વિચ હોટેલ ડૂ યૂ લાઇક ટુ ગો, સર?
યાત્રી	: શહેરની સૌથી સારી અને સસ્તી હોટેલ કઈ છે?	**Passenger**	: Which one is the cheapest and the best in the city? વિચ વન ઇઝ ધ ચીપેસ્ટ ઍન્ડ ધ બેસ્ટ ઇન ધ સિટી?
ટૅક્સી-ડ્રાઈવર	: પ્રેસિડન્સી હોટેલ.	**Taxi-driver**	: Hotel Presidency. હોટેલ પ્રેસિડન્સી.
યાત્રી	: અહીંથી હોટેલ કેટલી દૂર છે?	**Passenger**	: How far is the hotel from here? હાઉ ફાર ઇઝ ધ હોટેલ ફ્રૉમ હિયર?

ટૅક્સી-ડ્રાઈવર	: લગભગ દસ કિલોમીટર.	**Taxi-driver**	: About 10 km. એબાઉટ ટેન કિલોમીટર.
યાત્રી	: એક કલાકનું શું ભાડું છે?	**Passenger**	: What is the fare for an hour? વૉટ ઇઝ ધ ફેર ફૉર એન આવર?
ટૅક્સી-ડ્રાઈવર	: પંદર રૂપિયા, સાહેબ.	**Taxi-driver**	: Rupees fifteen, Sir. રૂપીઝ ફિફ્ટીન, સર.
યાત્રી	: ચાર કલાકના કેટલા ?	**Passenger**	: How much for four hours? હાઉ મચ ફૉર ફોર આવર્સ?
ટૅક્સી-ડ્રાઈવર	: સાઇઠ રૂપિયા, સાહેબ.	**Taxi-driver**	: Rupees sixty, Sir. રૂપીઝ સિક્સટી, સર.
યાત્રી	: એ તો બહુ વધારે છે!	**Passenger**	: That is too much. ધેટ ઇઝ ટૂ મચ.
ટૅક્સી-ડ્રાઈવર	: ના, સાહેબ. આ રહ્યું ભાડાનું લિસ્ટ.	**Taxi-driver**	: No, Sir. Here is the rate list. નો, સર. હિયર ઇઝ ધ રેટ લિસ્ટ.
યાત્રી	: શું એ મંજૂર કરેલું છે?	**Passenger**	: Is it an aproved one? ઇઝ ઇટ એન એપ્રૂવ્ડ વન?
ટૅક્સી-ડ્રાઈવર	: હા, સાહેબ.	**Taxi-driver**	: Yes, Sir. યસ, સર.
યાત્રી	: કોણે મંજૂર કર્યું છે?	**Passenger**	: Who has approved it? હૂ હૅઝ એપ્રૂવ્ડ ઇટ ?
ટૅક્સી-ડ્રાઈવર	: અમદાવાદ નગર નીગમ.	**Taxi-driver**	: Municipal Corporation of Ahmedabad. મ્યુનિસિપલ કૉર્પોરેશન ઑફ અમદાવાદ.
યાત્રી	: એ છાપેલું લિસ્ટ નથી. આ તો બનાવટી લાગે છે.	**Passenger**	: But it is not printed. It looks bogus. બટ ઇટ ઇઝ નૉટ પ્રિન્ટેડ. ઇટ લુક્સ બોગસ.
ટૅક્સી-ડ્રાઈવર	: ના, સાહેબ, વિશ્વાસ રાખો. પ્રમાણિકતા અમારું લક્ષ્ય છે.	**Taxi-driver**	: No, Sir. Be sure. Honesty is our policy. નો, સર. બી સ્યોર. ઑનેસ્ટી ઇઝ અવર પોલિસી.
યાત્રી	: હું તો તને પોલીસ સ્ટેશન લઈ જઈશ.	**Passenger**	: I will take you to the police station. આઈ વિલ ટેક યૂ ટુ ધ પોલીસ સ્ટેશન.
ટૅક્સી-ડ્રાઈવર	: સત્યને વાંધો નથી આવતો. ખુશીથી લઈ જાઓ.	**Taxi-driver**	: With pleasure. Pure gold does not fear the flame, Sir. વિથ પ્લેઝર. પ્યોર ગોલ્ડ ડઝ નૉટ ફિયર ધ ફ્લેમ, સર.
યાત્રી	: સારા લાગો છો.	**Passenger**	: Well, you seem to be a sound one. વેલ, યૂ સીમ ટુ બી એ સાઉન્ડ વન.
ટૅક્સી-ડ્રાઈવર	: સાહેબ, ચોરીનો માલ ખાળમાં જાય છે.	**Taxi-driver**	: Sir, ill-gotten goods seldom prosper. સર, ઇલ-ગૉટન ગુડઝ સેલ્ડમ પ્રૉસ્પર.
યાત્રી	: સારું દોસ્ત! હું તમારી સાથે સહમત છું.	**Passenger**	: Well friend! I agree with you. વેલ ફ્રેન્ડ! આઈ એગ્રી વિથ યૂ.
ટૅક્સી-ડ્રાઈવર	: સાચી વાત સહુને ગમે.	**Taxi-driver**	: Truth goes home with everyone. ટ્રુથ ગોઝ હેામ વિથ એવરીવન.
યાત્રી	: ચાલો, આપણે જઈએ.	**Passenger**	: Let us go. લેટ અસ ગો.
ટૅક્સી-ડ્રાઈવર	: આભાર, સાહેબ.	**Taxi-driver**	: Thank you, Sir. થૅંક યૂ, સર.

નાણા-સંબંધી વાતચીત — Financial Matters (ફાઇનાન્શિયલ મૅટર્સ)

મિસિસ મડિયા	: મિસિસ નાયક તો આજકાલ બહુ ભભકાથી રહે છે.	**Mrs. Madia**	: Mrs. Nayak is living very gorgeously these days. મિસિસ નાયક ઇઝ લિવિંગ વેરી ગોર્જિઅસલી ધીઝ ડેઝ.
મિસિસ મારુ	: ખરેખર! તેઓ તો બે છેડા મેળવવા પણ શક્તિમાન ન હતાં. ક્યાંથી તેમણે પૈસા મેળવ્યા?	**Mrs. Maru**	: Really? Formerly they were unable to make both ends meet. Whence did they get money? રિયલી ? ફૉર્મર્લી ધે વેર અનએબલ ટુ મેક બોથ એન્ડ્સ મીટ. વેન્સ ડિડ ધે ગેટ મની?

મિસિસ મડિયા	: તેના પતિ લોટરી જીત્યા છે.	**Mrs. Madia**	: Her husband has won a lottery. હર હસબન્ડ હેઝ વન એ લોટરી.
મિસિસ મારુ	: આ તો ખરેખર ખુશખબર છે.	**Mrs. Maru**	: This is a good news. ધિસ ઇઝ એ ગુડ ન્યૂઝ.
મિસિસ મડિયા	: હવે તેઓ ખૂબ જલદીથી કાર ખરીદવાનાં છે અને કોઈક મોટી કૉલોનીમાં ફ્લેટ ખરીદવાની પણ યોજના છે.	**Mrs. Madia**	: They are going to purchase a car very soon and planning to have a flat in a posh colony. ધે આર ગોઇંગ ટુ પર્ચેઝ એ કાર વેરી સૂન ઍન્ડ પ્લાનિંગ ટુ હેવ એ ફ્લૅટ ઇન એ પૉશ કૉલોની.
મિસિસ મારુ	: મિસ્ટર નાયકને તેમના ભાઈ વિશે કંઈ જાણ છે કે નહીં?	**Mrs. Maru**	: Does Mr. Nayak know about his brother or not? ડઝ મિસ્ટર નાયક નો એબાઉટ હિઝ બ્રધર ઑર નૉટ?
મિસિસ મડિયા	: કેમ? તેમને શું થયું છે?	**Mrs. Madia**	: Why? What is wrong with him? વાય? વૉટ ઇઝ રોંગ વિથ હિમ?
મિસિસ મારુ	: તે બિલકુલ બરબાદ થઈ ગયો છે.	**Mrs. Maru**	: He is completely ruined. હિ ઇઝ કમ્પ્લીટલી રૂઇન્ડ.
મિસિસ મડિયા	: આ તમે શું કહો છો ? તેમનો ધંધો તો ખૂબ સારો ચાલતો હતો.	**Mrs. Madia**	: But how do you say so? He had a flourishing business. બટ હાઉ ડૂ યૂ સે સો? હી હેડ એ ફ્લરિશિંગ બિઝનેસ.
મિસિસ મારુ	: સાચી વાત. કમનસીબે ગયા અઠવાડિયે તેમની દુકાનને આગ લાગી ગઈ. બળીને બિલકુલ રાખ થઈ ગઈ.	**Mrs. Maru**	: Of course. Unfortunately his shop caught fire last week. It was completely gutted with fire. ઑફ કોર્સ. અનફૉર્ચુનેટલી હિઝ શૉપ કૉટ ફાયર લાસ્ટ વીક. ઇટ વૉઝ કમ્પ્લીટલી ગટેડ વિથ ફાયર.
મિસિસ મડિયા	: તેનો વીમો ન હતો?	**Mrs. Madia**	: Was it not insured? વૉઝ ઇટ નૉટ ઇન્શ્યોર્ડ ?
મિસિસ મારુ	: હા, હતો.	**Mrs. Maru**	: Yes, it was. યસ, ઇટ વૉઝ.
મિસિસ મડિયા	: તો તો કંઈ ચિંતા કરવા જેવું નથી.	**Mrs. Madia**	: Then there is no need to worry. ધેન ધેર ઇઝ નો નીડ ટુ વરી.
મિસિસ મારુ	: પરંતુ કાગળ હાથ લાગતા નથી. લાગે છે કે તે બધા આગમાં બળી ગયા છે.	**Mrs. Maru**	: But the papers are not available. It seems they all are brunt in the fire. બટ ધ પેપર્સ આર નૉટ અવેલેબલ. ઇટ સીમ્સ ધે ઑલ આર બર્ન્ટ ઇન ધ ફાયર.
મિસિસ મડિયા	: બહુ જ દુ:ખદ સમાચાર છે.	**Mrs. Madia**	: Very sad news! વેરી સૅડ ન્યૂઝ!
મિસિસ મારુ	: તેમને ઈજા ખૂબ થઈ અને મરતા મરતા બચ્યા છે.	**Mrs. Maru**	: Moreover he got injuries and had a hair-breadth escape. મોરઓવર હી ગૉટ ઇન્જરીઝ ઍન્ડ હેડ એ હેર-બ્રેથ એસ્કેપ.
મિસિસ મડિયા	: કેટલી દુ:ખની વાત છે!	**Mrs. Madia**	: What a pitty! વૉટ એ પિટી!
મિસિસ મારુ	: મિસ્ટર નાયક ઇચ્છે તો તેમને મદદ કરી શકે તેમ છે.	**Mrs. Maru**	: Mr. Nayak can help him, if he thinks. મિસ્ટર નાયક કેન હેલ્પ હિમ, ઇફ હી થિંક્સ.

મિસિસ મડિયા	: પણ તેમનાં પત્ની તેમને એમ કરવા નહીં દે.	**Mrs. Madia**	: But his wife won't allow him to do so. બટ હિઝ વાઇફ વૉન્ટ એલાઉ હિમ ટુ ડૂ સો.
મિસિસ મારુ	: પણ શા માટે?	**Mrs. Maru**	: Why so? વાઈ સો?
મિસિસ મડિયા	: પૈસાએ તેના મગજને ખરાબ કરી નાખ્યું છે.	**Mrs. Madia**	: Money has turned her mind. મની હેઝ ટર્ન્ડ હર માઇન્ડ.
મિસિસ મારુ	: પૈસો એ બધા અનિષ્ટનું મૂળ છે.	**Mrs. Maru**	: Money is the root of all evils. મની ઇઝ ધ રૂટ ઑફ ઑલ ઇવિલ્સ.
મિસિસ મડિયા	: શું દુનિયા છે!	**Mrs. Madia**	: What a world! વૉટ એ વર્લ્ડ!

હોટેલમાં રૂમ બુક કરાવવો — Booking a Room in a Hotel (બુકિંગ એ રૂમ ઇન એ હોટેલ)

સુસ્મિત	: નમસ્તે ભાઈ સાહેબ.	**Susmit**	: Good evening, gentleman. ગુડ ઇવનિંગ, જેન્ટલમેન.
સ્વાગતાધિકારી	: નમસ્કાર! હું તમારી શું સેવા કરું?	**Receptionist**	: Good evening, Sir. What can I do for you? ગુડ ઇવનિંગ, સર. વૉટ કેન આઈ ડૂ ફૉર યૂ?
સુસ્મિત	: મારે અહીં થોડા દિવસ રહેવું છે.	**Susmit**	: I have to stay here for a few days. આઈ હેવ ટુ સ્ટે હિયર ફૉર એ ફ્યૂ ડેઝ.
સ્વાગતાધિકારી	: ભલે પધાર્યા. તમારું શુભ નામ?	**Receptionist**	: Welcome, Sir. Your good name, please? વેલકમ, સર. યોર ગુડ નેમ, પ્લીઝ?
સુસ્મિત	: સુસ્મિત બુચ.	**Susmit**	: Susmit Buch. સુસ્મિત બુચ.
સ્વાગતાધિકારી	: તમે ક્યાંથી આવ્યા છો?	**Receptionist**	: Where have you come from? વેર હેવ યૂ કમ ફ્રૉમ?
સુસ્મિત	: સુરતથી.	**Susmit**	: From Surat. ફ્રૉમ સુરત.
સ્વાગતાધિકારી	: તમે શું કામ કરો છો?	**Receptionist**	: What is your occupation, Sir? વૉટ ઇઝ યોર ઑક્યૂપેશન સર?
સુસ્મિત	: બિરલા એન્ટરપ્રાઇઝનો એજંટ છું.	**Susmit**	: I am an agent of Birla Enterprise. આઈ એમ એન એજન્ટ ઑફ બિરલા એન્ટરપ્રાઇઝ.
સ્વાગતાધિકારી	: તમારે કેવો રૂમ જોઈએ?	**Receptionist**	: What kind of room do you need? વૉટ કાઇન્ડ ઑફ રૂમ ડૂ યૂ નીડ?
સુસ્મિત	: એક સૂવાનો રૂમ અને એક બેઠક રૂમ.	**Susmit**	: A bed-room and a drawing room. એ બેડ રૂમ ઍન્ડ એ ડ્રોઇંગ રૂમ.
સ્વાગતાધિકારી	: નીચે, કે ઉપરના માળે...?	**Receptionist**	: On the ground floor or any upper floor? ઑન ધ ગ્રાઉન્ડ ફ્લોર ઑર એની અપર ફ્લોર?
સુસ્મિત	: જ્યાં મળે ત્યાં, તમે કેટલા પૈસા લો છો?	**Susmit**	: It doesn't matter. What do you charge? ઇટ ડઝન્ટ મેટર. વૉટ ડૂ યૂ ચાર્જ?
સ્વાગતાધિકારી	: ૧૯૦ રૂપિયા ખાવા અને રહેવા સાથે.	**Receptionist**	: Rupees 190 for boarding and lodging. રૂપીઝ વન હંડ્રેડ નાઇન્ટી ફૉર બૉર્ડિંગ ઍન્ડ લૉજિંગ.
સુસ્મિત	: તે તો બહુ વધારે છે!	**Susmit**	: That is too much! ધૅટ ઇઝ ટૂ મચ!
સ્વાગતાધિકારી	: ના, સાહેબ. આધુનિક સ્નાનઘર પણ સાથે છે.	**Receptionist**	: No, Sir. A modern bath is also attached. નો, સર. એ મૉડર્ન બાથ ઇઝ ઑલ્સો એટેચ્ડ.

સુસ્મિત	: હું ઓરડો જોઈ શકું છું?	**Susmit**	: May I see the room? મે આઈ સી ધ રૂમ?
સ્વાગતાધિકારી	: જી હા! અમે તમને બહુ સરસ સર્વિસ આપીશું. તમે નાસ્તો, બપોરનું ભોજન અને રાત્રિ ભોજન ક્યારે લેશો?	**Receptionist**	: Yes Sir, we provide you efficient service. When would you like to have breakfast, lunch and dinner? યસ સર, વી પ્રોવાઇડ યૂ એફિસિએન્ટ સર્વિસ. વેન વુડ યૂ લાઇક ટુ હેવ બ્રેકફાસ્ટ, લંચ ઍન્ડ ડિનર?
સુસ્મિત	: નાસ્તો સવારે નવ વાગે, બપોરનું જમવાનું બાર વાગે અને રાત્રિ ભોજન રાત્રે દસ વાગે.	**Susmit**	: Breakfast at 9.00 A.M., lunch at 12.00 noon and dinner at 10 P.M. બ્રેકફાસ્ટ ઍટ નાઇન એ.એમ., લંચ ઍટ ટ્વેલ્વ નૂન ઍન્ડ ડિનર ઍટ ટેન પી.એમ.
સ્વાગતાધિકારી	: કૃપા કરી આ ફૉર્મ ભરીને નીચે સહી કરી દો.	**Receptionist**	: Please fill in this form and sign below. પ્લીઝ ફિલ ઇન ધિસ ફૉર્મ ઍન્ડ સાઇન બિલો.
સુસ્મિત	: ઠીક છે. શું તમે મને સવારે છ વાગે ઉઠાડી શકશો ?	**Susmit**	: O.K. Cound you please wake me up at six in the morning? ઓ.કે. કુડ યૂ પ્લીઝ વેક મી અપ ઍટ સિક્સ ઇન ધ મૉર્નિંગ?
સ્વાગતાધિકારી	: કોઈ વધુ સૂચના તમે આપવા માગો છો?	**Receptionist**	: Would you like to give any special instruction? વુડ યૂ લાઇક ટુ ગિવ એની સ્પેશ્યલ ઇન્સ્ટ્રક્શન?
સુસ્મિત	: ના, આભાર.	**Susmit**	: No, thanks. નો, થૅંક્સ.
સ્વાગતાધિકારી	: અમારે ત્યાં સાંજે ખાસ કેબરે નૃત્ય થવાનું છે. તમને ગમશે.	**Receptionist**	: We have special cabaret show for our patrons in the evening. I hope you will like to see that. વી હેવ સ્પેશ્યલ કેબરે શૉ ફૉર અવર પેટ્રન્સ ઇન ધ ઇવનિંગ. આઈ હોપ યૂ વિલ લાઇક ટુ સી ધૅટ.
સુસ્મિત	: ઓ, આભાર. એ ક્યારે શરૂ થાય છે?	**Susmit**	: Oh, thanks. When does it start? ઓ, થૅંક્સ. વેન ડઝ ઇટ સ્ટાર્ટ?
સ્વાગતાધિકારી	: સાંજે સાડા સાત વાગે.	**Receptionist**	: At seven thirty in the evening. ઍટ સેવન થર્ટી ઇન ધ ઇવનિંગ.
સુસ્મિત	: તમારો કહેવા માટે આભાર. હું સમયસર આવવા પ્રયાસ કરીશ.	**Susmit**	: Thank you for informing me. I shall try to turn up in time. થૅંક યૂ ફૉર ઇન્ફૉર્મિંગ મી. આઈ શેલ ટ્રાઇ ટુ ટર્ન અપ ઇન ટાઇમ.
સ્વાગતાધિકારી	: અમે આશા કરીએ છીએ કે તમે અહીં રહીને ખુશ થશો.	**Receptionist**	: We hope your stay here will give you full satisfaction. વી હોપ યોર સ્ટે હિયર વિલ ગિવ યૂ ફુલ સટિસ્ફેક્શન.

શિક્ષણનું ધોરણ — Standard of Education (સ્ટાન્ડર્ડ ઑફ એજ્યુકેશન)

મિસિસ નાન્દી : આજકાલ શિક્ષણનું ધોરણ તો રહ્યું જ નથી.

Mrs. Nandi : The standard of education is no more satisfactory nowadays. ધ સ્ટાન્ડર્ડ ઑફ એજ્યુકેશન ઇઝ નો મોર સેટિસ્ફેક્ટરી નાઉએડેઝ.

મિસિસ માંકડ : હું તમારી સાથે સંમત થાઉં છું. આજનો સ્નાતક પહેલાંની દસમી પાસ કરેલા સામે ઊભો રહી શકતો નથી.

Mrs. Mankad : I agree with you. A modern graduate can't stand against a former matriculate. આઈ એગ્રી વિથ યૂ. એ મોડર્ન ગ્રૅજ્યુએટ કાન્ટ સ્ટેન્ડ અગેન્સ્ટ એ ફૉર્મર મેટ્રિક્યુલેટ.

મિસિસ નાન્દી : એ બધું શિક્ષકો ઉપર આધાર રાખે છે. પહેલાં તેઓ વિદ્યાર્થીઓ તરફ વ્યક્તિગત ધ્યાન આપતા હતા.

Mrs. Nandi : It all depends upon the teachers. In the past they used to pay individual attention to the students. ઇટ ઑલ ડિપેન્ડ્સ અપોન ધ ટીચર્સ. ઇન ધ પાસ્ટ ધે યૂસ્ડ ટુ પે ઇન્ડિવિજ્યુઅલ એટેન્શન ટુ ધ સ્ટૂડંટ.

મિસિસ માંકડ : વાસ્તવમાં તેઓ સેવાભાવથી ઓતપ્રોત હતા અને વિદ્યાર્થીઓના કલ્યાણમાં રસ લેતા હતા.

Mrs. Mankad : In fact, they were devoted and took interest in the welfare of the students. ઇન ફેક્ટ, ધે વેર ડિવોટેડ ઍન્ડ ટુક ઇન્ટરેસ્ટ ઇન ધ વેલ્ફેર ઑફ ધ સ્ટૂડંટસ.

મિસિસ નાન્દી : વિદ્યાર્થીઓ પણ પોતાની કેળવણી તરફ પ્રમાણિક અને શિક્ષકો તરફ આજ્ઞાંકિત હતા.

Mrs. Nandi : Students too were obedient to their teachers and faithful to their studies. સ્ટૂડંટસ ટૂ વેર ઓબીડિએંટ ટુ ધેર ટીચર્સ ઍન્ડ ફેઇથફુલ ટુ ધેર સ્ટડીઝ.

મિસિસ માંકડ : અને આજકાલ તેમને ભણવાનો તો કંઈ ખ્યાલ નથી પરંતુ સિનેમા બાબતમાં ઘણું જ્ઞાન છે.

Mrs. Mankad : And nowadays they know little about their studies and quite a lot about cineworld. ઍન્ડ નાઉએડેઝ ધે નો લિટલ એબાઉટ ધેર સ્ટડીઝ ઍન્ડ ક્વાઇટ એ લૉટ એબાઉટ સિનેવર્લ્ડ.

મિસિસ નાન્દી : સાચે જ, ભણવામાં તો તેઓ ખૂબ જ પછાત છે.

Mrs. Nandi : Really, they are miserably poor in their studies. રિયલી, ધે આર મિઝરેબલી પુઅર ઇન ધેર સ્ટડીઝ.

મિસિસ માંકડ : કેમ કે તેઓ પોતાના શિક્ષણમાં રૂચિ લેતા જ નથી.

Mrs. Mankad : It is because they don't take interest in thier studies. ઇટ ઇઝ બિકૉઝ ધે ડોંટ ટેક ઇન્ટરેસ્ટ ઇન ધેર સ્ટડીઝ.

મિસિસ નાન્દી : શિક્ષકો પણ રૂચિ નથી લેતા. તેઓ તો કેવળ પૈસા બનાવવામાં પડ્યા છે.

Mrs. Nandi : Teachers too. They are interested only in making money. ટીચર્સ ટૂ. ધે આર ઇન્ટરેસ્ટેડ ઓન્લી ઇન મેકિંગ મની.

મિસિસ માંકડ : જ્યારે સૌ પૈસાની પાછળ ભાગે છે તો શિક્ષકો પણ આ દોડમાં પાછળ કેમ રહે?

Mrs. Mankad : When everyone is mad after making money, why shouldn't the teachers do the same? વેન એવરીવન ઇઝ મૅડ આફ્ટર મેકિંગ મની. વાય શુડન્ટ ધ ટીચર્સ ડૂ ધ સેમ?

મિસિસ નાન્દી : બહુ દિલગીરી સાથે કહેવું પડે છે કે નિસ્વાર્થી શિક્ષકોનો તો જમાનો જ ચાલ્યો ગયો છે.

Mrs. Nandi : Very sorry to observe that the time of selfless teachers has gone. વેરી સૉરી ટુ ઓબ્ઝર્વ ધૅટ ધ ટાઇમ ઑફ સેલ્ફલેસ ટીચર્સ હૅઝ ગોન.

મિસિસ માંકડ : મારા માનવા મુજબ એક ઈલાજ માત્ર એ છે કે જો તેમનો પગાર વધારી શકાય તો યોગ્ય બુદ્ધિશાળી જ આ ક્ષેત્રમાં આવવા લલચાશે.

Mrs. Mankad : The only remedy, as I think, is to pay them good salary, so that the talent could be tempted to enter this field. ધ ઓન્લી રેમેડી, ઍઝ આઈ થિંક, ઇઝ ટુ પે ધેમ ગુડ સૅલરી સો ધૅટ ધ ટૅલન્ટ કુડ બી ટેમ્પટેડ ટુ એન્ટર ધિસ ફીલ્ડ.

મિસિસ નાન્દી : એ તો મને પણ લાગે છે.

Mrs. Nandi : This strikes me too. ધિસ સ્ટ્રાઈક્સ મી ટૂ.

મિસિસ માંકડ : આપણી શિક્ષણ પ્રણાલિમાં યુદ્ધનાં ધોરણે ક્રાંતિકારી પરિવર્તન થવું જોઈએ.

Mrs. Mankad : Radical changes must be made in our system of education on a war-footing. રેડિકલ ચેન્જિસ મસ્ટ બી મેડ ઇન અવર સીસ્ટમ ઑફ એજ્યુકેશન ઑન એ વોર ફુટિંગ.

મિસિસ નાન્દી : હું તો કહીશ કે સરકારે તરત જ આ જવાબદારી પોતાના ઉપર ઉપાડી લેવી જોઈએ.

Mrs. Nandi : I should say that Government should undertake this responsibility immediately. આઈ શુડ સે ધૅટ ગવનર્મેંટ શુડ અંડરટેક ધિસ રિસ્પૉન્સિબિલિટી ઇમીજિએટલી.

મિસિસ માંકડ : કેળવણીકારોએ પણ આને માટે યોગ્ય ફાળો આપવો જોઈએ.

Mrs. Mankad : Educationists too should contribute to this cause. એજ્યુકેશનિસ્ટ્સ ટૂ શુડ કોન્ટ્રિબ્યૂટ ટુ ધિસ કૉઝ.

વર્ગશિક્ષકની સાથે — With the Class-teacher (વિથ ધ ક્લાસ-ટીચર)

વાલી : હું વિશ્વરંજન છું. તમે મારા પુત્રને આગ્રહ કર્યો હતો કે હું આવી તમને મળું.

Guardian : I'm Vishvaranjan. You have asked my son to tell me to see you. આઈ એમ વિશ્વરંજન. યૂ હેડ આસ્ક્ડ માઇ સન ટુ ટેલ મી ટુ સી યૂ.

વર્ગશિક્ષક : તમારો દીકરો...?

Class-teacher : Your son...? યોર સન...?

વાલી : વિનોદ.

Guardian : Vinod. વિનોદ.

વર્ગશિક્ષક : હા, મને યાદ છે. મેં એને કહ્યું હતું કે તારા પિતાજીને કહેજે કે મને આવીને મળે.

Class-teacher : Yes, I remember. I had asked him to do so. યસ આઈ રિમેમ્બર. આઈ હેડ આસ્ક્ડ હિમ ટુ ડૂ સો.

વાલી : હું હાજર છું.

Guardian : I'm here. આઈ એમ હિયર.

વર્ગશિક્ષક : ધન્યવાદ. હું તમને એ જણાવવા ઇચ્છું છું કે એ વર્ગની સાથે નથી રહેતો.

Class-teacher : Thanks. I want to tell you that he is not keeping pace with the class. થૅંક્સ. આઈ વૉન્ટ ટુ ટેલ યૂ ધૅટ હી ઇઝ નૉટ કીપિંગ પેસ વિથ ધ ક્લાસ.

વાલી : ક્યા વિષયોમાં?

Guardian : In which subjects? ઇન વિચ સબ્જેક્ટસ?

વર્ગશિક્ષક : ખાસ કરીને અંગ્રેજીમાં.

Class-teacher : Particularly in English. પર્ટિક્યુલર્લી ઇન ઇંગ્લિશ.

વાલી : બહુ વિચિત્ર! પણ એને છ માસિક પરીક્ષામાં તો બહુ સારા માર્ક મળ્યા હતા, કેમ ને?

Guardian : Very strange! But he did get very good marks in half-yearly examination, didn't he? વેરી સ્ટ્રેન્જ! બટ હી ડિડ ગેટ વેરી ગુડ માર્ક્સ ઇન હાફ-યર્લી એક્ઝામિનેશન, ડિડ્ન્ટ હી?

વર્ગશિક્ષક : નિઃસંદેહ. પણ હું પૂરી તપાસ કરીને જ તમને કહું છું.

Class-teacher : No doubt. But I am telling you after a thorough enquiry. નો ડાઉટ. બટ આઈ એમ ટેલિંગ યૂ આફ્ટર એ થરૉ ઇન્કવાયરી.

વાલી : તેનું શું પરિણામ આવ્યું?

Guardian : What are your findings? વૉટ આર યોર ફાઇન્ડિંગ્સ?

વર્ગશિક્ષક : હકીકતમાં તે નકલ કરવામાં સફળ થયો હતો. હવે તે કબૂલ થયો છે કે તે પોતાની સાથે થોડી કાપલીઓ લાવ્યો હતો.

Class-teacher : In fact, he was successful in copying. Now he admits that he had brought some paper clippings with him. ઇન ફેક્ટ, હી વૉઝ સક્સેસફુલ ઇન કોપિંગ. નાઉ હી એડ્મિટ્સ ધેટ હી બ્રૉટ સમ પેપર ક્લિપિંગ્સ વિથ હિમ.

વાલી : બહુ દિલગીરીની વાત છે. એનો વ્યવહાર કેવો છે ?

Guardian : Very regrettable. How is his behavi-our? વેરી રિગ્રેટેબલ. હાઉ ઇઝ હિઝ બિહેવિઅર?

વર્ગશિક્ષક : એની વર્તણૂક બહુ જ સારી છે. એની ચિંતા ન કરશો.

Class-teacher : He is very well-behaved. No need to worry about that. હી ઇઝ વેરી વેલ- બિહેવ્ડ. નો નીડ ટુ વરી એબાઉટ ધેટ.

વાલી : એનું અંગ્રેજી સુધારવા માટે તમે શું કહો છો?

Guardian : Then, what do you suggest for improv-ing his English? ધેન, વૉટ ડૂ યૂ સજેસ્ટ ફૉર ઇમ્પ્રુવિંગ હિઝ ઇંગ્લિશ?

વર્ગશિક્ષક : "ઇંગ્લિશ વાતચીત કોર્સ" એને માટે લાભદાયક રહેશે. તમે એને કહો કે એ તેનો બરાબર અભ્યાસ કરે.

Class-teacher : An 'English conversation course' will be useful for him. You ask him to learn it well. એન 'ઇંગ્લિશ કન્વર્સેશન કૉર્સ' વિલ બી યુઝફુલ ફૉર હિમ. યૂ આસ્ક હિમ ટુ લર્ન ઇટ વેલ.

વાલી : ક્યાંથી મળશે?

Guardian : Where can I get it? વેર કેન આઈ ગેટ ઇટ?

વર્ગશિક્ષક : દિલ્હીમાં માન્ય પુસ્તકોની એકમાત્ર દુકાન હિંદ પુસ્તક ભંડાર છે ત્યાંથી.

Class-teacher : From the only shop for standard books in Ahmedabad – Navbharat Pustak Bhandar. ફ્રૉમ ધ ઓન્લી શૉપ ફૉર સ્ટાન્ડર્ડ બુક્સ ઇન અમદાવાદ – નવભારત પુસ્તક ભંડાર.

વાલી : આપના અમૂલય માર્ગદર્શન માટે ખૂબ આભાર.

Guardian : Thanks for your valuable guidance. થૅંક્સ ફૉર યોર વેલ્યુએબલ ગાઈડેંસ.

ફરિયાદો — Complaints (કમ્પ્લેન્ટ્સ)

રિતેશ	: બોલો મિત્ર! શું હાલચાલ છે?	**Ritesh**	: Hello friend! How do you do? હેલો ફ્રેન્ડ! હાઉ ડૂ યૂ ડૂ?
બ્રિજેશ	: પરિસ્થિતિ સારી નથી ભાઈ, મોંઘવારી આડેધડ વધી રહી છે. બધી જ વસ્તુઓના ભાવ વધી રહ્યા છે.	**Brijesh**	: Not so good, brother. Inflation is rising day-by-day at random. The prices of all the things are rising. નૉટ સો ગુડ, બ્રધર. ઇન્ફલેશન ઇઝ રાઇઝિંગ ડે-બાઇ-ડે ઍટ રેન્ડમ. ધ પ્રાઇસિઝ ઑફ ઑલ ધ થિંગ્સ આર રાઇઝિંગ.
રિતેશ	: ખાવાના તેલનો ભાવ ઊતરતો નથી.	**Ritesh**	: Prices of edible oil have not come down. પ્રાઇસિસ ઑફ એડિબલ ઑઇલ હેવ નૉટ કમ ડાઉન.
બ્રિજેશ	: સરકારનાં કડક પગલાં હોવા છતાં પણ કોઈ સંતોષકારક પરિણામ નથી આવતું.	**Brijesh**	: Inspite of the strict measures taken by the Government, there is no satisfactory result. ઇનસ્પાઇટ ઑફ ધ સ્ટ્રિક્ટ મેઝર્સ ટેકન બાઇ ધ ગવર્નમેન્ટ, ધેર ઇઝ નો સેટિસ્ફેક્ટરી રિઝલ્ટ.
રિતેશ	: મારા ખ્યાલથી તો આ મોસમી વધારો છે. થોડા દિવસોમાં ફરીથી બરાબર થઈ જશે.	**Ritesh**	: I think this is seasonal increase. It will be normal again after some days. આઈ થિંક ધિસ ઇઝ સીઝનલ ઇન્ક્રીઝ. ઇટ વિલ બી નૉર્મલ અગેન આફ્ટર સમ ડેઝ.
બ્રિજેશ	: ના, એક વખત ચડ્યા પછી ભાવ નથી ઊતરતા. એને જ મોંઘવારી કહે છે.	**Brijesh**	: No, once risen prices do not come down. This is what is called inflation. નો, વન્સ રિઝન પ્રાઇસિસ ડૂ નૉટ કમ ડાઉન. ધિસ ઇઝ વૉટ ઇઝ કૉલ્ડ ઇન્ફ્લેશન.
રિતેશ	: હા, એ પણ બરાબર છે.	**Ritesh**	: Well, yes, that is right. વેલ, યસ, ધેટ ઇઝ રાઇટ.
બ્રિજેશ	: ભારતમાં ખરી સમસ્યા જ બેકારી છે.	**Brijesh**	: The real trouble in India is unemloyment. ધ રીયલ ટ્રબલ ઇન ઇન્ડિયા ઇઝ અનએમ્પ્લૉયમેન્ટ.
રિતેશ	: તમે જાણો છો કે આપણા દેશમાં કેટલા માણસો બેકાર છે?	**Ritesh**	: Do you know how many people are unemployed in our country? ડૂ યૂ નો હાઉ મેની પીપલ આર અનએમ્પ્લૉય્ડ ઇન અવર કન્ટ્રી?
બ્રિજેશ	: ના, હું નથી જાણતો.	**Brijesh**	: No, I don't know. નો, આઈ ડૉન્ટ નો.
રિતેશ	: આપણે ત્યાં લગભગ ત્રણ કરોડ લોકો બેકાર છે.	**Ritesh**	: There are three crores of people unemployed in our country. ધેર આર થ્રી ક્રોર્સ ઑફ પીપલ અનએમ્પ્લૉય્ડ ઇન અવર કન્ટ્રી.
બ્રિજેશ	: ઓ! બેકારીની કેટલી મોટી સમસ્યા છે!	**Brijesh**	: Oh! What a great problem of unemployment! ઓ! વૉટ એ ગ્રેટ પ્રૉબ્લેમ ઑફ અનએમ્પ્લૉયમેન્ટ!
રિતેશ	: ખરેખર!	**Ritesh**	: Of course! ઑફ કોર્સ!
બ્રિજેશ	: એનો અર્થ છે, આપણે ત્યાં બે મહાન સમસ્યા છે, બેકારી અને મોંઘવારી.	**Brijesh**	: It means, there are two main problems in our country – unemployment and inflation. ઇટ મીન્સ, ધેર આર ટૂ મેન પ્રૉબ્લેમ્સ ઇન અવર કન્ટ્રી, અનએમ્પ્લૉયમેન્ટ ઍન્ડ ઇન્ફલેશન.
રિતેશ	: હા, પણ આપણા માટે એ પડકાર છે જેનો આપણે સામનો કરવાનો છે.	**Ritesh**	: Yes, but this is the challenge we have to face. યસ, બટ ધિસ ઇઝ ધ ચેલેંજ વી હેવ ટુ ફેસ.

ભાવિ વર માટે પૂછપરછ — Inquiry about the Prospective Bridegroom (ઈન્કવારી એબાઉટ ધ પ્રૉસ્પેક્ટિવ બ્રાઈડગ્રૂમ)

મિ. ભટ્ટ	: કમાલ છે, તમે મિ. શુક્લ અહીંયાં?	**Mr. Bhatt**	: What a pleasant surprise to find you here, Mr. Shukla? વૉટ એ પ્લેઝન્ટ સરપ્રાઇઝ ટુ ફાઇન્ડ યૂ હિયર, મિ. શુક્લ?
મિ. શુક્લ	: હા, મિ. ભટ્ટ, કામ માટે આવ્યો છું. બોલો શું હાલ છે?	**Mr. Shukla**	: Yes, Mr. Bhatt. I am here with a purpose. How do you do? યસ મિ. ભટ્ટ. આઈ એમ હિયર વિથ એ પરપઝ. હાઉ ડુ યૂ ડુ?
મિ. ભટ્ટ	: તમારી દયાથી બિલકુલ ઠીક છું. આજે કેમ યાદ કર્યો?	**Mr. Bhatt**	: Quite well. What brings you here to- day? ક્વાઇટ વેલ. વૉટ બ્રિંગ્સ યૂ હિયર ટુડે?
મિ. શુક્લ	: હા, તમને તકલીફ આપવા આવ્યો છું. જો ખોટું ન લગાડો તો.	**Mr. Shukla**	: Yes, I have come to bother you if you don't mind! યસ, આઈ હેવ કમ ટુ બૉધર યૂ ઈફ યૂ ડૉન્ટ માઇન્ડ.
મિ. ભટ્ટ	: આવી વાત કેમ કરો છો ? તમારી સેવા કરવાથી મને ખૂબ ખુશી થશે.	**Mr. Bhatt**	: Please do not mention it. I will be happy to be of any use. પ્લીઝ ડૂ નૉટ મેન્શન ઇટ. આઈ વિલ બી હેપી ટુ બી ઑફ એની યૂઝ.
મિ. શુક્લ	: મને એ જ આશા છે, અને એ જ કારણથી હું અહીં સીધો ચાલી આવ્યો છું.	**Mr. Shukla**	: I know and that is why I have come straight to you. આઈ નો ઍન્ડ ધેટ ઇઝ વાય આઈ હેવ કમ સ્ટ્રેઈટ ટુ યૂ.
મિ. ભટ્ટ	: તમારા અહીં આવવા માટે બહુ જ ધન્યવાદ. મૂળ વાત શરૂ કરતાં પહેલાં એક કપ ચા ચાલશે ને ?	**Mr. Bhatt**	: Thanks for your kind visit. May I offer you a cup of tea before we come to the point? થૅંક્સ ફૉર યોર કાઈંડ વિઝિટ. મે આઈ ઑફર યૂ એ કપ ઑફ ટી બિફોર વી કમ ટુ ધ પોઇંટ?
મિ. શુક્લ	: હા, ચાલશે.	**Mr. Shukla**	: That will be fine. ધેટ વિલ બી ફાઇન.
મિ. ભટ્ટ	: સારું, આરામથી બેસો અને મારા યોગ્ય સેવા બતાવો.	**Mr. Bhatt**	: Well, be at ease, and let me know what I can do for you. વેલ, બી ઍટ ઇઝ, ઍન્ડ લેટ મી નો વૉટ આઈ કેન ડૂ ફૉર યૂ.
મિ. શુક્લ	: મારો ખ્યાલ છે કે તમે તમારા પાડોશી મિ. દવેના સૌથી મોટા સુપુત્રિ મિ. કૌશલને તો જાણતા જ હશો.	**Mr. Shukla**	: I suppose, you know Mr. Kaushal, the eldest son of your neighbour, Mr. Dave. આઈ સપોઝ, યૂ નો મિસ્ટર કૌશલ, ધ એલ્ડેસ્ટ સન ઑફ યોર નેબર, મિ. દવે.
મિ. ભટ્ટ	: કેમ નહીં. એ કુટુંબના દરેક સભ્યને હું જાણું છું.	**Mr. Bhatt**	: Why not. I know every member of that family. વાય નૉટ. આઈ નો એવરી મેમ્બર ઑફ ધેટ ફેમિલી.
મિ. શુક્લ	: કદાચ મિ. દવે એક નિવૃત્ત કર્મચારી છે.	**Mr. Shukla**	: Perhaps, Mr. Dave is a retired government servant. પર્હેપ્સ, મિ. દવે ઇઝ એ રિટાયર્ડ ગવર્નમેન્ટ સર્વન્ટ.
મિ. ભટ્ટ	: જી હા, આજકાલ તેઓ પેન્શન પર છે.	**Mr. Bhatt**	: Yes, he is a pensioner now. યસ, હી ઇઝ એ પેન્શનર નાઉ.

મિ. શુક્લ : તેમના પુત્ર કૌશલ બાબતમાં તમારો શું ખ્યાલ છે? મારી પુત્રીની એની સાથે સગાઈની વાત ચાલી રહી છે.	**Mr. Shukla** : What have you to say about his son, Kaushal? Negotiations are going on regarding his engagement with my daughter. વૉટ હેવ યૂ ટુ સે એબાઉટ હિઝ સન કૌશલ? નેગોશીએશન્સ આર ગોઇંગ ઑન રિગાર્ડિંગ હિઝ એંગેજમેંટ વિથ માઇ ડૉટર.
મિ. ભટ્ટ : એ જાણીને બહુ આનંદ થયો. તમે ચિંતા ન કરો. બહુ જ સભ્ય પરિવાર છે.	**Mr. Bhatt** : Very glad to know that. Don't worry. The family is a cultured one. વેરી ગ્લેડ ટુ નો ધેટ. ડૉટ વરી. ધ ફેમિલી ઇઝ એ કલ્ચર્ડ વન.
મિ. શુક્લ : મિ. કૌશલની ઉંમર કેટલી?	**Mr. Shukla** : What is the age of Kaushal? વૉટ ઇઝ ધ એજ ઑફ કૌશલ?
મિ. ભટ્ટ : લગભગ ૨૬ વર્ષનો છે.	**Mr. Bhatt** : He is about 26 years of age. હી ઇઝ એબાઉટ ૨૬ યર્સ ઑફ એજ.
મિ. શુક્લ : એનું જન્મસ્થાન?	**Mr. Shukla** : Where was he born? વેર વૉઝ હી બૉર્ન?
મિ. ભટ્ટ : ઉદેપુર, રાજસ્થાનમાં.	**Mr. Bhatt** : At Udaipur in Rajasthan. એટ ઉદેપુર ઇન રાજસ્થાન.
મિ. શુક્લ : ક્યાં સુધી ભણેલો છે?	**Mr. Shukla** : What are his academic qualifications? વૉટ આર હિઝ એકેડેમિક ક્વોલિફિકેશન્સ?
મિ. ભટ્ટ : બી.ઈ. એટલે કે એન્જિનીયરિંગ પાસ છે.	**Mr. Bhatt** : B.E. I mean Bachelor of Engineering. બી.ઈ. આઈ મીન બેચલર ઑફ એન્જિનીયરિંગ.
મિ. શુક્લ : ક્યાં ભણ્યો છે?	**Mr. Shukla** : Where did he study? વેર ડિડ હી સ્ટડિડ?
મિ. ભટ્ટ : અમદાવાદમાં એલ. ડી. એન્જિનીયરિંગ કૉલેજમાં.	**Mr. Bhatt** : At the L.D. Engineering College, Ahmedabad. એટ ધ એલ. ડી. એન્જિનીયરિંગ કૉલેજ, અમદાવાદ.
મિ. શુક્લ : તે શું કરે છે?	**Mr. Shukla** : And what is he now? એન્ડ વૉટ ઇઝ હી નાઉ?
મિ. ભટ્ટ : આજકાલ ખેતડી નગરમાં "ખેતડી તામ્ર પરિયોજના"માં મિકેનિકલ એન્જિનીયર છે.	**Mr. Bhatt** : At present, he is a mechanical engineer in 'Khetri Copper Project' at Khetri Nagar. એટ પ્રેઝંટ, હી ઇઝ એ મિકેનિકલ એન્જિ-નીયર ઇન 'ખેત્રી કૉપર પ્રોજેક્ટ' એટ ખેત્રીનગર.
મિ. શુક્લ : શું એ ખાનગી ધંધો છે?	**Mr. Shukla** : Is it a private concern? ઇઝ ઇટ એ પ્રાયવેટ કન્સર્ન?
મિ. ભટ્ટ : ના, એ સરકારી ધંધો છે.	**Mr. Bhatt** : No, it is a government enterprise. નો, ઇટ ઇઝ એ ગવર્નમેન્ટ એન્ટરપ્રાઇઝ.
મિ. શુક્લ : આજકાલ એનો પગાર કેટલો છે?	**Mr. Shukla** : What does he draw at present? વૉટ ડઝ હી ડ્રો એટ પ્રેઝન્ટ?
મિ. ભટ્ટ : લગભગ મહિને બાર હજાર રૂપિયા.	**Mr. Bhatt** : About rupees twelve thousand per month. એબાઉટ રૂપીઝ ટ્વેલ્વ થાઉઝંડ પર મંથ.
મિ. શુક્લ : એને ભાઈબહેન કેટલાં છે?	**Mr. Shukla** : How many brothers and sisters are they? હાઉ મેની બ્રધર્સ એન્ડ સિસ્ટર્સ આર ધે?
મિ. ભટ્ટ : કુલ મળીને ત્રણ ભાઈ અને એક બહેન.	**Mr. Bhatt** : They are three brothers and one sister. ધે આર થ્રી બ્રધર્સ એન્ડ વન સિસ્ટર.

મિ. શુક્લ	: એનો નાનો ભાઈ શું કરે છે?	**Mr. Shukla**	: What does his younger brother do? વૉટ ડઝ હિઝ યંગર બ્રધર ડૂ?
મિ. ભટ્ટ	: તેનો પોતાનો મોટર પાર્ટ્સનો ધંધો છે.	**Mr. Bhatt**	: He has his own business of motor parts. હી હેઝ હિઝ ઓન બિઝનેસ ઑફ મોટર પાર્ટ્સ.
મિ. શુક્લ	: અને સૌથી નાનો શું કરે છે?	**Mr. Shukla**	: And what does the youngest one do? ઍન્ડ વૉટ ડઝ ધ યંગેસ્ટ વન ડૂ?
મિ. ભટ્ટ	: તે તો બેકાર છે.	**Mr. Bhatt**	: He is jobless at present. હી ઇઝ જૉબલેસ ઍટ પ્રેઝન્ટ.
મિ. શુક્લ	: કોઈ કામધંધો શોધે છે?	**Mr. Shukla**	: Is he looking for a job? ઇઝ હી લુકિંગ ફૉર એ જૉબ?
મિ. ભટ્ટ	: હા, શોધે છે.	**Mr. Bhatt**	: Yes, he is. યસ હી ઇઝ.
મિ. શુક્લ	: કોઈ મિલકત વગેરે...?	**Mr. Shukla**	: Do they own any property? ડૂ ધે ઓન એની પ્રોપર્ટી?
મિ. ભટ્ટ	: હા, ઉદેપુરમાં એક બહુમાળી મકાન છે, અને કોઈ નજીકના ગામમાં લગભગ ત્રીસ વીઘા ખેતીવાડીની જમીન છે.	**Mr. Bhatt**	: Yes, a multi-storeyed building at Udaipur and about thirty bighas agricultural land in some village nearby. યસ, એ મલ્ટિસ્ટોરી બિલ્ડિંગ ઍટ ઉદેપુર ઍન્ડ એબાઉટ થર્ટી વીઘાઝ એગ્રીકલ્ચરલ લૅન્ડ ઇન સમ વિલેજ નીયરબાઇ.
મિ. શુક્લ	: તમે એની બહેન બાબતમાં કંઈ ન કહ્યું.	**Mr. Shukla**	: You didn't tell me about his sister. યૂ ડિડન્ટ ટેલ મી એબાઉટ હિઝ સિસ્ટર.
મિ. ભટ્ટ	: એક પૈસાવાળા કુટુંબમાં પરણાવી છે. પરંતુ એમની નાતમાં નથી.	**Mr. Bhatt**	: She is married into a well-to-do family but not in their own community. શી ઇઝ મેરીડ ઇન્ટુ એ વેલ-ટુ-ડૂ ફૅમિલી બટ નૉટ ઇન ધેર ઓન કોમ્યૂનિટી.
મિ. શુક્લ	: હું આવી વાતોની દરકાર નથી કરતો. હું જાતે જ આંતરજ્ઞાતિય લગ્નમાં માનું છું.	**Mr. Shukla**	: I don't care for that. I also believe in intercast marriages. આઈ ડોંટ કેર ફૉર ધેટ. આઈ ઑલ્સો બિલીવ ઇન ઇન્ટરકાસ્ટ મેરેજિસ.
મિ. ભટ્ટ	: બીજી કંઈ પૂછવા લાયક વાત?	**Mr. Bhatt**	: Anything else you wish to ask? એનીથિંગ એલ્સ યૂ વિશ ટુ આસ્ક ?
મિ. શુક્લ	: નહીં, આ રીતે માહિતી આપવા માટે બહુ જ આભાર.	**Mr. Shukla**	: No, thanks for giving me the information. નો, થૅંક્સ ફૉર ગિવિંગ મી ધ ઇન્ફર્મેશન.

અપરાધ — Crimes (ક્રાઇમ્સ)

અશોક	: પ્રામાણિક્તા સર્વોત્તમ નીતિ છે.	**Ashok**	: Honesty is the best policy. ઑનેસ્ટી ઇઝ ધ બેસ્ટ પૉલિસી.
પ્રાણ	: પરંતુ હું બેઈમાનીમાં વિશ્વાસ રાખું છું.	**Pran**	: But I believe in dishonesty. બટ આઈ બિલીવ ઇન ડિસઑનેસ્ટી.
અશોક	: એવું તમે એટલા માટે કહો છો કે તમારે કામ કરવું નથી.	**Ashok**	: You say so because you don't want to work. યૂ સે સો બિકૉઝ યૂ ડોંટ વૉટ ટુ વર્ક.
પ્રાણ	: એમ નથી. હકીકતમાં પરિશ્રમ કરનારો માણસ બહુ જ મુશ્કેલીથી નિભાવ કરી શકે છે.	**Pran**	: That's not so. In fact, it is the hard-working person who always lives from hand to mouth. ધેટ્સ નૉટ સો. ઇન ફેક્ટ ઇટ- ઇઝ ધ હાર્ડ વર્કિંગ પરસન હૂ ઑલવેઝ લિવ્ઝ ફ્રૉમ હેન્ડ ટુ માઉથ.

અશોક : પરંતુ તું એક વાત ભૂલે છે. મહેનતુ માણસને વધુ પરિશ્રમ એટલા માટે કરવો પડે છે કે એના દેશમાં વધારે લોકો સમય નકામો ગુમાવે છે.

Ashok : But you forget. A hard-working person has to work hard because many people of his country idle away their time. બટ યૂ ફરગેટ. એ હાર્ડ-વર્કિંગ પરસન હૅઝ ટુ વર્ક હાર્ડ બિકૉઝ મેની પીપલ ઑફ હિઝ કન્ટ્રી આઇડલ અવે ધેર ટાઇમ.

પ્રાણ : હા, કોઈએ પણ બેકાર ન બેસવું જોઈએ. તે ખિસ્સા કાપી શકે છે, કાળાબજાર કરી શકે છે અને જો ઇચ્છે તો દાણચોરી કરી શકે છે.

Pran : Yes, no one should sit idle. He can pick the pockets, do black-marketing or smuggling, if he likes. યસ, નો વન શુડ સિટ આઇડલ. હી કૅન પિક ધ પોકેટ્સ, ડૂ બ્લૅક-માર્કેટિંગ ઑર સ્મગલિંગ, ઇફ હી લાઇક્સ.

અશોક : પરંતુ એ તો એથીયે વધુ ખરાબ છે.

Ashok : This is worse than that. ધિસ ઇઝ વર્સ ધૅન ધૅટ.

પ્રાણ : ખરાબ કેવી રીતે ? પૈસા કમાઈને પ્રગતિ કરવી એ ખરાબ નથી.

Pran : How is it bad? It is not bad to earn money and improve one's lot. હાઉ ઇઝ ઇટ બૅડ? ઇટ ઇઝ નૉટ બૅડ ટુ અર્ન મની ઍન્ડ ઇમ્પ્રૂવ વન્સ લૉટ.

અશોક : દેશની સાથે દગો કરીને પોતાની પ્રગતિને વિચારનાર દેશદ્રોહી છે.

Ashok : One who thinks of his own improvement by cheating his own country, is a traitor. વન હૂ થિંક્સ ઑફ હિઝ ઓન ઇમ્પ્રૂવમેન્ટ બાઇ ચીટિંગ હિઝ ઓન કંટ્રી, ઇઝ એ ટ્રેટર.

પ્રાણ : આ તો વેપાર છે, દેશને દગો આપવાનો નહીં.

Pran : This is business and not cheating the country. ધિસ ઇઝ બિઝનેસ ઍન્ડ નૉટ ચીટિંગ ધ કંટ્રી.

અશોક : એનાથી દેશની અર્થ વ્યવસ્થા નબળી થાય છે.

Ashok : It weakens the contry's economy. ઇટ વીકન્સ ધ કંન્ટ્રીઝ ઇકોનૉમી.

પ્રાણ : તે કેવી રીતે?

Pran : How so? હાઉ સો?

અશોક : નિર્માતા વસ્તુઓનું ઉત્પાદન કરે છે. ગ્રાહકો એનો ઉપયોગ કરે છે. કાળા ધંધાવાળા એ બંને વચ્ચે અવરોધ ઊભો કરીને બંનેને નુકસાન પહોંચાડે છે.

Ashok : Manufacturers produce goods. Consumers use them. The black-market creates obstruction between the two, and harms them. મૅન્યુ-ફેક્ચરર્સ પ્રોડ્યૂસ ગુડ્ઝ, કન્ઝ્યૂમર્સ યૂઝ ધેમ. ધ બ્લૅક માર્કેટ ક્રિએટ્સ ઓબસ્ટ્રક્શન્સ બીટવિન ધ ટૂ, ઍન્ડ હાર્મ્સ ધેમ.

પ્રાણ : દાણચોરી કરવામાં તો વાંધો નથી ને?

Pran : But there is no harm in smuggling? બટ ધેર ઇઝ નો હાર્મ ઇન સ્મગલિંગ ?

અશોક : દાણચોરી તો કાળાબજારથીયે વધુ ખરાબ છે.

Ashok : Smuggling is worse than the black-marketing. સ્મગલિંગ ઇઝ વર્સ ધૅન ધ બ્લૅક-માર્કેટિંગ.

પ્રાણ : કેવી રીતે?

Pran : How so? હાઉ સો ?

અશોક : તે એવી રીતે કે તેનાથી બેવડું નુકસાન છે. એક તો ચોરીથી બહારનો માલ ખરીદવાથી દેશનું ધન ચોરીથી બહાર જાય છે. બીજું દેશવાસીઓને વિદેશી વસ્તુઓની આદત પડે છે.

Ashok : It harms in two ways. First by the illicit purchase of foreign goods, we allow the country's wealth to go out illegally. Secondly, it gives our countrymen the habit of using foreign goods. ઇટ હાર્મ્સ ઇન ટૂ વેઝ, ફર્સ્ટ બાઇ ધ ઇલિસિટ પર્ચેઝ ઑફ ફૉરેન ગુડ્ઝ, વી એલાઉ ધ કન્ટ્રીઝ-વેલ્થ ટુ ગો આઉટ ઇલીગલી. સેકન્ડલી, ઇટ ગિવ્સ અવર કન્ટ્રીમેન ધ હેબિટ ઑફ યૂઝિંગ ફૉરેન ગુડ્ઝ.

પ્રાણ : તું તો વાત વધારી વધારીને કહે છે.

Pran : Oh! You are exaggerating. ઓ! યૂ આર એગ્ઝૅઝરેટિંગ.

અશોક : નહીં હું વધારીને નથી કહેતો. દાણચોરીથી દેશને ખરેખર ખૂબ નુકસાન થઈ રહ્યું છે જેનાથી સરકારને કટોકટીના કાયદાની મદદ લેવી પડી છે.

Ashok : No exaggeration. Really there had been heavy damage to the country and the Govt. had to take the help of emegency laws. નો એગ્ઝૅઝરેશન. રિયલી ધેર હેડ બીન ડેમેજ ટુ ધ કન્ટ્રી ઍન્ડ ધ ગવર્નમેન્ટ હેડ ટુ ટેક ધ હેલ્પ ઑફ ઇમર્જન્સી લૉઝ.

પ્રાણ : આ કટોકટીની જાહેરાતથી શું ફેર પડ્યો?

Pran : What has been its impact? વૉટ હેઝ બીન ઇટ્સ ઇમ્પેક્ટ?

અશોક : એનાથી તો ઘણો ફેર પડી ગયો છે. મોટા મોટા દાણચોરો પકડી લીધા છે.

Ashok : It has already made a lot of difference. Big smugglers have been arrested. Now exports are gaining prominence over imports. ઇટ હેઝ ઑલરેડી મેડ એ લૉટ ઑફ ડિફરન્સ. બિગ સ્મગલર્સ હેવ બીન એરેસ્ટેડ. નાઉ એક્સપોર્ટ્સ આર ગેનિંગ પ્રૉમિનેન્સ ઓવર ઇમ્પોર્ટ્સ.

પ્રાણ : નિકાસ વધારે કેમ થાય છે?

Pran : How has the export increased? હાઉ હેઝ ધ એક્સપોર્ટ ઇન્ક્રીઝ્ડ ?

અશોક : દેશનું ધન બહાર જવાને બદલે બહારનું ધન દેશમાં આવી રહ્યું છે. દેશની નિર્ધનતા દૂર થવાની સ્થિતિ આવી રહી છે.

Ashok : Instead of the outflow of our country's money to other countries, money from other countries is flowing into our country. Conditions are being created for the removal of poverty from our country. ઇન્સ્ટેડ ઑફ ધ આઉટફલો ઑફ અવર કન્ટ્રીઝ મની ટુ અધર કન્ટ્રીઝ, મની ફ્રૉમ અધર કન્ટ્રીઝ ઇજ ફ્લોઇંગ ઇન્ટુ અવર કન્ટ્રી. કન્ડીશન્સ આર બીઇંગ ક્રીએટેડ ફૉર ધ રિમૂવલ ઑફ પૉવર્ટી ફ્રૉમ અવર કન્ટ્રી.

પ્રાણ : પરંતુ આ રીતે દેશની ગરીબી કેમ દૂર થશે?

Pran : But how will this remove poverty from our country? બટ હાઉ વિલ ધિસ રિમૂવ પૉવર્ટી ફ્રૉમ અવર કન્ટ્રી?

અશોક : જ્યારે દેશની બનેલી ચીજોની માંગ વધશે તો વધારે લોકોને રોજગારી મળી શકશે.

Ashok : When there is an increased demand for the goods made in this country, more people will get employment. વેન ધેર ઇઝ એન ઇન્ક્રીઝડ ડિમાંડ ફૉર ધ ગુડ્ઝ મેડ ઇન ધિસ કન્ટ્રી, મોર પીપલ વિલ ગેટ એમ્પ્લૉયમેન્ટ.

પ્રાણ : હા, બેરોજગારી તો ઓછી થઈ જશે, પરંતુ ગરીબી કેવી રીતે દૂર થશે?

Pran : Of course. It will reduce unemployment, but how will it remove poverty? ઑફ કોર્સ. ઇટ વિલ રિડ્યૂસ અનએમ્પ્લૉયમેન્ટ, બટ હાઉ વિલ ઇટ રિમૂવ પૉવર્ટી?

અશોક : જ્યારે વેપારીઓ અને ઉદ્યોગપતિઓ પાસે અધિક નફો થશે, તો કર્મચારીઓને પણ વધારે વેતન મળશે.

Ashok : When the traders and industrialists get more profits, the employees will also get increased wages. વેન ધ ટ્રેડર્સ ઍન્ડ ઇન્ડસ્ટ્રિયાલિસ્ટ્સ ગેટ મોર પ્રૉફિટ્સ, ધ એમ્પ્લૉઇઝ વિલ ઑલ્સો ગેટ ઇન્ક્રીઝ્ડ વેજિસ.

પ્રાણ : હા, હવે હું સમજી ગયો.

Pran : Yes, now I follow. યસ, નાઉ આઈ ફૉલો.

એક દુર્ઘટના | An Accident (એન ઍક્સિડંટ)

મા	: બેટા, આજે આટલી વાર કેમ કરી?	**Mother**	: Why have you come so late, my dear son? વાય હેવ યૂ કમ સો લેટ, માઇ ડિયર સન?
પુત્ર	: મા, દુર્ઘટના થઈ ગઈ હતી.	**Son**	: There was an accident, mother. ધેર વૉઝ એન ઍક્સિડંટ, મધર.
મા	: ક્યાં?	**Mother**	: Where...? વેર...?
પુત્ર	: મ્યુનિસિપલ માર્કેટ પાસે.	**Son**	: Near Municipal Market. નિયર મ્યુનિસિપલ માર્કેટ.
મા	: હે ભગવાન! કોઈ માર્યું ગયું તો નથી ને?	**Mother**	: My God! Was there any casualty? માઇ ગૉડ! વૉઝ ધેર એની કેઝ્યૂઅલ્ટી?
પુત્ર	: ના, મા, ભગવાની દયાથી બધું ઠીક છે.	**Son**	: No, mother. By the grace of God, every-thing is O.K. નો, મધર. બાઇ ધ ગ્રેસ ઑફ ગૉડ, એવરીથિંગ ઇઝ ઓ.કે.
મા	: સારું જ થયું. પણ આ દુર્ઘટના થઈ કેવી રીતે?	**Mother**	: Thank God! But how did this accident occur? થેંક ગૉડ! બટ હાઉ ડિડ ધિસ એક્સિડંટ અકર?
પુત્ર	: એક ગાડી એક સાઇકલ ઉપર ચડી ગઈ અને બે છોકરાઓ એની નીચે આવી ગયા.	**Son**	: A car hit a bicycle and ran over two boys. એ કાર હિટ એ બાઇસિકલ ઍન્ડ રેન ઓવર ટૂ બૉઇઝ.
મા	: શું તેઓ એક જ સાઇકલ પર જતા હતા.	**Mother**	: Were they riding on one bicycle? વેર ધે રાઇડિંગ ઑન વન બાઇસિકલ?
પુત્ર	: હા, તેઓ એક જ સાઇકલ પર જતા હતા.	**Son**	: Yes, they were. યસ, ધે વેર.
મા	: મને ડબલ સવારી કદીયે પસંદ નથી.	**Mother**	: I never like double riding. આઈ નેવર લાઇક ડબલ રાઇડિંગ.
પુત્ર	: કાર પૂર ઝડપથી જઈ રહી હતી. ડ્રાઇવર એના પર કાબૂ ન રાખી શક્યો.	**Son**	: The car was in full speed. The driver couldn't control it. ધ કાર વૉઝ ઇન ફુલ સ્પીડ. ધ ડ્રાઇવર કુડન્ટ કંટ્રોલ ઇટ.
મા	: બિચારા છોકરાઓ! તેમના ઉપર શું વીતી હશે?	**Mother**	: Poor boys! What happened to them? પુઅર બૉઇઝ! વૉટ હેપંડ ટુ ધેમ?
પુત્ર	: એક છોકરાનો તો હાથ તૂટી ગયો અને બીજાના માથામાં ઊંડો ઘા પડ્યો છે.	**Son**	: One boy has his arm fractured and the other has a deep cut on his head. વન બૉઇ હેઝ હિઝ આર્મ ફ્રેક્ચર્ડ ઍન્ડ ધ અધર હેઝ એ ડીપ કટ ઑન હિઝ હેડ.
મા	: અત્યારે તેઓ ક્યાં છે?	**Mother**	: Where are they now? વેર આર ધે નાઉ?
પુત્ર	: સિવિલ હૉસ્પિટલમાં.	**Son**	: In Civil Hospital. ઇન સિવિલ હૉસ્પિટલ.
મા	: તેને હૉસ્પિટલમાં કોણ લઈ ગયું ?	**Mother**	: Who took them to the hospital? હૂ ટુક ધેમ ટુ ધ હૉસ્પિટલ?
પુત્ર	: નગર નિગમના સભ્ય.	**Son**	: The member of the Municipal Corporation. ધ મેમ્બર ઑફ ધ મ્યુનિસિપલ કૉર્પોરેશન.
મા	: તે બહુ જ સજ્જન વ્યક્તિ હશે. ભગવાન એનું ભલુ કરો! એ છોકરાના મા-બાપને કોઈએ સૂચના આપી?	**Mother**	: The person must be very kind hearted. May God bless him! Has anybody informed the parents of the boys? ધ પર્સન મસ્ટ બી વેરી કાઇન્ડ હાર્ટેડ. મે ગૉડ બ્લેસ હિમ! હેઝ એનીબડી ઇન્ફૉર્મ્ડ ધ પેરંટ્સ ઑફ ધ બૉઇઝ?

પુત્ર	: હા, મા. હું પોતે જ તેના ઘેર ગયો હતો અને તેમના મા-બાપને ખબર આપી હતી.	**Son**	: Yes, mother. I myself went to their homes and informed their parents. યસ મધર. આઈ માઈસેલ્ફ વેન્ટ ટુ ધેર હોમ્સ ઍન્ડ ઇન્ફૉર્મ્ડ ધેર પેરંટસ.
મા	: મારા વહાલા દીકરા, તેં સારું કર્યું. ભગવાન તને દીર્ઘાયુ કરે.	**Mother**	: You did well, my dear son! May you live long! યૂ ડિડ વેલ, માઈ ડિયર સન! મે યૂ લિવ લૉંગ!

કેરિયર સંબંધી વાતચીત — Talking About Careers (ટૉકિંગ એબાઉટ કેરિયર)

રંજન	: કુંદન, કેમ છે?	**Ranjan**	: Hello! How do you do, Kundan? હેલો! હાઉ ડૂ યૂ ડૂ, કુંદન?
કુંદન	: રંજન, શું ખબર છે?	**Kundan**	: Hello Ranjan! How do you do? હેલો રંજન! હાઉ ડૂ યૂ ડૂ?
રંજન	: આટલી જલદીમાં ક્યાં જાઓ છો?	**Ranjan**	: Where are you going so early? વેર આર યૂ ગોઈંગ સો અર્લી?
કુંદન	: દુકાને.	**Kundan**	: I am off to my shop. આઈ એમ ઑફ ટુ માઈ શૉપ.
રંજન	: કામકાજના શું સમાચાર છે?	**Ranjan**	: How is your business going? હાઉ ઇઝ યોર બિઝનેસ ગોઈંગ?
કુંદન	: ધંધો એટલો સારો નથી. આજકાલ ધંધો ઠંડો છે.	**Kundan**	: Business is not so good. It is very dull these days. બિઝનેસ ઇઝ નૉટ સો ગુડ. ઇટ ઇઝ વેરી ડલ ધીઝ ડેઝ.
રંજન	: કેમ શું વાત છે?	**Ranjan**	: Why so? What is the matter? વાય સો? વૉટ ઇઝ ધ મેટર?
કુંદન	: મંદીએ બધાને અસર કરી છે?	**Kundan**	: The trade depression has affected everybody. ધ ટ્રેડ ડિપ્રેશન હેઝ અફેક્ટેડ એવરીબડી.
રંજન	: ઓહ! એમ વાત છે.	**Ranjan**	: Oh! That is the trouble. ઓ! ધૅટ ઇઝ ધ ટ્રબલ.
કુંદન	: વેપાર કટોકટીમાંથી પસાર થઈ રહ્યો છે.	**Kundan**	: The trade is passing through a crisis. ધ ટ્રેડ ઇઝ પાસિંગ થ્રુ એ ક્રાઈસિસ.
રંજન	: મનમાં ન લાવશો. જે પોતે પોતાને મદદ કરે છે તેને ભગવાન મદદ કરે છે.	**Ranjan**	: Don't be disheartened. God helps those who help themselves. ડૉન્ટ બી ડિસહાર્ટન્ડ. ગૉડ હેલ્પ્સ ધૉઝ હૂ હેલ્પ ધેમસેલ્વઝ.
કુંદન	: હું માનું છું. પણ મારા ઉપર એની એટલી અસર થઈ છે કે બે વખતનું ખાણું મુશ્કેલ છે.	**Kundan**	: I agree but I am so affected that I find it difficult to make both ends meet. આઈ એગ્રી બટ આઈ એમ સો અફેક્ટેડ ધૅટ આઈ ફાઈન્ડ ઇટ ડિફિકલ્ટ ટુ મેક બોથ ધ એન્ડઝ મીટ.
રંજન	: મને તમારી સાથે સહાનુભૂતિ છે. સારું તમારો નાનો ભાઈ ક્યાં છે?	**Ranjan**	: I have sympathy for you. Well, where is your younger brother? આઈ હેવ સિમ્પથી ફૉર યૂ. વેલ, વેર ઇઝ યોર યંગર બ્રધર?
કુંદન	: તે ચેન્નઈમાં છે.	**Kundan**	: He is in Chennai. હી ઇઝ ઇન ચેન્નઈ.
રંજન	: તે ત્યાં શું કરે છે?	**Ranjan**	: What is he doing there? વૉટ ઇઝ હી ડૂઇંગ ધેર?

કુંદન : તાલીમ લઈ રહ્યો છે.	**Kundan** : He is under training. હી ઇઝ અન્ડર ટ્રેનિંગ.
રંજન : શું શીખે છે તે?	**Ranjan** : What is he learning? વૉટ ઇઝ હી લર્નિંગ?
કુંદન : મુદ્રણ ટેક્નિકની પદ્ધતિ શીખી રહ્યો છે.	**Kundan** : He is getting training in printing technology. હી ઇઝ ગેટિંગ ટ્રેનિંગ ઇન પ્રિન્ટિંગ ટેક્નૉલૉજી.
રંજન : શું એણે પોતાનું ભણવાનું પૂરું કર્યું છે?	**Ranjan** : Has he completed his studies? હેઝ હી કમ્પ્લીટેડ હિઝ સ્ટડીઝ?
કુંદન : હા, ડીગ્રી લીધા પછી એ ચેન્નઈ આ ટ્રેનિંગ લેવા માટે ગયો.	**Kundan** : Yes. After graduation, he went to Chennai for this training. યસ. આફ્ટર ગ્રેજ્યુએશન, હી વેન્ટ ટુ ચેન્નઈ ફૉર ધિસ ટ્રેનિંગ.
રંજન : એ પછી એ શું કરશે?	**Ranjan** : What will he do after that? વૉટ વિલ હી ડૂ આફ્ટર ધેટ?
કુંદન : પોતાનું પ્રેસ શરૂ કરશે.	**Kundan** : He will establish a printing press. હી વિલ એસ્ટાબ્લિશ એ પ્રિન્ટિંગ પ્રેસ.
રંજન : બહુ સરસ. સ્કીમ ખરાબ નથી. પણ તમે જાણો છો કે આજકાલ દરેક જણ કાગળની તંગીથી વાકેફ છે.	**Ranjan** : Very good. The scheme is not bad. But do you know everyone is affected by the paper crisis these days? વેરી ગુડ. ધ સ્કીમ ઇઝ નૉટ બૅડ, બટ ડૂ યૂ નો એવરિવન ઇઝ અફેક્ટેડ બાઇ ધ પેપર ક્રાઇસિસ ધીઝ ડેઝ ?
કુંદન : એમાં કંઈ શક નથી પણ તમને ખબર નથી કે આગલી પંચવર્ષીય યોજનામાં કેટલીય કાગળની મિલો શરૂ કરવાની છે.	**Kundan** : No doubt. But don't you know that many paper mills are to be set-up in the next Five-year Plan. નો ડાઉટ. બટ ડૉન્ટ યૂ નો ધૅટ મેની પેપર મિલ્સ આર ટુ બી સેટ અપ ઇન ધ નેક્સ્ટ ફાઇવ-યર પ્લાન.
રંજન : એ કેવી રીતે ખબર પડી?	**Ranjan** : How do you know? હાઉ ડૂ યૂ નો?
કુંદન : ભારતની યોજના આયોજકે આ યોજના કરી છે.	**Kundan** : The Planning Commission of India has declared this. ધ પ્લાનિંગ કમિશન ઑફ ઇન્ડિયા હેઝ ડિક્લૅર્ડ ધિસ.
રંજન : કૃપા કરી જરા સ્પષ્ટ કહો કે એની પૃષ્ઠભૂમિ શું છે.	**Ranjan** : Please, just elaborate with its background. પ્લીઝ, જસ્ટ ઇલબૉરેટ વિથ ઇટ્સ બૅકગ્રાઉંડ.
કુંદન : તમે જાણો છો ભારતની પાસે વિદેશી મુદ્રાની અછત છે.	**Kundan** : You know, India is short of foreign excha-nge. યૂ નો, ઇન્ડિયા ઇઝ શૉર્ટ ઑફ ફૉરેન એક્સચેન્જ.
રંજન : હા, એ તો ઠીક છે.	**Ranjan** : That's right. ધેટ્સ રાઇટ.
કુંદન : અને ભારત એ સ્થિતિમાં નથી કે તે બીજા દેશો પાસેથી કાગળ મંગાવે. એ કારણે આયોજન પંચે આગલી યોજનામાં કેટલીક કાગળની મિલો સ્થાપવાનો પ્રસ્તાવ મૂક્યો છે.	**Kundan** : And India is not in a position to import papers from other countries. That is why the Planning Commission has proposed to establish paper mills in the next Five-year Plan. ઍન્ડ ઇન્ડિયા ઇઝ નૉટ ઇન એ પૉઝિશન ટુ ઇમ્પોર્ટ પેપર્સ ફ્રૉમ અધર કંટ્રિઝ. ધૅટ ઇઝ વાય ધ પ્લાનિંગ કમિશન હેઝ પ્રપોઝ્ડ ટુ એસ્ટાબ્લિશ પેપર મિલ્સ ઇન ધ નેક્સ્ટ ફાઇવ-યર પ્લાન.

રંજન : સારું, તમારો ભાઈ ક્યારે પાછો આવશે?

Ranjan : Well. When will your brother come back? વેલ. વેન વિલ યોર બ્રધર કમ બૅક?

કુંદન : ચાર વર્ષ પછી.

Kundan : After four years. આફ્ટર ફોર યર્સ.

રંજન : હા, એ સમયે માર્કેટમાં કાગળનો અભાવ નહીં હોય.

Ranjan : Of course, there will be no shortage of paper at that time. ઑફ કોર્સ, ધેર વિલ બી નો શૉર્ટેજ ઑફ પેપર એટ ધૅટ ટાઇમ.

કુંદન : બેશક. અને ભારત પ્રત્યેક ભારતીયની આવશ્યકતા પૂરી કરી શકે એવી સ્થિતિમાં હશે.

Kundan : Of course. And India will be in a position to meet the requirement of every Indian. ઑફ કોર્સ. ઍન્ડ ઇન્ડિયા વિલ બી ઇન એ પોઝિશન ટુ મીટ ધ રિક્વાયરમેંટ ઑફ એવરી ઇન્ડિયન.

રંજન : બહુ સરસ. મારો ખ્યાલ છે કે ત્યારે ભારત વિદેશી હુંડિયામણના સંકટમાંથી બહાર નીકળી જશે.

Ranjan : Very good. I think by then India will pass over the crisis of foreign exchange also. વેરી ગુડ. આઈ થિંક બાઇ ધેન ઇન્ડિયા વિલ પાસ ઓવર ધ ક્રાઈસિસ ઑફ ફૉરેન એક્સચેન્જ ઑલ્સો.

કુંદન : હા, કેટલાંક વર્ષો બાદ તો તે બીજા દેશોને કાગળ મોકલીને વિદેશી હૂંડિયામણ પણ કમાઈ શકે છે.

Kundan : Yes, After a few years India may even export paper to other countries and earn foreign exchange. યસ, આફ્ટર એ ફ્યૂ યર્સ ઇન્ડિયા મે ઈવન એક્સપોર્ટ પેપર ટુ અધર કંટ્રિઝ ઍન્ડ અર્ન ફૉરેન એક્સચેન્જ.

રંજન : એ તો બહુ સરસ વાત છે.

Ranjan : Good prospects indeed. ગુડ પ્રોસ્પેક્ટ્સ ઇનડિડ.

કુંદન : સારું, ત્યારે રંજન, હું જાઉં બહુ મોડું થઈ ગયું છે. નમસ્તે.

Kundan : O.K. Ranjan. Now I should go. I am quite late. Bye bye. ઓ.કે. રંજન. નાઉ આઈ શુડ ગો. આઈ એમ ક્વાઇટ લેટ. બાઇ બાઇ.

રંજન : નમસ્તે.

Ranjan : Bye bye. બાઇ બાઇ.

ખરીદી — Shopping (શૉપિંગ)

ગ્રાહક : જરા સાડીઓ દેખાડશો?

Customer : Will you please show me some sarees? વિલ યૂ પ્લીઝ શૉ મી સમ સારીઝ?

વેચનાર : ખુશીથી. કયા પ્રકારની જોઈએ?

Salesman : Very gladly. Which type do you require? વેરી ગ્લેડલી. વિચ ટાઇપ ડૂ યૂ રિક્વાયર?

ગ્રાહક : રેશમી, ઔરંગાબાદી.

Customer : Aurangabadi Silk. ઔરંગાબાદી સિલ્ક.

વેચનાર : કૃપા કરીને આ કાઉન્ટર પર આવો. હું તમને ગમતી સાડીઓ બતાવું.

Salesman : Come to this counter, please. I will show you your choice. કમ ટુ ધિસ કાઉન્ટર, પ્લીઝ. આઈ વિલ શો યૂ યોર ચોઇસ.

ગ્રાહક : બહુ સરસ.

Customer : O.K. ઓ.કે.

વેચનાર : અમારી પાસે દરેક પ્રકારની સાડીઓ છે. હલકી, મધ્યમ ભાવની અને ભારે. જે ગમે તે લો.

Salesman : We have all kinds of sarees – inferior, medium and the superior ones. Select whichver you like. વી હેવ ઑલ કાઇન્ડસ ઑફ સારીઝ - ઇન્ફીરિયર, મીડિયમ, ઍન્ડ ધ સૂપીરિયર વન્સ. સિલેક્ટ વિચએવર યૂ લાઇક.

ગ્રાહક	: શો કેસમાં લગાવેલી છે તે બતાવો.	**Customer**	: Show me more of the one displayed in your show-case. શો મી મોર ઑફ ધ વન ડિસપ્લેડ ઇન યોર શો-કેસ.
વેચનાર	: એક મિનિટ. હું તમારા માટે એ લાવું છું.	**Salesman**	: Just a minute. I will bring that one for you. જસ્ટ એ મિનિટ. આઈ વિલ બ્રિંગ ધેટ વન ફૉર યૂ.
ગ્રાહક	: એને ત્યાં જ રહેવા દો. એ જાતની મને બીજા રંગોમાં બતાવો.	**Customer**	: Leave it there. Show me the same variety in different colours. લીવ ઇટ ધેર. શો મી ધ સેમ વેરાયટી ઇન ડિફરંટ ક્લર્સ.
વેચનાર	: દિલગીર છું બહેન. અત્યારે અમારી પાસે ફક્ત આ એક જ રહી છે.	**Salesman**	: Sorry, madam. We have only this one left with us at present. સૉરી, મેડમ. વી હેવ ઓન્લી ધિસ વન લેફ્ટ વિથ અસ ઍટ પ્રેઝન્ટ.
ગ્રાહક	: પણ તમે કહ્યું છે કે તમારી પાસે તો બહુ સ્ટોક છે.	**Customer**	: Just now you told me that you have got a large stock. જસ્ટ નાઉ યૂ ટોલ્ડ મી ધેટ યૂ હેવ ગૉટ એ લાર્જ સ્ટોક.
વેચનાર	: જી હા, આ જાત એટલી પ્રખ્યાત થઈ છે કે તરત જ વેચાઈ જાય છે.	**Salesman**	: Of course. This variety is so popular that it sells very fast. ઑફ કોર્સ. ધિસ વેરાયટી ઇઝ સો પોપ્યુલર ધેટ ઇટ સેલ્સ વેરી ફાસ્ટ.
ગ્રાહક	: તો પછી તમારી પસંદગીની બતાવો.	**Customer**	: Now you show me sarees of your own choice. નાઉ યૂ શો મી સારીઝ ઑફ યોર ઓન ચોઇસ.
વેચનાર	: આભાર. આ જુઓ, કાંજીવરમની પ્યોર સિલ્કની સાડીઓ.	**Salesman**	: Thank you. Have a look at this pure silk of Kanjivaram. થેંક યૂ. હેવ એ લુક ઍટ ધિસ પ્યોર સિલ્ક ઑફ કાંજીવરમ.
ગ્રાહક	: શું કિંમત છે એની?	**Customer**	: What's the price? વૉટ્સ ધ પ્રાઇસ?
વેચનાર	: કિંમતની વાત છોડો. જુઓ આંખોને ગમે છે ને, સાડી સાથે બ્લાઉઝ પીસ પણ છે. ફક્ત પાંચસો રૂપિયામાં.	**Salesman**	: Do not worry about the price. Look how this appeals to your eyes. Full length with a piece of blouse also. Nominal price, only five hundred rupees. ડૂ નૉટ વરી એબાઉટ ધ પ્રાઇસ. લુક હાઉ ધિસ અપીલ્સ ટુ યોર આઇઝ. ફુલ લેન્થ વિથ એ પીસ ઑફ બ્લાઉઝ ઑલ્સો. નૉમિનલ પ્રાઇ, ઓન્લી ફાઇવ હંડ્રેડ રૂપીઝ.
ગ્રાહક	: તમે હોશિયાર સેલ્સમેન છો. હું તો કહીશ કે તમને ગ્રાહકને આકર્ષતાં સરસ આવડે છે.	**Customer**	: You are a very good salesman. An expert converser, I must say. યૂ આર એ વેરી ગુડ સેલ્સમેન. એન એક્સપર્ટ કન્વર્સર, આઈ મસ્ટ સે.
વેચનાર	: ગ્રાહકને સંતોષ એ જ અમારી ખુશી.	**Salesman**	: Customer's satisfaction is our pleasure. કસ્ટમર્સ સેટિસ્ફેક્શન ઇઝ અવર પ્લેઝર.
ગ્રાહક	: સારું, આ એક લીલી સાડી પેક કરી દો.	**Customer**	: Well, pack this green one. વેલ, પેક ધિસ ગ્રીન વન.
વેચનાર	: આભાર, બીજું કંઈ?	**Salesman**	: Thanks. Anything else? થૅંક્સ. એનીથિંગ એલ્સ?
ગ્રાહક	: ના, આ બસ છે.	**Customer**	: No, that will do. નો, ધેટ વિલ ડૂ.

ઑફિસમાં | In Office (ઇન ઑફિસ)

ઑફિસમાં	In Office (ઇન ઑફિસ)
ઑફિસર : મિ. મલિક, કેટલા વાગ્યા છે?	**Officer** : What time is it, Mr. Malik? વૉટ ટાઇમ ઇઝ ઇટ, મિ. મલિક?
ક્લાર્ક : જી, સાડા દસ.	**Clerk** : Ten-thirty, sir. ટેન થર્ટી, સર.
ઑફિસર : અને ઑફિસનો શું સમય છે?	**Officer** : And what's the office-time? ઍન્ડ વૉટ'સ ધ ઑફિસ ટાઇમ?
ક્લાર્ક : જી, દસ.	**Clerk** : Ten o'clock, sir. ટેન ઓક્લૉક, સર.
ઑફિસર : તો પછી તમે આટલા મોડા કેમ આવો છો?	**Officer** : Then why are you so late? ધેન વાય આર યૂ સો લેટ?
ક્લાર્ક : મને અફસોસ છે.	**Clerk** : Sorry, sir. સૉરી, સર.
ઑફિસર : તમે દરરોજ મોડા કેમ આવો છો! આવો છો ને?	**Officer** : You come late daily, don't you? યૂ કમ લેટ ડેલી. ડૉન્ટ યૂ ?
ક્લાર્ક : જી, આજે બસ મોડી આવી હતી.	**Clerk** : Yes sir. The bus came late today. યસ, સર. ધ બસ કેમ લેટ ટુડે.
ઑફિસર : અને કાલે તમારું ઘડિયાળ ખરાબ હતું.	**Officer** : And yesterday your watch was out of order. ઍન્ડ યસ્ટર્ડે યોર વૉચ વૉઝ આઉટ ઑફ ઑર્ડર.
ક્લાર્ક : જી. કાલથી બરોબર સમયસર આવીશ.	**Clerk** : I'll come in time from tomorrow, sir. આઈ'લ કમ ઇન ટાઇમ ફ્રૉમ ટુમૉરો, સર.
ઑફિસર : તમે હંમેશાં આવું જ કહ્યા કરો છો.	**Officer** : You have always been telling me so. યૂ હેવ ઑલ્વેઝ બીન ટેલિંગ મી સો.
ક્લાર્ક : જી. હું આ વખતે તમને હૃદયપૂર્વક ખાતરી આપું છું.	**Clerk** : I sincerely assure you this time. આઈ સિન્સિયરલી એસ્યોર યૂ ધિસ ટાઇમ.
ઑફિસર : તમે સવારે કેટલા વાગે ઊઠો છો?	**Officer** : When do you get up in the morning? વેન ડૂ યૂ ગેટ અપ ઇન ધ મૉર્નિંગ ?
ક્લાર્ક : લગભગ આઠ વાગે.	**Clerk** : At about eight. ઍટ એબાઉટ એટ.
ઑફિસર : શું આ બહુ મોડું નથી?	**Officer** : Is that not rather late? ઇઝ ધેટ નૉટ રાધર લેટ?
ક્લાર્ક : જી હા! રોજ હું જલદી ઊઠવાને દૃઢનિશ્ચય કરું છું. પણ ઊઠી શકતો નથી.	**Clerk** : So it is, sir. Everyday I decide to get up early, but can't do so. સો ઇટ ઇઝ, સર. એવરિડે આઈ ડિસાઇડ ટુ ગેટ અપ અર્લી, બટ કાન્ટ ડૂ સો.
ઑફિસર : તમે સમયનું મહત્તવ નથી જાણતા. ગયેલો સમય પાછો આવતો નથી.	**Officer** : You don't know the value of time. Lost time is never regained. યૂ ડૉંટ નો ધ વેલ્યૂ ઑફ ટાઇમ. લૉસ્ટ ટાઇમ ઇઝ નેવર રિગેંડ.
ક્લાર્ક : હું એ વાત માનું છું.	**Clerk** : I do realise that. આઈ ડૂ રીઅલાઇઝ ધેટ.
ઑફિસર : જો તમે એમ માનતા હો તો ઑફિસે મોડા ન આવો. સારુ તમે રાત્રે કેટલા વાગે સૂવો છો?	**Officer** : Had you realised it, you wouldn't have come late to the office. Well, when do you go to bed at night? હેડ યૂ રીઅલાઇઝડ ઇટ, યૂ વુડન્ટ હૅવ કમ લેટ ટુ ધ ઑફિસ. વેલ, વેન ડૂ યૂ ગો ટુ બેડ ઍટ નાઇટ?
ક્લાર્ક : લગભગ સાડા અગિયાર વાગે.	**Clerk** : At about eleven-thirty. ઍટ એબાઉટ ઇલેવન થર્ટી.

ઑફિસર	: આ સારું ન કહેવાય. તમારે વહેલા ઊઠવા વહેલા સૂઈ જવું જોઈએ.	**Officer**	: That's not right. It should be early to bed and early to rise. ધેટ્સ નૉટ રાઇટ. ઇટ શુડ બી અર્લી ટુ બેડ ઍન્ડ અર્લી ટુ રાઇઝ.
ક્લાર્ક	: હવેથી હું તે પ્રમાણે કરીશ.	**Clerk**	: I will do so in future. આઈ વિલ ડૂ સો ઇન ફ્યૂચર.
ઑફિસર	: ઑફિસે જવા માટે જલદી નીકળો.	**Officer**	: Try to start early for the office. ટ્રાય ટુ સ્ટાર્ટ અર્લી ફૉર ધ ઑફિસ.
ક્લાર્ક	: સારું સાહેબ. આભાર.	**Clerk**	: Very well, sir. Thank you. વેરી વેલ, સર. થૅંક યૂ.

બૅંકમાં — At the Bank (ઍટ ધ બૅંક)

ગ્રાહક	: મારે ઑફિસરને મળવું છે.	**Customer**	: I want to see the officer. આઈ વૉન્ટ યુ સી ધ ઑફિસર.
બૅંક ઑફિસર	: ફરમાવો. (હાથ મેળવતાં) હું આપની શી સેવા કરી શકું?	**Bank Officer**	: Yes please, (shaking hands) what can I do for you? યસ પ્લીઝ, (શેકિંગ હેન્ડસ) વૉટ કેન આઈ ડૂ ફૉર યૂ?
ગ્રાહક	: હું ખાતું ખોલવા ઇચ્છું છું.	**Customer**	: I want to open an account. આઈ વૉન્ટ ટુ ઓપન એન એકાઉન્ટ.
બૅંક ઑફિસર	: ખુશીથી, બેસો.	**Bank Officer**	: With great pleasure. Be seated. વિથ ગ્રેટ પ્લેઝર. બી સીટેડ.
ગ્રાહક	: આભાર! બચતખાતું ખોલવા માટે કેટલી રકમની જરૂર છે?	**Customer**	: Thank you! What amount is needed to open a savings account? થૅંક યૂ! વૉટ એમાઉન્ટ ઇઝ નીડેડ ટુ ઓપન એ સેવિંગ્સ એકાઉન્ટ?
બૅંક ઑફિસર	: તમે બચતખાતું ફક્ત પાંચસો રૂપિયા જમા કરાવીને ખોલાવી શકો છો.	**Bank Officer**	: You can open a savings account with a minimum initial deposit of five hundred rupees. યૂ કૅન ઓપન એ સેવિંગ્સ એકાઉન્ટ વિથ એ મિનિમમ ઇનિશ્યલ ડિપૉઝિટ ઑફ ફાઇવ હંડ્રેડ રૂપીઝ.
ગ્રાહક	: રકમ કેટલી વખત ઉપાડી શકાય છે?	**Customer**	: How often can we withdraw money? હાઉ ઑફન કૅન વી વિથ્ડ્રો મની?
બૅંક ઑફિસર	: તમે મહિનામાં પાંચ વખતથી વધુ ન ઉપાડી શકો.	**Bank Officer**	: You can't withdraw more than five times a month. યૂ કાન્ટ વિથ્ડ્રો મોર થૅન ફાઇવ ટાઇમ્સ એ મંથ.
ગ્રાહક	: એક વખતે કેટલી રકમ ઉપાડી શકાય?	**Customer**	: How much amount can we withdraw at a time? હાઉ મચ એમાઉન્ટ કૅન વી વિથ્ડ્રો ઍટ એ ટાઇમ?
બૅંક ઑફિસર	: સામાન્ય રીતે પચીસ હજાર રૂપિયાથી વધારે નહીં.	**Bank Officer**	: Not more than twenty-five thousand rupees ordinarily. નૉટ મોર ધેન ટ્વેન્ટી-ફાઇવ થાઉઝન્ડ રૂપીઝ ઑર્ડિનરીલી.
ગ્રાહક	: સારું, હું બચતુખાતું ખોલવા ઇચ્છું છું. શું હું પત્નીની સાથે સંયુક્ત ખાતું ખોલી શકું છું?	**Customer**	: Well, I want to open a savings account. Can I open it in the joint names of my wife and myself? વેલ, આઈ વૉન્ટ ટુ ઓપન

			એ સેવિંગ્સ એકાઉન્ટ. કેન આઈ ઓપન ઈટ ઈન ધ જોઈન્ટ નેમ્સ ઑફ માઇ વાઈફ ઍન્ડ માઈસેલ્ફ?
બૅંક ઑફિસર	: હા, નિ:શંક.	**Bank Officer**	: Oh yes, certainly. ઓ યસ, સર્ટન્લી.
ગ્રાહક	: મારે ચેક-બુક પણ જોઈએ છીએ.	**Customer**	: I would like to have a cheque-book too. આઈ વુડ લાઇક ટુ હેવ એ ચેક-બુક ટૂ.
બૅંક ઑફિસર	: તમે ચેક-બુક લઈ શકો છો. પરંતુ તમારા ખાતામાં કોઈ પણ સમયે ઓછામાં ઓછા પાંચસો રૂપિયા અવશ્ય હોવા જોઈએ.	**Bank Officer**	: You can have a cheque-book. But at no time should the balance in your account be less than five hundred rupees. યૂ કેન હેવ એ ચેક-બુક. બટ ઍટ નો ટાઈમ શુડ ધ બૅલન્સ ઈન યોર એકાઉન્ટ બી લેસ ધેન ફાઈવ હંડ્રેડ રૂપીઝ.
ગ્રાહક	: બચત ખાતામાં વ્યાજ કેટલું મળશે?	**Customer**	: What is the rate of interest on a savings account? વૉટ ઈઝ ધ રેટ ઑફ ઈન્ટરેસ્ટ ઑન સેવિંગ્સ એકાઉન્ટ?
બૅંક ઑફિસર	: પાંચ પર્સંટ.	**Bank Officer**	: Five percent. ફાઈવ પર્સંટ.
ગ્રાહક	: ઠીક છે. હું અહીં ખાતું ખોલાવવા માંગું છું.	**Customer**	: Al right. I want an account here. ઑલરાઈટ. આઈ વૉંટ એન એકાઉન્ટ હિયર.
બૅંક ઑફિસર	: આ ફૉર્મ લો. એ ભરી આપો અને અમે તમારું ખાતું ખોલી દઈશું. તમને પાસ-બુક અને ચેક-બુક પછી આપી દઈશું.	**Bank Officer**	: Here are the forms, please fill up and we'll open an account for you, and issue you a pass-book as well as a cheque-book. હિયર આર ધ ફૉર્મ્સ, પ્લીઝ ફિલ ધીઝ અપ ઍન્ડ વી'લ ઓપન એન એકાઉન્ટ ફૉર યૂ, ઍન્ડ ઇશ્યૂ યૂ એ પાસ-બુક ઍઝ વેલ ઍઝ એ ચેક-બુક.
ગ્રાહક	: આભાર.	**Customer**	: Thanks. થૅંક્સ.

APPENDIX પરિશિષ્ટ

અંગ્રેજીમાં શબ્દ-નિર્માણ

(WORD-BUILDING IN ENGLISH)

1. ક્રિયાપદોની આગળ ance અથવા ence પ્રત્યય લગાડવાથી ભાવવાચક નામ બને છે.

Admit (v.) (એડમિટ) પ્રવેશ કરવો	[-ance]	Admittance (n.) (એડમિટન્સ) પ્રવેશ
Utter (v.) (અટર) બોલવું	[-ance]	Utterance (n.) (અટરન્સ) ઉચ્ચારણ
Grieve (v.) (ગ્રીવ) શોક કરવો	[-ance]	Grievance (n.) (ગ્રીવન્સ) અફસોસ
Guide (v.) (ગાઇડ) માર્ગ બતાવવો	[-ance]	Guidance (n.) (ગાઇડન્સ) માર્ગદર્શન
Interfere (v.) (ઇન્ટરફિયર) દખલ કરવી	[-ence]	Interference (n.) (ઇન્ટરફિયરન્સ) હસ્તક્ષેપ
Differ (v.) (ડિફર) મતભેદ કરવો	[-ence]	Difference (n.) (ડિફરન્સ) મતભેદ
Prefer (v.) (પ્રિફર) પસંદ કરવું	[-ence]	Preference (n.) (પ્રેફરન્સ) પસંદગી

એ રીતે આ શબ્દો પહેલાં ance અથવા ence લગાવો. depend, refer, indulge, reside, માં (ence) અને contrive, endure, insure, preserveમાં (ance) પ્રત્યય લાગે છે.

2. અનેક વખત ભાવવાચક નામ બનાવવા માટે ment પ્રત્યય (suffix) લગાવાય છે. જેમ કે improve ઉપરથી improvement વગેરે.

હવે નીચે આપેલા ક્રિયાપદ શબ્દોની સાથે ment લગાવીને નવા શબ્દ બનાવો અને એના અર્થ શબ્દકોષમાંથી શોધી કાઢો.

Achieve (એચીવ) પ્રાપ્ત કરવું	Announce (એનાઉન્સ) જાહેરાત કરવી
Amuse (એમ્યૂઝ) આનંદ કરવો	State (સ્ટેટ) કહેવું
Postpone (પોસ્ટપોન) સ્થગિત કરવું	Settle (સેટલ) ફેંસલો લાવવો
Move (મૂવ) હલવું-ફેરવવું	Measure (મેઝર) માપવું
Advertise (એડવરટાઇઝ) જાહેરખબર આપવી	Excite (એક્સાઇટ) ઉત્તેજિત થવું

N.B. : ઉપર આપેલા શબ્દોમાં -ment લગાવવામાં આવે છે. achieve + ment = achievement.

અપવાદ (exception) : પણ નીચે આપેલા શબ્દોમાં -ment લગાવવાથી ક્રિયાપદમાં શબ્દનો અંતિમ e લોપ થાય છે.

1. Judge (જજ) નિર્ણય કરવો	2. Argue (આરગ્યૂ) દલીલ કરવી
Judge + ment = Judgment	Argue + ment = Argument

3. જે ક્રિયાઓમાં અંતિમ y આવતો હોય તે ક્રિયાની આગળ પ્રત્યય (suffix) લગાવવાથી yનો i થઈ જાય છે, નીચે આપેલ ટેબલ દ્વારા એનો અભ્યાસ કરો.

Ally (v.) (એલાઇ) સાથ આપવો	[-ance]	Alliance (n.) (એલાયન્સ) સાથ
Carry (કેરી) ઉઠાવી લઈ જવું	[-age]	Carriage (n.) (કેરેજ) ભાર ઉઠાવનારી ગાડી
Marry (મૅરી) વિવાહ કરવો	[-age]	Marriage (n.) (મૅરેજ) વિવાહ, લગ્ન
Envy (એન્વી) ઈર્ષા કરવી	[-ous]	Envious (n.) (એન્વિયસ) ઈર્ષાળુ
Apply (એપ્લાય) અરજી કરવી	[-cation]	Application (n.) (એપ્લિકેશન) અરજી
Qualify (ક્વોલિફાઈ) યોગ્યતા હોવી	[-cation]	Qualification (n.) (ક્વોલિફિકેશન) યોગ્યતા
Try (ટ્રાઈ) પ્રયત્ન કરવો	[-al]	Trial (n.) (ટ્રાયલ) પ્રયત્ન
Deny (ડિનાઈ) અસ્વીકાર કરવો	[-al]	Denial (n.) (ડિનાયલ) અસ્વીકાર

but પરંતુ

betray (v.) (બિટ્રે) દગો કરવો

betrayal (n.) (બિટ્રેયલ) દગો

4. અનેક વાર ભાવવાચક નામ -al પ્રત્યય (suffix) લગાવીને બનાવાય છે જેમ કે refuse + al = refusal ના પાડવી – શબ્દના અંતમાં e હોય તો એનો લોપ થાય છે. (જેમ કે refusalમાં refuseનાં eનું થયું છે.)

હવે આગળ આપેલા શબ્દોમાં -al પ્રત્યય લગાવો અને નવા શબ્દોને શબ્દકોષમાં શોધો –

Approve (સ્વીકાર કરવો), arrive (આવી પહોંચવું), dispose (વેચવું), propose (પ્રસ્તાવ મૂકવો), betray (દગો કરવો).

5. કેટલીક વાર વિશેષણ પણ -al પ્રત્યય (suffix) લગાવીને બનાવાય છે.

જેમ કે – centre + al = central (centreના અંતિમ eનો લોપ)

હવે નીચે આપેલા શબ્દોના વિશેષણ -al પ્રત્યય જોડીને બનાવો અને શબ્દકોષમાં એના અર્થ શોધી કાઢો.

Continue (ચાલુ રાખવું), fate (ભાગ્ય), nature (પ્રકૃતિ), universe (સંસાર), practice (અભ્યાસ કરવો).

6. y અંતે હોય તો એવા વિશેષણોની આગળ પ્રત્યય (suffix) લગાવવાથી yનો i થાય છે.

adj. વિશેષણ	**adv. ક્રિયા વિશેષણ**	**noun નામ**
Busy (બિઝી) કામમાં વ્યસ્ત	Busily વ્યસ્તતાપૂર્વક	Business વ્યસ્તતા
Easy (ઇઝી) સહેલું	Easily સહેલાઈથી	Easiness સરળતા
Heavy (હેવી) ભારે	Heavily ભારેપણાથી	Heaviness ભારેપણું
Happy (હેપી) પ્રસન્ન	Happily પ્રસન્નતાપૂર્વક	Happiness પ્રસન્નતા
Lucky (લકી) ભાગ્યશાળી	Luckily સદ્‌ભાગ્યે	Luckiness ભાગ્યશાળીપણું
Ready (રેડી) તૈયાર	Readily એકદમ	Readiness તૈયારી
Steady (સ્ટેડી) સ્થિર	Steadily સ્થિરતાથી	Steadiness સ્થિરતા

ક્રિયા વિશેષણ તથા નામ બનાવ્યા બાદ હવે પોતે જ વિશેષણમાંથી નામ બનાવવાનો અભ્યાસ કરો.

7. નીચે આપેલા ઉપસર્ગોથી નવા શબ્દ બનાવવાનો અભ્યાસ કરો એ રીતે એનો અર્થ મનમાં બેસાડો અને પછી લખો.

		dependent	independent
in	(=નહીં)	dependence	independence
		definite	indefinite
		justice	injustice
-im	(=નહીં)	practicable	impracticable
		proper	improper
		patience	impatience
		moral	immoral
		mortal	immortal
		possible	impossible
-irr	(=નહીં)	responsible	irresponsible
		removable	irremovable
		reversible	irreversible
-il	(=નહીં)	legible	illegible
-mis	(=બૂરું)	deed	misdeed
		conduct	misconduct
		management	mismanagement

વિરામ ચિન્હ અને કેપિટલ લેટર્સ
(PUNCTUATION AND CAPITAL LETTERS)

કોઈ એક નગરીના મેયર એક વાર એક શાળામાં ગયા, ત્યાં એક વર્ગમાં punctuation અને capital lettersનો વિષય ભણાવાતો હતો. તેઓ બહુ નારાજ થયા. અને કહ્યું કે મૂર્ખ સિવાય કોઈ પણ વ્યક્તિ આવો નિરર્થક વિષય નથી ભણાવી શકતો. અધ્યાપકે શાંત રહીને Blackborad પર લખ્યું – The Mayor says, "The teacher is a fool." એટલે કે મેયર કહે છે કે અધ્યાપક મૂર્ખ છે. એથી મેયર ખૂબ ખુશ થયા. હવે અધ્યાપકે મેયરને કહ્યું કે હવે હું આ વાક્યમાં ફક્ત punctuation અને capital letters બદલીશ અને ત્યાર પછી આગળનું વાક્ય આ રીતે લખ્યું – "The Mayor", says the teacher, "is a fool". અર્થાત્ અધ્યાપક કહે છે કે મેયર મૂર્ખ છે. વાક્યનો એકદમ જુદો જ અર્થ થતો જોઈને મેયર બહુ જ શરમિંદા થઈ ગયા. અને તેમણે punctuation અને capital lettersના મહત્ત્વને માની લીધું. આપણે પણ એમ જ કરવું જોઈએ. અગત્યનાં વિરામ ચિન્હ નીચે આપ્યાં છે.

Full Stop (.) – 1. પ્રત્યેક assertive અને imperative વાક્યના અંતમાં લાગે છે. જેમ કે –

(i) Alexander invaded India.

(ii) Sit down.

2. Abbreviations અને initialsની પછી જેમ કે –

3. Shri S.N. Mishra is a prominent M.P. from Bihar.

Question Mark (?) – પ્રત્યેક interrogative વાક્યના અંતમાં, જેમ કે – Have you seen the Taj?

Excalmation Mark (!) – પ્રત્યેક exclamatory વાક્યના અંતે. જેમ કે –

What a marvel the newspaper is!

Semicolon (;) – એ full stopથી અર્ધા સમયને બતાવે છે, જેમ કે –

Her mind was still untouched by any doubt as to what she ought to do; and she felt at rest in the assurance that Nala still loved her better than his own soul.

Colon (:) – એ semicolonથી લાંબો વખત વિરામ કરવા માટે છે અને એ ગણનાનાં આરંભ કરવા માટે ઉપયોગ કરાય છે. જેમ કે –

These are the important rivers of India : the Indus, the Ganges, the Brahmaputra, the Godavari, the Krishna and the Cauvery.

Quotation Marks or Inverted commas (" ") – બોલનારના શબ્દોને માટે, જેમ કે – Ram says, "Dev bowls well."

Apostrophe (') – Possession અથવા missing letter/letters માટે, જેમ કે –

Mohan doesn't sit on his father's chair.

Comma (,) – એના જુદા જુદા ઉપયોગ હોય છે, જેમ કે –

(i) Yes, I know him.

(ii) Monday, 15th January. January 20, 2005.

(iii) Ravana, the king of Lanka, kidnapped Sita, the wife of Rama.

(iv) Yoke the bulls, Mohan. (સંબોધિત વ્યક્તિનું નામ જુદું પાડવા માટે).

(v) In the south, the Godavari, the Krishna and the Cauvery are the longest rivers. (and દ્વારા ન જોડાયેલા સમાન શબ્દોને અલગ કરવા માટે).

(vi) Light and fresh air are plentiful in villages, but they are shut out from the house. (Conjunction દ્વારા જોડાયેલા co-ordinate clauses અલગ કરવા માટે).

(vii) The teacher said, "Ice floats on water."

"Help me to get the Golden Fleece," said Jason to Medra. (Direct speechને main verbથી અલગ કરવા માટે).

(viii) When he has no work in the off season, he idles away his time. (વાક્યની શરૂઆતમાં આવનાર Adverb clauseને અલગ કરવા માટે).

(ix) Damayanti, that was the name of the Princess, entered the pavilion with a garland in her hand. (વાક્યની વચ્ચે આપેલ parenthetical અથવા કોષ્ટકોમાં આવનાર શબ્દોને અલગ કરવા માટે).

(x) The time being favourable, Buddha slipeed away quietly from the palace. (nominative absolute અલગ કરવા).

(xi) The evil spirit, who had only been seen by Nala, disappeared from sight. (adjective clauseને main clauseથી જુદો પાડવા માટે).

(xii) Believing the words of the fox, the goat jumped into the well. (Participleવાળા અથવા Adjectiveનું કામ કરવાવાળા Phases જુદા પાડવા સારું).

Capitals – અંગ્રેજીમાં capital અથવા મોટા અક્ષરોનો નીચે પ્રમાણે ઉપયોગ થાય છે.

(i) વાક્ય શરૂ કરવા સારું, જેમ કે – India has produced great men and women.

(ii) Propernoun બતાવવા માટે – It takes two hours to reach Mount by train.

(iii) Title (ઇલ્કાબ) બતાવવા સારું – Alexander, the Great, invaded India.

(iv) Initials અથવા નામના પ્રારંભિક અક્ષરો માટે, જેમ કે – This article is from the pen of M. K. Gandhi.

(v) પરમાત્માના નામ અને સંબંધિત સર્વનામો માટે – My God and King, to thee I bow my head.

(vi) I અથવા હું માટે – It was nine years ago that I visited Hardwar.

(vii) Poetryની દરેક લાઇનની શરૂઆતમાં, જેમ કે Now is the time to study hard; Work will bring its own reward; Then work, work, work!

(viii) Quotation marksની અંદર વાક્ય શરૂ કરતી વેળાએ, જેમ કે – I said to you, "I want your help."

શબ્દોના સંક્ષિપ્ત રૂપ

(ABBREVIATIONS)

A

abbr.	abbreviated, abbreviation
adj.	adjective, adjourned, adjustment
Advt.	Advertisement
A.M.	a.m. (ante meridiem) before noon
amt.	amount
ans.	answer
Apr.	April
Aug.	August

B

b.	born
B.A.	Bachelor of Arts
B.B.C.	British Broadcasting Corporation
B.C.	Before Christ
B. Com.	Bachelor of Commerce
B. Sc.	Bachelor of Science
B.P.	Blood Pressure
B.O.A.C.	British Overseas Airways Corporation

C

c	cap. (caput) chapter
Capt.	Captain
Cf	confer (= compare)
Chap.	chapter
Chq.	cheque
Chr.	Christ
C.I.D.	Criminal Investigation Department
cm.	centimeters
Co.	company
C/o.	care of
cp.	compare

D

D.	dollar
Dec.	December
deg.	degree
dft.	draft
dict.	dictionary
dis.	discount, discoverer
D.Litt.	Doctor of Literature
D.L.O.	Dead Letter Office
do	(ditto) The same as aforesaid
D.Phil.	Doctor of Philosophy
dpt.	department
Dr.	debtor, doctor
D.C.	direct current, deputy commissioner

E

E. East
E. and O.E. errors and omissions excepted
Ed. editor
Eng. England, English
Engr. engineer
esp. especially
Esq. esqr. esquire
Est. established
E.T. English Translation
etc. & c. (et cetera) and the other
ex. example

F

F. (Fahr) Fahrenheit
f. following
fam. family
Feb. February
fem. feminine
ff. folios (pl.), following (pl.)
Fig. figure
F.o.r. free on rail
ft. foot, feet, fort

G

g. gram
gaz. gazette, gazetteer
Gen. General
gen. gender
G.P.O. General Post Office
Gr. Greek

H

H. Hydrogen
h., hr. hour
Hon. honourable
H.Q. headquarters

I

I.A. Indian Army
ib. ibid, (ibidem) in the same place
id. (idem) the same
i.e. (id. est.) that is
I.G. Inspector General
inst (instant) the present month
int. interest, interior, interpreter
intro., indrod. introd, introduction
inv. invoice
ital. italic

J

J. Judge, Justice
Jan. January
Junc. junction

K

kc. kilocycle
kg. kilogram
kilo. kilogram
km. kilometre
kw. kilowatts

L

Lat. Latin
lat. latitude
lab. laboratory
lang. language
lb. (libra) pound
Lt. Lieutenant
Lt.-Gen. Lieutenant-General
Ltd. Limited
Lt.-Gov. Lieutenant Governor

M

Mad. Madam
mag. magazine
Maj. Major
Mar. March
marg. margin, marginal
mas., masc. masculine
M.B. Medicinae Baccalaureus (= Bachelor of Medicine)
M.D. Medicinae doctor (= Doctor of Medicine)
Mdm. Madam
med. medical, medicine, mediaeval
Messrs. Messieurs (Fr.) Sirs; used as plural of Mr.
min. minimum, minute
misc. miscellaneous
ml. millilitre
M.L.A. Member of Legislative Assembly
M.L.C. Member of Legislative Council
mm. millimetre
mme. madame (Fr.)
M.O. Medical Officer, Money Order
morn. morning
M.P. Member of Parliament
m.p.h. miles per hour
Mr. Master; Mister
Mrs. Mistress
M.S., Manuscripts, Master of Surgery
mth. month

N

N. North, Northern
n. name, noun
N.B., n.b. (nota bene) note well, take notice
n.d. no date, not dated
neg. negative
No., no. (numero) in number

Nos., nos.	(pl.) numbers
Nov.	November
	O
O.	Oxygen
ob.	(obituary) died
obj.	object, objective
Oct.	October
off.	official
O.K.	(Ol Korrect) All correct
o. p.	out of print
opp.	opposite
ord.	order, ordinary, ordinance
Oz.	ounce(s)
	P
p.	page, pp. pages (pl)
P.C.	postcard
percent.	per ct. (per centum) by the hundred
Ph. D.	Doctor of Philosophy
plu., plur.	plural
pm.	premium
P.M.	(past meridian) after noon
P.O.	Post Office
P.T.	physical training
P.T.O.	please turn over
P.W.D.	Public Works Department
	Q
Q., Qu.	query, question
Q.	queue
qr.	quarter
qt.	quantity
	R
Rd.	road
Re.	Rupee
recd.	received
recpt.	receipt
ref.	reference
Rep.	representative, report, reporter
retd.	retired, returned
Regt.	Regiment
Rs.	Rupees
R.S.V.P.	(respondez s'll vous plait) (Fr.) reply, if you please
	S
S.	South, seconds
Sa., Sat.	Saturday
s.c.	small capital
s.d.	(sine die) without a day (fixed)
SEATO	South-East Asia Treaty Organisation
Sec., Secy.	Secretary
sec.	second
Sep., Sept.	September
sig.	signature
sing.	singular
Sq., sq.	square
St.	Street
st.	stone
sub., subj.	subject
	T
T.B.	tuberculosis
tech.	technical, technology
tel.	telegraph
T.O.	turn over
tr.	translator, transfer
T.V.	television
	U
U.S.A.	United States of America
U.S.S.R.	Union of Soviet Socialist Republic
U.	uranium, universe
U.D.C.	upper devision clerk
U.K.	United Kingdom
U.P.	United Provinces or Uttar Pradesh
	V
V.	(versus) against
vb.	verb
vid.	(vide) see
viz	(videlicet) namely
V.P.	Vice President
vt.	verb transitive
V.I.P.	Very Important Person
	W
W.	West
Wed.	Wednesday
w.f.	wrong font
W.H.O.	World Health Organisation
Wt.	weight
w.e.f.	with effect from
	X
X	numeral for ten
X., Xt.	Christ
Xm.	Xmas, Christmas
	Y
Y., Yr.	year
Y.M.C.A.	Young Men's Christian Association
Y.W.C.A.	Young Women's Christian Association
	Z
Zn.	Zinc
&	and

સંખ્યાઓ (NUMERALS)

ગુજરાતી આંક ઉચ્ચાર	અંગ્રેજી આંક લિપિ	ઉચ્ચાર	રોમન આંક
૧ એક	1 One	વન	I
૨ બે	2 Two	ટૂ	II
૩ ત્રણ	3 Three	થ્રી	III
૪ ચાર	4 Four	ફોર	IV
૫ પાંચ	5 Five	ફાઇવ	V
૬ છ	6 Six	સિક્સ	VI
૭ સાત	7 Seven	સેવન	VII
૮ આઠ	8 Eight	એટ	VIII
૯ નવ	9 Nine	નાઇન	IX
૧૦ દસ	10 Ten	ટેન	X
૧૧ અગિયાર	11 Eleven	ઇલેવન	XI
૧૨ બાર	12 Twelve	ટ્વેલ્વ	XII
૧૩ તેર	13 Thirteen	થર્ટીન	XIII
૧૪ ચૌદ	14 Fourteen	ફોર્ટીન	XIV
૧૫ પંદર	15 Fifteen	ફિફ્ટીન	XV
૧૬ સોળ	16 Sixteen	સિક્સટીન	XVI
૧૭ સત્તર	17 Seventeen	સેવનટીન	XVII
૧૮ અઢાર	18 Eighteen	એટીન	XVIII
૧૯ ઓગણીસ	19 Nineteen	નાઇનટીન	XIX
૨૦ વીસ	20 Twenty	ટ્વેન્ટી	XX
૨૧ એકવીસ	21 Twenty one	ટ્વેન્ટી વન	XXI
૨૨ બાવીસ	22 Twenty two	ટ્વેન્ટી ટૂ	XXII
૨૩ ત્રેવીસ	23 Twenty three	ટ્વેન્ટી થ્રી	XXIII
૨૪ ચોવીસ	24 Twenty four	ટ્વેન્ટી ફોર	XXIV
૨૫ પચ્ચીસ	25 Twenty five	ટ્વેન્ટી ફાઇવ	XXV
૨૬ છવ્વીસ	26 Twenty six	ટ્વેન્ટી સિક્સ	XXVI
૨૭ સત્તાવીસ	27 Twenty seven	ટ્વેન્ટી સેવન	XXVII
૨૮ અઠ્ઠાવીસ	28 Twenty eight	ટ્વેન્ટી એટ	XXVIII
૨૯ ઓગણત્રીસ	29 Twenty nine	ટ્વેન્ટી નાઇન	XXIX
૩૦ ત્રીસ	30 Thirty	થર્ટી	XXX
૩૧ એકત્રીસ	31 Thirty one	થર્ટી વન	XXXI
૩૨ બત્રીસ	32 Thirty two	થર્ટી ટૂ	XXXII
૩૩ તેત્રીસ	33 Thirty three	થર્ટી થ્રી	XXXIII
૩૪ ચોત્રીસ	34 Thirty four	થર્ટી ફોર	XXXIV
૩૫ પાંત્રીસ	35 Thirty five	થર્ટી ફાઇવ	XXXV
૩૬ છત્રીસ	36 Thirty six	થર્ટી સિક્સ	XXXVI
૩૭ સાડત્રીસ	37 Thirty seven	થર્ટી સેવન	XXXVII
૩૮ આડત્રીસ	38 Thirty eight	થર્ટી એટ	XXXVIII
૩૯ ઓગણચાળીસ	39 Thirty nine	થર્ટી નાઇન	XXXIX
૪૦ ચાળીસ	40 Forty	ફોર્ટી	XL
૪૧ એકતાળીસ	41 Forty one	ફોર્ટી વન	XLI
૪૨ બેંતાળીસ	42 Forty two	ફોર્ટી ટૂ	XLII
૪૩ તેંતાળીસ	43 Forty three	ફોર્ટી થ્રી	XLIII
૪૪ ચુંમાળીસ	44 Forty four	ફોર્ટી ફોર	XLIV
૪૫ પિસ્તાળીસ	45 Forty five	ફોર્ટી ફાઇવ	XLV
૪૬ છેંતાળીસ	46 Forty six	ફોર્ટી સિક્સ	XLVI
૪૭ સુડતાળીસ	47 Forty seven	ફોર્ટી સેવન	XLVII
૪૮ અડતાળીસ	48 Forty eight	ફોર્ટી એટ	XLVIII
૪૯ ઓગણપચાસ	49 Forty nine	ફોર્ટી નાઇન	XLIX
૫૦ પચાસ	50 Fifty	ફિફ્ટી	L
૫૧ એકાવન	51 Fifty one	ફિફ્ટી વન	LI
૫૨ બાવન	52 Fifty two	ફિફ્ટી ટૂ	LII
૫૩ ત્રેપન	53 Fifty three	ફિફ્ટી થ્રી	LIII
૫૪ ચોપન	54 Fifty four	ફિફ્ટી ફોર	LIV
૫૫ પંચાવન	55 Fifty five	ફિફ્ટી ફાઇવ	LV
૫૬ છપ્પન	56 Fifty six	ફિફ્ટી સિક્સ	LVI
૫૭ સત્તાવન	57 Fifty seven	ફિફ્ટી સેવન	LVII
૫૮ અઠાવન	58 Fifty eight	ફિફ્ટી એટ	LVIII
૫૯ ઓગણસાઠ	59 Fifty nine	ફિફ્ટી નાઇન	LIX
૬૦ સાઠ	60 Sixty	સિક્સટી	LX
૬૧ એકસઠ	61 Sixty one	સિક્સટી વન	LXI
૬૨ બાસઠ	62 Sixty two	સિક્સટી ટૂ	LXII
૬૩ ત્રેસઠ	63 Sixty three	સિક્સટી થ્રી	LXIII
૬૪ ચોસઠ	64 Sixty four	સિક્સટી ફોર	LXIV
૬૫ પાંસઠ	65 Sixty five	સિક્સટી ફાઇવ	LXV
૬૬ છાંસઠ	66 Sixty six	સિક્સટી સિક્સ	LXVI
૬૭ સડસઠ	67 Sixty seven	સિક્સટી સેવન	LXVII
૬૮ અડસઠ	68 Sixty eight	સિક્સટી એટ	LXVIII
૬૯ અગનોસિત્તેર	69 Sixty nine	સિક્સટી નાઇન	LXIX
૭૦ સિત્તેર	70 Seventy	સેવન્ટી	LXX
૭૧ ઇકોતેર	71 Seventy one	સેવન્ટી વન	LXXI
૭૨ બોત્તેર	72 Seventy two	સેવન્ટી ટૂ	LXXII
૭૩ તોંતેર	73 Seventy three	સેવન્ટી થ્રી	LXXIII
૭૪ ચુંમોતેર	74 Seventy four	સેવન્ટી ફોર	LXXIV
૭૫ પંચોતેર	75 Seventy five	સેવન્ટી ફાઇવ	LXXV
૭૬ છોંતેર	76 Seventy six	સેવન્ટી સિક્સ	LXXVI
૭૭ સીત્યોતેર	77 Seventy seven	સેવન્ટી સેવન	LXXVII
૭૮ ઇઠ્યોતેર	78 Seventy eight	સેવન્ટી એટ	LXXVIII
૭૯ અગનાએંસી	79 Seventy nine	સેવન્ટી નાઇન	LXXIX
૮૦ એંસી	80 Eighty	એઇટી	LXXX
૮૧ એક્યાસી	81 Eighty one	એઇટી વન	LXXXI
૮૨ બ્યાસી	82 Eighty two	એઇટી ટૂ	LXXXII
૮૩ ત્યાસી	83 Eighty three	એઇટી થ્રી	LXXXIII
૮૪ ચોર્યાસી	84 Eighty four	એઇટી ફોર	LXXXIV
૮૫ પંચાસી	85 Eighty five	એઇટી ફાઇવ	LXXXV
૮૬ છયાસી	86 Eighty six	એઇટી સિક્સ	LXXXVI
૮૭ સીત્યાસી	87 Eighty seven	એઇટી સેવન	LXXXVII
૮૮ અઠ્યાસી	88 Eighty eight	એઇટી એટ	LXXXVIII
૮૯ નેવ્યાસી	89 Eighty nine	એઇટી નાઇન	LXXXIX
૯૦ નેવું	90 Ninety	નાઇન્ટી	XC
૯૧ એકાણું	91 Ninety one	નાઇન્ટી વન	XCI
૯૨ બાણું	92 Ninety two	નાઇન્ટી ટૂ	XCII
૯૩ ત્રાણું	93 Ninety three	નાઇન્ટી થ્રી	XCIII
૯૪ ચોરાણું	94 Ninety four	નાઇન્ટી ફોર	XCIV
૯૫ પંચાણું	95 Ninety five	નાઇન્ટી ફાઇવ	XCV
૯૬ છન્નું	96 Ninety six	નાઇન્ટી સિક્સ	XCVI
૯૭ સત્તાણું	97 Ninety seven	નાઇન્ટી સેવન	XCVII
૯૮ અઠ્ઠાણું	98 Ninety eight	નાઇન્ટી એટ	XCVIII
૯૯ નવ્વાણું	99 Ninety nine	નાઇન્ટી નાઇન	XCIX
૧૦૦ સો	100 Hundred	હંડ્રેડ	C

ગુજરાતી આંક ઉચ્ચાર	અંગ્રેજી આંક લિપિ	ઉચ્ચાર	રોમન આંક
૨૦૦ બસો	200 Two Hundred	ટૂ હંડ્રેડ	CC
૩૦૦ ત્રણસો	300 Three Hundred	થ્રી હંડ્રેડ	CCC
૪૦૦ ચારસો	400 Four Hundred	ફોર હંડ્રેડ	CD
૫૦૦ પાંચસો	500 Five Hundred	ફાઈવ હંડ્રેડ	D
૬૦૦ છસો	600 Six Hundred	સિક્સ હંડ્રેડ	DC
૭૦૦ સાતસો	700 Seven Hundred	સેવન હંડ્રેડ	DCC
૮૦૦ આઠસો	800 Eight Hundred	એટ હંડ્રેડ	DCCC
૯૦૦ નવસો	900 Nine Hundred	નાઈન હંડ્રેડ	CM
૧૦૦૦ એક હજાર	1,000 One Thousand	વન થાઉઝંડ	M
૧૦,૦૦૦ દસ હજાર	10,000 Ten Thousand	ટેન થાઉઝંડ	I
૧,૦૦,૦૦૦ એક લાખ	1,00,000 Hun. Thousand	હંડ્રેડ થાઉઝંડ	X
૧૦,૦૦,૦૦૦ દસ લાખ	10,00,000 Million	મિલિયન	M
૧,૦૦,૦૦,૦૦૦ કરોડ	1,00,00,000 Ten Million	ટેન મિલિયન	–
૧૦,૦૦,૦૦,૦૦૦ દસ કરોડ	10,00,00,000 Hun. Million	હંડ્રેડ મિલિયન	–
૧,૦૦,૦૦,૦૦,૦૦૦ અબજ	1,00,00,00,000 Thous. Million	થાઉઝંડ મિલિયન	–
૧૦,૦૦,૦૦,૦૦,૦૦૦ દસ અબજ	10,00,00,00,000 Billion	બિલિયન	–

ક્રમવાચક ગણત્રી

પહેલો – First (ફર્સ્ટ)
બીજો – Second (સેકંડ)
ત્રીજો – Third (થર્ડ)
ચોથો – Fourth (ફોર્થ)
પાંચમો – Fifth (ફિફ્થ)
છઠ્ઠો – Sixth (સિક્સ્થ)
સાતમો – Seventh (સેવંથ)
આઠમો – Eighth (એટ્થ)
નવમો – Ninth (નાઈન્થ)
દસમો – Tenth (ટેન્થ)

ગુણવાચક ગણત્રી

એક ગણું – Single (સિંગલ)
બમણું – Double (ડબલ)
તમણું – Threefold (થ્રીફોલ્ડ)
ચારગણું – Fourfold (ફોરફોલ્ડ)
પાંચગણું – Fivefold (ફાઈવફોલ્ડ)
છ ગણું – Sixfold (સિકસફોલ્ડ)
સાતગણું – Sevenfold (સેવનફોલ્ડ)
આઠગણું – Eightfold (એટફોલ્ડ)
નવગણું – Ninefold (નાઈનફોલ્ડ)
દસગણું – Tenfold (ટેનફોલ્ડ)

પ્રમાણ બતાવતી ગણત્રી

1/2 અર્ધું – Half (હાફ)
3/4 પોણું – Three-fourth (થ્રી-ફોર્થ)
2/3 બે તૃતિયાંશ – Two-third (ટુ-થર્ડ)
1/4 એક ચતુર્થાંશ – One-fourth (વન-ફોર્થ)
1/5 એક પંચમાંશ – One-fifth (વન-ફિફ્થ)
1/6 એક છષ્ટાંશ – One-sixth (વન-સિકસ્થ)
1/7 એક સપ્તમાંશ – One-seventh (વન- સેવંથ)
1/8 એક અષ્ટમાંશ – One-eighth (વન-એટ્થ)
1/9 એક નવમાંશ – One-ninth (વન-નાઈન્થ)
1/10 એક દશાંશ – One-tenth (વન-ટેન્થ)

(DIRECT & INDIRECT SPEECH)

"I don't know how to swim," said the monkey. આ વાક્ય વાંદરો અને મગરમચ્છની પ્રસિદ્ધ વાર્તાનો સંબંધ ધરાવે છે. એમાં વાંદરાએ જેમ કહ્યું તેમ જ 'અવતરણ ચિહ્ન'માં જ મૂકી દીધું છે, કે આ વાત વાંદરાએ કહી છે. આ પ્રકારનું કથન direct speech કહેવાય છે. આની સરળ ઓળખ 'અવતરણ ચિહ્ન' છે જેને inverted commas કે quotation marks કહેવાય છે.

ઉપર કહેલી વાત આ રીતે પણ કહી શકાય – The monkey said he didn't know how to swim.

આવા કથનને indirect speech કહેવાય છે.

1. Romi said to me, "I am going to help you." 2. Romi said to you, "I am going to help you." 3. Romi said to Sanju, "I am going to help you."

Direct speechનાં આ ત્રણે વાક્યોને indirect speechમાં આ પ્રમાણે લખાશે –

1. Romi told to me that he was going to help me. 2. Romi told you that he was going to help you. 3. Romi told Sanju that he (Romi) was going to help him (Sanju).

સ્પષ્ટ છે કે indirect speech બનાવતી વખતે (1) quotation marksની બહાર subjectનો જે person હોય એ person quotation markની અંદરવાળા subjectને પણ કરી દેવાય છે. ઉપર Romi third person છે એટલે indirect speechમાં 'I'ને 'he' કરી દેવામાં આવ્યો છે. (2) quotation markની બહાર objectનો જે person હોય એ person quotation markની અંદરવાળા objectને પણ કરી દેવાય છે. ઉપરનાં વાક્ય 1માં બહારનો object, meનો first person છે એટલે quotation markની અંદરના second personના object youને first personના meમાં બદલી દેવામાં આવ્યો છે. આ પ્રમાણે 2માં youને you અને 3માં you ને heમાં બદલી દેવામાં આવ્યાં છે. (3) જો quotation markની બહાર past tense ક્રિયામાં હોય તો present or future tenseની ક્રિયાને past tenseમાં બદલી નાખવામાં આવે છે અને બહારના said toને toldમાં. ઉપર present continuousના am going to helpને was going to helpમાં બદલી નાખ્યું છે.

ઉપર લખેલાં વાક્યથી એ સ્પષ્ટ થઈ જાય છે કે જ્યારે વાત past tenseમાં કહેવાઈ હોય ત્યારે indirect speech બનાવતી વખતે નીચેની વાતોને ધ્યાનમાં રખાય છે –

(1) Quotation markની બહારવાળા subjectનો જે person (પુરુષ) હોય છે તે person, quotation markની અંદરવાળા subjectનો પણ કરી દેવાય છે, જેમ કે ઉપર 1નો he. અપવાદ માટે જુઓ (i) આગળ. **(2)** બહારવાળા objectનો જે person હોય છે તે person અંદરવાળા objectનો કરી દેવાય છે, જેમ 1માં youનો me; 2માં youનો you અને 3માં youનો him. અપવાદ માટે જુઓ (ii) આગળ. **(3)** અંદરવાળી ક્રિયા અથવા ક્રિયાઓના present tense કે future tenseને corresponding past tenseમાં બદલી નખાય છે, જેમ ઉપર am going to helpને was going to helpમાં બદલી નાખ્યું છે. **(4)** બહારવાળા saidને toldમાં બદલાય છે. **(5)** બહારવાળા saidને said જ રખાય છે.

1. Meena says, "I met the teacher on the way."
2. Romi says, "Bhatt writes well."
3. Ali says, "The train will arrive soon."
4. The teacher will say, "There is no school tomorrow."
5. My father will say to me, "You upset my plan."
6. The Government will say, "Exploitation in any form whatsoever shall be punished."

આ વાક્યમાં સ્પષ્ટ છે કે જો બહારવાળી ક્રિયા (reporting verb)નું present tense કે future tense હોય તો indirect speech બનાવતી વખતે આ વાતોનું ધ્યાન રખાય છે :-

(i) જે person બહારવાળા subjectનો હોય એ જ અંદરવાળા subjectનો કરીએ છીએ, જેમ કે 1માં Iનો he.

(ii) જો અંદર subject you હોય તો અંદરવાળા subjectને બહારવાળા subjectની અનુરૂપ બદલીએ છીએ. જે person બહારવાળા objectનો હોય તે જ person અંદરવાળા objectનો કરીએ છીએ. અપવાદ એ છે કે જો અંદર subject you હોય તો એને બહારના objectની અનુસાર બદલીએ છીએ, જેમ કે 5માં youનો Iમાં.

(iii) અંદરની ક્રિયાનો tense નથી બદલતાં. My teacher said, "The earth is round"ની indrect speech છે My teacher said that the earth is round. શાશ્વત સચ્ચાઈ વગેરેથી સંબંધિત ક્રિયા tenseને બદલી નથી શકતા. personનો નિયમ લાગુ પડે છે.

કેટલાંક પસંદ કરેલાં ક્રિયાપદના ત્રણ પ્રકાર
(3 FORMS OF SOME SELECTED VERBS)

અંગ્રેજીમાં ક્રિયાપદનાં ત્રણ forms હોય છે. એનાં કાળસૂચક રૂપો (tenses) સાથે ગાઢ સંબંધ છે. જુદાં જુદાં Tensesમાં જુદાં જુદાં forms લાગે છે. અહીં કેટલાંક ક્રિયાપદોને વર્ગીકૃત કરીને તેનાં ત્રણેય formsનાં રૂપ તમારી સુવિધા અને અભ્યાસ માટે આપ્યાં છે.

1. અંગ્રેજીમાં ઘણાં ક્રિયાપદો એવાં હોય છે કે જેનાં II અને III forms એક જેવાં હોય છે : જેમ કે II અને III બંનેમાં allowed. આ ક્રિયાપદો 1 ગ્રુપમાં રાખ્યાં છે.

I ફૉર્મ Present Tense, Pronunciation & Meaning	II ફૉર્મ Past Tense	III ફૉર્મ Past Participle
1. allow (એલાઉ) આજ્ઞા આપવી	allowed	allowed
2. appear (એપિયર) પ્રકટ થવું	appeared	appeared
3. build (બિલ્ડ) મકાન બનાવવું	built	built
4. borrow (બૉરો) ઉધાર લેવું	borrowed	borrowed
5. boil (બૉઇલ) ઉકાળવું	boiled	boiled
6. burn (બર્ન) બાળવું	burnt	burnt
7. catch (કેચ) પકડવું	caught	caught
8. copy (કૉપી) નકલ કરવી	copied	copied
9. carry (કૅરી) લઈ જવું	carried	carried
10. clean (ક્લીન) સાફ કરવું	cleaned	cleaned
11. climb (ક્લાઇમ્બ) ચડવું	climbed	climbed
12. close (ક્લોઝ) બંધ કરવું	closed	closed
13. cook (કુક) રાંધવું	cooked	cooked
14. care (કેર) દરકાર રાખવી	cared	cared
15. cross (ક્રૉસ) પાર કરવું	crossed	crossed
16. complete (કંપ્લીટ) પૂરું કરવું	completed	completed
17. dig (ડિગ) ખોદવું	dug	dug
18. deceive (ડિસીવ) દગો દેવો	deceived	deceived
19. decorate (ડેકોરેટ) શણગારવું	decorated	decorated
20. die (ડાઇ) મરી જવું	died	died
21. divide (ડિવાઇડ) વહેંચવું	divided	divided
22. earn (અર્ન) કમાવું	earned	earned
23. enter (ઍંટર) દાખલ થવું	entered	entered
24. fight (ફાઇટ) લડવું	fought	fought
25. find (ફાઇંડ) મેળવવું	found	found
26. feed (ફીડ) ખવડાવવું	fed	fed
27. finish (ફિનિશ) સમાપ્ત કરવું	finished	finished
28. fear (ફિયર) ડરવું	feared	feared
29. hang (હૅંગ) લટકવું	hung	hung
30. hang (હૅંગ) ફાંસી આપવી	hanged	hanged
31. hold (હોલ્ડ) પકડવું	held	held

	I ફૉર્મ Present Tense, Pronunciation & Meaning	II ફૉર્મ Past Tense	III ફૉર્મ Past Participle
32.	hire (હાયર) ભાડે લેવું	hired	hired
33.	hunt (હંટ) શિકાર કરવો	hunted	hunted
34.	iron (આયર્ન) ઇસ્ત્રી કરવી	ironed	ironed
35.	invite (ઇન્વાઇટ) આમંત્રણ આપવું	invited	invited
36.	jump (જમ્પ) કૂદકો મારવો	jumped	jumped
37.	knock (નૉક) ટકોરો મારવો	knocked	knocked
38.	kick (કિક) ઠોકર લગાવવી	kicked	kicked
39.	lend (લેંડ) ઉધાર આપવું	lent	lent
40.	lose (લૂઝ) ગુમાવવું	lost	lost
41.	light (લાઇટ) પ્રકાશ કરવો	lighted	lighted
42.	learn (લર્ન) શીખવું	learnt	learnt
43.	marry (મેરી) લગ્ન કરવું	married	married
44.	move (મૂવ) હલાવવું	moved	moved
45.	open (ઓપન) ખોલવું	opened	opened
46.	obey (ઓબે) આજ્ઞા પાળવી	obeyed	obeyed
47.	order (ઑર્ડર) આજ્ઞા આપવી	ordered	ordered
48.	pick (પિક) વીણવું	picked	picked
49.	pray (પ્રે) પ્રાર્થના કરવી	prayed	prayed
50.	pull (પુલ) ખેંચવું	pulled	pulled
51.	punish (પનિશ) દંડ આપવો	punished	punished
52.	prepare (પ્રિપેર) તૈયાર કરવું	prepared	prepared
53.	plough (પ્લાઉ) હળ ચલાવવું	ploughed	ploughed
54.	please (પ્લીઝ) ખુશ કરવું	pleased	pleased
55.	push (પુશ) ધક્કો મારવો	pushed	pushed
56.	quarrel (ક્વૉરલ) લડવું	quarrelled	quarrelled
57.	rain (રેન) વરસાદ	rained	rained
58.	reach (રીચ) પહોંચવું	reached	reached
59.	refuse (રિફ્યૂઝ) ના પાડવી	refused	refused
60.	ruin (રૂઇન) નષ્ટ કરવું	ruined	ruined
61.	shine (શાઇન) ચમકાવવું	shone	shone
62.	sell (સેલ) વેચવું	sold	sold
63.	shoot (શૂટ) ગોળી મારવી	shooted	shooted
64.	sleep (સ્લીપ) સૂવું	sleeped	sleeped
65.	sweep (સ્વીપ) ઝાડુ વાળવું	sweeped	sweeped
66.	smell (સ્મેલ) સુંઘવું	smelt	smelt
67.	spend (સ્પેન્ડ) ખર્ચ કરવું	spent	spent
68.	thank (થેંક) આભાર માનવો	thanked	thanked
69.	tie (ટાઈ) બાંધવું	tied	tied
70.	test (ટેસ્ટ) પરીક્ષા લેવી	tested	tested
71.	wait (વેટ) પ્રતીક્ષા કરવી	waited	waited
72.	work (વર્ક) કામ કરવું	worked	worked

I ફૉર્મ Present Tense, Pronunciation & Meaning	II ફૉર્મ Past Tense	III ફૉર્મ Past Participle
73. wish (વિશ) ઇચ્છા રાખવી	wished	wished
74. win (વિન) જીતવું	won	won
75. wind (વાઇંડ) ચાવી આપવી	wound	wound
76. weep (વીપ) રડવું	wept	wept
77. weigh (વે) વજન કરવું	weighed	weighed
78. wring (રિંગ) નીચોવવું	wrung	wrung
79. yield (યીલ્ડ) હાર માનવી	yielded	yielded
80. yoke (યોક) જોડવું	yoked	yoked

2. કેટલાંક ક્રિયાપદો એવાં છે કે જેનાં II અને III ફૉર્મમાં એક સરખાં ફૉર્મ નથી હોતાં. સાથે જ III ફૉર્મમાં વસ્તુની સાથે ઘણુખરું 'en' અથવા 'n' જોડાય છે. જેમ કે 'arise'નું 'arose' અને 'arisen'. આ બધામાં beaten, broken, bitten જેવાં રૂપ III ફૉર્મમાં બને છે.

81. arise (એરાઇઝ) ઊઠવું	arose	arisen
82. beat (બીટ) મારવું	beat	beaten
83. break (બ્રેક) તોડવું	broke	broken
84. bite (બાઇટ) કરડવું	bit	bitten
85. bear (બેઅર) જન્મ આપવો	bore	born
86. bear (બેઅર) સહન કરવું	bore	borne
87. be (is, am, are) (બી) હોવું	was, were	been
88. choose (ચૂઝ) પસંદ કરવું	chose	chosen
89. drive (ડ્રાઇવ) હંકારવું	drove	driven
90. draw (ડ્રૉ) ખેંચવું	drew	drawn
91. forget (ફર્ગેટ) ભૂલી જવું	forgot	forgotten
92. fall (ફૉલ) પડવું	fell	fallen
93. freeze (ફ્રીઝ) જામી જવું	froze	frozen
94. fly (ફ્લાઇ) ઊડવું	flew	flown
95. give (ગિવ) આપવું	gave	given
96. grow (ગ્રો) ઊગવું	grew	grown
97. hide (હાઇડ) છૂપાવવું	hid	hidden
98. know (નો) જાણવું	knew	known
99. lie (લાઈ) આડા પડવું	lay	lain
100. ride (રાઇડ) સવારી કરવી	rode	ridden
101. rise (રાઇઝ) ઊઠવું	rose	risen
102. see (સી) જોવું	saw	seen
103. shake (શેક) હલાવવું	shook	shaken
104. steal (સ્ટીલ) ચોરી કરવી	stole	stolen
105. speak (સ્પીક) બોલવું	spoke	spoken
106. swear (સ્વેર) સમ લેવા	swore	sworn
107. tear (ટિયર) ફાડવું	tore	torn
108. take (ટેક) લેવું	took	taken
109. throw (થ્રો) ફેંકવું	threw	thrown
110. wake (વેક) જાગવું	woke	woken
111. wear (વેર) પહેરવું	wore	worn

112. weave (વીવ) વણવું	wove	woven
113. write (રાઈટ) લખવું	wrote	written

3. કેટલીક ક્રિયાઓ એવી હોય છે કે જેનાં II અને III forms એક સરખાં નથી હોતાં, પણ II formના રૂપના a III formમાં ખાસ કરીને u બની જાય છે, જેમ કે – drank અને rangના III formમાં drunk અને rung વગેરે.

I ફૉર્મ Present Tense, Pronunciation & Meaning	II ફૉર્મ Past Tense	III ફૉર્મ Past Participle
114. begin (બિગિન) શરૂ કરવું	began	begun
115. drink (ડ્રિન્ક) પીવું	drank	drunk
116. ring (રિંગ) ઘંટડી વગાડવી	rang	rung
117. run (રન) દોડવું	ran	run
118. sink (સિંક) ડુબવું	sank	sunk
119. sing (સિંગ) ગાવું	sang	sung
120. spring (સ્પ્રિંગ) ઊછળવું	sprang	sprung
121. swim (સ્વિમ) તરવું	swam	swum
122. shrink (શ્રિંક) સંકોચાઈ જવું	shrank	shrunk

4. અંગ્રેજીમાં કેટલીક ક્રિયાઓ એવી છે જેમાં ત્રણ ફૉર્મનાં રૂપ એક સમાન હોય છે. ત્રણ વાક્યોના અર્થ જુઓ.

(i)	You bet now.	તું હવે શરત લગાવે છે.
(ii)	You bet tomorrow.	તેં કાલે શરત લગાવી હતી.
(iii)	You have bet.	તેં શરત લગાવી છે.

એવી ક્રિયાઓનું વિશેષરૂપથી સ્મરણ કરો જેથી વાતચીતમાં ખોટા પ્રયોગ કરીને તમે લોકોનાં હાસ્યપાત્ર ન બનો.

123. bet (બેટ) શરત લગાવવી	bet	bet
124. bid (બિડ) વચન આપવું	bid	bid
125. burst (બર્સ્ટ) ફાટી જવું	burst	burst
126. cut (કટ) કાપવું	cut	cut
127. cast (કાસ્ટ) ફેંકવું	cast	cast
128. cost (કૉસ્ટ) મૂલ્ય	cost	cost
129. hit (હિટ) ફટકો મારવો	hit	hit
130. hurt (હર્ટ) ઈજા કરવી	hurt	hurt
131. knit (નિટ) ગૂંથવું	knit	knit
132. put (પુટ) મૂકવું	put	put
133. rid (રિડ) છુટકારો મેળવવો	rid	rid
134. read* (રીડ) વાંચવું	read	read
135. spit (સ્પિટ) થૂંકવું	spit	spit

* લખવામાં readનો સ્પેલીંગ ત્રણે ફૉર્મમાં એક સમાન થાય છે; એટલે આ ક્રિયાને આ વર્ગમાં રાખી છે. પરંતુ ઉચ્ચારણ રીડ, રેડ, રેડ થાય છે.

૨૫ આવશ્યક સમૂહાર્થક શબ્દો

(25 IMPORTANT COLLECTIVE PHRASES)

દરેક ભાષાની પોતાની પરંપરાગત શબ્દાવલિ બની જાય છે અને એ રૂપમાં શબ્દોનો પ્રયોગ કરવો યોગ્ય બને છે. અહીં કેટલાક જથ્થાવાચક ગુજરાતી શબ્દોના અંગ્રેજી અર્થ આપ્યા છે. અંગ્રેજી ભાષાના વ્યવહારમાં આ શબ્દોનો અભ્યાસ કરો. 'A bouquet of grapes' નહીં પરંતુ a bunch of grapes કહીશું. એ રીતે બીજા શબ્દોનો યોગ્ય પ્રયોગ કરવો જોઈએ.

1.	ચાવીનો ઝૂડો	A bunch (બંચ) of keys.
2.	દ્રાક્ષનો ગુચ્છો	A bunch (બંચ) of grapes.
3.	ફૂલોની કલગી	A bouquet (બુકે) of flowers.
4.	લાકડીનો ભારો	A bundle (બંડલ) of sticks.
5.	લોકોની ભીડ	A crowd (ક્રાઉડ) of people.
6.	પહાડોની હારમાળા	A chain (ચેન) of mountains.
7.	ઘેટાઓનું ટોળું	A flock (ફ્લૉક) of sheep.
8.	પક્ષીઓનું દળ	A flight (ફ્લાઇટ) of birds.
9.	ટાપુઓનો સમૂહ	A group (ગ્રુપ) of islands.
10.	તારાઓનું ઝૂમખું	A galaxy (ગૅલેક્સી) of stars.
11.	ઝાડોનું ઝૂંડ	A grove (ગ્રોવ) of trees.
12.	મજૂરોનું ટોળું	A gang (ગૅંગ) of labourers.
13.	હરણોનું ઝૂંડ	A herd (હર્ડ) of deer.
14.	સૂવરોનું ઝૂંડ	A herd (હર્ડ) of swine.
15.	મધમાખીઓનો સમૂહ	A hive (હાઇવ) of bees.
16.	જાનવરોનું ઝૂંડ	A herd (હર્ડ) of cattle.
17.	કચરાનો ઢગલો	A heap (હીપ) of rubbish
18.	રેતનો ઢગલો	A heap (હીપ) of stones or sands.
19.	શિકારી કૂતરાનું ઝૂંડ	A pack (પૅક) of hounds.
20.	બૂટની જોડી	A pair (પૅર) of shoes.
21.	સૈનિકોની ટુકડી	A regiment (રજિમેંટ) of soldiers.
22.	પહાડીઓની માળા	A range (રેંજ) of hills.
23.	માખીઓનું ઝૂંડ	A swarm (સ્વૉર્મ) of flies.
24.	ઘટનાઓની હારમાળા	A series (સીરીઝ) of events.
25.	ઘોડાઓની ટુકડી	A troop (ટ્રૂપ) of horses.

કેટલાંક જાનવરોનાં બચ્ચાંનાં નામ

(YOUNG ONES OF SOME ANIMALS)

પ્રાણી	બચ્ચું	પ્રાણી	બચ્ચું
ass (એસ) ગધેડું	foal (ફોલ)	bear (બેઅર) રીંછ	cub (કબ)
cow (કાઉ) ગાય	calf (કાફ)	cat (કેટ) બિલાડી	kitten (કિટન)
dog (ડૉગ) કૂતરો	puppy (પપી)	frog (ફ્રૉગ) દેડકું	tadpole (ટેડપોલ)
hen (હેન) મરઘી	chicken (ચિકન)	horse (હોર્સ) ઘોડો	colt (કોલ્ટ)
goat (ગોટ) બકરી	kid (કિડ)	lion (લાયન) સિંહ	cub (કબ)
sheep (શીપ) ઘેટું	lamb (લેમ)	tiger (ટાઇગર) વાઘ	cub (કબ)
		wolf (વુલ્ફ) ભૂંડ	cub (કબ)

૪૦ પ્રાણીઓના અવાજ
(40 IMPORTANT WORDS DENOTING THE CRIES OF ANIMALS)

ગુજરાતી ભાષામાં પશુઓના અવાજ માટે ખાસ શબ્દો છે. જેમ કે ભૂંકવું, ઘૂરકવું, કલરવ કરવો. 'ભૂંકે છે' કહેતાંની સાથે ગધેડાના અવાજનો, 'ઘૂરકે છે' કહેતાંની સાથે શિકારી પ્રાણીના અવાજનો, અને 'કલરવ કરે છે'થી પક્ષીઓના અવાજનો ભાસ થાય છે. એવી જ રીતે અંગ્રેજીમાં પણ પશુઓના અવાજો માટે અલગ અલગ શબ્દો છે.

1. Asses bray (એસીસ બ્રે) ગધેડું ભૂકે છે. (હોંચી હોંચી કરે છે.)
2. Bears growl (બેઅર્સ ગ્રાઉલ) રીંછ ઘૂરકે છે.
3. Bees hum (બીઝ હમ) માખીઓ ગણગણે છે.
4. Birds chirp (બર્ડ્ઝ ચર્પ) પક્ષીઓ કલરવ કરે છે.
5. Camels grunt (કેમલ્સ ગ્રંટ) ઊંટ ડરકે છે.
6. Cats mew (કેટ્સ મ્યૂ) બિલાડીઓ મિયાઉં મિયાઉં કરે છે.
7. Cattle low (કેટલ લો) જાનવર બરાડે છે.
8. Cocks crow (કૉક્સ ક્રો) મરઘા કૂકડે કૂક કરે છે.
9. Crows caw (ક્રોઝ કૌ) કાગડા કા કા કરે છે.
10. Dogs bark (ડૉગ્ઝ બાર્ક) કૂતરા ભસે છે.
11. Doves coo (ડૉવ્ઝ કૂ) કબૂતરીઓ ઘૂ ઘૂ કરે છે.
12. Ducks quack (ડક્સ ક્વૅક) બતક કે કે કરે છે.
13. Elephants trumpet (એલિફંટસ ટ્રંપેટ) હાથી બરાડે છે.
14. Flies buzz (ફ્લાઇઝ બઝ) માખીઓ ગણગણે છે.
15. Frogs croak (ફ્રૉગ્સ ક્રોક) દેડકા ડ્રાઉં-ડ્રાઉં કરે છે.
16. Geese cackle (ગીઝ કેકલ) હંસ કૈ કૈ કરે છે.
17. Hawks scream (હૉક્સ સ્ક્રીમ) બાજ પક્ષી ચીસો પાડે છે.
18. Hens cackle (હેન્સ કેક્લ) મરઘીઓ કૂ કૂ કરે છે.
19. Horses neigh (હૉર્સીસ ની) ઘોડા હણહણે છે.
20. Jackals howl (જેકૉલ્સ હાઉલ) શિયાળવા રડે છે.
21. Kittens mew (કિટન્સ મ્યૂ) બિલાડાં મિયાઉં મિયાઉં કરે છે.
22. Lambs bleat (લેમ્બ્સ બ્લીટ) ઘેટાનાં બચ્ચાં બાં બાં કરે છે.
23. Lions roar (લાયન્સ રોર) સિંહ ગર્જે છે.
24. Mice squeak (માઇસ સ્કવીક) ઉંદર ચૂં ચૂં કરે છે.
25. Monkeys chatter (મંકીઝ ચેટર) વાંદરા ઘૂરકે છે.
26. Nightingales sing (નાઇટિંગલ્સ સિંગ) બુલબુલ ગાય છે.
27. Owls hoot (આઉલ્સ હૂટ) ઘુવડ ઘુ ઘુ કરે છે.
28. Oxen low (ઑક્સન લો) બળદ ડચકારે છે.
29. Parrots talk (પેરટ્સ ટૉક) પોપટ બોલે છે.
30. Pigeons coo (પિજન્સ કુ) કબુતર ગુટર ગું કરે છે.
31. Pigs grunt (પિગ્સ ગ્રંટ) ભૂંડ ઘુરઘુરાવે છે.
32. Puppies yelp (પપ્પીઝ યેલ્પ) ગલુડિયાં ભોંકે છે.
33. Sheep bleat (શીપ બ્લીટ) ઘેટાં મેં મેં કરે છે.
34. Snakes hiss (સ્નેક્સ હિસ) સાપ ફૂંફાડો મારે છે.
35. Sparrows chirp (સ્પેરોઝ ચર્પ) ચકલી ચીં ચીં કરે છે.

36. Swallows twitter (સ્વેલોઝ ટ્વિટર) ચકલી ચહકે છે.
37. Swans cry (સ્વાન્સ ક્રાઈ) બતક કૂંજન કરે છે.
38. Tigers roar (ટાઈગર્સ રોર) વાઘ ઘુંરાટે છે.
39. Vultures scream (વલ્ચર્સ સ્ક્રીમ) ગીધ ચીસ પાડે છે.
40. Wolves yell (વુલ્ઝ યેલ) વરૂ ચીસ પાડે છે.

જે શબ્દો સાંભળીએ છીએ પણ સમજાતા નથી
(WORDS MOSTLY HEARD BUT NOT MOSTLY KNOWN)

તમે ગામડામાં કે શહેરમાં જ્યાં રહેતા હો ત્યાં આધુનિક જગતની મૉર્ડન વ્યક્તિ બનવા માગતા હો તો ભાષાની બાબતમાં પણ આધુનિક વ્યક્તિ બનવું પડશે. આપણે ઘણાયે એવા શબ્દો વાપરીએ છીએ અને સાંભળીએ છીએ. પરંતુ વિચિત્રતા એ છે કે એનો યોગ્ય અર્થ નથી જાણતા. તમે એ શબ્દો સાંભળો ને શીખો.

જ્ઞાનના ક્ષેત્રના ૧૦ શબ્દ (Ten words about spheres of knowledge)

1. Anthropology (એન્થ્રોપોલૉજી) મનુષ્યનો સ્વભાવ, ઈતિહાસ અને સભ્યતાનો અભ્યાસ – માનવશાસ્ત્ર
2. Archaeology (આર્કિઓલૉજી) પ્રાચીન વસ્તુઓનું અધ્યયન – પુરાતત્ત્વ
3. Astrology (એસ્ટ્રૉલૉજી) તારા અને નક્ષત્રોનો અભ્યાસ – વ્યાવહારિક ગણિત, જ્યોતિષશાસ્ત્ર
4. Entomology (એન્ટોમૉલૉજી) કીડા, પતંગિયાનો અભ્યાસ – જીવજંતુશાસ્ત્ર
5. Etymology (એટિમૉલૉજી) શબ્દ ઉત્પત્તિના અભ્યાસનું અધ્યયન – વ્યુત્પત્તિશાસ્ત્ર
6. Geology (જિઓલૉજી) પૃથ્વીના આંતરિક બનાવટોનું અધ્યયન – ભૂગર્ભશાસ્ત્ર
7. Philology (ફિલોલૉજી) ભાષા વિકાસનો અભ્યાસ – ભાષાશાસ્ત્ર
8. Psychology (સાઇકોલૉજી) મનુષ્યનું મન અને એના વ્યવહારનો અભ્યાસ – માનસશાસ્ત્ર
9. Radiology (રેડિયોલૉજી) કિરણ વિદ્યા અથવા એક્સ-રે વિજ્ઞાન
10. Sociology (સોશિયોલૉજી) મનુષ્ય સમાજના વિકાસ અને એના ઉદ્‌ભવનો અભ્યાસ – સમાજશાસ્ત્ર

ઉપર આપેલા શબ્દ આપને સાંભળવા મુશ્કેલ લાગે પરંતુ એક વાર સમજો તો બીજા પર તમારો સરસ પ્રભાવ પડશે.

વ્યક્તિત્વ પ્રકટ કરનારા ૧૦ શબ્દ (Ten words showing personality)

નીચે કેટલાક શબ્દો આપ્યા છે જે વ્યક્તિનો સ્વભાવ બતાવે છે. તમે આવા લોકોને જાણો છો. એ શબ્દો તમે સાંભળ્યા જ હશે. તો પછી એને યાદ રાખવા કોશિશ કરો.

1. Blase (બ્લેઝ) લોકો અને સાંસારિક પદાર્થોમાં રૂચિ ન લેનારી વ્યક્તિ
2. Dogmatic (ડૉગ્મૅટિક) વાણી અને કર્મમાં પોતાની વાત સૌથી ઉપર રાખનારી વ્યક્તિ
3. Diffident (ડિફિડેંટ) શરમાળ, આત્મવિશ્વાસ વિનાની વ્યક્તિ
4. Extrovert (એક્સટ્રોવર્ટ) પોતાના સિવાયની વસ્તુઓ અને વ્યક્તિઓમાં રૂચિ લેનાર વ્યક્તિ
5. Gregarious (ગ્રેગેરિયસ) આખોય વખત બીજાની સાથે રહેવા ઈચ્છતી વ્યક્તિ
6. Inhibited (ઈન્હિબિટેડ) પોતાની વાત એક-બે વ્યક્તિઓની ભીડ સામે ન કહી શકે એવી વ્યક્તિ
7. Introvert (ઈન્ટ્રોવર્ટ) પોતામાં જ મસ્ત રહેનાર વ્યક્તિ જે પોતા સિવાય બીજાને મળતાં મુશ્કેલ અનુભવે છે.
8. Quixotic (ક્વિક્ઝોટિક) કલ્પનાના કિલ્લા ચણનાર માણસ
9. Sadistic (સેડિસ્ટિક) બીજાને સતાવાવમાં અથવા એમના ઉપર શાસન કરવામાં પ્રસન્ન થનાર વ્યક્તિ
10. Truculent (ટ્રકુલેંટ) ચરિત્રમાં જંગલી અને લૂખો માણસ

જીવન, કલા અને દર્શન સંબંધી લેખ (Theories about life, art and philosophy)

નીચે કેટલાક મત (ISM)નાં નામ આપ્યાં છે. કેટલાંક તમે સાંભળ્યાં છે, કેટલાંક નથી સાંભળ્યાં. એને જાણો અને જ્ઞાન વધારો.

1. Altruism (અલ્ટ્રૂઈઝમ) પરોપકારવાદ – દરેક કામ બીજા માટે કરવું.
2. Atheism (એથિઇઝમ) નાસ્તિક્તાવાદ – ઈશ્વર નથી એવો ભરોસો ધરાવનારી વૃત્તિ.
3. Chauvinism (ચોવિનિઝમ) શોવિવાદ – એમાં મનુષ્યની ધારણા એવી હોય કે પોતાના દેશ કરતાં મોટો દેશ કોઈ નથી.
4. Conservatism (કોન્ઝર્વેટિઝમ) પુરાતનવાદ – જેમાં એવી ધારણા હોય કે જે છે એ સર્વશ્રેષ્ઠ છે બીજાં કોઈ પરિવર્તનની જરૂર નથી.
5. Liberalism (લિબરેલિઝમ) ઉદારતાવાદ – જેમાં માણસની એવી ધારણા હોય કે નવા પ્રયોગો તેમ જ પરિવર્તનોથી સર્વશ્રેષ્ઠ શાસન સ્થાપિત કરી શકાય છે.
6. Radicalism (રેડિકેલિઝમ) પરિવર્તનવાદ – એમાં હિંસાત્મક પરિવર્તનોથી સર્વશ્રેષ્ઠ શાસન સ્થાપિત કરવાની ધારણા હોય છે.
7. Realism (રિઅલિઝમ) યથાર્થવાદ – જેમાં કળા અને સાહિત્યની પ્રકૃતિ અથવા યથાર્થ જીવનને અનુરૂપ હોવાનો વિચાર હોય છે.
8. Romanticism (રોમૅન્ટિસિઝમ) રોમાંસવાદ – એટલે કે કલા અને સાહિત્યની પ્રકૃતિ અને યથાર્થતાની આદર્શપૂર્ણ અને ભાવાત્મક છબી ખેંચવી જોઈએ.
9. Skepticism (સ્કેપ્ટિસિઝમ) સંશયવાદ – એટલે કે સમસ્ત જ્ઞાન અનિશ્ચિત છે એટલે સંસારની કોઈ વસ્તુ માટે કોઈ પણ નિશ્ચિત રૂપ કહી શકાય નહીં.
10. Totalitarianism (ટોટલિટેરિયનિઝમ) સર્વસત્તાવાદ – એટલે કે રાજ્ય સર્વ કાંઈ છે. નાગરિક કંઈ જ નથી. માણસનું અસ્તિત્વ કેવળ રાજ્ય માટે છે.

મનની ૧૦ અસાધારણ સ્થિતિઓ (Ten abnormal conditions of mind)

તમે ભણેલા ગણેલા બુદ્ધિશાળી લોકો સાથેની વાતચીતમાં આવા શબ્દો વાર્તાલાપમાં વાપરી શકશો.

1. Alexia (એલેક્સિયા) ભણવામાં અસમર્થતા.
2. Amnesia (એમ્નેસિયા) સ્મૃતિનો નાશ.
3. Aphasia (એફેસિયા) બોલવાની શક્તિનો નાશ.
4. Dementia (ડેમેન્સિયા) મનોવિજ્ઞાનમાં માનસિક સ્થિતિ બગડી જવી.
5. Depsomania (ડિપ્સોમેનિયા) મદ્યપાન કરવાની પ્રબળ ઇચ્છા થવી.
6. Hypochondria (હાઇપોકોંડ્રિયા) કોઈના સ્વાસ્થ્ય બાબતમાં ભય, ચિંતા કે ગભરાટ થવો.
7. Insomnia (ઇન્સોમ્નિયા) એકધારી ઊંઘ ન આવે.
8. Kleptomania (ક્લેપ્ટોમેનિયા) કોઈ વસ્તુ ચોરવાની પ્રબળ ઇચ્છા.
9. Megalomania (મેગલોમેનિયા) પોતાની મોટાઈ બાબતમાં ખોટો વિશ્વાસ.
10. Melancholia (મેલનકોલિયા) દુઃખ અને નિરાશાની નિરંતર મનોદશા.

દાક્તરી ધંધાના દસ શબ્દ (Ten words about Doctor's profession)

તમે કોઈ સ્પેશિયાલિસ્ટ દાક્તરને બતાવવાની વાત કરો છો તો તમને દરેક મોટી બીમારીઓના રોગોના દાક્તરો માટેના શબ્દો ખ્યાલમાં હોવા જોઈએ. એ શબ્દો સાંભળવામાં બહુ અપરિચિત, પણ બહુ પ્રભાવશાળી લાગે છે એને યાદ રાખો અને યોગ્ય સમયે વાપરો.

1. Dermatologist (ડેર્મેટોલૉજિસ્ટ) ચામડીના રોગના નિષ્ણાત
2. Gynaecologist (ગાઇનેકૉલૉજિસ્ટ) મહિલા રોગનો નિષ્ણાત
3. Internist (ઇન્ટરનિસ્ટ) શરીરના આંતરિક અંગોની બીમારીઓના નિષ્ણાત
4. Obstetrician (ઑબ્સ્ટેટ્રિશિયન) પ્રસુતિ રોગોના નિષ્ણાત
5. Ophthalmologist (ઓપ્થાલમોલૉજિસ્ટ) આંખોના રોગોના નિષ્ણાત
6. Orthodontist (ઑરથોડેન્ટિસ્ટ) દાંતોના નિષ્ણાત દાક્તર જે વાંકા દાંત સીધા કરે છે.

7. Pathologist (પેથોલૉજિસ્ટ) પ્રાકૃતિક રોગોના કારણો જાણનાર નિષ્ણાત
8. Paediatrician (પીડીયાટ્રિશિયન) કેવળ નાના બાળકોના રોગોના નિષ્ણાત
9. Podiatrist (પોડિયાટ્રિસ્ટ) પગની નાની મોટી બીમારીઓના નિષ્ણાત
10. Psychiatrist (સાઇકિઆટ્રિસ્ટ) માનસિક રોગોના નિષ્ણાત – મનોચિકિત્સક

૭૫ જુદા જુદા શબ્દોનો એક શબ્દ
(75 ONE-WORD SUBSTITUTES)

શેક્સપિયરે કહ્યું છે સંક્ષિપ્તતા બુદ્ધિનો આત્મા છે. અને એ આત્મા ભાષાના વિષયમાં બહુ મોટું સત્ય છે. જ્યાં થોડા શબ્દોથી કામ ચાલે ત્યાં વાક્ય પ્રયોગ કરવામાં સમય નષ્ટ કરવો નકામો છે. અંગ્રેજીમાં એવા અનેક શબ્દો હોય છે જે એકલા બોલતાં વાક્યાંશ માટે પ્રયુક્ત છે. એ શબ્દોનો અભ્યાસ સંક્ષેપ લેખન, તાર અને ટેક્નિકલ વિષયોના લખાણમાં કામ લાગે જ, સાથે સાથે વાતચીતમાં આ શબ્દોથી શબ્દગરિમા વધી પણ જાય છે.

1. **Abdicate** (એબ્ડિકેટ) **પદત્યાગ** – To give up a throne voluntarily – શાસનભાર સ્વેચ્છાથી છોડી દેવો.
2. **Autobiography** (ઑટોબાયોગ્રાફી) **આત્મકથા** – Life story of a man written by himself – પોતાની જાત માટે પોતે લખેલી કહાની.
3. **Aggressor** (એગ્રેસર) **આક્રમક** – A person who attacks first – જે વ્યક્તિ પહેલાં આક્રમણ કરે છે.
4. **Amateur** (એમેચ્યોર) **શોખીન** – One who pursues some art or sport as hobby – જે કોઈ કળા કે રમતમાં શોખથી કામ કરતો હોય.
5. **Arbitrator** (આર્બિટ્રેટર) **મધ્યસ્થી** – One appointed by two parties to settle disputes between them – બે પક્ષોએ તેમની વચ્ચેનો ઝઘડો પતાવવા નિયુક્ત કરેલ વ્યક્તિ
6. **Adolescence** (એડોલેસેંસ) **કિશોરાવસ્થા** – Stage between boyhood and youth – બચપણ અને જુવાની વચ્ચેની અવસ્થા
7. **Bibliophile** (બિબ્લિઓફાઇલ) **પુસ્તક-પ્રેમી** – A great lover of books – પુસ્તકોનો ઘણો જ શોખીન
8. **Botany** (બોટની) **વનસ્પતિ વિજ્ઞાન** – The science of vegetable life – ઝાડ-છોડનું વિજ્ઞાન
9. **Bilingual** (બાઇલિંગ્વલ) **દુભાષિયા** – People who speak two languages – જે લોકો બે ભાષા બોલે છે.
10. **Catalogue** (કેટલૉગ) **સૂચિપત્ર** – A list of books – પુસ્તકોની સૂચિ
11. **Centenary** (સેંટેનરી) **શતાબ્દિ** – Celebration of a hundredth year – સો વર્ષ પછી કરેલો સમારોહ
12. **Colleague** (કલીગ) **સહકાર્યકર્તા** – A co-worker or a fellow-worker in the same institution – એક સંસ્થામાં સાથોસાથ કામ કરનારા
13. **Contemporaries** (કન્ટેમ્પરરીઝ) **સમકાલીન** – Person living in the same age – એક જ કાળમાં રહેનારી વ્યક્તિઓ
14. **Credulous** (ક્રેડૂલસ) **આસ્થાવાદી** – A person who readily believes in whatever is told to him – જે કંઈ કહીએ એના ઉપર જલદી વિશ્વાસ કરે તેવી વ્યક્તિ
15. **Callous** (કેલસ) **કઠોર** – A man devoid of kind feeling and sympathy – કોમળ ભાવના અને સહાનુભૂતિ રહિત માણસ
16. **Cosmopolitan** (કૉસ્મોપોલિટન) **સર્વદેશીય** – A man who is broad and international in outlook – જે વ્યક્તિ વિચારધારામાં ઉદાર અને આંતરરાષ્ટ્રીય વિચારધારાવાળો માણસ
17. **Celibacy** (સેલિબસી) **બ્રહ્મચર્ય** – The state of being without a wife – પત્ની વિના રહેવાની પરિસ્થિતિ
18. **Deteriorate** (ડિટેરિયોરેટ) **બદતર** – To go from bad to worse – ખરાબથી વધુ ખરાબ થવું
19. **Democracy** (ડેમોક્રેસી) **પ્રજાતંત્ર** – Government of the people – જનતાનું શાસન
20. **Autocracy** (ઑટૉક્રેસી) **સ્વૈરતંત્ર** – Government of one man – એકહથ્થુ શાસન

21. **Drawn** (ડ્રોન) **બરાબર** – A game or battle in which neither party wins – રમતમાં બંને પક્ષ બરાબર હોય તે
22. **Egoist** (ઇગોઇસ્ટ) **અહંવાદી** – A person who always thinks of himself – જે સદા પોતાની બાબતમાં વિચારે છે.
23. **Epidemic** (એપિડેમિક) **ચેપીરોગ** – A disease which spreads over huge area – ચેપીરોગ કે જે એક સાથે બધે ફેલાઈ જાય
24. **Extempore** (એક્સટેમ્પોર) **તત્કાળ ભાષિત** – A speech made without previous preparation – તૈયાર કર્યા વગર અપાતું ભાષણ
25. **Etiquette** (એટિકેટ) **શિષ્ટાચાર** – Established manners or rules of conduct – આચારસંહિતાના નિયમો પ્રમાણે
26. **Epicure** (એપિક્યોર) **શ્રેષ્ઠ રૂચિ** – A person fond of refined enjoyment – જે શ્રેષ્ઠ રૂચિ ધરાવે છે તેવી વ્યક્તિ
27. **Exonerate** (એગ્ઝોનરેટ) **દોષમુક્ત** – To free a person of all blames in a matter – કોઈ ઠપકામાંથી માણસને બિલકુલ મુક્ત કરવો
28. **Eradicate** (ઇરેડિકેટ) **જડમૂળથી** – To root out an evil or a bad practice etc. – બુરાઈ કે ખરાબ આદતનો જડમાંથી નાશ કરવો
29. **Fastidious** (ફાસ્ટિડિયસ) **મુશ્કેલ** – A person difficult to please – જેને પ્રસન્ન કરવો મુશ્કેલ હોય એવો માણસ
30. **Fatalist** (ફેટાલિસ્ટ) **ભાગ્યશાળી** – A person who believes in fate – જે ભાગ્ય ઉપર ભરોસો રાખે તે
31. **Honorary** (ઑનરરી) **સ્વૈચ્છિક** – A post which carries no salary – જે કામ કરવાનો પગાર લેવામાં ન આવે તે
32. **Illegal** (ઇલીગલ) **બિન કાયદેસર** – That which is against law – જે કાયદાની વિરૂદ્ધ છે તે
33. **Illiterate** (ઇલિટરેટ) **અભણ** – A person who cannot read or write – જેની પાસે અક્ષરજ્ઞાન નથી તે
34. **Hostility** (હોસ્ટિલિટી) **શત્રુતા** – State of antagonism – દુશ્મનીની દશા
35. **Incorrigible** (ઇનકોરિજિબલ) **અસાધ્ય** – That which is past correction – જેને સુધારી ન શકાય
36. **Irritable** (ઇરિટેબલ) **ચિડિયા** – A man who is easily irritated – જે વ્યક્તિ જલદી ગુસ્સે થઈ જાય તેવી
37. **Irrelevant** (ઇરેલેવન્ટ) **અયોગ્ય** – Not to the point – વિષયની બહારનું
38. **Invisible** (ઇન્વિઝિબલ) **અદશ્ય** – That which cannot be seen – જે દેખી ન શકાય
39. **Inaudible** (ઇન્‌ઑડિબલ) **અશ્રાવ્ય** – That which cannot be heard – જે સાંભળી ન શકાય
40. **Incredible** (ઇનક્રેડિબલ) **અવિશ્વસનીય** – That which cannot be believed – જેના ઉપર વિશ્વાસ ન કરી શકાય
41. **Illegible** (ઇલેજિબલ) **અવાંચનીય** – That which cannot be read – જેને વાંચી ન શકાય તેવું
42. **Impracticable** (ઇમ્પ્રેક્ટિકેબલ) **અવ્યવહારૂ** – That which cannot be practised – જેને વ્યવહારમાં ન લાવી શકાય તેવું
43. **Invincible** (ઇન્વિન્સિબલ) **અજેય** – That which cannot be conquered – જેના પર વિજય ન મેળવી શકાય તે
44. **Indispensable** (ઇનડિસ્પેન્સેબલ) **અનિવાર્ય** – That which cannot be ignored – જેના વગર કામ ન થઈ શકે તેવું
45. **Inevitable** (ઇનએવિટેબલ) **આવશ્યક** – That which cannot be avoided – જે જરૂરી છે
46. **Irrevocable** (ઇર્રીવોકેબલ) **અફર** – That which cannot be changed – જેને બદલી ન શકાય
47. **Illicit** (ઇલિસિટ) **અઘટિત, ગેરકાયદેસર** – A trade which is prohibited by law – ગેરકાયદેસર વેપાર
48. **Insoluble** (ઇન્સોલ્યૂબલ) **વણઉકેલ** – A problem which cannot be solved – એ સમસ્યા જે ઊકેલી ન શકે તે
49. **Inflammable** (ઇન્ફ્લેમેબલ) **પ્રજ્વલનશીલ** – Liable to catch fire easily – જે સહેલાઈથી આગ પકડી લે તે
50. **Infanticide** (ઇફેંટિસાઇડ) **બાળહત્યા** – The murder or murderer of infants – બાળકની હત્યા અથવા બાળહત્યા કરનારા

51. **Matricide** (મેટ્રિસાઈડ) **માતૃહત્યા** – The murder or murderer of one's own mother – પોતાની જ માતાની હત્યા કરનાર કે માની હત્યા

52. **Patricide** (પેટ્રિસાઈડ) **પિતૃહત્યા** – The murder or murderer of one's own father – પોતાના પિતાની હત્યા કરનાર કે પિતાની હત્યા

53. **Kidnap** (કિડનૅપ) **અપહરણ** – To carry away a person forcibly – કોઈ પણ વ્યક્તિને જબરદસ્તી ઉઠાવી જવી

54. **Medieval** (મેડિએવલ) **મધ્યકાલીન** – Belonging to the middle ages – મધ્યયુગ સંબંધિત

55. **Matinee** (મૅટિની) **બપોરનો શો** – A cinema show which is held in the afternoon – બપોરે બાર વાગે શરૂ થતો સિનેમા શો

56. **Notorious** (નોટૉરિયસ) **બદનામ** – A man with evil reputation – એ વ્યક્તિ કે જેનું નામ બદનામ હોય

57. **Manuscript** (મેન્યૂસ્ક્રિપ્ટ) **હાથે લખાયેલ** – Hand-written pages of a book – પુસ્તકના હાથે લખાયેલ પાનાં

58. **Namesake** (નેમસેક) **એકનામ** – Person having the same name – જેના નામ સમાન હોય કે મળતાં હોય

59. **Novice** (નોવિસ) **નવાં** – One who is new to some trade or profession – જે કોઈ વેપારધંધામાં નવા હોય

60. **Omnipotent** (ઓમ્નિપોટેન્ટ) **સર્વ શક્તિમાન** – One who is all powerful – જે સર્વ પ્રકારની શક્તિ ધરાવતા હોય

61. **Omnipresent** (ઓમ્નિપ્રેઝંટ) **સર્વવ્યાપક** – One who is present everywhere – જે સર્વ જગ્યાએ પ્રાપ્ત હોય

62. **Optimist** (ઑપ્ટિમિસ્ટ) **આશાવાદી** – One who looks at the bright side of a thing – જે કોઈ પણ વસ્તુની ઊજળી બાજુ જુએ છે

63. **Panacea** (પૅનેસિયા) **રામબાણ દવા** – A remedy for all diseases – બધા જ રોગોનો ઈલાજ

64. **Polyandry** (પોલિએન્ડ્રી) **બહુપતિત્વ** – Practice of marrying more than one husband at a time – એક સમયે એકથી વધુ પતિઓ સાથે વિવાહ કરવાની ક્રિયા

65. **Polygamy** (પોલિગમી) **બહુપત્નીત્વ** – Practice of marrying more than one wife at a time – એક સમયે એકથી વધુ પત્નીઓ સાથે વિવાહ કરવાની ક્રિયા

66. **Postmortem** (પોસ્ટમૉર્ટમ) **મૃત્યુ બાદ શરીર ચીરી તપાસવું** – Medical examination of a body held after death – મૃત્યુ પછી શબની દાક્તરી તપાસ

67. **Pessimist** (પેસિમિસ્ટ) **નિરાશાવાદી** – One who looks at the dark side of things – જે કોઈ પણ કાળી બાજુને જુએ

68. **Postscript** (પોસ્ટસ્ક્રિપ્ટ) **પાછળથી ઉમેરેલું** – Anything written in the letter after it has been signed – કોઈ પત્ર લખીને સહી કર્યા બાદ ઉમેરલું લખાણ

69. **Red-tapism** (રેડટેપિઝમ) **ધારાધોરણ અને પદ્ધતિને અતિયશ વળગી રહેવાની રીત** – Too much official formality – બહુ જ ઑફિસની ઔપચારિકતા

70. **Synonyms** (સિનૉનીમ્સ) **પર્યાય શબ્દો** – Words which have the same meaning – જે શબ્દોના અર્થ એક સમાન હોય

71. **Smuggler** (સ્મગલર) **દાણચોર** – The importer or exporter of goods without paying customs duty – આયાત કર આપ્યા વિના માલ વિદેશથી લાવે અને બહાર મોકલે તેઓ

72. **Vegetarian** (વેજિટેરિયન) **શાકાહારી** – One who eats vegetables only – જે કેવળ શાકભાજી ખાય છે, પરંતુ ઈંડાં, માંસ, માછલી ન ખાય તે

73. **Venial** (વીનિયેલ) **ક્ષમાપાત્ર** – A pardonable fault – એ અપરાધ કે જે ક્ષમા કરવા યોગ્ય હોય

74. **Veteran** (વેટરન) **અનુભવી** – A person possessing long experience of military sevice or of any occupation – એવી વ્યક્તિ કે જેને લશ્કરી કે બીજી કોઈ પણ સેવાના સરસ અનુભવ હોય

75. **Zoology** (ઝુઓલૉજી) **પ્રાણીશાસ્ત્ર** – The science dealing with the life of animals – પશુઓના જીવન સાથે સંબંધિત વિજ્ઞાન

પ્રાણીઓના નામનો રૂઢિપ્રયોગ દ્વારા પ્રયોગ
(IDIOMATIC USE OF ANIMAL NAMES)

અંગ્રેજી ભાષામાં પ્રાણીઓના નામથી રૂઢિપ્રયોગ દ્વારા ઘણા પ્રચલિત પ્રયોગો છે. નીચે કેટલાક એવા પ્રયોગો આપ્યા છે. એના દ્વારા કોઈ પણ અંગ્રેજી શીખનાર પોતાની ભાષા સમૃદ્ધ બનાવી શકે છે.

	મુહાવરેદાર ઉપમાઓ ઉચ્ચારણ સાથે **Phrases with Pronunciation**	લાક્ષણિક અર્થ **Idiomatic Meaning**	શાબ્દિક અર્થ **Literal Meaning**
1.	A bear (એ બેઅર)	અશિષ્ટ વ્યક્તિ	રીંછ
2.	A cat (એ કેટ)	ખરાબ સ્ત્રી	બિલાડી
3.	A drone (એ ડ્રોન)	નકામી વ્યક્તિ	નર માખી
4.	A dotterel (એ ડૉટરલ)	મૂઢ વ્યક્તિ	બુલબુલ જેવું એક પ્રકારનું પક્ષી
5.	A dog (એ ડૉગ)	ઘૃણાસ્પદ વ્યક્તિ	કૂતરો
6.	A fox (એ ફૉક્સ)	લુચ્ચી વ્યક્તિ	શિયાળ
7.	A goose (એ ગુઝ)	મૂર્ખ વ્યક્તિ	હંસ
8.	A gull (એ ગલ)	ભોટ માણસ	જળ ચકલી
9.	A lamb (એ લેમ)	અબોધ વ્યક્તિ	બકરીનું બચ્ચું
10.	A monkey (એ મંકી)	નકલ કરનાર વ્યક્તિ	વાંદરો
11.	A parrot (એ પેરટ)	ગોખણીઓ માણસ	પોપટ
12.	A pig (એ પિગ)	ભૂંડ જેટલું ખાનારો	ભૂંડ
13.	A scorpion (એ સ્કૉર્પિયન)	ઝેરીલું માણસ	વીંછી
14.	A viper (એ વાઇપર)	ધૂર્ત વ્યક્તિ	વિલાયતી સાપ
15.	A vixen (એ વિક્સન)	ધૂર્ત મહિલા	શિયાળવી

જાનવરો સાથે સંકળાયેલી કેટલીક આલંકારિક ઉપમાઓ પણ અંગ્રેજીમાં પ્રચલિત છે એને સમજીને મનમાં બેસાડો.

1.	crocodile tears (ક્રૉકોડાઇલ ટિયર્સ)	જુઠ્ઠાં આંસુ
2.	dog-cheap (ડૉગ-ચીપ)	બહુ સસ્તા
3.	horse-laugh (હૉર્સ-લાફ)	જોરથી ભદ્દો હસવાનો અવાજ
4.	hen-pecked (હેન-પેકડ)	બૈરીને વશ પુરુષ
5.	pig-headed (પિગ હેડેડ)	મૂર્ખ કે જડ માણસ
6.	chicken-hearted (ચિકન હાર્ટેડ)	ડરપોક

વિરોધાભાસી શબ્દો
(ANTONYMS OR WORDS OF OPPOSITE MEANING)

શબ્દોના વિરોધી શબ્દ જાણવા ભાષા સમૃદ્ધિ માટે જરૂરી છે. એ રીતે ભાષાનું જ્ઞાન વધે છે. કેટલાક શબ્દોમાં Prefix (ઉપસર્ગ) બદલવાથી વિપરિત શબ્દ બને છે. નીચે કેટલાક એવા શબ્દો આપ્યા છે.

શબ્દ, ઉચ્ચાર અને અર્થ **Words, Pronunciation and Meaning**	વિરોધી શબ્દ, ઉચ્ચાર અને અર્થ **Opposite Words, Pronunciation and Meaning**
ability (એબિલિટી) યોગ્યતા	inability (ઇન એબિલિટી) અયોગ્યતા
happy (હેપી) સુખી	unhappy (અનહેપી) દુઃખી
import (ઇમ્પોર્ટ) આયાત	export (એક્સપોર્ટ) નિકાસ

interior (ઇન્ટીરિયર) આંતરિક
exterior (એક્સટીરિયર) બહારનું
maximum (મૅક્સિમમ) અધિકતમ
minimum (મિનિમમ) ન્યૂનતમ
include (ઇન્કલૂડ) ઉમેરવું
exclude (એક્સ્કલૂડ) કાઢી નાખવું
junior (જૂનિયર) નાનો
senior (સીનિયર) મોટો
majority (મેજોરિટી) બહુમતી
minority (માયનોરિટી) લઘુમતી
optimist (ઑપ્ટિમિસ્ટ) આશાવાદી
pessimist (પેસિમિસ્ટ) નિરાશાવાદી
superior (સુપીરિયર) વધારે સારું
inferior (ઇન્ફીરિયર) હલકા પ્રકારનું

કેટલાક શબ્દોના વિરોધી શબ્દો બનાવવા માટે બીજા શબ્દો શોધવા પડે છે. એટલે કે ભિન્ન ભિન્ન શબ્દ હોય છે, પરંતુ અર્થ ઊલટો હોય છે. એવા શબ્દો નીચે આપ્યા છે.

above (એબોવ) ઉપર
below (બિલો) નીચે
accept (એક્સેપ્ટ) સ્વીકાર
refuse (રિફ્યૂઝ) અસ્વીકાર
acquire (એક્વાયર) મેળવવું
lose (લૂઝ) ખોવું
ancient (એન્શિયેંટ) પ્રાચીન
modern (મૉડર્ન) આધુનિક
agree (એગ્રી) સહમત થવું
differ (ડિફર) સંમત ન થવું
alive (એલાઇવ) જીવિત
dead (ડેડ) મૃત
admire (એડમાયર) પ્રશંસા કરવી
despise (ડિસ્પાઇઝ) નિંદા કરવી
barren (બેરન) રેતાળ
fertile (ફર્ટાઇલ) ફળદ્રુપ
big (બિગ) મોટું
small (સ્મોલ) નાનું
blunt (બ્લન્ટ) બુઠ્ઠું
sharp (શાર્પ) તેજ
bold (બોલ્ડ) બહાદુર
timid (ટિમિડ) કાયર
bright (બ્રાઇટ) ચમકદાર
dim (ડિમ) ઝાંખુ
broad (બ્રૉડ) પહોળું
narrow (નેરો) સાંકડું
civilised (સિવિલાઇઝ્ડ) સભ્ય
savage (સેવેજ) અસભ્ય
care (કેર) દરકાર
neglect (નિગ્લેક્ટ) લાપરવાહી
clean (ક્લીન) સાફ
dirty (ડર્ટી) ગંદું
confess (કન્ફેસ) સ્વીકાર કરવું
deny (ડિનાઇ) ઇન્કાર કરવો
cool (કૂલ) ઠંડું
warm (વૉર્મ) ગરમ
cruel (ક્રૂઅલ) ક્રૂર
merciful (મર્સિફુલ) દયાળુ
domestic (ડોમેસ્ટિક) પાળેલું
wild (વાઇલ્ડ) જંગલી
difficult (ડિફિકલ્ટ) મુશ્કેલ
easy (ઇઝી) સહેલું
danger (ડેંજર) જોખમી
safety (સેફ્ટી) સુરક્ષા
dark (ડાર્ક) અંધારું
bright (બ્રાઇટ) અજવાળું
death (ડેથ) મૃત્યુ
birth (બર્થ) જન્મ
debit (ડેબિટ) ઉધાર ખાતું
credit (ક્રેડિટ) જમા ખાતું
early (અર્લી) જલદી
late (લેટ) મોડેથી
earn (અર્ન) કમાવું
spend (સ્પેન્ડ) ખર્ચ કરવો
empty (એમ્પ્ટી) ખાલી
full (ફુલ) ભરેલું
enjoy (એન્જોય) આનંદ કરવો
suffer (સફર) પરેશાન થવું
freedom (ફ્રીડમ) સ્વતંત્રતા
slavery (સ્લેવરી) દાસપણું

fat (ફેટ) જાડું
fierce (ફીયર્સ) નિર્દય
false (ફૉલ્સ) ખોટું
fine (ફાઇન) ઉમદા-સરસ
foolish (ફૂલિશ) મૂર્ખ
fresh (ફ્રેશ) તાજું
fear (ફિયર) ભય
guilty (ગિલ્ટી) દોષી
gain (ગેન) લાભ
good (ગુડ) સારું
guide (ગાઇડ) માર્ગદર્શન આપવું
handsome (હેંડસમ) સુંદર
high (હાઈ) ઊંચું
hard (હાર્ડ) કઠોર
humble (હંબલ) વિનમ્ર
honour (ઑનર) માન આપવું
joy (જોય) હર્ષ
knowledge (નૉલેજ) જ્ઞાન
kind (કાઈંડ) દયાળું
lie (લાઈ) જૂઠું
little (લિટલ) થોડું
masculine (મેસ્ક્યૂલિન) પુલ્લિંગ
make (મેક) બનાવવું
natural (નેચરલ) કુદરતી
noise (નોઇઝ) અવાજ
oral (ઓરલ) મૌખિક
pride (પ્રાઇડ) ઘમંડ
permanent (પરમેનન્ટ) કાયમી
presence (પ્રેઝન્સ) હાજર
profit (પ્રૉફિટ) નફો
prose (પ્રોઝ) ગદ્ય
quick (ક્વિક) તેજ
receive (રિસીવ) પ્રાપ્ત કરવું
reject (રિજેક્ટ) અસ્વીકાર
ripe (રાઇપ) પાકું
rough (રફ) ખડબચડું
remember (રિમેમ્બર) યાદ કરવું
rich (રિચ) ધનવાન
superior (સુપીરિયર) ઉચ્ચ પ્રકારનું
sharp (શાર્પ) તેજ
thick (થિક) જાડું
tragedy (ટ્રેજેડી) કરુણ
universal (યુનિવર્સલ) સાર્વજનિક

thin (થિન) પાતળું
gentle (જેન્ટલ) કોમળ
true (ટ્રૂ) સાચું
coarse (કોર્સ) જાડું
wise (વાઇઝ) ડાહ્યું
stale (સ્ટેલ) વાસી
courage (કરેજ) સાહસ
innocent (ઇનોસેંટ) નિર્દોષ
loss (લૉસ) હાનિ
bad (બૅડ) ખરાબ
misguide (મિસગાઇડ) ગેરમાર્ગે દોરવું
ugly (અગ્લી) બેડોળ
low (લો) નીચું
soft (સોફ્ટ) કોમળ
proud (પ્રાઉડ) ઘમંડી
dishonour (ડિસઑનર) અનાદર કરવો
sorrow (સૉરો) દિલગીરી
ignorance (ઇગ્નોરન્સ) અજ્ઞાન
cruel (ક્રૂઅલ) ક્રૂર
truth (ટ્રૂથ) સાચું
much (મચ) વધારે
feminine (ફેમિનિન) સ્ત્રીલિંગ
mar (માર) વિનાશ કરવો
artificial (આર્ટિફિશિયલ) બનાવટી
silence (સાયલેંસ) શાંતિ
written (રિટન) લેખિત
humility (હ્યુમિલિટી) વિનમ્રતા
temporary (ટેમ્પરરી) હંગામી
absence (એબસન્સ) ગેરહાજર
loss (લૉસ) નુકસાન
poetry (પોયેટ્રી) પદ્ય
slow (સ્લો) ધીરે
give (ગિવ) આપવું
accept (એક્સેપ્ટ) સ્વીકાર
raw (રૉ) કાચું
smooth (સ્મૂધ) સુવાળું
forget (ફર્ગેટ) ભૂલી જવું
poor (પુઅર) ગરીબ
inferior (ઇન્ફીરિયર) હલકા પ્રકારનું
dull (ડલ) ડફોળ
thin (થિન) પાતળું
comedy (કૉમેડી) હાસ્યરસિક
particular (પર્ટિક્યુલર) વ્યક્તિગત

victory (વિક્ટરી) વિજય — defeat (ડિફીટ) પરાજય
wild (વાઇલ્ડ) જંગલી — tame (ટેમ) પાળેલું
weak (વીક) નબળું — strong (સ્ટ્રૉન્ગ) મજબૂત
wisdom (વિઝડમ) બુદ્ધિ — folly (ફૉલી) મૂર્ખતા
youth (યૂથ) યુવક — aged (એજેડ) આધેડ

રાષ્ટ્રીયતા બતાવનારા શબ્દો
(WORDS DENOTING NATIONALITY)

ગુજરાતીમાં જેવી રીતે ચીન, બર્મા, અમેરિકા અને રશિયા વગેરે દેશના વાસીઓને અનુક્રમે ચીની, બર્મી, અમેરિકી, રશિયન વગેરે કહે છે, એ રીતે અંગ્રેજીમાં ક્રમશઃ ચાઇનીઝ, બર્મન, અમેરિકન, રશિયન વગેરે કહે છે. અંગ્રેજી શીખનારી વ્યક્તિઆને અંગ્રેજીમાં એ દેશો અને દેશવાસીઓને માટે યોગ્ય શબ્દ, જેથી અંગ્રેજીનો રંગ એની જીભ પર પડે, તે નીચે આપ્યા છે.

દેશ **Countries**	રહેવાસી **Inhabitants**	દેશ **Countries**	રહેવાસી **Inhabitants**
America અમેરિકા	American અમેરિકન	Iraq ઇરાક	Iraqi ઇરાકી
Argentina અર્જેન્ટિના	Argentine અર્જેન્ટિનિયન	Israel ઇઝરાઇલ	Israeli ઇઝરાયલી
Belgium બેલ્જિયમ	Belgian બેલ્જિયન	Italy ઇટાલી	Italian ઇટાલિયન
Bhutan ભૂતાન	Bhutanese ભૂતાનીઝ	Kuwait કુવૈત	Kuwaiti કુવૈતી
Burma બર્મા	Burmese બર્મીઝ	Malaya મલાયા	Malayan મલાયન
Canada કેનેડા	Canadian કેનેડિયન	Morocco મોરોક્કો	Moroccan મોરોક્કન
Ceylon સિલોન	Ceylonese સિલોનીઝ	Nepal નેપાળ	Nepalese નેપાલીઝ
China ચાઇના	Chinese ચાઇનીઝ	Pakistan પાકિસ્તાન	Pakistani પાકિસ્તાની
Egypt ઇજિપ્ત	Egyptian ઇજિપ્શીયન	Poland પોલૅન્ડ	Pole પોલ
England ઇંગ્લૅંડ	English ઇંગ્લિશ	Russia રશિયા	Russian રશિયન
France ફ્રાન્સ	French ફ્રેંચ	Sweden સ્વીડન	Swede સ્વીડ
Greece ગ્રીસ	Greek ગ્રીક	Turkey ટર્કી	Turk ટર્ક
India ઇન્ડિયા	Indian ઇન્ડિયન	Yugoslavia યુગોસ્લાવિયા	Yugoslav યુગોસ્લાવ

કેટલાંક મહત્ત્વપૂર્ણ વાક્યાંશ
(SOME IMPORTANT PHRASES)

કેટલીક રૂઢિપ્રયોગવાળી ઉપમાઓમાં એક પ્રકારનો (જોડમાં) શબ્દપ્રયોગ થાય છે. એ રૂઢિપ્રયોગનું રૂપ ગ્રહણ કરે છે, એથી જ આ શબ્દોમાં જરા પણ ફેરફાર ન થવો જોઈએ. આ રૂઢિપ્રયોગના શબ્દો અભિવ્યક્તિને વધુ જોરદાર બનાવે છે.

1. **Again and again** (અગેન ઍન્ડ અગેન) **વારંવાર**
   We should not commit mistakes again and again. – આપણે વારંવાર ભૂલો ન કરવી જોઈએ.
2. **Now and again** (નાઉ ઍન્ડ અગેન) **કોઈક વાર**
   Now and again, a genius is born. – મહાન પ્રતિભાઓ કોઈક વાર જન્મ લે છે.
3. **All in all** (ઑલ ઇન ઑલ) **સર્વસ્વ**
   Mahatma Gandhi was all in all in India. – મહાત્મા ગાંધી ભારતનું સર્વસ્વ હતા.
4. **All and sundry** (ઑલ ઍન્ડ સંડ્રી) **વ્યક્તિગત રૂપમાં અને સામૂહિક રૂપમાં આવેલા લોકો**
   All and sundry came to the meeting. – બહુ લોકો વ્યક્તિગત રૂપમાં અથવા સામૂહિક રૂપમાં સભામાં ઉપસ્થિત થયા.

5. **Back and belly** (બૅક ઍન્ડ બેલી) **કપડાં અને રોટલો**
The days are gone when the problems of a labourer were only back and belly – એ દિવસો ચાલ્યા ગયા કે જ્યારે મજૂરોની સમસ્યા કેવળ કપડાં અને ખાવાની જ હતી.

6. **Bag and baggage** (બૅગ ઍન્ડ બૅગેજ) **બૅગ-બિસ્ત્રા સહિત**
The British left India in 1947 with bag and baggage. – બ્રિટિશરો ૧૯૪૭માં બૅગ-બિસ્ત્રા સાથે ભારત છોડી ગયા.

7. **Before and behind** (બિફોર ઍન્ડ બિહાઇન્ડ) **આગળ વધીને**
In the second world war, our soldiers fought before and behind. – બીજા મહાયુદ્ધમાં આપણા સૈનિકો બૉર્ડર પર આગળ વધીને લડ્યા.

8. **Betwixt and between** (બિટવિક્સ્ટ ઍન્ડ બિટવીન) **અંદર અંદર અર્ધું અર્ધું વહેંચી લેવું**
Whatever they earn, they will share betwixt and between. – જે કંઈ કમાય છે તે પરસ્પર અર્ધું અર્ધું વહેંચી લેશે.

9. **Bread and butter** (બ્રેડ ઍન્ડ બટર) **જીવિકા કે રોજીરોટી**
One should be satisfied if one gets bread and butter. – જો પેટ ભરવા જેટલું મળે તો સંતોષ રાખવો જોઈએ.

10. **Fetch and carry** (ફેચ ઍન્ડ કેરી) **નાના હોદ્દા ઉપર રહેવું પસંદ કરવું**
I am content to fetch and carry, for uneasy lies the head that wears a crown. – હું નાના હોદ્દા ઉપર રહેવાનું પસંદ કરું છું કેમ કે જે સત્તાભાર સંભાળે છે તે શાંતિથી સૂઈ શકતા નથી.

11. **Goods and chattel** (ગુડઝ ઍન્ડ ચૅટલ) **સાથે લઈ જઈ શકાય એવી મિલકત**
We bought goods and chattel when we migrated to India. – જ્યારે અમે ભારત આવ્યા ત્યારે અમારી સાથે ચલ સંપત્તિ લઈ આવ્યા.

12. **Chock-a-block** (ચૉક-એ-બ્લૉક) **એકબીજામાં સંકળાયેલા, ગીચોગીચ**
The streets of Indian cities are notorious for chock-a-block. – ભારતીય નગરોની ગલીઓ એકબીજા સાથે સંકળાયેલી અને ગીચોગીચ મકાનો માટે પ્રસિદ્ધ છે.

13. **Pick and choose** (પિક ઍન્ડ ચૂઝ) **ધ્યાનથી પસંદ કરવું**
We must pick and choose our career before it is too late. – આપણે આપણું ભાવિ સમયસર પસંદ કરવું જોઈએ.

14. **Every now and again** (એવરી નાઉ ઍન્ડ અગેન) **વચ્ચે વચ્ચે આવવું, વારંવાર**
She comes to see me every now and again. – તે મને જોવા માટે વારંવાર આવે છે.

15. **See eye to eye** (સી આઈ ટુ આઈ) **પૂર્ણરૂપમાં સહમત થવું**
Who can see eye to eye with a diplomat? – એક રાજનીતિજ્ઞની સાથે કોણ પૂરેપૂરું સમંત થાય છે ?

16. **Face to face** (ફેસ ટુ ફેસ) **સામસામે**
We have a face to face talk, so we can understand each other's point of view. – આપણે સામસામે બેસી વાતચીત કરી તેથી હવે આપણે એકબીજાનાં દૃષ્ટિકોણ સમજી શકીએ છીએ.

17. **Fair and square** (ફેર ઍન્ડ સ્ક્વેર) **શુદ્ધ અને ઉચિત**
Let all our actions be fair and square. – આપણાં બધાં આચરણ શુદ્ધ અને યોગ્ય હો.

18. **Fee-faw-fum** (ફી-ફૉ-ફમ) **છોકરાંને ડરાવવાં-ધમકાવવાં**
India is not to be cowed down with Pakistan's fee-faw-fum. -- પાકિસ્તાનના શોર મચાવવાથી ભારતને ડરાવી શકાશે નહીં.

19. **Flux and reflux** (ફલક્સ ઍન્ડ રિફ્લક્સ) **વાદવિવાદ-ચર્ચા**
There was a great flux and reflux in the drawing room. – બેઠકમાં બહુ વાદવિવાદ થતો રહ્યો.

20. **Give and take** (ગિવ ઍન્ડ ટેક) **આપવું-લેવું**
Our life is a matter of give and take. – આપણું જીવન આપવા લેવાનો વિષય છે.

21. **Goody-goody** (ગુડી ગુડી) **ઉપર ઉપરથી સારા દેખાનારા**
The world is full of goody-goody people, but hardly a good man. – દુનિયામાં ઉપરથી સારા દેખાનારા લોકો ઘણા છે પરંતુ સારી વ્યક્તિઓ મુશ્કેલીથી મળે છે.

22. **Hand in hand** (હેંડ ઇન હેંડ) **સદ્ભાવપૂર્વક હાથ મેળવવા**
They walked hand in hand. – તેઓ હાથમાં હાથ મેળવીને એટલે કે સદ્ભાવપૂર્વક ચાલે છે.

23. **Haves and have-nots** (હૅવ્ઝ ઍન્ડ હૅવ-નૉટ્સ) **પૈસાદાર અને નિર્ધન**
There has always been a conflict between the haves and have-nots. – સદાયે પૈસાદાર અને ગરીબો વચ્ચે યુદ્ધ ચાલે છે.

24. **Hodge-podge** (હૉજ-પૉજ) **અસ્ત-વ્યસ્ત અથવા સંઘર્ષપૂર્ણ**
Life in big cities is hodge-podge. – મોટા શહેરોમાં જીવન સંઘર્ષપૂર્ણ હોય છે.

25. **Humpty-dumpty** (હમ્પ્ટી-ડમ્પ્ટી) **તૂટું તૂટું થઈ રહેવું**
Capitalism is humpty-dumpty these days. – સામ્રાજ્યાદ તૂટું તૂટું થઈ રહ્યો છે.

26. **Ins and outs** (ઇન્સ ઍન્ડ આઉટ્સ) **નાનામાં નાની વાતો જાણવી**
He knows all the ins and outs of this profession. – તે આ ધંધાની નાનામાં નાની બધી જ વાતો જાણે છે.

27. **Law and order** (લૉ ઍન્ડ ઑર્ડર) **અનુશાસન અને વ્યવસ્થા**
There can be no democracy without law and order. – અનુશાસન વિના પ્રજાતંત્ર રહી શકે નહીં.

28. **Off and on** (ઑફ ઍન્ડ ઑન) **જ્યારે-ત્યારે, વારંવાર**
He comes to your shop off and on. – એ તમારી દુકાને વારંવાર આવે છે.

29. **Rain or shine** (રેઇન ઑર શાઇન) **ખરાબ હવામાન હોય તોપણ**
Rain or shine, we must attend to our duties. – વર્ષા કે ગરમી હોય તોપણ આપણે આપણા કામ પર આવવું જોઈએ.

30. **Really and truly** (રિયલી ઍન્ડ ટ્રૂલી) **સાચે જ નિશ્ચિતરૂપમાં**
Really and truly, I will meet my friend at the bus stop. – હું મારા મિત્રને બસ ઉપર સાચે જ મળીશ.

31. **Tit for tat** (ટિટ ફૉર ટૅટ) **જેવા સાથે તેવા**
Tit for tat cannot end a dispute. – જેવા સાથે તેવા થવાથી ઝઘડો નીપટતો નથી.

32. **Tittle-tattle** (ટિટલ-ટૅટલ) **ગુસપુસ કરવી**
Tittle-tattle does not help anybody; we only kill time. – ગુસપુસ કરવાથી આપણે નકામો સમય બગાડીએ છીએ.

33. **Ups and downs** (અપ્સ ઍન્ડ ડાઉન્સ) **જીવનની વિષમતાઓ**
The great men rise through ups and downs in life. – મહાન વ્યક્તિ જીવનની વિષમતાઓની વચ્ચે ઊંચે આવે છે.

લોકો ગોટાળામાં પડી જાય એવા શબ્દો
(WORDS WHICH COMMONLY CONFUSE)

કોઈ પણ ભાષામાં શબ્દોનો યોગ્ય ઉપયોગ એક મુખ્ય બાબત છે. શબ્દોના યોગ્ય ઉપયોગ માટે નિરંતર અભ્યાસ અને પ્રયત્નની જરૂર છે. શબ્દનો પ્રયોગ કરતાં પહેલાં એનો અર્થ આવડવો જોઈએ. કેટલાક એવા શબ્દ હોય છે જે અલગ અલગ હોય, પણ બંનેના અર્થ એકબીજાને મળતા હોય છે. એવા શબ્દોને મનમાં ઉતારો અને પછી બંનેના અર્થમાં જે અંતર છે તેને વાક્ય દ્વારા સ્પષ્ટ રૂપમાં સમજી લો.

1. **admit** (એડમિટ)–સત્યના રૂપમાં સ્વીકાર કરવો
   confess (કન્ફેસ)–ભૂલ સ્વીકારવી
   (a) I am ready to *admit* that you are abler than I am–હું સ્વીકાર કરું છું કે તમે મારા કરતાં વધુ યોગ્ય છો.
   (b) He *confessed* his guilt before the judge–તેણે જજ પાસે પોતાનો ગુનો સ્વીકારી લીધો.

2. **among** (એમંગ)–બે કે વધુ વ્યક્તિઓ અને વસ્તુઓ વચ્ચે
   between (બિટ્વીન)–બે વ્યક્તિ કે વસ્તુઓ વચ્ચે
   (a) The property was divided *among* four children–સંપત્તિ ચાર બાળકોમાં વહેંચી દીધી.
   (b) The property was divided *between* two children–સંપત્તિ બે બાળકો વચ્ચે વહેંચી દીધી.

3. **amount** (એમાઉન્ટ)–જેને એક એક કરીને ગણાય નહીં એટલી માત્રા
   number (નંબર)–એક એક કરીને ગણી શકાય તેવું
   (a) A large *amount* of rice was delivered to the store-house–સ્ટોરને ઘણા મોટા જથ્થામાં ચોખા આપવામાં આવ્યા.
   (b) A large *number* of bags of rice was delivered–ચોખાની ઘણી બધી થેલીઓ આપી દીધી.

4. **anxious** (એંક્શિયસ)–ચિંતિત અથવા ચિંતાતુર
   eager (ઇગર)–ઉત્સુક અથવા ઉત્કંઠિત
   (a) We were *anxious* about our first aeroplane flight–અમે અમારી પહેલી વિમાનયાત્રા બાબતમાં ચિંતિત છીએ.
   (b) We are *eager* to fly again–અમે બીજી વાર વિમાનયાત્રા કરવા ઉત્સુક છીએ.

5. **apt** (એપ્ટ)–આદત હોવી
   liable (લાયેબલ)–જવાબદાર
   (a) Businessmen are *apt* to dictate letters carelessly–વ્યવસાયી લોકોની આદત બેપરવાઈથી પત્ર લખાવવાની હોય છે.
   (b) A businessman who dictates letters carelessly is *liable* to lose his cutomers–બેપરવાઈથી કાગળ લખનારો વેપારી, ગ્રાહક ગુમાવવા જવાબદાર હોય છે.

6. **artisan** (આર્ટિઝન)–કારીગર
   artist (આર્ટિસ્ટ)–કળાકાર
   (a) The carpenter is a good *artisan*–તે સુથાર સારો કારીગર છે.
   (b) Kalidas was a supreme *artist*–કાળિદાસ એક મહાન કલાકાર હતા.

7. **as** (એઝ)–યોજક શબ્દ જેના પછી ક્રિયા લાગે છે
   like (લાઇક)–પૂર્વ વિભક્તિ અથવા કારક ચિહ્નના રૂપમાં પ્રયોગ થાય છે
   (a) Do *as* I do, not as I say–જેમ હું કરું તેમ કરો, કહું તેમ નહીં.
   (b) Try not to behave *like* a child–બાળકની જેમ વર્તન ન કરવા પ્રયાસ કરો.

8. **audience** (ઑડિયન્સ)–શ્રોતાઓનો સમૂહ
   spectators (સ્પેક્ટેટર્સ)–દર્શકોનો સમૂહ
   (a) The speaker bored the *audience*–ભાષણ કરનારાઓએ ભાષણથી શ્રોતાઓને કાયર કરી નાખ્યા.
   (b) The slow hockey game bored the *spectators*–હૉકીના ધીમા ખેલથી દર્શકો તંગ આવી ગયા.

9. **better** (બેટર)–પહેલાં કરતાં સારું
   well (વેલ)–પૂરેપૂરું સ્વસ્થ
   (a) She is *better* today than she was a week ago–એ અઠવાડિયા ઉપર હતી તેનાથી આજે વધુ સારી છે.
   (b) In a month or two she will be *well*–એક યા બે મહિનામાં તે સ્વસ્થ થઈ જશે.

10. **both** (બોથ)–બંને (આ બંને અંદર અંદર સંબંધી થાય છે.)
    each (ઇચ)–બે અથવા બેથી વધારે લોકોમાં એક

(a) *Both* the sisters are beautiful–બંને બહેનો સુંદર છે.

(b) *Each* girl has a new book–દરેક છોકરી પાસે નવું પુસ્તક છે.

11. bring (બ્રિંગ)–લાવવું
take (ટેક)–લઈ જવું

(a) *Bring* a bread from the Bazar–બજારમાંથી એક ડબલ રોટી લાવો.

(b) *Take* your breakfast with you when you go to the school–જ્યારે તમે શાળાએ જાઓ ત્યારે તમારો નાસ્તો સાથે લેતા જાઓ.

12. can (કેન)–શારીરિક રૂપમાં સમર્થ
may (મે)–આજ્ઞા કે અનુમતિના રૂપમાં

(a) She is so weak that she *cannot* walk–તે એટલી કમજોર છે કે હરીફરી નથી શકતી.

(b) You *may* not walk on the green grass–લીલા ઘાસ પર તમે નહીં ચાલી શકો.

13. climate (ક્લાઈમેટ)–આબોહવા
weather (વેધર)–દરરોજનું વાતાવરણ-હવામાન

(a) I like the *climate* of Shimla better than that of Dehradun–મને દહેરાદૂન કરતાં સિમલાની આબોહવા વધુ ગમે છે.

(b) The *weather* was stormy–હવામાન તોફાની હતું.

14. couple (કપલ)–જોડું અથવા પતિ-પત્ની
pair (પેર)–વસ્તુની જોડી

(a) Two *couples* remained on dance floor–બે જોડાં (પતિ-પત્ની) ડાન્સના ફર્શ પર રહી ગયા.

(b) I have new *pair* of shoes–મારી પાસે નવા જૂતાની જોડી છે.

15. despise (ડિસ્પાઈઝ)–ધૃણા કરવી
detest (ડિટેસ્ટ)–પસંદ ન કરવું

(a) Some persons *despise* the poor–કેટલાક લોકો ગરીબો તરફ નફરત બતાવે છે.

(b) I *detest* hot weather–હું ગરમી પસંદ નથી કરતો.

16. each other (ઈચ અધર)–એકબીજા, પરસ્પર
one another (વન અનધર)–એકબીજાથી (વધુ વ્યક્તિઓ)

(a) Kavya and Saumya have known *each other* for ten years–કાવ્યા અને સૌમ્યા એકબીજીને દસ વર્ષથી જાણે છે.

(b) These four girls have known *one another* for ten years–એ ચાર છોકરીઓ એકબીજીને દસ વર્ષથી જાણે છે.

17. former (ફૉર્મર)–બેમાં પહેલો
latter (લેટર)–બેમાં બીજો

(a) The *former* half of the film was dull–ફિલ્મનો પહેલો અર્ધો ભાગ નીરસ હતો.

(b) The *latter* half of the film was interesting–ફિલ્મનો પાછળનો અર્ધો ભાગ રસપ્રદ હતો.

18. habit (હેબિટ)–વ્યક્તિગત સ્વભાવ કે આદત
custom (કસ્ટમ)–સમાજગત ચલણ કે પ્રથા

(a) He is in the *habit* of gambling–તેને જુગાર રમવાની આદત છે.

(b) It is the *custom* among the Hindus to burn the dead–હિંદુઓમાં મુડદાં બાળવાની પ્રથા છે.

19. if (ઈફ)–શરતસૂચક અવ્યય 'જો'
whether (વેધર)–વિકલ્પસૂચક

(a) She will get through the examination *if* she works hard–જો તે મહેનત કરશે તો પાસ થઈ જશે.

(b) She asked me *whether* I intended to go to cinema–એણે મને પૂછ્યું કે શું હું સિનેમા જોવા ઇચ્છું છું.

20. if it was (ઈફ ઈટ વૉઝ)–જો એમ હોય તો
if it were (ઈફ ઈટ વેર)–જો આમ હોત તો

(a) *If* my shirt *was* there in the morning, it should be there now–જો મારું ખમીસ સવારે ત્યાં હતું તો અત્યારે પણ ત્યાં જ હોવું જોઈએ.

(b) *If it were* summer now, we would all

have gone to Shimla–જો હાલ ગરમી હોત તો આપણે બધા શિમલા ગયા હોત.

21. in (ઇન)–માં, અંદર (ગતિ નથી હોતી)
into (ઇન્ટુ)–માં કે અંદર (એક જગાએથી બીજી જગાએ ગતિ હોય છે)

(a) The papers are *in* my drawer–મારા ખાનામાં કાગળ છે.

(b) You put the papers *into* my drawer–તમે મારા ખાનામાં કાગળ મૂક્યા.

22. learn (લર્ન)–જ્ઞાન પ્રાપ્ત કરવું
teach (ટીચ)–જ્ઞાન આપવું

(a) I have *learnt* much from this book–મેં આ પુસ્તકમાંથી બહુ કંઈ શીખ્યું છે.

(b) You *taught* me English–તમે મને અંગ્રેજી શીખવ્યું છે.

23. leave (લીવ)–છોડવું (મુખ્ય ક્રિયા છે)
let (લેટ)–અનુમતિ આપવી (સહાયક છે એની સાથે ક્રિયા લાગે છે)

(a) *Leave* this room at once–આ રૂમ તરત છોડી દો.

(b) *Let* me go now–હવે મને જવા દો. (અહીં સહાયક ક્રિયા go જરૂરી છે.

24. legible (લેજિબલ)–વાંચી શકાય તેવો
readable (રિડેબલ)–વાંચવા જેવો

(a) Your hand-writting is not *legible*–તમારા અક્ષર વાંચી શકાતા નથી.

(b) This book is not *readable* because it is obscene–આ પુસ્તક વાંચી શકાય તેમ નથી કેમ કે એ અશ્લીલ છે.

25. many (મેની)–બહુ જ (સંખ્યાવાચક)
much (મચ)–બહુ જ (પરિમાણવાચક)

(a) There were *many* students in the class–કક્ષામાં ઘણા વિદ્યાર્થીઓ છે.

(b) We have got *much* milk–અમારી પાસે બહુ જ દૂધ છે.

26. may (મે)–શકવું; સંભાવનાના અર્થમાં વર્તમાનકાળમાં વપરાય
might (માઇટ)–શકવું; ભૂતકાળમાં વપરાય

(a) I hope that he *may* come today–હું આશા રાખું છું કે તે આજે આવી શકશે.

(b) He *might* have come if you have written a letter–તમે પત્ર લખ્યો હોત તો તે આવત.

27. patron (પેટ્રન)–સમર્થક
customer (કસ્ટમર)–ખરીદનાર

(a) The artist thanked his *patrons* who eagerly waited for his art items–કલાકારે કલાકારોની પ્રતીક્ષા કરનારને ધન્યવાદ આપ્યા.

(b) The shopkeeper attended his *customers*–દુકાનદારે ગ્રાહકોને વસ્તુ વેચી.

28. people (પીપલ)–લોકો (વ્યક્તિઓનું જૂથ સ્વરૂપ)
persons (પર્સન્સ)–બહુ જ લોકો

(a) The *people* of India were poor–ભારતના લોકો ગરીબ હતા.

(b) Only thirteen *persons* remained in the cinema-hall after the interval–મધ્યાંતર પછી કેવળ ૧૩ વ્યક્તિ સિનેમા હૉલમાં રહી ગઈ.

29. recruitment (રિક્રૂટમેન્ટ)–ભરતી
employment (એમ્પ્લૉયમેન્ટ)–નોકરી

(a) The *recruitment* of soldiers is going on–સૈનિકોની ભરતી ચાલી રહી છે.

(b) Vivek is in search of *employment*–વિવેક નોકરીની તપાસમાં છે.

30. rob (રોબ)–કોઈ પણ વ્યક્તિ પાસેથી બળપૂર્વક વસ્તુ છીનવી લેવી
steal (સ્ટીલ)–કોઈ વસ્તુ ચોરી લેવી

(a) The robbers usually *rob* way-farers at night–લૂંટારા ઘણુંખરું રાત્રે યાત્રીઓને લૂંટે છે.

(b) Bad boys *steal* books of their class fellows–ખરાબ છાકેરાઓ તેમના વર્ગના છોકરાઓની ચોપડીઓ ચોરે છે.

31. shall (શેલ)–ભવિષ્યકાળ 'I' and 'we' સાથે લાગે તેવી સહાયક ક્રિયા જેવી કે, I *shall*
will (વિલ) we *will*–ભવિષ્યકાળની he, she, it, they, youની સાથે લાગનારી સહાયક ક્રિયા જેમ કે he will, they will; પરંતુ દૃઢ નિશ્ચય પ્રકટ કરવો હોય તો shall અને will અંદર અંદર બદલાઈ જાય છે, જેમ કે–

(a) I *will* reach in time–હું સમય પર (જરૂર) પહોંચીશ.

(b) You *shall* not reach in time–તમે સમયસર (નિશ્ચિત) નહીં જ પહોંચો.

32. state (સ્ટેટ)–એટલે કે ઔપચારિક રૂપમાં કહેવું
say (સે)–એટલે કે સામાન્ય રૂપમાં કહેવું

(a) Indian ambassador *stated* the terms for a ceasefire agreement–ભારતીય રાજદૂતે યુદ્ધવિરામ સંધિ માટે શરત રાખી.

(b) You *say* that you will not complete the job–તમે કહો છો કે તમે કામ પૂરું નહીં કરો.

33. stay (સ્ટે)–એટલે કે રહેવું
stop (સ્ટોપ)–રોકવું

(a) We *stayed* at the hotel for two days only–અમે કેવળ બે દિવસ માટે હોટેલમાં રહ્યા.

(b) We *stopped* our journey and returned home–અમે પોતાની યાત્રા સમાપ્ત કરીને ઘેર પાછા ફર્યા.

34. tender (ટેન્ડર)–ઔપચારિક રૂપમાં પ્રસ્તુત કરવું
give (ગિવ)–સ્વેચ્છાપૂર્વક આપવું, દાન કરવું

(a) The discredited official *tendered* his resignation–બદનામ થયેલા અધિકારીએ પોતાનું ત્યાગપત્ર આપી દીધું.

(b) He *gave* testimony readily before the jury–તેણે જ્યૂરી સામે સ્વેચ્છાપૂર્વક પ્રમાણપત્ર આપ્યું.

35. testimony (ટેસ્ટિમની)–કેવળ મૌખિક રૂપમાં આપેલ સૂચના કે પ્રમાણ
evidence (એવિડન્સ)–મૌખિક કે લેખિત રૂપમાં આપેલું પ્રમાણ

(a) He readily gave *testimony* to the jury–તેણે ન્યાયસભા સમક્ષ સ્વેચ્છાપૂર્વક પ્રમાણપત્ર પ્રસ્તુત કર્યાં.

(b) The defendant presented written *evidence* to prove she was not present at the scene–ઘટના સમયે ત્યાં હાજર ન હતી એવું લેખિત પ્રમાણ તેણે આપ્યું.

36. win (વિન)–રમતમાં જીતવું
beat (બીટ)–રમતમાં હરાવવું

(a) Hurrah! we *won* the match!– અહા! અમે મેચ જીતી ગયા.

(b) I *beat* you while playing cards–હું પત્તાં રમવામાં તમને હરાવી દઉં છું.

અંગ્રેજીમાં ઘણા શબ્દો એવા છે કે જેનો ઉચ્ચાર એકબીજાને મળતો હોય છે, પણ અર્થ જુદો જુદો હોય છે. એવા શબ્દોમાં સારું ભણેલી વ્યક્તિઓ પણ ભૂલ કરી નાખે છે. આપણું અંગ્રેજી ભાષાનું જ્ઞાન સારામાં સારું હોય તોપણ જો તમે કે તમારામાંથી કોઈ વ્યક્તિ આવી બે-ચાર ભૂલો કરે તો એના ભાષાજ્ઞાનનો પ્રભાવ બીજા ઉપર સારો ન પડી શકે. આ શબ્દોના અર્થભેદને સમજીને મનમાં ઉતારો.

37. accept (એક્સેપ્ટ)–સ્વીકાર કરવું *(verb)*
except (એક્સેપ્ટ)–સિવાય *(prep.)*

(a) He *accepted* my advice in this matter–તેણે આ વિષયમાં મારો મત સ્વીકારી લીધો છે.

(b) All the staff *except* juniors has been called–નાના કર્મચારીઓને બાદ કરતાં બાકીના કર્મચારીઓને બોલાવી દીધા છે.

38. access (એક્સેસ)–પહોંચ *(noun)*
excess (એક્સેસ)–વધારે *(noun)*

(a) He was a poor fellow and had no *access* to the higher authorities–તે એક ગરીબ માણસ હતો અને મોટા અધિકારીઓ સુધી એની પહોંચ ન હતી.

(b) *Excess* of money is responsible for many evils–વધુ પડતું ધન કેટલીયે ખરાબીઓ લાવે છે.

39. adapt (એડૅપ્ટ)–અનુકૂળ બનાવવું, નવું રૂપ આપવું *(verb)*
adopt (એડૉપ્ટ)–અપનાવવું *(verb)*
adept (એડેપ્ટ)–કુશળ *(adjective)*

(a) One must learn to *adapt* oneself to circumstances–માણસે પરિસ્થિતિને અનુકૂળ થતાં શીખવું જોઈએ.

(b) He *adopted* teaching as his profession–તેણે શિક્ષણને વ્યવસાય બનાવ્યો છે.

(c) He is an *adept* carpenter–તે બહુ જ કુશળ સુથાર છે.

40. addition (ઍડિશન)–વધારો *(noun)*
edition (એડિશન)–પુસ્તકનું સંસ્કરણ પ્રકાશન *(n.)*

(a) Some alterations and *additions* have been done in this book–આ પુસ્તકમાં કેટલાંક પરિવર્તન અને વધારા કરાયા છે.

(b) Third and the latest *edition* of the Bhagavad Gita has been published–ભગવદ્‌ગીતાનું ત્રીજું અને છેલ્લામાં છેલ્લું સંસ્કરણ પ્રકાશિત થઈ ગયું છે.

41. adverse (ઍડવર્સ)–દૂર્ભાગ્યપૂર્ણ *(adj.)*
averse (એવર્સ)–કોઈ પણ કામ કરવાને અનિચ્છા ધરાવનાર *(adjective)*

(a) You took the *adverse* decision because you have no good taste–તમે અનિચ્છનીય નિર્ણય લીધો કેમ કે તમારી રૂચિ સારી નથી.

(b) In modern time most of the students are *averse* to hard work–આધુનિક સમયમાં મોટા ભાગના વિદ્યાર્થીઓ પરિશ્રમ કરતાં ડરે છે.

42. affect (ઍફેક્ટ)–પ્રભાવિત કરવું *(verb)*
effect (ઇફેક્ટ)–પ્રભાવ *(noun)*
effect (ઇફેક્ટ)–અસર થવી *(verb)*

(a) Your manners must *affect* your future–તમારો આચાર-વ્યવહાર તમારા ભવિષ્યને પ્રભાવિત કરે છે.

(b) His speech produced no *effect* on the audience–તેના ભાષણનો શ્રોતાઓ ઉપર કોઈ પ્રભાવ ન પડ્યો.

(c) The new principal *effected* many changes in the school–નવા પ્રિન્સિપાલે વિદ્યાલયમાં કેટલાંક નવાં પરિવર્તન કર્યાં છે.

43. all ready (ઑલ રેડી)–બધા જ તૈયાર
already (ઑલ્રેડી)–પહેલેથી જ

(a) We were *all ready* to quit when the class-teacher arrived–જ્યારે શિક્ષક પહોંચ્યા ત્યારે અમે બધા જવા તૈયાર હતા.

(b) We had *already* begun writing when the class-teacher arrived–વર્ગશિક્ષક પહોંચ્યા તે પહેલાં જ અમે લખવાનું શરૂ કરી દીધું હતું.

44. all together (ઑલ ટુગેધર)–બધાં મળીને
altogether (ઑલ્ટુગેધર)–પૂરી રીતે

(a) The boys and girls sang *all together*–છોકરા છાકેરીઓએ ભેગાં મળીને ગાયું.

(b) This was *altogether* strange for a person of my type–મારા જેવા માણસ માટે આ વાત પૂરી રીતે વિચિત્ર હતી.

45. all ways (ઑલ વેઝ)–બધી રીતે
always (ઑલ્વેઝ)–સદાયે

(a) The scheme was in *all ways* acceptable to the masses–યોજના બધી જ રીતે જનતાને સ્વીકાર્ય હતી.

(b) *Always* remember what you want to do–તમે જે કરવા ઇચ્છો છો તેને સદા યાદ રાખો.

46. altar (ઑલ્ટર)–પૂજા કે વેદી *(noun)*
alter (ઑલ્ટર)–બદલવું *(verb)*

(a) He knelt down before the *altar* and took a vow not to touch wine all his life–તેણે પૂજાની વેદી પાસે પ્રણામ કરીને પ્રતિજ્ઞા લીધી કે સારીયે જિંદગી દરમિયાન તે શરાબને અડશે નહીં.

(b) I cannot *alter* my plans now–હવે હું મારી યોજનાઓ બદલી શકતો નથી.

47. amend (અમેન્ડ)–શુદ્ધ કરવું *(verb)*
emend (એમેંડ) કોઈ સાહિત્ય કૃતિનું સંપાદન કરવું *(verb)*

(a) *Amend* your mistakes when and where you find–જ્યાં જ્યાં તમારી ભૂલો દેખાય ત્યાં ત્યાં તે સુધારો.

(b) Before publication, first part of the book had to be *emended*–પ્રકાશન પહેલાં પુસ્તકના પહેલા ભાગનું સંપાદન કરવું જરૂરી છે.

48. alternate (ઑલ્ટરનેટ)–એક દિવસ છોડીને *(adj.)*
alternative (ઑલ્ટરનેટિવ)–વિકલ્પ *(noun)*

(a) The doctor comes to see him on every *alternate* day–ડૉક્ટર દરેક આંતરે દિવસે તેને જોવા આવે છે.

(b) There was no other *alternative*, so I agreed to the terms–બીજો કોઈ વિકલ્પ ન હોવાથી મેં શરતો સ્વીકારી છે.

49. **bazaar** (બજાર)–માર્કેટ, વસ્તુઓ વેચાય તે બજાર*(n.)*
bizarre (બિઝારે)–બેડોળ કે વિચિત્ર *(adjective)*
(a) She went to *bazaar* for shopping–તે વસ્તુઓ ખરીદવા બજાર ગઈ.
(b) She dresses in a *bizarre* manner–તે વિચિત્ર ઢંગથી કપડાં પહેરે છે.

50. **berth** (બર્થ)–સૂવા કે બેસવાની જગા (noun)
birth (બર્થ)–જન્મ (noun)
(a) She got a *berth* reserved for herself in Gujarat Mail–તેણે ગુજરાત મેલમાં પોતાના માટે જગા સુરક્ષિત રાખી છે.
(b) What is your date of *birth*?–તમારી જન્મ તારીખ શું છે?

51. **beside** (બિસાઇડ)–નજીક, બાજુમાં
besides (બિસાઇડ્ઝ)–એ સિવાય પણ, ઉપરાંત
(a) His house is *beside* the post office–તેનું મકાન પોસ્ટ ઑફિસની પાસે છે.
(b) The agents get commission *besides* their salary–પ્રતિનિધિ એમના પગાર સિવાય કમિશન પણ મેળવે છે.

52. **boar** (બોર)–જંગલી સુવર *(noun)*
bore (બોર)–કાણું પાડવું *(verb)*
(a) The hunter shot a wild *boar*–શિકારીએ એક જંગલી સુવરનો શિકાર કર્યો.
(b) They *bore* a hole in the soil to take out oil–તેમણે તેલ કાઢવા માટે જમીનમાં કાણું પાડ્યું.

53. **born** (બૉર્ન)–ઉત્પન્ન થવું, જન્મવું *(verb)*
borne (બોર્ન)–ઉઠાવવું *(verb)*
(a) When I was *born* I don't know–હું ક્યારે જન્મ્યો હતો તેની મને ખબર નથી.
(b) We have *borne* our burden with patience–અમે અમારો ભાર શાંતિપૂર્વક ઉઠાવ્યો.

54. **breath** (બ્રેથ)–શ્વાસ *(noun)*
breathe (બ્રીધ)–શ્વાસ લેવો *(verb)*
breadth (બ્રેડથ)–પહોળાઈ *(noun)*
(a) Before you dive in, take a deep *breath*–ડૂબકી મારતાં પહેલાં લાંબા શ્વાસ લો.
(b) It is difficult to *breathe* in the store room–સ્ટોર રૂમમાં શ્વાસ લેવો મુશ્કેલ છે.
(c) In a square, the *breadth* is equal to the length–ચોરસમાં લંબાઈ ને પહોળાઈ સમાન હોય છે.

55. **canvas** (કૅન્વાસ)–જાડું કપડું *(noun)*
canvass (કૅન્વસ)–વોટ માગવો *(verb)*
(a) *Canvas* bags are very strong–કૅન્વાસના થેલા બહુ મજબૂત હોય છે.
(b) Students were *canvassing* for their candidate–વિદ્યાર્થીઓ પોતાના ઉમેદવાર માટે વોટ માગી રહ્યા હતા.

56. **cease** (સીઝ)–બંધ કરવું, રોકવું *(verb)*
seize (સીઝ)–પકડવું, જપ્ત કરવું *(verb)*
(a) Please *cease* making noise–કૃપા કરીને અવાજ બંધ કરો.
(b) The policeman *seized* the stolen articles–સિપાઈએ ચોરીનો સામાન જપ્ત કરી લીધો.

57. **cent** (સેંટ)–એક સિક્કો *(noun)*
scent (સેંટ)–સુગંધી દ્રવ્ય *(noun)*
(a) *Cent* is a little coin of America–સેંટ અમેરિકાનો એક નાનો સિક્કો છે.
(b) The *scent* of flowers is very pleasing–ફૂલોની સુગંધી બહુ જ આનંદદાયક છે.

58. **childish** (ચાઇલ્ડિશ)–બાળક જેવો સ્વભાવ
childlike (ચાઇલ્ડલાઇક)–ભોળા સ્વભાવવાળો
(a) You have *childish* habits and are not yet matured–તમારી આદતો બાળક જેવી છે, હજુ તમે પરિપક્વ થયા નથી.
(b) We like his *childlike* habits–અમને એનો ભોળો સ્વભાવ બહુ જ પસંદ છે.

59. **choose** (ચૂઝ)–પસંદ કરવું *(verb)*
chose (ચોઝ)–chooseનું ભૂતકાળનું રૂપ
(a) *Choose* what you want–જે જોઈએ તે પસંદ કરી લો.
(b) I finally *chose* singing for a career–મેં અંતમાં ગાવાને ધંધાના રૂપમાં પસંદ કર્યું.

60. **cite** (સાઈટ)–દૃષ્ટાંત આપવું *(verb)*
sight (સાઈટ)–દૃશ્ય *(noun)*
site (સાઈટ)–સ્થાન *(noun)*

(a) He was fond of *citing* from the Ramayana–તે રામાયણમાંથી દૃષ્ટાંત આપવાનો શોખીન હતો.

(b) The *sight* of Qutub Minar is worth seeing–કુતુબમિનારનું દૃશ્ય જોવાલાયક છે.

(c) His father is seeking a *site* for his new shop–તેના પિતાજી એમની નવી દુકાન માટે સ્થાન શોધે છે.

61. **comic** (કૉમિક)–મજાક કરનાર *(adjective)*
comical (કૉમિકલ)–બેડોળ સ્વરૂપ, જે જોઈને હસવું આવે

(a) A clown is a *comic* figure–જોકર એક મજાક કરનાર હોય છે.

(b) The peculiar dress she wore gave her a *comical* appearance–વિચિત્ર વેશભૂષા પહેરીને તેનું સ્વરૂપ હાસ્યપાત્ર બન્યું છે.

62. **complement** (કૉમ્પ્લિમેંટ)–પૂરક ભાગ *(noun)*
compliment (કૉમ્પ્લિમેંટ)–પ્રણામ *(noun)*
compliment (કૉમ્પ્લિમેંટ)–પ્રશંસા કરવી *(noun)*

(a) Her husband's wit was *complement* to her beauty–એના પતિની બુદ્ધિ એના સૌંદર્યની પૂરક હતી.

(b) Please pay my *compliments* to your father–કૃપા કરીને તમારા પિતાજીને મારા પ્રણામ કહેજો.

(c) Her husband paid her a *compliment*–એના પતિએ એની પ્રશંસા કરી.

63. **conscience** (કૉન્શન્સ)–વિવેક, અંતરનો અવાજ*(n.)*
cautious (કૉશિયસ)–સાવધાન *(adjective)*
conscious (કૉન્શસ)–સચેત *(adjective)*

(a) One should have a clear *conscience*–માણસનો વિવેક સ્પષ્ટ હોવો જોઈએ.

(b) One should be extremely *cautious* while driving–ગાડી ચલાવતી વખતે માણસે બહુ સાવધાન રહેવું જોઈએ.

(c) He was *conscious* that he was being followed–તેને ખબર હતી કે તેનો પીછો થઈ રહ્યો છે.

64. **consistently** (કન્સિસ્ટંટલી)–સંગતિપૂર્વક, અનુસાર *(adverb)*
constantly (કૉન્સ્ટન્ટલી)–નિરંતર *(adverb)*

(a) If you want to give advice to others, first act *consistently* with that advice–જો તમે બીજાને ઉપદેશ આપવા માંગતા હો તો તે ઉપદેશ અનુસાર પોતે આચરણ કરો.

(b) Doctors *constantly* warn against smoking–ડૉક્ટર એકધારા ધૂમ્રપાનના વિરોધમાં ચેતવણી આપે છે.

65. **continual** (કન્ટિન્યુઅલ)–લગાતાર, વારંવાર *(adj.)*
continuous (કન્ટિન્યૂઅસ)–એકધારું *(adjective)*

(a) The teacher gave the class *continual* warning–અધ્યાપકે વર્ગને વારંવાર ચેતવણી આપી.

(b) We had *continuous* rain yesterday for many hours–કાલે અમારે ત્યાં કેટલાય કલાકો સુધી એકધારો વરસાદ પડ્યો હતો.

66. **contract** (કૉન્ટ્રૅક્ટ)–એકરારનામુ
contract (કૉન્ટ્રૅક્ટ)–સંકોચાવું

(a) He has signed a *contract* for going abroad–તેણે પરદેશ જવા માટે એક એકરારનામા પર સહી કરી.

(b) Some metals *contract* on cooling–કોઈ કોઈ ધાતુ ઠંડી થયા પછી સંકોચાય છે.

67. **course** (કોર્સ)–પાઠ્યક્રમ *(noun)*
coarse (કોર્સ) બરછટ *(adjective)*

(a) What is the *course* of your studies? –તમારા ભણવાનો પાઠ્યક્રમ શું છે?

(b) This cloth is very *coarse*.–આ કાપડ બહુ બરછટ છે.

68. **credible** (ક્રેડિબલ)–વિશ્વાસપાત્ર *(adj.)*
creditable (ક્રેડિટેબલ)–પ્રશંસા યોગ્ય *(adj.)*
credulous (ક્રેડ્યુલસ)–શીઘ્ર વિશ્વાસ રાખે તેવા *(adj.)*

(a) The story does not appear *credible*—વાત વિશ્વાસપાત્ર નથી.

(b) His success in examination is *creditable*—પરીક્ષામાં તેની સફળતા પ્રશંસાપાત્ર છે.

(c) Shiela is very *credulous*, she believes in what she is told—શીલા શીઘ્ર વિશ્વાસ કરે તેવી છે, તેને જે કંઈ કહેવામાં આવે તેનો એ વિશ્વાસ કરે છે.

69. decease (ડિસીસ)—મૃત્યુ *(noun)*
disease (ડિઝીઝ)—રોગ, બીમારી *(noun)*

(a) The Government announced the *decease* of Hitendra Desai—સરકારે હિતેન્દ્ર દેસાઈના મૃત્યુની જાહેરાત કરી.

(b) Cholera is a deadly *disease*—કૉલેરા ભયાનક રોગ છે.

70. deference (ડેફરન્સ)—સન્માન *(noun)*
difference (ડિફરન્સ)—અંતર *(noun)*

(a) In *deference* to his father's memory we did not play yesterday—તેના પિતાની સ્મૃતિના સન્માનમાં અમે કાલે રમ્યા નહીં.

(b) There is a *difference* of opinion on this subject—આ વિષય ઉપર આપણા વિચારોમાં અંતર છે.

71. desert (ડેઝર્ટ)—રણ વિસ્તાર *(noun)*
desert (ડિઝર્ટ)—છોડી દેવું *(verb)*
dessert (ડિઝર્ટ)—ભોજન કર્યા બાદ પીરસાતું મિષ્ટાન્ન *(noun)*

(a) Kutch is a *desert*—કચ્છ રણ પ્રદેશ છે.

(b) An ideal husband must not *desert* his wife—આદર્શ પતિએ એની પત્નીને છોડવી ન જોઈએ.

(c) The party was served with apple and fruit cream as *dessert*—પાર્ટીને ભોજન કર્યા બાદ મિષ્ટાન્ન રૂપે સફરજન અને ફ્રૂટક્રીમ આપ્યું.

72. disinterested (ડિસ્ઈન્ટરેસ્ટેડ)—સ્વાર્થ રહિત, તટસ્થ-નિષ્પક્ષ *(adjective)*
uninterested (અન્ઈન્ટરેસ્ટેડ)—રૂચિહીન *(adj.)*

(a) The judge must always be a *disinterested* party in trial—કોઈ વિવાદમાં ન્યાયધીશે સદા નિષ્પક્ષ રહેવું જોઈએ.

(b) I am *uninterested* in games, so I returned home early—મને રમતોમાં રસ ન હોવાથી હું ઘેર જલદી પાછો ફર્યો.

73. dual (ડ્યૂઅલ)—બે બાજુની, બે અર્થવાળું *(adj.)*
duel (ડ્યૂઅલ)—દ્વંદ્વયુદ્ધ *(adjective)*

(a) Some persons have *dual* personality. They say something and do otherwise—કેટલીક વ્યક્તિઓનું વ્યક્તિત્વ બે તરફી હોય છે. તે કહે છે કંઈ અને કરે છે બીજું જ.

(b) They fought a *duel* and one person was fatally injured—એમનું દ્વંદ્વયુદ્ધ થયું અને એક વ્યક્તિ બૂરી રીતે ઘાયલ થઈ.

74. eligible (એલિજિબલ)—પસંદ કરવા યોગ્ય *(adj.)*
illegible (ઇલેજિબલ)—અસ્પષ્ટ એટલે કે વાંચી ન શકાય તેવું *(adjective)*

(a) Only a graduate is *eligible* for this post—કેવળ સ્નાતક થયેલી વ્યક્તિ જ આ પદ માટે પસંદ કરી શકાય છે.

(b) Your hand writting is *illegible*—તમારા અક્ષર અસ્પષ્ટ છે.

75. expand (એક્સપૅંડ)—ફેલાવું *(verb)*
expend (એક્સપેંડ)—ખર્ચવું *(verb)*

(a) As the work increases we shall have to *expand* our office space—જેમ જેમ કામ વધશે તેમ આપણે દફતરની જગ્યા વધારવી પડશે.

(b) We should not *expend* all our energy on one project—આપણે આપણી બધી જ શક્તિ એક જ કામ ઉપર લગાડી દેવી ના જોઈએ.

76. fair (ફેર)—મેળો *(noun)*
fair (ફેર)—યોગ્ય
fair (ફેર)—સાફ

(a) Many people attend the National Book *Fair*—ઘણા લોકો રાષ્ટ્રીય પુસ્તક મેળામાં જાય છે.

(b) We must always play a *fair* game–આપણે હંમેશાં યોગ્ય રીતે જ રમત રમવી જોઈએ.

(c) She is *fair*-complexioned and *fair*-haired–તે ગોરા રંગની અને હલકા ભૂરા વાળવાળી છે.

77. fare (ફેર)–ભાડું *(noun)*
fare (ફેર)–પ્રગતિ *(verb)*

(a) What is the rail *fare* from Ahmedabad to Bharuch?–અમદાવાદથી ભરૂચનું રેલભાડું શું છે ?

(b) How did you *fare* in your examinations?–પરીક્ષામાં તારી પ્રગતિ કેવી રહી?

78. farther (ફારધર)–દૂર
further (ફરધર)–આગળ

(a) Bhuj is *farther* from Ahmedabad than Rajkot–ભૂજ રાજકોટને સરખાવતાં અમદાવાદથી દૂર છે.

(b) Proceed *further*, please–કૃપા કરીને આગળ વધો.

79. fewer (ફ્યૂઅર)–થોડી જ વસ્તુઓ કે વ્યક્તિઓ (ગણતરી થાય તે)
less (લેસ)–જે ઢગલામાં ઓછી દેખાય તેવી વસ્તુ

(a) The doctor attended *fewer* patients than last week–દાક્તરે ગયા અઠવાડિયા કરતાં આ અઠવાડિયે ઓછા દર્દીને તપાસ્યા.

(b) I have *less* money in my pocket than you have–તમારા કરતાં મારા ગજવામાં ઓછા પૈસા છે.

80. feel good (ફીલ ગુડ)–પ્રસન્ન થવું
feel well (ફીલ વેલ)–સ્વસ્થ થવું

(a) She *feels* very *good* about her recent promotion–તેની હાલની પદ વૃદ્ધિથી તે ખૂબ જ પ્રસન્ન છે.

(b) Winter weather always made him *feel well*–ઠંડીમાં તે હંમેશાં સ્વસ્થ રહે છે.

81. formally (ફૉર્મલી)–ઔપચારિક રૂપથી *(adv.)*
formerly (ફૉર્મર્લી)–ભૂતપૂર્વ *(adverb)*

(a) The letter was written *formally* by me–મેં પત્ર ઔપચારિક રૂપમાં લખ્યો હતો.

(b) He was *formerly* a minister–પહેલાં એ એક મંત્રી હતા.

82. forth (ફૉર્થ)–આગળ
fourth (ફોર્થ)–ચોથો

(a) They went *forth* like an ancient warrior–તે એક પુરાણા યોદ્ધાની જેમ આગળ વધ્યા.

(b) The *fourth* of every month is our pay day–દર મહિનાની ચોથી તારીખ અમારા પગારનો દિવસ છે.

83. hair (હેર)–વાળ
heir (એર)–વારસ
hare (હેર)–સસલું

(a) The colour of Dipti's *hair* is golden–દિપ્તિના વાળનો રંગ સોનેરી છે.

(b) The eldest prince is *heir* to the throne–મોટો રાજકુમાર રાજગાદીનો વારસ હોય છે.

(c) The *hare* runs very fast.–સસલું બહુ તેજ દોડે છે.

84. hanged (હૅંગ્ડ)–ફાંસી આપવી
hung (હંગ)–વસ્તુ લટકાવવી

(a) The prisoner was *hanged* at dawn–કેદીને સૂર્યોદય થતાં ફાંસી પર ચડાવી દીધો.

(b) The picture was *hung* on the wall–ભીંત ઉપર ચિત્ર લટકાવેલું હતું.

85. holy (હોલી)–પવિત્ર *(adj.)*
wholly (હોલ્લી)–સંપૂર્ણરૂપે *(adverb)*

(a) Diwali is our *holy* festival–દિવાળી આપણો પવિત્ર તહેવાર છે.

(b) I *wholly* agree with your decision–મને તમારો ફેંસલો સંપૂર્ણપણે મંજૂર છે.

86. however (હાઉએવર)–તોપણ
how ever (હાઉ એવર)કોઈ પણ પ્રકારે

(a) I am certain, *however*, that you will like this book–મને તો વિશ્વાસ છે કે તમને આ પુસ્તક ગમશે.

(b) I am certain that, *how ever* you decide to work, you will succeed–મને વિશ્વાસ છે

કે તમે ગમે તે રીતે કામ કરવાનો નિશ્ચય કરો તો સફળ થશો.

87. its (ઇટ્સ)–એનું *(pronoun)*
it's (ઇટ'સ)–*It is* આ છે
(a) The shed lost *its* roof–શેડનું છાપરું પડી ગયું.
(b) *It's* an old house–આ જૂનું ઘર છે.

88. last (લાસ્ટ)–અંતિમ *(adjective)*
latest (લેટેસ્ટ)–આધુનિક *(adjective)*
(a) *Last* date of submission is near. So we should be prompt–મોકલવાની છેલ્લી તારીખ પાસે છે એટલે આપણે જલદી કરવું જોઈએ.
(b) The *latest* edition of the book is under-print–પુસ્તકનું આધુનિક સંસ્કરણ છપાઈ રહ્યું છે.

89. least (લીસ્ટ)–બધાથી નાનું
less (લેસ)–બેમાં નાનું
(a) Milk is the *least* desirable for her–તેને માટે દૂધ ઇચ્છનીય નથી.
(b) Tea is *less* desirable for me–ચા મારા માટે ઓછી ઇચ્છનીય છે.

90. lightening (લાઇટનિંગ)–હલકું કરવું
lightning (લાઇટનિંગ)–આસમાનમાં વાદળોમાં થતી વીજળી
(a) He is *lightening* my burden–તે મારો ભાર હલકો કરે છે.
(b) Last night there was flash of *lightning* in the sky–ગઈ રાત્રે આકાશમાં વીજળી ચમકી હતી.

91. loan (લોન)–ઉધાર *(noun)*
lend (લેંડ)–ઉધાર આપવું *(verb)*
(a) The bank granted him a *loan* of five thousand rupees–બૅંકે એને પાંચ હજાર રૂપિયાની રકમ ઉધાર આપવાનો સ્વીકાર કર્યો.
(b) The bank *lended* him five thousand rupees–બૅંકે પાંચ હજાર રૂપિયા તેને ધીર્યા.

95. moral (મૉરલ)–વ્યવહાર *(noun)*
morale (મૉરાલ)–મનોબળ *(noun)*
(a) He is a man of good *moral*–તે સારો વ્યવહાર બતાવનાર વ્યક્તિ છે.
(b) The *morale* of the troops on the front is very high–અગ્ર ભાગની ટુકડીઓનું મનોબળ બહુ ઊંચું છે.

96. most (મોસ્ટ)–સૌથી વધારે *(adjective)*
almost (ઑલમોસ્ટ)–લગભગ *(adjective)*
(a) Mohandas Gandhi was the *most* honest boy in the class–મોહનદાસ ગાંધી તેમના વર્ગનો સૌથી ઇમાનદાર છોકરો હતા.
(b) It is *almost* time to go for a walk–આ લગભગ ફરવા જવા માટેનો સમય છે.

97. notable (નોટેબલ)–ધ્યાનમાં લેવા જેવું, વિખ્યાત *(adjective)*

notorious (નૉટોરિયસ)–તોફાની, ખરાબ કામમાં પ્રખ્યાત *(adjective)*
(a) August 15, 1947 is a *notable* day in the history of India–ભારતના ઇતિહાસમાં ઑગસ્ટ, ૧૯૪૭નો દિવસ વિખ્યાત છે.
(b) He is a *notorious* gambler–તે એક કુખ્યાત જુગારી છે.

98. ordinance (ઑર્ડિનેન્સ)–ખાસ આદેશ *(noun)*
ordnance (ઑર્ડનેન્સ)–તોપખાનું *(noun)*
(a) The President has issued an emergency *ordinance* today–રાષ્ટ્રપતિએ આજે કટોકટીની જાહેરાત કરી.
(b) He is employed in the *ordnance* depot–તે તોપખાનાની ઑફિસમાં નોકરી કરે છે.

99. passed (પાસ્ડ)–વહી ગયેલો(passનું IInd form)
past (પાસ્ટ)–પાછળનું
(a) The month *passed* away very easily–મહિનો શાંતિથી પસાર થઈ ગયો.
(b) The *past* month was joyous–પાછળનો મહિનો બહુ જ આનંદદાયક હતો.

100. peace (પીસ)–શાંતિ
piece (પીસ)–ટુકડો
(a) A treaty of *peace* was signed between

two countries–બે દેશો વચ્ચે શાંતિની સંધિ થઈ.

(b) The teacher asked for a *piece* of chalk–શિક્ષકે એક ચૉકનો ટુકડો માગ્યો.

101. persecute (પર્સિક્યૂટ)–ખોટી રીતે હેરાન કરવા*(v.)*
prosecute (પ્રૉસીક્યૂટ)–શિક્ષા કરવી *(verb)*

(a) The jews were *persecuted* in Nazi Germany–યહુદી લોકોને નાઝી જર્મનીમાં હેરાન કરવામાં આવ્યા.

(b) Bill-stickers will be *prosecuted*–ભીંતપત્ર લગાવનારાને દંડ કરવામાં આવશે.

102. personal (પર્સનલ)–વ્યક્તિગત *(adjective)*
personnel (પર્સોનલ)–કર્મચારી વર્ગ *(noun)*

(a) It is my *personal* matter. Please don't interfere–આ મારી વ્યક્તિગત બાબત છે. મહેરબાની કરી દખલ ન કરશો.

(b) The officer maintained the morale of the *personnel* in his division–ઑફિસરે તેના વિભાગના કર્મચારીઓનું મનોબળ ટકાવી રાખ્યું.

103. physic (ફિઝિક)–દવા *(noun)*
physique (ફિઝીક)–શરીર *(noun)*

(a) No *physic* can cure the patient, if he is careless–જો રોગી બેદરકાર હોય તો કોઈ દવા કામ નથી લાગતી.

(b) He has a fine *physique*–તેનું શરીર સુંદર છે.

104. pore (પોર)–છિદ્ર *(noun)*
pour (પોર)–રેડવું *(verb)*

(a) Sweat comes out from the *pores* of the skin–પરસેવો ચામડીનાં છિદ્રોમાંથી નીકળે છે.

(b) *Pour* some water in my glass–મારા પ્યાલામાં થોડું પાણી નાંખો.

105. portable (પૉર્ટેબલ)–સાથે લઈ જવાય એવું *(adj.)*
potable (પૉટેબલ)–પી શકાય તેવું *(adjective)*

(a) She has brought a *portable* T.V. from Germany–એ જર્મનીથી હાથે ઉપાડીને લઈ જઈ શકાય એવું ટી.વી. લાવી છે.

(b) Pond water is not *potable*–તળાવનું પાણી પીવાલાયક નથી હોતું.

106. prescribe (પ્રિસ્ક્રાઇબ)–(દવાનો) નિર્દેશ દેવો
proscribe (પ્રૉસ્ક્રાઇબ)–કાયદાના રક્ષણમાંથી બકાત રાખવું

(a) The doctor *prescribed* a very costly medicine–ડૉક્ટરે બહુ મોંઘી દવા લખી દીધી છે.

(b) That man has been *proscribed* by law–એ વ્યક્તિને કાયદાના રક્ષણમાંથી બકાત રાખી છે.

107. president (પ્રેસિડન્ટ)–રાષ્ટ્રપતિ *(noun)*
precedent (પ્રિસીડન્ટ)–આગળનો દાખલો *(noun)*

(a) The *President* of India has gone to England for two weeks–બે અઠવાડિયાં માટે ભારતના રાષ્ટ્રપતિ ઇંગ્લૅંડ ગયા છે.

(b) She has set a good *precedent* for others to follow–એણે બીજાં લોકો માટે સારો દાખલો બેસાડ્યો છે.

108. price (પ્રાઇસ)–ભાવ *(noun)*
prize (પ્રાઇઝ)–ઇનામ *(noun)*

(a) The *price* of paper has gone up–કાગળના ભાવ વધી ગયા છે.

(b) Sachin got the first *prize* in the race–સચિનને દોડવામાં પહેલું ઈનામ મળ્યું છે.

109. principal (પ્રિન્સિપાલ)–આચાર્ય *(noun)*
principle (પ્રિન્સિપલ)–સિદ્ધાંત *(noun)*

(a) Who is the *principal* of your college? – તમારી કૉલેજના આચાર્ય કોણ છે?

(b) My uncle was a man of *principle*–મારા કાકા સિદ્ધાંતવાદી હતા.

110. propose (પ્રોપોઝ)–રજૂ કરવું, મૂકવું *(verb)*
purpose (પર્પઝ)–હેતુ, ઇરાદો *(verb)*

(a) Let them *propose* the subject for their debate–એમને એમના વાદવિવાદનો વિષય રજૂ કરવા દો.

(b) The manager *purposely* announced annual increments last week–મેનેજરે ઇરાદાપૂર્વક પગાર વધારો આવતા અઠવાડિયે જાહેર કરવાનું નક્કી કર્યું.

111. rain (રેન)–વરસાદ

reign (રેન)–શાસન કરવું *(verb)*

rein (રેન)–લગામ

(a) It's *raining*–વરસાદ પડી રહ્યો છે.

(b) The queen *reigned* over England–રાણીએ ઇંગ્લૅંડ ઉપર શાસન કર્યું.

(c) When the *reins* were pulled tightly, the horse reared–જ્યારે લગામ જોરથી ખેંચવામાં આવી ત્યારે ઘોડો પાછલા પગ ઉપર ઊભો થઈ ગયો.

112. recollect (રિક્લેક્ટ)–ભુલાયેલી વસ્તુ યાદ કરવી

remember (રિમેમ્બર)–યાદ કરવું

(a) I often *recollect* my childhood and feel amused–હું ઘણી વાર મારા બચપણને યાદ કરી આનંદ મેળવું છું.

(b) I *remember* my lesson every day–હું હંમેશાં મારો પાઠ યાદ કરું છું.

113. respectable (રિસ્પેક્ટેબલ)–પ્રતિષ્ઠિત *(adj.)*

respectful (રિસ્પેક્ટફુલ)–સમ્માનપૂર્ણ *(adj.)*

respective (રિસ્પેક્ટિવ)–પોતપોતાની *(adj.)*

(a) Our boss is a *respectable* gentleman–અમારા ઉપરી એક પ્રતિષ્ઠિત વ્યક્તિ છે.

(b) You should be *respectful* to your parents–તમારે માતાપિતા ને માન આપવું જોઈએ.

(c) After the lecture was over, the students returned to their *respective* classes–વ્યાખ્યાન પૂરું થતાં જ વિદ્યાર્થીઓ પોતપોતાના વર્ગમાં ગયા.

114. root (રૂટ)–મૂળ, જડ *(noun)*

route (રૂટ)–રસ્તો

(a) Love of money is the *root* of all evils–પૈસાનો પ્રેમ એ બધાં અનિષ્ટોનું મૂળ છે.

(b) What is the railway *route* between Ahmedabad and Mumbai?–અમદાવાદ અને મુંબઈનો રેલવેનો રસ્તો કયો છે ?

115. rout (રાઉટ)–હાર

riot (રાયટ)–હુલ્લડ *(noun)*

(a) The morale of the enemy was very low because of its *rout*–હારને કારણે શત્રુનું મનોબળ ઓછું થઈ ગયું છે.

(b) There is a great disturbance in the town because of *riot*–હુલ્લડને કારણે શહેરમાં અશાંતિ ફેલાઈ ગઈ છે.

116. shoot (શૂટ)–કળી ફૂટવી

shoot (શૂટ)–શિકાર કરવો

(a) A *shoot* has sprung up from the plant–છોડમાં એક કળી ફૂટી છે.

(b) That man has gone to *shoot* lion–એ માણસ સિંહનો શિકાર કરવા ગયો છે.

117. sole (સોલ)–બૂટનું તળિયું *(noun)*

soul (સોલ)–આત્મા *(noun)*

(a) Get the *sole* of the shoe charged–બૂટનું તળિયું બદલાવી લાવો.

(b) A good *soul* goes to heaven–સારો આત્મા સ્વર્ગમાં જાય છે.

118. stationary (સ્ટેશનરી)–સ્થિર, રોકાઈ રહેલું *(adj)*

stationery (સ્ટેશનરી)–લેખનસામગ્રી

(a) The sun is *stationary*–સૂર્ય સ્થિર છે.

(b) He deals in *stationery*–તે લેખન સામગ્રી વેચવાનું કામ કરે છે.

119. table (ટેબલ)–મેજ

table (ટેબલ)–કોષ્ટક

(a) There is a book on the *table*–મેજ પર એક પુસ્તક પડ્યું છે.

(b) There is a *table* in chapter six of this book–પુસ્તકનાં છઠ્ઠાં પ્રકરણમાં એક કોષ્ટક છે.

120. tasteful (ટેસ્ટફુલ)–મધુર, સુરૂચિપૂર્ણ *(adjective)*

tasty (ટેસ્ટી)–સ્વાદિષ્ટ *(adj.)*

(a) The home of our madam was decorated in *tasteful* manner–અમારી બહેનનું ઘર ઘણું જ સરસ રીતે સજાવેલું હતું.

(b) Our madam served us very *tasty* meals–અમારી બહેને અમને સ્વાદિષ્ટ ભોજન પીરસ્યું.

121. two (ટૂ)–બે
to (ટુ)–તરફ, ની
too (ટૂ)–પણ, એટલું વધારે
(a) There are *two* sides of everything–દરેક વસ્તુની બે બાજુ હોય છે.
(b) Come *to* me, I shall advise you–મારી પાસે આવો, હું તમને સલાહ આપીશ.
(c) She is *too* weak to walk–તે ચાલવા માટે ખૂબ કમજોર છે.

122. uninterested (અનઇન્ટરેસ્ટેડ)–રૂચિ કે રસ ન હોવો *(adjective)*
disinterested (ડિસઇન્ટરેસ્ટેડ)–નિષ્પક્ષ *(adj.)*
(a) I am *uninterested* in inactive games–મને નિષ્ક્રિય રમતોમાં રસ નથી.
(b) Let us ask any *disinterested* man to settle our dispute–આપણે આપણો વિવાદ ઉકેલવા કોઈ નિષ્પક્ષ વ્યક્તિને કહીએ.

123. valuable (વેલ્યુએબલ)–કીમતી *(adj.)*
in-valuable (ઇનવેલ્યૂએબલ)–અમૂલ્ય
(a) This is a *valuable* manuscript–આ એક કીમતી હસ્તપ્રત છે:
(b) A good name is an *invaluable* thing–પ્રતિષ્ઠા ખૂબ અમૂલ્ય વસ્તુ છે.

124. whose (હૂઝ)–કોનું છે
who's (હુઝ)–કોણ છે (who is)
(a) *Whose* is this pen?–આ કોની પેન છે ?
(b) *Who's* at the door?–દ્વાર પર કોણ છે ?

શબ્દોના પ્રયોગમાં સામાન્ય ભૂલો
(COMMON ERRORS IN THE USE OF WORDS)

અંગ્રેજી વાતચીતમાં કેટલીક ભૂલો એવી છે કે જે આપણે ઘણી વાર કરીએ છીએ. તમે નાનીમોટી નોકરીમાં હો કે મોટા હોદ્દા ઉપર હો, સ્ત્રી હો કે પુરુષ, વ્યવસાયી હો કે ધંધાદારી હો, દુકાનદાર હો કે કારીગર વાતચીતમાં તમારે આવી ભૂલો થાય છે. તમારી સુવિધા માટે નીચે બે કૉલમોમાં શુદ્ર અશુદ્ધ વાક્ય આપ્યાં છે તેને મનમાં ગોઠવો.

	અશુદ્ધ (Incorrect)	શુદ્ધ (Correct)
1.	My *hairs are* black.	My *hair is* black.
2.	I need a *blotting*.	I need a *blotting paper*.
3.	He works better than *me*.	He works better than *I*.
4.	*I availed* of the opportunity.	I *availed myself* of the opportunity.
5.	The two brothers are quarrelling with *one another.*	The two brothers are quarrelling with *each other.*
6.	He is guilty. Isn't *it*?	He is guilty. Isn't *he*?
7.	I beg *your leave.*	I beg *leave of you.*
8.	He is *more cleverer* than his brother.	He is *cleverer* than his brother.
9.	*The Gold* is a precious metal.	*Gold* is a precious metal.
10.	She has got *headache.*	She has got *a* headache.
11.	Stop *to write.*	Stop *writing*.
12.	*It is raining* for four hours.	It *has been raining* for four hours.
13.	I live *in* Navarangpura *at* Ahmedabad.	I live *at* Navarangpura *in* Ahmedabad.
14.	Work hard *lest* you *may not* fail.	Work hard *lest* you *should* fail.
15.	The boy is neither fool *or* lazy.	The boy is neither fool *nor* lazy.

ઉપરનાં આ પંદર વાક્ય પહેલી કૉલમમાં અશુદ્ધ આપેલાં છે અને બીજી કૉલમમાં સુધારેલાં છે. આ વાક્યોમાં ભિન્ન ભિન્ન પ્રકારની અશુદ્ધિઓ છે, જેને ભાષા શીખનાર દરેક વ્યક્તિએ સમજીને મનમાં ગોઠવવાની છે. અંગ્રેજી એક આદર્શ ભાષા છે. એમાં શબ્દ પ્રયોગનું ક્ષેત્ર પણ બહુ જ વ્યાપક હોવું સ્વાભાવિક છે.

ગુજરાતી પણ એક સમૃદ્ધ ભાષા છે. તેની અંદર પણ એવા પ્રયોગ હોય છે કે જે ભાષા શીખનારને મુશ્કેલ લાગે. પરંતુ ગુજરાતી આપણી માતૃભાષા છે, એટલે એ એટલી બધી મુશ્કેલ નથી લાગતી જેટલી અંગ્રેજી ભાષા લાગે છે.

હવે ઉપરનાં વાક્યો વાંચો. તમને બધાને એકસરખી મુશ્કેલી લાગે છે. એ મુશ્કેલી અમે જાણીએ છીએ. જ્યારે તમે પહેલી કૉલમનાં વાક્ય વાંચો છો ત્યારે તમને એ બરોબર લાગે છે. પરંતુ બીજા કૉલમનાં વાક્ય વાંચો છો, તો થોડા નવાઈ પામો છો, એ મુશ્કેલી શું છે એ અમે તમને બતાવીએ ? થોડી જ વારમાં તમને ભૂલ સમજાય છે. કોઈક વાર તમે સમજી પણ નથી શકતા કે બીજાં વાક્ય શુદ્ધ કેમ છે?

વાત બરાબર છે ને! તમે બિલકુલ ગભરાયા વિના એ વાક્યનો અર્થ તમારા મનમાં બેસાડો – "સર્વશુદ્ધ ભાષા શીખવી સંસારનું કઠણ કામ છે, એ હિમાલય ચડવા જેવું છે. પરંતુ જો તમે તેના પર ધીમે ધીમે ચડવાનું શરૂ કરશો, તો તમે તેની ઊંચાઈને એક એક કરીને માપી શકશો."

શું તમે એ માટે તૈયાર છો? જો હા, તો આવો, એક એક કદમ આગળ વધીએ.

સંજ્ઞા-શબ્દોના પ્રયોગમાં ભૂલો
(ERRORS IN THE USE OF NOUNS)

(1) Scenery, issue, hair, furniture, machinery, fruit; (b) poor, rich, bread, work **શબ્દો એકવચનમાં** (singular form)**માં જ રહે છે.**

	અશુદ્ધ (Incorrect)	**શુદ્ધ (Correct)**
1.	The *sceneries* of Shimla *are* very charming.	The *scenery* of Shimla *is* very charming.
2.	Rina has no *issues.*	Rina has no *issue.*
3.	She had gone to buy *fruits.*	She had gone to buy *fruit.*
4.	Her *hairs are* jet black.	Her *hair is* jet black.
5.	The mother feeds the *poors.*	The mother feeds the *poor.*
6.	I told *these* news to my father.	I told *this* news to my father.
7.	The fleet *were* destroyed by the enemy.	The fleet *was* destroyed by the enemy.
8.	These buildings are built of *bricks* and *stones.*	These buildings are built of *brick* and *stone.*
9.	I have no more *breads* to give to the beggars.	I have no more *bread* to give to the beggars.
10.	I shall go to the town on *feet.*	I shall go to the town on *foot.*
11.	All her *furnitures have* been sold.	All her *furniture has* been sold.
12.	The *machineries are* not working properly.	The *machinery is* not working properly.
13.	I have *many works* to do.	I have *much work* to do.

(2) Advice, mischief, abuse, alphabet–**આ શબ્દો** singular**માં જ રહે છે,** advices **વગેરે બહુવચન નથી પરંતુ એ રીતે કહેવાય છે. –** pieces of adivce **વગેરે.**

14.	The teacher gave us many *advices.*	The teacher gave us many pieces of *advice.*
15.	My younger brother did many *mischiefs.*	My younger brother did many *acts of mischief.*
16.	Mona gave me many *abuses.*	Mona gave me many *words of abuse.*
17.	I have learnt the *alphabets.*	I have learnt the *letters of the alphabet.*

(3) Rupee, dozen, mile, year, foot–**આ શબ્દો સંખ્યાવાચક શબ્દ** (numeral) **પછી આવે છે તો સદાયે એક-વચન** (singular)**માં જ પ્રયોગ થાય છે જેમ કે** – five rupee note **થશે,** five rupees note **નહીં.**

18.	I have a five *rupees* note.	I have a five *rupee* note.
19.	We bought two *dozens* pencils.	We bought two *dozen* pencils.
20.	He ran in two *miles* race.	He ran in two *mile* race.
21.	Abida is ten *years* old girl.	Abida is ten *year* old girl.
22.	It's a three *feet* rule.	It's a three *foot* rule.

(4) Vegetables (**શાક અથવા વધુ શાકો**), spectacles (**ચશ્મા**), trousers (**પાટલુન કે પાયજામો**), Himalayas (**હિમાલય**), people (**લોકો**), orders (**આદેશ**), repairs (**સમારકામ**)–**આ શબ્દો સદાયે બહુવચન** (plural)**માં જ વપરાય છે, એકવચન** (singular)**માં નહીં.**

23.	I had gone to buy *vegetable.*	I had gone to buy *vegetables.*
24.	The road is closed for *repair.*	The road is closed for *repairs.*
25.	The judge passed *order* for his release.	The judge passed *orders* for his release.
26.	Very few *peoples* are hard-wroking.	Very few *people* are hard-working.
27.	His *spectacle is* very fine.	His *spectacles are* very fine.
28.	The *scissor is* blunt.	The *scissors are* blunt.
29.	Your *trouser is* not loose.	Your *trousers are* not loose.
30.	The *Himalaya is* the highest *mountain.*	The *Himalayas are* the highest *mountains.*

(5) Fish (**માછલી કે માછલીઓ**), deer (**હરણ**), sheep (**ઘેટાં કે ઘેટું**), cattle (**પશુ**)–**આ શબ્દો બહુવચનના અર્થમાં પણ એકવચન** (singular)**માં જ વપરાય છે.**

31.	The fisherman catches many *fishes* in the pond.	The fisherman catches many *fish* in the pond.
32.	I saw many *sheeps* and *deers* in the jungle.	I saw many *sheep* and *deer* in the jungle.
33.	The *cattles are* returning to the village.	The *cattle is* returning to the village.

(6) Gentry (**સભ્ય લોક**) **શબ્દનો ઉપયોગ બહુવચનમાં થાય છે, એકવચનમાં નહીં.**

34.	The *gentry* of the town *has* been invited.	The gentry of the town *have* been invited.

કેટલીક વાર લોકો વાતચીતમાં અધૂરી વાક્યરચનાનો ઉપયોગ કરે છે. આવી વાક્યરચના સભ્ય સમાજમાં બોલનારને હાસ્યપાત્ર બનાવે છે એવી ભૂલોથી બચવું જોઈએ–

35.	This is not my *copy.*	This is not my *copy-book.*
36.	Bring some *blotting* from the office.	Bring some *blotting paper* from the office.
37.	She lives in the *boarding.*	She lives in the *boarding house.*
38.	Please put your *sign* here.	Please put your *signature* here.

અધૂરાં વાક્યોની જેમ આપણે બોલવામાં તેમ જ લખવામાં પણ ફાલતુ શબ્દોથી બચવું જોઈએ–

39.	Your servant is a *coward boy*.	Your servant is a *coward*.
40.	She is my *cousin sister*.	She is my *cousin*.

સર્વનામ-શબ્દોના પ્રયોગમાં ભૂલો
(ERRORS IN THE USE OF PRONOUNS)

	અશુદ્ધ (Incorrect)	**શુદ્ધ (Correct)**
41.	It is *me*.	It is *I*.
42.	*I, he* and *you* will go to Pavagarh tomorrow.	*You, he* and *I* will go to Pavagarh tomorrow.
43.	You are wiser than *me*.	You are wiser than *I*.
44.	Let *her* and *I* do this work.	Let *her* and *me* do this work.
45.	One should do *his* duty.	One should do *one's* duty.
46.	Everyone must do *their* best.	Everyone must do *his* best.
47.	Every man and boy is busy with *their* work.	Every man and boy is busy with *his* work.
48.	These three sisters love *each other*.	These three sisters love *one another*.
49.	These two sisters love *one another*.	These two sisters love *each other*.
50.	Neither Kinjal nor Ashma *are* in the class.	Neither Kinjal nor Ashma *is* in the class.
51.	*Neither you nor I are* lucky.	*Neither of us is* lucky.
52.	She has studied *neither* of these ten books.	She has studied *none* of these ten books.
53.	*Who* is this *for*?	*For whom* is this?
54.	*Who* are you expecting now?	*Whom* are you expecting now?
55.	Say *whom* you think will get the prize.	Say *who* you think will get the prize.
56.	*Who* do you think we met?	*Whom* do you think we met?
57.	I am *enjoying* now.	I am *enjoying myself* now.
58.	Juhi *hid* behind the wall.	Juhi *hid herself* behind the wall.
59.	They *resigned* to the will of God.	They *resigned themselves* to the will of God.
60.	We *applied* heart and soul to the task before us.	We *applied our* heart and soul to the task before us.
61.	*Which* is cleverer, Rajiv or Rakesh?	*Who* is cleverer, Rajiv or Rakesh?
62.	Please bring *mine* pen.	Please bring *my* pen.
63.	This pen is *my*.	This pen is *mine*.
64.	I do not like *any* of these two books.	I do not like *either* of these two books.
65.	I like *not any* of these two books.	I like *neither* of these two books.

(1) જ્યારે હું, તું અને તે ત્રણે શબ્દ અંગ્રેજીમાં એક સાથે વપરાય છે તો એ આ ક્રમમાં આવે છે – you (તું), he (તે) and I (હું).

(2) Letની સાથે him, her અને me (pronoun) આવે છે, he, she, I નહીં.

(3) Everyone, everyman શબ્દો પછી સંબંધકારક his અથવા her લાગે છે, their નહીં. પરંતુ one (pronoun)ની પછી one's લાગે છે; his, her અથવા their નહીં.

(4) બે વ્યક્તિઓ માટે each other આવે છે અને ત્રણ કે ત્રણથી વધુ વ્યક્તિઓ માટે one another.

(5) Niether-norની સાથે singular ક્રિયા (is વગેરે) આવે છે અને તે બે વ્યક્તિઓ માટે વપરાય છે.

(6) બહુ વસ્તુઓ વચ્ચે "કોઈ પણ નહીં" અર્થ માટે none આવે છે, neither નહીં.

(7) Enjoy, hid, resign, apply, avail, absent–એ ક્રિયાઓ પછી himself, herself, themselves, yourself. myself, ourselves વગેરે લાગે છે.

(8) My અથવા mineનો અર્થ છે મારું, your અને yoursનો અર્થ છે તમારું, અને our કે oursનો અર્થ છે અમારું, આપણું. પરંતુ પ્રયોગમાં (a) my, your, our ત્યારે આવે છે કે જ્યારે એના પછી કોઈ નામ (noun) શબ્દ હોય, જેમ કે–my pen, your father, our mother; (b) જ્યારે આ સર્વનામો પછી કોઈ નામ શબ્દ ના હોય તો mine, yours, ours વગેરે શબ્દ આવે છે.

વિશેષણ–શબ્દોના પ્રયોગમાં ભૂલો

(ERRORS IN THE USE OF ADJECTIVES)

	અશુદ્ધ (Incorrect)	શુદ્ધ (Correct)
66.	You are *more stronger* than I.	You are *stronger* than I.
67.	She is growing *weak* and *weak* everyday.	She is growing *weaker* and *weaker* everyday.
68.	Mohan is *elder* than Salim.	Mohan is *older* than Salim.
69.	Delhi is *older than* all cities in India.	Delhi is the *oldest* of all cities in India.
70.	You have taken *whole* apple.	You have taken *whole of* apple.
71.	Bhuj is *further* from Ahmedabad than Rajkot.	Bhij is *farther* from Ahmedabad than Rajkot.
72.	Have you *any* ink?	Have you *some* ink?
73.	*Have* she *much* books?	*Does* she *have many* books?
74.	Jigisha was her *oldest* daughter.	Jigisha was her *eldest* daughter.
75.	Jigisha was *the eldest* of the two sisters.	Jigisha was *elder* of the two sisters.
76.	I have *less* friends than Sushma has.	I have *fewer* friends than Sushma has.
77.	He is *the youngest* and *most* intelligent of my two sons.	He is *younger* and *more* intelligent of my two sons.
78.	I saw many *worth seeing places.*	I saw many *places worth seeing.*
79.	I told you the *last* news.	I told you the *latest* news.
80.	You are junior *than I.*	You are junior *to me.*
81.	I have *less* worries than Mukesh.	I have *fewer* worries than Mukesh.
82.	No *less* than fifty persons died of cholera.	No *fewer* than fifty persons died of cholera.
83.	There was *few* reason to be afraid of.	There was *less* reason to be afraid of.
84.	This is the *worst* of the two.	This is *worse* of the two.
85.	After lunch we had no *farther* talk.	After lunch we had no *further* talk.
86.	He wasted *his all* wealth.	He wasted *all his* wealth.
87.	I prefer cycling *more than* walking.	I prefer cycling *to* walking.
88.	I am *more* stronger than he.	I am stronger than he.
89.	He is the *weakest* boy of the two.	He is the *weaker* boy of the two.
90.	I have got *few* books.	I have got *a few* books.

(1) Elder અને older બંનેના અર્થ થાય છે બેમાં મોટા, પરંતુ elder સગાસંબંધીમાં જ આવે છે; જેમ કે elder brother, elder sister. જો બે વ્યક્તિઓ અથવા વસ્તુઓ ભિન્ન હોય તો olderનો ઉપયોગ થાય છે. જેમ કે–Manish is older than Salim.

(2) Eldest અને oldest બંનેનો અર્થ થાય છે સૌથી મોટા. પરંતુ elderની માફક eldest સગાસંબંધીમાં જ આવે છે.

(3) Further (આગલા) અને farther (બંનેમાંથી દૂરવાળું) એ શબ્દોનો સમજીને ઉપયોગ કરવો જોઈએ.

(4) Many સંખ્યાવાચક વિશેષણ છે, જેમ કે many books (ઘણાં પુસ્તકો) અને much પરિમાણવાચક વિશેષણ છે, જેમ કે much water (બહુ જ પાણી).

(5) વિશેષણની ત્રણ અવસ્થાઓ (three degrees)નો ઉપયોગ સમયાનુસાર સાવધાનીથી કરવો જોઈએ.

(6) Manyની માફક few સંખ્યાવાચક છે અને muchની માફક less પરિમાણવાચક છે. એનો ઉપયોગ સાવધાનીથી કરવો જોઈએ.

ક્રિયા શબ્દોના ઉપયોગમાં ભૂલો
(ERRORS IN THE USE OF VERBS)

	અશુદ્ધ (Incorrect)	**શુદ્ધ (Correct)**
91.	If the rain *will* not fall, the crops will dry up.	If the rain *does* not fall, the crops will dry up.
92.	Her father told me that honesty *was* the best policy.	Her father told me that hoensty *is* the best policy.
93.	The cashier-cum-accountant *have* come.	The cashier-cum-accountant *has* come.
94.	The cashier and the accountant *has* come.	The cashier and the accountant *have* come.
95.	*Can* I come in, sir?	*May* I come in, sir?
96.	I'm so weak that I *may* not walk.	I'm so weak that I *cannot* walk.
97.	Tell me why *are you* abusing him.	Tell me why *you are* abusing him.
98.	Punam as well as her other sisters *are* beautiful.	Punam as well as her other sisters *is* beautiful.
99.	I *am* ill for two weeks.	I *have been* ill for two weeks.
100.	The ship *was drowned*.	The ship *sank*.
101.	He has *stole* a pen.	He has *stolen* a pen.
102.	Dharmesh *sung* well.	Dharmesh *sang* well.
103.	Mohammed has often *beat* me in tennis.	Mohammed has often *beaten* me in tennis.
104.	I *laid* in bed till eight in the morning.	I *lay* in bed till eight in the morning.
105.	The river has *overflown* its banks.	The river has *overflowed* its banks.
106.	I *will* be drowned and nobody *shall* save me.	I *shall* be drowned and nobody *will* save me.
107.	You *will* leave this place at once.	You *shall* leave this place at once.
108.	We *shall* not accept defeat.	We *will* not accept defeat.
109.	I should learn to ride if I *buy* a cycle.	I should learn to ride if I *bought* a cycle.
110.	I never *have*, and I never will do it.	I never *have done*, and I never will do it.
111.	Neither he *came* nor he *wrote*.	Neither *did* he *come* nor *did* he write.
112.	Seldom I *go* to the hills.	Seldom *do I* go to the hills.
113.	This food is hard to be *digested*.	This food is hard to *digest*.
114.	He ordered to *withdraw the army*.	He ordered *his army to withdraw*.
115.	Each and every father *love their* children.	Each and every father *loves his* children.

(1) Can અને mayનો અર્થ છે 'શકવું'. પરંતુ canનો ઉપયોગ શક્તિના અર્થમાં થાય છે અને mayનો આજ્ઞાના અર્થમાં જુઓ વાક્ય–95, 96.

(2) As well asની પહેલાંનો કર્તા જો એકવચનમાં હોય તો ક્રિયા પણ એકવચનમાં હોય છે. જુઓ વાક્ય–98.

(3) જ્યારે વાક્ય why બીજા શબ્દોની સાથે indirect formમાં હોય તો 'why are you'ની જગ્યાએ 'why you are' થાય છે. એવાં વાક્યોમાં પ્રશ્નચિહ્ન પણ નથી લાગતું. જુઓ વાક્ય–97.

(4) Drown અને sink બંનેનો અર્થ છે ડૂબવું; પરંતુ જીવંત વસ્તુ ડૂબે તો drown આવે અને નિર્જીવ વસ્તુ ડૂબે તો sink આવે છે. જુઓ વાક્ય–100 અને 106.

(5) સામાન્ય ભવિષ્યકાળ બતાવવા માટે, 'I', 'we'ની સાથે shall અને he, she, they તથા youની સાથે will લાગે છે. જુઓ વાક્ય–106. પરંતુ જો 'દૃઢ નિશ્ચય' કે 'ધમકી' પ્રગટ કરવી હોય તો ઊલટો પ્રયોગ થાય છે–I, weની સાથે will તથા he, she, they, youની સાથે shall. જુઓ વાક્ય 107, 108.

(6) Shallનું past tenseનું રૂપ should થાય છે જે વાક્યમાં shouldનો આ અર્થમાં ઉપયોગ હોય, એ વાક્યમાં બીજી ક્રિયા પણ past tenseની આવે. જુઓ વાક્ય–109.

(7) Neither, seldom નકારાત્મક (negative) શબ્દ છે. વાક્યમાં એના ઉપયોગમાં (બીજા negative વાક્યોની માફક) do, didનો ઉપયોગ થાય છે. જુઓ વાક્ય–111, 112.

(8) જરા વિચારીને જુઓ કે વાક્ય 115માં his children કેમ છે ? their children કેમ નહીં ? [ઠીક છે. hisનો સંબંધ father સાથે છે children સાથે નહીં, એટલે અહીં his બરાબર છે.]

ક્રિયાવિશેષણ–શબ્દોના ઉપયોગમાં ભૂલો
(ERRORS IN THE USE OF ADVERBS)

	અશુદ્ધ (Incorrect)	શુદ્ધ (Correct)
116.	I play basket-ball *good.*	I play basket-ball *well.*
117.	I am *very much* sorry.	I am *very* sorry.
118.	It is *much* cold today.	It is *very* cold today.
119.	The horse is *too* tired.	The horse is *very* tired.
120.	This girl is *very* poor to pay her dues.	This girl is *too* poor to pay her dues.
121.	She is too weak *for* walk.	She is too weak *to* walk.
122.	I am *too* pleased.	I am *much* pleased.
123.	We *slowly walked.*	We *walked slowly.*
124.	We should *only fear God.*	We should *fear God only.*
125.	This house is *enough large* for them.	This house is *large enough* for them.
126.	He does not know *to* swim.	He does not know *how to* swim.
127.	I do not know *to* do it.	I do not know *how to* do it.
128.	Do not run *fastly.*	Do not run *fast.*
129.	She is not *clever* to do it.	She is not *clever enough* to do it.
130.	He explained *clearly his case.*	He explained *his case clearly.*
131.	You have done it very *quick.*	You have done it very *quickly.*
132.	It is *too* hot.	It is *very* hot.
133.	It is *very* hot to play tennis.	It is *too* hot to play tennis.
134.	Poona is *known* for its figs.	Poon is *well known* for its figs.
135.	I went *directly* to school.	I went *direct* to school.
136.	I feel *comparatively better* today.	I feel *better* today.
137.	He runs *fastly.*	He runs *fast.*
138.	The child walks *slow.*	The child walks *slowly.*
139.	I am *very* delighted to see you.	I am *much* delighted to see you.
140.	He is now *too strong* to walk.	He is now *strong enough* to walk.

(1) Well (adverb)ની જગ્યાએ good (adjective)નો ઉપયોગ બરાબર નથી. વાક્ય–116.

(2) Too અને very બંનેનો અર્થ છે–બહુ જ પણ (a) too પછી સંબંધવાચક (relative) શબ્દ to જોડાય છે; જેમ કે–She is too weak to walk (એ એટલી બધી કમજોર છે કે ચાલી શકતી નથી.) જુઓ વાક્ય–121, 133. **(b)** બહુ જ ના અર્થમાં સામાન્યતઃ very અથવા much જોડાય છે. જુઓ વાક્ય–122, 132.

(3) Slowly, clearly વગેરે બધા adverbs ઘણુંખરું ક્રિયાપદ પછી જોડાય છે. જુઓ વાક્ય–123, 130.

(4) કેટલાક લોકો 'comparatively better' કહે છે. જરા વિચારો, જ્યારે betterમાં જ બેમાંથી સારાં હોવાનો ભાવ છે તો comparatively કેમ ? જુઓ વાક્ય–136.

(5) જરા બતાવો કે આ વાક્ય કેમ ખોટું છે ?–he is now too strong to walk. [આ વાક્ય ખોટું છે કેમ કે એનો અર્થ થશે–તે એટલો શક્તિશાળી છે કે તે ચાલી શકતો નથી. અર્થ એનાથી ઊલટો છે, એટલે, 'too strong'ની જગાએ 'strong enough' આવે].

અવ્યય શબ્દના ઉપયોગમાં ભૂલો
(ERRORS IN THE USE OF CONJUNCTIONS)

	અશુદ્ધ (Incorrect)	શુદ્ધ (Correct)
141.	*Though* he works hard *but* he is weak.	*Though* he works hard *yet* he is weak.
142.	The teacher asked *that why* I was late.	The teacher asked *why* I was late.
143.	Wait here *till I do not* come.	Wait here *till I come.*
144.	*No sooner* we reached the station, the started.	*No sooner did* we reach the station, *than* the train train started.
145.	*Not only* he abused me *but also* beat me.	Not only *did* he *abuse* me *but* beat me *also*.
146.	We had hardly gone out *before* it began to rain.	We had hardly gone out *when* it began to rain.
147.	Run fast *lest* you *should not* be late.	Run fast *lest* you *should* be late.
148.	*As* Satish is fat *so* he walks slowly.	*As* Satish is fat, he walks slowly.
149.	I doubt *that* she will pass this year.	I doubt *whether* she will pass this year.
150.	*When* I reached there *then* it was raining.	*When* I reached there, it was raining.
151.	*Although* he is poor, *but* he is honest.	*Although* he is poor, *yet* he is honest.
152.	Wait here *until* I *do not* come.	Wait here *till* I come.
153.	*Unless* you *do not* try, you will never succeed.	*Unless* you try, you will never succeed.
154.	There is no such country *which* you mention.	There is no such country *as* you mention.
155.	He had *scarcely* reached the station *than* the train started.	He had *scarcely* reached the station *when* the train started.

(1) કેટલાક અવ્યયો પરસ્પર એક સાથે ઉપયોગમાં આવે છે, જેમ કે though–yet; no sooner–than; not only–but also; hardly–when; lest–should; although–yet; such–as તથા scarcely–when વગેરે. [though વગેરેની સાથે yet વગેરે જ આવે છે, but વગેરે ન આવે.]

(2) No sooner, not only નકારાત્મક (negative) શબ્દ છે. તેથી do, didનો ઉપયોગ એના પછી થાય છે. જુઓ વાક્ય–144, 145.

(3) Lestનો અર્થ છે 'એમ ન થાય કે' તેથી lest પછી should આવશે, should not નહીં. જુઓ વાક્ય–147.

(4) Asની સાથે સંબંધવાચક (relative) શબ્દના રૂપમાં so નથી લાગતું. જુઓ વાક્ય–148.

(5) અંગ્રેજીમાં whenની આગળ then નથી લાગતું. જુઓ વાક્ય–150.

શબ્દયોગી અવ્યયના ઉપયોગમાં ભૂલો
(ERRORS IN THE USE OF PREPOSITIONS)

અશુદ્ધ (Incorrect)	શુદ્ધ (Correct)
(i) કોઈ શબ્દયોગી અવ્યય નથી લાગતાં–	
156. My mother loves *with* me.	My mother loves me.
157. He reached *at* the station.	He reached the station.
158. He ordered *for* my dismissal.	He ordered my dismissal.
159. Rajiv married *with* your cousin.	Rajiv married your cousin.
160. Amitabh entered *into* the room.	Amitabh entered the room.
(ii) byનો ઉપયોગ થાય છે–	
161. What is the time *in* your watch?	What is the time *by* your watch?
162. They went to Banaras *in* train.	They went to Banaras *by* train.
163. She was killed *with* a robber.	She was killed *by* a robber.
(iii) withનો ઉપયોગ થાય છે–	
164. He is angry *upon* me.	He is angry *with* me.
165. Are you angry *on* her?	Are you angry *with* her?
166. My principal is pleased *from* me.	My principal is pleased *with* me.
167. Wash your face *in* water.	Wash your face *with* water.
168. The dacoit was killed *by* a sword.	The dacoit was killed *with* a sword.
169. I could not prevail him.	I could not prevail *with* him.
170. She covered her face *by* her shawl.	She covered her face *with* her shawl.
(iv) atનો ઉપયોગ થાય છે–	
171. Open your book *on* page ten.	Open your book *at* page ten.
172. Girls should not play cards.	Girls should not play *at* cards.
173. Why did you laugh *on* the beggar?	Why did you laugh *at* the beggar?
174. Who is knocking *on* the door?	Who is knocking *at* the door?
175. The train arrived *on* the platform.	The train arrived *at* the platform.
(v) onનો ઉપયોગ થાય છે–	
176. We go to school *by* foot.	We go to school *on* foot.
177. We congratulate you *for* your success.	We congratulate you *on* your success.
178. The rioters set the house *to* fire.	The rioters set the house *on* fire.
179. The house was built *over* the ground.	The house was built *on* the ground.
180. Father spent money *at* her wedding.	Father spent money *on* her wedding.
(vi) toનો ઉપયોગ થાય છે–	
181. Vinu was married *with* Shyam.	Vinu was married *to* Shyam.
182. You are kind *on* me.	You are kind *to* me.

183.	We should pray God everyday.	We should pray *to* God everyday.
184.	I will not listen what you say.	I will not listen *to* what you say.
185.	I object *at* your statement.	I object *to* your statement.
	(vii) inનો ઉપયોગ થાય છે–	
186.	Seema lives *at* Mumbai.	Seema lives *in* Mumbai.
187.	I sat *on* a chair.	I sat *in* a chair.
188.	Please write *with* ink.	Please write *in* ink.
189.	I have no faith *upon* your story.	I have no faith *in* your story.
190.	The rain will cease *after* a little while.	The rain will cease *in* a little while.
	(viii) intoનો ઉપયોગ થાય છે–	
191.	Divide the cake *in* five parts.	Divide the cake *into* five parts.
192.	Please look *in* the matter.	Please look *into* the matter.
193.	She jumped *in* the river.	She jumped *into* the river.
194.	I fear that she will fall *in* the hands of robbers.	I fear that she will fall *into* the hands of robbers.
195.	Translate this passage *in* Hindi.	Translate this passage *into* Hindi.
	(ix) ofનો ઉપયોગ થાય છે–	
196.	She died *from* plague.	She died *of* plague.
197.	We are proud *on* our country.	We are proud *of* our country.
198.	The child is afraid *from* you.	The child is afraid *of* you.
199.	Hamida is not jealous *to* Abdul.	Hamida is not jealous *of* Abdul.
200.	We should take care *for* our books.	We should take care *of* our books.
	(x) fromનો ઉપયોગ થાય છે–	
201.	My shirt is different *to* yours.	My shirt is different *from* yours.
202.	His mother prevented him *of* going to cinema.	His mother prevented him *from* going to cinema.
203.	I commenced work *since* 14th July.	I commenced work *from* 14th July.
204.	He hindred me *to do* this.	He hindred me *from doing* this.
205.	He died *of* hunger.	He died *from* hunger.
	(xi) forનો ઉપયોગ થાય છે–	
206.	He will not be there *before* four months.	He will not be there *for* four months.
207.	The employer blames her *of* carelessness.	The employer blames her *for* carelessness.
208.	Three scholarships are competed.	Three scholarships are competed *for*.
209.	Free meals should be provided *to* poor children.	Fee meals should be provided *for* poor children.
210.	Who cares *of* you?	Who cares *for* you?

(xii) between, among, since, up, against વગેરેનો ઉપયોગ થાય છે–

	Incorrect	Correct
211.	Distribute the fruit *among* Kamal and Vimal.	Distribute the fruit *between* Kamal and Vimal.
212.	Divide this money *between* these girls.	Divide this money *among* these girls.
213.	Rakesh has been absent from college *from* Monday last.	Rakesh has been absent from college *since* Monday last.
214.	He tore *away* the bills.	He tore *up* the bills.
215.	The English fought *with* the Russians.	The English fought *against* the Russians.

જ્યાં સુધી શબ્દયોગી અવ્યય (prepositions)ની ક્રિયાઓની સાથે ઉપયોગનો પ્રશ્ન છે, એ એટલા માટે ઉપયોગમાં લેવાય છે કેમ કે અંગ્રેજી ભાષામાં એનો એવી રીતે ઉપયોગ થાય છે. એમાં વિતર્કની બહુ સંભાવના નથી. તેથી અંગ્રેજી શીખવાની ઇચ્છા ધરાવતી વ્યક્તિઓએ એનો શુદ્ધ ઉપયોગ મનમાં ગોઠવવો જોઈએ.

ગુજરાતીમાં પણ કારક ચિહ્નોનો ઉપયોગ એવો તો દૃઢ થઈ ગયો છે, એને જ આજે સાચો માનવામાં આવે છે. આ વાત દરેક ભાષામાં થોડી ઓછી વત્તી હોય છે, તેથી તેને અનિવાર્ય માનીને સમજવાનો પ્રયત્ન કરવો જોઈએ.

A, An, The શબ્દોના ઉપયોગમાં ભૂલો
(ERRORS IN THE USE OF ARTICLES)

	અશુદ્ધ (Incorrect)	શુદ્ધ (Correct)
(i)	Theનો ઉપયોગ થતો નથી–	
216.	*The* Delhi is the capital of India.	Delhi is the capital of India.
217.	She met me in *the* Faiz Bazaar.	She met me in Faiz Bazaar.
218.	He has failed in *the* English.	He has failed in English.
219.	She was suffering from *the* typhoid.	She was suffering from typhoid.
220.	*The* union is strength.	Union is strength.
(ii)	એવા શબ્દોની પહેલાં the જોડાય છે–	
221.	This is *a best* player I have ever met.	This is *the* best player I have ever met.
222.	Ganga flows into Bay of Bengal.	*The* Ganga flows into *the* Bay of Bengal.
223.	Rose is sweetest of all flowers.	*The* rose is *the* sweetest of all *the* flowers.
224.	Rich are happy but poor are unhappy.	*The* rich are happy but *the* poor are unhappy.
225.	Ramayana and Mahabharata are epics of India.	*The* Ramayana and *the* Mahabharata are the epics of India.

(1) વ્યક્તિવાચક નામ (જેવાં કે Delhi, Faiz Bazaar, English language), દ્રવ્યવાચક નામ (જેવાં કે gold, silver વગેરે), ભાવવાચક નામ (union, honesty વગેરે) તેમ જ રોગોનાં નામ વગેરેની સાથે theનો ઉપયોગ થતો નથી.

(2) વિશેષણની ત્રીજી અવસ્થામાં પર્વતો, પ્રદેશો, નદીઓ, સમુદ્રો, વગેરેનાં નામ (the Ganga, the Himalayas વગેરે)ની પહેલાં, પુસ્તકોનાં નામ (the Ramayan, the Mahabharat વગેરે)ની પહેલાં નામના રૂપમાં ઉપયોગ થયેલ વિશેષણ શબ્દો (the rich, the poor વગેરે)ની પહેલાં the જોડાય છે. સાથે જ કોઈ વસ્તુ અથવા વ્યક્તિ પર દબાણ લાવવું હોય તો ત્યાં (the rose, the flower, the epics) the લાગે છે.

(iii) આવી અવસ્થાઓમાં a નથી લાગતો.

226.	*A* man is mortal.	Man is mortal.
227.	Your sister is in *a* trouble.	Your sister is in trouble.
228.	He made *a* rapid progress.	He made rapid progress.
229.	There is *a* vast scope for improvement.	There is vast scope for improvement.
230.	I read *a* fine poetry.	I read fine poetry.

(3) વાક્ય 226માં કોઈ એક વ્યક્તિ (a man)ની વાત નથી, પરંતુ મનુષ્યમાત્રની છે. તેથી a નહીં લાગે. વાક્ય 227માં trouble મુશ્કેલી સંખ્યાત્મક શબ્દ નથી તેથી a નહીં લાગે. એવી રીતે ભાવવાચક તથા દ્રવ્યવાચક નામોની પહેલાં સામાન્ય રીતે a અથવા an નથી લાગતો.

(iv) સામાન્ય રીતે જાતિવાચક નામોની પહેલાં a લાગે છે–

231.	Don't make noise.	Don't make *a* noise.
232.	The English are brave nation.	The English are *a* brave nation.
233.	I got headache.	I got *a* headache.
234.	Your words are not worth penny.	Your words are not worth *a* penny.
235.	He is *an* European.	He is *a* European.

(v) જે શબ્દોની શરૂઆત સ્વર (vowel)થી થાય છે અથવા ઉચ્ચાર સ્વર (vowel)નો હોય છે ત્યાં an લાગે છે–

236.	She was not *a* Indian.	She was not *an* Indian.
237.	Please buy *a* umbrella from the bazaar.	Please buy *an* umbrella from the bazaar.
238.	I shall finish my work in *a* hour.	I shall finish my work in *an* hour.
239.	He was *a* M.L.A.	He was *an* M.L.A.
240.	She is *a* M.A.	She is *an* M.A.

(4) a અને an સરખા બળના articles છે. ફક્ત ફેર એ છે કે (a) જે શબ્દનો પહેલો અક્ષર વ્યંજન (consonant) હોય છે ત્યાં a જોડાય છે. અને (b) જે શબ્દનો પહેલો અક્ષર સ્વર (vowel) હોય છે ત્યાં an જોડાય છે. જેમ કે – a : a book, a nation, a noise વગેરે; an : an Indian, an umbrella, an apple વગેરે.

(5) anનો ઉપયોગ કરવામાં કેટલાક અપવાદ પણ છે. અંગ્રેજીમાં કેટલાક શબ્દો એવા છે જેનો પહેલો અક્ષર મૂક (silent) છે; જેમ કે hour (આવર), honour (ઑનર), honest (ઑનેસ્ટ). એવા શબ્દોની સાથે an લાગશે a નહીં. જેમ કે – an hour, an honour, an honest વગેરે.

(6) anનો ઉપયોગ કરવાની વાત આટલેથી પૂરી નથી થતી; કેટલાંક ટૂંકા રૂપ (શોર્ટ ફૉર્મ) શબ્દ જુઓ – M.A., M.L.A. એની સાથે a કે an શું આવશે ? તમને થશે કે બંનેમાં પહેલો વ્યંજન M છે તેથી a લાગશે. પણ વાત એમ નથી, M.A. અને M.L.A. બંનેમાં Mનો ઉચ્ચાર એ સ્વર (vowel) જેવો છે, તેથી અહીં an M.A. અને an M.L.A. થશે. જુઓ વાક્ય 239 અને 240.

(7) હવે 235મું વાક્ય વાંચો ત્યાં 'a European' કેમ સાચું મનાય છે ? ઉત્તર એ જ છે 'an hour'ની બાબતમાં. 'એ યુરોપિયન'માં E silent છે અને uનો ઉચ્ચાર પણ 'યૂ' (solid) છે. ગુજરાતીમાં યૂ જેવો એને પણ અપવાદ ગણવો જોઈએ.

અમે તમને એક વાત કહેવા માંગીએ છીએ. તે આ કે તમે તમારા અંગત વ્યવહારમાં આવનાર અંગ્રેજી વાતચીતમાં એવી સામાન્ય ભૂલો ઉપર ધ્યાન આપો. જ્યારે તમે ભાષા સંબંધમાં એવો દૃષ્ટિકોણ બનાવશો ત્યારે ભૂલો પોતાની મેળે તમારી સામે ખુલી જશે અને તમે અનુભવ કરશો કે શુદ્ધ અંગ્રેજીમાં વાતચીત કરવી ફક્ત તમારા ધંધા માટે જ લાભકારક નથી પરંતુ આનંદદાયક પણ છે જ.

અમારી શુભ કામના તમારી સાથે છે.

અંગ્રેજીમાં શબ્દરચના
(WORD-BUILDING IN ENGLISH)

અંગ્રેજી ભાષામાં શબ્દ બે પ્રકારના હોય છે – સાધારણ (simple) અને વ્યુત્પન્ન (derived).

(a) સાધારણ શબ્દોને આદિકાળના (primitive) પણ કહે છે. એવા શબ્દોને સાર્થક ખંડોમાં અલગ અલગ નથી કરી શકાતા; જેમ કે – man, good, fear વગેરે.

(b) વ્યુત્પત્તિથી બનેલા શબ્દોને વ્યુત્પન્ન (derived અથવા derivative) શબ્દ કહે છે. એવા શબ્દ ચાર પ્રકારે બને છે :

(i) સાધારણ શબ્દમાં થોડું પરિવર્તન કરીને, એવા શબ્દોને પ્રારંભિક વ્યુત્પન્ન (primary derivative) શબ્દ કહે છે. દા.ત.,–hotથી heat, taleથી tell, fallથી fill વગેરે.

(ii) સાધારણ શબ્દ પહેલાં ઉપસર્ગ જોડીને; જેમ કે – wiseની પહેલાં un ઉપસર્ગ જોડીને unwise, sideની પહેલાં out અથવા in જોડીને outside કે inside વગેરે શબ્દ.

(iii) સાધારણ શબ્દ પાછળ પ્રત્યય જોડીને. જેમ કે–manની પાછળ hood પ્રત્યય લગાવવાથી manhood, goodની પાછળ ness પ્રત્યય લગાવવાથી goodness, fearની પાછળ less પ્રત્યય લગાવવાથી fearless વગેરે શબ્દ.

બીજા અને ત્રીજા પ્રકારના શબ્દોને Secondary Words કહે છે.

(iv) એક શબ્દની સાથે બીજા શબ્દને જોડવાથી; એવા શબ્દોને સંયુક્ત શબ્દ (compound words) કહે છે. જેવાં કે–footpath, midday, sometimes વગેરે.

નીચે એ ચારે પ્રકારોનું વિસ્તૃત વિવરણ આપ્યું છે. એનો અભ્યાસ કરવાથી તમે તમારું શબ્દજ્ઞાન (Vocabulary) વધારી શકશો.

1. પ્રારંભિક વ્યુત્પન્ન (Primary Derivative) શબ્દ કેટલીયે રીતે બને છે.

(i) ક્રિયાપદનું નામ બનાવવું–

ક્રિયાપદ	**ઉચ્ચાર**	**અર્થ**	**નામ**	**ઉચ્ચાર**	**અર્થ**
float	ફ્લોટ	તરવું	fleet	ફલીટ	લશ્કરી વહાણનો કાફલો
drive	ડ્રાઇવ	હંકારવું	drove	ડ્રોવ	driveનું ભૂ.કા.
strike	સ્ટ્રાઇક	પ્રહાર કરવો	stroke	સ્ટ્રોક	પ્રહાર
weave	વીવ	વણવું	web	વેબ	કાપડનો તાકો
wake	વેક	જાગવું	watch	વોચ	નિરીક્ષણ
speak	સ્પીક	બોલવું	speech	સ્પીચ	ભાષણ
break	બ્રેક	તોડવું	breach	બ્રીચ	ભંગ

(ii) વિશેષણનું નામ બનાવવું–

વિશેષણ	**ઉચ્ચાર**	**અર્થ**	**નામ**	**ઉચ્ચાર**	**અર્થ**
grave	ગ્રેવ	દુઃખી	grief	ગ્રીફ	દુઃખ

proud	પ્રાઉડ	ઘમંડી	pride	પ્રાઇડ	ઘમંડ
hot	હૉટ	ગરમ	heat	હીટ	ગરમી

(iii) નામનું વિશેષણ બનાવવું–

નામ	ઉચ્ચાર	અર્થ	વિશેષણ	ઉચ્ચાર	અર્થ
wisdom	વિટ	બુદ્ધિ	wise	વાઇઝ	બુદ્ધિમાન
milk	મિલ્ક	દૂધ	milch	મિલ્ચ	દુધાળું

(iv) નામ ઉપરથી ક્રિયાપદ બનાવવું–

નામ	ઉચ્ચાર	અર્થ	ક્રિયાપદ	ઉચ્ચાર	અર્થ
blood	બ્લડ	લોહી	bleed	બ્લીડ	લોહી વહેવું
gold	ગોલ્ડ	સોનું	gild	ગિલ્ડ	સોનું ચડાવવું
talk	ટેલ	વાત	tell	ટેલ	કહેવું
food	ફૂડ	ભોજન	feed	ફીડ	ભોજન કરાવવું
wreath	રીથ	માળા	wreathe	રીધ	માળા પહેરાવવી
cloth	ક્લૉથ	કપડું	clothe	ક્લોધ	કપડું પહેરવું
bath	બાથ	સ્નાન	bathe	બેધ	નહાવું
breath	બ્રેથ	શ્વાસ	breathe	બ્રીધ	શ્વાસ લેવો

(v) વિશેષણ ઉપરથી ક્રિયાપદ બનાવવું–

વિશેષણ	ઉચ્ચાર	અર્થ	ક્રિયાપદ	ઉચ્ચાર	અર્થ
full	ફુલ	પૂર્ણ	fill	ફીલ	પૂર્ણ કરવું
grave	ગ્રેવ	દુઃખી	grieve	ગ્રીવ	દુઃખી કરવું
hale	હેલ	સ્વસ્થ	heal	હીલ	સ્વસ્થ થવું
half	હાફ	અર્ધું	halve	હાવ	બે ભાગ કરવા

2. અંગ્રેજીમાં ઍંગ્લો-સૅક્સન, લૅટિન અને ફ્રેંચ તથા ગ્રીક ભાષાના શબ્દો બહુ વધારે પ્રચલિત છે. એટલે એ શબ્દો વડે એના જુદા જુદા ઉપસર્ગ (prefix)નો ઉપયોગ થાય છે. એને સમજો.

ઍંગ્લો-સૅક્શન અથવા અંગ્રેજી ઉપસર્ગ
(ENGLISH PREFIXES)

A- (એ-અ-)=પર, ashore, away
Al- (ઑલ-)=બધા, almighty, almost, altogether
By- (બાઇ)=ઉપ, byelection, bylaw, byname
For- (ફોર)=પૃથક, દૂર, forget, forgive
Fore- (ફોર-)=આગળ, foresee, foretell, forerunner
Gain- (ગેન-)=વિરુદ્ધ, gainsay
Mis- (મિસ-)=ખરાબ, ખોટા, mistake, misdeed

Out- (આઉટ-)=બહાર, outcast, outside
Over- (ઓવર-)=ઉપર, overflow, overcoat
Un- (અન-)=વિપરીત અર્થમાં, નહીં, unwise, unripe, unable
Wel- (વેલ-)=સારા અર્થમાં, welcome, welfare

મુખ્ય લૅટિન અને ફ્રેંચ ઉપસર્ગ
(LATIN & FRENCH PREFIXES)

Ab-, Abs- (એબ-એબ્સ)=થી દૂર, abnormal, abstain
Ante- (ઍંટે-)=પહેલાં, antecedent, antedate
Bene- (બેને-)=સારું, benefit, benevolent
Circum-, circu- (સર્કમ-, સર્કુ-)=ચારે બાજુ, circumference, circuit
Contra-, counter- (કૉંટ્રા-, કાઉંટર-)=વિરુદ્ધ, contradict, counteract
De- (ડી-)=થી નીચે આવવું, descend, defame
Dis- (ડિસ-)=વિપરીત અર્થમાં, disorder, disobey, disgrace
Ex- (એક્સ-)=કાઢવું, exclude, expel
Extra- (એક્સ્ટ્રા)=વધારે, extra-qualification
Inter, Intro-, enter- (ઇંટર-, ઇંટ્રો-, ઍંટર-)=વચ્ચે, interrupt, introduce, enterprise
Male-, mal- (મેલ-, માલ-)=ખરાબ, malefactor, maltreatment
Mis- (મિસ-)=ખરાબ, misfortune, misuse
Pre- (પ્રી)=પહેલાં, predict, preannouncement, precondition
Sine- (સાઇન)=વિના, sinecure (એવું કાર્યાલય કે જેમાં કામની કોઈ પરવા ન હોય)
Sub- (સબ-)=નાનું, subheading, subinspector, subbranch
Super-, sur- (સુપર-, સર-)=ઉપર, supernatural. surcharge
Trans- (ટ્રાંસ-)=દૂર, transmit, transform, transport
Vice- (વાઇસ-)=ના સ્થાન પર, viceroy (રાજાના સ્થાન પર), vice-chancellor. vice-principal

મુખ્ય ગ્રીક ઉપસર્ગ
(GREEK PREFIXES)

A-, an- (એ, એન-)=રહિત, ના વિના, apathy (દુ:ખ વિના), anarchy (સરકાર વિના)
Amphi- (ઍમ્ફિ-)=બંને તરફ, amphibious
Ana- (એના-)=ઉપર, analysis
Anti-, ant- (ઍન્ટિ-, ઍંટે-)=ની વિરુદ્ધ, antipathy, antagonist
Hetero- (હેટૅરો)=ભિન્ન, hetero-sexual
Homo- (હોમો)=સમાન, homogeneous
Hyper- (હાઇપર)=ઉપર, hyperbolȧ (અતિશયોક્તિપૂર્ણ ભાષણ)
Para-, par- (પેરા-પેર)=સમાન, paraphrase, parallel
Tele- (ટેલિ)=દૂર, telephone, telegraph

3. ઉપસર્ગોની માફક અંગ્રેજીમાં ઍંગ્લો-સેક્શન, લેટિન, ફ્રેંચ અને ગ્રીકના પ્રત્યય (Suffixes)**નો પણ ઉપયોગ થાય છે. એને પણ સમજો.**

મુખ્ય ઍંગ્લો-સૅક્શન પ્રત્યય

(ANGLO-SAXON OR ENGLISH SUFFIXES)

-craft (-ક્રાફ્ટ)=કળા, handicraft, woodcraft
-dom (-ડમ)=ની અવસ્થા, freedom, kingdom
-hood (-હુડ)=ની અવસ્થા, boyhood, childhood, manhood
-ness (-નેસ)=ની અવસ્થા, goodness, harshness, kindness
-red (-રેડ)=ની અવસ્થા, hatred
-ship (-શિપ)=ની અવસ્થા, (ભાવવાચક) friendship, partnership, hardship
-th (-થ)=સ્થિતિ, wealth, strength, breadth
-ock (-ઓક)=નાના અર્થમાં, bullock
-kin (-કિન)=નાના અર્થમાં, lambkin, napkin
-ing (-ઇંગ)=વાળા અર્થમાં, killing, reading
-ling (-લિંગ)=લઘુ અર્થમાં, duckling, princeling, lordling
-y (-ઈ)=લઘુ અર્થમાં, Johnny, Tonny
-el, -le (-એલ, અલ)=લઘુ અર્થમાં, satchel, satchle
-en (-એન)=લઘુ અર્થમાં chicken, kitten

મુખ્ય લૅટિન અને ફ્રેંચ પ્રત્યય

(LATIN & FRENCH SUFFIXES)

-acy (-એસી)=ની અવસ્થા, celibacy, supremacy, diplomacy
-age (-એજ)=ની અવસ્થા, baronage, bondage
-cide (-સાઇડ)=ની હત્યા, હત્યારા, matricide, patricide, regicide (રાજહત્યા)
-mony (-મની)=(ની) સ્થિતિ, matrimony, acrimony
-ry (-રી)=(ભાવવાચક) slavery, poetry
-ty (-ટી)=(ભાવવાચક) authority
-y (-ઈ)=(ભાવવાચક) unity, study, mastery
-aster (-ઓસ્ટર)=(તુચ્છતા સૂચક) poetaster (ઓછા કવિ)
-cule (-ક્યુલ)=(નાના, તુચ્છતા સૂચક) animalcule
-il (-ઇલ)=(વિશેષણ સૂચક) પુલ્લિંગમાં civil
-ule (-ઇયુલ)=(નાનુ, સ્ત્રીલિંગમાં) સામાજિક globule (નાની બાજી)
-et (-એટ)=(લઘુસૂચક સંજ્ઞાર્થક) bullet (નાની ગોળી), coronet (નાનો મુકુટ)
-ette (-એટ)=(લઘુસૂચક સંજ્ઞાર્થક) cigarette, etiquette

મુખ્ય ગ્રીક પ્રત્યય

(GREEK SUFFIXES)

-archy (-આર્કી)=શાસન, monarchy
-cracy (-ક્રેસી)=શાસન, autocracy, democracy
-crat (-ક્રેટ)=શાસક, autocrat, democrat
-ist (-ઇસ્ટ)=મતલબવાળી, communist, fatalist, artist, dentist

4. સંયુક્ત શબ્દ (Compound Words)–સંયુક્ત શબ્દ કેટલાય પ્રકારના હોય છે.–(a) સંયુક્ત સંજ્ઞા શબ્દ, (b) સંયુક્ત વિશેષણ શબ્દ અને (c) સંયુક્ત ક્રિયા શબ્દ.

(a) સંયુક્ત સંજ્ઞા શબ્દ (Compound Nouns)

(i) સંજ્ઞા પહેલાં સંજ્ઞા શબ્દ જોડવાથી સંયુક્ત સંજ્ઞા શબ્દ બને છે, દા.ત.–

બે શબ્દ	સંયુક્ત શબ્દ	અર્થ
foot+path	foot-path	પગદંડી
mother+land	mother-land	માતૃભૂમિ
fountain+pen	fountain-pen	ફાઉન્ટેનપેન
sun+beam	sun-beam	સૂર્યકિરણ
sun+shade	sun-shade	તાપથી બચવા છાપરું

(ii) સંજ્ઞાની પહેલાં, સંજ્ઞા સિવાય બીજો શબ્દ મૂકવાથી નવો સંયુક્ત શબ્દ બને છે, જેમ કે–

બે શબ્દ	સંયુક્ત શબ્દ	અર્થ
he+goat (સર્વનામ+નામ)	he-goat	બકરો
she+wolf (સર્વનામ+નામ)	she-wolf	શિયાળવી
blotting+paper (સર્વનામ+નામ)	blotting-paper	સાહી ચૂસ
looking+glass (સર્વનામ+નામ)	looking-glass	દર્પણ
spend+thrift (ક્રિયાપદ+નામ)	spend-thrift	ઉડાઉ
mid+day (વિશેષણ+નામ)	mid-day	બપોર
gentle+man (વિશેષણ+નામ)	gentle-man	સજ્જન

(b) સંયુક્ત વિશેષણ શબ્દ (Compound Adjectives)

બે શબ્દ સંયુક્ત શબ્દ		અર્થ
child+like (નામ+વિશેષણ)	child-like	બાળકની જેમ
life+long (નામ+વિશેષણ)	life-long	જીવન પર્યંત
home+made (નામ+વિશેષણ)	home-made	ઘરમાં બનેલું
out+spread (ક્રિયાવિશેષણ+વિશેષણ)	out-spread	બહાર ફેલાયેલું
red+hot (વિશેષણ+વિશેષણ)	red-hot	લાલચોળ
bare+foot (વિશેષણ+નામ)	bare-foot	ખુલ્લા પગ

(c) સંયુક્ત ક્રિયા શબ્દ (Compound Verbs)

બે શબ્દ સંયુક્ત શબ્દ		અર્થ
back+bite (ક્રિયા+ક્રિયા)	back-bite	નિંદા કરવી
ful+fill (ક્રિયાવિશેષણ+ક્રિયા)	ful-fill	પૂરું કરવું
put+on (ક્રિયાપદ+ક્રિયાવિશેષણ)	put-on*	પહેરવું
switch+off (ક્રિયાપદ+ક્રિયાવિશેષણ)	switch-off*	વીજળીની સ્વિચ બંધ કરવી
switch+on (ક્રિયાપદ+ક્રિયાવિશેષણ)	switch-on*	વીજળીની સ્વિચ ચાલુ કરવી

* સંયુક્ત શબ્દ બનીને પણ આ શબ્દો જુદા રહે છે.

(TWO-WORDS VERBS)

(A)

Act for–કોઈને બદલે એના સ્થાન પર કામ કરવું

The senior clerk was asked to *act for* head clerk when he went on leave.

Act upon–1. પ્રભાવિત કરવું

Heat *acts upon* bodies and causes them to expand.

2. ભરોસો રાખવો, ભરોસો રાખીને કાર્યવાહી કરવી

Acting upon a witness' evidence, the police caught the thief.

Agree with–ઉપયુક્ત, યોગ્ય હોવું

Oil does not *agree with* my stomach.

Answer for–જવાબદાર હોવું

Every man must *answer for* his actions to God.

Ask after–કોઈ વ્યક્તિ માટે પૂછપરછ કરવી.

He was *asking after* you when I met him this morning.

Ask for–માગવું

You *ask for* anything you need.

Attend on–સેવા, સત્કાર કરવો

Acting as a good hostess she *attended on* her guests well.

(B)

Back out–આપેલાં વચનથી ફરી જવું

He had promised me two hundred rupees but later he *backed out* from his words.

Back up–સંમત હોવું, સંમતિ આપવી

Let us all *back up* his demands.

Be off–ચાલી જવું

I will *be off* to the railway station now.

Be on–ચાલુ રહેવું

The concert will *be on* till 9 P.M.

Be over–પૂરું થવું

After the picture *is over* we will go home.

Be up–1. પૂરું થવું (સમય)

Time is going to *be up*, hand over your answer copies.

2. પથારીમાંથી ઊઠવું

He will *be up* at five in the morning.

Bear down–જબરજસ્તીથી ઉખેડીને ફેંકી દેવું કે દબાવી દેવું

The director *bore down* all oppositions.

The President *bore down* all dissent.

Bear on–ની સાથે સંબંધ હોવો

Does this book *bear on* the same subject as that?

Bear out–સાબિત કરવું, આધાર આપવો

If the evidence *bears out* the charge, Sanjay will be convicted for armed robbery.

Bear with–સહન કરવું

It is very difficult to *bear with* Rani's bad temper.

Beat back–પાછળ હઠવું, પાછા પડવું

The flames *beat back* the firemen.

Beat off–હુમલાનો મુકાબલો કરવો અને હુમલાખોરને પાછળ હઠાવવા

In the battle of Kargil, the Indians *beat off* the Pakistanis.

Believe in–વિશ્વાસ કરવો

I do not *believe in* astrology.

Bid fair–સારી સંભાવના હોવી

His coaching has been so good that he *bids fair* to win the race.

Bind over–કાનૂની બંધન રાખવું

The man was *bound over* by the court not to indulge in any criminal activity for at least six months.

Blow down–તોફાનથી પડવું

The storm last night *blew down* many big trees.

Blow out–ઠારવું

On her birthday she *blew out* sixteen candles on her cake.

Blow over–નુકસાન ન કરતાં જતાં રહેવું અથવા ખતમ થવું

We hope that this crisis will *blow over* and be forgotten.

Blow up–1. વિસ્ફોટ કરવો/થવો

The retreating army *blew up* all the bridges.

2. અચાનક ગુસ્સે થવું

I did not understand why he *blew up* at my answer.

Border upon–પાસે હોવું
His ranting *bordered upon* madness.

Break away–પોતાને બંધનથી છોડાવી ભાગવું
The horseman tried to hold the horse by the bridle, but the horse *broke away*.

Break down–1. યંત્ર ખરાબ થવાથી બંધ પડવું
Our car *broke down* on the way to Vadodara.
2. ભાવનાના ઉદ્વેગથી રોઈ પડવું
She *broke down* at his departure.
3. વિશ્લેષણ કરવું
If you *break down* the figures, you will find out your mistake.

Break in–1. ઘોડાને શીખવવું
How much time will you need to *break in* this horse?
2. દરવાજા વગેરે જબરજસ્તીથી તોડવા
We had to *break in* the room when there was no response from her.

Break into–ચોરીથી અથવા જબરજસ્તીથી અંદર ઘૂસવું
The thieves *broke into* the bank and stole the money from its cashier.

Break loose–1. ખૂલી જવું, બંધન તૂટવું
During the storm the boat *broke loose* from its anchor and was washed away by strong current.
2. ભાગવું
The buffalo *broke loose* the rope and ran away.

Break off–અચાનક રોકાઈ જવું, ખતમ કરવું
She was saying something, but *broke off* as she saw him.

Break out–અચાનક શરૂ થવું
No one can tell the police how the fire *broke out*.

Break-up–1. લડાઈ-ઝઘડા રોકવા
He intervened to *break up* the quarrel.
2. નાસભાગ થવું, કરવું
The police resorted to lathi-charge to *break-up* the crowd.

Break with–મૈત્રી તૂટવી, તોડવી
Chaula and Dhatri were close friends, but they seem to have *broken with* now.

Bring about–બનાવવું, યોગ્ય કરવું
The new Government *brought about* many reforms.

Bring forward–પ્રસ્તાવ મૂકવો
The proposal he *brought forward* did not seem practical.

Bring in–ભેગું કરવું, વેચાણથી કમાવું
How much does your monthly sale *bring in*?

Bring off–અનપેક્ષિત કામ કરી બતાવવું
The touring Indian cricket team in Pakistan *brought off* a spectacular victory.

Bring on–પેદા કરવું
Dirt often *brings on* diseases.

Bring out–બહાર કાઢવું
War *brings out* the worst in people.

Bring to–હોશમાં લાવવું
The unconscious man was *brought to* consciousness by a passer-by through artificial respiration.

Bring under–ઉપર અધિકાર જમાવવો
The Chief Minister *brought under* the rebels and established peace in his state.

Bring up–બાળકનું લાલન-પાલન કરવું
Neerja was *brought up* by her grandparents.

Brush off–અશિષ્ટ વર્તન કરીને ધકેલી મૂકવું
As he became irritating she had to *brush* him *off*.

Buckle to–કામમાં જોડાઈ જવું
With her examination round the corner, Rita has to *buckle to* at once.

Build up–મજબૂત બનાવવું
You need a good tonic to *build up* your strength after your recent illness.

Burn down–બાળીને ખાખ કરવું કે થવું
The factory was completely *burnt down* in the great fire in the compound.

(C)

Call at–1. ઘર પર મળવા જવું
I *called at* my friend's house to inquire about her health.
2. રોકાવું
This ship does not *call at* Cochin.

Call for–1. લેવા જવું
The washerman *called for* the wash.
2. આવશ્યકતા હોવી
Good painting *calls for* a great skill.

Call out–રદ કરવું

I had to *call out* the party because of my illness.

Call on–મળવા જવું

The visiting Australian team *called on* the President.

Care for–1. સારું લાગવું, પસંદ કરવું

Would you *care for* a cup of tea?

2. રક્ષા કરવી, ભરણપોષણ કરવું

Mother Teresa *cares for* many an orphan.

Carry on–ચાલુ રહેવું, કાર્ય કરતાં રહેવું

Despite the accident they *carried on* with the show.

Carry out–પૂરું કરવું, આદર્શનું પાલન કરવું

My secretary *carries out* her duties very efficiently.

Carry through–કાર્ય પૂરું કરવું

It required lot of effort for the engineers to *carry through* the building construction.

Catch on–સમજમાં આવવું

When he explained his plan I *caught on* to his motive.

Catch up–કોઈની બરાબર પહોંચવું

He ran so fast that it was difficult to *catch up* with him.

Cave in–પડવું

On account of a major earthquake recently the outer wall of the building *caved in.*

Change hands–મિલકત બદલવી

This house has *changed hands* twice during the last ten years.

Check out–હોટેલ છોડવી

The *check out* time of the hotel is 12 noon.

Check up–તપાસવું

Please *check up* if she is at home or not.

Clear off–ભાગી જવું

I went to see who had thrown the stone, but the boys had *cleared off.*

Clear out–જતાં રહેવું

His misbehaviour irritated me so much that I asked him to *clear out* of my house.

Close down–હંમેશ માટે બંધ થવું

On account of a slump in the market he had to *close down* his shop.

Close up–થોડા સમય માટે બંધ કરવું

He *closed up* the shop for the day and went home.

Come about–બનવું

You have gone so thin! How did this *come about?*

Come along–પ્રગતિ કરવી

How is your book *coming along*?

Come by–પ્રાપ્ત કરવું

Initially he was not doing well, but now he has *come by* a fantastic contract.

Come into–વારસામાં મળવું

He will *come into* the estate on his father's death.

Come off–ઘટિત થવું

When does the concert *come off*?

Come out–જાહેર થવું

It *comes out* that she was aware of the starting facts all the time.

Come around–1. ધીરે ધીરે સ્વાસ્થ્ય સુધરવું

My mother was seriously ill for some days, but is now *coming around.*

2. માની જવું

He was strongly opposed to the idea of going to Nal Sarovar for picnic, but after lot of persuasion he *came round* to others' wishes.

Come through–સફળ થવું

As I have worked hard, I am quite confident that I will *come through.*

Come to–1. હોશમાં આવવું

She *came to* after a long period of unconsciousness.

2. બિલ બનાવવું

How much does the bill *come to?*

Come upon–સંયોગથી મળવું

While wandering through the zoo, I *came upon* a strange bird.

Cook up–બનાવી કાઢવું

As he feared beating, he *cooked up* a story to explain his absence.

Correspond to–બરાબર હોવું

The bird's wing *corresponds to* the man's arm.

Cry out–બૂમ મારવી

She *cried out* for help when she saw a car speeding towards her child.

Count in–સમાવવું

If you are planning to make a trip to Tirupati, you can *count* me *in.*

Count on–ભરોસો રાખવો

You can always *count on* my help.

Count out–સમાવવું નહીં

If you are planning any mischief, please *count* me *out.*

Cover for–બીજાના કામની જવાબદારી લેવી

Go and take a coffee break, I will *cover for* you until you return.

Cross out–કાઢી નાખવું

She *crossed out* her name from invitees' list.

Cut down–માત્રા ઓછી કરવી

If you want to reduce you must *cut down* your diet.

Cut in–વચ્ચે બોલી પડવું

Don't *cut in* while I am speaking to someone.

Cut off–વચ્ચે રોકી લેવું

Our army *cut off* the enemy's escape route.

Cut out–કાઢી નાખવું

You can safely *cut out* the last paragraph of this article.

Cut short–સમયથી પહેલાં પૂરું કરવું

The meeting was *cut short* as the chief speaker suddenly fell ill.

Cut up–1. દુઃખી થવું

He was greatly *cut up* by his failure in the exam.

2. આલોચના કરવી

The reviewers mercilessly *cut up* his autobiographical novel.

(D)

Dash off–1. ક્યાંય જલદીથી જવું

The horse *dashed off* down the street.

2. જલદીથી લખવું

He *dashed off* three letters in half an hour.

Dawn on–સમજમાં આવવાનું

It only later *dawned on* me that he was all this while pulling my leg.

Deal in–વેપાર કરવો

My neighbour *deals in* readymade garments.

Deal out–વહેંચવું

Justice Ramesh Mankad of Ahmedabad High Court is famous for *dealing out* equal justice to all.

Deal with–1. કોઈની સાથે વેપાર કરવો

I have had bad experience with him. I won't *deal with* him any further.

2. સંબંધિત હોવું

This book *deals with* foreign policy matters.

Deliver from–બચાવવું

Oh God, *deliver* us *from* evil!

Die away–ઓછું થવું, ખતમ થવું

After a while, the sounds *died away.*

Die down–ઓછું થવું, ખતમ થવું

After a while, the noise *died down.*

Die off–નષ્ટ થવું

As the civilization advanced, many backward tribes *died off.*

Dip into–કોઈ ચોપડીનાં પાનાં ઊથલાવવાં, કાઢવું

I have not read this book; I have only *dipped into* it./I had to *dip into* my savings to buy a car.

Dish out–સહેલાઈથી વખાણ, નિંદા કે આલોચના કરવી, કાઢવું

The flattery he *dishes out* would turn anyone's head./Everybody, please *dish out* Rs. 100 each for this trip.

Dispense with–કોઈ વ્યક્તિ વગર કામ ચલાવવું

You can easily *dispense with* his services.

Dispose of–વેચી દેવું

The rich man *disposed of* all his property and became a sadhu.

Do for–કોઈ વસ્તુના સ્થાન પર કામ આવવું

This plot of land is fairly large and *will do for* a playground.

Do ever–ફરીથી કરવું

You will have to *do ever* this sum, as you have made a mistake.

Do up–જગ્યા ઠીક-ઠીક કરવી

If you *do up* this place, it will look beautiful.

Do without–કોઈ ચીજ વગર ચલાવવું

We will have to *do without* many facilities at this village.

Draw back–પીછેહઠ કરવી

I cannot *draw back* from my promise.

Draw in–ટૂંકા થવું

The cat *drew in* its paws and curled up on the floor.

Draw near–પાસે આવવું

As winter *draws near,* people start wearing woollen clothes.

Draw on–પાસે જવું

As the time of the concert *drew on,* the audience got anxious.

Draw out–બોલવાને ઉત્તેજન આપવું

He was reluctant to comment on Ashu's behaviour, but in the end, I managed to *draw him out.*

Draw towards–કોઈ પ્રત્યે આકર્ષિત થવું

Vishnu finds Vishwa very charming and feels *drawn towards* her.

Draw up–તૈયાર કરવું

Let us *draw up* a list of the people we want to invite.

Drive at–હેતુ શો હોવો

I listened to this rambling talk and could not make out what he was *driving at.*

Drop in–મળવું, ડોકિયું કરવું

I *dropped in* on Parth on my way to office.

Drop out–છોડી દેવું

Medha *dropped out* of the medical course as she found it very laborious.

Dwell on–લંબાણથી બોલવું

In his speech, he *dwelt on* the importance of prompt action.

(E)

Eat into–કાટ લાગવો

Rust *eats into* iron.

Egg on–પ્રોત્સાહિત કરવું

He is a well-behaved boy, but he was *egged on* by Kinnu to fight Anu.

Enlarge on–કોઈ પણ વિષય પર લાંબું ભાષણ આપવું

The lawyer *enlarged upon* this part of the evidence and treated it as of great importance.

Explain away–બહાનું બનાવવું

Although he was at fault yet he tried to *explain away* his mistake.

(F)

Fall back–પીછેહઠ કરવી

When our army charged, the enemy *fell back.*

Fall behind–પ્રગતિ ન કરવી

On account of prolonged illness, she *fell behind* in her studies.

Fall flat–ધાર્યા પ્રમાણે ન થવું

Although she is an accomplished dancer, her performance last week *fell flat.*

Fall for–આકર્ષાવું

Unni *fell for* the pretty saree displayed in a window shop.

Fall in–એક કતારમાં આવી જવું

The captain ordered the soldiers to *fall in.*

Fall off–ઓછું થવું

On account of the heavy snowfall, attendance at the evening class has *fallen off* considerably.

Fall on–હુમલો કરવો

The angry mob *fell on* the running thief.

Fall out–ઝઘડો કરવો

Ami and Sumi were good friends, but now they seem to have *fallen out.*

Fall through–પડી ભાંગવું

We had been planning to go to Nainital this summer but for want of money, the programme *fell through.*

Fall under–સમાવવું

This entire district *falls under* my jurisdiction.

Feel for–સહાનુભૂતિ રાખવી

I deeply *feel for* you in your suffering.

Feel like–ઇચ્છા થવી

I *feel like* taking long walk.

Figure on–અપેક્ષા કરવી

I had *figured on* your attending the meeting.

Figure out–સમજવું, અર્થ કાઢવો

His lecture was long and boring and I couldn't *figure out* what he was driving at.

Figure up–અંદાજ લગાવવો

Have you *figured up* the cost of this entire project?

Fill in–ખાલી જગ્યા ભરીને પૂરું કરવું

As the principal was on leave, vice-principal *filled in* for him.

Fit out–સજાવવું

She is very busy *fitting out* her house for the big party.

Fix up–ગોઠવવું

We decided to *fix up* our house ourselves.

Flare up–ક્રોધાવેશમાં આવી જવું

It is immature to *flare up* on trifles.

Fly at–ઉપર તૂટી પડવું

I asked him to lend me his scooter for some time, he at once *flew at* me.

Fly off–જલદી કરવું

He was slightly late, so he *flew off* to the railway station immediately.

Fly open–જોરથી ખુલવી

Suddenly the door *flew open* and he ran out.

Fly out–જલદીથી બહાર ભાગવું

As the fire spread, all the people *flew out* of the burning factory.

Follow suit–અનુકરણ કરવું

She asked the speaker a probing question and gradually everyone *follwed* the *suit.*

Fool around–હસી મજાક કરવી

Stop *fooling around* and get to work.

Fool away–વ્યર્થ ગુમાવવું

Don't *fool away* your time like this.

Front for–અપ્રત્યક્ષ રીતે પ્રતિનિધિત્વ કરવું

The chairman is the real boss in this company but the general manager *fronts for* him.

(G)

Get about–ફરવું

For last two months, she was bed-ridden on account of typhoid. Now she is *getting about* again.

Get across–સમજાવવું

At last I was able to *get across* my point.

Get ahead–આગળ વધવું, આગળ નીકળી જવું

Unless you work hard, you will not *get ahead* of others in studies.

Get along–1. હળીમળીને રહેવું

She is highly sociable and can *get along* with everybody.

2. પ્રગતિ કરવી

How is Shri Hemal *getting along* in his new job?

Get around–ટાળવું

He tried to *get around* the policeman's inquiry.

Get at–પ્રયાસથી મેળવવું

Our inquiry's object is to *get at* the truth.

Get away–છટકીને ભાગવું

Despite vigilance of the policeman, the thief *got away.*

Get back–પાછું આવવું

He has just *got back* from his tour after two months.

Get by–પ્રયત્નપૂર્વક કરવું

You will have to somehow *get by* with this work.

Get down–ઊતરવું, શરૂ કરવું

Let us *get down* at the next stop./The exams are approaching fast. Let us *get down* to studies.

Get off–બસ કે ગાડીમાંથી ઊતરવું

We have to *get off* the bus at the next stop.

Get on–1. બસ કે ગાડીમાં ચડવું

I saw her *get on* to the bus at the last stop.

2. પ્રગતિ કરવી

Chintoo is quite industrious and is sure to *get on* in the world.

Get over–મુક્ત થવું

Have you *got over* your cough?

Get round–મન જીતવું

He will somehow *get round* the money-lender for a loan.

Get through–પૂરું કરવું

When will you *get through* with your work?

Get to–પહોંચવું

Gadhada is a remote village is Gujarat and is very difficult to *get to.*

Get up–ઊઠવું

He *got up* from his seat to receive me.

Give away–1. વહેંચવું

The chief guest *gave away* the prizes.

2. રહસ્ય ખોલવું

He *gave away* Sonu's name as he had drawn teacher's cartoon.

Give in–હાર ન માનવી

He knew he was losing the match, but he refused to *give in.*

Give off–બહાર ફેંકવું

Some gases *give off* a pungent smell.

Give out–જાહેર કરવું

He *gave out* that he got nominated on the welfare board.

Give up–હાર માનવી

When he realised that he would not be able to win the race, he *gave up.*

Give way–ભાંગી જવું

Ashu kept on kicking the door vigorously and finally it *gave way.*

Gloss over–દોષ છુપાવવો

In Ram Chandra's biography, the writer has *glossed over* many of his shortcomings.

Go around–પૂરું હોવું

I am afraid we do not have enough chairs to *go around.*

Go back–ફરી જવું

She promised to lend me her scooter but now she has *gone back* on her words.

Go down–વિશ્વાસ થવો

Your story is highly unconvincing and will not *go down* with the authorities.

Go for–હુમલો કરવો

The boys *went for* the poor dog with stone.

Go off–ફૂટવું

The gun *went off* with a loud bang.

Go on–1. બનવું

What is *going on* here?

2. ચાલુ રાખવું

Jigna *went on* reading and did not pay attention to her friends.

Go out–હોલવાઈ જવું

The lights *went out* as soon as the storm started.

Go over–યાદ કરવું

I *went over* the events of the day as I lay in bed./*Go over* in chapter until you have learnt thoroughly.

Go through–સહન કરવું

You will never know what she *went through* to give her children good education.

Go upon–કોઈ આધાર પર ચાલવું

Is this the principle you always *go upon*?

Go with–મેળ ખાવો

A blue cardigan will not *go with* a green saree.

Go without–કોઈ વસ્તુ વગર ચલાવવું

How long can you *go without* food?

Go wrong–ખરાબ થવું

What has *gone wrong* with your car?

Grow upon–આદત પડવી

The habit of taking gutkhas is *growing upon* college boys.

(H)

Hand down–કોર્ટમાં સજા સંભળાવવી

The judge *handed down* his verdict in the case.

Hand in–આપી દેવું

Time is up, please *hand in* the answer books.

Hand out–વહેંચવું

The examiner *handed out* the question papers to the students.

Hand over–સોંપવું

The retiring sales manager *handed over* the charge to the new manager.

Hang about–કોઈ સ્થળની આસપાસ ફરવું

A suspicious looking man was seen *hanging about* the house last night.

Hang around–કારણ વગર કોઈની આસપાસ ફરવું

I have often seen him *hanging around* her house.

Hang back–પાછા હઠવું

I asked him to receive the chief guest but he *hung back.*

Hang on–લટકવું, લટકતું રાખવું

Hang on to the rope lest you should fall down.

Hang up–ટેલીફોન નીચે મૂકી દેવો

I rang him up but as soon as he heard my voice he *hung up.*

Hang upon–ધ્યાનથી સાંભળવું

The audience *hung upon* every word of the distinguished speaker.

Happen on–અચાનક મળવું

During my Himalayan trek I *happened on* a tiger in a forest.

Have on–પહેરેલું હોવું

What saree did she *have on* when you saw her?

Hear of–સાંભળવું

Have you *heard of* the bus accident at Sarkhej Road in which ten persons got killed.

Hit on–અચાનક મળી આવવું

To begin with, I tried quite a bit and finally by sheer luck I *hit on* the right solution.

Hold forth–વિગતે બોલવું

He *held forth* on his favourite topic for one full hour.

Hold good–ચાલુ રહેવું

The promise I made you last week still *holds good.*

Hold off–નિર્ણય કરવામાં વાર લગાડવી

Everybody in the office is wondering why Shri Desai is *holding off* his decision.

Hold on–પકડી રાખવું

Hold on to the rope, lest you should fall down.

Hold out–નમતું ન આપવું

Despite massive strength of the enemies, our soldiers *held out* to the last.

Hold over–મુલતવી રાખવું

In view of the fresh evidence available, the judge decided to *hold over* the case till next month.

Hold still–સ્થિર રહેવું

How can I take your photograph if you do not *hold still*?

Hold together–એકત્ર રહેવું

This chair is so rickety that it will not *hold together* if you sit on it.

Hold true–સાચું હોવું

Newton's Law of Gravitation will always *hold true* on earth.

Hold up–1. રોકી લેવું

Your late arrival has *held up* the work.

2. લૂંટી લેવું

Two armed robbers *held up* the bank.

Hunt for–શોધવું

What were you *hunting for* in the newspaper?

Hunt up–પ્રયત્નપૂર્વક શોધવું

I am *hunting up* material for my new book on Mahatma Gandhi.

(I)

Inquire after–સમાચાર પૂછવા

Since last week Abhi had not been feeling well so I went to his place to *inquire after* him.

Introduce into–નવી ચીજ વચ્ચે લાવવી

He *introduced into* the debate a fresh approach.

Issue from–બહાર નીકળવું

Water *issued from* a small crack in the stream.

(J)

Join in–ભાગ લેવો

At first he kept aloof from our games, but later *joined in.*

Join with–જોડાવું

I will *join with* you in the expenses of the trip.

Join up–સેનામાં ભર્તી થવું

When the war was declared, the Government appealed to all young men to *join up.*

Jump at–ઉત્સાહપૂર્વક સ્વીકારવું

When I suggested that we could go for picnic tomorrow children *jumped at* the proposal.

Jump to–પૂરતો વિચાર કર્યા વગર મત બાંધવો

Don't be hasty in judging himself and *jumping to* the conclusion that he is hostile to you.

(K)

Keep at–કરતાં રહેવું

If she only *keeps at* her work, she will soon finish with it.

Keep back–છુપાવવું

I won't *keep back* anything from you.

Keep away–દૂર રહેવું
Advise the children to *keep away* from bad company.

Keep house–ઘર સંભાળવું
He wants his wife to *keep house* and not work in an office.

Keep off–દૂર રહેવું
The curtains will *keep off* the mosquitoes.

Keep on–ચાલુ રાખવું
It was a long journey and we were tired, but we *kept on* going.

Keep out–બહાર કાઢવું
The woollen clothes are warm enough to *keep out* the cold.

Keep to–1. ચાલુ રાખવું
Unless you *keep to* the job you are doing, you will never be able to finish with it.
2. વચન નિભાવવું
You must learn to *keep to* your word.

Keep together–સાથે સાથે રહેવું
Children should *keep together* in the crowd.

Keep up–ગતિ જાળવી રાખવી
India must *keep up* with the development and progress in the world of science.

Knock down–નીચે પાડવું
The boxer struck his opponent a heavy blow and *knocked* him *down.*

Knock off–કામ બંધ કરવું
He did not take long to *knock off* the work.

Knock out–હરાવવું
A heavy blow on the nose by his opponent *knocked out* the boxer.

Knuckle under–હાર માનવી
We thought it would be a tough bout, but it was not long before one of the boxers was *knuckling under.*

(L)

Lay about–ચારે કોર ફટકા મારવા
As the watchman spotted a man stealing watches from a shop he *laid about* him with his cane.

Lay down–ત્યાગપત્ર આપવો
After ten long years he *laid down* the chairmanship of the company.

Lay off–થોડા સમય માટે કામ પરથી કાઢી મૂકવું
If the sales continue to fall like this, we may have to *lay off* one or two people.

Lay on–મારવું
Taking up a stick he caught mischievous boy and *laid on* vigorously.

Lay open–ભેદ ખોલવો
I shall not rest till I have *laid open* the whole conspiracy.

Lay out–રચના કરવી
The garden was *laid out* by an expert.

Lay up–ભેગું કરવું
The squirrel was busy *laying up* nuts.

Leave alone–એકલાં મૂકવું
How can you *leave* me *alone* in my hard times?

Leave out–છોડી દેવું
It will be unfair to *leave* him *out* of the picnic programme.

Let down–નિરાશ કરવું
I was counting on your help, but you *let* me *down.*

Let off–છોડી દેવું
You must prepare hard. Interviewers won't *let* you *off* so easily.

Let on–બતાવી દેવું
Don't *let on* to Meenu that we are going to a movie tonight.

Let out–ભાડે આપવું
Due to adverse circumstances, I had to *let out* a portion of my house.

Let up–ઓછું થવું
If the rain *lets up*, we will go to the market.

Light on–ભાળ મળવી
While wandering in the jungle, the boys suddenly *lighted on* a secret cave.

Live on–નિર્વાહ કરવો
Squirrels *live on* nuts.

Look after–ધ્યાન આપવું
Will you please *look after* the house in my absence?

Look for–શોધવું
I was *looking for* my lost purse.

Look in–મુલાકાત લેવી

Do *look in* after dinner if you are free.

Look into–તપાસ કરવી

Look into the matter carefully.

Look out–સાવધાન રહેવું

Look out, there is a car coming.

Look over–તપાસવું

The examiner was *looking over* the student's answer papers.

Look up–1. અર્થ અથવા સંદર્ભ શોધવો

Ashu *looked up* the word in the dictionary as he did not know its meaning.

2. વધવું

Prices of all commodities are *looking up.*

(M)

Make after–પાછળ દોડવું

The policeman *made after* the thief very fast.

Make believe–વિશ્વાસ કરાવવો

Ami *made believe* that she was sick to take a leave from school.

Make clear–સમજાવવું

The teacher *made clear* to me my mistake.

Make face–મોં કટાણું કરવું

Stop *making faces* at me.

Make for–ધસી જવું

The thief entered the house and *made for* the safe.

Make good–ઉન્નતિ કરવી

He being a hard worker is sure to *make good* in his new job.

Make of–સમજી શકવું

I cannot *make* anything *of* this statement.

Make merry–આનંદ માણવો

As we have now an unexpected holiday, let us *make merry.*

Make out–મુશ્કેલીથી સમજવું, વાંચવું, ઉકેલવું

Can you *make out* his handwriting?

Make over–1. સુપ્રત કરવું

He has *made over* his property to his son.

2. સમારકામ કરવું

She is an efficient housewife and *makes over* her old clothes.

Make room–જગ્યા બનાવવી

I cannot *make room* for anything more in my bag.

Make sense–અર્થ સમજવો

It does not *make* any *sense* to me in dealing foolishly with your clients.

Make toward–કોઈ તરફ જવું

The swimmer *made towards* the right bank of the river.

Make up–બનાવવું

Don't *make up* such silly excuses for your absence yesterday.

Make way–મારગ આપવો

The crowd hurriedly *made way* for the leader as he arrived.

Mix up–અસ્પષ્ટ હોવું

As they were introduced to me in a hurry, I *mixed up* their names and called them by wrong names.

(O)

Occur to–મનમાં આવવું

As I was considering her an honest lady, it never *occured to* me that she was lying.

Offend against–લાગણી દુભાવવી

There was nothing in his speech to *offend against* good taste.

Pack off–રવાના કરવું

As she was getting on my nerves, I *packed* her *off.*

Palm off–છેતરવું

He tried to *palm off* a forged hundred rupee note on me.

Part with–આપી દેવું

Nobody likes to *part with* one's property.

Pass away–મરી જવું

Tapan's father *passed away* yesterday.

Pass for–અમુક તરીકે મનાવું

Our villagers being largely illiterate he *passed for* a learned man in our village.

Pass out–ભાન ખોવું

She could not bear the sight of accident and *passed out.*

Pass over–ધ્યાન બહાર કરવું

I *passed over* many candidates before I could choose this one.

Pay attention–ધ્યાન આપવું

The teacher asked the students to *pay attention* to him.

Pay off–પૈસા ચૂકવી રજા આપવી

I was not happy with my servant, so I *paid* him *off*.

Pick on–ઝઘડો કરવો

The quarrelsome boy always *picked up* fights with small children.

Pick out–પસંદ કરવું

Monu spent a long time *picking out* a nice gift for Meenu.

Pick up–જ્ઞાન પ્રાપ્ત કરવું

The children don't take long to *pick up* what they see around.

Play down–મહત્ત્વ ઓછું કરવું

Some newspapers *played down* the significance of disturbances in Punjab.

Play off–ઝઘડાવવું

The crooked man *played off* the two friends against each other for his own benefit.

Play on–1. વગાડવું

Can you *play on* a violin?

2. દ્વિઅર્થી બોલવું

His skill to *play on* words make him a very forceful speaker.

Play with–છેડવું

It is dangerous to *play with* fire.

Prevail over–પ્રભાવિત કરવું

None of these considerations *prevailed over* his prejudices.

Prevail with–મનાવવું

He is a difficult person. So I found it difficult to *prevail with* him.

Proceed against–કોઈની સામે ફરિયાદ કરવી

I have decided to *proceed against* him in a court of law.

Provide against–તૈયારી કરવી

A wise man takes care to *provide against* emergencies.

Pull in–દાખલ થવું

The coolies started running towards the train as it *pulled in.*

Pull out–બહાર નીકળવું

At the guard's signal the train *pulled out* of the station.

Pull through–બચી જવું

Although she was seriously ill and doctors had given up hope, she *pulled through.*

Pull together–હળમળીને કામ કરવું

The partners of Arvind Mills have been fighting together. If they manage to *pull together*, they will succeed.

Pull up–રોકાવું

The taxi *pulled up* at the entrance of the hotel.

Push off–ચાલતી પકડવી

I am getting quite late, so I must *push off* now.

Push on–આગળ વધવું

He was exhausted but still he *pushed on.*

Put across–સમજાવવું

He *put across* his arguments very eloquently and convincingly.

Put away–એની જગ્યાએ જ મૂકી દેવું

The workmen *put away* their tools and left the factory.

Put down–દબાવવું

The army easily *put down* the revolt.

Put forward–રજૂ કરવું

He *put forward* his suggestions for our consideration.

Put off–મુલતવી રાખવું

The match had to be *put off* because of bad weather.

Put on–1. પહેરવું

She *put on* her best dress for the party.

2. બતાવવું

Don't *put on* as if you don't know anything.

Put out–1. હોલવવું

He *put out* the light and went to sleep.

2. કાઢી મૂકવું

You should take care not to *put out* people by your irresponsible behaviour.

3. પ્રકાશિત કરવું

The party *put out* a pamphlet to explain its economic policy.

Put right–વ્યવસ્થિત કરવું

Ask the carpenter to *put right* this broken table.

Put together–જોડવું, ભેગું કરવું

The child took the watch apart, but couldn't *put together* again.

Put up–રહેવું

Where could I *put up* in Mumbai?

(R)

Rail against–ફરિયાદ કરવી

It is useless *railing against* your master's orders.

Rail at–ફરિયાદ કરવી

He has always *railed at* his parents for not understanding him.

Rake up–ગઈ ગુજરીની વાત ફરી યાદ કરવી

Please do not *rake up* old quarrels at this critical juncture.

Rank with–સમાન હોવું

There is scarcely any poet who can *rank with* Kalidas.

Reason with–દલીલ કરવી

I had to *reason* hard *with* him for my proposal's acceptance.

Reckon on–ભરોસો કરવો

I was *reckoning on* her presence at the function.

Reflect on–પ્રભાવ પડવો

Your misconduct will *reflect on* your character.

Relate to–સંબંધિત

Please get me the file that *relates to* this matter.

Resort to–મદદ લેવી

As the crowd became unruly, the police had to *resort to* lathicharge.

Rest on–આધાર રાખવો

His whole theory *rests on* a wrong assumption.

Ride out–તોફાનથી બચી નીકળવું

Fortunately our ship *rode out* the storm.

Root out–જડમૂળથી ઉખેડવું

The Government is determined to *root out* corruption.

Rout out–જબરજસ્તી બહાર કાઢવું

I *routed* him *out* of bed early in the morning.

Rule out–માનવું નહીં, રદ કરવું

The police has *ruled out* the possibility of sabotage in this train accident.

Run across–અચાનક ભેટો થવો

I was quite surprised to *run across* him in the market.

Run after–પાછળ દોડવું

Running after money does not speak well of you.

Run against–ચૂંટણી લડવી

She *run against* her brother in the municipal election.

Run down–નીચું દેખાડવું, ઉતારી પાડવું

Certain malicious reviewers will *run down* even the best ever written.

Run errands–સંદેશો પહોંચાડવો

Roma is of obliging nature and *runs errands* for all the neighbours.

Run for–ચૂંટણી લડવી

He *ran for* presidentship in the college elections.

Run into–1. અથડાવું

I *run into* an old friend yesterday at cinema hall.

2. આવશ્યક ખર્ચ કરવો

If you spend your money so recklessly you will soon *run into* debt.

Run out–ખલાસ થવું

We were afraid that we might *run out* of our food supply at the excursion.

Run over–ગાડીની નીચે આવી જવું

The unlucky guy was *run over* by a car.

Run short of–ખલાસ થવું

If we *run short of* food, we will get more from restaurant.

Run through–જલદીથી જોઈ જવું

I had to *run through* the book in an hour.

(S)

Search out–શોધી કાઢવું

Our aim in this inquiry is to *search out* the truth.

See about–પ્રબંધ કરવો

I am badly tied up with other things, so you will have to *see about* the catering arrangements at the party.

See off–વિદાય આપવી

I went to the airport to *see off* my nephew who left for Denmark last night.

See through–1. કામ પૂરું કરવું

He *saw through* the entire job by himself.

2. રહસ્ય જાણી જવું

He was trying to be clever, but I *saw through* his trick.

See to–ધ્યાન આપવું

Will you please *see to* the catering arrangements for the function?

Seek out–શોધી કાઢવું

Raj and Vij have gone to the nearby wood to *seek out* the place of rabbits.

Sell out–વેચી દેવું

He *sold out* his business as he could not make a profit.

Send away–મોકલી આપવું

He was becoming a nuisance, so I had to *send* him *away.*

Send for–બોલાવવું

She has become unconscious. Please *send for* a doctor.

Send word–સંદેશો મોકલવો

She *sent word* to me that she would come in a day or two.

Serve out–કામ કરવું

The apprentice has *served out* his period of apprenticeship, so he is due for an increment.

Serve up–પીરસવું

She *served up* a tasty meal.

Set about–શરૂઆત કરવી

As your examination is near, you should *set about* your work without delay.

Set apart–સુરક્ષિત રાખવું

One day in the week is *set apart* as the rest day.

Set aside–રદ કરવું

The Supreme Court *set aside* the verdict of the High Court in Binita case.

Set down–નોંધવું

The Magistrate *set down* in writing the witness' statement.

Set forth–પ્રસ્તુત કરવું

He *set forth* his views with clarity and force.

Set in–શરૂઆત થવી

Just as I was about to go out, the rain *set in.*

Set off–નીકળવું

As we have to go a long distance, we will *set off* early in the morning.

Set up–પ્રબંધ કરવો

The State Government has *set up* a new auditorium at Mehta Chowk to encourage performing arts.

Set upon–હુમલો કરવો

As the poor old beggar approached the corner house, two dogs *set upon* him.

Set out–નીકળવું

He *set out* on his travels.

Set to–શરૂઆત કરવી

You have a lot to do, so you should *set to* work at once.

Settle down–એક જગ્યાએ સ્થિર થવું

After retirement, now I have *settled down* in Surat.

Settle on–નિર્ણય કરવો

Finally, she *settled on* a blue saree.

Show off–ભપકો કરવો

She went to the party as she was quite keen to *show off* her new dress.

Show up–1. આવી પહોંચવું

I have been waiting for her since long, but she has not yet *shown up.*

2. છતું કરવું

If he provokes me further, I will have to *show* him *up.*

Shut in–અંદર બંધ કરવું

As night came, the shepherd *shut* his flocks of sheep *in.*

Shut off–બંધ કરવું

There appeared to be some trouble with her car, so she *shut off* its engine.

Shut up–ચૂપ કરાવવું

As the boy was chattering a lot, the teacher asked him to *shut up.*

Side with–પક્ષ લેવો

No matter what happens, I will always *side with* you.

Sit out–છેલ્લે સુધી બેસવું

I *sat out* his long lecture.

Sit up–મોડે સુધી જાગતાં રહેવું

The poor old man was too weak to *sit up.*

Sleep off–તાજગી પ્રાપ્ત કરવી

I was exhausted after the day's work, so I decided to *sleep off* my fatigue.

Slow down–ગતિ ઓછી કરવી

The train *slowed down* as it approached the station.

Smart under–અપમાન સહેવું

The clerk was *smarting under* the officer's rebuke.

Snap at–સ્વીકારવું

She *snapped at* the offer I made to her.

Speak up–જોરથી બોલવું

As the audience could not hear the speaker, it requested him to *speak up.*

Spell out–વિસ્તારપૂર્વક બતાવવું

He *spelt out* his trecking plan in detail and asked me to accompany him.

Stamp out–દબાવી દેવું

The Government tried its best to *stamp out* the rebellion.

Stand against–પ્રતિકાર કરવો

Parshuram was so powerful that no king could *stand against* him.

Stand by–રાહ જોવી

Please *stand by* for an important announcement.

Stand for–1. પ્રતિનિધિત્વ કરવું

The stars in the American flag *stand for* fifty states.

2. ચૂંટણી લડવી

My uncle *stood for* chairmanship of the Municipality.

3. બર્દાસ્ત કરવું

I will not *stand for* such a rude behaviour.

Stand out–ધ્યાન આકર્ષિત કરવું

She *stood out* in the crowd because of her beauty.

Stand up–સહન કરવું

How can you *stand up* to such tremendous pressure of work.

Start for–નીકળવું

When did she *start for* Mumbai?

Stay up–રોકાઈ રહેવું

I had to finish with some work last night, so I *stayed up* till one o'clock.

Stay with–સાથે રહેવું

When you come to Ahmedabad, please *stay with* me.

Step down–પદ છોડવું

Next month our company's president will *step down* in favour of his son.

Step up–ગતિ વધારવી

I *stepped up* the speed of my car.

Stick around–વળગી રહેવું

After dinner we requested our guest to *stick around* for the movie on the T.V.

Stick at–ખચકાવું

He will *stick at* nothing to fulfil his ends.

Stick by–સાથ આપવો

Stick by your friends in their difficulty.

Stick out–બહાર કાઢવું

I went to the doctor with a stomach complaint and he asked me to *stick out* my tongue.

Stick to–વળગી રહેવું

Despite interrogation he *stuck to* his story till the end.

Stir up–ઉત્તેજિત કરવું

He tried to *stir up* trouble between the management and the workers.

Stop short–અચાનક રોકાઈ જવું

He was talking about Kinnu, but suddenly *stopped short* as he saw him coming.

Strike down–અવૈધ ઘોષિત કરવું

The court *struck down* the Government's ordinance as unconstitutional.

Strike off–કાઢી નાખવું

At the last moment she *struck off* her name from the list of invitees.

Strike up–શરૂ કરવું

At the end of the programme, the band *struck up* the national anthem.

Strike work–હડતાલ પાડવી

The factory workers *struck work* to demand higher wages.

Subscribe to–સંમત હોવું

Do you *subscribe to* the philosophy of Karma?

Subsist on–નિર્વાહ કરવો

The sadhu *subsisted on* nuts and roots for many weeks.

Succeed to–વારસ થવું

The prince will *succeed to* the throne on the king's death.

Sue for–હક માગવો

As he developed after-operation complications, he *sued* the Nursing Home *for* da-mages to the extent of ten thousand rupees.

(T)

Take after–જેવું હોવું

She has *taken after* her mother.

Take apart–અલગ કરવું, ખોલવું

Can you *take apart* a watch?

Take down–લખી લેવું, નોંધવું

Take down carefully whatever I say.

Take for–સમજવું

I *took* him *for* a doctor.

Take in–છેતરવું

She tried to play a trick on me, but I could not be *taken in.*

Take off–1. કપડાં ઉતારવાં

She *took off* her frock.

2. ઊંચે ઊડવું

We watched the plane *take off.*

Take on–નોકરી પર રાખવું

They are *taking on* many new workers at that factory.

Take over–1. માલિક બનવું

He *took over* as a new Managing Director.

2. તાબામાં લેવું

They defeated the enemy and *took over* the fort.

Take place–મળવું, બનવું

Where did the meeting *take place*?

Take to–આકર્ષણ થવું

I *took to* Ranju right from the very beginning.

Take turns–વારાફરતી કામ કરવું

During the trip, Ritu and I *took turns* at car driving.

Take up–શરૂ કરવું

After completing school, he *took up* mechanical engineering.

Talk back–ચર્ચા કરવી

It is very rude to *talk back* to your elders.

Talk over–વિચાર વિમર્શ કરવો

The committee is *taking over* our report.

Talk shop–કામ બાબત વાતચીત કરવી

The two lawyers always *talk shop.*

Taste of–જેવો સ્વાદ હોવો

This coffee is no good, it *tastes of* kerosene.

Tear down–નષ્ટ કરવું

They brought bulldozers to *tear down* the building.

Tell against–વિરુદ્ધ જવું

The new evidence relating to this case *tells against* the accused.

Tell off–ભર્ત્સના કરવી

The headmaster *told off* the rowdy students.

Tell on–ચાડી ખાવી

It is unfair to *tell on* others.

Tell upon–અસર કરવી

You must not work so hard. It will *tell upon* your health.

Think of–ખ્યાલ હોવો

What did you *think of* the movie?

Think out–યોજના બનાવવી

They will have to *think out* some good idea to produce this kind of advertisement.

Think up–શોધી કાઢવું

You will have to *think up* a good excuse for the delay.

Throw out–બહાર ફેંકી દેવું

He was *thrown out* of the hall for his misbehaviour.

Throw up–રાજીનામું આપવું

Why have you *thrown up* your job?

Tide over–મુશ્કેલી પાર કરવી

Will this amount enable you to *tide over* your financial difficulties?

Touch at–રોકાવું

The Rajdhani Express between Delhi and Mumbai *touches at* Vadodara.

Touch on–કશુંક કહેવું

Your lecture was illuminating but did not *touch on* the problem of casteism in the country.

Touch up–નજીવા ફેરફાર કરવા

The photographer *touched up* my photograph.

Trade in–બદલામાં લેવું-દેવું

I *traded in* my old car for a new one.

Trade on–વટાવી ખાવું

I *traded on* his good nature to help me out of my financial difficulties.

Trifle with–રમત રમવી

It is cruel to *trifle with* anybody's feelings.

Trump up–બનાવટી કરવું

The story you have *trumped up* is not at all convincing.

Try on–પહેરી જોવું

The tailor asked me to *try on* the coat.

Try out–ચલાવી જોવું

You should *try out* that TV set before you buy it.

Turn about–મોઢું ફેરવી નાખવું

The moment she saw Anju coming, she *turned about.*

Turn against–કોઈની વિરુદ્ધ થઈ જવું

We have been such good friends and I had no idea that he would *turn against* me.

Turn around–પૂરું ફેરવવું

Being a novice, he could not *turn around* the car in the narrow lane.

Turn aside–વિચલિત થવું

Never *turn aside* from the path of truth.

Turn away–પાછું મોકલી આપવું

He has *turned away* three applications for the new post of purchase officer.

Turn back–પીછેહઠ કરવી

Please *turn back* from the edge of the water.

Turn down–1. ઇનકાર કરવો

I am counting a lot on this, so please do not *turn down* my request.

2. ઓછું કરવું

Please *turn down* the volume of the T.V.

Turn in–સોંપી દેવું

He *turned in* his answer paper and came out of the examination hall.

Turn on–ચાલુ કરવું

Please *turn on* the T.V.

Turn out–1. ઉત્પાદન થવું

How many cars does this factory *turn out* everyday?

2. દેખાવું

He looked like an ordinary carpenter but later he *turned out* to be a very talented one.

Turn tail–ભાગી જવું

The enemy had to *turn tail* as it could not hold against the massive attack of our army.

Turn up–1. અચાનક આવવું

Everybody was surprised to see him *turn up* at the meeting.

2. પ્રકાશમાં આવવું

Some interesting facts have *turned up* during the inquiry.

(U)

Used to–આદત પાડવી

I am quite *used to* driving in crowded places.

Use up–ખતમ કરવું

Have you *used up* all the paper I had given you?

(W)

Wade into–હુમલો કરવો

Rishi could not tolerate Rashmi's insulting remark. He *waded into* him and knocked him down.

Wade through–કામ હાથ પર લેવું

Today I have to *wade through* a lot of correspondence.

Wait for–રાહ જોવી

I will *wait for* you at my office.

Wait on–સેવા કરવી

She *waited on* us efficiently.

Wash out–ધોવાઈ જવું

Can this stain be *washed out*?

Watch over–રક્ષા કરવી, નજર રાખવી

The dog *watched over* his master's sleeping child.

Wear off–ઝાંખું થવું

This colour will *wear off* soon.

Wear out–ઘસાઈ જવું

Constant use will *wear out* any machine.

While away–સમય બગાડવો

Get to work. Don't *while away* your time in trifles.

Wind up–1. બંધ કરવું

Recurring losses compelled me to *wind up* my business.

2. ચાવી આપવી

I *wound up* my watch every week.

Wink at–અજાણ બનવું

I can *wink at* his faults no longer.

Work away–કામ કરતાં રહેવું

He can *work away* for hours at a stretch.

Work into–અંદર ઘૂસવું

The miner's drill *worked into* the hard rock.

Work open–ગમે તેમ કરીને ખોલવું

I had lost my key, but somehow I managed to *work open.*

Work out–જવાબ શોધી કાઢવો

Could you *work out* that problem?

Work up–ઉત્તેજિત કરવું

Why are you so *worked up*?

(Y)

Yield to–માની લેવું

It took me long to persuade him to *yield to* my request.

(IDIOMS AND PHRASES)

(A)

Abounding in–વિપુલતાવાળું

Sea *abounds in* all kinds of animals.

Above all–મુખ્યત્વે

Above all, don't mention this to Nisha.

Abreast with–માહિતી ધરાવનાર

He keeps himself *abreast with* the latest developments.

Absent-minded person–અસાવધ વ્યક્તિ

Our professor is a very *absent-minded person.*

Accessary to–ગુનામાં સાથીદાર

This man was accessary to the crime.

Affect ignorance–જાણતાં ન હોવાનો દેખાવ કરવો

You cannot *affect ignorance* of the law and escape punishment.

Aghast at–ભયભીત થવું

As she entered the hospital, she looked *aghast at* the bed of the wounded.

Agreeable to–અનુકૂળ થવું, પસંદ હોવું

He being very fussy, the plan was not *agreeable to* his wishes.

Alive to–પ્રત્યે સભાન

He is not at all *alive to* the current economic problems.

All at once–અચાનક, એકાએક

All at once the sky became dark and began to rain.

All moonshine–બિલકુલ જૂઠું

What you are saying is *all moonshine.*

All of a sudden–અચાનક

All of a sudden the walls of the room started shaking.

All the same–તેમ છતાં

Although your agreements appear convincing *all the same* it will not happen.

Animal spirits–જોશીલી પ્રકૃતિ

Young children are by nature full of *animal spirits.*

Apple of discord–ઝઘડાનું મૂળ

Ever since their father's death, this property has been an *apple of discord* between the two brothers.

Apple of one's eye–બહુ જ વહાલી વસ્તુ

Abhinav's lovely little daughter is the *apple of his eye.*

Ask for something–પીડા વહોરી લેવી

Now you are complaining about the cut in your salary. You had *asked for it* by regularly coming late.

At all–જરા પણ

He told me that he did not have any money *at all.*

At daggers drawn–દુશ્મની હોવી

Two friends are at *daggers drawn* over the issue of money.

At large–છૂટું, મુક્ત

The convict, who had escaped from prison last month, is still *at large.*

At once–તરત

The boss asked his secretary to come to his room *at once.*

At the eleventh hour–છેલ્લી ઘડીએ

The mob was getting out of control, the police arrived *at the eleventh hour* and averted the riot.

At times–ક્યારેક ક્યારેક

At times she feels little better, but then again relapses into her old condition.

Aware of–માહિતગાર હોવું

I was not *aware of* her intensions.

(B)

Back out of–છટકી જવું

He *backed out of* the promise he had given me.

Backstairs influence–ગુપ્ત, છાનું

He managed to get the job through *backstairs influence.*

Bad blood–દુશ્મની

There is *bad blood* between two neighbours.

Be a party to smething–પક્ષ લેવો, સંમત થવું

I disagree to your proposals, so I won't *be a party to* this agreement.

Be all ears–સાંભળવા માટે ઉત્સુક

The children *were all ears* as I began to tell the story of Alibaba.

Be beside oneself–આવેશમાં આવી ભાન ભૂલવું

She was *beside herself* with grief when she heard about her son's death.

Be born with a silver spoon in one's mouth–અત્યંત ધનવાન હોવું

Pandit Nehru was *born with a silver spoon in his mouth.*

Be bound to–નિશ્ચિત રૂપથી

We *are bound to* be late if you don't hurry.

Be bound for–અમુક જગ્યાએ જવા તૈયાર

This ship *is bound for* London.

Be ill at ease–બેચેન, અસ્વસ્થ

The whole night mosquitoes kept on biting me and I was quite *ill at ease.*

Be in the way–રસ્તો રોકવો

Is this chair *in your way*?

Be no more–મરી જવું

Since her husband is *no more*, she feels quite lost.

Be off–જતાં રહેવું

I was tired of his chattering and asked him to *be off.*

Be out of the question–અસંભવ હોવું

Without oxygen, life is *out of question.*

Be under age–સગીર ઉંમરનું

You cannot vote as you are *under age.*

Be upto something–કોઈ યોજના બનાવવામાં વ્યસ્ત રહેવું

These boys have suspicious movements, I am sure they are *upto something.*

Be well off–ધનવાન હોવું

They own a house and a car, so they certainly are *well off.*

Be worth its weight in gold–બહુ કીમતી હોવું

In the desert a bottle of water is *worth its weight in gold.*

Bear down upon–હુમલો કરવો

Our warship *bore down upon* the enemy convoy.

Beasts of burden–ભારવાહક પ્રાણીઓ

Mules are used as *beasts of burden* by the Indian Army.

Beasts of prey–હિંસક પ્રાણીઓ

A tiger is a *beast of prey.*

Beat about the bush–આડીઅવળી વાત કરવી

Come to the point. Don't *beat about the bush.*

Beck and call–કોઈના તાબામાં હોવું

You cannot expext me to be at your *beck and call* everytime.

Bed of roses–ખુશીની અવસ્થા

Life is no *bed of roses.*

Beggar description–અવર્ણનીય હોવું

Her beauty *beggared description.*

Behind the scenes–સંતાઈને

The leaders had been discussing *behind the scenes* for long, and finally they arrived at an agreement.

Bent on–વલણ, વૃત્તિ

I am sure the two boys are *bent on* some mischief.

Better half–પત્ની

His *better half* takes good care of him.

Bide his time–યોગ્ય તકની રાહ જોવી

The hunter *bided his time* till the tiger approached the pond for a drink.

Big deal–પોતાની મહત્તાની જૂઠી ભાવના

You think you can beat me! A *big deal.*

Bird's eye view–વિહંગાવલોકન

We had a *bird's eye view* of the city from the plane.

Birds of a feather–સમાન સ્વભાવના લોકો

Birds of a feather tend to flock together.

Black sheep–બદનામ માણસ

Mitesh is the *black sheep* of the family.

Blind alley–રસ્તા વિનાની ગલી

They had to turn back as they had entered a *blind alley.*

Blind to–આંખે પાટા બાંધવા

He is *blind to* his son's actions.

Blow one's own trumpet–પોતાની મોટાઈ બતાવવી

Blowing one's own trumpet speaks of all breeding.

Blow one's top–ગુસ્સામાં હોવું

Raju has not been caring for his studies at all. Naturally, his father had to *blow his top.*

Blue stocking–પંડિતા, પંડિત

She has made a name for herself in society as a *blue stocking.*

Body and soul–મન લગાવીને

He gave himself *body and soul* to the pursuit of learning.

Boil down–સારાંશ

It all *boils down* to a clear case of murder.

Bolt upright–તદ્દન ટટ્ટાર

As he was suddenly awakened by a passing procession's noise, he got up and sat *bolt upright.*

Bosom friend–જિગરી દોસ્ત

Nisha and Rita are *bosom friends.*

Brazen-faced fellow–અશિષ્ટ માણસ

I cannot stand that *brazen-faced fellow.*

Break cover–સંતાવાના સ્થાનેથી બહાર નીકળવું

The enemy resumed heavy firing as the soldiers *broke cover.*

Break in–જબરજસ્તીથી દાખલ થવું

The thief quietly *broke in* when everyone was asleep.

Break the ice—વાતની શરૂઆત કરવી

They sat in awkward silence till I *broke the ice.*

Break the news—સમાચાર આપવા

Ronu had drawned and somebody had to *break the* sad *news* to his family.

Breath one's last—મરી જવું

The family plunged into grief as my beloved brother *breathed his last.*

Bring to light—રહસ્ય ખોલવું

The C.I.D. *brought to light* a hideous conspiracy to assassinate the police chief.

Bring to the hammer—લીલામ કરવું

As he went bankrupt, all his goods were *brought to the hammer.*

Broad daylight—ધોળે દિવસે

The bank was robbed in *broad daylight.*

Brown study—દિવાસ્વપ્ન

Sonu is in the habit of getting into *brown study.*

Build castles in the air—હવાઈ કિલ્લા બાંધવા

Be content with what you have. Do not *build castles in the air.*

Burning question—બહુ ચર્ચાતો પ્રશ્ન

Election is a *burning question* for ever.

Burn the candle at both ends—બધી શક્તિ એકસામટી વાપરી નાખવી

If you *burn the candle at both ends* like this, you will soon land up in the hospital.

Bury the hatchet—દુશ્મની ભૂલી મિત્રતા કરવી

The two warring nations reached a truce and at last *burried the hatchet.*

By and by—ધીરે ધીરે

By and by people began to come into the lecture hall.

By heart—કંઠસ્થ

I know the 15th chapter of Gita *by heart.*

By himself—એકલું

My son does his homework *by himself.*

By the way—વાતવાતમાં

By the way, are you married?

(C)

Call a spade a spade—સાફ સાફ કહેવું

I am not rude, but at the same time, I don't hesitate to *call a spade a spade.*

Call to order—પ્રારંભ કરવું

The chairman *called* the meeting *to order.*

Capital crime—મોતની સજા જેવો ગુનો

Murder is a *capital crime.*

Capital idea—ઊંચી કલ્પના

Going on a picnic this Sunday is a *capital idea.*

Capital punishment—મોતની સજા

The murderer was awarded *capital punishment.*

Carry one's point—પોતાનો મુદ્દો ગળે ઊતરાવવો

In the beginning Manu was slightly vague in his speech but gradually he succeeded in *carrying his point.*

Carry the day—યશસ્વી થવું

The opener scored a century and *carried the day.*

Cast about for—ફાંફાં મારવાં

He will *cast about for* an opportunity to take revenge on you.

Catch one's eye—ધ્યાન ખેંચવું

I could not *catch his eyes*, else I would have greeted him.

Chicken-hearted—ડરપોક માણસ

A *chicken-hearted* fellow like you will never make a soldier.

Clear off—જતાં રહેવું

Don't bother me. *Clear off.*

Close-fisted man—કંજૂસ

Although having lots of money, he is a *close-fisted man.*

Close shave—બચવું

My car was just about to dash against the lamppost. It was quite a *close shave.*

Cock and bull story—મનગઢંત વાત

Who would believe such a *cock and bull story*?

Cold-blooded murder—ઠંડે પેટે કરેલી હત્યા

They have committed a *cold-blooded murder,* the judge didn't show any mercy in awarding death sentence.

Cold feet—ડરી જવું

At the sight of his opponent, he got *cold feet.*

Cold reception—ઠંડો આવકાર

I wonder why she gave him such a *cold reception.*

Cold shoulder–બેદરકારીભર્યું વર્તન

He tried to talk to her, but she gave him the *cold shoulder.*

Come of age–ઉંમરલાયક થવું

Now that you have *come of age*, you should be careful going out at night.

Come off it–આદત છોડવી

Come off it, don't start with that boasting again.

Come to an end–સમાપ્ત થવું

It was such a boring film that I thought it would never *come to an end.*

Come to light–પ્રકાશમાં આવવું

The conspiracy *came to light* at the right time and plotters were arrested.

Come up to–સરખું હોવું

The profit from this deal with M/s. Viresh Enterprises has not *come up to* our expectations.

Come up with–ઉત્તમ વિચાર ધરાવવો

I must say you have *come up with* an excellent idea.

Commanding view–ઊંચાઈથી જોવાવાળું દૃશ્ય

Come we can go up and get a *commanding view* of the harbour from the hill top.

Confirmed bachelor–નૈષ્ઠિક બ્રહ્મચારી

Is he going to marry late or is he a *confirmed bachelor*?

Corresponding to–અરસપરસ મળતાપણું

While digging in the field the other day, I found an old coin *corressponding to* the one shown in the picture.

Cover a lot of ground–વિસ્તારથી કહેવું

In his very first lecture the professor *covered a lot of ground.*

Creature comforts–દેહને સુખસગવડ આપનારી વસ્તુઓ

Being rich he would equip his mansion with all *creature comforts.*

Crocodile tears–બનાવટી આંસુ

She shed *crocodile tears* at the loss incurred by her friend.

Crux of a problem–મુખ્ય કોયડો

The *crux of a problem* is how we are going to raise the funds we require to repair our flat.

Cry over spilt milk–વ્યર્થ શોક કરવો

I knew it was a bad bargain. It is no use *crying over a spilt milk* now.

Cut a sorry figure–અયોગ્ય સિદ્ધ થવું

When asked to make a speech he *cut a sorry figure.*

Cut out for–યોગ્ય હોવું

Viky is not *cut out for* army.

Cut to the quick–મર્મભેદી વાત કરવી

Your reproaches *cut* him *to the quick.*

(D)

Dance attendance on one–ખુશામત કરવી

He *danced attendance on her* all the time, but she ignored him.

Day in, day out–રોજ રોજ, આખો દિવસ

He worked *day in, day out* to pass his C.A. Examination.

Dead against–વિરોધમાં

Her mother is *dead against* her acting in the films.

Dead letter–1. જેનો માલિક મળતો નથી તેવો પત્ર

A letter without address goes to *dead letter* office.

2. અમલમાંથી નીકળી ગયેલો કાયદો

Several enactments still on the statute book are now a *dead letter.*

Dead loss–ક્યારેય પૂરું ન થાય તેવું નુકસાન

He invested quite a lot of money in paper business but it proved to be a *dead loss.*

Dead of night–મધ્યરાત્રિએ

The thief entered the house at *dead of night.*

Dead silence–પૂર્ણ સ્તબ્ધતા

There was *dead silence* in the deserted house.

Dead tired–ખૂબ થાકી જવું

Having walked four miles, I felt *dead tired* and immediately fell asleep.

Dish something out–આલોચના કરવી

He is a glib talker and very good at *dishing out* flattery.

Do a city–શહેરમાં ફરીને આકર્ષક સ્થળ જોવાં

When I *do the city* you can relax in the hotel and watch the television.

Do away with–નાશ કરવો

The murderer seems to have *done away with* the body.

Done to death–મારી નાખવું

The poor man was *done to death* by repeated lathi blows on the head.

Do well–પ્રગતિ કરવી

He is *doing quite well* in his new business.

Dog-eared book–જેનાં પાનાં ખૂણા વળીને વાંકાં કે મેલાં થયાં છે એવું

The *dog-eared book* suggests that you have read it carefully and marked the important pages.

Down and out–હતોત્સાહ થવું

He was without money and without food. In short, just *down and out.*

Draw out a person–વિશ્વાસ પેદા કરીને બોલવાને ઉત્તેજન આપવું

For a long time, he was reluctant to say anyth-ing, but in the end, I managed to *draw him out.*

Draw a line–મર્યાદા નક્કી કરવી

I can at the most give you one thousand rupees. And then I must *draw a line.*

Drop a line–નાનો કાગળ લખવો

As soon as I get to Ahmedabad, I'll *drop* you *a line.*

Drop a subject–વિવાદ બંધ કરવો

You don't seem to agree, so let us *drop the subject.*

Drop in on–મળવા જવું

Do *drop in on* me whenever you have the time.

Drop out of–છોડી દેવું

He had to *drop out of* the race when his car broke down.

Dutch courage–દારૂ પીને કરેલી જૂઠી વીરતા

He showed a lot of *Dutch courage*, but got frightened as the drink wore off.

(E)

Ease someone out–શિષ્ટતાપૂર્વક નોકરીમાંથી કાઢવું

After the two compaines merged, a number of their officers had to be *eased out.*

Easy come, easy go–વગર પ્રયાસે પ્રાપ્ત થવું

He inherited great wealth but spent it all foolishly. It was a case of *easy come, easy go.*

Eat humble pie–વિનમ્ર હોવું

He used to boast about his intelligence. Now with such bad results he has to *eat humble pie.*

Eat out–બહાર ખાવું

When you *eat out,* what restaurant do you go?

Elbow room–મોકળાશ

He is a go-getter and needs just *elbow room* to succeed.

Err on the safe side–નુકસાની ન આપવાવાળી ખોટી ચીજ પણ સ્વીકારવી

To *err on the safe side*, I gave him fifty-five when he asked for seventy pieces.

Escape notice–ધ્યાન ન જવું

I read this copy very carefully, but don't know how this mistake *escaped my notice.*

Escape one's lips–બોલી પડવું

Never let that abusive word *escape your lips* again.

Every now and then–વખતોવખત

We are very good friends and visit each other *every now and then.*

(F)

Fast living–એશોરામની જિંદગી

Rich men's children generally like *fast living.*

Feather one's nest–પૈસાદાર થવું

The corrupt people are always busy *feathering their nests.*

Fed up with–તંગ આવી જવું

I am *fed up with* this daily drudgery.

Feel up to–પોતાને સમર્થ સમજવું

Do you *feel up to* writing letters after a hard working day?

Fellow feeling–ભાઈચારો, પોતાપણું

One should have *fellow feelings* for all.

Few and far between–બહુ ઓછું થવું

His visits to our place are now *few and far between.*

Fight shy of–ટાળવું

I *fight shy of* air travel as it makes me sick.

Fill one in–જાણકારી દેવી

As Rishi could not attend the meeting he asked me to *fill him in.*

Fish out of water–મૂંઝવણમાં પડેલું માણસ

I felt like a *fish out of water* in the company of those scientists.

Flowery style–અલંકારપ્રચૂર

Flowery style is not suited to every kind of writing.

Fly in the face of–ખુલ્લી રીતે સામું થવું

Why should you recklessly *fly in the face of* danger?

For good–હંમેશ માટે

He proposed to leave India *for good.*

For long–વધુ સમય માટે

I cannot go on with this boring job *for long.*

Force one's hand–ન કરવું હોય ત્યારે કરવાની ફરજ પાડવી

I *forced his hand* to learn the real motive behind his plan.

Forty winks–ઝોકું ખાઈ લેવું

After lunch, I must have my *forty winks.*

Fill in for–કોઈની જગ્યા લેવી

Due to my manager's illness, I have *filled in for* him.

For the time being–થોડા સમય માટે

For the time being, I am out of town.

Freelance–કોઈ પક્ષ સાથે ન જોડાયેલો પત્રકાર

He is a *freelance* and contributes to several papers and magazines.

French leave–જણાવ્યા વગર જતાં રહેવું

The boss is angry with her for taking *French leave.*

Fresh lease of life–પુનર્જીવિત કરવું

The heart patient was almost dying. But now through the relentless effort he has got a *fresh lease of life.*

Fringe benefits–પગાર સિવાયના મળતા લાભો

Her salary is small, but she gets good *fringe benefits.*

Face up to–કોઈ અપ્રિય વાત સ્વીકારવી

You have to *face up to* the fact that you are not capable of handling this job.

Fair play–ન્યાયી વર્તાવ

I know her well and can count her sense of *fair play.*

Fair sex–નારી જાતિ

She was the only representative of the *fair sex* at the meeting.

Fair weather friend–મુસીબતમાં સાથ ન આપવાવાળો મિત્ર

Most of the people you are associating with these days are just *fair weather friends.*

Fall a prey to–ઠગાઈ જવું

Innocent men *fall a prey to* the designs of the cheat.

Fall back upon–આશરો લેવો

If I don't do well as a businessman, I'll have to *fall back upon* my old profession of journalism.

Fall behind in–પાછળ રહી જવું

He *fell behind in* his studies due to his illness.

Fall foul of–દુશ્મની વહોરી લેવી

If this new clerk continues with his criticism like this, he will soon *fall foul of* the manager.

Fall in with–સંમત થવું

He found my plan very profitable and so readily *fell in with* it.

Fall out of use–પ્રયોગ બંધ થવો

As a language grows, new words are added and many old ones *fall out of use.*

Fall out with–ઝઘડો કરવો

It is indeed sad to see that you have *fallen out with* your best friend.

Fall to one's lot–નસીબમાં હોવું

I *fell to my lot* to become a researcher.

Fall to work–કામ શરૂ કરવું

He *felt to work* with enthusiasm and completed the job in an hour.

Family likeness–પારિવારિક સમાનતા

There is a *family likeness* between the two cousins.

Family tree—વંશ વડલો

Our family tree is rooted in the eighteenth century.

Fan the flame—ખરાબ વાતને પ્રોત્સાહન આપવું

Although outwardly he professed loyalty, in secret, he was *fanning the flame* of sedition.

Fancy price—અતિશય ભારે કિંમત

He has recently bought an imported TV at a *fancy price.*

(G)

Gain ground—આગળ વધવું

India lost the first two matches, but began to *gain ground* gradually.

Game is not worth the candle—મહેનતના પ્રમાણમાં પૂરો લાભ ન મળવો

If you have to send your article to a dozen editors to get it published, I must say the *game is not worth the candle.*

Get ahead of—આગળ નીકળી જવું

Nikki has *got ahead of* Mitu in Mathematics.

Get all dolled up—સજીધજીને તૈયાર થવું

She *gets all dolled up* when she gets ready to go to parties.

Get along with—ની સાથે ઠીક ચાલવું

He has the knack for *getting along with* all sorts of people.

Get away with—અનિષ્ટ પરિણામમાંથી બચી જવું

You can't cheat me like that and *get away with* it.

Get by heart—મોઢે કરવું

Have you *got* the whole poem *by heart*?

Get down to—ગંભીરતાપૂર્વક કામ શરૂ કરવું

Now as we have had an hour's rest, let us *get down to* business.

Get even with—બદલો લેવો

The other day Dolly made fool of Priti. And now Priti wants to *get even with* her.

Get hold of—મતલબ સમજી શકવો

I was quite far from the stage and couldn't *get hold of* what the speaker was saying.

Get into a soup—ઝંઝટમાં પડવું

You will *get into a soup* if you neglect your studies.

Get into the swing of things—નવી પરિસ્થિતિમાં હળમળી જવું

Many of the Indian students don't take long to *get into the swing of things* in U.S.A.

Get on one's nerves—હેરાન કરવું

She talks so much that she *gets on my nerves.*

Get on with—1. કામ શરૂ કરવું

Get on with your work.

2. સાથે હોવું

Anup and I *get on with* each other quite well.

Get out of—બહાર નીકળી જવું

Anita is a very affectionate mother and does not let her children *get out of* her sight.

Get out of line—શિસ્ત ભંગ કરવી

The headmaster warned unruly Gopi that he would be expelled if he *got out of line* in future.

Get rid of—છૂટકારો મેળવવો

Don't ask what all I had to do to *get rid of* a bore like Vinit.

Get the better of—વિજય મેળવવો

He easily *got the better of* her in the argument.

Get the sack—નોકરીમાંથી કાઢી મૂકવું

He is thoroughly incompetent and I know that one day he will *get the sack.*

Get the upper hand—મહાત કરવું

It was a keenly fought match but in the end I *got the upper hand.*

Get through with—કામ પૂરું કરવું

When will you *get through with* your home-work?

Get wind of—રહસ્ય જાણવું

There was a well-guarded conspiracy, but somehow the Govenment *got wind of* it.

Get word—સંદેશો મળવો

I *got word* that brother had suddenly become ill.

Gift of the gab—વક્તૃત્વકળા

She has a *gift of the gab* and holds the audience spellbound.

Give a break–સમય આપવો

Considering the fact that it was his first offence, the judge *gave* him *a break* and let him off with a warning.

Give a piece of mind–સલાહ આપવી

She is so negligent in her work that I had to *give a piece of* my *mind.*

Give a ring–ટેલીફોન કરવો

I'll *give you a ring* as soon as I reach there.

Give a wide berth–ટાળવું

He is not to be trusted. You should always *give him a wide berth.*

Give chapter and verse–સાબિતી આપવી

I can *give* you *chapter and verse* for every statement I am making.

Give currency to–ફેલાવું

Many new words in English have *got currency* of late.

Give into–માની લેવું

He *gave into* her wishes.

Give quarter–સહાનુભૂતિ બતાવવી

The conquerer *gave no quarter* to the defeated.

Give the go by–ભૂલવું, ટાળવું

There are many old religious practices to which we have now *given the go by.*

Give the slip–નજર ચૂકવી ભાગી જવું

As the thief saw the policeman, he *gave* him *the slip* by getting into a nearby lane.

Given to–વ્યસન હોવું

I was sorry to see that he was *given to* heavy drinking.

Go a long way–લાંબું ચાલવું

This amount will *go a long way* in defraying your trip's expenses.

Go hand-in-hand–સાથે સાથે ચાલવું

Going hand-in-hand with this expansion programme of the company is a massive plan of modernisation.

Go in for–પસંદ હોવું

What sports do you *go in for?*

Go off the deep end–જલદીથી કંઈ કરી બેસવું

There is no need to *go off the deep end* and act foolishly.

Go through channels–યોગ્ય માર્ગેથી

You will have to *go through channels* if you want your representation for promotion to be considered.

Go through fire and water–કોઈ પણ મુશ્કેલી વહોરવી

A patriot is ready to *go through fire and water* to serve his motherland.

Go through with–છેવટ સુધી કામ કરતાં રહેવું

Do you have the determination enough to *go through with* this job?

Go to law–કાયદાની મદદ લેવી

In the Western countries people *go to law* on very petty issues.

Go to rack and ruin–વિનાશ થવો

The Government must do something to save this sick textile mill from *going to rack and ruin.*

Go to town–ધ્યાનપૂર્વક કામ કરવું

The interior decorator *went to town* on my flat and made it like a palace.

Go without saying–સ્પષ્ટ હોવું

It *goes without saying* that honesty pays in the long run.

Going concern–સારી રીતે ચાલતો વ્યવસાય

He has expanded his business and it is now a *going concern.*

Golden mean–વચ્ચેનો રસ્તો

We shall not go to the extremes, rather find a *golden mean* between the two.

Golden opportunity–સોનેરી તક

It was a *golden opportunity* for me to show my mettle.

Good deal–ઘણું

This sofa set has cost me *good deal* of money.

Good hand–1. કુશળ, પ્રવિણ; 2. સારા હસ્તાક્ષર

She is quite a *good hand* at knitting.

You have a *good hand.*

Good humour–સુખી, પ્રસન્ન ચિત્ત

He has got a promotion today, so he is in *good humour.*

Good offices–સહયોગથી

This dispute between the two countries can be resolved only through the *good offices* of Prime Minister.

Green room–વેશભૂષાનો રૂમ

After the play was over, I went to the *green room* to see the hero.

Grow grey–એક જ કામમાં જિંદગી વિતાવવી

Pintoo began working at the age of twenty, and has *grown grey* in the same office.

Grow out of–ઉંમર વધવાની સાથે આદત છૂટવી

As child he used to stutter, but now he has *grown out of* it.

(H)

Hallmark–ઉત્તમતાની નિશાની

He is generally a good painter, but Batik painting is one of his *hall marks.*

Hammer and tongs–પૂરા જોશથી

The opposition went for the Government's policies *hammer and tongs.*

Hang by a thread–નાજુક પરિસ્થિતિમાં હોવું

Niru has been badly injured and he is still *hanging by a thread.*

Hang fire–મોડું થવું

This matter had been *hanging fire* for more than a month.

Hard-boiled–રીઢું

He is a *hard-boiled* thief.

Hard of hearing–બહેરું

You will have to speak a little louder as Mr. Desai is *hard of hearing.*

Hard up–પૈસાની તંગી હોવી

Ever since he has left his job, he has been quite *hard up.*

Haul over the coals–ઠપકો આપવો

The boss *hauled* him *over the coals* for his insubordination.

Have a brush with–થોડો અણબનાવ થવો

Our union's president *had a brush with* the general secretary in a meeting last week.

Have a finger in a pie–માં ભાગ હોવો

Why should you be so interested in what he is being paid? Do you *have finger in a pie*?

Have a mind–રાજી થવું, મન કરવું

He can be very funny if he *has a mind.*

Have a thing at one's finger tips–બધી વસ્તુ આંગળાને વેઢે હોવી

He has the Gujarat history at *his finger tips.*

Have an easy time of it–આરામ હોવો

As long as Mr. Nayak was there as the manager, the staff *had an easy time of it,* but now things have changed.

Have another guess coming–ખોટું હોવું

If you think I'll be with you in this mischief, you *have another guess coming.*

Have been to–કોઈ જગ્યાએ જવુ

Have you *been to* Ahmedabad of late?

Have clean hands–નિર્દોષ હોવું

You can't suspect him of taking bribery. I am sure his *hands are clean.*

Have in hand–હાથમાં હોવું

What job do you *have in hand* at present?

Have it out with–ઝઘડો કરવો

I am sure he has cheated me, and I am going to *have it out with* him.

Have an eye on a thing–કોઈ વસ્તુ પર નજર રાખવી

Be content with what you have. Don't *have an eye on* other's *things.*

Have one's hands full–કામમાં વ્યસ્ત હોવું

Please do not ask me to do anything more, *my hands are* already *full.*

Have one's heart set on–બહુ ઇચ્છા રાખવી

Ever since he had heard of accounts of the U.S.A. from his brother, he *has his heart set on* going abroad.

Have one's way–પોતાની જ વાત કરવી

Little children must *have their way* in everything.

Have the right ring–બરાબર હોવું

The statesman's speech about the problem *had the right ring* about it.

Have too many irons in the fire–એક જ વખતે અનેક કામ કરવાં

Beware of your health, I think you *have too many irons in the fire.*

Help oneself to–પોતે લઈ લેવું

Please *help yourself to* whatever you would like to have.

Hen-pecked husband–જોરૂનો ગુલામ

Akki is known among his friends as a *hen-pecked husband.*

Herculean task–બહુ અઘરું કામ

Preparing such a big report in such a short time was indeed a *herculean task.*

Hide one's light under a bushel–ગુણ સંતાડીને રાખવા

To keep such a learned man in his present obscure positions is like *hiding his light under a bushel.*

High and low–સર્વત્ર

I searched for my ring *high and low.*

High-flown style–ભપકાદાર શૈલી

He has a *high-flown style* which does not cater to masses.

High living–સુખસગવડમાં જીવવું

Many diseases are brought on by *high living.*

High noon–બપોર

At *high noon* during summer in Ahmedabad, people generally keep indoors.

High time–સમય થઈ જવો

It is *high time* to get up.

Hit it off–ની સાથે સારી રીતે ફાવવું

Minu and her friend do not seem to *hit it off.*

Hit the nail on the head–સાચી વાત કહી દેવી

The reviewer *hit the nail on the head* when he wrote the shorthcomings of the author.

Hold on to–મજબૂતીથી પકડી રાખવું

He *held on to* the rope for fear of falling.

Hold one's own–ટકી રહેવું

Will you be able to *hold your own* in front of a great player like him?

Hold one's tongue–ચૂપ રહેવું

Bharati talks so much that I had to ask her to *hold her tongue.*

Hold out against–નમતું ન આપવું

Although our force was small, we *held out against* a large number of enemies.

Husband one's resources–લાંબા સમય સુધી સામગ્રી બચાવી રાખવી

We were careful to *husband our resources* for our journey across the desert.

Hush money–લાંચ

A lot of *hush money* passed between the minister and his favourite business house.

(I)

Idle compliment–જૂઠી પ્રશંસા

Although he praised my work, yet I knew that it was an *idle compliment.*

In a bad way–સ્વાસ્થ્ય ચિંતાજનક હોવું

Ritu had an accident yesterday and now she is *in a bad way.*

In a body–બધાં મળીને

The students went *in a body* to the head-master to request him to declare a holiday on account of their winning a cricket match.

In a fair way–સંભાવના હોવી

The doctor thinks that Reema is *in a fair way* to recovery.

In a fix–દ્વિધામાં પડવું

I could not decide whether to leave or stay. I was *in a fix.*

In a mess–સંકટમાં પડવું

Do your work properly, else you will get *into a mess.*

In a person's good books–પ્રિય હોવું

Rishi is a bright boy and is *in* his *teacher's good books.*

In a temper–ગુસ્સામાં હોવું

The boss seems to be *in a temper* today.

In a word–સંક્ષેપમાં

In a word he doesn't care for your company.

In all–બધું મળીને

In all we were sixty people for lunch.

In an instant–એક જ ક્ષણમાં

In an instant the panther leapt onto its prey.

In a bad taste—અપ્રિય હોવું

You should not have criticised him so viciously. It was *in a bad taste.*

In course of time—સમય જતાં

In course of time, the little girl grew into a fine young lady.

In keeping with—અનુકૂળ

I knew he would help you. This is *in keeping with* his character.

In one's element—અનુકૂળ પરિસ્થિતિમાં હોવું

Everyone at the party laughed at his jokes and I could see that he was *in his element.*

In one's line—ધંધાને અનુકૂળ હોવું

He writes quite well. After all this is *in his line.*

In one's teens—કિશોરાવસ્થામાં હોવું

Some girls get married while still *in their teens.*

In the air—અફવા ઉડાડવી

It's *in the air* that he is going to America.

In the chair—પ્રમુખના સ્થાન પર

Who was *in the chair* at the meeting?

In the doldrums—પ્રગતિ રોકાઈ જવી

On account of trade recession, his business is *in the doldrums* for more than a year.

In the same boat—સરખી પરિસ્થિતિમાં હોવું

Don't get worked up about financial problems. We are *in the same boat.*

In time—સમયસર

Did you reach office *in time*?

In the long run—અંતે

You will find that he proves to be your best friend *in the long run.*

In the van—બધાંથી આગળ

Kalidas will always be *in the van* of Sanskrit poets.

In vain—વ્યર્થ

All efforts of the doctor went *in vain* and the patient could not be saved.

Ins and outs—અંદર બહારની બધી વિગત

Only Poorvi knows the *ins and outs* of this affair.

Iron hand—કઠોરતા

The despots usually rule their kingdom with an *iron hand.*

Iron will—દૃઢનિશ્ચયી

Sardar Patel is known as a man of *iron will.*

(J)

Jack of all trades—બધું કામ કરી શકે તેવી વ્યક્તિ

Anu is a *jack of all trades* and master of none.

Jail bird—વારે વારે જેલ જવાવાળો અપરાધી

He being a notorious *jail bird*, the judge did not show any mercy.

Join in with—ભાગ લેવો

We were playing cards. We requested her to *join in with* us.

Jaundiced eye—પૂર્વાગ્રહભરી દૃષ્ટિ

Don't look at the proposal with a *jaundiced eye.*

Jump to a conclusion—પૂરો વિચાર કર્યા વગર

Don't *jump to the conclusion* that Ravi does not care for you only because he could not help you this time.

Just the thing—બિલકુલ ઠીક

You are being critical but in my opinion Harsha's appointment to this post is *just the thing.*

(K)

Keep a thing to oneself—રહસ્ય ન ખોલવું

I knew he did not mean what he was saying, so I *kept the whole thing to myself.*

Keep an eye on—નજર રાખવી

Please *keep an eye on* my suitcase while I buy my ticket.

Keep body and soul together—જીવતાં રહેવું

His income is just enough to *keep his body and soul together.*

Keep company with—સાથ કરવો

If you *keep company with* bad people, you will acquire bad habits.

Keep good time—સાચો સમય બતાવવો

My watch always *keeps good time.*

Keep in mind—ભૂલવું નહીં

Please *keep in mind* to phone her this evening.

Keep in the dark–વાત છુપાવવી

Why did you *keep me in dark* about your illness?

Keep in touch with–સંપર્ક બનાવી રાખવો

He *kept in touch with* us while he was abroad.

Keep late hours–મોડે સુધી જાગતાં રહેવું

If you *keep late hours*, you will ruin your health.

Keep on with–એક જ કામ કરતાં રહેવું

I asked him to check the proofs and he *kept on with* it for the last four hours.

Keep one's head–સ્વસ્થ ચિત્ત રહેવું

When I saw a thief enter the room, I *kept my head* and bolted the door from outside.

Keep out of the way–દૂર રાખવું

Keep selfish people *out of the way.*

Keep pace with–એ જ ગતિથી

Jeetu is really fast in Mathematics. I cannot *keep pace with* him.

Keep someone at arm's length–પાસે આવવા ન દેવું

He is a cheat, so I take care to *keep him at arm's length.*

Keep the wolf from the door–ગરીબાઈ સાથે સંઘર્ષ કરવો

Poor man found hard to *keep the wolf from the door.*

Keep to the house–ઘરમાંથી બહાર ન જવું

She is not well of late, so she *keeps to the house.*

Keep track of–પર નજર રાખવી

We are going to *keep track of* our expenses while we are in the U.S.A.

Keep up with–એ જ ગતિથી ચાલવું

Ritu walks so fast that I cannot *keep up with* her.

Kick a habit–આદત છોડવી

He was a chain smoker. Now he has *kicked this habit.*

Kick something around–પ્રસ્તાવ પર વિચાર કરવો

They will first *kick around* with many proposals and then finally settle on one.

Kill two birds with one stone–એક જ વખતમાં બે કામ કરવાં

While in Mumbai, I'll call a friend and also do some shopping. Thus, I'll *kill two birds with one stone.*

Knock off–કામ ખતમ કરવું

You have been working since morning, now knock it *off.*

Know by sight–ચહેરાથી ઓળખવું

Although I haven't been introduced to our new neighbour, yet I *know* him *by sight.*

Knowing look–ગર્ભિત દૃષ્ટિક્ષેપ

He gave me a *knowing look*, when I said I was busy in the evening.

(L)

Laid up with–પથારીમાં પડવું

He was out in the rain and now he is *laid up with* fever.

Lame excuse–લૂલું બહાનું

Whenever Viru is late for office, he gives *lame excuse.*

Land on one's feet–જોખમમાંથી બચી જવું

It was dangerous dive in the air, but he finally *landed on his feet.*

Laugh in one's sleeve–મનમાં હસવું

He was wearing a funny dress at the party and everyone was *laughing in his sleeve.*

Laughing stock–હસી મજાકનું સાધન બનવું

He talked nonsense and made himself the *laughing stock* in the party.

Lay bare–રહસ્ય ખોલવું, સ્પષ્ટ કરવું

I can't rest until I have *laid bare* this conspiracy.

Lay down the law–હુકમ ચલાવવો, અધિકાર ચલાવવો

In his house, his wife *lays down the law.*

Lay hands on–જબરજસ્તી પકડવું, ઝૂંટવી લેવું

The bandit *laid hands on* the poor travellers.

Lay one's hand on–જરૂરી ચીજ મળી જવી

I'm lucky to *lay my hand on* the book I'm looking for.

Lay oneself open to–પોતાને જોખમમાં નાખવું

Fault finders *lay themselves open to* attack if they make a slip anywhere.

Lay up for rainy day–લાંબા વખત સુધીનો ઇંતજામ કરી રાખવો

Don't spend money lavishly. *Lay up something for a rainy day.*

Lay waste–નષ્ટ કરવું

During the riots in Ahmedabad, many shops were *laid waste* by fire.

Lead a charmed life–મોટાં મોટાં જોખમોમાંથી બચી નીકળવું

I wonder how he has come out unscathed from this dangerous mission. He seems to be *leading a charmed life.*

Lead a person a dance–ખૂબ ત્રાસ આપવો

Why don't you pay him his dues instead of *leading him a dance*?

Lead by the nose–પોતાની ઇચ્છા મુજબ કરાવવું

He is quite a henpecked husband and *led by the nose* by his wife.

Leading question–સૂચક સવાલ

The lawyer asked the witness many a *leading question.*

Leave in the lurch–સાથ છોડી દેવો

He stood by me as long as all was well, but *left* me *in the lurch* the moment he sensed danger.

Leave much to be desired–સંતોષકારક ન હોવું

The arrangements they made for the function *left much to be desired.*

Leave the beaten track–જૂના રિવાજોથી હટવું

The author has *left the beaten track* and suggested a fresh look on the age old problem of casteism.

Leave to oneself–એકલું છોડવું

At times, I prefer to be *left to myself.*

Left-handed compliment–ઉપર ઉપરની સ્તુતિ પણ વસ્તુતઃ નિંદા

It is no *left-handed compliment.* You really acted well.

Legal tender–સરકારી માન્યતા પ્રાપ્ત

Thousand rupee notes are now *legal tender.*

Lend a hand–મદદ કરવી

Let us all *lend* him *a hand* in carrying this luggage.

Lend one's ear–ધ્યાનથી સાંભળવું

Friends, *lend* me *your ears.*

Let bygones be bygones–ભૂતકાળની વાત ભૂલવી

We are now friends, so *let bygones be bygones.*

Let fly–જોરથી ફેંકવું

The boy *let fly* a stone in the direction of the dog.

Let go of–છોડી દેવું

Don't *let go of* the rope until I tell you.

Let loose–ખુલ્લું છોડવું

The dogs were *let loose* on the running thief.

Let the cat out of the bag–રહસ્ય ખોલવું

Ronu *let the cat out of the bag* when he said Renu was just pretending to be ill because she did not want to go to school.

Let the grass grow under your feet–વિલંબ કરવો

Do this work quickly, don't *let the grass grow under your feet.*

Lie in one's power–સમર્થ હોવું

I will do whatever *lies in my power* to get you a job.

Lie in wait for–રાહ જોવી

The tiger hid and *lay in wait for* its prey.

Light-fingered gentry–પાકિટમાર

As he reached his trouser's pocket for his wallet, he realised that he had fallen a victim to the *light-fingered gentry.*

Light reading–હલકું સાહિત્ય

I think I'll do *light reading* during the train journey.

Light sleeper–તરત જાગી જાય તેવી વ્યક્તિ

I am a *light sleeper* and even slight sound can wake me up.

Lion's share–બહુ મોટો ભાગ હોવો

The *lion's share* of his profit was appropriated by his financier.

Little by little–ધીરે ધીરે

His health is improving, but *little by little.*

Live from hand to mouth–મુશ્કેલીથી ગુજારો કરવો

Majority of Indian population *lives from hand to mouth.*

Live it up–આરામની જિંદગી વિતાવવી

The rich man's son went to America and *lived it up.*

Live up to–વચન પાળવું

Deepu had great expectations of his son but he did not *live up to* them.

Long and short–સંક્ષેપમાં

The *long and short* of what I have to say you is that you are inefficient.

Long-winded–ભાષણ લાંબું હોવું

The audience visibly appeared bored with his *long-winded* speech.

Look a gift horse in the mouth–ભેટની આલોચના કરવી

Somebody's gift should not be *looked* as *a gift horse in the mouth.*

Look back on–યાદ કરવું

It is usually pleasant to *look back on* the childhood memories.

Look daggers at someone–ગુસ્સાથી ઘૂરવું

Why are you *looking daggers at me*?

Look down upon–ઘૃણા કરવી

We should not *look down upon* him just because he is poor.

Look every inch–સરખું હોવું

He *looks every inch* a king.

Look forward to–આતુરતાથી રાહ જોવી

We are all *looking forward to* your visit to Ahmedabad.

Lookout for–શોધવું

I am on the *lookout for* a good second hand car.

Look upto–આદર કરવો

When Gandhiji was alive everybody used to *look upto* him.

Lord it over–શાસન કરવું

Try to be independent. Don't let others *lord over* you.

Lose ground–પાછળ પડી જવું

He was ahead of others in the race, but later he *lost the ground.*

Lose heart–ધીરજ ખોવી

Don't *lose heart*, everything will be all right in the end.

Lose one's cool–ઉત્તેજિત થવું

One should not *lose one's cool* even in the most difficult situation.

Lose one's head–સંયમ ખોઈ બેસવો

You are of course in a fix but still you must not *lose your head.*

Lose one's touch–પહેલાંની કુશળતા

I am afraid I will not be able to play well anymore, I seem to have *lost my touch.*

Lose one's way–રસ્તો ભૂલવો

We had gone for hunting, but while returning *lost our way* in the woods.

(M)

Maiden name–સ્ત્રીનું લગ્ન પહેલાંનું નામ

What is the *maiden name* of Mrs. Jani?

Maiden speech–પહેલું ભાષણ

The new M.P. of our area promised to bring electricity in our town in his *maiden speech.*

Make a clean breast of something–બધું જણાવી દેવું

The accused *made a clean breast of everything.*

Make a mountain of a molehill–નાની વાતને વધારીને રજૂ કરવી

This job will not take you more than a few minutes. So don't *make a mountain of a molehill.*

Make a hash–ગોટાળો કરવો

Don't meddle in my cooking. You will *make a hash* of everything.

Make a living–જીવિકા ચલાવવી

In India, it is difficult to *make a living* as an artist.

Make a point–નિશ્ચિંત રૂપથી કામ કરવાનો વિચાર કરવો

I *make* it *a point* of buying a new saree on birthday.

Make a virtue of necessity–કર્તવ્યપાલનનો દેખાવ કરીને અપ્રિય કામ મજબૂરીથી કરવું

Knowing that the landlord was about to drive him out, he vacated the house himself. Thus *making a virtue of necessity.*

Make an example of–ઉદાહરણ આપવું

I must *make an example of* behaving in the same rude manner as he does with others.

Make amends for–ક્ષતિ-પૂર્તિ કરવી

By his good deed, he had *made amends for* past misbehaviour.

Make away with–ચોરીથી ભાગી જવું

The thief *made away with* a thousand rupees.

Make believe—વિશ્વાસ આપવો

The little girl *made believe* that she was a princess.

Make bold to—જે કામ કરવા માટે હિંમતની જરૂર હોય તે કામ કરવું

We *made bold to* call directly on the minister to present our memorandum of demands.

Make both ends meet—થોડી કમાણીમાં ગુજારો કરવો

In a poor country like India, a lot of people find it difficult to *make both ends meet.*

Make common cause with—કોઈ કામમાં મદદ કરવી

I will make *common cause with* you in your efforts to eradicate the evil of casteism from the country.

Make fun of—કોઈની મજાક કરવી

Arti had made a very funny hairdo for the party and everybody *made a fun of* it.

Make hay while the sun shines—પરિસ્થિતિનો ફાયદો ઉઠાવવો

When business was good, he worked hard and made money; he believes in *making hay while the sun shines.*

Make it up—સુલેહ કરવી

I had quarrelled with Sudha yesterday but now I have *make it up* with her.

Make light of—વિશેષ મહત્ત્વ ન આપવું

Although Nisha had committed a serious mistake in the ledger, yet she tried to *make light of* it.

Make much ado about nothing—નાની વાતને મોટું સ્વરૂપ આપવું

I am only five minutes late, so don't *make much ado about nothing.*

Make much of—બહુ મહત્ત્વ આપવું

Every mother *makes much of* her children.

Make neither head nor tail—વાતનો શો અર્થ થાય તે ન સમજવું

He was so confused that I could *make neither head nor tail* of what he said.

Make no bones about—વાત સાફ સાફ કહી દેવી

She *made no bones about* her distaste for history.

Make off with—ચોરી કરીને ભાગી જવું

The theif *made off with* the jewellery.

Make one fire—સાહસિક કામ કરવું

I am amazed at your capacity for hard work and I wonder what *makes you fire.*

Make his mark—ગુણોથી માન પ્રાપ્ત કરવું

It did not take him long to *make his mark* at the college.

Make their mouth water—મોઢામાં પાણી આવવું

The sight of sweets *make my mouth water.*

Make one's way—પ્રતિકૂળ પરિસ્થિતિમાં ધીરે ધીરે આગળ વધવું

I *made my way* through the great crowd.

Make oneself at home—પોતાનું ઘર સમજીને વ્યવહાર કરવો

Please *make yourself at home;* no need to be formal.

Make oneself scarce—જતાં રહેવું

Don't trouble me. *Make yourself scarce.*

Make short of—જલદી ખતમ કરવું

Our lawyer was very smart and *made short of* the defence counsel's arguments.

Make the best of—પ્રતિકૂળ પરિસ્થિતિને ખુશીથી અપનાવવી

If we cannot find a larger apartment, we will continue living here and *make the best of* what we have.

Make the best of a bad bargain—નિરાશાજનક પરિસ્થિતિનો યથાસંભવ લાભ ઉઠાવવો

As the cloth was little damaged, I got it very cheap, thus *making the best of a bad bargain.*

Make up for—ક્ષતિપૂર્તિ કરવી

You will have to *make up for* the loss you have caused.

Make up one's mind—નિર્ણય કરવો

Have you *made up your mind* about my proposal to go to Shimla this summer?

Make up to—ખુશામત કરવી

Ranju has been *making up to* the manager in the hope of a promotion.

Man in a thousand—હજારોમાં એક

I like Rishi very much, he is a *man in a thousand.*

Man in the street–સામાન્ય માણસ

The critics praised him as a great author, but the *man in the street* did not think much of him.

Man of letters–સાહિત્યકાર

He started writing at a very young age and is now acknowledged *man of letters.*

Man of parts–ગુણોવાળો વ્યક્તિ

He is a singer, a dancer and a musician in short, he is a *man of parts.*

Man of straw–દમ વગરની વ્યક્તિ

Prithvi is a *man of straw*, no one can rely on him.

Meet one half way–સમજૂતિ કરવી

I cannot accept, but I am prepared to *meet you half way.*

Middle age–તારુણ્ય અને ઘડપણ વચ્ચેની ઉંમર

Although he is *middle aged,* yet he looks quite young.

Milk of human kindness–દયાનો ભાવ

She is full of *milk of human kindness.*

Mind one's own business–પોતાનું કામ કરવું

Don't interfere in my affairs, *mind your own business.*

Miss the boat–અવસર ખોવો

It was a golden opportunity for him to make a profit, but he *missed the boat.*

Moot point–વિવાદનો વિષય

Whether school children should be given sex education or not, is a *moot point.*

Move heaven and earth–આકાશપાતાળ એક કરવું

He will *move heaven and earth* to find out the murderer.

(N)

Naked eye–ખુલ્લી નજરે

You cannot look at the sun directly with *naked eye.*

Narrow escape–સંકટમાંથી બચી જવું

No sooner did we run out of the burning house than it collapsed. It was indeed a *narrow escape.*

Never mind–ફિકર નહીં

Never mind if you cannot fulfill your promise.

Next to nothing–લગભગ કાંઈ નહીં

The children have eaten the entire loaf of bread and there is *next to nothing* left.

Nine days' **wonder**–નવી નવાઈની વાત

Many a scientific inventions have proved just *nine days' wonder.*

Nip in the bud–ઊગતાં જ ડામવું

The Government *nipped* the revolt *in the bud.*

No love lost between–દુશ્મની હોવી

Although Mr. Nakul and Mr. Bakul do not quarrel openly, there is *no love lost between* them.

No matter–કંઈ પણ થાય તોપણ

No matter where the thief tries to hide, the police will find him out.

Not fit to hold a candle–નીચી કોટિનો હોવો

Most of the English dramatists are not *even fit to hold a candle* to Shakespeare.

Not on your life–બિલકુલ નહીં

I asked Parth if he was interested in joining politics and he retorted : *"Not on your life".*

Not worth his salt–નાલાયક વ્યક્તિ

I had employed him as he had brought good certificates, but I soon found out that he was *not worth his salt.*

Now and then–વારે વારે

I don't often fall ill, but *now and then* I do catch cold.

Null and void–વ્યર્થ

This offer is open for six months, after which it will become *null and void.*

(O)

Of a piece–સમાન

Ritu and Nitu are *of a piece* in their general conduct.

Of late–આજકાલ

Of late many girls have started dressing like boys.

Off and on–વારે વારે

He drops in *off and on* for a chat with Priti.

Off one's head–બુદ્ધિ ભ્રષ્ટ હોવી

How can you say I won't help you? Are you *off one's head?*

Oily tongue–ખુશામતની ભાષા

I have seen many people falling prey to his *oily tongue.*

On edge–ઉત્સુક્તાથી બેચેન હોવું

Expecting his examination result any moment he was *on an edge* throughout.

On one's guard–સાવધાન રહેવું

He tried to trick me, but I was *on my guard.*

On one's last legs–ખતમ થવાની તૈયારીમાં હોવું

This hotel project is *on its last legs* now.

On purpose–જાણી જોઈને

I suspect he made that mistake *on purpose.*

On the alert–સાવધાન

The commander asked the guards to be *on the alert.*

On the double–એકદમ, જલદી

Double up to your quarters, soldiers.

On the eve of–સમય આવી પહોંચતાં

On the eve of his marriage, he fell ill.

On the look out–સાવધાન રહેવું

The police inspector asked all constables to be *on the look out* for the thief.

On the spot–તત્કાલ

During the bus accident, few persons died *on the spot.*

On the wane–પતન પામવું

The British Empire's influence is now *on the wane.*

On the whole–સાધારણ રીતે

I have slight doubts about certain things, but *on the whole*, I agree with you.

On time–સમયસર

Did you reach office *on time* today?

Once and for all–આખરી વાર

I am warning you *once and for all* to mend your ways.

Once in a while–એકાદ વાર

Earlier I used to see a film every Sunday, but now I go *once in a while.*

Once upon a time–પ્રાચીનકાળમાં

Once upon a time there was a king who was very powerful.

One and all–બધાં જ

The soldiers *one and all* were drunk.

Open fire–ગોળી ચલાવવી શરૂ કરવી

As the enemy approached, we *opened fire.*

Open-handed man–ઉદાર વ્યક્તિ

My father was an *open-handed man* and helped his family.

Open-hearted man–નિખાલસ વ્યક્તિ

My brother-in-law is an *open-hearted man* and is liked by all.

Open mind–પૂર્વગ્રહ વિનાનું

I have an *open mind* on this question.

Open one's mind–પોતાનો વિચાર જણાવી દેવો

She *opened her mind* to me and told me that she is in love with him.

Open question–અનિર્ણિત વાત

Whether the Government will accept Kisan's proposal or not is an *open question.*

Open secret–એવું રહસ્ય જે બધાં જાણતાં હોય

It is an *open secret* that this film star is bold and wears a wig.

Order of the day–ચીજ કે કાર્યનું પ્રચલિત હોવું

Nowadays jeans are the *order of the day* among youth.

Out and out–સંપૂર્ણપણે

Ritu is *out and out* a docile character.

Out at elbows–ગરીબ, નિર્ધન

He has suffered heavy losses in business and is now *out at elbows.*

Out of breath–થાકી જવું, જોર જોરથી શ્વાસ લેવો

He ran very fast and was *out of breath* when he reached here.

Out of date–જૂનું થવું

Double-breasted coats are now *out of date.*

Out of doors–ઘરની બહાર

You must spend some time *out of doors* everyday.

Out of favour–તરફેણમાં ન હોવું

Mr. Mistri, once a great favourite of our boss, now seems to be *out of favour* with him.

Out of hand–વિલંબ વગર

If you do this job *out of hand*, you will be free in the evening.

Out of one's mind–પાગલ થવું

You are shouting and screaming as if you are *out of your mind.*

Out of order–કામ ન કરતું યંત્ર

I had to take a taxi as my car was *out of order.*

Out of pocket–પૈસા ન હોવા

I'm sorry, I cannot lend you any money as I am *out of pocket* myself.

Out of sight, out of mind–કોઈ ચીજ સામે ન હોવાથી

Even when I was in Ahmedabad, I always remembered you. It was not a question of *out of sight, out of mind.*

Out of sorts–તબિયત સારી ન હોવી

I fell *out of sorts* today.

Out of step–અસંબદ્ધ

Your remark is quite *out of step* in what we are discussing.

Out of temper–ગુસ્સામાં હોવું

Be on your guard, the boss seems to be *out of temper* today.

Over and over–વારે વારે

Some students are so dull that the teacher has to explain them the same thing *over and over* again.

Over head and ears–દિલોજાનથી પ્યાર કરવો

He is *over head and ears* in love with her.

Over night–રાતભર

It's quite late, why don't you stay here *over night?*

Over and above–આનાથી વધારે

Over and above this point, there is another I wish to mention.

Over one's head–સમજમાં ન આવવું

The speech of the chairman was so pedantic that it went *over the heads* of the audience.

(P)

Part and parcel–તેનું જ અંગ હોવું

Every person is a *part and parcel* of the society.

Passing strange–ઘણું આશ્ચર્યજનક

Puru has turned out to be a spy for the enemy. It's *passing strange.*

Pay one back in one's own coin–જેવા સાથે તેવા થવું

Don't play trick on him, otherwise he will *pay you back in your own coin.*

Pick a lock–ચાવી વગર તાળું ખોલવું

The burglar *picked the lock* and broke into the house.

Pick a quarrel with–જાણી જોઈને ઝઘડો કરવો

Nidhi was furious over her insult and was determined to *pick a quarrel with* Riddhi.

Pick holes–દોષ કાઢવો

Puja tried to *pick holes* in Manju's behaviour.

Pick pocket–પાકિટ મારવું

A young boy was arrested by the police for *picking* a man's *pocket.*

Pick up a tale–બીજાનું બિલ ચૂકવવું

When he went abroad, his neighbour *picked up the tale.*

Pin something on–કોઈને જવાબદાર ઠેરવવો

Despite his best efforts, the public prosecutor could not *pin the robbery on* the accused.

Pink of condition–સ્વાસ્થ્ય સારું હોવું

At the age of seventy-three, she is still in the *pink of condition.*

Piping hot–બહુ ગરમ

I always prefer to have my coffee *piping hot.*

Play a trick on–મજાક કરવી

The boy tried to *play a trick on* the professor, but he was too clever for them.

Play fast and loose with–કામ પૂરું કરવાની પરવા ન કરવી

The compositor promised me to complete the job on time but he could not. How could he *play fast and loose with* promise.

Play second fiddle–નીચું સ્થાન સ્વીકારવું

He always *plays second fiddle.*

Play something by the ear–અંદાજથી કામ કરવું

As I did not know much of subject, I decided to *play it by the ear* rather than asking a lot of questions.

Play the game–પ્રમાણિકપણે વર્તવું

Whatever you do, always *play the game.*

Play truant–ભાગી જવું

Playing truant is a bad practice among school children, which should be checked at a proper stage.

Play up to–ખુશામત કરવી

Ravi *plays up to* every girl he meets.

Plume oneself on–બડાઈ હાંકવી

Vikki always *plumes himself on* his record in mathematics.

Pocket an insult–અપમાન ગળી જવું

A debtor, unable to pay, has to often *pocket insults* from his creditors.

Poet laureate–રાજકવિ

Rabindra Nath Tagore was the *poet laureate* for India.

Point blank–સ્પષ્ટપણે

When I asked him to loan me 200 rupees, he refused *point blank.*

Poison the mind–કાન ભંભેરવા

Purvi tried to *poison my mind* against Urvi.

Pros and cons–અનુકૂળ અને પ્રતિકૂળ

Don't pester me about your appointment. I shall take a decision only after weighing the *pros and cons* of the matter.

Provide against a rainy day–આગળથી જોગવાઈ કરવી

Wise men save to *provide against a rainy day.*

Pull one's punches–નરમ આલોચના કરવી

When I complained to the neighbour about his dog, I did not *pull my punches.*

Pull one's weight–જવાબદારી નભાવવી, પોતાને ભાગે આવતું કામ કરવું

If you do not *pull your weight,* you will be sacked.

Pull oneself together–પોતા પર કાબૂ મેળવવો

You can't go on weeping like this over bad results. *Pull yourself together.*

Pull well with–હળીમળીને કામ કરવું

I resigned my job because I could not *pull well with* my ill-tempered boss.

Put a spoke in one's wheel–પ્રગતિમાં રૂકાવટ આવવી

Paresh was getting on well in his business but Kishore *put a spoke in his wheel.*

Put it to one–અભિપ્રાય લેવો

I *put it to you,* is it wise to squander money like this?

Put on trial–કેસ કરવો

Although Harsh hadn't stolen any money, he was *put on trial.*

Put one out on his guard–સાવધાન કરવું

As the robber saw the watchman, he *put his* accomplice *on his guard.*

Put one out of Countenance–ઝંખવાણું પાડવું

My friendly response to his hostile attitude *put him out of Countenance.*

Put one's foot down–મનાઈ કરવી, દઢતાથી વર્તવું

I did not mind my son spending some money on clothes but when he asked for Rs. 100/- for a new tie, I had to *put my foot down.*

Put one's foot in it–બહુ મોટી ભૂલ કરવી

He *put his foot in it* when he addressed the chief guest by the wrong name.

Put one's hand to a thing–કાર્ય હાથમાં લેવું

Once you *put your hand to this job* you won't find it very difficult.

Put one's shoulder to the wheel–પ્રયત્ન કરવો

It was a very tough job to be handled by one person, but he *put his shoulder to the wheel.*

Put something by for a rainy day–બચત કરવી

Don't be in a hurry to spend all your money, *put something by for a rainy day.*

Put the cart before the horse–ઊલટા ક્રમમાં કામ કરવું

How can you prepare the plan before you have got the loan sanctioned. It's like *putting the cart before the horse.*

Put the screw–જબરજસ્તીથી રોકવું

Unless you *put the screw* on your extra-vagant expenditure, you will be in debt soon.

Put things ship shape–સજાવીને રાખવું

Clean the room and *put everything ship shape.*

Put to bed–સુવડાવવું

She *put* her children *to bed.*

Put to flight–ભગાડી જવું

During 1971 war, the Indian Army put up a tremendous show and *put* the enemy *to flight.*

Put to sea–સમુદ્રની યાત્રા શરૂ કરવી

That ship will be *put to sea* tomorrow.

Put to shame–લજ્જિત કરવું

I had been unfair to him, but he *put me to shame* by his generous behaviour.

Put to the sword–કતલ કરવું

Nadir Shah *put* many innocent Indians *to the sword.*

Put up to–ઉશ્કેરવું

Who *put* you *up to* this mischief?

Put up with–સહન કરવું

How do you *put up with* that kind of noise whole day?

(Q)

Quarrel with one's bread and butter–અધિકારી સાથે ઝઘડો કરવો

Giving it back to your superiors is just like *quarreling with your bread and butter.*

Queer fish–અસ્થિર વ્યક્તિ

You never know how he might behave. He is a *queer fish.*

Quick of understanding–બુદ્ધિશાળી

I didn't think much of him, but he was *quick of understanding* and easily grasped the subject.

Quite a few–ઘણા

Quite a few students were absent in our class today.

(R)

Rack one's brains–બહુ વધારે વિચારવું

I *racked my brains* over his family problems, but could not find any solution.

Racy style–વિશિષ્ટ શૈલી

He writes in a *racy style.*

Read between the lines–લખેલા શબ્દોનો અંદરનો ભાવ સમજવો

His speech was very simple, but if you *read between the lines* you can find it was full of biting criticism.

Read upon–જાણકારી ભેગી કરવી

I am *reading upon* Canada as I shall be shortly visiting it.

Ready money–રોકડા રૂપિયા

Do you have *ready money* to make the payment?

Ready pen–જલદી લખવાની ક્ષમતા

A journalist has to have a *ready pen.*

Real estate–અચળ સંપત્તિ

The most safe investment these days is the one in the *real estate.*

Red letter day–સુવર્ણ દિવસ

15th August 1947 is a *red letter day* in Indian history.

Red tape–કામને ઢીલમાં નાખવું

The *red tape* of Government thwarts many a promising project.

Rest on one's laurels–વધારે યશ પ્રાપ્ત કરવા કોશિશ ન કરવી

It's a great achievement to have secured a first position in the University, but you must not *rest on your laurels.*

Rest on one's oars–પ્રયત્ન બંધ રાખવો

Don't *rest on your oars* until you have reached the top.

Ride a hobby–પોતાના પ્રિય વિષયની જ વાત કરવી

I tried to converse with him on various subjects, but he kept *riding his hobby.*

Right hand man–જમણો હાથ

He is a *right hand man* of the director, so he can't displease him.

Right here–અહીં જ

See me *right here* at this shop after an hour.

Right now–હમણાં જ

Let us finish this work *right now.*

Rise like a phoenix from its ashes–મરી ગયા પછી પણ જીવતા થઈને આવવું

Many times the tyrant stamped out revolt in his kingdom, but it kept on *rising like a phoenix from its ashes.*

Rise to the occasion–મુશ્કેલીને વખતે તેને પહોંચી વળવા તૈયાર રહેવું

During the Chinese aggression, many people *rose to the occasion* and raised crores of rupees for war efforts.

Roaring business–બહુ સારો વ્યવસાય

Till yesterday, he was a small shopkeeper, but now his flower shop is a *roaring business.*

Rough guess–અછડતો અંદાજ

As a *rough guess,* I would say there were about fifty people at Richi's party.

Round dozen–એક ડઝન

This man has a *round dozen* of children.

Rule of thumb–વ્યાવહારિક અનુભવના બળ પર કામ કરવું

He is an efficient mechanic, although he does the job only by *rule of thumb.*

Rule the roost–હકૂમત ચલાવવી

I don't like Manju. She always tries to *rule the roost.*

Ruling passion–મનોભાવ

Love of money has been the *ruling passion* of his life.

Run away with–ભાવનામાં ઘસડાવું

If you let your feelings *run away with* your judgement, you won't make a good judge.

Run in the blood–લોહીમાં હોવું

Acting *runs in* Kapoor family's *blood.*

Run of good luck–અનુકૂળ ભાગ્યનો અવસર

In the beginning, he had a *run of good luck* and made a big profit, but has been suffering losses now.

Run on a bank–તરત પૈસા કાઢવાનો આગ્રહ

There was a *run on the bank* as the rumour spread that it was being closed down.

Run out of–ખલાસ થવું

We *ran out of* petrol on our way to Surat.

Run riot–નિરંકુશ વર્તાવ કરવો

The poet's imagination has *run riot* in this poem.

(S)

Scot-free–સજા પામ્યા વિનાનું

As the police could not collect enough evidence against the robber, he went *scot-free.*

Search me–મને ખબર નથી

"Why did she get so angry suddenly?" *Search me.*

Seasoned food–મસાલાવાળું ભોજન

Seasoned food is tasty, but not good for digestion.

See how the land lies–બધી બાજુની પરિસ્થિતિનો અંદાજ લગાડવો

We'll attack the enemy at night after *seeing how the land lies.*

See how the wind blows–વલણની પરિસ્થિતિ જાણવી

We might launch the product in the market next month after *seeing how the wind blows.*

See the light–પ્રકાશિત થવું

He has written a book but is yet to *see the light.*

See through coloured spectacles–પૂર્વગ્રહ

Pakistani team couldn't do well in cricket match, please don't *see through coloured spectacles.*

Send one about his business–તુચ્છતાપૂર્વક કાઢી મૂકવું

As the salesman started getting on my nerves, I *sent him about his business.*

Serve one right–યોગ્ય સજા મળવી

He was trying to push Shalin but fell himself. It *served him right.*

Set a scheme on foot–યોજનાની શરૂઆત કરવી

After we had worked out all the details, we *set the scheme on foot.*

Set at defiance–પરવા ન કરવી

He *set* the law of land *at defiance* and landed up in jail.

Set at liberty–મુક્ત કરવું

As the police could not prove the case against the prisoner, he was *set at liberty.*

Set eyes on–જોવું

While wandering in the woods yesterday, I happened to *set* my *eyes on* a strange sight.

Set one on his legs again–પગભર કરવું

After he sustained serious losses in his business I gave him a loan to *set him on his legs again.*

Set one's face against–વિરોધ કરવો

They tried their best to draw him in the conspiracy, but he *set his face against* it.

Set one's heart at—બહુ ચાહવું

My nephew has *set his heart on* going abroad for higher studies.

Set one's house in order—કામની બરાબર વ્યવસ્થા કરવી

Ever since Nilay's son has taken over the business, he has *set his house in order.*

Set one's teeth—કઠણાઈ સહન કરવી

I know I had to suffer hardship, but I had *set my teeth* and determined not to give up.

Set one's teeth on edge—ઘૃણા પેદા કરવી

His disgusting behaviour *set my teeth on edges.*

Set sail—સમુદ્રની યાત્રા શરૂ કરવી

Let us go on board, the ship is about to *set sail.*

Set store in—મહત્ત્વ આપવું

You don't seem to *set store in* his advice.

Settle an account—ઝઘડો કરવો

I have *settled an account* with Prutha.

Sharp practice—અપ્રમાણિક વ્યવહાર

It is said that he has made good money through *sharp practice.*

Shooting star—ઊલ્કા

Have you seen a *shooting star?*

Short cut—નજીકનો રસ્તો

This lane is a *short cut* to my house.

Show a bold front—વિરોધનો ભાવ બતાવવો

You only have to *show a bold front* and he will yield to your demand.

Show fight—લડવાની તૈયારી બતાવવી

A bully is a coward, and he will back out if you *show fight.*

Shut one's mouth—ચુપ કરાવવું

You can easily *shut his mouth* if you remind him of his foolish behaviour in the last party.

Sick bed—બીમાર વ્યક્તિની પથારી

How did you get into *sick bed*? Till yesterday you were all right.

Sick leave—બીમારી માટે લીધેલી રજા

I am on *sick leave* for the last one week.

Side issue—ગૌણ પ્રસંગ

We'll take up the *side issues* after we are through with the main problem.

Side line—મુખ્ય વ્યવસાય સિવાયનો પેટા ધંધો

We are mainly dealers in ready-made garments, but sale of hosiery items is our *side line.*

Sightseeing—જોવાલાયક સ્થળો

During our halt in Chennai, we went *sight-seeing.*

Single blessedness—અવિવાહિત અવસ્થા

Why should I marry? I don't want to give up the state of *single blessedness.*

Sink money—ધંધામાં પૈસા લગાવવા

He has *sunk* in a lot of *money* in the business of precious stones and nothing has come out of it.

Sink or swim—કરો યા મરો

Whatever be the situation, I will never leave you. We shall *sink or swim* together.

Sit up with—બેઠાં રહેવું

As her husband was ill, she *sat up with* him throughout the night.

Skin of one's teeth—બચી જવું

In the 2001 earthquake, very few people managed to escape with the *skin of their teeth* in Kutchh.

Sleeping partner—સક્રિય ભાગ ન લેવાવાળો ભાગીદાર

I told him that I could invest some money but I could only be a *sleeping partner.*

Slip of the pen—લખવામાં થયેલી થોડી ભૂલ

It was just a *slip of the pen* when I wrote 'boot' instead of 'foot'.

Slip of the tongue—બોલવામાં થયેલી થોડી ભૂલ

I didn't mean to hurt you. It was just a *slip of the tongue.*

Slip through one's fingers—હાથમાંથી છટકી જવું

Had you been a little careful, this golden opportunity would not have *slipped through your fingers.*

Small arms—પિસ્તોલ વગેરે શસ્ત્રો

Illegal distribution of *small arms* has given a fillip to crime in our area.

Small fry—નગણ્ય/નાનો

I have a factory of my own but as compared to a big industrialist like you, I am only a *small fry.*

Small hours—મધરાત પછીનો સમય

As I had to catch flight, I got up in the *small hours* of the morning.

Small talk—ગપસપ

We passed a pleasant hour in *small talk.*

Snake in the grass—દગાબાજ માણસ

Don't ever trust Anand. He is a *snake in the grass.*

So far—અત્યાર સુધી

So far I have completed only five chapters from this book.

Sound a person for—વિચાર જણાવવો

I learn you have been *sounded for* the General Manager's post.

Sound beating—ખૂબ મારવું

The teacher caught on to Gopa's mischief and gave him a *sound beating.*

Sow one's wild oats—જુવાનીમાં ભ્રષ્ટ જીવન વિતાવવું

After *sowing his wild oats* he has now got a job finally and settled down.

Sour grapes—ખાટી દ્રાક્ષ

The fox tried her best to reach the grapes but couldn't. Finally she said that *grapes were sour.*

Spare time—આરામનો સમય

In my *spare time*, I prefer to read.

Speak extempore—તૈયારી વગર ભાષણ આપવું

Although he *spoke extempore*, it was a fine speech.

Speak for itself—પોતે બોલવું

I am not exaggerating by praising him. His work *speaks for itself.*

Speak for one—કોઈના તરફથી બોલવું

As he was too shy to put forward his case, I had to *speak for him.*

Speak of one in high terms—ખૂબ પ્રશંસા કરવી

You *speak of him in high terms.* But does he deserve so much praise?

Speak one's mind—સાફ સાફ કહેવું

Since you have asked for my candid opinion, I shall *speak my mind.*

Speak volumes—સાબિત કરવું

It *speaks volumes* for her love for him that she left her home to marry him.

Speak well for—સારો અભિપ્રાય કાઢવો

The neatness of his writing *speaks well for him.*

Split hairs—ઝીણું પીંજણ કરવું

You should not *split hairs,* but take a broad view of the matter.

Spur of the moment—તાત્કાલિક

On the *spur of the moment*, we decided to go to Shimla for vacation.

Stand in another man's shoes—કોઈ બીજાની જગ્યામાં

In his absence, I have to *stand in his shoes.*

Stand in good stead—બહુ કામ આવવું

His regular habit of saving *stood* him *in good stead* in difficult times.

Stand on ceremony with—શિસ્તપાલન કરવું

Please be at Case, you don't have to *stand on ceremony with* me.

Stand one's ground—નમતું ન આપવું

He put forth many objections to my proposal but I *stood my ground.*

Stand a chance—સારી આશા હોવી

Although the rival cricket team was quite good, it did not *stand a chance* of beating us.

Stand out against—હાર ન માનવી

We tried our best to take him along for the expedition, but he *stood against* all our efforts.

Stand to reason—વાત અક્કલમાં ઊતરવી

It *stands to reason* that he would side with you.

Stand up for—માગણી કરવી

If you yourself don't *stand up for* your rights, no one else will do for you.

Standing joke—હંમેશાં હસીમજાકનો વિષય

His so-called skill at horse riding has become a *standing joke* after a fall from the horse.

Standing order—હંમેશાં પાળવા માટેના નિયમો

Our *standing orders* are to answer all letters the same day.

Stare one in the face–સંકટ સામે આવી પડવું

During his trek across the desert, he ran out of water supply and death *stared him in the face.*

Steer clear of–દૂર રહેવું, ટાળવું

Why do you get involved with bad character? You should *steer clear of* them.

Stick at nothing–કાંઈ પણ કરવા માટે ગભરાવું નહીં

He is so ambitious that he will *stick at nothing* to get ahead of others.

Stick up for–પક્ષ લેવો

If anybody criticizes you in the meeting, I'll *stick up for* you.

Stone deaf–પૂરું બહેરું

My mother was hard of hearing but, of late, she has become *stone deaf.*

Stone's throw–પાસે હોવું

Adani's supermaket is just at a *stone's throw* from our house.

Strain every nerve–અધિક કોશિશ કરવી

Although he *strained every nerve* to get audience's attention, nobody listened to him.

Strait-laced person–સંકુચિત મનની વ્યક્તિ

His ideas are too liberal for a *strait-laced person* like his father.

Strike a bargain–સોદો કરવો

With the fruit seller, I managed to *strike a bargain* and got the grapes for less amount.

Strike while the iron is hot–અવસર આવે ત્યારે લાભ લેવો

Now that the prices are rising, let us sell our stocks. We should *strike while the iron is hot.*

Strong language–ગુસ્સાભરી ભાષા

Don't use such *strong language* in the company of ladies.

Sum and substance–વાતનો અર્થ

The *sum and substance* of my argument is that it is now too late to do anything.

Swallow the bait–ઠગાઈ જવું, ભોળપણથી માની જવું

Election time promises are made to catch votes and many illiterate and ignorant people *swallow the bait.*

Swan song–છેલ્લું કાર્ય

Mr. Pranab Ghoshal, a leading communist leader issued a press statement during his illness, which proved to be his *swan song.*

Sworn enemies–કટ્ટર દુશ્મન

Nothing can bring these two *sworn enemies* together.

(T)

Take a fancy–પસંદ પડવું

There is nothing outstanding about this portrait, yet I have *taken a fancy* to it.

Take a leap in the dark–આંધળિયાં કરવાં

You *took a leap in the dark* by going into partnership with a dishonest person like him.

Take advantage of–લાભ લેવો

I *took advantage of* sale at 'Vaishali' and bought some cheap sarees.

Take by storm–પ્રભાવિત કરવું

Runa Laila, a melodious singer, *took* the audience *by storm.*

Take into account–માનવું

In judging his performance in the examination, you should also *take into account* the fact that he was ill for a month.

Take it easy–ફિકર ન કરવી

The test is still quite far. So, *take it easy.*

Take it ill–ખોટું લાગવું

I think you will not *take it ill* if I tell you the truth.

Take one on his word–વિશ્વાસ કરવો

Taking him on his word I put in Rs. 10,000 in his business.

Take one's own time–ઉતાવળ ન કરવી

I am in no hurry to go out. You *take your own time.*

Take oneself off–જતાં રહેવું

Mita, don't trouble me. *Take yourself off.*

Take sides–તરફેણ કરવી

I would not like to *take sides* in this quarrel.

Take someone by surprise–આશ્ચર્યચકિત કરવું

I didn't know he could sing so well. He *took me by surprise* that day.

Take someone for–ખોટું સમજવું

He resembles you so much that I *took him for* your brother.

Take stock–પરિસ્થિતિનો તાગ કાઢવો

It is time for us to *take stock* for the situation before we take any further steps.

Take the air–ખુલ્લી હવામાં ફરવું

To improve your health, you should *take the air* every morning.

Take the bull by the horns–મુસીબતનો મુકાબલો કરવો

Finally he decided to *take the bull by the horns* and ask his boss for a promotion.

Take the law into one's hands–કોઈને પોતાને હાથે સજા કરવી

Even if he is guilty, you can't *take the law into your hands* and beat him like this.

Take time off–રજા લેવી

Since I was not feeling well, I *took two days off* last week.

Take to heart–મનમાં લાગવું

She has *taken* her brother's death *to heart.*

Tell time–કેટલા વાગ્યા તે બતાવવું

My son could *tell time* when he was only four.

Tell to one's face–મોઢામોઢ કહેવું

Do you have the courage to *tell to her face* that what she does is wrong?

Take to one's heels–ભાગી જવું

The thief heard the policemen's whistle and he *took to his heels.*

Take to pieces–તોડી નાખવું

Only yesterday I bought Devi this toy train and today she has *taken it to pieces.*

Take to task–વઢવું

Mother *took* Divya *to task* for her idleness.

Take aback–નવાઈ પામવી

I was *taken aback* at a strange behaviour of my friend.

Taken up with–વ્યસ્ત રહેવું

My time is *taken up with* a lot of proof reading.

Take upon oneself–જવાબદારી લેવી

I *took upon myself* to revise "Rapidex English Speaking Course".

Tell two things/persons apart–જુદા પાડી શકવું

The two brothers look so much alike that no one can *tell them apart.*

Through and through–પૂરેપૂરું

I was caught in the rain and by the time I reached home, I was wet *through and through.*

Through thick and thin–પ્રતિકૂળ પરિસ્થિતિમાં

The two families stayed together *through thick and thin.*

Throw cold water upon–ઉત્સાહ મારી નાખવો

I was eager to set up a business but he *threw cold water upon* my enthusiasm.

Throw away money–અંધાધૂંધ ખર્ચ કરવો

If you *throw away money* like this, you will be on the streets soon.

Throw dust in one's eyes–આંખમાં ધૂળ નાખવી, ઠગવું

He outlined a grand plan and asked for a loan for it but I knew he was trying to *throw dust in my eyes.*

Throw oneself on–પ્રાર્થના કરવી, આજીજી કરવી

He knew I could help him out of the tight corner, so he *threw himself on* my mercy.

Throw people together–લોકોને ભેગા કરવા

The purpose of my party is to *throw persons* of like interests *together.*

Time after time–વારે વારે

He applied for a mechanic's job *time after time* but could not succeed.

Time hangs heavy–મુશ્કેલીથી સમય વિતાવવો

Time hangs heavy on my hands on a holiday.

To a man–બધા જ, એકે એક માણસ

They rose *to a man* and left the room agitatedly.

To and fro–આમ તેમ, આગળ પાછળ

Preoccupied with his problems he walked *to and fro* in a pensive mood.

Turn away from–કાઢી મૂકવું

I tried to *turn* them *away from* their evil purposes, but was unsuccessful.

Turn over a new leaf–નવું જીવન શરૂ કરવું

He gave up his bad habits and *turned over a new leaf.*

Turn the tables–કોઈની સર્વોત્તમતાને ઊંધી વાળવી

He was ahead of me in the terminal examination, but I *turned the tables* on him in the annual examination.

Turn up one's nose at–હલકું સમજવું

He is so poor that he hardly gets anything to eat, and yet he *turned up his nose at* the idea of working for living.

(U)

Under a cloud–શકમંદ હોવું

After his misbehaviour on the field in Pakistan, Akhtar is *under a cloud.*

Up in arms–લડવા માટે તૈયાર થવું

In India many Muslims are *up in arms* against the Hindus.

Up-to-date–આધુનિક

He is very careful to keep up with *up-to-date* fashions.

Ups and downs of life–જીવનની ચડતી પડતી

I have had my share of *ups and downs of life.*

(W)

Wash one's hands of–જવાબદારી છોડી દેવી

I don't think anything is going to come off your programme of going for a trek, so I *wash my hands of* it.

Waste one's breath–નિરર્થક કોશિશ કરવી

Don't argue with Hina any longer. You are only *wasting your breath.*

Watch out for–નજર રાખવી

One thief went inside while the other waited outside near the gate to *watch out for* the police.

What not–વગેરે વગેરે

She went to the market on a shopping spree and bought sarees, shirts, socks, ties and *what not.*

What's what–કેવી પરિસ્થિતિમાં શું સારું છે

He is an intelligent person and knows *what's what.*

Wheels within wheels–ગુપ્ત ભાંજગડો

I thought I could tackle this job, but then I found that there were *wheels within wheels.*

Wide awake–પૂર્ણ જાગ્રત

I thought Richa is fast asleep, but as I talked of the plan for a film, she got up *wide awake.*

Wide of the mark–નિશાન ચૂકવું

His argument sounds impressive, but is *wide of the mark.*

With might and main–પૂરી તાકાત લગાવીને

They pushed the huge rock with *might and main* and cleared the way.

With bated breath–ઉત્સુકતાથી

They all waited *with bated breath* for the election results.

Within an ace–લગભગ

He was *within an ace* of being killed by the tiger.

Wolf in sheep's clothing–લુચ્ચો લફંગો માણસ

Beware of Tapish. He is a *wolf in sheep's clothing.*

World of good–બહુ સારી અસર થવી

This ayurvedic medicine has done me a *world of good* to my stomach problem.

Worn secret out–રહસ્ય જાણવું

The spy pretended to be his friend and tried to *worn* his *secret out* of him.

Worship the rising sun–ઊગતા સૂર્યને નમસ્કાર કરવા

The newly appointed manager has taken over and the staff has been *worshipping the rising sun.*

૭૫ આલંકારિક ઉપમાઓ
(75 IDIOMATIC COMPARISONS)

અંગ્રેજી 'A bouquet of grapes'માં કેટલીક ઉપમા-શબ્દ ખૂબ પ્રચલિત છે. અંગ્રેજી જ્ઞાનને સમૂહ બનાવવા આ વાક્યો યાદ કરવાં ખૂબ જરૂરી છે.

1. As bitter as a gall (એઝ બિટર એઝ એ ગાલ) કડવા ઝેર જેવા
2. As black as coal (એઝ બ્લેક એઝ કોલ) કોયલા જેવા કાળા
3. As blind as a mule (એઝ બ્લાઇન્ડ એઝ એ મ્યૂલ) આંધળા ખચ્ચર જેવા
4. As blithe as a bee (એઝ બ્લાઇધ એઝ એ બી) મધમાખી જેટલા ખુશખુશાલ
5. As brave as a lion (એઝ બ્રેવ એઝ એ લાયન) સિંહ જેવા બહાદુર
6. As bright as day (એઝ બ્રાઇટ એઝ ડે) ઊજળા દહાડા જેવા
7. As bright as silver (એઝ બ્રાઇટ એઝ સિલ્વર) ચાંદી જેવા ચમકતા
8. As brisk as a butterfly (એઝ બ્રિસ્ક એઝ એ બટરફ્લાય) પતંગિયાં જેવા આકર્ષક
9. As busy as a bee (એઝ બિઝી એઝ એ બી) મધમાખી જેટલા ઉદ્યમી
10. As changeable as moon (એઝ ચેન્જેબલ એઝ મૂન) ચંદ્રમા જેવા પરિવર્તનશીલ
11. As cheerful as a lark (એઝ ચિયરફુલ એઝ એ લાર્ક) લાવરી જેટલા ખુશ
12. As clear as a day (એઝ ક્લિયર એઝ એ ડે) દિવસ જેટલા ચોખ્ખા
13. As cold as ice (એઝ કોલ્ડ એઝ આઇસ) બરફ જેવું ઠંડું
14. As cunning as a fox (એઝ કનિંગ એઝ એ ફોક્સ) શિયાળ જેટલો લુચ્ચો
15. As dark as midnight (એઝ ડાર્ક એઝ મિડનાઇટ) અર્ધી રાત જેવું અંધારું
16. As deep as a well (એઝ ડીપ એઝ એ વેલ) કૂવા જેટલું ઊંડું
17. As dry as dust (એઝ ડ્રાઈ એઝ ડસ્ટ) સૂકા રેત જેવા
18. As drunk as a lord (એઝ ડ્રંક એઝ એ લૉર્ડ) નવાબ જેમ ઢીંચેલા
19. As dumb as a statue (એઝ ડંબ એઝ એ સ્ટેચ્યૂ) પૂતળા જેવા મૂંગા, બહેરા
20. As easy as A, B, C (એઝ ઈઝી એઝ એ.બી.સી.) એ.બી.સી. જેવું સહેલું
21. As fare as a rose (એઝ ફેર એઝ એ રોઝ) ગુલાબ જેવા સુંદર
22. As fast as a hare (એઝ ફાસ્ટ એઝ એ હેર) હરણ જેવી તીવ્ર ગતિ
23. As fat as a pig (એઝ ફેટ એઝ એ પિગ) ભૂંડ જેવા જાડા
24. As fierce as a tiger (એઝ ફિયર્સ એઝ એ ટાઇગર) વાઘ જેવા હિંસક
25. As firm as a rock (એઝ ફર્મ એઝ એ રૉક) ખડક જેવા સખત
26. As fit as a fiddle (એઝ ફિટ એઝ એ ફિડલ) સારંગી જેવા સુરીલ
27. As free as air (એઝ ફ્રી એઝ એર) હવા જેવા મુક્ત
28. As fresh as a rose (એઝ ફ્રેશ એઝ એ રોઝ) ગુલાબ જેવા તાજા
29. As gay as a lark (એઝ ગે એઝ એ લાર્ક) લાવરી જેટલા પ્રસન્ન
30. As gentle as a lamb (એઝ જેન્ટલ એઝ એ લેમ) ઘેટાના બચ્ચા જેટલા સીધા
31. As good as gold (એઝ ગુડ એઝ ગોલ્ડ) સોના જેટલા સાચા
32. As graceful as a swan (એઝ ગ્રેસફુલ એઝ એ સ્વાન) હંસ જેટલા સુંદર
33. As grave as a judge (એઝ ગ્રેવ એઝ એ જજ) જજ જેવા ગંભીર
34. As greedy as a wolf (એઝ ગ્રીડી એઝ એ વુલ્ફ) વરૂ જેટલા લોભી
35. As green as grass (એઝ ગ્રીન એઝ ગ્રાસ) ઘાસ જેવા લીલાછમ
36. As happy as a king (એઝ હેપી એઝ એ કિંગ) રાજા જેટલા સુખી

37. As hard as a flint (ઍઝ હાર્ડ ઍઝ એ ફ્લિંટ) ચકમક જેવા સખત
38. As hard as a stone (ઍઝ હાર્ડ ઍઝ એ સ્ટોન) પત્થર જેવા સખત
39. As hoarse as a crow (ઍઝ હોર્સ ઍઝ એ ક્રો) કાગડા જેવા કર્કશ
40. As hot as fire (ઍઝ હૉટ ઍઝ ફાયર) અગ્નિ જેવા ગરમ
41. As hungry as a hawk (ઍઝ હંગ્રી ઍઝ એ હૉક) બાજ જેવા ભૂખ્યા
42. As innocent as a dove (ઍઝ ઇનોસેંટ ઍઝ એ ડવ) કબૂતર જેવા નિર્દોષ
43. As light as a feather (ઍઝ લાઇટ ઍઝ એ ફેધર) પીંછા જેવા હલકા
44. As loud as thunder (ઍઝ લાઉડ ઍઝ થંડર) વીજળી જેટલો કડાકાભર્યો અવાજ
45. As merry as cricket (ઍઝ મેરી ઍઝ ક્રિકેટ) કંસારી જેટલા ખુશખુશાલ
46. As mute as a fish (ઍઝ મ્યૂટ ઍઝ એ ફિશ) માછલી જેવા મૂંગા
47. As nimble as a bee (ઍઝ નિંબલ ઍઝ એ બી) મધમાખી જેટલા કુશળ
48. As obstinate as a mule (ઍઝ ઑબ્સ્ટિનેટ ઍઝ એ મ્યૂલ) ખચ્ચર જેવા જિદ્દી
49. As old as hills (ઍઝ ઓલ્ડ ઍઝ હિલ્સ) પહાડી જેટલા પુરાણા
50. As pale as death (ઍઝ પેલ ઍઝ ડેથ) મૃત્યુ જેવા ફિક્કા
51. As playful as a kitten (ઍઝ પ્લેફુલ ઍઝ એ કિટન) બચ્ચાં જેવાં રમતિયાળ
52. As poor as a church mouse (ઍઝ પુઅર ઍઝ એ ચર્ચ માઉસ) દેવળના ઉંદર જેટલા ગરીબ
53. As proud as a peacock (ઍઝ પ્રાઉડ ઍઝ એ પીકૉક) મોર જેવા ગર્વિષ્ઠ
54. As quick as thought (ઍઝ ક્વિક ઍઝ થૉટ) વિચાર જેટલા ઝડપી
55. As quiet as a lamb (ઍઝ ક્વાયેટ ઍઝ એ લેમ) બકરીનાં બચ્ચાં જેટલું શાંત
56. As rapid as lightning (ઍઝ રેપિડ ઍઝ લાઇટનિંગ) વીજળીની ઝડપે
57. As red as blood (ઍઝ રેડ ઍઝ બ્લડ) લોહી જેવું લાલ
58. As round as a ball (ઍઝ રાઉન્ડ ઍઝ એ બૉલ) ગોળ દડા જેવું
59. As sharp as a razor (ઍઝ શાર્પ ઍઝ એ રેઝર) અસ્ત્રા જેટલું ધારદાર
60. As silent as a grave (ઍઝ સાઇલેંટ ઍઝ એ ગ્રેવ) સમાધિ જેવી શાંતિ
61. As silly as a sheep (ઍઝ સિલી ઍઝ એ શીપ) ઘેટાં જેટલું મૂર્ખ
62. As soft as wax (ઍઝ સૉફ્ટ ઍઝ વૅક્સ) મીણ જેટલું નરમ
63. As sour as vinegar (ઍઝ સાવર ઍઝ વિનેગર) સિરકા જેટલું ખાટું
64. As sure as death (ઍઝ સ્યોર ઍઝ ડેથ) મૃત્યુ જેટલું નિશ્ચિત
65. As sweet as honey (ઍઝ સ્વીટ ઍઝ હની) મધ જેટલું મીઠું
66. As swift as an arrow (ઍઝ સ્વિફ્ટ ઍઝ એન ઍરો) બાણ જેટલું તેજ
67. As tame as a chicken (ઍઝ ટેમ ઍઝ એ ચિકન) મરઘીનાં બચ્ચાં જેવું શરમાળ
68. As timid as a hare (ઍઝ ટિમિડ ઍઝ એ હેર) સસલા જેવું બીકણ
69. As tricky as a monkey (ઍઝ ટ્રિકી ઍઝ એ મંકી) વાંદરા જેવું ચાલાક
70. As vain as a peacock (ઍઝ વેન ઍઝ પીકૉક) મોર જેવા ઘમંડી
71. As warm as wool (ઍઝ વૉર્મ ઍઝ વુલ) ઊન જેટલું ગરમ
72. As weak as a kitten (ઍઝ વીક ઍઝ એ કિટન) બિલાડીનાં બચ્ચાં જેટલું બીકણ
73. As white as snow (ઍઝ વાઇટ ઍઝ સ્નો) બરફ જેટલું સફેદ
74. As wise as a serpent (ઍઝ વાઇઝ ઍઝ એ સર્પન્ટ) સાપ જેવું સમજદાર
75. As yellow as saffron (ઍઝ યલો ઍઝ સેફ્રન) કેસર જેવું પીળું

ગ્રીક, લેટિન, ફ્રેંચ, જર્મન, વગેરે ભાષાઓના શબ્દ અથવા વાક્યાંશ જે અંગ્રેજીમાં જ્યાં ત્યાં વપરાય છે.

A

ab antiquo (L.) from olden time પ્રાચીન કાળથી

ab initio (L.) from the beginning પ્રારંભથી

ab intre (L.) from within અંદરથી

ab origine (L.) from the beginning આદિકાળથી

ab avo (L.) from the beginning પ્રારંભથી

ab dato (L.) from date તારીખથી

ad infinitum (L.) upto infinity અંત સુધી

ad interim (L.) for the meantime વચ્ચેના સમય માટે

affaired' honneur (Fr.) an affair of honour સન્માનનો વિષય

a'la lettere (Fr.) to the letter અક્ષરશઃ

antiquarium (L.) collection of antiquities પ્રાચીન ચીજોનો સંગ્રહ

apologia (Gr.) apologetic writing ક્ષમા પ્રાર્થના માટેનું લખાણ

a prima vista (lt.) at first sight પહેલી દષ્ટિમાં

auf wiedersehen (Gr.) good bye till we meet again ફરી મળીએ ત્યાં સુધીની વિદાય

B

bona fide (L.) good faith સાચો વિશ્વાસ, genuine ઉચિત

C

Centum (L.) a hundred એક સો

Confer (L.) compare સરખાવવું

D

de facto (L.) in fact વસ્તુતઃ

de jure (L.) by right કાયદામાં

double entendre (Fr.) double meaning બેવડો અર્થ

E

e'dition de luxe (Fr.) a splendid edition of a book પુસ્તકનું સરસ સંકલન

en regle (Fr.) according to rule નિયમાનુસાર

en ville (Fr.) in town નગરમાં (ઘરમાં નહીં)

ex officio (L.) by virtue of his office હોદ્દાની રૂએ

F

flair (Fr.) scent અત્તર

G

gens (Fr.) people લોક

H

hoc tempore (L.) at this time આ સમયે

I

ibidem (L.) in the same place એ જ સ્થાનમાં

idem (L.) the same એ જ

id est (L.) that is એટલે કે (abbr. i.e.)

in status quo (L.) in the former state પહેલાંની અવસ્થામાં

in toto (L.) entirely પૂર્ણ રૂપમાં

J

jure devino (L.) by devine law દૈવી નિયમથી

jure humans (L.) by human law મનુષ્યના બનાવેલા નિયમથી

L

la grande nation (Fr.) the great nation મોટું રાષ્ટ્ર

M

Materia medica (L.) a collection of all the substances which are used in preparation દવાઓ બનાવવામાં વપરાતી બધી સામગ્રીઓનો સંગ્રહ

matinee (Fr.) morning performance

mco voto (L.) according to my will મારી ઇચ્છાનુસાર

monsieur (Fr.) Sir (pl. messieurs) મહાશય

N

Nota Bene, nota bene (L.) (abbr. N.B. or n.b.) take notice સારી રીતે ધ્યાન આપો

O

octroi (Fr.) duties paid at the gate of city જકાત નાકું

P

par example (Fr.) for example ઉદાહરણ રૂપે

partim (L.) in part અંશતઃ

passim (L.) everywhere દરેક જગાએ

per annum (L.) per year પ્રતિ વર્ષ

per centum (L.) by the hundred પ્રતિ સેંકડે

personnel (Fr.) persons employed in any service or business કોઈ પણ કાર્યમાં નિયુક્ત વ્યક્તિઓનો વર્ગ

post mortem (L.) after death મૃત્યુ પછી

primo (L.) in the first place પહેલાં પહેલાં

proforma (L.) according to the form રીતિ અનુસાર

Q

quod erat faciendum (L.) (abbr. E.F.) which was to be done કરવા યોગ્ય

S

sans ceremonie (Fr.) without ceremony શિષ્ટાચાર વિના

sine die (L.) meeting adjourned for an indefinite period અનિશ્ચિત સમય માટે મુલતવી રાખવું

status quo (L.) the state in which a thing is existing જે અવસ્થામાં વસ્તુ હોય તેમ જ રહે તે, વર્તમાન સ્થિતિ

sub judice (L.) under consideration વિચારણા હેઠળ

T

tete-a-tete (Fr.) head to head private talk ખાનગી વાતચીત

U

und so weiter (Ger.) (abbr. u.s.w.) so on and so forth એ રીતે આગળ

ut supra (L.) as above પૂર્વોક્ત જેમ, આગળ આવ્યું તેમ

V

vis (L.) by way of રસ્તાથી

vice versa (L.) the term being exchanged બદલેલો ક્રમ

viva voce (L.) by oral test મૌખિક પરીક્ષાથી

W

welt geist (Ger.) world spirit સાંસારિક ભાવના

X

xanthippe (Ger.) shrewish wife કકળાટિયણ પત્ની

Y

yaboo (Pers.) an Afghan pony અફઘાની ટટ્ટુ

Z

zum beispiel (Gr.) for example (abbr. Z.B.) ઉદાહરણ માટે

વર્ગીકૃત શબ્દાવલી
(CLASSIFIED VOCABULARY)

શરીરના અંગ
(PARTS OF THE BODY)

ડહાપણની દાઢ–Dens Serotinous (ડેંસ સિરોટિનસ)
અનામિકા–Ring finger (રિંગ ફિંગર)
આંગળી (પગની)–Toe (ટો)
આંગળી (હાથની)–Finger (ફિંગર)
અંગૂઠો–Thumb (થંબ)
આંખ–Eye (આઈ)
આંતરડું નાનું–Intestine (ઇન્ટેસ્ટાઇન)
પોચું હાડકું–Cartilage (કાર્ટિલેજ)
હોઠ–Lip (લિપ)
એડી–Heel (હીલ)
ખભો–Shoulder (શોલ્ડર)
લમણાં–Temple (ટેમ્પલ)
કમર–Waist (વેસ્ટ)
કર્ણપડદો–Eardrum (ઈયરડ્રમ)
કાંડું–Wrist (રિસ્ટ)
કાન–Ear (ઈયર)
નાની આંગળી–Little finger (લિટલ ફિંગર)
બગલ–Armpit (આર્મપિટ)
કોણી–Elbow (એલ્બો)
ખોપરી–Skull (સ્કલ)
ગ્રીવા-ગર્દન–Neck (નેક)
ગર્ભ–Womb (વૂમ)
ગર્ભાશય–Uterus (યૂટરસ)
થોભિયા–Whiskers (વિસ્કર્સ)
ગાલ–Cheeks (ચીક્સ)
ગળું–Throat (થ્રોટ)
ગુર્દા–Anus (એનસ)
મૂત્રપિંડ, ગુર્દા–Kidney (કિડની)
ખોળો, ગોદ–Lap (લૅપ)
ઘુંટણ–Knee (ની)
ચામડી–Skin (સ્કિન)
સ્તનાગ્ર દીંટડી–Nipple (નિપલ)
કૂલો–Rump (રમ્પ)
ચહેરો–Face (ફેસ)
છાતી (પુરુષની)–Chest (ચેસ્ટ)
છાતી (સ્ત્રીની)–Breast (બ્રેસ્ટ)
જઠર–Stomach (સ્ટમક)
જડબું–Jaw (જૉ)
જાંઘ–Thigh (થાઇ)
જિગર, કાળજું–Liver (લિવર)
જીભ–Tongue (ટંગ)
અંબોડો–Bun (બન)
સાંધો–Joint (જોઇંટ)
હડપચી, દાઢી–Chin (ચિન)
તર્જની–Index finger (ઇન્ડેક્સ ફિંગર)
પાની (પગનું તળિયું)–Sole (સોલ)
તાળવું–Palate (પેલેટ)
જનાવરનું નાક–Snout (સ્નાઉટ)
દાઢ (ચાવવાના દાંત)–Molar teeth (મોલર ટીથ)
દાઢી–Beard (બિઅર્ડ)
દાંત–Tooth (ટુથ)
મગજ–Brain (બ્રેન)
રક્તવાહિની–Artery (આર્ટરી)
નખ–Nail (નેલ)
નસ્કોરાં–Nostril (નૉસ્ટ્રિલ)
નસ–Vein (વેન)
નાડી–Pulse (પલ્સ)
દૂંટી–Navel (નેવલ)
અન્નનળી–Gullet (ગલેટ)
પોપચું–Eyelid (આઇલિડ)
પાંસળી–Rib (રિબ)
બરોળ–Spleen (સ્પ્લીન)
પ્રવાહી પિત્ત–Bile (બાઇલ)
પીઠ–Back (બૅક)
બહારથી પેટ–Belly (બેલી)
અંદરથી પેટ–Stomach (સ્ટમક)
પેડુ–Abdomen (એબડોમેન)
આંખના ડોળા–Eyeball (આઇબૉલ)
સ્નાયુ–Muscle (મસલ)
પગ–Foot (ફુટ)
ફેફસું–Lung (લંગ)
પાંપણ–Eyelash (આઇલેશ)

વાળ–Hair (હેર)
બાવડું–Arm (આર્મ)
યોની–Vagina (વજાઇના)
ઉપરની ફાડ–Glans clitoris (ગ્લેન્સ ક્લિટોરિસ)
ગર્ભ–Embryo (એમ્બ્રિયો)
મગજની બુદ્ધિ–Brain (બ્રેન)
ભ્રમર–Eyebrow (આઈબ્રો)
વચલી આંગળી–Middle finger (મિડલ ફિંગર)
દાંતનું અવાળું–Gum (ગમ)
મગજ–Brain (બ્રેન)
મુઠ્ઠી–Fist (ફિસ્ટ)
મોં, મોઢું–Mouth (માઉથ)
મૂત્રાશય–Urinary bladder (યૂરિનરી બ્લેડર)
મૂછ–Moustache (મુસ્ટેચ)
પીઠનાં હાડકાં–Backbone (બૅકબોન)
બેઠક–Pore (પોર)
રૂંવા–Hair (હેર)
કપાળ–Forehead (ફોરહેડ)
થૂંક, લાળ–Saliva (સેલાઇવા)
લિંગ–Penis (પેનિસ)
લોહી–Blood (બ્લડ)
શ્વાસનળી–Trachea (ટ્રેકિયા)
શિશ્નમૂંડ–Glans penis (ગ્લેન્સ પેનિસ)
ધડ–Trunk (ટ્રંક)
હાડકું–Bone (બોન)
હથેળી–Palm (પામ)
હાંસડી–Collar-bone (કૉલર બોન)
હૃદય–Heart (હાર્ટ)
હૃદયાવરણ–Pericardium (પેરિકાર્ડિયમ)
હાથ–Hand (હેંડ)

રોગ અને શારીરિક દશાઓ
(AILMENTS AND BODY CONDITIONS)

અજીર્ણ, અપચો–Indigestion (ઇન્ડાઇજેશન)
આંધળા–Blind (બ્લાઇંડ)
લઘુદૃષ્ટિ–Shortsight (શૉર્ટસાઇટ)
આમપિત્ત–Acidity (એસિડિટી)
ઝાડા, સંગ્રહણી–Diarrhoea (ડાયરિયા)
ચાંદીનો રોગ–Syphilis (સિફિલિસ)
વધરાવળ–Hernia (હર્નિયા)
આંસુ–Tears (ટિયર્સ)
ખરજવું–Eczema (એક્ઝિમા)
બગાસું–Yawn (યૉન)
ઊંચાઈ–Stature (સ્ટેચર)
ગળફો, બલગમ–Phlegm (ફલેમ)
ઊલટી કરવી–Vomit (વૉમિટ)
કમળો–Jaundice (જૉન્ડિસ)
કંઠનળીનો સોજો–Bronchitis (બ્રૉન્કાઇટિસ)
એક આંખવાળો–One-eyed (વન આઇડ)
ખૂંધો–Hunchback (હન્ચબેક)
કોઢ–Leprosy (લેપ્રસી)
કબજિયાત, બદહજમી–Constipation (કૉન્સ્ટિપેશન)
કૃમિ–Worm (વર્મ)
ખણ–Itches (ઇચેઝ)
ખાંસી–Cough (કફ)
ખૂજલી–Itch (ઇચ)
ખસ–Scabies (સ્કેબીઝ)
લોહીની કમી–Anaemia (એનીમિયા)
લોહી વહેવું–Bleeding (બ્લીડિંગ)
સાંધાનો વા–Rheumatism (રૂમેટિઝમ)
ગર્ભપાત–Abortion (એબૉર્શન)
ગરમી–Syphilis (સિફિલિસ)
ગળાંની બળતરા–Sore throat (સોર થ્રોટ)
ગળું બેસી જવું–Hoarseness (હોર્સનેસ)
કાકડા આવવા–Tonsil (ટૉન્સિલ)
ગાંઠ–Tumour (ટ્યૂમર)
માંસપેશી પરનો સોજો–Gland (ગ્લેન્ડ)
મૂંગા–Dumb (ડમ)
ટાલિયો–Bald (બૉલ્ડ)
ઘા–Wound (વૂંડ)
ચક્કર આવવાં–Giddiness (ગિડીનેસ)
ચરબી વધવી–Obesity (ઑબેસિટી)
વાગવું–Hurt (હર્ટ)
છીંક આવવી–Sneezing (સ્નીઝિંગ)
કેન્સર–Cancer (કેન્સર)
જલંદર–Dropsy (ડ્રોપ્સી)
શરદી–Coryza (કોરિઝા)
ટાઢિયો તાવ–Ague (એગુ)
ઠંડી–Chill (ચિલ)
ઓડકાર–Belching (બેલ્ચિંગ)
તંદુરસ્તી–Health (હેલ્થ)

થૂંક–Spittle (સ્પિટલ)
દમ–Asthma (એસ્થમા)
દર્દ–Pain (પેન)
માથું દુ:ખવું–Headache (હેડેક)
પેટનું દર્દ–Stomachache (સ્ટમકએક)
ઝાડો–Stool (સ્ટૂલ)
દાદર–Ringworm (રિંગવર્મ)
પાતળો–Lean (લીન)
માનસિક વ્યાધિ–Psychosis (સાઇકોસિસ)
દૂરદષ્ટિ–Longsight (લોંગ સાઇટ)
નસકોરી–Epistaxis (એપિસ્ટેક્સિસ)
મચકોડ–Sprain (સ્પ્રેન)
સાઇનસ–Sinus (સાઇનસ)
નિદ્રા રોગ–Narcolepsy (નાર્કોલેપ્સી)
ઊંઘ–Sleep (સ્લીપ)
અનિદ્રા–Insomnia (ઇન્સોમ્નિયા)
પથરી–Stone (સ્ટોન)
પરસેવો–Sweat (સ્વેટ)
પાગલ–Mad (મેડ)
ગાંડપણ–Lunacy (લ્યૂનેસી)
પિત્ત–Bile (બાઇલ)
પરૂ–Pus (પસ)
મરડો–Dysentery (ડિસેન્ટ્રી)
પ્રદર–Leucorrhoea (લ્યૂકોરિયા)
તરસ–Thirst (થર્સ્ટ)
પ્લેગ–Plague (પ્લેગ)
ફોલ્લી–Pimple (પિમ્પલ)
ગૂમડું–Boil (બૉઇલ)
મસા–Piles (પાઇલ્સ)
મીઠો પેશાબ–Diabetes (ડાયાબિટીઝ)
ઉઝરડો–Sore (સોર)
વૃદ્ધ–Old (ઓલ્ડ)
તાવ–Fever (ફીવર)
ઠીંગણો–Dwarf (ડવાર્ફ)
ભગંદર–Fistula (ફિસ્ટુલા)
ભૂખ–Hunger (હંગર)
મંદાગ્નિ–Lack of appetite (લેક ઑફ એપિટાઇટ)
પેટમાં ચૂંક આવવી–Griping (ગ્રાઇપિંગ)
મસો–Mole (મોલ)
તાણ, વાઇ–Epilepsy (એપિલેપ્સી)
ખીલ–Acne (એક્ને)
મૂત્ર–Urine (યૂરિન)
મોતિયો–Cataract (કેટેરેક્ટ)
મુદતી તાવ–Typhoid (ટાઇફૉઇડ), Typhus (ટાઇફસ)
લોહીમાં હેમોગ્લોબીનની અછત–Hepatitis (હિપેટિટિસ)
ગર્ભાશય ગતવ્યાધિ–Hymen vaginale (હિમેન વેજિનેલ)
લૂ લાગવી–Sunstroke (સનસ્ટ્રોક)
ક્ષય–Tuberculosis (ટ્યૂબરક્યૂલોસિસ)
રોગ–Disease (ડિઝીઝ)
લંગડો–Lame (લેમ)
ઉંટાટિયું–Dengue (ડેંગ્યૂ)
લાંબો–Tall (ટૉલ)
ટાઢિયો તાવ–Influenza (ઇન્ફ્લુએંઝા)
શીતળા–Small-pox (સ્મૉલ પૉક્સ)
ગર્ભાશય સ્રાવ–Leucoderma (લ્યૂકોડર્મા)
શ્વાસ–Breath (બ્રીથ)
સોજો–Swelling (સ્વેલિંગ)
કોઢિયો (વધુ પડતી સફેદ ચામડીવાળો માણસ)–Albino (એલ્બિનો)
ચાંદીનો રોગ–Gonorrhoea (ગોનોરિયા)
સ્વર–Voice (વોઇસ)
સ્વસ્થ–Healthy (હેલ્થી)
હિચકી–Hiccup (હિક્કપ)
કૉલેરા, કોગળિયું–Cholera (કૉલેરા)
હૃદય–Heart (હાર્ટ)
બાળકોનાં હૃદયનાં રોગનો નિષ્ણાત–Pericarditis (પેરિકર્ડિટિસ)
ક્ષય–Consumption (કન્ઝમ્પ્શન)
અરૂચિ–Anorexia (એનોરેક્સિયા)

વેશભૂષા
(DRESSES)

અસ્તર–Lining (લાઇનિંગ)
બાંય–Sleeve (સ્લીવ)
અંગરખુ–Tunic (ટ્યૂનિક)
બોડિસ–Bodice (બોડિસ)
અંગ્રેજી ટોપો–Hat (હેટ)
બાળોતિયું–Napkin (નૅપ્કિન)
ઊન–Wool (વૂલ)
કપડું–Cloth (ક્લોથ)
કપડાં–Clothes (ક્લોધ્સ)
કમરપટ્ટો–Belt (બેલ્ટ)

ખમીસ–Shirt (શર્ટ)
ખમીસનું કપડું–Shirting (શર્ટિંગ)
કામળો–Blanket (બ્લૅન્કેટ)
કાપડની જાત–Crepe (ક્રેપ)
કાશ્મીરી–Cashmira (કશ્મીરા)
કામદાની–Diaper brocade (ડાયપર બ્રોકેડ)
કિનાર, ગોઠ–Border (બૉર્ડર)
કેનવાસ–Canvas (કેનવાસ)
કોટ–Coat (કોટ)
કોટ-પાટલૂન–Suit (સૂટ)
તકિયો–Cushion (કુશન)
બંધન–Braces (બ્રેસીસ)
ગળપટ્ટો–Muffler (મફલર)
ઘાઘરો–Skirt (સ્કર્ટ)
ઘુંઘટ–Veil (વેલ)
ચાદર–Sheet (શીટ)
ચિકન–Lappet (લેપેટ)
છીંટુ–Chintz (ચિંટ્સ)
નાનાં મોજાં–Socks (સૉક્સ)
જાળી–Gauze (ગૉઝ)
જાંઘિયો–Underwear (અંડરવેર)
જીનનું કાપડ–Drill (ડ્રિલ)
ખીસ્સું–Pocket (પૉકેટ)
ઝાલર–Trimming (ટ્રિમિંગ)
ટોપી–Cap (કેપ)
દુપટ્ટો–Scarf (સ્કાર્ફ)
લેસ, પટ્ટો–Laces (લેસિસ)
દોરો–Thread (થ્રેડ)
ટુવાલ–Towel (ટૉવેલ)
હાથના મોજાં–Gloves (ગ્લવ્ઝ)
શાલ–Shawl (શૉલ)
પાટલુન–Patloon (પાટલુન)
પાયજામો–Pyjama (પાયજામા)
બંડી–Jacket (જૅકેટ)
ફલાલીન–Flannel (ફ્લેનલ)
પટ્ટી–Tape (ટેપ)
બટન–Button (બટન)
મોટો કોટ–Chester, Overcoat (ચેસ્ટર, ઓવરકોટ)
મખમલ–Velvet (વેલ્વેટ)
મલમલ–Linen (લિનન)

મોટાં મોજાં–Stockings (સ્ટૉકિંગ્સ)
મીણિયું–Oil-cloth (ઓઇલ ક્લોથ)
રજાઈ–Quilt (ક્વિલ્ટ)
રફુ–Darning (ડાર્નિંગ)
સૂતરાઉ–Cotton (કૉટન)
હાથ રૂમાલ–Handkerchief (હેન્ડકરચિફ)
રેશમ–Silk (સિલ્ક)
ઝબ્બો–Gown (ગાઉન)
સેનો–Longcloth (લૉંગક્લોથ)
ચણિયો–Petticoat (પેટિકોટ)
ગણવેશ–Uniform (યુનિફૉર્મ)
બાંય વગરની બંડી–Waist-coat (વેસ્ટ-કોટ)
માદરપાટ–Serge (સર્જ)
સાટિન–Satin (સાટિન)
સાફા–Turban (ટર્બન)
સૂતર–Yarn (યાર્ન)
સૂટનું કપડું–Suiting (સૂટિંગ)
ઘાટો રંગ–Bright colour (બ્રાઇટ કલર)
હલકો રંગ–Light colour (લાઇટ કલર)

સંબંધ અને સગા
(RELATIONS)

અતિથિ, યજમાન–Guest (ગેસ્ટ)
અધ્યાપક–Teacher (ટીચર)
મા–Mamma (મમ્મા)
ભાડુત–Tenant (ટેનન્ટ)
ગુરુ–Preceptor (પ્રિસેપ્ટર)
ગ્રાહક–Customer (કસ્ટમર)
કાકા–Uncle (અંકલ)
કાકી–Aunt (આન્ટ)
શિષ્ય–Disciple (ડિસાઇપલ)
જમીનદાર–Landlord (લૅન્ડલૉર્ડ)
જેઠાણી/દેરાણી/નણંદ/સાળી–Sister-in-law (સિસ્ટર-ઇન-લૉ)
દત્તક કન્યા–Adopted daughter (એડૉપ્ટેડ ડૉટર)
દત્તક પુત્ર–Adopted son (એડૉપ્ટેડ સન)
દાદા–Grandfather (ગ્રાંડ ફાધર)
દાદી–Grandmother (ગ્રાંડ મધર)
જમાઈ–Son-in-law (સન-ઇન-લૉ)
દોસ્ત, યાર–Friend (ફ્રેન્ડ)
નાના–Maternal grandfather (મેટર્નલ-ગ્રાંડ ફાધર)
નાની–Maternal grandmother (મેટર્નલ–ગ્રાંડ મધર)

પતિ–Husband (હસબંડ)
પત્ની–Wife (વાઇફ)
પુત્રવધુ–Daughter-in-law (ડૉટર-ઇન-લૉ)
પિતા–Father (ફાધર)
પુત્ર–Son (સન)
પુત્રી–Daughter (ડૉટર)
પ્રેમ–Love, affection (લવ, એફેક્શન)
પ્રેમી–Lover (લવર)
બહેન–Sister (સિસ્ટર)
ભત્રીજો, ભાણો–Nephew (નેફ્યૂ)
ભત્રીજી, ભાણી–Niece (નીસ)
ભાઈ–Brother (બ્રધર)
મા–Mother (મધર)
મામા–Maternal uncle (મેટર્નલ અંકલ)
મામી–Maternal aunt (મેટર્નલ આન્ટ)
અસીલ–Client (ક્લાએંટ)
માસી–Mother's sister (મધર્સ સિસ્ટર)
રખાત, શોક–Concubine, Keep, Mistress (કેપ્ટ)
રોગી–Patient (પેશંટ)
વકીલ–Pleader (પ્લીડર)
વારસ–Heir (એર)
શિષ્ય–Pupil (પ્યૂપિલ)
સગા–Own (ઓન)
સસરા–Father-in-law (ફાધર-ઇન-લૉ)
સાસુ–Mother-in-law (મધર-ઇન-લૉ)
સંબંધી–Relatives (રિલેટિવ્સ)
સાવકી દીકરી–Step-daughter (સ્ટેપ ડૉટર)
સાવકો દીકરો–Step-son (સ્ટેપ સન)
સાવકા પિતા–Step-father (સ્ટેપ ફાધર)
સાવકી મા–Step-mother (સ્ટેપ મધર)
સાવકી બેન–Step-sister (સ્ટેપ સિસ્ટર)
સાવકો ભાઈ–Step-brother (સ્ટેપ બ્રધર)

ઘરનો સામાન
(HOUSEHOLD ARTICLES)

કબાટ–Almirah (અલમિરા)
દીવાલમાં કબાટ–Cupboard (કપબોર્ડ)
ખરલ–Mortar (મૉર્ટર)
અંગારા–Cinder (સિંડર)
સગડી–Hearth (હર્થ)
દરજીની અંગૂઠી–Thimble (થિમ્બલ)
ફિરકી–Bobbin (બોબિન)
ઈસ્ત્રી–Iron (આયર્ન)
બળતણ–Fuel (ફ્યૂઅલ)
કડાઈ–Cauldron (કૉલ્ડ્રન)
કડછો–Ladle (લેડલ)
ડબ્બો–Canister (કનિસ્તર)
કાંસકી–Comb (કોમ)
ટ્રે–Tray (ટ્રે)
ખુરશી–Chair (ચેર)
કાંટો–Fork (ફોર્ક)
ધુમાડાની ચિમની–Funnel (ફનેલ)
બરણી–Jar (જાર)
આડણી–Pastry-board (પેસ્ટ્રી–બોર્ડ)
ચટાઈ–Mat (મેટ)
ચમચો–Spoon (સ્પૂન)
ચાળણી–Sieve (સીવ)
ચાદર–Bed-sheet (બેડ-શીટ)
ચાવી–Key (કી)
ચીપિયો–Tong (ટોંગ)
ચીમની–Chimney (ચીમની)
ચૂલો–Stove (સ્ટવ)
વીજળીનો ચૂલો–Electric Stove (ઇલેક્ટ્રિક-સ્ટવ)
છડી–Stick (સ્ટિક)
છત્રી–Umbrella (અંબ્રેલા)
નાની પેટી–Attache case (એટેચી કેસ)
જાળું–Cobweb (કૉબવેબ)
જાળી ચુલાની–Grate (ગ્રેટ)
ઝાડુ–Broom (બ્રૂમ)
ઝૂલો–Swing (સ્વિંગ)
ટોપલી–Basket (બાસ્કેટ)
પાટલી–Desk (ડેસ્ક)
ડબ્બો–Box (બૉક્સ)
ઢાંકણું–Lid (લિડ)
તકિયો–Pillow (પિલો)
તકિયાનો ગલેફ–Pillow cover (પિલો કવર)
ત્રાજવું–Balance (બેલેંસ)
રકાબી–Saucer (સૉસર)
તાર–Wire (વાયર)
તાળું–Lock (લૉક)
તિજોરી–Safe (સેફ)

રજાઈ–Quilt (ક્વિલ્ટ)
ભઠ્ઠી–Oven (ઓવન)
થાળી–Plate (પ્લેટ)
દર્પણ–Mirror (મિરર)
દિવાસળીની ડબ્બી–Match-box (મૅચ-બૉક્સ)
દિવાસળી–Match-stick (મૅચ-સ્ટિક)
અથાણું રાખવાનું સાધન–Sauce-pan (સૉસ-પેન)
દાંત ખોતરવાની સળી–Toothpick (ટૂથ પિક)
દંતમંજન–Tooth powder (ટૂથ પાવડર)
દોરો–Thread (થ્રેડ)
ધૂપદાની–Censer (સેન્સર)
નળ–Tap (ટેપ)
પાલખી–Palanquin (પેલંક્વિન)
પગ લૂંછણું–Door mat (ડોર મૅટ)
થૂંકદાની–Spittoon (સ્પિટૂન)
પ્યાલો–Cup (કપ)
ફાનસ–Lantern (લેન્ટર્ન)
ફૂલદાની–Flower vase (ફ્લાવર વાઝ)
બાળકોની ગાડી–Perambulator (પેરેમબ્યૂલેટર)
દીવેટ, બત્તી–Wick (વિક)
વાસણ–Pot (પૉટ)
બટન–Button (બટન)
બરફ રાખવાની પેટી–Ice box (આઇસ બૉક્સ)
બાલટી–Bucket (બકેટ)
બ્રશ–Brush (બ્રશ)
વેલણ–Rolling pin (રોલિંગ પિન)
બાટલી–Bottle (બોટલ)
કોથળો–Sack (સેક)
રવૈયો–Churner (ચર્નર)
ઓશિકું–Bolster (બોલ્સ્ટર)
વલોવવું–Churn (ચર્ન)
ઘાસલેટ–Kerosene oil (કેરોસિન ઓઇલ)
મેજ–Table (ટેબલ)
મીણબત્તી–Candle (કેન્ડલ)
રકાબી–Dish (ડિશ)
દોરડી–String (સ્ટ્રિંગ)
દોરડું–Rope (રોપ)
રાખ–Ash (એશ)
લખવાનું મેજ–Table desk (ટેબલ ડેસ્ક)
કલમ–Pen (પેન)
દીવો–Lamp (લૅમ્પ)
લોટા–Bowl (બાઉલ)
દસ્તો–Pestle (પેસ્ટલ)
વસ્ત્ર-ટીંગાડવાનું કબાટ–Wardrobe (વૉર્ડરોબ)
શીશી–Phial (ફાયલ)
સંદુક, પેટી–Box (બૉક્સ)
સૂડી–Nut cracker (નટ ક્રેકર)
સળિયો–Prob (પ્રોબ)
સાબુ–Soap (સોપ)
સાબુની પેટી–Soap box (સોપ કેસ)
સાંકળ–Chain (ચેન)
સિંગાર પેટી–Casket (કાસ્કેટ)
કૂંજો–Jug (જગ)
સોઈ–Niddle (નીડલ)
સાણસી–Pincers (પિન્સર્સ)
હુક્કો–Hubble Bubble (હબલ-બબલ)

ઘરેણાં-આભૂષણ
(ORNAMENTS AND JEWELS)

વીંટી–Ring (રિંગ)
કંગન–Bracelet (બ્રેસલેટ)
કડી–Chain (ચેન)
ખમીસનું બટન–Stud (સ્ટડ)
કાનની કડી–Ear-ring (ઈયર રિંગ)
વાળની પિન–Hair-pin (હેર પિન)
સાડી-પિન–Brooch (બ્રોચ)
ચુની (નાકની)–Nose pin (નોઝ પિન)
સફેદ પત્થર–Zircon (ઝિરકૉન)
ચાંદી–Silver (સિલ્વર)
ચાંપ–Clip (ક્લિપ)
ચૂડી–Bangle (બેંગલ)
ઝવેરાત–Jewellery (જ્વેલરી)
દામણી–Head-locket (હેડ-લૉકેટ)
ચંદ્રક–Medal (મેડલ)
કાનની કાપ–Ear stud (ઈયર સ્ટડ)
પોંચી–Wristlet (રિસ્ટલેટ)
નથ-વાળી–Nose ring (નોઝ રિંગ)
નીલમ–Sapphire (સેફાયર)
પન્નું–Emerald (એમરાલ્ડ)
કમર પટ્ટો–Belt (બેલ્ટ)
પગનાં સાંકળા–Anklet (એન્કલેટ)

પોખરાજ–Topaz (ટોપાઝ)
સ્ફટિક–Opal (ઓપલ)
ફીરોઝા–Turquoise (ટર્કોઇઝ)
બાજુબંધ, કડું–Armlet (આર્મલેટ)
પેબલ–Pabble (પેબલ)
માણેક–Ruby (રૂબી)
ફૂલમાળા–Garland (ગાર્લૅંડ)
મુગટ–Tiara (ટિયારા)
પરવાળા–Coral (કોરલ)
મોતી–Pearl (પર્લ)
મોતીની છાપ–Mother of pearl (મધર ઑફ પર્લ)
ચકતું–Locket (લૉકેટ)
જવાહરનો સ્ટોન–Cat's eye (કેટ્સ આઈ)
હાર–Necklace (નેકલેસ)
હીરા–Diamond (ડાયમંડ)

સંગીત વાદ્ય
(MUSICAL INSTRUMENTS)

ઘંટી–Bell (બેલ)
વીણા, સારંગી–Harp (હાર્પ)
ઝાંઝ–Cymbal (સિમ્બોલ)
ડફ, ઢોલકું–Tambourine (ટેમ્બોરિન)
ડુગડુગી–Drumet (ડ્રમેટ)
ઢોલ, નગારું–Drum (ડ્રમ)
ઢોલક–Tomtom (ટૉમટૉમ)
તબલા–Tabor (ટૅબર)
તૂરી-શરણાઈ–Clarion (ક્લૈરિયન)
પિયાનો–Piano (પિયાનો)
વાંસળી–Flute (ફલ્યૂટ)
બેન્જો–Banjo (બેન્જો)
વાયોલિન–Violin (વાયોલિન)
બીન–Bagpipe (બેગપાઈપ)
સંગીત વાદ્ય–Jew's harp (જ્યૂસ હાર્પ)
શહનાઈ–Clarionet (ક્લૈરિયોનટ)
સરોદ–Sarod (સરોદ)
ગિતાર–Guitar (ગિતાર)
બ્યૂગલ–Bugle (બ્યૂગલ)
સીટી–Whistle (વ્હિસલ)
હાર્મોનિયમ–Harmonium (હાર્મોનિયમ)

ખાદ્ય પદાર્થ
(CEREALS AND EATABLES)

અથાણું–Pickle (પિકલ)
અનાજ–Grain (ગ્રેન)
તુવેર–Pigeon pea (પિજિયન પી)
આરારુટ–Arrowroot (આરારુટ)
લોટ–Flour (ફ્લોર)
ઇલાયચી–Cardamom (કાર્ડમમ)
અડદ–Phaseolies mungo (ફૈસિયોલિઝ મંગો)
કઢી–Curry (કરી)
કોફી–Coffee (કૉફી)
કીમા–Minced meat (મિઇન્સ્ડ-મીટ)
કુલફી–Ice-cream (આઇસક્રીમ)
ગુવાર–Cluster bean (ક્લસ્ટર બીન)
ઘઉં–Wheat (વીટ)
ઘી–Clarified butter (ક્લેરિફાઇડ બટર)
ગોળ, નાના વટાણા–Field pea (ફિલ્ડ પી)
ચટણી–Sauce (સૉસ)
ચણા–Gram (ગ્રામ)
રોટલી–Chapati (ચપાતી)
ચોખા–Rice (રાઇસ)
ચા–Tea (ટી)
પૌંઆ–Beaten paddy (બીટન પેડી)
ખાંડ–Sugar (શુગર)
થૂલું–Bran (બ્રાન)
પનીર–Cheese (ચીઝ)
જુવાર, બાજરી–Millet (મિલેટ)
બપોરનું ખાણું–Lunch (લંચ)
જવ–Oat (ઓટ)
જવનો લોટ–Oatmeal (ઓટમીલ)
જવ–Barley (બાર્લી)
જુવાર મોટી–Great Millet (ગ્રેટ મિલેટ)
માંસનો સેરવો–Broth (બ્રોથ)
ચાસણી ગોળ–Treacle (ટ્રીકલ)
શાકભાજી–Vegetable (વેજિટેબલ)
તલ–Seasamum (સીસેમમ)
તેલ–Oil (ઑઇલ)
રાબડી–Gruel (ગ્રુઅલ)
દહીં–Curd (કર્ડ)

દાળ–Pulse (પલ્સ)
દિવસનું ભોજન–Mid-day meal (મિડડે મીલ)
દૂધ–Milk (મિલ્ક)
ધાન–Oryza sativa (ઓરીઝા સાટીવા)
ટામેટાની ચટણી–Tomato ketchup (ટોમેટો કેચઅપ)
રોટલો–Loaf (લોફ)
બબુલનો ગોંદ–Gum acacia (ગમ અકૈસિયા)
બરફ–Ice (આઇસ)
બાજરી–Pearl millet (પર્લ મિલેટ)
બિસ્કુટ–Biscuit (બિસ્કિટ)
મકાઈ દોડો–Corn ear (કોર્ન ઈયર)
મિજલસ–Feast (ફીસ્ટ)
ભોજન–Food (ફુડ)
મકાઈ–Maize (મેઈઝ)
માખણ–Butter (બટર)
વટાણા–Pea (પી)
મઠ્ઠો–Whey (વ્હે)
મલાઈ–Cream (ક્રીમ)
મસુર–Lentil (લેન્ટિલ)
માંસ–Meat (મીટ)
ગાયનું માંસ–Beef (બીફ)
બકરીનું માંસ–Mutton (મટન)
ભુંડનું માંસ–Pork (પોર્ક)
મિઠાઈ–Sweetmeat (સ્વીટમીટ)
શેરડી–Sugar candy (શુગર કેન્ડી)
મુરબ્બો–Jam (જામ)
મમરા–Puffed rice (પફ્ડ રાઇસ)
મગ–Kidney bean (કિડની બીન)
મેંદો–Fine flour (ફાઇન ફ્લોર)
મેથી–Fenugreek (ફેનુગ્રીક)
રાઈ, સરસવ–Mustard (મસ્ટર્ડ)
રાતનું જમણ–Supper (સપર)
દિવલે–Castor seed (કેસ્ટર સીડ)
ગળ્યો રોટલો–Loaf sugar (લોફ શુગર)
શરબત–Syrup (સીરપ)
શરાબ–Wine (વાઇન)
મધ–Honey (હની)
સિરકો–Vinegar (વિનેગર)
સોજી–Semolina (સેમોલિના)
સફેદ સરસવ–White mustard (વાઇટ મસ્ટર્ડ)

મસાલા

(SPICES)

મીઠું–Salt (સૉલ્ટ)
ખુરસાની અજમો–Parsley (પાર્સલી)
અજમો–Caraway (કૅરાવે)
અજમાનો અર્ક–Thymol (થાઇમલ)
આદુ–Ginger (જિંજર)
અફીણ–Opium (ઓપિઅમ)
અંબર–Amber (અંબર)
તેજાબ–Acid (એસિડ)
અળશી–Linseed (લિનસીડ)
આમળા–Phyllenthus emblica (ફિલેન્થસ એમ્બલિકા)
ઇલાયચી–Cardamom (કાર્ડમમ)
કાથો–Catechu (કટેચૂ)
કપૂર–Camphor (કૅમ્ફર)
સુરોખાર–Nitre (નાઇટર)
કલૌંજી–Nigella (નાઇજેલા)
કસ્તૂરી–Musk (મસ્ક)
મરી–Black pepper (બ્લેક પેપર)
ઝેરકોચલાં–Nux vomica (નક્સ વોમિકા)
કેસર–Saffron (સૅફ્રન)
કોકેન–Cocain (કોકેન)
ખમીર–Yeast (ઇસ્ટ)
ખસખસ–Poppy seed (પૉપી સીડ)
ગોખરું–Land caltrop (લેન્ડ કેલ્ટ્રોપ)
ચંદન–Sandal (સૅન્ડલ)
કરિયાતું–Chirata (ચિરાટા)
જાયફળ–Nutmeg (નટમેગ)
જાવંત્રી–Mace (મેસ)
જીરૂં–Cumin seed (ક્યૂમિન સીડ)
તલ–Niger (નિગર)
તુળસી–Basil (બેસિલ)
તાંબાનો ક્ષાર–Copper sulphate (કૉપર સલ્ફેટ)
તજ–Cinnamon (સિનેમન)
ધાણા–Coriander seed (કોરીએડર સીડ)
ફુદીનાનો અર્ક–Menthol (મેંથોલ)
ફટકડી–Alum (એલમ)
બુચ–Oris-root (ઓરિસ-રૂટ)
શણનો છોડ–Resin (રેસિન)
દોરડાં બનાવવામાં વપરાતો છોડ–Hemp (હેમ્પ)

મજીઠ–Indian madder (ઇંડિયન મૅડર)
ઇંડાની પોપડી–Gall-nut (ગોલ-નટ)
મરચું–Red pepper, Chilli (રેડપેપર, ચિલી)
મુલૈઠી–Liquorice (લિકરાઇસ)
કુંવારપાઠું–Aloe (એલૉ)
અરીઠા–Soap-nut (સોપ-નટ)
લાલ ફટકડી–Crome alum (ક્રોમ એલમ)
લવિંગ–Clove (ક્લોવ)
કેસર–Madow saffron (મેડો સૅફ્રન)
શિકાકાઈ–Origanum (ઓરીગેનમ)
મીઠાંના અગર–Saltpetre (સૉલ્ટપીટર)
સજ્જીખાર, ક્ષાર–Alkali (આલ્કલી)
સફેદો–Litharge (લિથાર્જી)
સ્ત્રીકેસર–Pistil (પિસ્ટિલ)
સોપારી–Betel-nut (બીટલ-નટ)
સિરકા–Vinegar (વીનેગર)
ઝેરી–Arsenic (અર્સનિક)
ટંકણખાર–Borax (બોરાક્સ)
સૂંઠ–Dry ginger (ડ્રાઇ જિંજર)
સૂવા–Aniseed (એનિસીડ)
સાબુદાણા–Sago (સાગો)
હળદર–Turmeric (ટરમેરિક)
હિંગ–Asafoetida (એસાફેટિડા)

ખનીજ પદાર્થ
(MINERALS)

અકીક–Cornelian (કોર્નેલિયન)
અબરખ–Mica (માઇકા)
પથ્થર–Touchstone (ટચસ્ટોન)
કાંસુ–Bronze (બ્રૉન્ઝ)
પથ્થરના કોયલા–Coal (કોલ)
બાવળનાં કોયલા–Charcoal (ચાર્કોલ)
ખનીજ લોઢું–Iron ore (આયર્ન ઓર)
ખડી–Chalk (ચૉક)
ખાણ–Mine (માઇન)
ગંધક–Sulphur (સલ્ફર)
સોના ગેરું–Red ochre (રેડ ઓકર)
ચકમક પત્થર–Flint (ફ્લિંટ)
ચાંદી–Silver (સિલ્વર)
જસત–Zinc (ઝિંક)
તાંબુ–Copper (કોપર)
મોરથૂથૂ–Blue vitriol (બ્લ્યૂ વિટ્રિઓલ)
ભૂખરી કલાઈ–Grey tin (ગ્રે ટિન)
લોઢું, પોલાદ–Steel (સ્ટીલ)
પારો–Mercury (મર્ક્યૂરી)
ભૂખરું તાંબું–Grey copper (ગ્રે કૉપર)
ઘાસલેટ–Kerosene oil (કેરોસિન ઑઇલ)
કલાઈ–Tin (ટિન)
રામરજ–Yellow ochre (યેલો ઓકર)
શિલાજિત રાળ–Bitumen (બિટુમેન)
શૈલ તેલ, પેટ્રોલિયમ–Rock oil (રૉક ઑઇલ)
સુરમો–Antimony (એન્ટીમોની)
સજ્જી, મુલતાની માટી–Fuller's earth (ફૂલર્સ અર્થ)
સજ્જીખાર–Natron (નૈટ્રૅન)
સફેદ અબરખ–Muscovite (મસ્કોવાઇટ)
સ્લેટનો પત્થર–Shale (શેલ)
સિંગરફ–Cinnabar (સિન્નેબર)
સીસું–Lead (લેડ)
પ્લાસ્ટિક–Plastic clay (પ્લાસ્ટિક ક્લે)
સફેદો–White lead (વ્હાઇટ લેડ)
સિંદુર–Cinnabar (સિનેબાર)
સેલખડી–Soapstone (સોપસ્ટોન)
સંગેમરમર–Marble (માર્બલ)
લોઢું–Iron (આયર્ન)
હરતાલ, ઝેરી પીળો રંગ–Orpiment (ઓપિમેંટ)
હિંટાળો–Vermilion (વર્મિલ્યન)

વૃક્ષ અને એના ભાગો
(TREES AND THEIR PARTS)

અંકુર–Germ (જર્મ)
અશોક–Polyalthia (પોલ્યાલ્થિયા)
કેરી–Mango (મેંગો)
આમલી–Tamarind (ટેમરિંડ)
કલમ–Graft (ગ્રાફ્ટ)
કળી–Bud (બડ)
કંદ–Bulb (બલ્બ)
લાકડું–Wood (વુડ)
કાંટો–Thorn (થોર્ન)
ગોટલી–Stone (સ્ટોન)
ગુદા, ગર્ભ–Pulp (પલ્પ)
ગુંદર–Gum (ગમ)
ચીડ–Pine (પાઇન)

છાલ–Bark (બાર્ક)
છિલકાં–Skin (સ્કિન)
નારિયેળની છાલ–Coir (કોઇર)
જડ, મૂળ–Root (રૂટ)
પુંકેસર–Pistil (પિસ્ટિલ)
પરાગ–Pollen (પોલેન)
કોનવાળું ઝાડ–Conifer (કૉનીફર)
તાડ–Palm (પામ)
ડાળી–Branch (બ્રાંચ)
થડ–Stem (સ્ટેમ)
નસ–Fibre (ફાઇબર)
પરાગરજ–Pollen-grain (પોલન ગ્રેન)
પરાગનળી–Pollen-tube (પોલન ટ્યૂબ)
પત્તું–Leaf (લીફ)
કંદ–Bubil (બબિલ)
ફૂલની પરાગ–Stamen (સ્ટેમન)
ફૂલસ્ટૉક–Rootstalk (રૂટસ્ટૉક)
ફૂલ–Flower (ફ્લાવર)
વડ–Banyan (બનિયન)
બબુલ–Acacia Arabica (એકાસિયા એરેબિકા)
બીજ–Seed (સીડ)
વાંસ–Bamboo (બાંબુ)
મૂળદંડો–Rootstock (રૂટસ્ટોક)
રસ–Juice (જ્યૂસ)
રેસા–Fibre (ફાઇબર)
શાખા–Branch (બ્રાંચ)
સરૂ–Cypress (સાયપ્રેસ)
સાગ–Teak (ટીક)
સરસનું ઝાડ–Abbizzia labbek (એબેઝિયા લેબૅક)
થોર–Cactus (કૈક્ટસ)

ફળ, ફૂલ અને શાક (FLOWERS, FRUITS & VEGETABLES)

અખરોટ–Chestnut (ચેસ્ટનટ)
આદુ–Ginger (જિંજર)
અનાનસ–Pineapple (પાઇનેપલ)
દાડમ–Pomegranate (પોમગ્રેનેટ)
જામફળ–Guava (ગ્વાવા)
દ્રાક્ષ–Grape (ગ્રેપ)
અંજીર–Fig (ફિગ)
કેરી–Mango (મૅંગો)
પીચ–Peach (પીચ)
બટાકા–Potato (પોટૅટો)
આલુ બુખારા–Bokhara plum (બોખારા પ્લમ)
આલુ–Plum (પ્લમ)
શેરડી–Sugarcane (શુગરકેન)
કાકડી–Cucumber (કકુંબર)
ફણસ–Jackfruit (જેકફ્રૂટ)
કોળું–Pumpkin (પમ્પકિન)
કમરખ–Carambola (કરમ્બોલા)
કનેર–Oleander (ઑલીએન્ડર)
કમળ–Lotus (લોટસ)
સફેદ પોયણું–Lily (લીલી)
કારેલાં–Bitter gourd (બીટર ગોર્ડ)
કાજુ–Cashewnut (કેશ્યૂનટ)
કોળુ-દૂધી–Red pumpkin gourd (રેડ પમ્પકિન ગોર્ડ)
દરાખ–Currant (કરંટ)
મશરુમ–Mushroom (મશરુમ)
કેતકી–Pandanus (પંડાનસ)
કેળાં–Banana (બનાના)
ખજૂર–Date (ડેટ)
ચીભડું–Musk melon (મસ્ક મેલન)
ખાટાં લીંબું–Lime (લાઇમ)
ખાટી ચેરી–Sour cherry (સાવર ચેરી)
જરદાળુ–Apricot (એપ્રિકોટ)
મીઠું લીંબું–Citron (સિટ્રોન)
ગાજર–Carrot (કેરટ)
ગાંઠકોબી–Knolkhol (નોલખોલ)
ગુલદાવડી–Chrysanthemum (ક્રિસેંથેમમ)
ગુલમેંહદી–Touch-me-not (ટચ-મી-નોટ)
મોગરા–Daisy (ડેઝી)
ગુલાબ–Rose (રોઝ)
ગુલાબજાંબુ–Roseberry (રોઝબેરી)
ગુલર ડોડા–Boll (બૉલ)
હજારી ફૂલ–Merigold (મૅરીગોલ્ડ)
ઘાસ–Grass (ગ્રાસ)
તૂરિયા–Luffa (લૂફા)
અળવી–Colocesia antiquorum (કોલોસેસિયા એટીકોરમ)
પંડોળું–Snake gourd (સ્નેક ગોર્ડ)
ચમેલી–Jasmine (જસ્મિન)
ચંપો–Magnolia (મેગ્નોલિયા)

ચીકણાં તુરિયાં–Luffa gourd (લૂફા ગોર્ડ)
ચીલગોઝા–Pinus geradiana (પાઇનસ ગેરાર્ડિયાના)
ચીકુ–Sapodilla (સૅપોડિલા)
બીટરુટ–Sugar beet (શુગર બીટ)
તાંદળજો–Amaranthus (અમરાન્થસ)
સૂરણ–Amorphophallus Campanulatus (એમોર્ફોફાલસ કેંપાનુલેટસ)
જંગલી સફરજન–Crab apple (ક્રેબ એપલ)
જંગલી તાંદળજો–Prickly Amaranth (પ્રિકલી અમરાન્થ)
જાપાની આલુ–Japanese plum (જાપાનીઝ પ્લમ)
જાંબુ–Black berry (બ્લૅક બેરી)
ઓલિવ–Olive (ઑલિવ)
તમાકુ–Tobacco (ટૉબૅકો)
તરબૂચ–Water melon (વૉટર મેલન)
કાળી દરાખ–Currant (કરંટ)
ધંતુરા–Belladona (બેલાડોના)
ધાણા–Coriander (કોરિએંડર)
નરગિસ–Narcissus (નાર્કિસસ)
નાગફણી–Prickly pear (પ્રિકલી પિયર)
નાગમિકા, નાગફળ–Cobra flower (કોબ્રા ફ્લાવર)
નારિયેળ–Coconut (કોકોનટ)
નારંગી, સંતરા–Orange (ઑરેન્જ)
લીંબુ–Lemon (લેમન)
ગળી–Indigo (ઇન્ડિગો)
શણ–Hemp (હેમ્પ), Flax (ફ્લેક્સ)
પપૈયું–Papaya (પપૈયા)
પરવર–Trichosanthes dioica (ટ્રેકોસૅન્થસ ડિઓઇકા)
પહાડી પપૈયું–Mountain papaya (માઉન્ટેન પપૈયા)
પાન–Betel (બીટલ)
પાલક–Spinach (સ્પિનેચ)
પિંડાર–Randia duentorum (રેંડિયા ડુએંટોરમ)
પિસ્તાં–Pistachio (પિસતાશિઓ)
ફુદીનો–Mint (મિંટ)
પોસ્ત–Poppy (પોપી)
ડુંગળી–Onion (અનિયન)
ફ્લાવર–Cauliflower (કૉલીફ્લાવર)
ફાલસા–Grawia asiatica (ગ્રેવિયા એશિયાટિકા)
બકાયન–Lilac (લિલાક)
બગુગોશા–Pyrus malus (પાયરસ મેલસ)
બદામ–Almond (આલમંડ)
મીઠાં જાંબુ–Sweet violet (સ્વીટ વાયોલેટ)
કોબીજ–Cabbage (કૅબેજ)
બાવળ, બબુલ–Acacia (એકાસિયા)
કેવડો, કેતકી–Sisal-hemp (સિસલ-હેમ્પ)
બોર–Plum (પ્લમ)
બેરી–Berry (બેરી)
નેતર–Cane (કેન)
રીંગણ–Brinjal (બ્રિંજલ)
ભીંડા–Ladies finger (લેડીઝ ફિંગર)
મકાઈદોડો–Corn-ear (કોર્ન ઈયર)
મુસેંડા–Mussenda (મુસેંડા)
વટાણા–Pea (પી)
ભોંયરીંગણી–Nightshade (નાઇટશેડ)
મખાણા–Euryle forex (યૂરાઇલ ફોરેક્સ)
માલ્ટા–Malta (માલ્ટા)
મરચાં–Chilli (ચિલી)
ગળી ચેરી–Sweet cherry (સ્વીટ ચેરી)
કાળી દ્રાક્ષ–Raisin (રેઝિન)
મગફળી–Groundnut (ગ્રાઉંડનટ)
મૂળા–Radish (રેડિશ)
મોસંબી–Mosambi (મોસંબી)
રતાળુ–Yam (યામ)
રૂ–Cotton (કૉટન)
લસણ–Garlic (ગાર્લિક)
લીચી–Lichi (લીચી)
શક્કરિયાં–Sweet potato (સ્વીટપોટેટો)
આડું-પીચ–Peach (પીચ)
સીતાફળ–Custard apple (કસ્ટાર્ડ એપલ)
સલગમ–Turnip (ટર્નિપ)
શેતૂર–Mulberry (મલબેરી)
સલાડ–Lettuce (લેટ્યૂસ)
સાબુદાણા–Sago (સાગો)
શીંગોડા–Waternut (વૉટરનટ)
વટાણા (કઠોળનો દાણો)–Bean (બીન)
રેશમી સૂતર–Silk-cotton (સિલ્ક કોટન)

મકાન અને એના ભાગો
(BUILDINGS AND THEIR PARTS)

અટારી–Attic (એટિક)
અનાથાલય–Orphanage (ઑર્ફનેજ)
ગોખલો (ગોખ)–Niche (નિચ)

સગડી–Hearth (હર્થ)
ઇસ્પિતાલ–Hospital (હોસ્પિટલ)
આંગણું–Courtyard (કોર્ટયાર્ડ)
ઇમારત–Building (બિલ્ડિંગ)
ઓરડો–Room (રૂમ)
કસાઈખાનું–Slaughter house (સ્લૉટર હાઉસ)
કારખાનું–Factory (ફેક્ટરી)
કાર્નિસ, કાંગરી–Cornice (કાર્નિસ)
કિલ્લો–Fort (ફોર્ટ)
વાળેલો ખૂણો–Bracket (બ્રેકેટ)
નળિયાં–Tile (ટાઇલ)
કોઠારખળું–Granary (ગ્રેનરી)
બારી–Window (વિંડો)
ખીલી–Peg (પેગ)
માળ–Storey (સ્ટોરી)
ઝરુખો–Gallery (ગેલેરી)
દેવળ–Church (ચર્ચ)
ગુમ્બજ–Dome (ડોમ)
કોર્બેલ–Corbel (કોર્બેલ)
પ્લેટફૉર્મ–Platform (પ્લેટફૉર્મ)
પક્ષી સંગ્રહસ્થાન–Aviary (એવિયરી)
પ્રાણી સંગ્રહસ્થાન–Zoo (ઝૂ)
જકાતનાકા–Octroi-post (ઑક્ટ્રોય પોસ્ટ)
ચૂનો–Lime (લાઇમ)
બારસાખ–Door-frame (ડોર-ફ્રેમ)
અગાસી–Terrace (ટેરેસ)
ઊલાળો–Bar (બાર)
છાપરું–Roof (રુફ)
છાપરી–Shed (શેડ)
જાળી–Lattice (લૅટિસ)
કઠેડો–Railing (રેલિંગ)
સાંકળ–Chain (ચેન)
ઝરુખો–Peep hole (પીપ હોલ)
ઝૂંપડી–Cottage (કૉટેજ)
ઓશરી–Ante Chamber (એંટે ચેમ્બર)
ભોંયરું–Underground cell (અંડરગ્રાઉન્ડ સેલ)
દરવાજો–Door (ડોર)
દફતર–Office (ઑફિસ)
બેસવાનો ઓરડો–Drawing room (ડ્રોઇંગ રૂમ)
ડેલુ–Door-sill (ડોર-સિલ)
આંગણું–Threshold (થ્રેશહોલ્ડ)
પાટડો–Beam (બીમ)
ચિમની, ધુમાડિયું–Chimney (ચિમની)
નીક–Drain (ડ્રેન)
પાયો–Foundation (ફાઉન્ડેશન)
જાજરૂ–Latrine (લેટ્રિન)
ટિકિટઘર–Booking office (બુકિંગ ઑફિસ)
પત્થર–Stone (સ્ટોન)
ભણવાનો ઓરડો–Reading room (રીડિંગ રૂમ)
પરનાળું–Gutter (ગટર)
પ્લાસ્ટર–Plaster (પ્લાસ્ટર)
પાગલખાનું–Lunatic asylum (લ્યૂનેટિક એસાયલમ)
પુસ્તકાલય–Library (લાઇબ્રેરી)
મૂતરડી–Urinal (યૂરિનલ)
ફર્શ–Floor (ફ્લોર)
ફૂવારો–Fountain (ફાઉન્ટેન)
ઊભણી, ઓટલો–Plinth (પ્લિંથ)
બરફનું કારખાનું–Ice factory (આઇસ ફેક્ટરી)
બરસાતી, ધાબાવાળો ભાગ–Portico (પૉર્ટિકો)
ઓસરી–Verandah (વરંડા)
બેઠક રૂમ–Sitting room (સિટિંગ રૂમ)
બંગલો, એક માળનું મકાન–Bungalow (બંગલો)
ભંડાર–Store room (સ્ટોર રૂમ)
મકાન–House (હાઉસ)
વ્યાસપીઠ, રંગભૂમિ, સ્ટેજ–Dais (ડાયસ)
મઠ–Cloister (ક્લૉયસ્ટર)
મંદિર–Temple (ટેમ્પલ)
મસ્જિદ–Mosque (મૉસ્ક)
મહેલ–Palace (પૅલેસ)
મહાવિદ્યાલય–College (કૉલેજ)
મિનારો–Steeple (સ્ટીપલ)
કાંગરા–Battlement (બૅટલમેંટ)
કમાન–Arch (આર્ક)
રસાયણશાળા–Laboratory (લેબોરેટરી)
રસોઈઘર–Kitchen (કિચન)
હવાબારી–Ventilator (વેન્ટિલેટર)
વિદ્યાલય, શાળા–School (સ્કૂલ)
વ્યાયામશાળા–Gymnasium (જિમ્નેશિયમ)
વિશ્વવિદ્યાલય–University (યુનિવર્સિટી)
પાટિયું–Rafter (રેફ્ટર)

ધર્મશાળા–Inn (ઇન્ન)
સ્નાનગૃહ–Bathroom (બાથ-રૂમ)
સિનેમા-ઘર–Picture-house (પિક્ચર-હાઉસ)
સીમેંટ–Cement (સીમેંટ)
સીડી–Stair (સ્ટેર)
સેના નિવાસ, સિપાઈ ખાનું, બરાક–Barrack (બૅરેક)

ઓજાર
(TOOLS)

કરઘો–Loom (લૂમ)
અસ્ત્રો–Razor (રેઝર)
કમ્પાસ (હોકાયંત્ર), ભૂમિતિ સાધન–Compass (કમ્પાસ)
કુહાડી, પરશુ–Axe (એક્સ)
કોદાળી–Spade (સ્પેડ)
કાતર–Scissors (સિઝર્સ)
ઘાણી (તેલની મિલ)–Oil mill (ઑઇલ મિલ)
શુગર મિલ–Sugar mill (શુગર મિલ)
કાટખૂણો–Triangle (ટ્રાઇએંગલ)
માપદંડ–Gauge (ગેજ)
ગોળ રંદો–Bead plane (બીડ પ્લેન)
કાનસ–Rasp (રૅસ્પ)
છીણી–Cold chisel (કૉલ્ડ ચિઝલ)
પથ્થરની છીણી–Stone chisel (સ્ટોન ચિઝલ)
સોયો–Awl (આઉલ)
દંડો–Oar (ઓર)
ચાકી–Nut (નટ)
ત્રાજવાં–Balance (બેલેન્સ)
આંકડો–Bagging hook (બેગિંગ હૂક)
મોટી કાતર–Prunning shear (પ્રુનિંગ શિયર)
રંદો–Tooling plane (ટૂલિંગ પ્લેન)
ધરી–Axis (એક્સિસ)
દાતરડું–Sickle (સિકલ)
નસ્તર મૂકવાની છરી–Lancet (લેન્સેટ)
એરણ–Anvil (એન્વિલ)
સુકાન–Rudder (રડર)
પતાળ રંદો–Rebate plane (રિબેટ પ્લેન)
પરકલ(ભાગ પાડવાનું સાધન)–Dividers (ડિવાઇડર્સ)
પારાબટમ–Spirit level (સ્પિરિટ લેવલ)
ક્લીપ–Clamp (ક્લેમ્પ)
પિચકારી–Syringe (સિરિંજ)
પેચ–Screw (સ્ક્રૂ)
પેચકસ–Screw driver (સ્ક્રૂ ડ્રાઈવર)
ફેણી–Cleat (ક્લીટ)
ફાલી–Bar shear (બાર શિયર)
પાવડો–Spade (સ્પેડ)
મોચીનો ફર્મો–Last (લાસ્ટ)
કાર–Colter (કોલ્ટર)
ભૂંગળી–Blowpipe (બ્લોપાઈપ)
સારડી–Auger (ઑગર)
બરછી–Drill (ડ્રિલ)
મચ્છીમારનો દંડો–Fishing rod (ફિશિંગ રૉડ)
બાદિયા–Stock and dies (સ્ટોક એન્ડ ડાઇઝ)
બારીક રંદો–Smoothing plane (સ્મૂથિંગ પ્લેન)
સીગરો (પકડ)–Vice (વાઇસ)
વિરંજી–Needle point (નીડલ પૉઇંટ)
ભભકા–Still (સ્ટિલ)
ભાષી–Bellows (બેલોઝ)
ભારી તોલ દંડો–Lever (લીવર)
વચલો, નાનો રંદો–Trying plane (ટ્રાઇંગ પ્લેન)
લાકડાનો હથોડો, મોગરો–Mallet (મેલેટ)
મોટો રંદો–Jack plane (જેક પ્લેન)
રેતી–File (ફાઇલ)
રંભો–Dibble (ડિબલ)
લંગર–Anchor (એન્કર)
સિલ્લી–Hone (હોન)
સાહુલ–Plumbine (પ્લમબાઇન)
શંકુ–Cone (કોન)
અંતર માપવાનું સાધન–Spanner (સ્પૅનર)
હથોડી–Hammer (હૅમર)
હળ–Plough (પ્લાઉ)
હળની ફાડ–Plough share (પ્લાઉ શેર)
હાથબાંક–Hand vice (હૅન્ડ વાઇસ)

યુદ્ધની સામગ્રી
(WARFARE)

અણુંબૉમ્બ–Atom bomb (એટમબૉબ)
અનિવાર્ય ભર્તી–Conscription (કોન્સક્રિપ્સન)
આક્રમણ–Aggression (એગ્રેશન)
આક્રમણ–Attack (એટૅક)
કવચ–Armour (આર્મર)
કારતુસ–Cartridge (કાટ્રિજ)
કિલ્લાબંધી–Fortification (ફોર્ટીફિકેશન)

ખાઈ–Trench (ટ્રેંચ)
ગેરિલા યુદ્ધ–Guerilla warfare (ગેરિલા વૉરફેર)
તોપગોળા–Amunition (એમ્યુનિશન)
ગોળી–Bullet (બુલેટ)
ગેસ-માસ્ક–Gas-mask (ગેસ-માસ્ક)
નાગરિક યુદ્ધ–Civil-war (સિવિલ-વોર)
ઘોડેસવાર સેના–Cavalry (કૅવેલરી)
ઘેરા–Sieg (સીઝ)
જળ સેના–Navy (નેવી)
જંગી જહાજ–Battleship (બૅટલશિપ)
તોપ–Cannon (કેનન)
તોપનો ગોળો–Cannon-ball (કેનન-બૉલ)
ધડાકાબંધફૂટેતેવોબૉમ–Explosive bomb (એક્સપ્લોસિવબૉમ)
નાકાબંધી–Blocked (બ્લૉકેડ)
સબમરીન–Submarine (સબમરીન)
પરમાણુ યુદ્ધ–Atomic warfare (એટૉમિક વૉરફેર)
પાશવી શક્તિ–Brute force (બ્રૂટ ફોર્સ)
ગોળા ફોડનારી નૌકા–Torpedo boat (ટૉર્પેડા બોટ)
સ્થળસેના–Land force (લૅન્ડ ફોર્સ)
પ્રસ્થાન કૂચ–Expedition (એક્સપીડિશન)
બૉમ–Bomb (બૉમ)
બૉમ આક્રમણ–Bombardment (બૉમબાર્ડમેંટ)
દારૂગોળો–Gunpowder (ગનપાવડર)
દારૂખાનાનો ભંડાર–Magazine (મેગેઝીન)
જોગવાઈ–Provisions (પ્રોવિઝન્સ)
મનોબળ–Moral (મૉરાલ)
યુદ્ધ–Battle, War (બેટલ, વૉર)
યુદ્ધના શસ્ત્ર–Armaments (આર્મામેંટ્સ)
યુદ્ધ નીતિ–Strategy (સ્ટ્રેટેજી)
યુદ્ધ વિરામ–Cease-fire (સીઝ-ફાયર)
યુદ્ધ બંદીવાન–Prisoners of war (પ્રિઝનર્સ ઑફ વૉર)
યુદ્ધ મંત્રી–War minister (વૉર મિનિસ્ટર)
યુદ્ધ પ્રવૃત્તિ–Campaign (કેમ્પેન)
રક્તપાત–Bloodshed (બ્લડશેડ)
લશ્કરમાં ભર્તી–Recruitment (રિક્રૂટમેંટ)
રક્ષા–Defence (ડિફેન્સ)
રક્ષા મંત્રાલય–Defence ministry (ડિફેન્સ મિનિસ્ટ્રી)
રક્ષા કોષ–Defence fund (ડિફેન્સ ફંડ)
રક્ષા કર્મચારી–Defence service (ડિફેન્સ સર્વિસ)
યોદ્ધા–Combatants (કંબેટેન્ટ્સ)
લડનારા રાષ્ટ્ર–Belligerent nation (બેલિજરેંટ નેશન)
ગોળા છોડનારી તોપ–Machine-gun (મશીન-ગન)
લડાયક વાયુયાન–Fighter plane (ફાઈટર પ્લેન)
બળવો–Mutiny (મ્યુટિની)
વાયુયાનભેદીતોપ–Anti-aircraft gun (ઍન્ટીએરક્રાફ્ટગન)
સંહાર કરનાર–Destroyer (ડિસ્ટ્રોયર)
સંધિ–Treaty (ટ્રીટી)
સહાયક સેના–Auxiliary force (ઑક્ઝિલરી ફોર્સ)
સેના–Army, troops (આર્મી, ટ્રૂપ્સ)
સેનાગતિ–Operation (ઑપરેશન)
સેનાભંગ–Demobilization (ડિમોબિલાઇઝેશન)
સેનાપતિ–Commander-in-chief (કમાન્ડર-ઇન-ચીફ)
સેનાના વડા અધિકારી–Field-marshal (ફીલ્ડ માર્શલ)
શત્રુ–Enemy (એનિમી)
ઠંડું યુદ્ધ–Cold war (કોલ્ડ વૉર)

ધંધો અને વ્યવસાય
(PROFESSIONS & OCCUPATIONS)

અખબારવાળો–Newspaper vendor (ન્યૂઝપેપર વેન્ડર)
શિક્ષક–Teacher (ટીચર)
ઇજનેર–Engineer (એન્જિનિયર)
દૂધવાળો, ગોવાળ–Milkman (મિલ્કમૅન)
દવા બનાવનાર–Compounder (કંપાઉન્ડર)
નવલકથા લખનાર–Novelist (નૉવેલિસ્ટ)
કવિ–Poet (પોએટ)
કસાઈ–Butcher (બુચર)
કારીગર, કળાકૃતિ બનાવનાર–Artisan (આર્ટિઝન)
મોટર ચલાવનાર–Chauffeur (શૉફર)
કિસાન, ખેડૂત–Farmer (ફાર્મર)
કુંભાર–Potter (પૉટર)
લીલોતરી વેચનાર–Green vendor (ગ્રીન વેંડર)
કૂલી-મજૂર–Coolie (કૂલી)
ગાડી ચલાવનાર–Couchman (કોચમૅન)
ખજાનચી–Treasurer (ટ્રેઝરર), Cashier (કેશિયર)
ખરાદી–Turner (ટર્નર)
છૂટક માલ વેચનાર–Retailer (રિટેલર)
ગદ્ય લેખક–Prose-writer (પ્રોઝ રાઇટર)
અત્તરવાળો–Perfumer (પર્ફ્યૂમર)
પટાવાળો–Peon (પ્યૂન)
ગ્રંથકાર–Author (ઑથર)
ગોવાલણી–Milkmaid (મિલ્કમેડ)

ચિત્રકાર, કળાકાર–Artist, painter (આર્ટિસ્ટ, પેઇન્ટર)
શીતળાના ટીકા લગાવનાર–Vaccinator (વેક્સિનેટર)
ચોકીદાર, ઘડિયાળી–Watchman (વોચમૅન)
વાઢકાપ કરનાર–Surgeon (સર્જન)
જમીનદાર–Landlord (લૅંડલૉર્ડ)
જાદુગર–Magician (મેજિશિયન)
પુસ્તકો બાંધનાર–Book binder (બુક બાઇન્ડર)
વણકર–Weaver (વીવર)
મોચી–Shoe-maker (શૂ-મેકર), Cobbler (કોબ્લર)
ઝવેરી–Jeweller (જ્વેલર)
ટાઇપ બેસાડનારા–Compositor (કંપોઝિટર)
કોન્ટ્રાક્ટ રાખનાર–Contractor (કૉન્ટ્રાક્ટર)
દાક્તર–Doctor (ડૉક્ટર)
ટપાલી–Postman (પોસ્ટમૅન)
તબલચી–Drummer (ડ્રમર)
તંબોળી–Betel-seller (બીટલ સેલર)
તૈલી–Oilman (ઓઇલમૅન)
દરજી–Tailor (ટેલર)
દલાલ–Broker (બ્રોકર)
દવા વેચનાર–Druggist (ડ્રગિસ્ટ)
દાયણ–Midwife (મિડવાઇફ)
દાંતના ડૉક્ટર–Dentist (ડેન્ટિસ્ટ)
દુકાનદાર–Shopkeeper (શોપકીપર)
દૂત–Messenger (મેસેન્જર)
નર્સ–Nurse (નર્સ)
પિંજારો–Carder (કાર્ડર)
ધોબી–Washerman (વોશરમૅન)
નકશો બનાવનાર–Draftsman (ડ્રાફ્ટ્સમૅન)
નાચનાર–Dancer (ડાન્સર)
નાટ્યકાર–Dramatist (ડ્રામેટિસ્ટ)
ભૂંજનાર–Baker (બૅકર)
નિરીક્ષક–Inspector (ઇન્સ્પેક્ટર)
નીલામ કરનાર–Auctioneer (ઑક્સનિયર)
પરીક્ષક–Examiner (એક્ઝામિનર)
પાદરી–Priest (પ્રિસ્ટ)
સિપાહી–Constable (કૉન્સ્ટેબલ)
પ્રકાશક–Publisher (પબ્લિશર)
વ્યવસ્થાપક–Manager (મૅનેજર)
ફેરિયો–Hawker (હૉકર)
છબી પાડનાર–Photographer (ફોટોગ્રાફર)
સુથાર–Carpenter (કાર્પેન્ટર)
કાપડિયો–Draper (ડ્રેપર)
બસની ટિકિટ આપનાર–Conductor (કન્ડક્ટર)
બી વેચનાર–Seedsman (સીડસમૅન)
ભિખારી–Beggar (બેગર)
માછીમાર–Fisherman (ફિશરમૅન)
મશિન ચલાવવાવાળો–Operator (ઓપરેટર)
સફાઈ કામદાર–Cleaner (ક્લીનર)
ખલાસી–Boatman (બોટમૅન)
જહાજ બાંધનાર–Sailor (સેલર)
માલવાહક–Carrier (કેરિયર)
માલિક–Proprietor (પ્રોપ્રાઇટર)
માળી–Gardener (ગાર્ડનર)
નકશીકામ કરનાર–Enameller (ઇનેમલર)
યંત્ર કારીગર–Mechanic (મિકેનિક)
એજન્ટ–Agent (એજન્ટ)
મુદ્રક–Printer (પ્રિંટર)
મુનશી, કારકુન–Clerk (ક્લાર્ક)
ઝાડુ વાળનાર–Sweeper (સ્વીપર)
રસાયણી-દવા વેચનાર–Chemist (કેમિસ્ટ)
રસોઇયો–Cook (કુક)
રાજનીતિજ્ઞ–Politician (પોલીટિશિયન)
રેલવેની ટિકિટ જોનાર–Train ticket examiner (ટ્રેન ટિકિટ એક્ઝામિનર)
શાહીવાળો–Inkman (ઇન્કમૅન)
રંગ કરવાવાળો–Dyer (ડાયર)
લેખક–Writer (રાઇટર)
લુહાર–Blacksmith (બ્લૅકસ્મિથ)
વકીલ–Advocate (એડવોકેટ)
વૈદ્ય–Physician (ફિઝિશિયન)
કાચ લગાવનાર–Glazier (ગ્લેઝિયર)
સંગીતકાર–Musician (મ્યૂઝિશિયન)
અશ્વપાલ–Groom (ગ્રૂમ)
સફાઈ તપાસનાર–Sanitary Inspector(સેનિટરી ઇન્સ્પેક્ટર)
સોની–Goldsmith (ગોલ્ડસ્મિથ)
વેપારી–Merchant (મર્ચન્ટ)
શિલ્પી–Sculptor (સ્કલ્પટર)
સંપાદક–Editor (એડિટર)
હજામ–Barber (બાર્બર)
મીઠાઈવાળો–Confectioner (કન્ફેક્શનર)
હોટલમાં ખાવાનું પીરસનારો–Waiter (વેટર)

વ્યાવસાયિક શબ્દાવલી
(BUSINESS)

કિંમતો વધવી (ફુગાવો)–Inflation (ઇન્ફ્લેશન)
અગ્રતિથિ હુંડી–After-date bill (આફ્ટર ડેટ બિલ)
સમજણ આપતો કાગળ–Forwarding letter (ફોરવર્ડિંગ લેટર)
પૂર્વ માંગ–Call in advance (કૉલ ઇન એડવાન્સ)
એડવાન્સિઝનાં ખાતાં–Advances accounts (એડવાન્સિઝ એકાઉન્ટ્સ)
કાયમી મિલકત–Fixed capital (ફિક્સ્ડ કેપિટલ)
ખૂલ્લો ચેક–Open cheque (ઓપન ચેક)
નાણાં ચૂકવવાની શક્તિ–Paying capacity (પેઇંગ કેપેસિટી)
અધિકારપત્ર–Letter of authorisation (લેટર ઑફ ઑથોરિઝેશન)
અધિકૃત પૂંજી–Authorised capital (ઑથોરાઇઝડ કેપિટલ)
ધંધાકીય મૂડી–Occupation money (ઑક્યુપેશન મની)
નહીં કમાયેલું–Unearned (અનઅર્ન્ડ)
ફરજિયાત રિઝર્વ–Compulsory reserve(કંપલસરી રિઝર્વ)
મંજૂરી–Endorsement (એન્ડોર્સમેંટ)
પ્રમાણિત નાણાં–Approved currency (એપ્રૂવ્ડ કરન્સી)
ઘાલખાદ–Bad debt (બેડ ડેટ)
ઘાલખાદ ખાતું–Bad debt account (બેડ ડેટ એકાઉન્ટ)
અર્થ વ્યવસ્થા–Economy (ઇકૉનોમી)
ટૂંક સમયનું ધિરાણ–Short-term credit (શૉર્ટ ટર્મ ક્રેડિટ)
અવિલંબ દેવું–Demand loan (ડિમાંડ લોન)
અવિલંબ દર–Call rate (કૉલ રેટ)
ચોખ્ખી આવક–Net income (નેટ ઇનકમ)
અસ્થાયી ઋણ–Floating debt (ફ્લોટિંગ ડેટ)
આદેશી ચેક–Order cheque (ઑર્ડર ચેક)
આપત્તિ ધિરાણ–Emergency credit (ઇમર્જેન્સિ ક્રેડિટ)
આવક–Income (ઇન્કમ)
આરંભિક હિસાબ–Initial account (ઇનિશિયલ એકાઉન્ટ)
આવર્તી થાપણ–Recurring deposit (રિકરિંગ ડિપોઝિટ)
ઔદ્યોગિક બૅંક–Industrial bank (ઇન્ડસ્ટ્રિયલ બૅંક)
સામાન્યત, સરાસરી–Average (એવરેજ)
સામાન્ય દર, સરાસરી દર–Average rate (એવરેજ રેટ)
સામાન્ય અંતર–Average distance (એવરેજ ડિસ્ટન્સ)
પૈસા લેવાનું બિલ–Bill of collection (બિલ ઑફ કલેક્શન)
કાઢી નાંખેલ દેવું–Suspended debt (સસ્પેન્ડેડ ડેટ)
ઉત્તરતિથિ ચેક–Post-dated cheque (પોસ્ટ ડેટેડ ચેક)
ઉધાર જમા–Credit deposit (ક્રેડિટ ડિપૉઝિટ)
ઉધાર પત્ર–Letter of credit (લેટર ઑફ ક્રેડિટ)
ઉધાર વેચાણ–Sell on credit (સેલ ઑન ક્રેડિટ)
ઉધાર નામુ–Credit account (ક્રેડિટ એકાઉન્ટ)
ઉધાર–Credit (ક્રેડિટ)
ગ્રાહક, વાપરનાર–Consumer (કન્ઝ્યૂમર)
ગ્રાહકી માલ–Consumer's goods (કન્ઝ્યૂમર્સ ગુડ્ઝ)
કાચી નામાની ચોપડી–Rough day-book (રફ ડે-બુક)
ઓછામાં ઓછી કિંમત–Bottom price (બૉટમ પ્રાઇસ)
કમાણી–Earning (અર્નિંગ)
દેવું કરવું–Floatation (ફ્લોટેશન)
બાકી લોન–Loan balance (લોન બૅલેન્સ)
દેવું આપનારો–Debtors for loan (ડેટર્સ ફૉર લોન)
દેવું લેનારો–Creditors for loan (ક્રેડિટર્સ ફૉર લોન)
કર્મચારી–Employee (એમ્પ્લૉયી)
કાગળ વેચાણ–Paper scale (પેપર સ્કેલ)
કાગળ મુદ્રા–Paper currency (પેપર કરંસી)
કારખાનું–Factory (ફેક્ટરી)
કાર્ય–Job (જૉબ)
કાર્યકર પૂંજી–Working capital (વર્કિંગ કેપિટલ)
અમુક સમયનું ધિરાણ–Time money (ટાઇમ મની)
કિંમત–Price (પ્રાઇસ)
કિંમત સૂચી–Price-list (પ્રાઇસ લિસ્ટ)
કુલ કમાણી–Gross income (ગ્રોસ ઇન્કમ)
કુલ ખોટ–Gross loss (ગ્રૉસ લૉસ)
કોરું વેચાણ–Blank endorsement (બ્લેંક એન્ડોર્સમેંટ)
ખજાનચી–Cashier (કેશિયર)
ઉચક જમા–Standing credit (સ્ટેન્ડિંગ ક્રેડિટ)
પાકી ગયેલું બિલ–Overdue bill (ઓવરડ્યૂ બિલ)
ખર્ચનું બિલ–Bill of costs (બિલ ઓફ કૉસ્ટ્સ)
ખર્ચનો લેણદાર–Creditors for expenses (ક્રેડિટર્સ ફૉર એક્સપેન્સિસ)
ઉધારખાતું–Credit book (ક્રેડિટ બુક)
જમાખાતું–Book deposit (બુક ડિપૉઝિટ)
ઉધાર લેણાં–Book debt (બુક ડેટ)
ચોકખી આવક–Net income (નેટ ઇન્કમ)
રોકડ રોજમેળ–Petty cash book (પેટી કેશ બુક)
કોરો ચેક–Blank cheque (બ્લેન્ક ચેક)
માલની ખુલ્લી સોંપણી–Open delivery (ઓપન ડિલિવરી)
ખુલ્લા પાનાનું ખાતું–Loose leaf ledger (લૂઝ લીફ લેજર)
ખુલ્લી હુંડી–Lost bill of exchange (લોસ્ટ બિલ ઑફ એક્સચેન્જ)

ગ્રાહક–Customer (કસ્ટમર)
વેચાણની ખાતાવહી–Sales ledger (સેલ્સ લેજર)
ગ્રાહકનું ખાતું–Customer's account (કસ્ટમર્સ એકાઉન્ટ)
વધતી ઘટતી દોલત–Fluctuation (ફ્લક્ચ્યુએશન)
ફરતું ધિરાણ–Revolving credit (રિવોલ્વિંગ ક્રેડિટ)
નિશ્ચિત થઈ શકે તેવો ચાર્જ–Floating charge (ફ્લોટિંગ ચાર્જ)
ચાલુ ઉધાર–Running credit (રનિંગ ક્રેડિટ)
ચાલુ દેવું–Current loan (કરંટ લોન)
ચાલુ થાપણ–Current deposit (કરંટ ડિપૉઝિટ)
ચાલુ ખાતું–Current account (કરંટ એકાઉન્ટ)
ચાર્ટર્ડ એકાઉન્ટન્ટ–Chartered accountant(ચાર્ટર્ડ એકાઉન્ટન્ટ)
ચૂકવેલી હૂંડી–Discharged bill (ડિસ્ચાર્જ્ડ બિલ)
ચૂકાવેલી લોન–Discharged loan (ડિસ્ચાર્જ્ડ લોન)
ચેક થાપણ–Cheque deposit (ચેક ડિપૉઝિટ)
જમા કરાવવું–Crediting (ક્રેડિટિંગ)
જમા કોપી–Paying-in book (પેઇંગ-ઇન બુક)
ડિપૉઝિટ ખાતાવહી–Deposit ledger (ડિપૉઝિટ લેજર)
સલામતી હૂંડી–Bill as security (બિલ ઍઝ સિક્યોરિટી)
બૅંકમાં પૈસા ભરવાની ચોપડી–Pay in slip (પે ઇન સ્લિપ)
જમા પત્ર–Credit note (ક્રેડિટ નોટ)
જમા બૅંક–Bank of deposit (બૅંક ઑફ ડિપૉઝિટ)
જમા ચલણ–Deposit currency (ડિપૉઝિટ કરંસી)
થાપણ રકમ–Deposit amount (ડિપૉઝિટ એમાઉન્ટ)
જમા રજિસ્ટર–Deposit register (ડિપૉઝિટ રજિસ્ટર)
જમા ખાતું–Deposit account (ડિપૉઝિટ એકાઉન્ટ)
બનાવટી નોટ–Forged note (ફોર્જ્ડ નોટ)
જોખમ પત્ર–Risk note (રિસ્ક નોટ)
ટંકશાળ દર–Mint par (મિન્ટ પાર)
ખાતા બદલી–Book transfer (બુક ટ્રાન્સફર)
તૂટફૂટ–Wear and tear (વેર ઍન્ડ ટેર)
શકમંદ નાણાં–Bad debt (બૅડ ડેટ)
તુરત નગદ ઉધાર ખાતું–Demand cash credit (ડિમાંડ કેશ ક્રેડિટ)
જથ્થાબંધ બજાર–Wholesale market (હોલસેલ માર્કેટ)
દર્શનીય હૂંડી–Bill payable at sight (બિલ પેયેબલ ઍટ સાઇટ)
ચેકનો દર–Cheque rate (ચેક રેટ)
દર્શનોત્તર હૂંડી–Bill payable after sight (બિલ પેયેબલ આફ્ટર સાઇટ)
દાવાની રકમ–Claimed amount (ક્લેમ્ડ એમાઉન્ટ)
નાદારી–Bankruptcy (બૅંક્રપ્ટિ)
દેવાળિયો–Bankrupt (બૅંક્રપ્ટ)
દુકાન–Shop (શૉપ)
રોકડા–Hard currency (હાર્ડ કરંસી)
દુર્લભ રૂપિયો–Tight money (ટાઇટ મની)
ચાર્જિસ–Charges (ચાર્જિસ)
દેવી હૂંડી–Bill payable (બિલ પેયેબલ)
ચૂકવવાનો બૅંક ડ્રાફ્ટ–Payable bank draft (પેયેબલ બૅંક ડ્રાફ્ટ)
ભારતીય બૅંક–Indigenous bank (ઇન્ડિજિનસ બૅંક)
ડ્રાફ્ટ–Draft (ડ્રાફ્ટ)
નગદ રકમ–Cash (કૅશ)
નગદ ઉધાર–Cash credit (કૅશ ક્રેડિટ)
નગદ જમા–Cash deposit (કૅશ ડિપૉઝિટ)
રોકડા–Cash payment (કૅશ પેમેન્ટ)
કેશ મેમો–Cash-memo (કૅશ મેમો)
રોકડ વટાવ–Cash discount (કૅશ ડિસ્કાઉન્ટ)
રોકડ કિંમત–Cash value (કૅશ વેલ્યૂ)
અગાઉથી ચૂકવવા માટે આપેલ રકમ–Cash imprest (કૅશ ઇમ્પ્રેસ્ટ)
રોકડા ચૂકવવાનો આદેશ–Cash order (કૅશ ઑર્ડર)
ઉધાર ખાતું–Debt account (ડેટ એકાઉન્ટ)
ઉધાર બાકી–Debt balance (ડેટ બેલેન્સ)
ઉપાડેલી રકમ–Withdrawn amount (વિથડ્રોન એમાઉન્ટ)
ઉત્પાદન–Out turn (આઉટ ટર્ન)
નિકાસી એજન્ટ–Clearing agent (ક્લિયરિંગ એજન્ટ)
નિધિ-ફાળો–Fund (ફંડ)
નિધિબંધ દેવું–Funding loan (ફંડિંગ લોન)
નિયતકાર્ય-કિંમત ખાતું–Job cost ledger (જૉબ કૉસ્ટ લેજર)
નિયત દર–Fixed rate (ફિક્સ્ડ રેટ)
નિયત નિધિ–Allotted fund (એલોટેડ ફંડ)
નિયત કિંમત–Fixed charges (ફિક્સ્ડ ચાર્જિસ)
નિર્માતાની છાપ–Maker's brand (મેકર્સ બ્રાંડ)
નિકાસ–Export (એક્સપોર્ટ)
નિકાસ ઉધાર–Export credit (એક્સપોર્ટ ક્રેડિટ)
નિકાસ કર–Export duty (એક્સપોર્ટ ડ્યૂટી)
ચોખ્ખી હૂંડી–Clean bill (ક્લીન બિલ)
મુક્ત દેવાળિયો–Discharged bankrupt (ડિસ્ચાર્જ્ડ બૅંક્રપ્ટ)
નિલમ્બિત હિસાબ–Suspense account (સસ્પેન્સ એકાઉન્ટ)
ચોખ્ખો આવક ખર્ચનો હિસાબ–Net revenue account (નેટ રેવેન્યૂ એકાઉન્ટ)

ચોખ્ખું ઉત્પાદન–Net production (નેટ પ્રોડક્શન)
ચોખ્ખી કમાઈ–Net earning (નેટ અર્નિંગ)
ચોખ્ખું વેચાણ–Net selling (નેટ સેલિંગ)
ચેક રજિસ્ટર–Cheque register (ચેક રજિસ્ટર)
પાકતી તારીખ–Date of maturity (ડેટ ઑફ મૅચ્યોરિટી)
મર્યાદિત ભાગીદાર–Limited partner (લિમિટેડ પાર્ટનર)
પત્રક–Letter card (લેટર કાર્ડ)
પ્રતિબંધી કર–Restrictive duty (રિસ્ટ્રિક્ટિવ ડ્યૂટી)
ગેરંટી પત્ર–Letter of guarantee (લેટર ઑફ ગેરંટી)
ખર્ચ–Charge (ચાર્જ)
દસ્તાવેજો સામેની નગદ–Cash against documents (કેશ અગેન્સ્ટ ડોક્યુમેંટસ)
દસ્તાવેજી હૂંડી–Documentary bill (ડોક્યુમેંટરી બિલ)
લેણી હૂંડી–Bill receivable (બિલ રિસીવેબલ)
આવક-જાવક ખાતું–Receipts and payments accounts (રિસીપ્ટ ઍન્ડ પેમેંટ્સ એકાઉન્ટસ)
પહોંચ–Receipts (રિસીપ્ટ્સ)
અરજી–Application (એપ્લિકેશન)
પાછળનો હિસાબ–Account rendered (એકાઉન્ટ રેન્ડર્ડ)
જૂનો ચેક–Stale cheque (સ્ટેલ ચેક)
મૂડી–Capital (કૅપિટલ)
કૅપિટલ રિઝર્વ ફંડ–Capital reserve fund (કૅપિટલ રિઝર્વ ફંડ)
પૂંજીકૃત મૂલ્ય–Capitalised value (કૅપિટલાઈઝ્ડ વૅલ્યૂ)
પૂંજીકૃત લાભ–Capitalised profit (કૅપિટલાઈઝ્ડ પ્રૉફિટ)
પૂંજી નિકાસ–Capital outflow (કૅપિટલ આઉટફ્લો)
મૂડી અને ઉપજ ખર્ચનું ખાતું–Capital and revenue account (કૅપિટલ ઍન્ડ રેવન્યૂ એકાઉન્ટ)
પૂંજીગત રાશિ–Capital sums (કૅપિટલ સમ્સ)
મૂડી લાભ–Capital profit (કૅપિટલ પ્રૉફિટ)
પૂંજીપતિ–Capitalist (કૅપિટલિસ્ટ)
મૂડીનો નફો–Return of capital (રિટર્ન ઑફ કૅપિટલ)
મિલકત, સંપત્તિ–Capital asset (કૅપિટલ એસેટ)
મૂડી બજાર–Capital market (કૅપિટલ માર્કેટ)
મૂડી ખાતું–Capital account (કૅપિટલ એકાઉન્ટ)
તરતા રૂપિયા–Floating money (ફ્લોટિંગ મની)
છૂટક કિંમત–Retail price (રિટેલ પ્રાઇસ)
ચૂકવવાના બાકી–Arrears (એરિયર્સ)
બાકી કૉલનાં નાણાં–Call in arrears (કૉલ ઇન એરિયર્સ)
શેષ કાઢવું–Balancing (બેલેન્સિંગ)
બચત જમા–Saving deposit (સેવિંગ ડિપૉઝિટ)
વટાવ–Discount (ડિસ્કાઉન્ટ)
વટાવનું ખાતું–Discount account (ડિસ્કાઉન્ટ એકાઉન્ટ)
વટાવ વિનિમય–Exchange at discount (એક્સચેન્જ ઍટ ડિસકાઉન્ટ)
નામાનો ચોપડો–Account book (એકાઉન્ટ બુક)
બજાર–Market (માર્કેટ), Commodity (કૉમોડિટી)
બજાર મૂલ્ય–Market price (માર્કેટ પ્રાઇસ)
બહારગામનો ચેક–Outstation cheque(આઉટ સ્ટેશન ચેક)
છેવટનો સ્ટોક–Stock in trade (સ્ટૉક ઇન ટ્રેડ)
વેચાણખાતું–Sale account (સેલ એકાઉન્ટ)
વેચાણ બિલ–Bill of sale (બિલ ઑફ સેલ)
વિના મૂલ્ય–Free of charge (ફ્રી ઑફ ચાર્જ)
પૂરી થઈ ગયેલી લોન–Expired loan (એક્સ્પાયર્ડ લોન)
વીમા–Insurance (ઇનસ્યોરન્સ)
ચેક પાછળ સહી કરનાર–Endorser (એન્ડોરસર)
પાછળ સહી થયેલો ચેક–Endorsed cheque(એન્ડાર્સ્ડ ચેક)
ચોખ્ખી લોન–Clean loan (ક્લીન લોન)
બૅંકે આપવાનાં નાણાં–Banker's payment (બૅંકર્સ પેમેન્ટ)
બૅંક આદેશ–Banker's order (બૅંકર્સ ઑર્ડર)
બૅંકે આપેલાં નાણાં–Banker's advance (બૅંકર્સ એડવાન્સ)
બૅંકે આપેલી શાખ–Bank credit (બૅંક ક્રેડિટ)
બૅંકનો દર–Bank rate (બૅંક રેટ)
બૅંક દરને વધારવો-ઘટાડવો–Manipulation of bank rate (મૅનીપ્યુલેશન ઑફ બૅંક રેટ)
બૅંક ચાર્જ–Bank charge (બૅંક ચાર્જ)
બૅંક પાસે ગીરો મૂકવું–Banker's mortgage (બૅંકર્સ મોર્ટગેજ)
બૅંક રોકડ–Bank cash (બૅંક કેશ)
બૅંક ખાતું–Bank account (બૅંક એકાઉન્ટ)
બૅંક કૉલ–Bank call (બૅંક કૉલ)
બૅંક વ્યવસ્થા–Banking structure (બૅંકિંગ સ્ટ્રક્ચર)
બૅંક ઋણ–Banking debt (બૅંકિંગ ડેટ)
બૅંકની જામીનગીરી–Banker's security(બૅંકર્સ સિક્યોરિટી)
ભાગીદાર–Partner (પાર્ટનર)
સ્થિર બજાર–Firm market (ફર્મ માર્કેટ)
મંદીની તરફ–Bearish tendency (બિયરિશ ટેન્ડેન્સી)
મધ્યસ્થી–Arbitrator (આર્બિટ્રેટર)
માંગ–Demand (ડિમાંડ)
માંગ કરજ–Demand loan (ડિમાન્ડ લોન)
ડિમાન્ડ ડ્રાફ્ટ–Demand draft (ડિમાન્ડ ડ્રાફ્ટ)

માંગણીનો પત્ર–Demand note, indent (ડિમાંડ નોટ ઇન્ડેન્ટ)
માંગણાની નોટિસ–Call notice (કૉલ નોટિસ)
માનાર્થ ચૂકવણી–Payment for honour (પેમેંટ ફૉર ઑનર)
માલસામાન–Goods (ગુડ્ઝ)
માલ ભાડું–Freight (ફ્રેઇટ)
માલ રાખવાની મર્યાદા–Stock limit (સ્ટૉક લિમિટ)
માલ રોજમેળ–Goods cash book (ગુડ્ઝ કેશ બુક)
માલનું ખાતું–Stock account (સ્ટૉક એકાઉન્ટ)
માલિક નિયોજક–Employer (એમપ્લોયર)
ફેરબદલી કરી શકાય તેવી લોન–Terminable loan (ટર્મિનેબલ લોન)
બાંધી થાપણ–Fixed deposit (ફિક્સ્ડ ડિપૉઝિટ)
સંયુક્ત પૂંજી બૅંક–Joint stock bank (જોઇન્ટ સ્ટૉક બૅંક)
વળતર–Compensation (કોમ્પેનસેશન)
મુદતી હૂંડી–Bill payable after date (બિલ પેએબલ આફ્ટર ડેટ)
ચલણી નાણું–Currency money (કરન્સી મની)
નાણાં ફુગાવો રોકવો–Deflation of currency (ડિફ્લેશન ઑફ કરંસી)
સ્ટેમ્પ ડ્યૂટી–Stamp duty (સ્ટેમ્પ ડ્યૂટી)
નાણાં વિનિમય–Currency transfer (કરંસી ટ્રાન્સફર)
નાણાં પદ્ધતિ–Monetary system (મોનેટરી સીસ્ટમ)
નાણાંના મૂલ્યમાં ઘટાડો–Depreciation of currency (ડેપ્રિસિયેશન ઑફ કરન્સી)
નાણાં વિનિમય–Currency exchange (કરન્સી એક્સચેન્જ)
નાણાંનો ફુગાવો–Inflation of currency (ઇન્ફ્લેશન ઑફ કરન્સી)
ઘસારો–Depreciation (ડેપ્રિસિએશન)
ઘસારાનું ખાતું–Depreciation account (ડેપ્રિસિએશન એકાઉન્ટ)
યાત્રી ધિરાણ પત્ર–Traveller's letter of credit (ટ્રાવેલર્સ લેટર ઑફ ક્રેડિટ)
જાહેર નાણાં–Public finance (પબ્લિક ફાયનેન્સ)
રકમ–Amount (એમાઉન્ટ)
ધિરાણ કાગળ–Credit paper (ક્રેડિટ પેપર)
રૂપિયા બજાર–Money market (મની માર્કેટ)
ક્રોસ ચેક–Crossed cheque (ક્રોસ્ડ ચેક)
રેલવે સુધી નિશુલ્ક–Free on rail, F.O.R. (ફ્રી ઑન રેલ એફ.ઓ.આર.)
શરૂઆતની બાકી–Opening balance (ઓપનિંગ બેલેન્સ)
રોજમેળ–Cash book (કેશ બુક)
રોકડ બાકી–Cash balance (કેશ બેલેન્સ)
રોકડ હિસાબ–Cash account (કેશ એકાઉન્ટ)
રોકડ સૂચી–Cash scroll (કેશ સ્ક્રોલ)
ચેકનાં નાણાં ન આપવાની સૂચના–Notice of stoppage (નોટિસ ઑફ સ્ટોપેજ)
બોનસ–Bonus (બોનસ)
હિસાબ–Account (એકાઉન્ટ)
હિસાબ બાકી–Account and balance (એકાઉન્ટ ઍન્ડ બેલેન્સ)
મુનીમ–Accoutant (એકાઉન્ટન્ટ)
હિસાબ રાખવો–Maintenance of account (મેન્ટેનેન્સ ઑફ એકાઉન્ટ)
હિસાબી વર્ષ–Accounting year (એકાઉન્ટિંગ યર)
હિસાબી કામ–Accountancy (એકાઉન્ટેન્સી)
લેણદાર–Creditor (ક્રેડિટર)
પાછો મોકલેલો ચેક–Returned cheque (રીટર્ન્ડ ચેક)
વ્યક્તિગત હિસાબ–Individual account (ઇન્ડિવિજ્યૂઅલ એકાઉન્ટ)
સમજણ આપતો પત્ર–Covering letter (કવરિંગ લેટર)
વ્યાપારીય–Merchandise (મર્ચેન્ડાઇઝ)
વેપારી–Merchant (મર્ચંટ)
ધંધાને લગતા લેણદારો–Trade creditor (ટ્રેડ ક્રેડિટર)
વ્યવસાયી મૂડી–Trading capital (ટ્રેડિંગ કેપિટલ)
વાણિજ્ય બૅંક–Commercial bank (કમર્શિયલ બૅંક)
વાણિજ્ય નામું–Commercial account(કમર્શિયલ એકાઉન્ટ)
મુક્ત બજાર–Free market (ફ્રી માર્કેટ)
વર્ષાસન ફંડ–Annuity fund (એન્યૂઇટી ફંડ)
વાર્ષિક નફો–Annual profit (એન્યૂઅલ પ્રૉફિટ)
વાર્ષિક નામું–Annual account (ઍન્યૂઅલ એકાઉન્ટ)
વાર્ષિક પત્રક–Annual return (ઍન્યૂઅલ રિટર્ન)
વાર્ષિક વેતન–Annual pay (ઍન્યૂઅલ પે)
વાર્ષિક ચોખ્ખો નફો–Annual net profit (ઍન્યૂઅલ નેટ પ્રૉફિટ)
વર્ષાસન પદ્ધતિ–Annuity system (ઍન્યૂઇટી સીસ્ટમ)
વેચાણનું ખાતું–Sales account (સેલ્સ એકાઉન્ટ)
વિકાસ ખર્ચ–Development expenses (ડેવેલપમેંટ એક્સ્પેન્સિસ)
વિક્રેતા–Salesman (સેલ્સમેન)
નાણાકીય–Financial (ફાયનેન્સિયલ)

નાણાકીય ઉપકાર–Financial obligation (ફાયનેન્સિયલ ઑબ્લિગેશન)
નાણા દંડ–Financial penalty (ફાયનેન્સિયલ પેનલ્ટી)
શરાફ–Financer (ફાયનેન્સર)
નાણા ધીરતી બૅંક–Financial bank (ફાયનેન્સિયલ બૅંક)
નાણા ભાગીદાર–Financial partner(ફાયનેન્સિયલ પાર્ટનર)
નાણાકીય જવાબદારી–Financial liabilities (ફાયનેન્સિ-યલ લાયાબિલિટિઝ)
નાણા નિયંત્રણ–Financial control(ફાયનેન્સિયલ કન્ટ્રોલ)
નાણાકીય પ્રબંધ–Financial management (ફાયનેન્સિ-યલ મેનેજમેન્ટ)
નાણાકીય અહેવાલ–Financial reporting (ફાયનેન્સિયલ રિપોર્ટિંગ)
નાણાકીય વ્યવહાર–Financial statement (ફાયનેન્સિયલ સ્ટેટમેંટ)
નાણાકીય સલાહ–Financial advice(ફાયનેન્સિયલ એડવાઇસ)
નાણાકીય યાદી–Financial memorandum (ફાય-નેન્સિયલ મેમોરેન્ડમ)
વિદેશી વિનિમય–Foreign exchange (ફોરેન એક્સચેન્જ)
હૂંડિયામણ–Exchange (એક્સચેન્જ)
હૂંડિયામણ દર–Exchange rate (એક્સચેન્જ રેટ)
હૂંડિયામણ નિયંત્રણ–Exchange control(એક્સચેન્જ કન્ટ્રોલ)
હૂંડિયામણ પત્ર–Letter of exchange (લેટર ઑફ એક્સચેન્જ)
વિનિમય બૅંક–Exchange bank (એક્સચેન્જ બૅંક)
ઉત્પાદન પ્રક્રિયા–Manufacturing process (મેન્યુ-ફેક્ચરિંગ પ્રોસેસ)
વિશિષ્ટ કર–Specific duty (સ્પેસિફિક ડ્યૂટી)
પગાર–Pay (પે)
ચોક્કસ સમય સુધીનું–Validity period(વેલિડિટી પીરિયડ)
કર સાથેની કિંમત–Duty paid price (ડ્યૂટી પેડ પ્રાઇસ)
કર ભરવો પડે તેવો માલ–Dutiable goods (ડ્યૂટીએબલ ગુડઝ)
શેર બજાર–Stock exchange (સ્ટૉક એક્સચેન્જ)
સક્રિય પૂંજી–Active capital (એક્ટિવ કૅપિટલ)
એકઠાં કરેલાં નાણાં–Consolidated fund (કોન્સોલિડેટેડ ફંડ)
પૈસાની ચોખ્ખી હેરફેર–Cash transfer clearing (કૅશ ટ્રાન્સફર ક્લિયરિંગ)
સંયુક્ત ખાતું–Joint account (જોઇન્ટ એકાઉન્ટ)
પોતે પૈસા લઈ શકાય તેવું–Payable to self (પેયેબલ ટુ સેલ્ફ)
સાર્વજનિક ખાતુ–Public account (પબ્લિક એકાઉન્ટ)
સરકારી ધિરાણ–Public credit (પબ્લિક ક્રેડિટ)
ચાંદી બજાર–Bullion exchange (બુલિયન એક્સચેન્જ)
સ્વીકૃત હિસાબ–Accounts stated (એકાઉન્ટસ સ્ટેટેડ)
સહકારી બૅંક–Co-operative bank (કો-ઑપરેટિવ બૅંક)
સહમતિ પત્ર–Letter of consent (લેટર ઑફ કન્સેંટ)
શરતી દેવું–Tied loan (ટાઇડ લોન)
સહાયક મુનીમ–Assistant accountant (એસિસ્ટંટ એકાઉન્ટન્ટ)
ધિરાણ પત્ર–Bill of credit (બિલ ઑફ ક્રેડિટ)
શાહુકાર–Moneylender (મની લેન્ડર)
પાઘડીનું ખાતું–Goodwill account (ગુડવિલ એકાઉન્ટ)
હાનિ, નુકસાન–Loss (લોસ)
હિસાબ બંધ કરવો–Closing of account (ક્લોઝિંગ ઑફ એકાઉન્ટ)
હૂંડી–Bill (બિલ)
હૂંડી છોડાવવી–Retirement of bill(રિટાયરમેંટ ઑફ બિલ)
હૂંડી ચૂકવવી–Clearing a bill (ક્લિયરિંગ એ બિલ)
હૂંડી દલાલ–Bill broker (બિલ બ્રોકર)
હૂંડી નોંધ–Bill journal (બિલ જર્નલ)
વળતરનો દાવો–Claim for compensation (ક્લેમ ફૉર કોમ્પેનસેશન)
ધિરાણ–Loan (લોન)
ઉધારનામું–Debt account (ડેટ એકાઉન્ટ)

સ્ટેશનરી
(STATIONERY)

ચિનાઈ કાગળ–Tracing paper (ટ્રેસિંગ પેપર)
અખબાર–Newspaper (ન્યૂઝપેપર)
અડ્ડો–Perch (પર્ચ)
કબાટ–Almirah (અલમિરા)
અડધિયું–Counterfoil (કાઉન્ટરફૉઇલ)
આરામખુરશી–Easy chair (ઇઝી ચેર)
ટાંકણી–Pin (પિન)
ટાંકણી લગાવવાની ગાદી–Pin cushion (પિન કુશન)
કલમ–Pen (પેન)
કાગળ–Paper (પેપર)
કાગળ કાપવાની છરી–Paper cutter (પેપર કટર)
કાગળ ઉપર મૂકવાનું વજન–Paper-weight (પેપર વેટ)
બૂચ–Cork (કોર્ક)
કાર્ડ–Card (કાર્ડ)

કાળી શાહી–Black ink (બ્લૅક ઇન્ક)
શબ્દકોષ–Dictionary (ડિક્શનેરી)
ખડિયો પેન્સિલ–Crayons (ક્રેયોન)
રજિસ્ટર–Register (રજિસ્ટર)
ફાઇલ–File (ફાઇલ)
ગુંદર–Gum (ગમ)
ક્લિપ–Clip (ક્લિપ)
બાંકડો–Bench (બેંચ)
છેદ કરવાની સોય–Bodkin (બૉડકિન)
સ્ટિલ–Nib (નિબ)
ખિસ્સા ડાયરી–Pocket book (પૉકેટ બુક)
ટપાલની ટિકિટ–Postage stamp (પોસ્ટેજ સ્ટેમ્પ)
રેવન્યૂ ટિકિટ–Revenue stamp (રેવન્યૂ સ્ટેમ્પ)
ટેબલ–Table (ટેબલ)
દોરી–Tag (ટેગ)
ડ્રોઇંગ પિન–Drawing pin (ડ્રોઇંગ પિન)
તાર–Wire (વાયર)
ટિપાઈ–Stool (સ્ટૂલ)
ખડિયો–Inkpot (ઇન્કપોટ)
દૈનિક પેપર–Daily paper (ડેઇલી પેપર)
નકલ કરવાનો કાગળ–Carbon paper (કાર્બન પેપર)
નકલ કરવાની પેન્સિલ–Copying pencil(કૉપિંગ પેન્સિલ)
નકશો–Map (મેપ)
નિમંત્રણ પત્ર–Invitation card (ઇન્વિટેશન કાર્ડ)
ભૂરી-કાળી શાહી–Blue-black ink (બ્લ્યૂ-બ્લૅક ઇન્ક)
ભૂરી શાહી–Blue ink (બ્લ્યૂ ઇન્ક)
છૂટું પાડનાર સાધન–Divider (ડિવાઇડર)
પીંછાની કલમ–Quill pen (ક્વિલ પેન)
બોલાવવાની ઘંટડી–Call-bell (કૉલ-બેલ)
પેન્સિલ–Pencil (પેન્સિલ)
પોસ્ટકાર્ડ–Post-card (પોસ્ટ-કાર્ડ)
પટ્ટી–Tap (ટેપ)
મુલાકાત માટેનું કાર્ડ–Visiting card (વિઝિટિંગ કાર્ડ)
માસિક પત્રિકા–Magazine (monthly)(મેગેઝીન-મન્થલી)
મહોર–Seal (સીલ)
મીણવાળું કપડું–Tracing cloth (ટ્રેસિંગ ક્લૉથ)
રબર–Eraser (ઇરેઝર)
રબરની મહોર–Rubber stamp (રબર સ્ટેમ્પ)
કચરાની ટોપલી–Waste paper basket(વેસ્ટ પેપર બાસ્કેટ)
રસીદની ચોપડી–Receipt book (રિસિટ બુક)
ફૂટપટ્ટી–Ruler (રૂલર)
શાહી–Ink (ઇંક)
શાહીનું પેડ–Inkpad (ઈંકપેડ)
લપેટવાનો કાગળ–Packing paper (પેકિંગ પેપર)
મહોર લગાવવાની લાખ–Sealing wax (સીલિંગ વેક્સ)
લખવાનું પેડ–Writing pad (રાઇટિંગ પેડ)
પરબીડિયું–Envelope (એન્વલપ)
ખાતાવહી–Ledger (લેજર)
સરેસ–Glue (ગ્લૂ)
કોરો કાગળ–Blank paper (બ્લૅન્ક પેપર)
સાપ્તાહિક પત્ર–Weekly paper (વીકલી પેપર)
શાહીચૂસ–Blotting paper (બ્લૉટિંગ પેપર)
છેદ કરવાનું યંત્ર–Punch (પંચ)
હોલ્ડર–Holder (હોલ્ડર)

જાનવર
(ANIMALS)

ઊંટ–Camel (કેમલ)
કસ્તુરી મૃગ–Musk-deer (મસ્ક ડિયર)
કાંગારૂ–Kangaroo (કાંગારૂ)
કૂતરો–Dog (ડૉગ)
કૂતરી–Bitch (બિચ)
ખચ્ચર–Mule (મ્યૂલ)
સસલું–Rabbit (રેબિટ), Hare (હેર)
ખરી–Hoof (હૂફ)
ગધેડું–Ass (એસ)
ગાય–Cow (કાઉ)
ખિસકોલી–Squirrel (સ્કિવરલ)
ગેંડો–Rhinoceros (રિનોસેરસ)
ઝીબ્રા–Zebra (ઝીબ્રા)
ઘોડો–Horse (હોર્સ)
ઘોડી–Mare (મેર)
ચિત્તો–Panther (પેન્થર)
કીડી ખાનાર–Ant eater (આન્ટ ઈટર)
ઉંદર–Mouse (માઉસ)
છછૂંદર–Mole (મોલ)
જંગલી સુવ્વર–Boar (બોર)
જિરાફ–Giraffe (જિરાફ)
એક જાતનો કૂતરો–Spaniel (સ્પેનિયલ)
ટટ્ટૂ–Pony (પોની)
ચિત્તો–Leopard (લેપર્ડ)

નોળિઓ–Mongoose (મંગૂઝ)
પૂંછડી–Tail (ટેલ)
પશુ–Beast (બીસ્ટ)
પંજો–Claw (ક્લૉ)
સાંઢ–Sire (સાયર)
પિલ્લું–Puppy (પપી)
બકરો–He goat (હી ગોટ)
બકરી–She goat (શી ગોટ)
બકરીનું બચ્ચું–Kid (કિડ)
વાછડું–Calf (કાફ)
વાછડી–She calf (શી કાફ)
વછેરો–Colt (કોલ્ટ)
બિલાડી–Cat (કેટ)
બિલાડીનું બચ્ચું–Kitten (કિટન)
વાંદરો–Monkey (મંકી)
એક જાતનો વાંદરો–Chimpanzee (ચિમ્પાન્ઝી)
વાઘ–Tiger (ટાયગર)
બારસીંઘા–Stag (સ્ટેગ)
બારસીંઘી–Hind (હાઇંડ)
બળદ–Ox (ઑક્સ)
રીંછ–Bear (બેઅર)
વરૂ–Wolf (વુલ્ફ)
ઘેટું–Sheep (શીપ)
ઘેટી–Ewe (યૂ)
ઘેટાનું બચ્ચું–Lamb (લેમ્બ)
ભેંસ–Buffalo (બફેલો)
ઘેટો–Ram (રેમ)
બચ્ચું–Kid (કિડ)
ઉંદર–Rat (રેટ)
શિયાળ–Fox (ફૉક્સ)
જરખ–Hyena (હાયના)
લંગુર (વાંદરો)–Ape (એપ)
શિકારી કૂતરો–Hound (હાઉન્ડ)
આખલો–Bull (બુલ)
શાહુડી–Porcupine (પોર્કુપાઇન)
શિયાળ–Jackal (જેકલ)
સિંહ–Lion (લાયન)
શીંગડાં–Horn (હોર્ન)
ભૂંડ, સુવ્વર–Pig (પીગ)
ડુક્કર, ભૂંડણી–Swine (સ્વાઇન)
હરણ–Deer (ડિયર)
હરણનું બચ્ચું–Fawn (ફૉન)
હાથી–Elephant (એલિફંટ)

જીવજંતુ અને જળચર
(WORMS & INSECTS)

અજગર–Boa (બોઆ)
કાચબો–Turtle (ટર્ટલ)
કાળો સાપ–Cobra (કોબ્રા)
કીડો–Earthworm (અર્થવૉર્મ)
કરચલો–Crab (ક્રેબ)
માંકડ–Bug (બગ)
સાપ–Serpent (સર્પંટ)
વંદો–Beetle (બીટલ)
ગોકળ ગાય–Snail (સ્નેલ)
લીખ–Body-lice (બોડી લાઇસ)
ગરોળી–Lizard (લિઝાર્ડ)
ઝેર–Poison (પૉઇઝન)
ઝેરભર્યો દાંત–Fangs (ફૅગ્સ)
આગિયો–Firefly (ફાયરફલાઈ)
જૂ–Lice (લાઇસ)
જળો–Leech (લીચ)
કંસારી–Cricket (ક્રિકેટ)
તીતીઘોડો–Grasshopper (ગ્રાસહૉપર)
તીડ–Locust (લોકસ્ટ)
જૂ–Louse (લાઉસ)
ભમરી–Wasp (વૉસ્પ)
પતંગિયું–Butterfly (બટરફ્લાઈ)
જળઘોડો–Hippopotamus (હિપોપૉટેમસ)
ઉધાઈ–Termite (ટર્માઇટ)
ચાંચડ–Flea (ફ્લી)
સાપની ફેણ–Hood (હુડ)
વીંછી–Scorpion (સ્કોર્પિયન)
માખી–Fly (ફ્લાઈ)
કરોળિયો–Spider (સ્પાઇડર)
કરોળિયાનું જાળું–Web (વેબ)
મગર–Crocodile (ક્રોકોડાઇલ)
મચ્છર–Mosquito (મોસ્કિટો)
માછલી–Fish (ફિશ)
માછલી-દેડકું–Spown (સ્પોન)
મધમાખી–Honey bee (હની બી)

માદા મધમાખી–Bee (બી)
કોળ ઊંદર–Rat flea (રેટ ફ્લી)
દેડકો–Frog (ફ્રોગ)
દેડકાનું બચ્ચું–Tadpole (ટેડપોલ)
રેશમનો કીડો–Silk-worm (સિલ્ક વર્મ)
રેશમનો કોશેટો–Cocoon (કોકૂન)
લીખ–Nit (નિટ)
સાપમીન–Eel (ઈલ)
શંખ–Conch (કોંચ)
શાર્ક–Shark (શાર્ક)
કાલુ માછલી–Oyster (ઓઈસ્ટર)

પક્ષી
(BIRDS)

દેવચકલી–Swallow (સ્વેલો)
ઈંડા–Egg (એગ)
ઘુવડ–Owl (આઉલ)
લક્કડખોદ–Woodpecker (વુડપેકર)
કબૂતર–Pigeon (પિજન)
કાળો કાગડો–Raven (રેવન)
કોયલ–Cuckoo (કુકકૂ)
કાગડો–Crow (ક્રો)
ગરૂડ–Eagle (ઈગલ)
ગીધ–Vulture (વલ્ચર)
ચકલી–Sparrow (સ્પેરો)
માળો–Nest (નેસ્ટ)
ચામાચીડિયું–Bat (બેટ)
સમડી–Kite (કાઈટ)
મરઘીનાં બચ્ચાં–Chicken (ચિકન)
ચાંચ–Beak (બીક)
તીતર–Partridge (પાર્ટ્રિજ)
પોપટ–Parrot (પેરટ)
નીલકંઠ–Magpie (મેગપી)
પાંખ–Wing (વિંગ)
પીછું–Feather (ફેધર)
હોલો–Dove (ડવ)
બતક–Drake (ડ્રેક)
બતકનું બચ્ચું–Duckling (ડકલિંગ)
બતકી–Duck (ડક)
બુલબુલ–Nightingale (નાઈટિંગલ)
સુગરી–Weaver bird (વીવર બર્ડ)
દેવચકલી–Quail (ક્વેલ)
બાજ–Hawk (હોક)
મરઘો–Cock (કોક)
મરઘી–Hen (હેન)
મોર–Peacock (પીકોક)
ઢેલ–Peahen (પીહેન)
લાવરી–Lark (લાર્ક)
સારસ–Crane (ક્રેન)
હંસ–Swan (સ્વાન)

Some Difficult Words Commonly Misspelt

Correct	Incorrect
Absorption	absorpshun, absorpsion
abundant	abundent, aboundant
abyss	abiss, abis
access	acces
accident	accidant
acquaintance	acquintance
advertisement	advertismant, advartisement
aerial	airial, aireal
aggregate	aggregat, agregrate
alcohol	alchohol, alkohal
altar	altre
aluminium	alluminium, allumminium
amateur	amature, ameture
analysis	analisis, analises
appropriate	appropriat, apropriate
aquatic	acquatic
ascertain	assertain, asertain
ascetic	asetic, aestik
autumn	autamn, autum
Balloon	baloon, ballon
banana	bannana
banquet	bankuet, banquette
barrier	berrier, barriar
beneficent	beneficient, benificent
bequeath	bequethe, bequith
besiege	besige, beseegé
bouquet	bokuet, bequett
buoyant	boyant, bouyant
Calendar	calender, calandar
calumny	calumni, calamny
candour	candoar, cander
canvas	canvass
canvass	canvas
career	carrier
carcass	carcas, carcese
catalogue	catalog, catalaug
certain	sertain, certen
chew	choo, cheu
coffee	cofee, coffe
coincide	concide, conecide
commission	comission, commison
committee	comittee
Decease (death)	disease, dicease
disease (ill-health)	decease, dicease
deceive	decieve, deceeve
defendant	defendent
depth	deapth
descendant	discendant
desperate	desparate, disperate
detector	detecter
develop	develope, devalop
diamond	daimond
director	directer
discipline	descipline
Element	eliment, elemant
elementary	elimentary, elementory
embarrassed	embarassed
endeavour	endevour, endeavur
entrance	enterance
Fascinate	facinate, fashinat
fibre	fiber
fiery	firy, firey
forfeit	forfit
fusion	fushion
furniture	farniture, furnetur
Gaiety	gayty, gaity
galloping	gallopping, galopping
gorgeous	gorgeus, gorgias
Hammer	hammar, hamer
handicraft	handecraft
hindrance	hinderance, hindrence
humour	humor (American), humar
hygiene	hygeine, higiene
Illiterate	illitrate, illetrate
indigenous	indigenus, indeginous
influential	influensial, influntial
ingenious	ingeneaus, inginious
ingenuous	inginuous
irresistible	irrestable
Jealous	jelous, zelus
jester	jestor
jugglery	juglery, jugglary
Kerosene	kerosin, kerosine
knack	nack
Laboratory	labrartory, laborartery
language	languege
leopard	lepard, leppard
library	liberary, librery
licence (noun)	license
license (verb)	licence
lieutenant	leftenant, leiutenant
lily	lilly
limited	limitid
literary	litrary
livelihood	livlihood, livelyhood
lustre	luster, lustar
Maintenance	maintainance
manageable	managable, managible
manoeuvre	manover, manour
marvellous	marvelous, marvellus
millionaire	millioner
miscellaneous	misellaneous, miscellenous
mischief	meschief
modelled	modled, moddled
moustache	moustashe, mustance
mystery	mystry, mistery
Nasal	nazal
necessity	nescity, necesity
neighbour	naghbour, neighber
noticeable	noticable, notiseable
Obedient	obidient, obdiant
occasion	occesion, ocasion
occurred	occured
occurrence	occurance
odour	odor, oder
offence	offense
offensive	offensev
offered	offerrd
offering	offerring
omelette	omlette, oumlet
omitted	ometted, ommitted
opportunity	oppurtunity, oportunity
orator	orater, oratar
Parallel	paralel
parlour	parler
persuade	pursuade, parsuade
philosophy	phylosophy
physique	physic
persuasion	persuation
pleasant	plesant, plesent
professor	proffessor, professer
profession	proffession, profesion
proprietor	propritor, propriter
prominent	prominant
Quinine	quinin
quotation	quotetion, quottation
Rabbit	rabit, rabitt
railing	railling, relling
realm	relm, rilm
receipt	receit, reciept
recur	recurr
recurred	recured
recurrence	recurence, recurrance
referred	refered
reference	referrence
regrettable	regretable, regretteble
relieve	releive, relive
removable	removeable
repetition	repeatition, repitition
Salutary	salutory
saviour	savior, saviur
scholar	scholer, skolare
scissors	sissors, scisors
separate	separat, saparate
several	severel, sevarel
shield	sheild, shild
shyly	shily, shiely
smoky	smokey
sombre	somber
sovereignty	sovereinty
spectre	spector, specter
sufficient	sufficent
summary	summury, sumary
superintendent	superintandant
susceptible	suseptible, susesptible
Technique	technic
tolerance	tolerence
tranquillity	tranquilitey, tranquilty
transferred	transfered
tributary	tributory, tributery
tuition	tution
Unintelligible	unintelligeble
unmistakable	unmistakeable
utterance	utterence
Vaccinate	vaxinate, veccinate
Vacillate	vascilate, vacillate
valley	valey, velley
veil	vail
ventilator	vantilatar, ventilater
verandah	varanda, varandah
victuals	victuels
vigorous	vigorus, vigorus
visitor	visiter, visitar
Wield	weild, wilde
wilful	willful, wilfull
woollen	wollen, woolen
Yawn	yan, yaun
yearn	yern

■ Technical terms

Correct	Incorrect	Correct	Incorrect	Correct	Incorrect
algebra	algabra	dynamo	dinomo	oxygen	oxigen
arithmetic	arithmatic	eclipse	eclypse	peninsula	pennisula
adjacent	adjcent	electricity	elektricity	parliament	parleament
ambiguous	ambigous	equilibrium	equilibriam	plateau	plato
apparatus	aparatus	executive	exeketive	positive	posetive
artillery	artillary	expedition	expidition	percentage	percentege
barley	barly	formulae	formuli	phenomenon	phenomenun
barometer	barometre	governor	governer	phosphorus	phosforus
circumference	circumferance	government	governmant	quotient	quoshent
carnivorous	carnivorus	hypothesis	hipothisis	route	rute
corollary	corolary	insect	insact	revenue	ravenue
chocolate	chokolate	lens	lensce, lense	season	seeson
compass	compas	liquid	lequid	sepoy	sepoi
conqueror	conqerer	league	leegue	science	sience
column	colum	mammal	mamal	secretary	secretery
concave	conkave	mathematics	mathametics	subtraction	subtrection
convex	conveks	machinery	machinary	sulphur	sulpher
cocoa	coco	metre	mitter	temperate	tamperate
cyclone	syklone	mercury	mercary	theoretical	theoreticle
cylinder	cylindar	mineral	minarel	triangle	trangle
diagonal	digonal	microscope	microskope	tobacco	tobaco
diagram	digram	neutral	netural	veins	vains
decimal	decimale	negative	negetive	vacuum	vaccum

■ Proper nouns

Correct	Incorrect	Correct	Incorrect	Correct	Incorrect
Alexander	Alexendar	Buddhism	Budhism	Guinea	Gunea
Andes	Andis	Buenos Aires	Bonus Aeres	John	Jhon
Antarctic	Antratic	Caesar	Ceaser	Mediterranean	Maditeranion
Arctic	Arktic	Calcutta	Calcatta	Muhammad	Mohammad
Atlantic	Atlantik	Delhi	Dehli	Napoleon	Napolian
Bombay	Bombai	Egypt	Egipt	Philip	Phillip
Buddha	Budha	Europe	Erope	Switzerland	Swizerland
Buddhist	Budhist	European	Europian	Scotch	Scoch

■ Words which are erroneously combined

Correct	Incorrect	Correct	Incorrect	Correct	Incorrect
all right	alright	at least	atleast	some one	someone
all round	alround	in spite of	inspite of	some time	sometime
at once	atonce	per cent	percent	uptill	uptil

■ Words which are erroneously divided

Correct	Incorrect	Correct	Incorrect	Correct	Incorrect
anyhow	any how	into	in to	sometimes	some times
anything	any thing	instead of	in stead of	somebody	some body
almost	all most	madman	mad man	schoolboy	school boy
already	all ready	more over	moreover	somehow	some how
anybody	any body	nobody	no body	together	to gether
afterwards	after wards	newspaper	news paper	today	to day
cannot	can not	nowadays	now-a-days	tomorrow	to morrow
everybody	every body	ourselves	our selves	utmost	ut most
everywhere	every where	otherwise	other wise	welfare	well fare
elesewhere	else where	outside	out side	welcome	well come

Currencies around the World

Country	Currency	Country	Currency
Afghanistan	afghani (100 puls)	Dominican Republic	peso (100 centavos)
Albania	lek (100 qindarka)	Ecuador	dollar (100 cents)
Algeria	dinar (100 centimes)	Egypt	pound (100 piastres, 1000 millimes)
Andorra	franc (Fr) and peseta (Sp)	El Salvador	colon (100 cetavos)
Angola	kwanza (100 lwei)	Equatorial Guinea	franc
Antigua & Barbuda	dollar (100 cents)	Ethiopia	birr (100 cents)
Argentina	peso (100 centavos)	Fiji	dollar (100 cents)
Australia	dollar (100 cents)	Finland	markka (100 penniä)
Austria	schilling (100 groschen)	France	franc (100 centimes)
Bahamas	dollar (100 cents)	French Guiana	franc
Bahrain	dinar (1000 fils)	Gabon	franc
Bangladesh	taka (100 paisa)	Gambia	dalasi (100 bututs)
Barbados	dollar (100 cents)	Germany	deutsche mark (100 pfennig)
Belgium	franc (100 centimes)	Ghana	cedi (100 pesewas)
Belize	dollar (100 cents)	Gibraltar	pound (100 pence)
Benin	franc	Greece	euro (100 cents)
Bermuda (UK)	dollar (100 cents)	Grenada	dollar (100 cents)
Bhutan	ngultrum (100 chhetrum)	Guatemala	quetzal (100 centavos)
Bolivia	peso (100 centavos)	Guinea	franc (100 centimes)
Botswana	pula (100 100 thebe)	Guinea-Bissau	franc
Brazil	real (100 centavos)	Guyana	dollar (100 cents)
Brunei	dollar (100 sen)	Haiti	gourde (100 centimes)
Bulgaria	lev (100 stotinki)	Honduras	lempira (100 centavos)
Burkina Faso	franc	Hong Kong	dollar (100 cents)
Burma	kyat (100 pyas)	Hungary	forint (100 filler)
Burundi	franc	Iceland	krona (100 aurar)
Cameroon	franc	India	rupee (100 paise)
Canada	dollar (100 cents)	Indonesia	rupiah (100 sen)
Cape Verde Islands	escudo	Iran	rial (100 dinars)
Central African Republic	franc	Iraq	dinar (1000 fils)
Chad	franc	Ireland, Rep. of	pound (100 pence)
Chile	peso (100 centavos)	Israel	shekel (100 agora)
China: People's Republic	yuan (10 chiao; 100 fen)	Italy	lira (100 centesimi)
Colombia	peso (100 centavos)	Ivory Coast	franc
Comoros	franc (100 centimes)	Jamaica	dollar (100 cents)
Congo	franc	Japan	yen
Costa Rica	colon (100 céntimos)	Jordan	dinar (1000 fils)
Cuba	peso (100 centavos)	Kampuchea (Cambodia)	riel (100 cents)
Cyprus	pound (1000 mils)	Kenya	schilling (100 cents)
Czechoslovakia	koruna (100 haléru)	Kiribati	dollar
Denmark	krone (100 öre)	Korea, North	won (100 jeon)
Djibouti	franc (100 centimes)	Korea, South	won (100 jeon)
Dominica	dollar (100 cents)	Kuwait	dinar (1000 fils)

Country	Currency
Laos	kip (100 ats)
Lebanon	pound (100 piastres)
Lesotho	loti
Liberia	dollar (100 cents)
Libya	dinar (1000 dirhams)
Liechtenstein	franc (Swiss)
Luxembourg	franc (100 centimes)
Macau (Portugal)	pataca (100 avos)
Madagascar	franc
Malawi	kwacha (100 tambala)
Malaysia	dollar (100 cents)
Maldives, Rep. of	rupee (100 laris)
Mali	franc
Malta	pound (100 cents, 1000 mils)
Mauritania	ouguiya (5 khoums)
Mauritius	rupee (100 cents)
Mexico	peso (100 centavos)
Monaco	franc (Fr)
Mongolian People's Republic	tugrik (100 mongo)
Morocco	dirham (100 centimes)
Mozambique	metical
Namibia	rand
Nauru	dollar (Australian) (100 cents)
Nepal	rupee (100 pice)
Netherlands	guilder (100 cents)
New Zealand	dollar (100 cents)
Nicaragua	cordoba (100 centavos)
Niger	franc
Nigeria	naira (100 kobo)
Norway	krone (100 ore)
Oman	rial (Omani) (1000 baiza)
Pakistan	rupee (100 paisas)
Panama	balboa (100 cents)
Paraguay	guarani (100 centimes)
Peru	sol (100 centavos)
Philippines	peso (100 centavos)
Poland	zloty (100 groszy)
Portugal	escudo (100 centavos)
Qatar	riyal (100 dirhams)
Romania	leu (100 bani)
Russia	rouble (100 copecks)
Rwanda	franc
St Christopher-Nevis	dollar (100 cents)
St Lucia	dollar (100 cents)
St Vincent & the Grenadines	dollar (100 cents)
San Marino	lira (Italian)
São Tomé & Príncipe	dobra
Saudi Arabia	riyal (20 qursh)
Senegal	franc
Sierra Leone	leone (100 cents)
Singapore	dollar (100 cents)
Solomon Islands	dollar
Somali Democratic Republic	shilling (100 cents)
South Africa	rand (100 cents)
Spain	peseta (100 centimos)
Sri Lanka	rupee (100 cents)
Sudan	dinar (100 dirham)
Suriname	guilder (100 cents)
Swaziland	lilangeni (pl. emalangeni) (100 cents)
Sweden	krona (100 öre)
Switzerland	franc (100 centimes)
Syria	pound (100 piastres)
Taiwan	dollar (100 cents)
Tanzania	shilling (100 cents)
Thailand	baht (100 stangs)
Togo	franc
Tonga	pa'anga (100 seniti)
Trinidad & Tobago	dollar (100 cents)
Tunisia	dinar (1000 millimes)
Turkey	lira (100 kurus)
Tuvalu	dollar (Aust.)
Uganda	shilling (100 cents)
United Arab Emirates	dirham (100 fils)
United Kingdom	pound sterling (100 pence)
Uruguay	peso (100 centésimos)
Vanuatu	vatu
Vatican City State	lira
Venezuela	bolivar (100 centimos)
Vietnam	dông (100 Xu)
Western Samoa	tala (100 sene)
Yemen, North (Arab Rep.)	riyal (40 bogaches)
Yemen, South (PDR)	dinar (1000 fils)
Yugoslavia	dinar (100 paras)
Zaire	zaire (100 makuta [sing likuta], 10,000 sengi)
Zambia	kwacha
Zimbabwe	dollar (100 cents)

પત્ર-લેખન
(LETTER-WRITING)

અસરકારક પત્રલેખન માટે કેટલુંક આવશ્યક માર્ગદર્શન–સૂચના

તમે ભલે કોઈ પણ પત્ર લખી રહ્યા હો, એનો વિષય-વસ્તુ કોઈ પણ પણ હોય પરંતુ જો તમે નીચે લખેલ બાબતોનું ધ્યાન રાખશો તો તમને પત્ર લખવામાં ઘણી મદદ મળશે.

1. જો તમે તમારા સંબંધીઓ, મિત્રો યા ઓળખીતાઓને પત્ર લખો તો તમારો પ્રયત્ન એવો હોવો જોઈએ કે એ પત્ર તમે પોતે પોતાના હાથે લખો. જો તમારા અક્ષરો સારા ન હોય તો તમે એને ટાઈપ કરાવી પત્ર મોકલી શકો છો.

2. પત્રની જમણી બાજુ પર મથાળે આપનું સરનામું લખો :

   602, Sansarya Towers,
   Vastrapur, Ahmedabad-380 015.

3. સરનામા બરોબર નીચે તારીખ લખો. તારીખ લખતી વખતે તમે નીચે આપેલ પદ્ધતિઓમાંથી કોઈ એક પદ્ધતિ અપનાવી શકો છો :

   14th May, 2004 — Friday, 14th May, 2004
   May 14, 2004 — 14.5.2004

3. **પત્રની શરૂઆત કેવી રીતે કરવી? (How to start a letter?)**

   પત્રની શરૂઆત બહુ જ મહત્ત્વની હોય છે. એમાં જે વ્યક્તિને પત્ર લખવાનો હોય તે વ્યક્તિને સંબોધન કરવામાં આવે છે. સંબોધન એ વાત પર નિર્ભર કરે છે કે તમે કોને પત્ર લખી રહ્યા છો. જુદી જુદી શ્રેણીની વ્યક્તિઓ માટે જુદાં જુદાં સંબોધનોનો ઉપયોગ કરવામાં આવે છે. સામાન્ય રીતે જે સંબોધનોનો વધુ પ્રમાણમાં ઉપયોગ કરવામાં આવે છે તે નીચે આપવામાં આવેલ છે :

   - માતા-પિતા તેમ જ સંબંધોમાં મોટા અન્ય સંબંધીઓને :–
     My dear father/papa/uncle, — Dear aunt/mother/mummy,
   - માતા-પિતા દ્વારા બાળકોને :–
     My dear Umesh, — Dear Raju,
     My dear son, — My dear daughter Sapna,
   - ભાઈ-બહેન તથા મિત્રોમાં :–
     My dear brother/sister, — My dear sister Prema,
     My dear Anand, — My dear friend Anand,
   - પોતાનાથી મોટા અધિકારીઓને તથા વ્યવસાયિક પેઢીના માલિક/માલિકોને –
     Sir, — Dear Sirs, — Dear Mr. Parth

4. **પત્રનો મુખ્ય ભાગ– (Body of the letter)**

   એને મુખ્ય રૂપે ત્રણ ભાગોમાં વહેંચી શકાય છે. સૌથી પહેલાં સંદર્ભ આપો એટલે કે તમે પત્ર શા માટે લખી રહ્યા છો. એ બાદ સંદેશ આપો યા જે વાતનો ઉત્તર માંગ્યો હોય તે લખો. અંતમાં મોટા-નાનાને યથાયોગ્ય અભિવાદન આપતાં પત્રના મુખ્ય ભાગને સમાપ્ત કરો. ત્રણેનું એક એક ઉદાહરણ નીચે આપવામાં આવેલ છે.

   - સંદર્ભ (Reference) :
     I have just received your letter.
   - સંદેશ (Message) :
     Meet Mr. Doshi and give him the money.
   - અંત (End) :
     Please give my best regards/love/wishes to...

6. **પત્રની સમાપ્તિ કેવી રીતે કરવી ? (How to close a letter?)**

પત્રની સમાપ્તિનો ઢંગ તમે કોને પત્ર લખી રહ્યાં છો એ વાત પર નિર્ભર કરે છે. એને હસ્તાક્ષર (સબસ્ક્રિપ્શન) કહે છે. પત્ર કોને લખી રહ્યાં છો તે અનુસાર અલગ અલગ સબસ્ક્રિપ્શન હોય છે. એમાં પત્ર લખનારના હસ્તાક્ષર પણ સામેલ રહે છે.

- માતા-પિતા તેમ જ સંબંધોમાં મોટા સંબંધીઓને–
  Affectionately yours, Yours affectionately, Your affectionate son/daughter/nephew/niece
- માતા-પિતા, કાકા, કાકી વગેરે દ્વારા બાળકોને–
  Affectionately yours, Yours affectionately, Your affectionate father/uncle/mother/aunty
- મિત્રોને–
  Sincerely yours, Yours sincerely, Yours very sincerely,
- પોતાનાથી મોટા અધિકારીઓને તથા વ્યવસાયિક પેઢીના માલિકોને–
  Yours faithfully,
- ભાઈ-બહેનમાં પત્રવ્યવહાર–
  Your loving brother, Your loving sister,

7. જો પત્રની સમાપ્તિ બાદ જો કોઈ વાત લખવાની રહી જાય તો પત્રની નીચે પી.એસ. (પોસ્ટ-સ્ક્રિપ્ટ) લખીને પોતાની વાત લખો.
8. એકંદરે પત્ર ઉચિત, પોતાનો સંદેશ સ્પષ્ટ રીતે અભિવ્યક્ત કરતો હોય તેમ જ એવી ભાષામાં હોવો જોઈએ કે જે પત્ર પ્રાપ્ત કરનારના સ્તરને અનુરૂપ હોય. અનાવશ્યક પત્રનો વિસ્તાર પણ પત્રને માથાનું દરદ બનાવી દે છે—એટલા માટે સંક્ષિપ્તમાં ભાવ વ્યક્ત કરવાનો પ્રયત્ન કરવો જોઈએ. સમયસર પત્ર મોકલવાનું પણ બહુ મહત્ત્વ છે. તમારો પત્ર સમયસર પહોંચી જાય અને એમાં બધી જરૂરી સૂચનાઓનો સમાવેશ થઈ જાય એવો સદા પ્રયત્ન કરવો જોઈએ.

1. અભિવાદનના પત્રો (Letters of Greetings)

અભિવાદન વ્યક્ત કરવાવાળા પત્રોનો મુખ્ય હેતુ હોય છે – બીજાની ખુશીમાં સહભાગી બનવું, પોતાની પ્રસન્નતા બીજાઓ સુધી પહોંચાડવી, પોતાની યાદ આપવી અને એ પ્રકારે પત્રોના માધ્યમ દ્વારા વ્યક્તિગત/સામાજિક બંધનોને ઉત્તરોત્તર અધિક મધુર બનાવવા. જોકે એ પત્રો ઔપચારિક તેમ જ ટૂંકા હોય છે પરંતુ એમનામાં જેટલી આત્મીયતાની છાપ રહેશે એટલા જ એ પ્રભાવશાળી નીવડશે. આવા પત્રોની ભાષા પુસ્તકીય નહીં પરંતુ બોલ-ચાલની ભાષા હોય છે. એ પત્ર એવો હોય કે પત્ર વાંચનારને એવું લાગે કે જાણે પત્ર લખનાર એની સામે બેસી સહજ ભાવે પોતાની પ્રસન્નતા વ્યક્ત કરી રહ્યો છે. આવા પત્રો નવા વર્ષ, દિવાળી, ઈદ, દશેરા, નાતાલ અને જન્મદિવસ વગેરે શુભ પ્રસંગો પર મોકલવામાં આવે છે.

પ્રસન્નતા વ્યક્ત કરવાવાળાં વાક્યથી પત્ર શરૂ કરો :

1. I was pleasantly surprised to know.....
2. Please accept my heartiest greetings on the eve of.....
3. Please accept my best wishes on this happy occasion.
4. My wife and kids join me in expressing our warmest greetings on the occasion of...

અભિવાદન આપ્યા બાદ સુખી ભવિષ્ય માટે શુભકામના વ્યક્ત કરો :

5. May this occasion bring you all happiness and prosperity!
6. May every day of your future be as pleasant and auspicious as this day!
7. May god grant you every success in the coming year!
8. I wish this day to be as happy and gay as lily in May!

સ્વયં હાજર ન રહી શકવાની દિલગીરી વ્યક્ત કરો :

9. I would have joined you so happily in the celebrations but for my urgent visit on official business.
10. I regret my absence on this happy day owing to my illness.
11. How eager I am to be with you but my family occupation prevents me from doing so.

કોઈ ઉપહાર/ભેટ આપવા બાબતમાં ઈશારો કરીએ :

12. But you will soon receive a gift as a token of my affection for you on this happy occasion.
13. I hope you like the small gift/bouquet I sent to you today to convey my warm feelings.

પુનઃ શુભકામના વ્યક્ત કરતાં પત્ર સમાપ્ત કરવો :

14. Once again I convey my sincerest greetings on this auspicious occasion.
15. Wishing you all the best in life.
16. Looking forward to hearing more from you.

Sample Letter

My dear .....

Please accept my heartiest greetings on the eve of new year. (2) May God grant you every success in the coming years! (7) I regret absence on this happy day owing to my illness. (10) But you will soon receive a gift as a token of my affection for you on this happy occasion. (12)

Yours sincerely,

2. અભિનંદનના પત્રો (Letters of Congratulations)

અભિનંદન-પત્ર સામાન્ય રીતે શુભકામના વ્યક્ત કરવાવાળા પત્રોની સરખામણીમાં અધિક ભાવપૂર્ણ હોય છે અને એમાં વ્યક્તિગત ઉત્સાહ અધિક ઊભરાતો હોય છે. આવા પત્રો દ્વારા કોઈની વ્યક્તિગત ઉપલબ્ધિની પ્રશંસા કરતાં ઉત્સાહથી પોતાની ખુશીને વ્યક્ત કરવામાં આવે છે. અને પત્ર પ્રાપ્ત કરવાવાળાના ભવિષ્ય પ્રત્યે પણ શુભકામનાઓ વ્યક્ત કરવામાં આવે છે. આવા પત્રો શુભકામનાઓના પત્રોની તુલનામાં કંઈક અધિક લાંબા હોય છે. આવા પત્રો પરીક્ષામાં સફળતા, વેપારમાં ઉન્નતિ, પુસ્તકનું વિમોચન યા એવા અન્ય ખુશીના પ્રસંગોએ મોકલવામાં આવે છે.

પત્રનો આરંભ પ્રસન્નતા વ્યક્ત કરતાં કરવો :

1. I am so happy to know.....
2. We are thrilled to hear from our mutual friend....
3. My heart is filled with joy to learn about.....
4. My happiness knew no bound the other day when I came to know about.....
5. I was beside myself with joy the other day when I came to know about.....

મધુર શબ્દોમાં અભિવાદન આપો :

6. Please accept my heartiest congratulations on.....
7. My wife joins me in congratulating you/your son.....on your/your son's grand success.
8. It is really a splendid achievement and we are all proud of you.
9. I am delighted to learn at your realizing your cherished ambition.

ઉજ્જવળ ભવિષ્ય માટે તમારી શુભકામના વ્યક્ત કરો :

10. Your grand success will make you bask in the glory of the fortune's smile all through your life.
11. May God continue to grant you similar successes all through your life.
12. I am sure you would bring great laurels to your profession.
13. Having attained the firm footing in your life, I am sure you would go very far on the path of achievements.

ભાવિ કાર્યક્રમની બાબતમાં પૂછવાથી સંબંધોમાં આત્મીયતા વ્યક્ત થશે.

14. Do you plan to celebrate the occasion?
15. When are you intending to join.....?
16. Do you plan to go abroad for higher studies?

પત્રની સમાપ્તિ ફરીથી પોતાની શુભકામનાઓ/અભિનંદન આપતાં અને સફળતાનાં કારણોની તરફ સંકેત કરતાં કરવી :

17. Once again I congratulate you on your well-deserved success.
18. Your success is a fitting reward of your merit/painstaking labour.
19. God has duly rewarded your sincere efforts.
20. Accept once again my felicitations on this grand occasion.

Sample Letter

My dear .....

I was beside myself with joy the other day when I came to know about your topping the list of the successful candidates in the Civil Services Examination. (5) It is really a splendid achievement and we are all proud of you. (8) May God continue to grant you similar successes all through your life. (11) Do you plan to celebrate the occasion? (14) Your success is a fitting reward of your merit/painstaking labour. (18)

Yours sincerely,

3. સહાનુભૂતિના પત્રો (Letters of Sympathy)

દુઃખદ અવસરો પર લખવામાં આવતા સહાનુભૂતિના પત્રો મોટે ભાગે ચાર વર્ગોમાં વહેંચી શકાય છે : આર્થિક હાનિ, દુર્ઘટના, માંદગી, પરીક્ષા યા નોકરીમાં અસફળતા. સહાનુભૂતિના પત્રોમાં સંવેદના-પત્રોની તુલનામાં લાગણી-વશતાનો અંશ સ્વાભાવિકરૂપે ઓછો હોય છે કારણકે પ્રાણહાનિની તુલનામાં સંપત્તિહાનિનું મહત્ત્વ બહુ ઓછું હોય છે આમ છતાં પત્ર વાંચનારને પત્ર લખનારની સાચી સહાનુભૂતિ મળવી જોઈએ.

પોતાનો પત્ર સમાચાર મળવાથી દુઃખ દર્શાવી આરંભ કરવો :

1. I am extremely sorry to hear of the fire that ravaged your factory on 10th May.
2. I was much distressed to learn about the theft committed in your house last Monday.
3. I was extremely worried to know about your illness the other day by our mutual friend.
4. It was with profound shock that I learnt about your car accident from the newspaper.
5. I was quite disturbed to know about your supercession in service.
6. It was with great sadness that I learnt from the newspaper about your failure in the examination.

વધુ નુકસાન ન થવાથી સંતોષ વ્યક્ત કરવો :

7. However, it is a matter of great relief that the damage caused was not major.
8. At the same time I am quite relieved to know that the loss is not much.
9. But I am sure the regular treatment will make you get rid of it in no time.
10. But I feel greatly relieved to know that you are physically safe.
11. Do not worry, if you could not get your promotion this time, you may get it next year.
12. Success and failure are a part of life and should be taken in stride.

પત્ર-પાઠકનો દોષ ન હોવાનો વિશ્વાસ વ્યક્ત કરવો અને કોઈ ખાસ વાત હોય તો લખો :

13. Do not get upset about it as I am told it was insured.
14. I am glad that the police is hotly pursuing the case with some useful clues.
15. Take full rest and follow the doctor's instructions. You will get well soon.
16. Success or failure are a matter of luck. Do not lose your heart and work hard with redoubled vigour. Success shall be yours.

પોતાના તરફથી સહાયતાનો ઉલ્લેખ કરવો :

17. I know some important personnel in the Insurance company. I will speak to them.
18. Please do not hesitate in asking any financial help from me in case you need.
19. Why do not you come to my place for the convalescence. We'll have good time.
20. Henceforth be careful in driving and also get your car brakes thoroughly checked.
21. Sincere efforts always bring reward, so continue trying.

પુનઃ સંવેદના વ્યક્ત કરવી :

22. You have all my sympathies on this unfortunate incident.
23. I feel greatly concerned about your loss.
24. Please convey my heart-felt sympathies to your entire family.
25. May you recover speedily.
26. May God grant you your well-deserved success next time.

Sample Letter

My dear .....

I was extremely sorry to hear of the fire that ravaged your factory on 10th May. (1) However, it is a matter of great relief the damage caused was not major. (7) Do not get upset about it as I am told it was insured. (13) I know some important personnel in the Insurance company. I will speak to them. (17) You have all my sympathies on this unfortunate incident. (22)

Yours sincerely,

4. ખેદ વ્યક્ત કરતા પત્રો (Letters of Regret)

આમંત્રણનો અસ્વીકાર કરવા માટે મોકલવાના યા કોઈ કારણોવસાત આમંત્રણના અવસર પર પહોંચી ન શકવાનો સંદેશ મોકલવાના પત્રો આ વર્ગમાં આવે છે. હાજર નહીં રહી શકવાની સૂચના આપવાવાળા પત્રો થોડાં લાંબાં લખાણવાળા હોય છે કારણ કે એમાં હાજર નહીં રહી શકવાનું કારણ પણ બતાવવાનું હોય છે.

પ્રારંભમાં આમંત્રણ માટે આભાર માનવો :

1. Thanks a lot for your kind invitation to attend.....
2. I was extremely happy to receive your letter of invitation to attend.....
3. It was so kind of you to have remembered me on the occasion of.....
4. It was an honour to have received your courteous invitation letter.

એની પછી આમંત્રણના અસ્વીકાર માટે ખેદ વ્યક્ત કરવો :

5. I would have been so much delighted to be with you but.....
6. I was thrilled to receive your invitation and was looking forward to meeting you all but owing to.....
7. I regret to inform you that in spite of my ardent wish I would not be able to make it for reasons beyond my control.
8. We were all very keen to participate in..... but.....
9. I have much pleasure in accepting your invitation but deeply regret having to refuse owing to a previous engagement.

નીચે દર્શાવેલ વાક્યાંશોમાંથી ઉચિત અંશ વાપરેલ વાક્યોમાં જોડીને વાક્યો પૂરાં કરવાં :

10. Unfortunately I am not well.
11. Owing to my urgent business trip abroad, I would not be able to attend it.
12. .....but I am preoccupied with the arrival of guests on the same dates.
13. .....but I am going out on the same dates to attend my sister's wedding.

શુભ અવસર માટે પોતાની શુભકામના વ્યક્ત કરવી :

14. Nevertheless I convey my heartiest good wishes for the happy occasion.
15. All the same, let me congratulate you most heartily on this happy event of your life.
16. My family joins me in wishing you all the best.
17. Best wishes for this grand event of your life.

અંતમાં અનુપસ્થિતિ માટે પુનઃ ક્ષમા-પ્રાર્થના કરવી :

18. How I wish I would have reached there. I hope you would appreciate my position.
19. I do hope you would accept my sincere apologies for my absence.
20. You can't imagine how perturbed I am at not being able to make it.
21. I sincerely regret the disappointment I am causing to you.

Sample Letter

My dear .....

It was an honour to have received your courteous invitation letter. (4) I would have been so much delighted to be with you. (5) but unfortunately I am not well. (10) I sincerely regret the disappointment I am causing to you. (21) Nevertheless I convey my heartiest good wishes for the happy occasion. (14)

Sincerely yours,

5. રજા માટે અરજીના પત્રો (Leave Applications)

આ પ્રકારનો અરજી-પત્ર ટૂંકો પરંતુ મંતવ્ય-સ્પષ્ટ કરવાવાળો હોય છે. ભલે પછી સ્કૂલમાંથી રજા લેવી હોય યા ઑફિસમાંથી. એવા અરજી-પત્રોનો ઉપયોગ બધાઓને કરવો પડે છે. એવા પત્રોમાં સંબંધિત અધિકારીને ઉચિત સન્માન આપીને તેમ જ રજા લેવાનું કારણ સ્પષ્ટ કરીને, રજા મંજૂર કરવાની વિનંતી કરવામાં આવે છે.

પ્રથમ કારણ સ્પષ્ટ કરવું :

1. Respectfully I beg to state that I have been suffering from fever since.....
2. With due respect I wish to bring to your kind notice that my niece is getting married on.....
3. I submit that I have to attend an interview at..... on.....
4. I have to state that I am having a very important work to do on.....

પછી રજા માટે વિનંતી કરવી :

5. Therefore, I request you to grant me leave for.....days.
6. Hence you are requested to grant me leave of absence for....
7. I, therefore, request you to grant me leave for.....to enable me to attend to this work.

અંતમાં આભાર માનતા અરજી-પત્રને સમાપ્ત કરવો :

8. I shall be highly grateful.
9. I shall be much obliged to you.

Sample Letter

Sir,

Respectfully I beg to state that I have been suffering from fever since last night. (1) Therefore, I request you to grant me leave for three days. (5) I shall be much obliged to you. (9)

Thanking you,

Yours faithfully,

6. આભારના પત્રો (Letters of Thanks)

આભારના પત્રોમાં મૂળ ભાવ કૃતજ્ઞતા દર્શાવવાનો હોય છે. કોઈ અવસર ખાસ કરીને કોઈએ યાદ કર્યા હોય અથવા ઉપહાર વગેરે આપવાના પ્રત્યુત્તરમાં એવા પત્રને લખવામાં આવે છે. જોકે એવા પત્રો પણ ઔપચારિક પત્રોના વર્ગમાં આવે છે, પરંતુ એમાં ધ્યાન રાખવું જોઈએ કે કૃતજ્ઞ-ભાવ વ્યક્ત કરતી વખતે ઔપચારિકતા વ્યક્ત થવી ન જોઈએ. એ પત્રો ટૂંકા હોય છે પરંતુ બહુ જ આવશ્યક હોય છે કારણ કે ભવિષ્યના સંબંધોની મધુરતા મોટે ભાગે એવા પત્રો પર જ નિર્ભર કરે છે.

પત્રનો આરંભ આભાર માનતાં કૃતજ્ઞતા-દર્શાવતાં કરવી :

1. I thank you from the core of my heart for your letter/sending me the gift etc.
2. I express my profound gratitude for your having cared to remember me/send me the beautiful gift etc.
3. It was very kind of you to have.....
4. Thanks a lot for.....(your letter/beautiful gift etc.). Indeed I am grateful.

ઉપહાર/પત્રનો વિષય અને એના મહત્ત્વની ચર્ચા કરવી :

5. Your letter/gift is the most precious possession that I have.
6. Your sentiments expressed through the letter/gift have really boosted my morale.
7. Your letter/gift has really strengthened our bonds of affection.
8. The exquisite gift/warm feelingful letter was most befitting the occasion.

પુનઃ આભાર માનતાં પત્ર સમાપ્ત કરવો :

9. Thank you once again for your kind letter/gift.
10. Very many thanks for caring to remember me.
11. Thanks a lot for the letter/gift, although your personal presence would have made quite a difference.
12. Thanks again. We are looking forward to meeting you soon.

Sample Letter

My dear .....

I thank you from the core of my heart for your letter/sending me the gift. (1) Your letter/gift is the most precious possession that I have. (5) Very many thanks for caring to remember me. (10)

Yours sincerely,

7. દિલાસાના પત્રો (Letters of Condolence)

દિલાસાનો પત્ર કોઈ ઓળખીતી વ્યક્તિને ઘણે ભાગે એના ઘરમાં કોઈનું મૃત્યુ થાય ત્યારે આવો પત્ર લખવામાં આવે છે. એવા પત્રોનો મૂળ ભાવ દિલાસો આપવાનો હોય છે. એવા પત્રો ટૂંકા હોય છે અને અપ્રિય સમાચાર સાંભળતાં જ તરત લખવામાં આવે છે. એવા પત્રો માત્ર ઔપચારિક જ નહીં પરંતુ વાસ્તવિક હોવા જોઈએ. એમાં મૃત્યુ પામેલાના સદ્‌ગુણોનો ઉલલેખ શ્રદ્ધા યા સ્નેહ (મૃત્યુ પામનાર પત્ર લખનારથી નાનો યા મોટો જેવો પણ હોય) સાથે કરવો જોઈએ. જો પત્ર લખનાર મૃત્યુ પામનારના સંબંધીઓ યા સંબંધી (જેને પત્ર લખી રહ્યાં છો)ને એનાં દુઃખદ સમયમાં કોઈ મદદ કરવાને શક્તિમાન હોય તો તેનો પણ ઉલ્લેખ કરવો જોઈએ.

સમાચાર મળવાથી શોક વ્યક્ત કરવો :

1. It was with deep regret that we learnt the shocking news of the passing away of.....
2. I was greatly saddened to know about.....from the newspaper/telephone call/letter.
3. I was rudely shocked to know about the sudden demise.....from.....
4. I was profoundly distressed to learn about the sudden demise of.....

મૃત્યુ પામેલી વ્યક્તિના સદ્‌ગુણોનો ઉલ્લેખ કરવો :

5. He was such a lovable person.
6. In his death in the prime of life God has snatched a bright jewel from our midst.
7. His sociable nature and cultural refinement would keep him alive in the hearts of his admirers.
8. His death has caused a grievous loss not only to your family but to all of us.
9. He was a source of strength and inspiration to many of his fellow beings.
10. His remarkable achievements would transcend his memory beyond his physical death.
11. Some of his pioneering work will go a long way to benefit many future generations.

અંતમાં પુનઃ દિલાસો વ્યક્ત કરવો :

12. Please accept my sincerest condolences on the demise of your.....
13. May God grant you enough courage and forbearance to withstand this shock.
14. May his/her soul rest in peace in heaven and guide you for years to come.
15. We express our most sincere sympathy to you in your great bereavement.
16. We hope that the tree he has planted thrives well to provide protection to his family.

Sample Letter

My dear .....

It was with deep regret that we learnt the heart-rending news of the passing away of your father. (1) His death has caused a grievous loss not only to your family but to all of us. (8) We express our most sincere sympathy to you in your great bereavement. (15) May God grant you enough courage and forbearance to withstand this shock. (13)

Yours sincerely,

8. પ્રેમ-પત્રો (Love Letters)

પ્રેમ-પત્રો મુખ્યત્વે બે પ્રકારના હોય છે. પતિ-પત્નીના વચ્ચે પ્રેમ-પત્ર તેમ જ પ્રેમી-પ્રેમિકાના વચ્ચે પ્રેમ-પત્ર. પહેલી શ્રેણીના પ્રેમ-પત્રોમાં પ્રેમની સાથે ઘર-પરિવારની સમસ્યાઓનો પણ ઉલ્લેખ હોય છે. જ્યારે બીજી શ્રેણીના પત્રોમાં પ્રેમ, ભાવના અને કલ્પનાની વાતો અધિક હોય છે. એ પત્રોની સીમા કોઈ નક્કી હોતી નથી, એટલા માટે એમને કોઈ નિશ્ચિત રૂપરેખા યા નિયમોમાં બાંધી શકાતા નથી.

પત્રનો આરંભ પ્રેમ ભરી વાતોથી કરવો :

1. Your loving letter this morning has come like a ray of sunshine.
2. Your sweet letter has sunken me in the sweet fragrance of our love.
3. Your letter has flooded me with sheer happiness.
4. Your affectionate letter has scattered the depression I was enveloped in.

પછી પ્રસંગોની વાતો પર આવી જાઓ :

5. Everything is fine here except that I miss you so badly.
6. Has our little daughter (write her name) recovered from flu?
7. Nights really stretch to no end in your absence.
8. Is all well at home?

પુનઃ પ્રેમ ભરી વાતો કરવી :

9. I am dying to meet you.
10. Once again I must tell you how deeply do I love you.
11. Write back soon as your letters provide me a great emotional support.
12. I am counting the days when I will meet you.

પુનઃ પ્રશંસા ભરેલા વાક્યોથી પત્રને સમાપ્ત કરવો :

13. You are the sweetest dream of my life.
14. Your memory keeps me radiant.
15. I am desperately waiting to meet you, my sweetheart!
16. You are the greatest thing that happened to my life.

Sample Letter

Dearest .....

Your sweet letter has sunken me in the sweet fragrance of our love. (2) Everything is fine here except that I miss you so badly. (5) Write back soon as your letters provide me a great emotional support. (11) You are the greatest thing that happened to my life. (16)

Love.

Yours ever,

9. આમંત્રણના પત્રો (Letters of Invitation)

આ પત્રોના મૂળમાં ઉત્સાહ, ખુશી અને સન્માનનો ભાવ રહેલો હોય છે. પત્ર પ્રાપ્ત કરનારને એવું લાગવું જોઈએ કે એને બહુ ભારપૂર્વક તેમ જ ઘણા સન્માન સાથે આમંત્રિત કરવામાં આવેલ છે. આવો પત્ર પૂર્ણ વિવરણો સાથે લખવો જોઈએ, જેમ કે ક્યાંનું આમંત્રણ છે અને ક્યારે જવાનું છે વગેરે. આવા પત્રો લગ્ન, જન્મ-દિવસ, ગૃહ-પ્રવેશ વગેરે અવસરો પર લખવામાં આવે છે.

પ્રારંભમાં આમંત્રણનો અવસર, તારીખ, સમય અને જગ્યાનું વિવરણ આપો :

1. It is with great pleasure that I inform you that (I am/my son is getting engaged on 16th May, 2004 at Taj Palace's Crystal Room at 6 p.m.)
2. This is to bring to your kind notice that.....
3. Most respectfully I inform you that.....
4. I am pleased to inform you that.....

હવે વ્યક્તિગત રૂપે આમંત્રિણ કરો :

5. I request you to kindly come with your family to grace the occasion.
6. I would be delighted if you could spare some time from your busy schedule to attend the above mentioned function/celebration.
7. It would be a great pleasure to have you among the guests.
8. Please do come with your family at the appointed place and time.

એક વાર પુનઃ અવશ્ય પધારવાનો આગ્રહ કરવો :

9. You know how important is your presence on this occasion for us. So, please do come.
10. I am sure you would not disappoint us.
11. I would be greatly honoured if you could come on this occasion.
12. My whole family is very eagerly awaiting your arrival.

Sample Letter

My dear .....

It is with great pleasure that I inform you that my son is getting engaged on 16th May, 2005 at Taj Palace's Crystal Room at 6 p.m. (1). I request you to kindly come with your family to grace the occasion (5). My whole family is very eagerly awaiting your arrival (12).

Yours sincerely,

10. શિક્ષણસંબંધી પત્રો/અરજી-પત્રો

(Letters and Applications on Educational Matters)

માતા-પિતા તથા અધ્યાપકની વચ્ચે પત્રવ્યવહારનો અવસર ઘણે ભાગે થતો રહે છે. ખાસ કરીને એવા પત્રો શિક્ષણસંબંધી હોય છે. જેમ કે પ્રમાણપત્ર મેળવવા લખવામાં આવેલ પત્ર, બાળકના અભ્યાસ સંબંધી પ્રશ્ન પૂછવાવાળા પત્રો વગેરે. એમની ભાષા ઔપચારિક હોય છે અને પત્રમાં સીધા સીધા મૂળ મુદ્દાઓ પર વાત કરવામાં આવે છે.

પત્રના આરંભમાં પત્ર લખવાનું કારણ સ્પષ્ટ કરવું :

1. This is to bring to your kind notice that I am leaving the town and I want to have my son's transfer certificate from your reputed school/college etc.
2. I have been watching my son's studies and find him to be still quite weak in mathematics.
3. I am deeply pained to learn from my son about the callous attitude of some of the teachers towards students.
4. Since my daughter.....a student of your school, class.....wishes to compete for the science talent competition, I should be grateful if you could issue the relevant certificates.

અંતમાં આભાર વ્યક્ત કરતાં અરજી-પત્ર સમાપ્ત કરવું :

5. Kindly arrange to issue the certificate at your earliest. Thank you.
6. I would be grateful if some special attention is given to my son.....
7. You are requested to send the relevant certificates by.....(give date)
8. I again request to get the needful done at your end.

Sample Letter

Dear Sir (or Madam),

Since my daughter Neeta, a student of class XI in your school, wishes to compete for the science talent competition, I should be grateful if you could issue relevant certificates (4). I again request you to get the needful done at your end (8).

Yours sincerely,

11. વૈવાહિક જાહેરાતોના ઉત્તર

(Replies to Matrimonial Advertisements)

આજકાલ, ખાસ કરીને મોટા શહેરોમાં વૈવાહિક સંબંધ સમાચાર પત્રોમાં જાહેરાતો આપીને કરવામાં આવે છે. એવી જાહેરાતો ધ્યાનથી વાંચવામાં આવે છે એ મારફતે ઘણાં લગ્નો થયાં છે. એ જાહેરાતોના જવાબમાં એવા પ્રકારે પત્રો લખવા જોઈએ કે જેમાં જાહેરાતનો પૂર્ણ અહેવાલ હોય, વર/વધૂ બાબતમાં પૂરેપૂરી વિગત હોય, પરિવારની વિગત હોય, પૂરી આર્થિક-સ્થિતિનો ખુલાસો હોય, ફોટો મોકલવાનો આગ્રહ હોય, પ્રત્યુત્તરની આશા હોય, વગેરે વગેરે. આ પત્રો વાસ્તવિક હોય છે એટલા માટે વિગત વધુમાં વધુ સ્પષ્ટ હોવી જોઈએ.

પ્રારંભમાં જાહેરાત વાંચવાની જાણકારી આપવી :

1. In response to your matrimonial advertisement published in the (newspaper's name and date) I furnish hereunder the relevant particulars about my daughter/son.
2. This is in reference to your matrimonial advertisement published in (name of the newspaper) on.....(date) that I give below the details of my daughter/son and my family.
3. I have seen your recent advertisement for a suitable bridegroom/bride for your daughter/son and would like to furnish the following particulars about myself/my son.

ત્યાર બાદ છોકરા/છોકરીની વિગત આપવી :

4. Name, age, education, appearance and earnings.
5. Brothers, sisters and their description.
6. Parents and their description.
7. Caste/sub-caste or community details.

પત્રનો અંત આવી રીતે કરવો :

8. In case you are interested, please send to me more details about the boy/girl along with his/her one recent photograph.
9. If you require more information. I would feel great pleasure to turnish it.
10. If you have belief in astrology, we will send the horoscope also.
11. Since we want marriage at the earliest, a prompt reply shall be highly appreciated.

Sample Letter

Dear Sir.....

In response to your matrimonial advertisement published in the Hindustan Times on 20th April, 2005. I furnish hereunder the relevant particulars of my daughter. (give the relevant details) (1). If you have belief in astrology, we will send the horoscope also (10). Since we want marriage at the earliest, a prompt reply shall be highly appreciated (11).

Yours sincerely,

12. વૈવાહિક જાહેરાતો દ્વારા પ્રાપ્ત પત્રોના ઉત્તર

(Letters to the Responses Received from Matrimonial Ads)

આવા પત્રોનો ઉત્તર સંયત ભાષામાં હોવો જોઈએ કારણ કે આ પત્ર તમારી ઈચ્છા-પૂર્તિની દિશામાં ઉઠેલ પ્રથમ કદમ છે. જે પણ વિગત માંગી હોય તેનો સાચો જવાબ હોવો જોઈએ. એક પ્રકારે આ પત્રોની ભાષા વ્યવસાયિક પત્રોની ભાષાથી અલગ હોય છે, એટલે કે એ ચોકસાઈવાળા અને ટૂંકા પત્રો હોય છે.

પ્રથમ પત્ર-પ્રાપ્તિનો સ્વીકાર કરતાં પ્રસન્નતા વ્યક્ત કરવી :

1. I was delighted to receive your letter in reply to our ad in the newspaper.
2. Received your letter soliciting further enquiry into our likely matrimonial alliance.

ત્યાર બાદ જે પૂછવામાં આવેલ છે, એની પૂરી વિગત આપવી :

3. My sister's post graduate degree is in Economics from Gujarat University.
4. At present my daughter is teaching in St. Zavier's convent school.
5. Enclosed photograph is a recent shot of.....(name) my sister.

ભવિષ્યમાં પણ વધુ વિગત આપવા માટેનું આશ્વાસન આપતાં, પોતાની જાણકારી માટે પ્રશ્ન પૂછવો :

6. Should you have any further query, I would be most willing to satisfy it. When is Amit coming for holidays?
7. I hope this satisfies your query. Kindly care to send a recently shot photograph of Amit too.
8. If you need ask anything still, we can meet at Classic Gold Hotel between 14th and 16th instant, where I shall be staying during my next visit to Ahmedabad.

ભવિષ્યના સંબંધો મધુર બનાવવા પોતાને સંતોષ હોવાનો ભાવ દર્શાવી પત્રને સમાપ્ત કરવો :

9. Hope to see our proposal to fruition soon.
10. May we ever be tied in this delicate bond of relationship.
11. Looking forward to our coming meeting.

Sample Letter

Dear Mr. ......

I was delighted to receive your letter in reply to our ad in the newspaper (1). At present my daughter is teaching in St. Zavier's convent school (2). I hope this satisfies your query. Kindly care to send a recently shot photograph of Amit too (7). Looking forward to our coming meeting (11).

Yours truly,

13. પારિવારિક પત્રો : સરખાઓની વચ્ચે

(Family Letters : Between Equals)

પારિવારક પત્રોને પણ કોઈ નિશ્ચિત ક્રમમાં વહેંચી શકાતા નથી તેમ જ એમની કોઈ સીમા પણ નિશ્ચિત કરી શકાતી નથી. એ પત્રોનો વિષય અનંત હોઈ શકે છે. વ્યક્તિગત સમસ્યાઓથી લઈને સાધારણ પ્રસંગ સુધી. આમ છતાં એ પત્રોનો એક વિશેષ ગુણ હોય છે. સ્નેહયુક્ત અનૌપચારિકતા. સાધારણ રીતે આ પત્રો લાંબા હોય છે અને બોલ-ચાલની ભાષામાં લખવામાં આવે છે. સરખામણીવાળા પત્રોમાં થોડી દોસ્તીનો ભાવ હોય છે. જેમાં થોડી, પરસ્પર મશ્કરી પણ ચાલે છે, જે પરસ્પર સ્નેહને દઢ કરે છે.

પ્રસન્નતા દર્શાવતાં પત્ર લખવાનાં કારણનો ઉલ્લેખ કરવો :

1. It was indeed a great pleasure to have received your letter.
2. I received your letter and was delighted to go through its contents.
3. Received your letter after ages.
4. So at long last you cared to remember me!

બાદમાં વ્યક્તિગત/પારિવારિક સૂચનાઓ આપવી :

5. Of late I have not been keeping in good health.
6. Father is now better but his movements are somewhat restricted.
7. After the cataract operation, mother's eyesight has improved considerably.
8. Pappoo secured 86% marks and IVth rank in his annual exams.
9. The other day my wife met your cousin at Sheela's marriage.

બાદમાં કોઈ ફરિયાદ અને આત્મીયતા દર્શાવવાની વાતોનો ઉલ્લેખ કરવો :

10. What about your tea-addiction, still going 20 cups strong a day?
11. How are you getting along in your new affair. Any help needed?
12. Are you really so busy as not to be able to correspond frequently?
13. When are you going to marry – in old age?

પુનઃ મળવાની આકાંક્ષા વ્યક્ત કરતાં પત્રને સમાપ્ત કરવો :

14. Hoping to meet you in the Dushera vacation.
15. I hope you would be coming over to this side at Rahul's marriage. Then we will meet.

Sample Letter

Dear Ramesh,

So, at long last you cared to remember me! (4). Of late I have not been keeping in good health (5). What about your tea-addiction, still going 20 cups strong a day? (10). I hope you would be coming over to this side at Rahul's marriage. Then we will meet (15).

With loving regards,

Yours affectionately,

14. પારિવારિક પત્રો : મોટા અને નાનાઓની વચ્ચે
(Family Letters : From Elder to Youngster)

મોટાઆનો નાનાઓને લખેલ પત્રમાં સ્નેહની સાથે-સાથે શિસ્તસંબંધી દૃઢતા નજરે પડે છે અને એમના ભવિષ્ય-જીવન પ્રત્યે ઉત્સુક્તા પણ, એવા પત્રોની પણ સીમા નક્કી હોતી નથી. એ વ્યક્તિગત આવશ્યકતા પર જ નિર્ભર કરે છે.

પ્રસન્નતા દર્શાવતાં પ્રસન્નતા કેમ થઈ તેનાં કારણનો ઉલ્લેખ કરવો :

1. I was happy to receive your letter the other day.
2. It is surprising that since last one month you haven't cared to drop even a single letter to us.
3. The photographs sent by you are really marvellous. We were delighted to see them.
4. Mr. Shukla met me yesterday and told me about his meeting with you on 10th instant.

બાદમાં વ્યક્તિગત/પારિવારિક સૂચના આપવી :

5. Ramesh's competitive exams would start from 21st Oct.
6. Your Sushma auntie expired on September 9 last. She was unwell for some time.
7. Since Reeta's marriage has been fixed on 9th January, I expect you to be here at least a week earlier to help me in the arrangements.
8. Your nephew Bittoo is unhappy as you didn't send him the promised watch.

હવે પત્ર-પાઠકના હાલચાલ પૂછવા :

9. How are you doing in your new assignment. Is it really taxing?
10. I hope you are taking proper care of your health.
11. Tell Asha that I miss delicious dosa prepared by her.
12. How is Pintoo in his studies?

પુનઃ મળવાની આકાંક્ષા/આજ્ઞા વ્યક્ત કરતાં પત્રને સમાપ્ત કરવો :

13. I hope you would be punctual in your letter-writing to us and would come on Dushera.
14. Be careful about your health in this rainy season and continue writing letters.
15. Apply for your leave well in advance so that you are in time for Reeta's marriage.
16. More when we meet.

Sample Letter

My dear Ram,

It is surprising that since last one month you haven't cared to drop even a single letter to us (2). Since Reeta's marriage has been fixed on 9th January, I expect you to be here at least a week earlier to help me in the arrangements (7). I hope you are taking proper care of your health (10). More when we meet (16).

Yours affectionately,

15. પારિવારિક પત્રો : નાના અને મોટાઓ વચ્ચે
(Family Letters : From Youngster to Elder)

નાનાઓએ મોટાઓને લખેલા પત્રોમાં સ્નેહની સાથોસાથ સન્માન અધિક નજરે પડે છે. એ પત્રો પણ અનૌપચારિક હોય છે અને એમની કોઈ સીમા નક્કી હોતી નથી. એ પત્રો થોડા ભાવનાઓથી ભરેલા હોય છે.

પ્રસન્નતા દર્શાવતાં પ્રસન્નતા કેમ થઈ તેના કારણોનો ઉલ્લેખ કરવો :

1. I was very happy to receive your letter after a long while.
2. I was thrilled to receive the sweets sent by Mummy with Mrs. Joshi.

3. Have you people completely forgotten me? No letters!
4. I am writing this letter to ask you to send Rs. 250/- for my fees at your earliest.

બાદમાં વ્યક્તિગત પારિવારિક સૂચનાઓ આપવી :

5. You will be glad to know that I have been selected in the debating group going to U.S.A. for one month.
6. This year owing to extra-classes in Dushera holidays, I won't be able to come.
7. Tell Mohan Dada that I need a tennis racket as I have been selected in the college Tennis team.
8. Asha wants to go to her parents place at Diwali. She will go only if you permit.

હવે પત્ર-પાઠકના કુશલ-ક્ષેમ પૂછવા :

9. Is Mummy o.k.? How is her arthritis?
10. I hope your blood-pressure must now be under control.
11. Has Seema auntie returned from Hardwar?
12. Would Munna be going to watch the cricket test match at Motera ground?

પુનઃ મળવાની આકાંક્ષા/ઇચ્છા વ્યક્ત કરતાં પત્રને સમાપ્ત કરો :

13. I hope to come for 10 days in Christmas vacation.
14. I might be there by this month end for a day.
15. Hope to talk to you over phone when I go to Mamaji's place.
16. More when we meet.

Sample Letter

Respected Brother,

I was very happy to receive your letter after a long while (1). You will be glad to know that I have been selected in the debating group going to U.S.A. for one month (5). Is Mummy o.k.? How is her arthritis? (9) More when we meet (16).

With regards to elders and love to youngsters.

Yours affectionately,

16. નિયુક્તિ/ઇન્ટરવ્યૂ ઇત્યાદિથી સંબંધિત પ્રાપ્ત પત્રોના પૂરક પત્રો

(Letters Supplementing the Queries Arising out of Your Receiving the Appointment/Interview Letters)

આ પત્રો ઘણું કરીને ટૂંકા હોય છે કારણ કે એ પૂરક પત્રો હોય છે અને અગાઉના પત્રોની સરખામણીમાં ઓછા વિષયોથી સંબંધિત હોય છે. એ પત્રો પણ હેતુપૂરક અને ટૂંકા હોય છે. એવા પત્રનો ઉત્તર ઉતાવળમાં ન આપવો જોઈએ, ભાષા પૂરી રીતે સંયત અને સમતુલ હોવી જોઈએ. અંતમાં થોડું મનોભાવનાનું નિરૂપણ પણ ઉચિત રહેવું જોઈએ.

પત્રનો આરંભ પોતાની અરજીનો ઉત્તર આવવાની પ્રસન્નતા વ્યક્ત કરતાં કરવો :

1. I was glad to receive your query in response to my application.
2. Delighted to receive the questionnaire sent by your office.
3. Extremely pleased to get a favourable response from your side.

હવે મુખ્ય વાતને સ્પષ્ટ કરતાં પોતાની સમસ્યા યા ગૂંચવણ બતાવો :

4. But your letter does not mention anything about the T.A. I am entitled to receive for travelling to attend the interview.
5. There appears to be some discrepancy between the grade given in the ad and the one given in your letter.

6. Owing to my illness I won't be able to attend the interview on the scheduled date. Could I get a date fifteen days later than the scheduled one.

અંતમાં એ કંપનીમાં કામ કરવાની ઉત્સુકતા વ્યક્ત કરતાં, પૂરેપૂરું સન્માન બતાવીને પત્રને સમાપ્ત કરો :

7. Avidly awaiting the interview date/answer to my query.
8. Looking forward to a bright future in your esteemed organisation.
9. I hope you would kindly care to send the required clarifications on the mentioned points to enable me to attend the interview/or join the concern.

Sample Letter

Sir,

I was glad to receive your query in response to my application (1). But your letter does not mention anything about the travelling allowance. I am entitled to receive for travelling to attend the interview (4). Avidly awaiting the interview date (7).

Yours faithfully,

17. નોકરી માટે અરજીના પત્રો (Job Applications)

નોકરી વગેરે માટે લખેલ અરજી-પત્રોમાં ભાષાની સંયતતા અને મૂળ ઉદ્દેશની સ્પષ્ટતાનું બહુ મહત્ત્વ હોય છે કારણ કે એવા પત્રનો પાઠક ઘણે ભાગે એક અપરિચિત વ્યક્તિ હોય છે. તમારી સફળતા ઘણે ભાગે એની કૃપા અને સહાનુભૂતિ પર નિર્ભર કરે છે. એવા પત્રો આમ તો ટૂંકા તેમ જ ઔપચારિક હોય છે પરંતુ વ્યક્તિગત માહિતીને કારણે એમની પણ સીમા નક્કી કરી શકાતી નથી.

પત્રનો પ્રારંભ એવા હવાલાથી કરવો કે જેનાથી તમને એ નોકરી બાબતમાં માહિતી મળી હોય :

1. I have come to know through some reliable sources that you have a vacancy for the post of.....in your renowned organisation.
2. I came to know from your advertisement published in the Times of India on.....that you have vacancy for the post of.....in your esteemed organisation.
3. Being given to understand by your advertisement as appeared in....

હવે તમે તમારી અરજીની શરૂઆત કરો :

4. Since I meet all the required qualifications and experience conditions, I wish to offer my candidature for the same and supply hereunder my details relevant to the job.
5. In response to the aforementioned advertisement I wish to offer my candidature for the same and supply hereunder my particulars relevant to the job.
6. As I possess the requisite qualification, I beg to offer my services for the same.

હવે તમારી યોગ્યતાનો વિશ્વાસ આપતાં કોઈ નોકરી વિશેષ માટે પસંદ કરવાની વિનંતી કરવી :

7. I assure you, Sir, that, if selected, I shall do my work most conscientiously.
8. In case you select me I assure you that I will do my work very sincerely.
9. If given appointment I am sure I will prove an asset for your organisation.
10. If you favour me with an appointment I shall do my best to work to the entire satisfaction of my superiors.

હવે આપ આપની ઉચિત માહિતી આપો :

Name, Address, Date of Birth, Educational Qualifications, Experience, Extra-curricular Activities etc.

Sir

I came to know from your advertisement published in the Times of India of 8th December, 2004 that you have a vacancy for the post of Administrative Officer in your esteemed organisation (2). Since I meet all the required qualifications and experience conditions, I wish to offer my candidature for the same and supply hereunder my details relevant to the job (4). I assure you, Sir, that, if selected, I shall do my work most conscientiously (7).

Name :	Date of Birth :
Address :	Qualification :
Experience :	Extra-curricular Activities :

Yours faithfully,

18. ફરિયાદના પત્રો (Letters of Complaints)

આ પત્રો શુદ્ધ રૂપે ઔપચારિક હોય છે અને ખાસ કરીને કોઈ સરકારી વિભાગ/અધિકારીને મોકલવામાં આવે છે. એમાં પોતાની બધી તકલીફો/મુશ્કેલીઓને પૂરી રીતે ઉલ્લેખ કરી બહુ પૂર્ણ ઢંગથી ફરિયાદ કરવામાં આવે છે. પોતાની ફરિયાદ સખ્ત શબ્દોમાં કર્યા બાદ એ વિભાગનાં થોડાં વખાણ પણ કરવાં જોઈએ.

પત્રની શરૂઆત પોતાની તકલીફોનો ઉલ્લખ કરીને કરવો અને પાઠક પ્રત્યે સન્માન વ્યક્ત કરવું :

1. It is with great agony that I wish to bring to your kind notice the callousness shown by some employee of your Deptt.
2. I am pained to draw your attention to the following lapse committed by your men.

હવે જરા વિસ્તારથી પોતાની તકલીફો બતાવો :

3. For the last fifteen days.....(mention the cause) and in spite of my several reminders no action has been taken by your men.
4. In spite of my repeated oral complaints and your department's oral assurances, no concrete action has been taken yet to solve this problem.
5. It is indeed regretting that your department has turned a deaf ear to our written complaint followed by several reminders.

હવે સંબંધિત વિભાગનાં વખાણ કરીને પોતાની મુશ્કેલીઓ પર ફરીથી ધ્યાન આપવા વિનંતી કરી પત્રને સમાપ્ત કરવો :

6. It is really surprising that such an efficient department as that of yours is not heeding to our complaints. Please get the needful done without any further loss of time.
7. It is difficult to believe that such thing should have happened under your efficient control. Please get the needful done at the earliest.
8. I can hardly believe that a department like yours which is reputed for its efficiency should be taking so much time in doing the needful.

પત્રની સમાપ્તિ ફરિયાદોથી તરત દૂર થઈ જવાની સંભાવનાઓની સાથે કરવી :

9. I have every hope that you will take a prompt action and oblige.
10. I feel confident of receiving a favourable and helpful reply.

Sample Letter

Dear Sir,

It is with great agony that I wish to bring to your kind notice the callousness shown by your Deptt.'s personnel (1). For the last fifteen days my phone is lying dead and in spite of several reminders no action has been taken yet by your men (3). It is really surprising that such an efficient Deptt. as that of yours is not heeding to our complaints. Please get the needful done without any further loss of time (6).

I have every hope that you will take a prompt action and oblige (9).

Yours faithfully,

19. હોટલમાં રહેવાની સગવડ મેળવવા સંબંધિત પત્ર
(Letters of Enquiry Regarding Hotel Accommodation)

આવા પત્રો શુદ્ધ વ્યવસાયિક હોય છે કારણ કે આપ પત્ર પાઠકને વ્યક્તિગત રીતે જાણતા નથી. એટલા માટે એ હેતુપૂર્વક અને ટૂંકા હોવા જોઈએ, પરંતુ રહેવાની અવધિ, પહોંચવાનો સમય વગેરેની માહિતી બિલકુલ સ્પષ્ટ હોવી જોઈએ. જો હોટલના સંબંધિત અધિકારીનો દરજ્જો માલૂમ ન હોય તો જે પ્રમાણે કોઈ પેઢીને લખતાં હો તે પ્રમાણે સંબોધન કરવું.

પ્રથમ પોતાનો કાર્યક્રમ વગેરેની પૂરેપૂરી સૂચના આપવી :

1. I shall be coming by the Gujarat Mail and arrive at your hotel around 5.30 A.M.
2. I want you to book an A.C. room for me from 17th to 20th Oct. both inclusive.
3. Book a single-bedded and sea-facing room in your hotel between 17th and 20th Oct. from your time of check-in and check-out.

હવે અગર જો કોઈ તમારી ખાસ સૂચના હોય તો એનો પણ ઉલ્લેખ કરવો :

4. Please collect all my mail reaching your hotel before my arrival on 17th Oct. morning.
5. Please make sure I get an air-conditioned room.
6. Please arrange a taxi to take me out around 10.30 A.M. the same day i.e. 17th Oct.

હવે એ હોટલનાં થોડાં વખાણ કરી પત્રને સમાપ્ત કરવો :

7. I am sure this visit shall also be as comfortable as it was the last time.
8. You are an added attraction for me to visit your city.
9. Looking forward to a comfortable stay in your hotel.

Sample Letter

Hotel Taj
Mumbai.

Dear Sirs,

I want to book an A.C. room for me from 17th to 20th Oct. both inclusive (2). Please collect all my mail reaching your hotel before my arrival on 17th Oct. morning (4). Please arrange a taxi to take me out around 10.30 A.M. the same day i.e. 17th Oct. (6).

Looking forward to a comfortable stay in your hotel (9).

Yours truly,

20. બૅંકોની સાથે પત્રવ્યવહાર (Letters to Banks)

બૅંક આજકાલ આપણા જીવનનું અભિન્ન અંગ બની ગયું છે. જે કારણો માટે બૅંકોને પત્ર લખવામાં આવે છે, એમાં મુખ્ય છે—નવું ખાતું ખોલવા માટેની વિનંતી કરવી, ઓવરડ્રાફ્ટની સગવડ આપવા માટેની વિનંતી કરવી, કોઈ ચેક ખોવાઈ જવાની સૂચના આપવી વગેરે વગેરે. એ પત્રો ભૂલ વિનાના સાર્થક તેમ જ સભ્યતાવાળા હોવા જોઈએ, અને એ પત્રોને લખતી વખતે બેદરકારી રાખવી ન જોઈએ.

પત્રનો આરંભ એ ઉદ્દેશને સ્પષ્ટ કરતાં કરવો જોઈએ કે જેને માટે તમારે પત્ર લખવો પડ્યો હોય :

1. I have recently moved into this town and opened a general store at the address given above. On the recommendation of my friend Vinamra I wish to open a current account with your bank.
2. I have been recently posted to (.....) from (.....). I am interested in opening a savings account in your bank.
3. With the approach of Diwali we expect a big increase in the sales of our shop/company. As we have just entered this field the wholesale dealers are unwilling to give us the credit facility. Therefore, we have to request for overdraft for Rs. .....
4. I wish to inform you that I have been transferred to (.....). This being the case, it will not be possible for me to continue my account with your bank in future. Hence, I request you to close my account.
5. This is with reference to my personal discussion with you regarding overdraft. I, therefore, now request for allowing me to overdraw on my account (No......) up to Rs. 3000/- between 1st January, 2005 and 1st July, 2005.
6. I am writing to ask you to stop payment of cheque (No......Amount.....) payable to M/s. Kataria Motors Ltd., Ahmedabad as this cheque has been lost in the post.

હવે જો રેફરી (Referee) યા જામીન (Guarantor)ની આવશ્યકતા હોય તો એમની બાબતમાં જાણકારી પ્રાપ્ત કરવી યા એમની બાંબતમાં લખવું :

7. Please send me the necessary form and also let me know if any referee is required for opening a new account.
8. I will provide references should you require them.
9. We have debentures worth Rs. ..... which we are prepared to deposit as security.
10. As I have no investments to offer as security, I should be grateful if you could make an advance against my personal security.
11. As our past commitments regarding overdrafts have always been honoured hence, we find nothing for you to turn down our proposal.

હવે આશાજનક ઉત્તરની આશા વ્યક્ત કરો :

12. I shall be grateful for an early reply.
13. Hoping for a favourable reply.
14. We shall highly appreciate a sympathetic response to our above request.
15. We shall be grateful if you could grant the overdraft asked for.
16. We should be highly thankful, if you could accede to our request.

Sample Letter

Dear Sir,

I have recently moved into this town and opened a general store at the address given above. On the recommendation of my friend Vinamra I wish to open a current account with your bank (1). Please send me the necessary form and also let me know if any referee is required for opening a new account (7). I shall be grateful for an early reply (12).

Yours faithfully,

21. વીમા કંપનીને મોકલવાના પત્રો

(Letters to an Insurance Company)

એ પત્રો પણ વ્યવસાયિક પત્રોની શ્રેણીમાં આવે છે અને એમની ભાષા શુદ્ધ રૂપે ઔપચારિક હોય છે. જોકે આજકાલ વીમા કંપનીઓની સંખ્યા વધુ હોવાને કારણે એમની પરસ્પર હરીફાઈ બહુ મોટા પાયા પર ચાલે છે, એટલા માટે દરેક કંપની પોતાની આપવાની સગવડોને થોડી વધારીને સમાચારપત્રોમાં જાહેરાતો આપવા તૈયાર હોય છે, એટલા માટે એવા પત્રોનું બહુ મહત્ત્વ હોય છે. એ પ્રકારના પત્ર-લેખનમાં માહિતી હંમેશાં પૂરી આપવી જોઈએ.

શરૂઆતમાં વીમા-વિષયની સ્પષ્ટતાથી વાત શરૂ કરવી, અર્થાત્ વીમો કોનો કરાવવો છે વગેરે :

1. I want to have my life insurance policy for the sum of Rs......
2. I want to get my car insured by your company for Rs. 1 lakh.
3. I wish to have the householder's insurance policy covering both building and contents in the sum of (give the cost of the building) and (the cost of the contents) respectively.

હવે એમના દ્વારા અપાતી સગવડોની જાણકારી આપીએ :

4. We wish to take out insurance cover against loss of cash on our factory/shop premises by fire, theft or burglary.
5. What rebate or concession do you offer on an insurance policy for Rs. 2 lakhs?
6. Is there any loan facility after a fixed period in the policy you offer?
7. What modes of premium payments do you offer?

ક્લેમ(Claim)ના વિષયમાં લખો :

8. I am sorry to report an accident to (mention the property insured). We estimate replace-ment cost of the damaged property at (give the amount).
9. I regret to report that a fire broke out in our factory stores last night. We estimate the damage to the stores at about (give the amount).
10. We regret to report that our employee (give name of the employee) has sustained serious injuries while doing his work. Doctors estimate that it will take him about a month to be fit to work again.

હવે પાછળની કાર્યવાહીના વિષય બાબતમાં લખો :

11. Please arrange for your representative to call at our factory premises and let me know your instructions regarding the claim.
12. Should your representative visit to inspect the damaged property, please let me know the day of his visit.
13. We, therefore, wish to make a claim under the policy (give the name of the policy) and shall be glad if you send us the necessary claim form.

પત્રનો ઉત્તર જલદી આપવાની ઇચ્છા વ્યક્ત કરતાં પત્રને સમાપ્ત કરો :

14. I hope you would care to send me an early reply.
15. Please answer this letter as soon as possible.
16. An early reply to my query shall be greatly appreciated.
17. Please send me particulars of your terms and conditions for the policy along with a proposal form, if required.
18. Please quote your terms and conditions for providing the required cover.

Sample Letter

Dear Sir,

I want to get my car insured by your company for Rs. 1 lakh (2). What modes of premium payments do you offer? (7) Please send me particulars of your terms and conditions for the policy along with a proposal form, if required (17). An early reply to my query shall be greatly appreciated (16).

Yours faithfully,

22. ફરિયાદના પત્રો : વ્યાપારિક
(Letters of Complaints : Business)

આવા પત્રો સામાન્ય રીતે કોઈ એવી સંસ્થા યા કંપનીને લખવામાં આવે છે કે જેમની બનેલી કોઈ વસ્તુ તમે ખરીદી છે અને તે બરોબર કામ કરી રહી નથી. એવા પત્રોમાં ખરીદવાની તારીખ, જગ્યા અને દુકાન વગેરેનું નામ વિસ્તારપૂર્વક આપ્યા બાદ પોતાની ફરિયાદનો પૂરો ઉલ્લેખ કરવામાં આવે છે. એ પત્રો શુદ્ધ ઔપચારિક શ્રેણીના હોય છે, પરંતુ ફરિયાદની પૂરી માહિતી આપવાને કારણે લાંબા થઈ જાય છે.

પત્રની શરૂઆત પત્ર પાઠક દ્વારા નિર્મિત વસ્તુની ખરીદીની માહિતીથી કરવી :

1. On .....(day) I bought from.....(place) an instant geyser manufactured by your renowned concern.
2. Your salesmen delivered the (name the product) on .....(date) one instant geyser we had ordered.
3. I was shocked to find the instant geyser purchased on .....(date) at (place) by us did not function well.

હવે એ કંપનીની શાખાનો હવાલો આપીને પોતાની ફરિયાદ બતાવવી :

4. It is a matter of shame for your esteemed organisation to have brought out such products in the market without proper quality control.
5. It is shocking to find the appliance having faulty wiring system.
6. I am sorry to point out the defect in the geyser....(write your complaint)

એવી આશા સાથે કે તમારી ફરિયાદ જલદી દૂર થઈ જાય પછી પત્ર સમાપ્ત કરવો :

7. I am confident that a reputed concern like that of yours can ill afford to lose your reputation and shall get the needful done at the earliest.
8. I hope you would send your salesman/woman to replace the mentioned product of yours.
9. Need I remind you that such product should be lifted/replaced without much fuss.

Sample Letter

(Name of the concern and its
concerned officer)

Dear Sir,

On 10.4.05 I bought from the Diplomatic Store an instant geyser manufactured by your reputed concern (1). It is shocking to find the appliance having faulty wiring system (5). I am confident that a reputed concern like that of yours can ill afford to lose your reputation and shall get the needful done at the earliest (7).

Yours faithfully,

23. માફી માંગતા પત્રો (Letters of Apology)

આપણે બધા ઘણીવાર કોઈને કોઈ ભૂલ કરીએ છીએ. સભ્ય નાગરિક હોવાનું પ્રમાણ એ છે કે તે પોતાની ભૂલ સ્વીકાર કરે. માફી માગતા પત્રો દ્વારા એવું કરી શકાય છે. જો ભૂલ જાણીબૂઝીને કરી ન હોય તોપણ જો બીજાને દુઃખ થયું હોય તો તેનું સ્પષ્ટીકરણ કરવું આવશ્યક છે. એવા પત્રો નિષ્કપટ ભાવથી તુરંત મોકલી દેવા જોઈએ. નહીં તો એવા પત્રો મોકલવાનો મૂળ ઉદ્દેશ નિષ્ફળ જાય છે.

પ્રથમ માફી માગવાનું કારણ લખવું :

1. My son informed me that my cat had eaten away your chickens.
2. My wife told me about our driver's ramming my car into your boundary wall.

બાદમાં માફી માગવી :

3. I am extremely sorry to know about it and render my sincere apologies.
4. I apologise deeply for the inconvenience caused to you.
5. My sincere apologies.

તદુપરાંત પોતાની નિષ્કપટતા વ્યક્ત કરવી અને ભૂલ સુધારવા માટે પોતાની જાતે હાજર થવું :

6. Although it happened inadvertently, yet I am prepared to compensate for your this loss.
7. I wish I were there to prevent it. Anyway, you can penalize me as you want.
8. Kindly care to inform me the loss you have incurred owing to (name the culprit)....this negligence.

ફરીથી એવી ભૂલ ન કરવાનો વિશ્વાસ આપવો :

9. I promise that in future I shall be extra-vigilant to see it does not happen again.
10. I have admonished my.....and he will be careful in future.
11. I assure you that such things will never happen in future.

અંતમાં પુનઃ માફી માગતાં પત્રને સમાપ્ત કરવો :

12. In the end I again ask for your forgiveness.
13. Once again with profound apologies.
14. Repeatedly I express my profuse apologies.

Sample Letter

Dear Sir,

My wife told me about our driver's ramming my car into your boundary wall (2). My sincere apologies (5). Although it happened inadvertently yet I am prepared to compensate for your this loss (6). I assure you that such things will never happen in future (11). Once again with profound apologies (13).

Yours sincerely,

24. કાર્યાલય સંબંધી પત્રો (Letters on Official Matters)

આપણી કચેરી/કાર્યાલયોમાં કામ કરતાં કેટલાક એવા અવસરો આવે છે કે આપણે આપણા કાર્યાલયોને પત્રો લખવાના હોય છે. પદોન્નતિ જેવા વિષયોથી લઈને વ્યક્તિગત અસુવિધા સુધીના પત્રો લખવાના હોય છે. એવા પત્રો ટૂંકા, સ્પષ્ટ અને કંઈક ભાવપૂર્ણ પણ હોય છે.

પત્રનો આરંભ કાર્ય નિષ્પાદન તેમ જ પોતાની સ્થિતિથી કરવો :

1. As your honoured self knows, I am working in.....Deptt. in the capacity of a junior clerk.
2. For the last twenty years I am the.....(position) in the factory.
3. I am officiating in the capacity of .....for last two years.

હવે પત્ર લખવાનું કારણ બતાવવું :

4. Now I have been transferred to.....
5. Owing to my domestic problems I request you to change.....
6. On account of my health problems I would not be able to.....
7. Owing to my.....(reason) I cannot function in the same position any more.
8. On health grounds I have been advised to leave this city.
9. My family duties have constrained me to seek my transfer.

તદુપરાંત પોતાનું સૂચન દર્શાવતાં મુખ્ય વાત પર આવવું :

10. Looking at such a changed situation I won't be able to work in the present position.
11. As such, I request you to change my working/shift hours.
12. In the light of the above, I request you to transfer me to.....(section) or place.

અંતમાં પોતાના સૂચન/મુશ્કેલીઓ પ્રત્યે સહાનુભૂતિપૂર્વક વિચાર કરવાની વિનંતી કરી પત્રને સમાપ્ત કરવો :

13. Hence I request you to expedite/order my desired transfer to.....
14. You are, therefore, requested to release me at the earliest.
15. I pray you to consider my case sympathetically.
16. In view of my loyalty and past performance I am sure you would condescend to grant me the desired wish.
17. I am sure to get a sympathetic response from your side to my this genuine problem.
18. With earnest hope I crave your special sympathy in my case.

Sample Letter

Sir,

As your honoured self knows, I am working in sales deptt. in the capacity of junior clerk (1). Owing to my domestic problems I request you to change my place of working (5). In the light of the above I pray you to transfer me to Purchase Deptt. (12). In view of my loyalty and past performance I am sure you would condescend to grant me the desired wish (16).

Yours faithfully,

25. મકાન માલિકના પત્રો ભાડૂતને

(Letters from the Landlord to the Tenant)

આજના શહેરી જીવનમાં ભાડૂત તેમ જ મકાન માલિક વચ્ચે ઘણે ભાગે એવા અવસરો આવે છે કે બંને વચ્ચે પત્રવ્યવહાર આવશ્યક થઈ જાય છે. જોકે એવા પત્રોમાં ખાસ કરીને બંને તરફથી કોઈક સમસ્યાનો ઉલ્લેખ હોય છે. એટલા માટે એમની ભાષા સંયત હોવી જોઈએ. એ પત્રોનો આકાર એવો હોવો જોઈએ, જેથી મુકદ્દમાબાજીની સ્થિતિમાં એ દસ્તાવેજ બની ન શકે.

પ્રથમ તમે તમારી ફરિયાદના સંદર્ભ અથવા ભાડૂત તરફથી પત્ર પ્રાપ્ત થયો હોય એનો સંદર્ભ આપવો :

1. I feel constrained to inform you that due to recent increase in the house-tax, I have been left with no alternative but to increase the house rent by Rs. 50/- per month w.e.f. first of next month.
2. It has come to my notice that your children make so much noise when they play causing disturbance to other tenants.
3. I am in receipt of your letter regarding the leaking of the roof of your house.
4. I have noted your complaint about the rent payment receipts.

હવે ફરિયાદના નિવારણ માટે લખો યા ભાડૂતના પત્રનો જવાબ આપો :

5. I hope you will not mind this increase in rent as I have retired from service recently and my only source of income is the house rent received from you.
6. I am sure you will give the necessary instructions to your children in this connection.
7. I like to assure you that we are arranging for the necessary repairs at the earliest.
8. The receipts in question will be issued on coming Monday.

પત્રની સમાપ્તિ ભાડૂતના સહયોગની આશા વ્યક્ત કરતાં કરવો :

9. I hope you won't find this increase burdensome.
10. I hope you will be able to understand and appreciate my point of view.

11. I expect you to bear with me for a few days only.
12. I am sure you will extend your co-operation as always.

Sample Letter

Dear Sir.

I am in receipt of your letter regarding the leaking of the roof of your house (3). I like to assure you that we are arranging for the necessary repairs at the earliest (7). I expect you to bear with me for a few days only (11).

Yours sincerely,

26. ભાડૂતના તરફથી મકાન માલિકને પત્રો
(Letters from the Tenant to the Landlord)

પત્રનો આરંભ પોતાની ફરિયાદ અથવા મકાન માલિકના તરફથી કોઈ પત્ર મળ્યો હોય તો એના સંદર્ભથી કરવો :

1. I have to inform you that the roof of the house we are occupying leaks during rains, causing great inconvenience to our family.
2. I am sorry to point out that despite several reminders, you haven't issued the rent payment receipts for the last three months.
3. Please refer to your letter regarding increase in the rent of the house we are occupying.
4. We have noted your complaint regarding our carelessness in switching off the light at the main gate.

હવે પોતાની ફરિયાદના નિવારણ માટે યા મકાન માલિકના પત્રના જવાબમાં લખો :

5. Hence you are requested to get the necessary repairs done at the earliest.
6. I, therefore, request you to issue the above mentioned receipts without any further delay.
7. I regret to write that whatever cogent reason you may have for increasing the house rent but my financial means don't permit me to pay a higher rent.
8. Rest assured that we will be careful in future regarding switching off the light at the main gate.

અંતમાં મકાન માલિક સાથે મધુર સંબંધ જાળવી રાખવા પર ભાર દેવો :

9. I hope you will understand our problem and co-operate.
10. Hoping for a favourable reply.
11. I am sure you will appreciate my financial problem and withdraw your rent increase proposal.
12. We are sure that this assurance is enough to set to rest all your doubts in this regard.

Sample Letter

Dear Sir,

I am sorry to point out that despite several reminders you haven't issued the rent payment receipts for the last three months (2). I, therefore, request you to issue the above mentioned receipts without any further delay (6). Hoping for a favourable relpy (10).

Yours sincerely,

હવે ઓનલાઈન ઉપલબ્ધ સીડીની ઓડીયો ફાઈલો પૂર્ણ કરી
આ લિંકનો ઉપયોગ કરી મફત ડાઉનલોડ કરો અથવા જૂઓ

Complete audio files of the CD now available online.
Please download or view using these links for free.
https://youtube/VTOvhCjJlgl
https://soundcloud.com/karan-gupta-317274059/rapidex_guj

રેપિડેક્સ એજ્યૂકેશનલ AUDIO સ્ક્રિપ્ટ

કેટલાંક મહત્ત્વનાં સૂચનો

આ અભ્યાસક્રમ એ કોઈ સામાન્ય CD નથી પણ અમારા પ્રદીર્ઘ અનુભવ અને લાખો લોકોના હેતુલક્ષી અભ્યાસનું પરિણામ છે. આથી જ આ CDનો સાચા અર્થમાં લાભ મેળવવા માટે આગળ આપેલાં સૂચનો ધ્યાનપૂર્વક વાંચો અને અમલમાં મૂકો:

- ❑ આ CD એ આ પુસ્તકોનો એક ભાગ છે, આથી માત્ર CD સાંભળીને અંગ્રેજી શીખવાની વાત તમારાં મનમાંથી કાઢી નાખો.
- ❑ CDનો ઉપયોગ, પુસ્તકમાં સંભાષણ સુધીના ભાગનું અધ્યયન કર્યા પછી જ કરજો. અહીંથી આગળનું પરિશિષ્ટ તમારા માટે વધારાની અને ખાસ માહિતી પૂરી પાડવાના હેતુથી મૂકવામાં આવ્યું છે.
- ❑ CDની શરૂઆતમાં અંગ્રેજી વર્ણમાળાનો ઉચ્ચાર અમે સહેતુક રાખ્યો છે. (અમે જાણીએ છીએ કે પુસ્તક વાંચીને હવે તમને અંગ્રેજી ભાષા સારા પ્રમાણમાં આવડી ગઈ હશે જ), આ ભાગના અભ્યાસને લીધે તમે અંગ્રેજી શબ્દોનો ઉચ્ચાર તદ્દન સચોટ રીતે કરી શકશો.
- ❑ CDને અધવચ્ચે રોકીને ફરીથી વગાડવાની સૂચનાઓ કેટલાંક સ્થળો પર આપવામાં આવી છે. તેનું પાલન કરવા બાબતે તમે સ્વતંત્ર છો. તમારી અનુકૂળતા મુજબ જ્યારે આપ ઇચ્છો ત્યારે CD ફરી વગાડીને તેની સાથે સાથે જ બોલીને અભ્યાસ કરો.
- ❑ સંભાષણ (કન્વર્સેશન)નો અભ્યાસ કરતી વખતે એવું બની શકે છે કે, તમારાથી કેટલાક શબ્દો રહી જાય-વાક્ય રહી જાય, તમને એવું લાગે કે વાક્યો ઘણાં ઝડપથી બોલવામાં આવ્યાં છે. પણ આ વાત સાચી નથી. વાતચીતમાં આવી ગતિ હોવી સહજ વાત છે. અને અમે એવું ઇચ્છીએ છીએ કે તમે પણ આટલી ઝડપથી-સહજતાથી વાતચીત કરી શકો. આથી જ જો શબ્દ કે વાક્ય રહી જાય તો તેની ચિંતા કર્યા વિના આગળના શબ્દો-વાક્યો પર ધ્યાન કેન્દ્રિત કરો. સાથે-સાથે બોલવાનો મહાવરો કરો. કેટલાક સમયના અભ્યાસ બાદ તમારામાં થતા પરિવર્તનનો તમને પોતાને જ અહેસાસ થશે. તમારી ગતિ પણ એવી જ સ્વાભાવિક બની જશે, જેવી આ CDની છે.
- ❑ વાતચીત વખતે મહદંશે 'લોકો શું કહેશે ?' આ વિચાર જ અવરોધરૂપ બનતો હોય છે. આ અવરોધને દૂર કરવા પહેલાં વાંચીને અભ્યાસ કરજો. જો તમે અરીસા સામે ઊભા રહીને આ મહાવરો કરશો તો તમે તમારા ચહેરા પર જોઈ શકશો તમારા વિચારો કોઈ પણ પ્રકારના ખચકાટ વિના બીજાને જણાવવાનો આત્મવિશ્વાસ. ત્યારે તમે ખચકાશો નહીં અને સહજતાથી વાતચીત કરી શકશો.
- ❑ અને આખરમાં, એક વાત સ્પષ્ટ રીતે જાણી લો કે અંગ્રેજી બોલતાં અર્થાત્ સંભાષણ કરતાં તમે બે-ચાર દિવસમાં શીખી નહીં શકો. પણ તે માટે તમારે વારંવાર, સતત અભ્યાસરૂપી પરિશ્રમની જ છે.

▲▲▲

The CD Script

Introduction — પ્રસ્તાવના

મિત્રો, રેપિડેક્સ ઇંગ્લિશ સ્પીકિંગ કોર્સની સાથે આપવામાં આવેલ આ CD અમારા તરફથી તમને અપાયેલો ખાસ ઉપહાર છે. આ CD એક તરફ તમને અંગ્રેજી શબ્દો-વાક્યો બોલવા માટે

સાચાં ઉચ્ચારણો શીખવાડશે તો સાથે સાથે અંગ્રેજી વાતાવરણ પણ આપશે. આ પ્રકારે વાંચતી વેળાએ જ સાંભળીને અને સાંભળેલું દોહરાવીને અંગ્રેજી સંભાષણ કળા માટે તમે જાતે જ પોતાને તૈયાર કરશો.

આ CDમાં તમે પહેલાં શીખશો અંગ્રેજી વર્ણમાળાનું ઉચ્ચારણ. અઠવાડિયાના દિવસોનાં નામ, એકથી-સો સુધી ગણતરી, અને અંતે એવાં કેટલાંક વાક્યો જેમનો આપણે જીવનના જુદા જુદા પ્રસંગોમાં ઉપયોગ કરીએ છીએ.

CDમાં જુદા જુદા પ્રસંગોએ અને પરિસ્થિતિઓમાં કરવામાં આવતી વાતચીતના કેટલાંક વાક્યો આપવામાં આવ્યાં છે. આની મદદથી તમે એવી પરિસ્થિતિઓમાં પોતાના વિચારો અભિવ્યક્ત કરવાની અને બીજાની વાતને સમજવાની સરળતા પામી શકશો.

તો આવો, આપણા અભ્યાસનો પ્રારંભ કરીએ.

Unit-1 : Exercise–1

સૌથી પહેલાં આપણે અંગ્રેજીના ૨૬ વર્ણોના ઉચ્ચાર શીખીએ. આ ઉચ્ચારો ધ્યાનથી સાંભળો અને દરેક અક્ષરનો સાચો ઉચ્ચાર વારંવાર દોહરાવીને તેને કહેવાની ક્ષમતા મેળવો.

વર્ણમાલા

A	B	C	D	E	F	G
એ	બી	સી	ડી	ઈ	એફ	જી
H	I	J	K	L	M	N
એચ	આઈ	જે	કે	એલ	એમ	એન
O	P	Q	R	S	T	U
ઓ	પી	ક્યૂ	આર	એસ	ટી	યૂ
V	W	X	Y	Z		
વી	ડબ્લ્યૂ	એક્સ	વાઇ	ઝેડ		

ઉચ્ચારને શીખવા અને તેમનો અભ્યાસ કરવા બધા જ અક્ષરોનો ઉચ્ચાર દોહરાવો અને યોગ્ય રીતે કરતાં શીખો.

અઠવાડિયાના સાત દિવસોનાં નામ

સોમવાર	–	Monday	–	મંડે
મંગળવાર	–	Tuesday	–	ટ્યૂસ્ડે
બુધવાર	–	Wednesday	–	વેન્સ્ડે
ગુરુવાર	–	Thursday	–	થર્સડે
શુક્રવાર	–	Friday	–	ફ્રાઈડે
શનિવાર	–	Saturday	–	સેટર્ડે
રવિવાર	–	Sunday	–	સંડે

વર્ષના બાર મહિનાનાં નામ : આવો બાર મહિનાનાં નામોનો સાચો ઉચ્ચાર કરતાં શીખીએ. CD વગાડો, અને ધ્યાનથી સાંભળો તેમ જ સાથે સાથે બોલવાનો મહાવરો કરો :

જાન્યુઆરી	January	જાન્યુઆરી	મે	May	મે	સપ્ટેંબર	September	સપ્ટેંબર
ફેબ્રુઆરી	February	ફેબ્રુઆરી	જૂન	June	જૂન	ઑક્ટોબર	October	ઑક્ટોબર
માર્ચ	March	માર્ચ	જુલાઈ	July	જુલાઈ	નવેંબર	November	નવેંબર
એપ્રિલ	April	એપ્રિલ	ઑગસ્ટ	August	ઑગસ્ટ	ડિસેંબર	December	ડિસેંબર

CD ને ફરીથી વગાડીને બધાં જ નામો ધ્યાનથી સાંભળીને દોહરાવો અને આજના પાઠનું સારી રીતે અધ્યયન કરો.

Unit-1 : Exercise–2

આવો આ પાઠમાં અંગ્રેજીમાં ગણતરીના સચોટ ઉચ્ચાર શીખીએ. સાથે સાથે બોલો.

1	2	3	4	5	6	7
વન	ટુ	થ્રી	ફોર	ફાઈવ	સિક્સ	સેવન
8	9	10	11	12	13	14
એઈટ	નાઈન	ટેન	ઈલેવન	ટ્વેલ્વ	થર્ટીન	ફોર્ટીન
15	16	17	18	19	20	21
ફિફ્ટીન	સિક્સટીન	સેવન્ટીન	એટીન	નાઈન્ટીન	ટ્વેન્ટી	ટ્વેન્ટી વન
29	30	31	40	50	60	
ટ્વેન્ટી નાઈન	થર્ટી	થર્ટી વન	ફોર્ટી	ફિફ્ટી	સિક્સટી	
70	80	90	100			
સેવન્ટી	એટી	નાઈટી	હંડ્રેડ			

હવે CD ને વગાડી બધા જ આંકડાઓ ફરીથી બોલીને અભ્યાસ કરો.

જે આંકડાઓનો ઉચ્ચાર CDમાં કરવામાં નથી આવ્યો એનો અભ્યાસ તમે જાતે જ કરી શકો છો.

Unit-2 : Exercise–1

અભિવાદન

આવો અંગ્રેજીમાં અભિવાદન કરતાં શીખીએ. અંગ્રેજીમાં અભિવાદન દિવસના જુદા જુદા સમયે બદલાતું રહે છે. દિવસ દરમિયાન અલગ અલગ લોકોને મળીએ ત્યારે કેવી રીતે અભિવાદન કરવું જોઈએ ? આવો શિખીએ. ધ્યાથી સાંભળો.

—ઔપચારિક અર્થાત્ ફૉર્મલ (formal) અભિવાદન!

સવારથી બપોરના બાર વાગ્યા સુધી મળીએ ત્યારે –

Good morning Grandpa!	ગુડ મૉર્નિંગ ગ્રૅંડપા!	Good morning Rohit!	ગુડ મૉર્નિંગ રોહિત!
Good morning Madam!	ગુડ મૉર્નિંગ મેડમ!	Good morning children!	ગુડ મૉર્નિંગ ચિલ્ડ્રન!

બપોરના બાર વાગ્યાથી સાંજના પાંચ વાગ્યા સુધી મળીએ ત્યારે –

Good afternoon Sir!	ગુડ આફ્ટરનૂન સર!
Good afternoon Dheeraj!	ગુડ આફ્ટરનૂન ધીરજ!
Good afternoon Simi!	ગુડ આફ્ટરનૂન સિમી!

સાંજના પાંચ વાગ્યા પછી મળીએ ત્યારે –

Good evening Mrs. Sharma! ગુડ ઇવનિંગ મિસિસ શાહ!

Good evening Uncle! ગુડ ઇવનિંગ અંકલ!

Good evening Saurabh! ગુડ ઇવનિંગ સૌરભ!

અનૌપચારિક અર્થાત ઇન્ફૉર્મલ (Informal) અભિવાદન.

આનો ઉપયોગ કોઈ પણ સમયે, પોતાના બરાબરના લોકો, નજીકના સગા-સંબંધી અથવા મિત્રો સાથે કરવામાં આવે છે. આજકાલ આ જ અભિવાદન વધુ ઉપયોગમાં લેવાય છે.

Hello Sumit! હેલો સુમિત!

Hello Mrs. Batra! હેલો મિસિસ મહેતા!

Hi Kitty! હેલો કિટી!

આ બધા જ અભિવાદનના શબ્દોનો ઉચ્ચાર સારી રીતે શીખવા માટે ટેપને એકથી વધુ વખત વગાડીને સાંભળો!

> એ વાત યાદ રાખવી જરૂરી છે કે ઔપચારિક (Formal) અને અનૌપચારિક (Informal) અભિવાદનનો ક્યારે અને ક્યાં પ્રયોગ કરવો જોઈએ.

વિદાય લેતી વેળાએ :

સર્વસાધારણ રીતે વિદાય લેતી વેળાએ તમારે કહેવું જોઈએ કે,

Good bye Seema! ગુડ બાઈ સીમા!

અથવા

Bye Deepak! બાઈ દીપક!

કહો–

Good night Sir! ગુડ નાઈટ સર!

Good night Sunil! ગુડ નાઈટ સુનિલ!

> હવે એક વાર CD વગાડીને વાક્યાંશોનો અભ્યાસ કરજો.

Unit-3 : Exercise-1

કેટલાંક ઉપયોગી વાક્યો

સૂચનાઓની સાથે વાક્યો ધ્યાનથી સાંભળો. જુદા જુદા અવસરો મુજબ ઉપયોગી વાક્યો શીખીને એનો ઉપયોગ કરજો. વાક્યો ધ્યાનથી સાંભળીને, ઉચ્ચાર અને કહેવાની રીતને ધ્યાનમાં રાખીને ફરીથી દોહરાવો. CD ઓછામાં ઓછી એક વખત ફરી શરૂઆતથી સાંભળો.

1. કોઈને મળીએ ત્યારે આ રીતે પૂછવું– Hello, how are you? હેલો, હાઉ આર યૂ.
   અને જો તમને કોઈ પૂછે તો જવાબ આપજો– Fine, thank you, and you? ફાઇન, થેંક યૂ, એન્ડ યૂ ?
2. ઘણા દિવસો પછી મિત્ર મળે ત્યારે– Hello, Deepak, long time no see! હેલો, દીપક! લૉંગ ટાઇમ નો સી.
3. મહેમાનોનું સ્વાગત કરતી વખતે તેમને આ રીતે આવકાર આપો – Welcome, please come in. વેલકમ, પ્લીઝ, કમ ઇન.
4. ખુરશી તરફ ઇશારો કરીને, તેમને બેસવા કહો– Please have a seat. પ્લીઝ! હેવ એ સીટ.

5. કોઈને વિદાય આપતી વખતે તમે કહી શકો છો– Please keep in touch! પ્લીઝ! કીપ ઇન ટચ.

6. ખાસ બાબત માટે આભાર માનતી વેળાએ કહો– Thank you! That's very kind of you. થૅંક યૂ! ધેટ્સ વેરી કાઇન્ડ ઑફ યૂ.

7. કોઈ આભાર માને ત્યારે જવાબમાં હંમેશાં કહો– You are welcome. યૂ આર વેલકમ.

8. પરવાનગી આવી રીતે માંગો –

જો તમે સિગરેટ પીવા ઇચ્છતા હો તો May I smoke here? મે આઈ સ્મોક હિયર ?

જો તમે કોઈના ટેલિફોનનો ઉપયોગ કરવા ચાહો તો– May I use your phone please? મે આઈ યૂઝ યોર ફોન પ્લીઝ ?

જો તમે કોઈના ખંડમાં પ્રવેશ કરવા ઇચ્છતા હો તો– May I come in please? મે આઈ કમ ઇન પ્લીઝ ?

જો તમે બહાર જવા માગતા હો તો– May I go now? મે આઈ ગો નાઉ ? આ રીતે પૂછીને પરવાનગી લેજો.

9. જો ઉપર જણાવેલા પ્રશ્નો તમને પૂછવામાં આવ્યા હોય અને જો તમે પ્રરવાનગી આપવા ચાહતા હો તો કહો– Yes, of course. યેસ, ઑફ કોર્સ.

અથવા Yes, please! યેસ, પ્લીઝ!

જો તમે પરવાનગી ન આપવા માગતા હો તો– Sorry! you can't. સૉરી! યૂ કાન્ટ.

> બધાં જ વાક્યો ધ્યાનથી સાંભળો. CD વગાડીને ઉચ્ચાર દોહરાવો અને વાક્યો સાચી રીતે બોલવાનો અભ્યાસ કરજો. યોગ્ય પ્રસંગે યોગ્ય વાક્યનો ઉપયોગ કરજો. હવે આગળના પાઠનાં વાક્યો ધ્યાનથી સાંભળજો.

Unit-3 : Exercise–2

સામાન્યતઃ કોઈ પણ વાત બાબતે ખેદ વ્યક્ત કરવા માટે તમે કહો– Oh! I am really sorry. ઓ! આઈ એમ રિઅલી સૉરી.

પણ જો કોઈના બીમાર પડવા પર ખેદ વ્યક્ત કરવો હોય– I'm really sorry to hear about your father's illness. આઈ એમ રીઅલી સૉરી ટુ હિઅર એબાઉટ યોર ફાધર્સ ઇલનેસ.

જો તમે કોઈને ટાઈમ આપીને મોડા પહોંચ્યા હો તો આવી રીતે ખેદ પ્રગટ કરજો– I'm sorry for being late. આઈ એમ સૉરી ફૉર બિઇંગ લેટ

અથવા

I am sorry to have kept you waiting. આઈ એમ સૉરી ટુ હૅવ કેપ્ટ યૂ વેટિંગ.

જો કોઈ તમને આ રીતે કહે તો તમે કહી શકો છો– That's all right. ધેટ્સ ઑલ રાઇટ.

કોઈ વ્યક્તિ પાસે પેન આવી રીતે માગજો– May I borrow your pen please? મે આઈ બૉરો યોર પેન પ્લીઝ?

જો કોઈ તમારી પાસે પેન માગે તો કહો– Thank you! You are welcome. થૅંક યૂ! યૂ આર વેલકમ.

જો તમને તરસ લાગી છે તો પાણી આવી રીતે માગજો– Get me a glass of water please. ગેટ મી એ ગ્લાસ ઑફ વૉટર પ્લીઝ ?

કેવી રીતે પૂછશો ?

ઘણી વખત તમને ઓળખીતા અને અજાણ્યા લોકોને કંઈક પૂછવું પડે છે અને કોઈ તમને પૂછે તો તેનો જવાબ આપવો પડે છે. આ વાક્યો આ પ્રકારની વાતચીતનાં ઉદાહરણો છે—પોસ્ટમેનને, તમારા કુટુંબીજનોને અથવા તમારા સાથી કર્મચારીઓને

તમે તમારા અપેક્ષિત પત્ર અંગે આ રીતે પૂછી શકો છો– Is there any letter for me? ઇઝ ધેર એની લેટર ફૉર મી ?

કોઈને પત્ર પોસ્ટ કરવા આપ્યો હોય તેને એ કામ થયું કે નહીં એ અંગે આ રીતે પૂછો– Did you post my letter, Ravi? ડિડ યૂ પોસ્ટ માઈ લેટર, રવી?

કોઈ વસ્તુ જેમ કે પુસ્તક ન મળે તો તમે પૂછશો–	Did you see my book anywhere? ડિડ યૂ સી માઇ બુક એની વેર ?
જો એ તેની પાસે હશે તો જવાબ હશે–	Yes, here it is. યસ, હિયર ઇટ ઇઝ.
પણ જો તેની પાસે નહીં હોય તો એનો જવાબ હશે–	No, I didn't. નો, આઈ ડિડન્ટ.
કોઈ ઘણા સમયથી દેખાયું ન હોય તો એના વિશે તમે તમારા સાથીને પૂછશો–	Have you seen Neena today? હેવ યૂ સીન નીના ટુડે ?
તો એનો જવાબ આ મુજબ હોઈ શકે છે–	Yes, she is in the library. યસ, શી ઇઝ ઇન ધ લાઇબ્રેરી.
અથવા	No, I didn't see her. નો આઈ ડિડન્ટ સી હર.
કોઈ અજાણી વ્યક્તિ અંગે માહિતી મેળવવા તમે પૂછી શકો–	Uncle, who is he? અંકલ, હૂ ઇઝ હી ?
તો બની શકે, તેમનો જવાબ હોય–	He is our new tenant. હી ઇઝ અવર ન્યૂ ટેનન્ટ, અથવા બીજા કોઈ.
તમે દુકાનદારને કોઈ વસ્તુ બતાવીને પૂછ્યું હોય–	What is this? વૉટ ઇઝ ધિસ ?
આનો જવાબ હોઈ શકે છે–	This is a video game. ધિસ ઇઝ એ વીડિયો ગેમ.
કોઈની ઉંમર જાણવા તમે આ રીતે પૂછી શકો–	How old are you? હાઉ ઓલ્ડ આર યૂ ?
જો કોઈ તમને આવો સવાલ પૂછે તો જવાબ આપો–	I am fifty-five. આઈ એમ ફિફ્ટી ફાઇવ. (અથવા તમારી જે ઉંમર હોય તે)
કોઈ સ્થળ કેટલું દૂર આવેલ છે એ અંગે–	How far is it? હાઉ ફાર ઇઝ ઇટ ?
કોઈ તમને પૂછે તો જવાબ આપો–	About five kilometers. એબાઉટ ફાઇવ કિલોમિટર્સ. (અથવા જેટલું દૂર હોય)
કોઈને સમય જાણવા પૂછી શકો છો–	What is the time please? વૉટ ઇઝ ધ ટાઇમ પ્લીઝ ?
એવું કોઈ પૂછે તો–	Four thirty. ફોર થર્ટી. (અથવા જેટલા વાગ્યા હોય તે)
કોઈ મોડો આવે તો તમે પૂછશો–	Why are you late? વાઇ આર યૂ લેટ ?
જો આ સવાલ તમને પૂછવામાં આવે તો કહી શકો છો–	I missed my bus. આઈ મિસ્ડ માઇ બસ.

ઉપર આપેલાં વાક્યોનો અભ્યાસ કરવા માટે CD ફરીથી વગાડીને સાંભળો.

Unit-3 : Exercise-3

કોઈને પોતાની વાત સંભળાવવા માટે–	Listen please! લીસન! પ્લીઝ.
કોઈને બોલાવવું હોય તો–	Please come here! પ્લીઝ! કમ હિયર.
કામ જલદી કર એમ કહેવું હોય તો–	Hurry up please! હરી અપ પ્લીઝ!
જો તમે કોઈની મદદ માગવા ઇચ્છતા હો તો કહો–	Please help me. પ્લીઝ હેલ્પ મી.
	Please do me a favour. પ્લીઝ ડૂ મી એ ફેવર.
કોઈ પણ પ્રકારની ભૂલ થઈ જાય તો કહો–	Please forgive me! પ્લીઝ! ફરગિવ મી.
કોઈએ કહેલું ન સમજાય તો કહો–	Beg your pardon. બેગ યોર પાર્ડન.
કોઈ મિત્રની બીમાર માતાના ખબર પૂછતી વખતે–	How is your mother now? હાઉ ઇઝ યોર મધર નાઉ ?
એનો જવાબ હશે–	She is better, thank you. શી ઇઝ બેટર, થૅંક યૂ.
પણ જો તબિયત ખરાબ હશે તો–	She is still not well. શી ઇઝ સ્ટિલ નૉટ વેલ.
કોઈ દોસ્ત યા નાની ઉંમરની વ્યક્તિને શાબાશી આપતી વખતે–	Well done! વેલ ડન!

આશ્ચર્ય/દુઃખ વગેરે

કોઈ અણધારી ઘટના જોઈને આશ્ચર્ય/દુઃખ પ્રગટ કરવા

તમે કહી શકો છો–

અરે બાપ રે!	Oh my God! ઓ માઇ ગૉડ!
કેટલી દુઃખની વાત.	How sad! હાઉ સૅડ!
કેટલું શરમજનક છે!	What a shame! વૉટ એ શેમ!
સાંભળીને દુઃખ થયું.	I am sorry to hear that! આઈ એમ સૉરી ટુ હિઅર ધેટ.

CD ફરીથી વગાડીને બધાજ વાક્યો સાંભળો અને તેનો અભ્યાસ કરજો.

Unit-3 : Exercise-4

જુદા જુદા પ્રસંગોએ શુભેચ્છાઓ આ પ્રકારે આપી શકો–

ભાગ્ય તમારો સાથ આપે.	Wish you best of luck. વિશ યૂ બેસ્ટ ઑફ લક.
તમારી યાત્રા શુભ થાઓ.	Wish you happy journey! વિશ યૂ હેપી જર્ની.
શુભ દીપાવલી.	Happy Diwali! હેપી દિવાલી!
જન્મદિવસે શુભેચ્છા.	Happy birthday! હેપી બર્થડે!
લગ્નને એક વર્ષ પૂરું થયું હોય ત્યારે–	Happy wedding anniversary! હેપી વેડિંગ એનિવર્સરી.
કોઈની સફળતા પર–અભિનંદન	Congratulations! કોંગ્રેચ્યુલેશન્સ!
કૃપા કરી યાદ રાખજો : નવા વર્ષના શુભેચ્છા સંદેશના જવાબમાં કહેજો–	Thank you. Same to you. થૅંક યૂ. સેમ ટુ યૂ.
બાકી બધા જ પ્રકારની શુભેચ્છાઓના જવાબમાં કહેજો–	Thank you. થૅંક યૂ.

સામાન્ય શારીરિક તકલીફો અંગે આ રીતે જણાવજો–

માથું દુખતું હોય ત્યારે–	I have a headache. આઈ હૅવ એ હેડેક.
પેટમાં દરદ થઈ રહ્યું હોય ત્યારે–	I have a stomachache. આઈ હૅવ એ સ્ટમકેક.
થાકી ગયા હો ત્યારે–	I am very tired. આઈ એમ વેરી ટાયર્ડ.
અસ્વસ્થ હો તો–	I am not feeling well. આઈ એમ નૉટ ફીલિંગ વેલ.
થોડુંક સારું લાગે ત્યારે–	I am feeling better. આઈ એમ ફીલિંગ બેટર.
તદ્દન સારું લાગે ત્યારે–	I am perfectly all right. આઈ એમ પર્ફેક્ટલી ઑલ રાઇટ.

કોઈનું ધ્યાન ખેંચવા માટે, અથવા છીંક આવે ત્યારે, અથવા વાતચીત વખતે અધવચ્ચે ઊઠીને જતી વેળાએ

જરૂર કહો–	Excuse me. એક્સક્યૂઝ મી.
રેસ્ટૉરન્ટ, હોટલ અથવા પાર્ટીમાં વેટરને ટીપ આપતી–વખતે	Keep the change. કીપ ધ ચેંજ.
શાંત રહેવા આ મુજબ કહો.	Please keep quiet. પ્લીઝ કીપ ક્વાયેટ.

CD ફરીથી વગાડીને ધ્યાનથી સાંભળો અને વાક્યોનો અભ્યાસ કરજો.

આવો હવે જોઈએ કે જુદા જુદા પ્રસંગો વખતે વાતચીત કેવી રીતે કરવામાં આવે છે :-

Unit-4 : Exercise-1

Introducing Self and Others ઈન્ટ્રોડ્યૂસિંગ સેલ્ફ ઍન્ડ અધર્સ
પરિચય પોતાનો તથા બીજાનો

Raju : Excuse me, may I sit here please?	એક્સક્યૂઝ મી, મે આઈ સિટ હિઅર પ્લીઝ.
Sudhir : Yes please.	યસ પ્લીઝ.
Raju : Thank you. I am Raju Vora.	થૅંક યૂ. આઈ એમ રાજુ વોરા.
Sudhir : I am Sudhir Shah.	આઈ એમ સુધીર શાહ.
Raju : What do you do, Mr. Shah?	વૉટ ડૂ યૂ ડૂ, મિ. શાહ ?
Sudhir : I am a sales representative in Alembic. What about you?	આઈ એમ એ સેલ્સમેન ઈન એલમ્બિક. વૉટ એબાઉટ યૂ ?
Raju : I am an accountant in Bank of India.	આઈ એમ ઍન એકાઉન્ટન્ટ ઈન બૅંક ઑફ ઈંડિયા.
Sudhir : Where are you from?	વેઅર આર યૂ ફ્રૉમ ?
Raju : I am from Delhi. But now I am settled in Ahmedabad. And you?	આઈ એમ ફ્રૉમ દિલ્હી, બટ નાઉ આઈ એમ સેટલ્ડ ઈન અમદાવાદ. ઍન્ડ યૂ ?
Sudhir : I am from Ahmedabad itself.	આઈ એમ ફ્રૉમ અમદાવાદ ઈટસેલ્ફ.
Raju : My stop. O.K. Bye Sudhir.	માઈ સ્ટૉપ, ઓ.કે. બાઈ સુધીર.
Sudhir : Bye.	બાઈ.

(when they meet again જ્યારે તેઓ ફરીથી મળે છે ત્યારે)

Sudhir : Hello! Raju nice to see you again. How are you?	હૅલો! રાજુ, નાઈસ ટુ સી યૂ અગેન, હાઉ આર યૂ ?
Raju : Hello Sudhir I'm fine. Thank you. And you?	હૅલો સુધીર આઈ એમ ફાઇન, થૅંક યૂ ઍન્ડ યૂ?
Sudhir : Fine. Here, meet my wife Shefali, my son Sumit, and my daughter Suman.	ફાઈન. હિઅર, મીટ માઈ વાઇફ શેફાલી, માઈ સન સુમિત ઍન્ડ માઈ ડૉટર સુમન.
Raju : Hello Mrs. Shah, Hello children! My wife Reema and my daughter Soma.	હૅલો, મિસિસ શાહ, હૅલો ચિલ્ડ્રન! માઈ વાઇફ રીમા ઍન્ડ માઈ ડૉટર સોમા.
Sudhir : Hello.	હૅલો.
Shefali : Hello Reema, nice meeting you.	હૅલો રીમા, નાઇસ મીટિંગ યૂ.
Reema : Hello Shefali, nice meeting you too.	હૅલો શેફાલી, નાઈસ મીટિંગ યૂ ટૂ.
Shefali : Do you work Reema?	ડૂ યૂ વર્ક રીમા ?
Reema : No, I am a housewife. What about you?	નો આઈ એમ એ હાઉસ વાઈફ. વૉટ અબાઉટ યૂ ?
Shefali : I teach in a school.	આઈ ટીચ ઈન એ સ્કૂલ.
Reema : Which school?	વિચ સ્કૂલ ?
Shefali : N. C. Vidyalaya.	એન. સી. વિદ્યાલય.
Reema : O, I see. Where do you live Shefali?	ઓ આઈ સી. વેર ડૂ યૂ લિવ શેફાલી ?
Shefali : In Ambawadi and you?	ઈન આંબાવાડી, ઍન્ડ યૂ ?
Reema : We are in Jodhpur, please drop in sometime.	વી આર ઈન જોધપુર, પ્લીઝ ડ્રૉપ ઈન સમટાઈમ.
Shefali : Sure, you too.	શ્યોર, યૂ ટૂ.

Unit-4 : Exercise–2

Asking the Way રસ્તાની પૃચ્છા

(ટ્રાફિકનો અવાજ)

Rohit : Excuse me. Could you tell me the way to the Express Building please?	એક્સક્યૂઝ મી, કુડ યૂ ટેલ મી ધ વે ટુ એક્સપ્રેસ બિલ્ડિંગ પ્લીઝ ?
The man : Yes, go straight, take the first left turn, and keep walking. You will reach Mirzapur Road. The Express Building is on that road.	યસ, ગો સ્ટ્રેટ, ટેક ધ ફર્સ્ટ લેફ્ટ ટર્ન, ઍન્ડ કીપ વૉકિંગ. યૂ વિલ રીચ મિરઝાપુર રોડ, ધ એક્સપ્રેસ બિલ્ડિંગ ઇઝ ઑન ધેટ રોડ.
Rohit : Thank you.	થૅંક યૂ.

(બસ રોકાય છે.-કંડક્ટર સાદ કહે છે. કાળુપુર)

Rohit : Is it going to Lal Darwaja?	ઇઝ ઇટ ગોઇંગ ટુ લાલ દરવાજા.
Conductor : Yes. Get in fast.	યેસ, ગેટ ઇન ફાસ્ટ.
Rohit : Would you please tell me, when we reach Lal Darwaja?	વુડ યૂ પ્લીઝ ટેલ મી, વેન્ વી રીચ લાલ દરવાજા ?
Passenger : Yes, I will.	યેસ, આઈ વિલ.
Rohit : Can I get a bus to Thltej Gam from there?	કેન આઈ ગેટ એ બસ ટુ થલતેજ ગામ ફ્રોમ ધેર ?
Passenger : Yes, easily.	યસ ઇઝિલી.
Rohit : O, thank you.	ઓ, થૅંક યૂ.

Unit-4 : Exercise–3

A Boy talks to a Girl	**છોકરો અને છોકરી વચ્ચેની વાતચીત**
Sumit : Hi Reena!	હાઈ રીના!
Reena : Hi! How are you?	હાઈ, હાઉ આર યૂ ?
Sumit : Fine and you?	ફાઇન, ઍન્ડ યૂ ?
Reena : Fine thanks.	ફાઇન થૅંક્સ.
Sumit : Where are you going?	વેર આર યૂ ગોઇંગ ?
Reena : Actually I am free in this period. I was just wondering what to do.	એક્ચુઅલી, આઈ એમ ફ્રી ઇન ધિસ પીરિયડ. આઈ વૉઝ જસ્ટ વંડરિંગ વૉટ ટુ ડૂ.
Sumit : I was going to canteen. Care to join!	આઈ વૉઝ ગોઇંગ ટુ કેન્ટીન. કેર ટુ જૉઇન.
Reena : O.K.	ઓ.કે.

(કટીનમાં છોકરા છોકરીઓની વાતચીતના અવાજ)

Sumit : What do you like. Coke or something else?	વૉટ ડૂ યૂ લાઇક. કોક ઑર સમથિંગ એલ્સ ?
Reena : Coke is fine.	કોક ઇઝ ફાઇન.
Sumit : Here you are.	હિયર યૂ આર.

Reena : Thanks.	થેંક્સ.
Sumit : Where do you live Reena?	વેર ડુ યૂ લિવ રીના ?
Reena : In Navrangpura, And you?	ઈન નવરંગપુરા, ઍન્ડ યૂ ?
Sumit : In Maninagar, are you mostly free in the fifth period?	ઈન મણિનગર, આર યૂ મોસ્ટલી ફ્રી ઈન ધ ફિફ્થ પીરિયડ ?
Reena : Yes mostly, except on Fridays when we have tutorials. I have to go now. Thanks for coke, Sumit.	યસ, મોસ્ટલી, એક્સેપ્ટ ઑન ફ્રાઈડેઝ વેન વી હેવ ટ્યૂટોરિયલ્સ. આઈ હેવ ટુ ગો નાઉ. થેંક્સ ફોર ધ કોક, સુમિત.
Sumit : Bye, see you.	બાઈ, સી યૂ.

(When they meet again જ્યારે તેઓ ફરીથી મળે છે)

Sumit : Hi Reena, coming from the library?	હાઈ રીના, કમિંગ ફ્રૉમ ધ લાઈબ્રેરી ?
Reena : Yes, How are you?	યસ, હાઉ આર યૂ ?
Sumit : Fine Reena, what are you doing this Sunday?	ફાઈન રીના, વૉટ આર યૂ ડૂઈંગ ધિસ સંડે ?
Reena : Nothing special, why?	નથિંગ સ્પેશિયલ, વાય ?
Sumit : We friends are planning to see a movie this Sunday. Want to join us?	વી ફ્રૅન્ડ્સ આર પ્લાનિંગ ટુ સી એ મૂવી ધિસ સંડે, વૉન્ટ યૂ જૉઈન અસ!
Reena : Which movie?	વિચ મૂવી ?
Sumit : We haven't decided yet. May be the new English movie on City Gold.	વી હેવન્ટ ડિસાઈડેડ યેટ. મે બી ધ ન્યૂ ઈંગ્લિશ મૂવી ઑન સિટી ગોલ્ડ.
Reena : How many persons are going there?	હાઉ મેની પર્સન્સ આર ગોઈંગ ધેર ?
Sumit : Five, two boys and three girls. Mona is also coming.	ફાઈવ, ટૂ બૉઈઝ ઍન્ડ થ્રી ગર્લ્સ. મોના ઈઝ ઑલ્સો કમિંગ.
Reena : O.K. Can I bring a friend along?	ઓ.કે. કૅન આઈ બ્રિંગ એ ફ્રૅન્ડ અલૉંગ ?
Sumit : Yes, of course.	યસ ઑફ કોર્સ.
Reena : How much for the ticket?	હાઉ મચ ફૉર ધ ટિકિટ્સ ?
Sumit : I will take the money after we buy the tickets.	આઈ વિલ ટેક ધ મની આફ્ટર વી બાઈ ધ ટિકિટ્સ.
Reena : Fine, see you soon. Bye Sumit.	ફાઈન, સી યૂ સૂન, બાઈ સુમિત.
Sumit : Bye Reena.	બાઈ રીના.

Unit-4 : Exercise–4

(નુકસાન થયેલા મશીનની ફરિયાદ)

Salesman : Good morning madam, Can I help you?	ગુડ મોર્નિંગ મેડમ, કેન આઈ હેલ્પ યૂ ?
Customer : Yes, I have a complaint.	યસ, આઈ હેવ એ કમ્પ્લેંટ.
Salesman : Yes please!	યસ પ્લીઝ!
Customer : I bought this mixer grinder last week from your shop. It doesn't work properly.	આઈ બૉટ ધિસ મિક્સર-ગ્રાઈન્ડર લાસ્ટ વીક ફ્રૉમ યોર શૉપ. ઈટ ડઝન્ટ વર્ક પ્રૉપર્લી.
Salesman : Let me see. What is the problem madam?	લેટ મી સી. વૉટ ઈઝ ધ પ્રૉબ્લેમ મેડમ ?
Customer : The grinder makes too much noise. And doesn't grind anything fine. And the blender doesn't mix anything properly.	ધ ગ્રાઈન્ડર મેક્સ ટૂ મચ નૉઈસ. ઍન્ડ ડઝન્ટ ગ્રાઈન્ડ એનીથિંગ ફાઈન. ઍન્ડ ધ બ્લેન્ડર ડઝન્ટ મિક્સ એનીથિંગ પ્રૉપર્લી.

Salesman : I see. Does it have a guarantee?
આઈ સી. ડઝ ઇટ હેવ એ ગેરંટી ?

Customer : Yes, one year.
યસ, વન યર.

Salesman : Do you have the receipt please?
ડૂ યૂ હેવ ધ રિસીટ પ્લીઝ ?

Customer : Yes, here it is.
યસ, હિયર ઇટ ઇઝ.

Salesman : All right. Leave the machine with us. I will send it to the company's workshop for repair.
ઑલ રાઇટ. લીવ ધ મશિન વિથ અસ. આઈ વિલ સેંડ ઇટ ટુ ધ કંપનીઝ વર્કશૉપ ફૉર રિપેર.

Customer : Can't you change the piece or refund the money.
કાન્ટ યૂ ચેંજ ધ પીસ ઑર રિફન્ડ ધ મની.

Salesman : We will change the piece, If the folt can't be repaired. But we cannot refund the money.
વી વિલ ચેંજ ધ પીસ, ઇફ ધ ફૉલ્ટ કાન્ટ બી રિપેર્ડ. બટ વી કેનનૉટ રિફન્ડ ધ મની.

Customer : When should I come back?
વેન શુડ આઈ કમ બેક ?

Salesman : Next week Wednesday.
નેક્સ્ડ વીક. વૅનુસ્ડે.

Customer : All right. Thank you.
ઑલ રાઇટ. થૅંક યૂ.

Unit-4 : Exercise–5

An Interview for a Job
નોકરી માટે ઇન્ટરવ્યૂ

Candidate : May I come in Sir?
મે આઈ કમ ઇન સર ?

Interviewer : Yes please.
યસ પ્લીઝ.

Candidate : Good morning Sir.
ગુડ મોર્નિંગ સર.

Interviewer : Good morning! Please sit down.
ગુડ મોર્નિંગ! પ્લીઝ સિટ ડાઉન.

Candidate : Thank you.
થૅંક યૂ.

Interviewer : What is your name?
વૉટ ઇઝ યોર નેમ ?

Candidate : Roma Mehta.
રોમા મહેતા.

Interviewer : Married or unmarried?
મૅરિડ ઑર અનમૅરિડ ?

Candidate : Married.
મૅરિડ.

Interviewer : You have applied for the post of a personal Assistant, right?
યૂ હેવ અપ્લાઇડ ફૉર ધ પોસ્ટ ઑફ એ પર્સનલ આસિસ્ટન્ટ, રાઇટ ?

Candidate : Yes Sir.
યસ સર.

Interviewer : What are your qualifications?
વૉટ આર યોર ક્વૉલિફિકેશન્સ ?

Candidate : I am B.Sc. I have also done a diploma in typing and shorthand, and a secretarial course from the Govt. Polytechnic, Ahmedabad.
આઈ એમ બી.એસસી. આઈ હેવ ઑલ્સો ડન એ ડિપ્લોમા ઇન ટાઇપિંગ ઍન્ડ શૉર્ટહેન્ડ, ઍન્ડ એ સેક્રેટરિઅલ કોર્સ ફ્રૉમ ધ ગર્વમૅન્ટ પૉલીટેકનીક, અમદાવાદ.

Interviewer : What is your speed in typing and shorthand?
વૉટ ઇઝ યોર સ્પીડ ઇન ટાઇપિંગ ઍન્ડ શૉર્ટહેન્ડ ?

Candidate : Typing is fifty and shorthand is hundred words per minute.
ટાઇપિંગ ઇઝ ફિફ્ટી ઍન્ડ શૉર્ટહેન્ડ ઇઝ હંડ્રેડ વર્ડ્ઝ પર મિનિટ.

Interviewer : Can you work on a computer?
કેન યૂ વર્ક ઑન એ કોમ્પ્યૂટર ?

Candidate : I can do the word processing on it.
આઈ કેન ડૂ ધ વર્ડ પ્રોસેસિંગ ઑન ઇટ.

Interviewer : Have you worked in an office before?
હેવ યૂ વર્ક્ડ ઇન એન ઑફિસ બિફોર ?

Candidate : Yes. I have worked as P.A. to the Manager in Maradiya Company.
યસ. આઈ હેવ વર્ક્ડ ઍઝ પીએ ટુ ધ મૅનેજર ઈન મરડિયા કંપની.

Interviewer : Have you left them?
હેવ યૂ લેફ્ટ ધેમ ?

Candidate : No. But I am looking for a change now.
નો બટ આઈ એમ લૂકિંગ ફૉર એ ચેંજ નાઉ.

Interviewer : Why?
વાય ?

Candidate : The place is very far. Besides the salary is not enough.
ધ પ્લેસ ઇઝ વેરી ફાર. બિસાઇડ્ઝ ધ સૅલરી ઇઝ નૉટ ઇનફ.

Interviewer : What is your present salary?
વૉટ ઇઝ યોર પ્રેઝન્ટ સૅલરી ?

Candidate : Twenty one hundred rupees per month.
ટ્વૅટી વન હંડ્રેડ રૂપીઝ પર મંથ.

Interviewer : What salary do you expect?
વૉટ સેલરી ડૂ યૂ એક્સપેક્ટ ?

Candidate : Around three thousand rupees.
અરાઉન્ડ થ્રી થાઉઝન્ડ રૂપીઝ.

Interviewer : Can you communicate in English fluently?
કેન યૂ કૉમ્યૂનિકેટ ઇન ઇંગ્લિશ ફ્લુએન્ટલી ?

Candidate : Of coruse I can.
ઓફ કૉર્સ આઈ કેન.

Interviewer : One last but very important question. A personal assistant may have to stay back late in office sometimes. Can you do that?
વન લાસ્ટ બટ વેરી ઇમ્પોર્ટન્ટ ક્વેશ્ચન. એ પર્સનલ આસિસ્ટંટ મે હેવ ટુ સ્ટે બૅક લેટ ઇન ઑફિસ. કેન યૂ ડૂ ધૅટ ?

Candidate : Only once in a while. Not always. I have a small baby.
ઓન્લી વન્સ ઇન એ વાઇલ. નૉટ ઑલવેઝ. આઈ હેવ એ સ્મૉલ બેબી.

Interviewer : All right Mrs. Mehta. That will do. We will let you know soon.
ઑલ રાઇટ મિસિસ મહેતા. ધૅટ વિલ ડૂ. વી વિલ લેટ યૂ નો સૂન.

Candidate : Thank you Sir.
થૅંક યૂ સર.

Unit-4 : Exercise–6

Boss and Secretary
બૉસ અને સેક્રેટરી

Secretary : Good morning, Sir.
ગુડ મૉર્નિંગ સર.

Boss : Good monring Mona. Please take down this letter and fax it immediately.
ગુડ મૉર્નિંગ મોના. પ્લીઝ ટેક ડાઉન ધિસ લેટર ઍન્ડ ફેક્સ ઇટ ઇમીડિએટલી.

Secretary : O. K. Sir. You have an appointment with Mr. Mehta of N. K. Industries at 11.30 today.
ઓ.કે. સર. યૂ હેવ એન અપૉઇંટમેંટ વિથ મિસ્ટર મહેતા ઑફ એન. કે. ઇન્ડસ્ટ્રીઝ ઍટ ઇલેવન થર્ટી ટુડે.

Boss : All right, remind me about it at eleven O'clock.
ઑલ રાઇટ. રિમાઇન્ડ મી અબાઉટ ઇટ ઍટ ઇલેવન ઓક્લૉક.

Secretary : Yes Sir. This is the letter from their company and a copy of the reply sent by us.
યસ સર. ધિસ ઇઝ ધ લેટર ફ્રૉમ ધેર કંપની ઍન્ડ એ કૉપી ઑફ ધ રિપ્લાય સેંટ બાઈ અસ.

Boss : All right, send me the concerned file.
ઑલ રાઇટ, સેંડ મી ધ કન્સર્ન્ડ ફાઇલ.

Secretary : These are two applications. Mr. Sahil has reported sick and Mrs. Shah has applied for an extension of her leave.
ધીઝ આર ટુ એપ્લિકેશન્સ, મિસ્ટર સાહિલ હેઝ રિપોર્ટેડ સિક ઍન્ડ મિસિસ શાહ હેઝ અપ્લાઇડ ફૉર એન એક્સટેંશન ઑફ હર લીવ.

Boss : How many days?
હાઉ મેની ડેઝ ?

Secretary : Three days, 25th to 28th of April.
શ્રી ડેઝ, ટ્વેટી ફિફ્થ ટુ ટ્વેંટી એટ્થ ઑફ એપ્રિલ.

Boss : Anything else.
એનીથિંગ એલ્સ.

Secretary : This is electrician's bill. And also, I've sent for the plumber. The toilet flush is not working again.
ધિસ ઇઝ ઇલેક્ટ્રિશિયન્સ બિલ. ઍન્ડ ઑલ્સો આઈ હેવ સેંટ ફોર ધ પ્લમ્બર. ધ ટૉઇલેટ ફ્લશ ઇઝ નૉટ વર્કિંગ અગેન.

Boss : Have you sent the reminder to Meghraj and Sons?
હેવ યૂ સેંટ ધ રિમાઇન્ડર ટુ મેઘરાજ ઍન્ડ સન્સ ?

Secretary : Yes Sir.
યસ સર.

Secretary : Hello, Vishal Industries. Please hold on. *(to the boss)* Sir, this is Mrs. D'souza from Standard Publishers. She wants an appointment this afternoon.
હેલો, વિશાલ ઇન્ડસ્ટ્રીઝ. પ્લીઝ હોલ્ડ ઑન. (બોસને) ધિસ ઇઝ મિસિસ ડિસોઝા ફ્રૉમ સ્ટાન્ડર્ડ પબ્લિશર્સ. શી વૉન્ટસ એન એપોઇંટમેંટ ધિસ આફ્ટરનૂન.

Boss : Is there any other appointment?
ઇઝ ધેર એની અધર એપોઇંટમેંટ ?

Secretary : No Sir!
નો સર!

Boss : All right. Call her at 4 O'clock.
ઑલ રાઇટ. કૉલ હર ઍટ ફોર ઓક્લૉક.

Secretary : O.K. Mrs. D'souza, you can come at four O'clock.
ઓ.કે. મિસિસ ડિસોઝા. યૂ કેન કમ ઍટ ફોર ઓક્લૉક.

Boss : Have our new brochures arrived?
હેવ અવર ન્યૂ બ્રોશર્સ અરાઇવ્ડ ?

Secretary : Yes Sir. This is the list of the companies we are sending them to.
યસ સર. ધિસ ઇઝ ધ લિસ્ટ ઑફ ધ કંપનીઝ વી આર સેંડિંગ ધેમ ટૂ.

Boss : O.K. send all the brochures today without fail. Also send this packet by courier.
ઓ.કે. સેંડ ઑલ ધ બ્રોશર્સ ટુડે વિધાઉટ ફેલ. ઑલ્સો સેન્ડ ધિસ પેકેટ બાઈ કૂરિઅર.

Secretary : Yes Sir.
યસ સર.

Unit-4 : Exercise–7

First Meeting Between a Boy & a Girl for a Marriage Proposal
લગ્નના હેતુથી છોકરો અને છોકરી વચ્ચેની પહેલી મુલાકાત

Rahul : Which college did you attend?
વિચ કૉલેજ ડિડ યૂ અટેન્ડ ?

Renu : H. K. Arts College.
એચ. કે. આર્ટ્સ કૉલેજ.

Rahul : What were your subjects?
વૉટ વેર યોર સબ્જેક્ટ્સ ?

Renu : History, Economics and English.
હિસ્ટરી, ઇકોનોમિક્સ ઍન્ડ ઇંગ્લિશ.

Rahul : What are your hobbies?
વૉટ આર યોર હૉબીઝ ?

Renu : Cooking and designing clothes. In my spare time I also read novels and listen to music.
કુકિંગ ઍન્ડ ડિઝાઇનિંગ ક્લોથ્સ. ઇન માઇ સ્પેર ટાઇમ આઈ ઑલ્સો રીડ નૉવેલ્સ ઍન્ડ લિસન ટુ મ્યૂઝિક.

Rahul : What type of music?
વૉટ ટાઇપ ઑફ મ્યૂઝિક ?

Renu : Light film songs and gazals.
લાઇટ ફિલ્મ સૉંગ્ઝ ઍન્ડ ગઝલ્સ.

Rahul : What are your expectations from a husband?
વૉટ આર યોર એક્સપેક્ટેશન્સ ફ્રૉમ એ હઝબન્ડ ?

Renu : *(Shyly)* He should be loving, caring and understanding.
(શરમાઈને) હી શુડ બી લવિંગ, કેરિંગ ઍન્ડ અન્ડરસ્ટૅંડિંગ.

Rahul : Do you want to work after marriage?

ડૂ યૂ વૉન્ટ ટુ વર્ક આફ્ટર મૅરેજ ?

Renu : That depends on my in-laws and the circumstances after marriage.

ધેટ ડિપેન્ડસ ઑન માઇ ઇન-લૉઝ ઍન્ડ ધ સર્કમ્સ્ટંસિસ આફ્ટર મૅરેજ.

Rahul : One last but very important question. Being the only son I'll always stay with my parents. Can you adjust in the family?

વન લાસ્ટ બટ વેરી ઇમ્પોર્ટન્ટ ક્વેશ્ચન. બીઇંગ ધ ઓન્લી સન આઇ વિલ ઑલવેઝ સ્ટે વિથ માઇ પેરેન્ટસ. કેન યૂ એડજસ્ટ ઇન ધ ફૅમિલી ?

Renu : Yes, sure.

યસ, શ્યોર.

Rahul : Now, you can too ask me whatever you want.

નાઉ, યૂ કેન ટૂ આસ્ક મી વૉટએવર યૂ વૉન્ટ.

Renu : I would also like to know about your expectation from your wife.

આઈ વુડ ઑલ્સો લાઇક ટુ નો અબાઉટ યોર એક્સપેક્ટેશન્સ ફ્રૉમ યોર વાઇફ.

Rahul : I want her to be my true friend and life partner.

આઈ વૉન્ટ હર ટુ બી માઇ ટ્રૂ ફ્રેન્ડ ઍન્ડ લાઇફ પાર્ટનર.

Unit-4 : Exercise–8

An Official party — **એન ઑફિશિયલ પાર્ટી**

મિ. બુચ, ધ ડાઇરેક્ટર ઑફ વિશાલ ઇન્ડસ્ટ્રીઝ થ્રોઝ એ પાર્ટી ટુ સેલિબ્રેટ ધ ઓપનિંગ ઑફ ન્યૂ પ્રોડક્શન લાઇન. મિ. ઍન્ડ મિસિસ બુચ ઍન્ડ હિઝ માર્કેટિંગ એક્ઝિક્યૂટિવ જગદીપ રિસીવ ધ ગેસ્ટસ. ધ ગેસ્ટસ ગ્રીટ્ ઍન્ડ કૉન્ગ્રેચ્યુલેટ ધ હોસ્ટ્સ.)

Mr. Joshi : Good evening Mr. Bush. Congratulations.

ગુડ ઇવનિંગ મિ. બુચ, કૉંગ્રેચ્યુલેશન્સ.

Mr. Bush : Thank you Mr. Joshi, welcome Please meet my wife Neelima.

થેંક યૂ. મિ. જોશી. વેલ્કમ. પ્લીઝ મીટ માઇ વાઇફ નીલિમા.

Mr. Joshi : Hello, Mrs. Bush. My wife Asha.

હેલો, મિસિસ બુચ, માઇ વાઇફ આશા.

Mrs. Bush : Hello and welcome. Come let me introduce you to the other ladies. (in the meanwhile, Dilip Mankad, purchase officer of N. K. Industries arrives.)

હેલો ઍન્ડ વેલકમ. કમ લેટ મી ઇન્ટ્રોડ્યૂસ યૂ ટુ ધ અધર લેડીઝ. (દરમિયાનમાં, દિલીપ માંકડ, એન. કે. ઇન્ડસ્ટ્રીઝનો પરચેઇઝ ઑફિસર આવે છે.)

Dilip : Good evening Sir, congratulations.

ગુડ ઇવનિંગ સર, કૉંગ્રેચ્યુલેશન્સ.

Mr. Bush : Thanks and welcome Dilip.

થેંક્સ ઍન્ડ વેલ્કમ દિલીપ.

Jagdeep : Hello Mr. Mankad, come have a drink.

હેલો માંકડ, કમ હૅવ એ ડ્રિંક.

Dilip : Thanks, so how is business Mr. Vaishnav?

થેંક્સ, સો હાઉ ઇઝ બિઝનેસ મિ. વૈશ્નવ ?

Jagdeep : Business is fine Sir. But I am expecting a bigger order from you this time.

બિઝનેસ ઇઝ ફાઇન સર. બટ આઈ એમ એક્સ્પેક્ટિંગ એ બિગર ઑર્ડર ફ્રૉમ યૂ ધિસ ટાઇમ.

Dilip : Sure. I would love to do that but you got to make your prices a bit more competitive.

શ્યોર. આઈ વુડ લવ ટુ ડૂ ધેટ, બટ યૂ ગૉટ ટુ મેક યોર પ્રાઇસિઝ એ બિટ મોર કોમ્પિટિટિવ.

Jagdeep : I have quoted the lowest possible prices for you.

આઈ હૅવ ક્વોટેડ ધ લોએસ્ટ પૉસિબલ પ્રાઇસિઝ ફૉર યૂ.

Dilip : But fifteen percent discount isn't enough. You see I've been offered much better price than that.

બટ ફિફ્ટીન પરસેન્ટ ડિસ્કાઉન્ટ ઇઝન્ટ ઇનફ. યૂ સી આઈ હૅવ બીન ઑફર્ડ મચ બેટર પ્રાઇસ ધેન ધૅટ.

Jagdeep : All right, let me speak to my boss, Sir. Could I get back to you in a day or two?

ઑલ રાઇટ. લેટ મી સ્પીક ટુ માઇ બોસ, સર. કુડ આઈ ગેટ બૅક ટુ યૂ ઇન એ ડે ઑર ટૂ ?

Jagdeep : Yes, no problem.	યસ. નો પ્રોબ્લેમ.
Sandeep : Thanks. Come have some snacks Sir. These cutlets are very nice.	થૅંક્સ. કમ હેવ સમ સ્નેક્સ સર! ધીઝ કટલેટસ આર વેરી નાઇસ.

(દરમિયાન મિ. બુચ મહેમાનો સાથે વાતચીત કરે છે.)

Mr. Bush : How is everything Mr. Nayak?	હાઉ ઇઝ એવરીથિંગ મિ. નાયક ?
Mr. Nayak : Fine. Thanks Mr. Bush, what about you?	ફાઇન, થૅંક્સ, મિસ્ટર બુચ, વૉટ અબાઉટ યૂ ?
Mr. Bush : Fine, by God's grace. Only this project has kept me very busy.	ફાઇન, બાઈ ગૉડ્સ, ગ્રેસ. ઓન્લી ધિસ પ્રોજેક્ટ હેઝ કેપ્ટ મી વેરી બિઝી.
Mr. Nayak : Naturally. When are you going to start production?	નેચરલી. વેન આર યૂ ગોઇંગ ટુ સ્ટાર્ટ પ્રોડક્શન?
Mr. Bush : If all goes well, in the first week of May I suppose.	ઈફ ઑલ ગેાઝ વેલ ઈન ધ ફર્સ્ટ વીક ઑફ મે, આઈ સપોઝ.
Mr. Nayak : Good, I would like to visit your factory one of these days.	ગુડ, આઈ વુડ લાઇક ટુ વિઝિટ યોર ફેક્ટરી વન ઑફ ધીઝ ડેઝ.
Mr. Bush : My pleasure. By the way, have you seen our new brochures?	માઇ પ્લેઝર. બાઈ ધ વે, હેવ યૂ સીન અવર ન્યૂ બ્રોશર્સ ?
Mr. Nayak : No I haven't.	નો આઈ હૅવન્ટ.
Mr. Bush : I will have them sent to you tomorrow itself. Now that we are expanding. I look forward to a stronger and mutually beneficial business relationship with you.	આઈ વિલ હૅવ ધેમ સેંટ ટુ યૂ ટુમૉરો ઇટસેલ્ફ. નાઉ ધૅટ વી આર એક્સ્પાંડિંગ. આઈ લુક ફોરવર્ડ ટુ એ સ્ટ્રૉંગર ઍન્ડ મ્યૂચ્યુઅલી બેનીફિશિયલ બિઝનેસ રિલેશનશિપ વિથ યૂ.
Mr. Nayak : Yes, of course, Mr. Bush. Please come over to my office one day. We can sit together and work out the details.	યસ ઑફ કોર્સ, મિ. બુચ. પ્લીઝ કમ ઓવર ટુ માઈ ઑફિસ વન ડે. વી કૅન સિટ ટુગેધર ઍન્ડ વર્ક આઉટ ધ ડિટેલ્સ.
Mr. Bush : Sure.	શ્યોર.
Jagdeep : Please, come for the dinner, Sir.	પ્લીઝ, કમ ફૉર ધ ડિનર, સર.

(જમ્યા પછી મહેમાનો ઘેર જવા નીકળે છે)

Mr. Nayak : Thank you very much Mrs. Bush. It was a wonderful evening.	થૅંક યૂ વેરી મચ મિસિસ બુચ. ઇટ વૉઝ એ વન્ડરફુલ ઈવનિંગ.
Mrs. Bush : Thanks for coming Mr. Nayak.	થૅંક્સ ફૉર કમિંગ મિ. નાયક.
Jagdeep : Excuse me Sir. Could I see you in the office this Tuesday?	એક્સક્યૂઝ મી, સર, કુડ આઈ સી યૂ ઈન ધ ઑફિસ ધિસ ટ્યૂસડે ?
Mr. Nayak : Yes. Fix up the time with my P.A. please.	યસ ફિક્સ અપ ધ ટાઇમ વિથ માઈ પી.એ. પ્લીઝ.
Jagdeep : Yes Sir, good night Sir.	યસ સર, ગુડ નાઇટ સર.

હવે આ CD એકથી વધુ વખત ધ્યાનથી સાંભળો. સાથે સાથે બોલવાનો મહાવરો પણ કરો. આમ કરવાથી બોલતી વખતે ખચકાટ દૂર થશે અને થોડાક સમયમાંજ તમે ખચકાટ વિના, સહજતાથી અંગ્રેજી બોલી શકશો. અમારી શુભેચ્છાઓ હંમેશાં તમારી સાથે જ છે.)